PHẬT HỌC TỪ ĐIỂN

ĐOÀN TRUNG CÒN

PHẬT HỌC TỪ ĐIỂN

佛學辭典

QUYỂN BA

TAM LUẬN TÔNG 三論宗 San-lunn-tsoung *ch.*— Sanronshû (jap.) Cũng kêu là *Tam bổn-căn,* vì lấy ba bộ Luận làm căn-bổn. Một tông đạo Phật Đại-thừa, tổ-sư là đức Long-Thọ (*Nagarjuna*) và đệ - tử của ngài là đức Đề-Bà (*Deva*). Nhờ có ngài Cưu ma-la thập (Kumârajiva) dịch ra chữ Hán nên tông nầy khởi sự truyền bá ở Tàu hồi thế-kỷ thứ năm. Truyền qua Nhựt hồi thế-kỷ thứ bảy.

Tông nầy có ba bộ luận :

1. Trung-luận (*Madhyamika-çastra*).
2. Thập nhị môn Luận (*Svâsa-nikaya. çastra*). Hai bộ luận trên của Long-Thọ.
3. Bá Luận (*Çata-çastra*) của Đề-Bà.

Chơn lý của *Tam luận tông* là phải hiểu Trung - đạo (*Madhyamika*) như thế nầy : có thế không nhận là có, mà không thì cũng không nhận là không. Tức là một cảnh trí mà cái Hữu và cái Vô không còn ăn thua gì tới mình nữa. Tham-thiền thấu cái lý đó thì thành Phật.

TAM LỰC 三力 Trois forces (*fr.*) Ba cái sức mạnh hộ trì ...... Nhà tu học xuất gia hoặc tại-gia, thọ trì kinh-điển hoặc niệm chú bắt ấn, đều nhờ ba cái sức nầy hộ vệ cho mình :

1. *Ngã công-đức lực,* tức là cái sức lực ở công-đức, ở giới hạnh của mình.
2. *Như - lai gia-trì lực,* cái sức lực hộ trì cho thêm kiên cố của đức Như-lai.
3. *Pháp giới lực,* cái sức lực trong cõi Pháp-giới thường Thập phương Tam thế.

TAM-MA-BẠT-ĐỀ 三摩跋提 Samâdhi (*scr.*).— Extase (*fr.*) Cũng viết : *Tam-ma-đề, Tam-ma đế, Tam-ma-địa.* Phép tu đại-định. (*Xem : Tam-ma-địa.*)

TAM-MA BÌ-ĐÀ 三摩皮陀 Sama-Véda (*scr.*) Bộ thứ ba trong bốn bộ Kinh luận cốt yếu của đạo Bà-la-môn. (*Xem : Bì-đà, Phệ-đà.*)

TAM-MA-ĐỀ 三摩提 Samâdhi (*scr.*).— Extase (*fr.*) Cũng

viết: Tam-muội, Tam-ma-bạt-đề, Tam-ma-đế, Tam-ma-địa. Dịch: Chỉ, Quán, Định, Đại-định.

(*Xem: Tam-muội.*)

Trí-độ Luận: Tất cả các thiền-định thâu-nhiếp cái tâm, đều kêu là Tam-ma-đề, chữ Hán gọi là: Chánh tâm hành xứ.

TAM-MA-ĐỊA 三摩地 Samâdhi (*scr.*).— Extase (*fr.*) Thường đọc là *Tam-muội.* Cũng đọc: *Tam-ma-đề, Tam-ma-đế.*

Phép thiền-định, đại-định của nhà đạo bực cao, trong khi nhập định thì thân-thể và tâm-trí chẳng còn xao-động, chỉ chú vào một mục đích mà thôi. Lúc bấy giờ, những vọng-tưởng, những tà-kiến chẳng có thể xâm nhập vào tâm của nhà tu đại-định. Đắc cảnh *Tam-ma-địa,* nhà đạo hoàn toàn vào Pháp-thân (*Dharmakaya*) của đức Đại-Nhựt Phật.

TAM-MẠN-ĐA BẠT-ĐÀ-LA 三曼多跋陀羅 Samanta-bhadra (*scr.*).— Fouguen (*jap.*) Dịch: Phổ-Hiền (*Bồ-Tát*), Biến-Cát (*Bồ tát*). (*Xem: Phổ-Hiền.*)

TAM MẬT 三密 Ba phép bí-mật. Ba cách tu bí-mật quan-thiệp với nhau: Thân-mật, Ngữ-mật, Ý-mật. Tu *Tam mật* là sở trường của người Phật-tử Chơn-ngôn tông hay Mật-tông.

Như: Về *thân mật,* hành-giả bắt *ấn* triệu thỉnh Thánh-chúng. Về *ngữ-mật,* bí mật tụng niệm cho thông thuộc những *chơn-ngôn* (*thần-chú*). Về *ý-mật,* trụ vào phép Du-già, phép Thiền-định quán tâm Bồ-đề. Ai khéo tu *Tam mật* thì vào vòng hào-quang của của Phật; trong khi hành *Tam mật,* liền làm một với Phật.

Xem: *Mật.*

TAM-MIỆU TAM-BỒ-ĐỀ 三藐三菩提 Samyaksambodhi (*scr.*).— État de Celui qui a la Connaissance de Tout (*fr.*).

Dịch nghĩa: *Chánh-đẳng Chánh-giác, Chánh biến giác, Chánh-giác.*

Tam-miệu (*Samyak*): Chánh-chơn, Hoàn-toàn. *Tam* (*Sam*): Biến, Khắp cả.

Bồ-đề (*Bodhi*) : Quả-vị của bực Sáng Suốt, Giác-ngộ.

Tam-miệu Tam-bồ-đề là quả-vị Phật (*État de Bouddha*).

Tam-miệu Tam Phật-đà là Phật hoàn-toàn (*Bouddha, le Parfait*).

TAM-MIỆU TAM-PHẬT-ĐÀ 三藐三佛陀 Samyaksambouddha (*scr.*). — Qui a la Connaisance de tout (*fr.*) Một hiệu trong *Thập hiệu* của Phật. Cũng đọc : *Tam-da Tam-bồ, Tam-da Tam-Phật.* Dịch nghĩa : *Chánh biến tri, Chánh biến Giác.*

Tam-miệu (*Samyak*) : Chánh, Chơn-thật, Hoàn-toàn. *Tam* (*Sam*) : Biến, khắp cả. Phật-đà (*Bouddha*) : Bực tri, bực giác (*Giác-giả*).

Tam-miệu Tam-phật-đà, tiếng Phạn, nghĩa là : Bực người giác-ngộ hoàn toàn, hiểu biết tất cả. Tức là Phật Thế-tôn, Phật Như-lai.

TAM MINH 三明 Trois Connaissances (*fr.*)

A) Ba thuật sáng-suốt của hàng Thánh-giả (*La-hán*) :

1.) *Túc-mạng minh*, biết những đời trước của người và của mình luân chuyển thế nào.

2.) *Thiên-nhãn minh*, thấy đời của mình và của người về sau sẽ luân chuyển thế nào.

3.) *Lậu-tận minh*, biết những cảnh khổ trong đời hiện tại của mình và diệt hết các phiền-não.

Bực La-hán đắc đủ *Lục thông* và *Lam minh*, sau khi đã tu *Bát giải thoát*.

B) Ba món trí-huệ. Như trong chữ *Minh Hạnh túc, Minh* là Tam Minh, *Hạnh* là các thiện-nghiệp. *Tam minh* :

1.) *Bồ-tát Minh*, tức là Bát-nhã Ba-la-mật (*độ Trí-huệ*).

2.) *Phật Minh*, tức là Phật-nhãn.

3.) *Vô-minh Minh*, tức là sự liễu đạt rằng rốt ráo đều là Không.

TAM-MUỘI 三昧 Samâdhi (*scr.*).— Samâpatthi (*p.*). — Extase (*fr.*) Cũng viết : *Tam-ma-địa, Tam-ma-đề, Tam-ma-đế.* Dịch là

Chỉ, *Chỉ-Quán*, *Quán*, *Thiền*, Thiền-định, Định, Đại-định, Giải-thoát, Chánh-thọ. Cảnh Thiền bực cao, khi ấy thân thể và tâm trí của nhà Đạo chẳng còn xao-động, lìa tất cả sự tà-loạn.

Chư Phật và chư Đại Bồ-tát và La-hán đều có thể nhập phép *Tam muội*. Các ngài đắc rất nhiều phép *Tam-muội* tiện giúp cho các ngài hộ thân và độ đời. Như đức *Diệu-Âm Bồ-tát* (*Gadga-dasvara-Bodhisattva*) có đắc những phép *Tam muội* dưới đây:

1. Diệu tràng tướng Tam-muội (*Dhvàdjâgrakiyûra*),
2. Pháp-hoa Tam-muội (*Saddharma-pundarika*),
3. Tịnh-đức Tam-muội (*Vimaladatta*),
4. Túc-Vương-Hý Tam-muội (*Nakchatrarâdjavikridita*),
5. Vô-duyên Tam-muội (*Anilâmbha*),
6. Trí-ấn Tam-muội (*Djnânamura*),
7. Giải nhứt thiết chúng-sanh ngữ-ngôn Tam-muội (*Sarvaruta-Kâuçalya*),
8. Tập nhứt thiết công-đức Tam-muội (*Sarvapunya-samutchtchaya*),
9. Thanh-tịnh Tam-muội (*Prasâdavatî*),
10. Thần-thông du-hý Tam-muội (*Riddhivikridita*),
11. Huệ-cự Tam-muội (*Djnânolka*),
12. Trang-nghiêm-vương Tam-muội (*Vyûharâdja*),
13. Tịnh quang-minh Tam-muội (*Vimalaprabhâ*),
14. Tịnh-tạng Tam-muội (*Vimalagarbha*),
15. Bất-cọng Tam muội (*Apkritsna*),
16. Nhựt-triền Tam-muội (*Sûryâvarta*)

Diệu-Âm Bồ-tát lại còn dùng phép *Tam-muội Hiện nhứt thiết sắc thân* mà biến hiện ra các thứ thân hình, hoặc thân Phật, thân Thánh hay thân các hạng chúng-sanh mà ra đi độ thế cho đắc nhập quả Phật.—

Mỗi đức Phật Như-lai đều đắc trăm ngàn vạn ức phép *Tam-muội*.

(*Xem: Tam Tam-muội, Ngũ Trí Tam-muội, Lục chủng Tam-muội, Thất chủng Tam-muội, Bát Giải-thoát Tam-muội, Bát Định, Cửu thứ đệ Định, Nhị thập ngũ Tam-muội*.

TAM-MUỘI-DA 三 昧 耶 Samâya (*scr.*) Cảnh-trí của nhà tu-hành quyết đắc nhập Phật-huệ. Chữ Tam-muội-da bao hàm những nghĩa nầy : *Tam bình-đẳng* : Thân, khẩu, ý đều như nhau, thi hành điều lành ; *thệ-nguyện* : lập nguyện giữ những điều giái ; *cảnh giác* : làm cho thức tỉnh cái Giác-ngộ ; *trừ cấu chướng* diệt trừ các phiền-não chướng-ngại đối với thân tâm.

TAM-MUỘI-DA GIỚI 三 昧 耶 戒 Tức là *Tam bình-đẳng Giái, Tam thế vô chướng-ngại Trí Giới*, Thập Thiện Giới.

Xem : Tam thế vô chướng-ngại trí Giới.

TAM NIỆM TRỤ 三 念 住 Trụ vào ba lòng nghĩ. Cũng kêu là : *Tam niệm xứ, Tam chánh niệm xứ*. Lòng Đại-bi của Phật nhiếp hóa chúng-sanh, thường trụ vào ba lòng nghĩ :

1.) Chúng-sanh tin Phật, Phật chẳng sanh lòng vui-mừng, thường trụ yên vào chánh-niệm, chánh-trí.

2.) Chúng-sanh chẳng tin Phật, Phật chẳng sanh lòng lo-buồn, thường trụ yên vào chánh niệm, chánh-trí.

3.) Đồng thời một hạng tin, một hạng chẳng tin, Phật biết vậy, chẳng sanh lòng vui mừng và lo buồn, thường trụ yên vào chánh-niệm, chánh-trí.

TAM NIỆM XỨ 三 念 處 Ba mối lòng của Phật, Bồ-tát đối với chúng-sanh. Cũng kêu : *Tam niệm trụ, Tam chánh-niệm xứ*.

Niết-bàn Kinh quyển 12 : Thập lực, Tứ vô sở úy, *Tam niệm xứ*, Đại-bi, đó kêu là Đạo (*Đạo-đế*).

Xem : *Tam niệm trụ*.

TAM NGHIỆP 三 業 Trividhadvâra (*scr.*). Trois actes, Rétri-bution de trois actes (*fr.*) Ba việc, ba việc làm, ba cái Hạnh-nghiệp, ba thứ Nghiệp-báo.

I.— Cái Nghiệp-báo nó đến cho mình, làm cho mình được phước lạc hay hoạn nạn, đều *do Tam nghiệp*, ba hạnh-nghiệp từ trước có liên quan với nhau.

Từ Nghiệp-nhơn cho tới Nghiệp-quả hay Nghiệp-báo, tức Nhơn và Quả kêu chung là *Nghiệp*, Phạn : Karma, Kiết-ma.

1.) *Thân-nghiệp*: Hạnh-nghiệp bằng thân thể, tay chơn, tức việc làm.

2.) *Khẩu-nghiệp*: Hạnh-nghiệp bằng lời nói, tức nói năng dạy bảo.

3.) *Ý-nghiệp*: Hạnh-nghiệp bằng ý-tưởng, tức mong-cầu, toan tính.

Trong *Tam nghiệp*, Ý-nghiệp là hệ trọng hơn hết: Việc làm hay lời nói phát khởi, lành hay dữ, đều do nơi ý-thức hết thảy. Đức Phật thường dạy rằng: cái ác dẫu chưa làm ra bằng thân, song đã mống nơi ý, thì kẻ có ý ác đã phạm tội rồi.

Tam nghiệp nếu toàn là xấu, dữ, thì biến thành *Thập ác*, *Thập ác-nghiệp*. Nếu toàn là tốt, lành, thì biến thành *Thập thiện*, *Thập thiện-nghiệp* (*Xem*: *Nghiệp.*)

II.— *Tam nghiệp*:

1.) *Phước - nghiệp*: Việc phước. Hạnh-nghiệp lành, đem lại phước-lạc.

2.) *Phi phước-nghiệp* hay *Tội-nghiệp*: Việc tội. Hạnh-nghiệp dữ, chiêu cảm tội lỗi, đau đớn.

3.) *Bất-động nghiệp*: Hạnh-nghiệp chẳng động chạm tới cảnh Dục-giới, do Thiền-định của nhà tu-hành thấu tới Sắc-giới và Vô-sắc giới.

III.— *Tam nghiệp* lại là:

1.) *Thiện-nghiệp*, hạnh-nghiệp lành chiêu cảm phước lạc.

2.) *Ác - nghiệp* hay *Bất-thiện nghiệp*, hạnh-nghiệp dữ chiêu cảm khổ-não hoạn-nạn.

3.) *Vô-ký nghiệp*, hạnh-nghiệp của Phật và Bồ-tát, các ngài dùng phương-tiện mà thi-hành, hạnh-nghiệp ấy chẳng đem lại phước hoặc tội.

IV.— *Tam nghiệp* cũng là:

1.) *Lậu-nghiệp* hay *Hữu-lậu nghiệp*: các hạnh-nghiệp của phàm-phu tốt và xấu xen lộn nhau, chiêu cảm sự phước và sự họa.

2.) *Vô - lậu nghiệp,* các hạnh-nghiệp tạo-tác bởi hàng Nhị Thừa (*Thinh - văn và Duyên - giác*) quyết dứt phiền-não, Luân-hồi.

3.) *Phi lậu phi Vô-lậu nghiệp,* các hạnh-nghiệp chơn-thật của hàng Bồ-tát, vượt khỏi trí-thức của Phàm-phu và Nhị thừa.

TAM NGHIỆP CÚNG - DƯỜNG 三養供業 Sự cúng-dường chư Phật, Bồ-tát bằng Ba nghiệp : Thân-nghiệp, Khẩu-nghiệp, Ý-nghiệp.

1.) *Thân - nghiệp cúng-dường* : Thân chí thành lễ kính Phật đem cái thân-thể có đủ ba nghiệp lành (*Phóng sanh, Bố thí, Cung kính*) mà lễ kính Phật.

2.) *Khẩu-nghiệp cúng-dường* : Miệng chí thành tán thán công-đức Phật ; đem cái miệng có đủ bốn nghiệp lành (*Thật-ngữ, Chánh-ngữ, Hòa - hiệp ngữ, Nhu-thuận ngữ*) mà tán thán công-đức Phật.

3.) *Ý-nghiệp cúng-dường* : Chí thành tưởng niệm tướng chánh và tướng phụ của Phật ; đem cái ý có ba nghiệp lành (*chẳng tham, chẳng sân, chánh - kiến* mà cúng-dường.

TAM NHẪN 三忍 I.— Ba đức nhẫn (*chịu yên trụ vô đạo-lý mà lòng chẳng động*) : 1.) *Âm-hưởng nhẫn* (*Đức nhẫn tiếng dội*), do tiếng dội mà tỉnh hiểu chơn-lý vậy. 2.) *Nhu-thuận nhẫn* (*Đức nhẫn nhu-thuận*), lòng huệ mềm nhũn, có thể tùy thuận chơn - lý vậy. 3.) *Vô sanh pháp nhẫn* (*nhờ hiểu rằng vốn không có chúng-sanh và các pháp, cho nên nhẫn nhịn được*). Nhờ hiểu cái thật-tánh của chúng-sanh và của các pháp là không, không sanh không diệt, nên đắc ngộ chỗ chí cực của đạo. Ba đức nhẫn trên cũng gọi là *Tam pháp-nhẫn.*

II.— Lại ba đức nhẫn là : 1.) Hỷ-nhẫn (*Đức nhẫn mừng*), là niệm đức Phật Di-Đà mà sanh lòng hoan-hỷ. Nhờ hoan-hỷ mà nhẫn-nhịn được. 2.) *Ngộ nhẫn* (*Đức nhẫn ngộ giải*) là niệm đức Phật Di-Đà mà tỉnh biết chơn-lý. Nhờ tỉnh biết chơn-lý mà nhẫn nhịn được.

3.) *Tín - nhẫn* (*Đức nhẫn Tín*), là niệm Phật Di-Đà mà được đức Tín. Nhờ đức Tín, nhờ Chánh - tín mà nhẫn-nhịn được.

III. — Lại ba món *nhẫn ba-la-mật* (*chữ nhẫn này có nghĩa là chịu nhịn, quen nhịn*) : 1.) *Nại oán hại nhẫn* (*Quen nhịn sự oán hại*), là có thể quen chịu nhịn sự não hại của kẻ oán địch hữu-tình. 2.) *An thọ khổ nhẫn* (*Quen nhịn yên lòng chịu khổ*), là có thể yên lòng chịu nổi những khổ sở của cảnh nóng lạnh phi-tình. 3.) *Đế sát pháp nhẫn* (*Quen nhịn pháp đế sát*), lại kêu là *Vô sanh pháp nhẫn*, xem xét kỹ cang chơn-lý mà trụ yên nơi lý : chúng-sanh và các pháp vốn không.

IV. — Lại Ba đức nhẫn :

1. *Thân nhẫn* (*chịu nổi những sự đánh đập, giết hại, trộm đạo, tà dâm, ba tội phạm bằng thân của kẻ khác, mà không sanh lòng oán giận*).

2. *Khẩu nhẫn* (*chịu nổi bốn sự quấy ác bằng khẩu-nghiệp của kẻ khác, mà không oán giận*).

3. *Ý-nhẫn* (*chịu nổi ba tội bằng ý - nghiệp của kẻ khác mà không oán giận*).

TAM NHƠN 三 因 Ba nhơn, ba nguyên-do, ba cớ chánh.

I. — 1.) *Sanh-nhơn* : cái nhơn sanh ra sự vật.

2.) *Tập-nhơn* : cái nhơn quen thói, luyện tập.

3.) *Y-nhơn* : cái nhơn y theo.

II. — 1.) *Ưng đắc nhơn* : cái nhơn ưng được.

2.) *Gia hạnh nhơn* : cái nhơn bồi bổ thêm.

3.) *Viên mãn nhơn* : cái nhơn trọn vẹn.

TAM NHƠN PHẬT-TÁNH 三 因 佛 性 Phật-tánh ba nhơn-duyên, ba nhơn - duyên hiển ra Phật-tánh, Phật-tánh gồm ba nhơn-duyên.

1.) *Chánh - nhơn Phật-tánh*. Cái Chơn-như trung chánh lìa khỏi tất cả những điều tà-vạy trái-ngược. Nương theo đó, ắt thành tựu cái quả-đức *Pháp - thân*.

2.) *Liễu-nhơn Phật-tánh*: Cái Trí-huệ chiếu suốt cái lý Chơn-như. Nương theo đó, ắt thành-tựu cái quả-đức *Bát-nhã*.

3.) *Duyên-nhơn Phật-tánh*: cái trợ-duyên có hai hiệu-lực: một là hộ trợ cho cái Liễu-nhơn, hai là khai phát tất cả công-đức thiện-căn của cái Chánh-nhơn. Nương theo đó, ắt thành-tựu cái Đạo *Giải-thoát*.

TAM NHƠN TAM QUẢ 三因三果 Ba nhơn và ba quả:

1.) *Dị thục nhơn dị thục quả*: Cái nhơn chờ tới đời khác mới chín, cái quả chờ tới đời khác mới muồi. Làm nhơn thiện ác đời nầy, chịu quả phước tội đời sau.

2.) *Phước nhơn phước quả*: Làm nhơn phước thiện, hưởng quả phước lợi. Như giúp người, cứu người, bố thí, trì giới, nhẫn nhục, thì ngay trong đời nầy hoặc tới đời sau, sẽ được vui sướng, tự-tại.

3.) *Trí nhơn trí quả*: Làm nhơn trí-huệ, hưởng quả trí-huệ. Như trì kinh, thầm xét, tham thiền, thì đời nầy hoặc đời sau chứng đắc quả-vị Ba thừa hoặc quả-vị Phật.

TAM PHÁP 三法 Ba Pháp, ba Khoản Đạo lý liên tiếp nhau:

A.— 1.) *Giáo - pháp*: Phép giáo-hóa. Đó là các cuộc thuyết pháp trọn đời đức Phật Thích-Ca, hiện ghi chép ở Tam Tạng Kinh, tất cả là 12 phần Kinh Luật Luận (*Thập nhị bộ Kinh*).

2.) *Hành-pháp*: Phép tu hành. Y Giáo-pháp đó mà tu hành: Tứ Đế, Thập nhị nhơn-duyên, Lục Độ.

3.) *Chứng-pháp*: Phép chứng đắc. Y theo Hành-pháp mà chứng đắc: Thinh-văn La-hán nếu hành Tứ Đế, Duyên-giác (*Bích - chi - Phật*) nếu hành Thập nhị nhơn-duyên, Bồ-tát và Phật Như-lai nếu hành Lục Độ.

Tam Pháp ấy thâu tóm tất cả Phật-pháp.

B.— *Tam Pháp* tức là *Tam Pháp - tướng* (*có giải ở dưới.*)

TAM PHÁP-ẤN 三 法 印 : Ba ấn đạo-lý. Cũng viết : *Tam Ấn.* Người học Phật thường nên ghi vào tâm-trí mình ba cái ấn nầy :

1.) *Chư hạnh Vô-thường ấn* : Tất cả các cuộc hành-vi, các cuộc hiện-khởi đều là Vô-thường ; nên ghi chặt vào tâm cái tư-tưởng ấy.

2.) *Chư pháp Vô-ngã ấn* : Tất cả các pháp, muôn sự muôn vật đều là Vô-ngã ; nên ghi chặt vào tâm cái tư-tưởng ấy.

3.) *Niết-bàn tịch-tĩnh ấn* : Niết-bàn là sự yên-lặng hoàn toàn, chẳng có Phiền-não xao - động ; nên ghi chặt vào tâm cái tư-tưởng ấy.

TAM PHÁP ĐẠO GIỚI 三 法 道 界 : Ba cảnh-giới là ba pháp trong Đạo. Người phái Chơn-ngôn tông (*Mật - tông*), trong khi hành trì, có phân Đạo đức làm ba thể, ba cảnh - giới :

1.) *Thân* của Đức Bổn-Tôn là ngài Đại-Nhựt Như-lai (Mâ-hàvairocana).

2.) *Chơn-ngôn* (*Mantra, Dhâranis*).

3.) *Ấn,* tức Pháp - ấn (*Mûdra* ; *Sceau, geste magique*).

TAM PHÁP - TƯỚNG 三 法 相 : Ba tướng tu hành Pháp-giáo. Cũng viết : *Tam tướng.*

1.) *Định* (*Phạn : Samâtha, Xa-ma-tha*), tướng tu Thiền-Định.

2.) *Huệ* (*Phạn : Vibhâsha, Tỳ-bà-xá-na*), tướng tu Trí-huệ.

3.) *Xả* (*Phạn : Upeksâ, Ưu-tất-xoa*), tướng tu Xả.

Đó là tướng Đạo - lý mà nhà tu - học phải hành-trì cho chứng đắc.

Niết-bàn kinh, quyển 31 : Như có Bồ-tát tu tập *Tam pháp-tướng* ấy, thì đắc Vô-tướng Niết-bàn.

Xem từng danh-từ : *Xa-ma-tha, Tỳ-bà-xá-na, Ưu-tất,xoa.*

TAM PHÁP-THÂN 三 法 身 : Ba thân Pháp, ba thể Đạo-Pháp :

a) Sư Cưu-ma-la-Thập có nương theo Kinh mà lập ra *Tam Pháp-thân* :

1.) *Pháp - hóa sanh thân* : Cái thân-thể của Phật hóa hiện ra là do Pháp-tánh.

2.) *Ngũ phần Pháp-thân* : Cái toàn-thân Đạo-lý hiệp bởi năm phần : Giới, Định, Huệ, Giải-thoát, Giải-thoát tri-kiến.

3.) *Thật - tướng Pháp - thân* : Cái tướng thật vốn không của tất cả các pháp.

b) Tông Thiên-thai có lập ra *Tam Pháp - thân* :

1.) *Đãn không Pháp-thân* : Cái Pháp-thân chỉ là Không của Tiểu-thừa.

2.) *Tức giả Pháp - thân* : Cái Pháp-thân tạm của Đại - thừa Biệt-giáo.

3.) *Tức trung Pháp-thân* : Cái Pháp-thân Trung-đạo của Đại-thừa Viên-giáo.

TAM PHẨM PHÁP 三 品 法 Ba phẩm, ba bực Pháp : phẩm *Giới*, phẩm *Định*, phẩm *Huệ*.

Niết-bàn kinh, *quyển ba* : Hôm nay, Như-lai đem Chánh-pháp vô - thượng mà phó - chúc cho các quốc-vương, đại-thần, tể-tướng, Tỳ-kheo, Tỳ-kheo-ni, Ưu-bà-tắc, Ưu-bà-di. Các vị vua, quan và Bốn Bộ chúng ấy nên khuyến lệ các trang tu học, khiến cho họ tấn-bộ và mở-mang về *Giới, Định Trí-huệ*. Như có ai chẳng tu học *Tam phẩm Pháp* ấy, biếng nhác, phá giới, hủy chánh-pháp, thì các quốc - vương Đại-thần và Bốn Bộ chúng nên trừng trị họ một cách khổ khắc.

TAM PHẨM TẤT - ĐỊA 三 品 悉 地 Ba bực thành-tựu. *Tất-địa* là chữ Phạn, dịch nghĩa *Thành-tựu*. Người tu hạnh-nghiệp tương ứng của Tam mật (*Thân mật, Ngữ mật, Ý mật,*)được thành tựu quả mầu-nhiệm kêu là *Tam phẩm tất-địa*, ba bực thành tựu. Mỗi bực sanh ra ở mỗi nơi.

1. *Thượng-phẩm tất-địa* : Bực thành-tựu cao nhứt thì sanh lại cõi Mật-nghiêm quốc của Đại-Nhựt Như-lai.

2. *Trung-phẩm tất-địa* : Bực thành-tựu vừa vừa thì sanh lại các cõi Tịnh-độ trong Mười phương.

3. *Hạ-phẩm tất-địa* : Bực thành-tựu thấp thì sanh nơi cung điện của chư Thiên hoặc của chư Thần.

TAM PHẬT NGỮ 三 佛 語 Ba thứ ngôn-ngữ của Phật, ba cách phán dạy của Phật.

1. *Tùy tự ý ngữ* : Phật phán dạy là do ý của ngài, giảng pháp nầy pháp nọ độ chư đệ-tử, giáo - hóa chúng-sanh.

2. *Tùy tha ý ngữ* : Phật phán dạy là do ý muốn, do lời thỉnh cầu của người khác.

3. *Tùy tự tha ý ngữ* : Phật phán dạy, thuyết pháp với chúng-sanh là do ý quyết sẵn của ngài, mà cũng do ý muốn của người khác, tức tùy tự-ý và tùy tha-cơ mà thuyết.

TAM PHẬT-TÁNH 三 佛 性 Ba tánh Phật, người ta vốn có ba món tánh Phật : 1.) *Tự-tánh trụ Phật-tánh* (*Tánh Phật tự-tánh trụ*) : Tức là lý chơn-như, tự - tánh thường trụ mà không biến đổi ; hết thảy chúng-sanh vốn có tánh đó. 2.) *Dẫn xuất Phật-tánh* (*Tánh Phật dẫn ra*) : Chúng-sanh ắt nhờ cái sức tu-tập, trí-huệ thiền - định, mới dẫn phát ra được cái tánh Phật vốn có. 3.) *Chí đắc quả Phật-tánh* (*Tánh Phật tới khi đắc quả*). Nhơn-duyên tu hành đầy đủ, tới khi được quả-vị, thì cái tánh Phật hiển - hiện rõ ràng.

TAM PHU - NHƠN (*NHÂN*) 三 夫 人 Trois épouses (*fr.*) Ba bà phu-nhơn. Ngày xưa, *phu-nhơn* là tiếng gọi vợ hàng vua chúa, đại-thần.

Ngày nay, người ta gọi đờn - bà có chồng là *phu-nhơn*. Thái-tử Tất-đạt-Đa (*Siddharta*), tục-thân của Phật Thích-Ca, khi còn ở đền vua, có *tam phu-nhơn*:

1. *Đệ nhứt phu-nhơn* là bà Da-du-đà-la (*Yaçôdhara*), kêu tắt : Da-du.

2. *Đệ nhị phu-nhơn* là bà Cồ-tỳ-gia (*Gopika*), cũng gọi : Cồ Di.

3. *Đệ tam phu-nhơn* là bà Lộc-dã (*Mrganika*).

(*Xem : Da-du-đà-la, Cồ-Di, Lộc-dã.*)

TAM PHƯỚC 三福 Trois bonheurs (*fr.*) Ba món phước nghiệp :

1.) *Thế phước* (*Phước trong đời*) : hiếu dưỡng cha mẹ, phụng sự sư trưởng, lòng lành chẳng giết hại sanh mạng, tu mười nghiệp lành (*thập thiện-nghiệp*).

2.) *Giới phước* (*Phước ở Giới - hạnh*) : thọ Tam qui, trì Ngũ Giái cho đến Cụ-túc giới, chẳng phạm oai-nghi lúc ngồi, lúc đứng, khi tới, khi lui.

3.) *Hành phước* (*Phước tu hành* : phát tâm Bồ-đề, tin sâu lẽ Nhơn-quả, đọc tụng Kinh Đại-Thừa, khuyến tấn kẻ tu hành đạo Phật.

Tu Ba nghiệp ấy kêu là tu Tịnh-nghiệp, sẽ được vãng sanh về cõi Tây-phương Cực-lạc của đức Phật A-Di-Đà. (*Quán Vô-Lượng-Thọ Phật Kinh*)

Lại có ba phước nữa, khác tên mà đồng nghĩa :

1.) *Thí loại phước* (*Phước bố-thí*) : cái quả phước làm chuyện bố-thí để cảm-ứng được giàu lớn.

2.) *Giái loại phước* (*Phước trì Giới*) : cái quả trì Giới để cảm-ứng được sanh lên cõi Trời.

3.) *Tu loại phước* (*Phước tu hành*) : cái quả phước tu Thiền-định để cảm-ứng được giải-thoát.

TAM PHƯỢC 三縛 Trois liens (*fr.*) Ba mối trói buộc, tức là trói buộc chúng-sanh vào Tam giới, Lục đạo, buộc họ trong vòng Luân-hồi, chẳng để họ giải-thoát lên cảnh Niết-bàn. Ấy là ba mối phiền-não lớn : 1. tham, 2. sân, 3. si.

Tam phược cũng là *Tam ác-giác* (*Ba mối cảm-giác xấu*) : 1. Dục-giác (*cảm-giác ham muốn*), 2. Sân-giác (*cảm-giác oán giận*), 3. Hại-giác (*cảm giác hại người*). *Tam phược* liên-kết chằng chịt với nhau mà buộc người ở trong vòng Sanh-tử mãi mãi.

TAM QUÁN (quan) 三 觀 Trois méditations (*fr.*) Cũng viết : *Tam quán xứ, Tam chủng quán.* Ba mối, ba chỗ quán-tưởng.

1. *Không-quán* (*quan*) : xét ra sự vật đều không có thật-tánh, thật-tướng, mọi pháp vốn không.

2. *Giả-quán* (*quan*) : xét rằng vạn vật, chư pháp đều biến hóa vô-thường, đều là giả, tạm cả.

3. *Trung - quán* (*quan*) : phải quán cho đắc lẽ Trung-đạo : không, phải không, không phải giả. Đó là chỗ trọng-yếu của đạo Phật vậy.

Tam quán cũng là :

1. *Không - quán* : phép dạy kẻ chấp có quán tưởng lẽ Không.

2. *Hữu-quán* : phép dạy kẻ chấp không, kẻ bất tín quán tưởng lẽ Có.

3. *Trung - quán* hay *Trung-đạo quán* : phép dạy cho hành-giả vào mức Trung là Chánh-Đạo của Phật : chẳng phải Có chẳng phải Không.

TAM QUI 三 歸 Tisarana (*p.*).— Trois refuges (*fr.*) Ba sự theo về, nương theo. Cũng kêu : *Tam qui-y, Tam qui-giới, Qui-y Tam Bảo.* Tam qui : *Qui-y Phật* ! *Qui-y Pháp* ! *Qui-y Tăng* ! Mỗi người thọ-giới, tại-gia hay xuất-gia, đều đối với tượng Phật và đối với thầy mình mà xướng lên ba câu qui-y ấy. Nguyện vắn tắt thì nguyện ba câu trên, còn nguyện cho đầy đủ thì nên nguyện theo hán - văn như dưới đây :

Tự *Qui-y Phật,* đương nguyện chúng-sanh thể giải Đại-Đạo, phát Vô - thượng tâm.

Tự *Qui-y Pháp,* đương nguyện chúng sanh thâm nhập kinh tạng, trí-huệ như hải.

Tự *qui - y Tăng,* đương nguyện chúng-sanh thống lý đại-chúng, nhứt thiết vô ngại.

Qui-y Phật, Lưỡng-túc tôn giả, phước túc, huệ túc, cố đương tôn ngưỡng.

Tự mình *qui-y Phật,* vậy nguyện cho chúng-sanh hiểu rõ Đại-Đạo và phát tâm Bồ-đề.

Tự mình *qui-y Pháp,* vậy nguyện cho chúng-sanh rõ thấu kinh tạng, trí-huệ như biển.

Tự mình *qui-y Tăng,* vậy nguyện cho chúng-sanh, dắt dẫn đại-chúng, cả thảy đều vô ngại.

Qui-y Phật, bực Lưỡng túc có đủ phước, đủ huệ, nên được tôn ngưỡng.

Qui-y Pháp, Ly-dục tôn-giả, ly tham dục chi pháp, nhơn nhơn tôn kính.	*Qui-y Pháp,* bực Ly-dục tôn Pháp lìa tham dục, người người đều tôn-kính.
Qui-y Tăng, Chúng trung tôn giả, đại-chúng chi tôn ngưỡng, cố đương tôn trọng.	*Qui-y Tăng,* bực Chúng-trung-tôn, bực mà đại-chúng tôn ngưỡng, nên được tôn trọng.

Niết-bàn. Kinh : Kẻ *qui-y Phật* mới thật là hàng Ưu-bà-tắc, về sau chẳng qui-y với Thiên-thần nào cả. Kẻ *qui-y Pháp,* tức là bỏ việc sát-sanh. Kẻ qui-y *Thánh Tăng* thì chẳng theo bọn ngoại-đạo.

Ở **Niết-bàn Kinh,** quyển 8, Phật dạy : Chớ nên cố chấp phân biệt *Tam qui.* Nếu phân biệt thì chẳng đúng. Mà nên qui-y một cách chơn thật, tức là *qui-y với Phật, Pháp, Tăng* ở nơi mình. Vì tự thân mình có Phật-tánh, Phật-tánh ấy có đủ Tam-Bảo (*Phật, Pháp, Tăng*), khỏi cần qui-y Tam Bảo ở ngoài.

(*Xem : Qui-y.*)

TAM QUI NGŨ GIỚI 三 歸 五 戒 Ba phép qui-y và năm giới-cấm. Người tại-gia nam và nữ trước thọ *Tam qui* : nương theo Phật, nương theo Pháp, nương theo Tăng.

Kế phát nguyện giữ năm giái (*Xem : Ngũ giới*). Như vậy, người nam được gọi là Ưu-bà-tắc, người nữ được gọi là Ưu-bà-di.

Nhưng cũng có trường hợp người xuất-gia tạm thì thọ trì *Tam qui ngũ giới.*

Kim Vân Kiều : Đưa nàng đến trước Phật-đường.
Tam qui ngũ giới cho nàng xuất gia.

TAM QUYỀN NHỨT THẬT 三 權 一 實 Ba quyền một thật, tức là ba giáo-pháp tạm thời và một giáo-pháp đầy-đủ. Bốn bực giáo lý, bốn thừa-giáo mà Phật đã thuyết. Ba thừa đầu :

Thinh-văn thừa, Duyên-giác thừa, Bồ-tát thừa, là giáo-pháp tạm thời, chưa đầy đủ, kêu là *quyền-thừa*, kêu tắt : Quyền. Thừa thứ tư, Phật-thừa, Nhứt-thừa là giáo-pháp vĩnh viễn, trọn vẹn, kêu là Thật-thừa, kêu tắt : *Thật*. Ba cỡ giáo-pháp tạm thời và một giáo-pháp vĩnh viễn, đầy đủ, kêu chung là *Tam quyền nhứt thật*, tức *Tứ thừa*.

Thinh văn thừa là giáo-pháp dạy cho hành-giả tu để đắc quả La-hán.

Duyên-giác thừa là giáo-pháp dạy cho hành-giả tu để đắc quả Duyên-giác (*Độc-giác, Bích-chi-Phật*).

Bồ-tát thừa là giáo-pháp dạy cho hành-giả tu để đắc quả Bồ-tát

Phật-thừa, Nhứt-thừa hay *Duy nhứt thừa* là giáo-pháp dạy cho hành-giả tu để đắc quả Phật Như-lai. Cho nên thừa thứ tư, giáo-pháp thứ tư là rốt ráo, đầy đủ.

TAM SƯ 三師 Trois Maitres (*fr.*) Ba ông thầy : 1. Hòa-Thượng (*Phạn : Upadhyaya*). 2. Kiết-ma (*Yết-ma*) (*Phạn* : (*Karmadana*), 3. Giáo-thọ¹ (*phạn* : *Acarya*). Âm theo Phạn : 1. Ô-ba-đà-da (*Ưu-ba-đà-da*), 2. Kiết-ma-đà-na, 3. A-xà-lê.

(*Xem từng chữ : Hoà-thượng, Kiết-ma, Giáo-thọ.*)

Khi có người tu-hành muốn thọ giới Tỳ-kheo, cụ-túc giới, thì cần phải có Tam Sư truyền cho. Phận-sự của vị *Hòa.thượng* là đảm-bảo người thọ giới, hằng dìu dắt về Giới, Định, Huệ. Phận-sự của vị *Kiết-Ma* là : tổ-chức nghi-thức và thi thố phép tắc đúng theo Đạo. Phận-sự của vị *Giáo-thọ* là : Hằng gần-gũi người thọ giái mà chỉ dạy Đạo-lý.

Ở Tàu và ở Việt-Nam ta, *Tam Sư* vừa là chức tạm ở nơi Giới-đàn, một chức nơi một ngôi chùa, vừa là ngôi-thứ trong giới Phật-giáo.

Trong khi thọ giới Tỳ-kheo, giới cụ-túc, ngoài Tam Sư ra, cũng có bảy ông Sư làm chứng, *Thất Chứng*, Thất tôn-chứng, từ đệ-nhứt tôn-chứng đến đệ-thất Tôn-chứng. Cho nên người ta gọi Ban truyền Giới là *Tam sư thất chứng*, tức *Thập sư*.

Xem : *Tôn-chứng.*

TAM TAI 三 災 Trois fléaux, Trois calamités (*fr.*) Ba tai, Ba tai họa chung. Họa lớn, *Đại-tai* có thể nhiễu hại từ cõi Người đến cõi Tiên (*Thiên-thượng*). Họa nhỏ, *Tiểu-tai* thì hại cả triệu người, cả hoàn-cầu.

Ba đại-tai : 1. Thủy-tai, 2. Hỏa-tai, 3. Phong-tai.

Ba tiểu-tai : 1. Cơ-cẩn tai, 2. Tật-dịch tai, 3. Đao-binh tai.

Mỗi khi một Kiếp lớn sắp hết, thì lần lượt có ba tai nạn lớn hại phá rất nguy :

1 *Hỏa-tai* (*nạn lửa cháy*) hại chúng-sanh từ cõi Dục-giới nầy cho tới cảnh Tiên Sơ-thiền ở cõi Sắc-giới, trừ ra cảnh Nhị-thiền thì sức lửa chẳng tới.

2 *Thủy-tai* (*nạn nước lụt*) tràn ngập hại phá cho tới cảnh Nhị-thiền, trừ ra cảnh Tam-thiền thì sức nước chẳng tới :

3 *Phong tai* (*nạn gió bão*) hoại cho tới cảnh Tam-thiền, trừ ra cảnh Tứ-thiền thì sức gió chẳng tới.

Đó là *Đại tam tai*.-

Mỗi khi một Kiếp nhỏ sắp hết, thì lần lượt có ba tai nạn nhỏ hại chúng-sanh :

1 *Cơ-cần tai* (*nạn đói khó*) vào lúc con người ta thọ-mạng 30 tuổi.

2 *Tật dịch tai* (*nạn bịnh dịch*) khởi lên vào lúc con người ta thọ mạng còn 20 tuổi.

3 *Đao binh tai* (*nạn chiến-tranh*) hủy hoại thế-giới vào lúc con người ta thọ-mạng còn 10 tuổi.

Đó là *Tiểu Tam tai*.

Tục-ngữ : Phật còn mang tám nạn,

Huống chi người sao khỏi *ba tai* !

TAM TAM-MUỘI 三三昧 Ba phép Tam-muội (*Samâdhi*). Cũng kêu là : *Tam Tam-ma-địa, Tam Định, Tam đẳng - trì, Tam Không, Tam Giải - thoát môn.* Có người suy xét mà đắc lý ba phép Tam - muội ấy, cũng có người ngồi thiền-định mà đắc ba lý ấy. *Tam tam-muội* là ba phép hệ niệm tư-duy chung cho cả hàng Đại-thừa và hàng Tiểu-thừa.

1.) *Không Tam-muội* (*Thầm-định về lẽ Không.*) Phép nầy ứng với hai hạnh : Không, Vô-ngã của Khổ-đế (*đế thứ nhứt trong Tứ diệu-đế.*)

2.) *Vô-tướng Tam-muội* (*Thầm-định về lẽ Không có tướng.*) Phép nầy ứng với bốn hạnh : Diệt, Tĩnh, Diệu, Ly của Diệt-đế (*đế thứ ba trong Tứ diệu-đế*).

3.) *Vô-nguyện Tam-muội* (*Thầm-định về lẽ Không nguyện cầu*), cũng viết : *Vô-tác Tam-muội* (*Thầm - định về lẽ Chẳng tạo tác*), *Vô khởi Tam-muội* (*Thầm-định về lẽ Chẳng khởi ra việc chi cả*). Phép nầy ứng với hai hạnh : Khổ, Vô-thường của Khổ-đế, và ứng với bốn hạnh : Nhơn, Tập, Sanh, Duyên của Tập-đế (*đế thứ hai trong Tứ diệu-đế*).

Trong **Niết-bàn Kinh**, quyển 25, có giải *Tam Tam-muội* như vầy :

1.) *Không Tam-muội* : Đối với Nhị thập ngũ hữu, 25 cảnh chúng-sanh trong Tam giới, mình để tâm suy xét, không thấy một cảnh nào là thật.

2.) *Vô - tác Tam-muội* : Mình để tâm suy xét, không tạo-tác cái ý mong cầu một cảnh nào trong Nhị thập ngũ hữu ; dầu là cảnh Tiên sung sướng cách gì, mình cũng không ham.

3.) *Vô-tướng Tam-muội* : Mình để tâm suy xét, không thấy một tướng nào trong mười tướng nầy : 1.) sắc. 2.) thinh, 3.) hương, 4.) vị, 5.) xúc, 6.) sanh, 7.) trụ 8.) diệt, 9.) nam, 10.) nữ.

Tu tập *Tam Tam-muội* như vậy, đó là cách hệ niệm tư-duy của Bồ-tát.

TAM TẠNG (*TÀNG*) 三藏 Tripitaka (*scr.*).— Trois recueils (*fr.*) Ba Tạng. *Tạng* (*Tàng*), Phạn : Pitaka, nghĩa là kho, chỗ hàm-tàng, bao gồm, chứa trữ. Ba bộ : *Kinh, Luật, Luận* của Phật-giáo, mỗi bộ bao gồm, chứa trữ tất cả văn-chương, nghĩa-lý, nên kêu chung ba bộ là *Tam Tạng* :

1.) *Tu-đa-latạng* (*Sûtra-pitaka*) hay *Kinh-tạng* : Tu-đa-la, Sûtra là chữ Phạn, dịch nghĩa : *Khế-Kinh, Kinh,* nghĩa là giáo - lý của chư Phật khế-hiệp với căn-cơ của chúng-sanh.

2.) *Tỳ-nại-da tạng* (*Vinaya-pitaka*) hay Luật-tạng. Tỳ-nại-da, Vinaya là chữ Phạn, dịch nghĩa : *Luật, Thiện-trị,* nghĩa là trị được những điều quấy ác của chúng-sanh, quyết - đoán tội nhẹ hoặc nặng của người ta.

3.) *A-tỳ-đạt-ma tạng* (*Abhidharma-pitaka*) hay *Luận-tạng* : A-tỳ-đạt-ma, A - tỳ - đàm, Abhidharma là chữ Phạn, dịch nghĩa : *Luận*, nghĩa là bàn luận, vấn đáp về những lý cao siêu.

Tam Tạng soạn thành do hội Kết-tập kỳ đầu tại thành Vương-xá, sau khi Phật tịch, dưới quyền chủ-tịch của ông Ca-Diếp. Bấy giờ, A-Nan đọc tạng *Kinh,* Ưu-ba-ly đọc tạng *Luật,* Ca-Diếp đọc tạng *Luận.* Có năm trăm vị Thánh - tăng dự hội, người ta sao ra trên lá buông.

Một trăm năm sau, 700 vị Thánh-tăng hội Kết-tập kỳ nhì ; kế lối 136 năm sau, vào đời vua A-Dục, 1.000 vị Thánh - tăng lại hội Kết-tập kỳ ba, cũng đồng bảo toàn ngôi Pháp-bảo và bồ-cứu thêm *Ba Tạng.* Đó là tích *Tam Tạng* bằng chữ Phạn. Bộ nầy cũng có dịch ra chữ Tây-Tạng rất có công-phu, trải nhiều đời mới dịch xong và hoàn-thành vào thế-kỷ thứ mười bốn. Đó là *Tam Tạng* của Bắc-tông. Lại miền Nam-tông cũng có bộ *Tam Tạng* bằng chữ Ba-ly (*Pâli*) để cho tín-đồ tu học. *Tam Tạng* cũng có dịch ra chữ Hán mà Phật-tử miền Viễn-Đông rất mộ xem.

TAM TẠNG PHÁP-SƯ 三藏法師 Vị Pháp-sư kiêm thông Ba Tạng. Tiếng tôn xưng một vị pháp-sư, nghĩa là vị ấy thông cả ba kho : Kinh, Luật và Luận gồm cả đạo Phật.

Như ngài Cưu-ma-la-thập, ngài Huyền-Trang, ngài Nghĩa-Tịnh là những vị *Tam Tạng Pháp-sư* đại-danh.

Ngoài *Tam Tạng Pháp-sư*, có những vị sư chuyên trì một Tạng trong ba Tạng. Như.

Pháp-sư là vị sư thông hiểu các Kinh-điển tạng Kinh (*Sûtra-Pitaka*) và hằng diễn giải cho người ta nghe mà thọ trì.

Luật-sư là vị sư chuyên về tạng Luật (*Vinaya Pitaka*) và thường dìu dắt những nhà tu hành mộ Giới-luật.

Luận-sư là vị sư rất am hiểu về tạng Luận (*Abhidharma-Pitaka*), có học qua hết các môn luận, dùng Luận-học mà giáo-hóa chúng-sanh.

TAM TÂM 三 心 Ba tấm lòng.

A.— 1. *Chí thành tâm*: Lòng chí thành. Lòng chơn-thật nguyện sanh về Tịnh-độ.

2.) *Thâm tâm*: Lòng thâm-thiết. Lòng sâu chặt nguyện sanh về Tịnh-độ.

3.) *Hồi hướng phát nguyện tâm*: Lòng phát nguyện quay về. Lòng hồi hướng công-đức tu-hành của mình, phát nguyện hướng về cõi Tịnh-độ.

Nếu hành-giả có đủ Tam *Tâm ấy*, ắt được vãng sanh Tịnh-độ.

B.— 1. *Căn-bổn tâm*: Lòng cội-rễ. Tức là cái thức thứ tám, A-lại-da thức là tấm lòng chúa tể (*tâm vương*), nó ngậm chứa tất cả các chủng-tử (*hạt giống*) thiện và ác, sanh ra các pháp nhiễm và tịnh.

2. *Y bổn tâm*: Lòng nương theo cội-rễ. Lòng nương theo cái thức thứ bảy, Mạt-na thức là thức cội-rễ của tất cả các pháp nhiễm.

3.) *Khởi sự tâm*: Lòng khởi ra việc. Sáu thức: nhãn-thức, nhĩ-thức, tỷ-thức, thiệt-thức, thân thức, ý-thức chấp trước sáu cảnh ngoài: sắc, thinh, hương, vị, xúc, pháp, bèn khởi ra các thứ nghiệp.

C.— Trong *Thập địa* (*Mười địa*), mỗi địa phân ra ba vị, kêu là *Tam tâm*:

1. *Nhập tâm*: Lòng thiệp vô. Khi hành-giả vừa mới đắc Địa nào, thì lòng thiệp vô Địa ấy.

2.) *Trụ tâm*: Lòng trụ lại. Hành-giả đã vào Địa nào, lòng bèn ở yên nơi Địa ấy.

3.) *Xuất tâm*: Lòng ra khỏi. Khi hành-giả sắp chứng đắc Địa trên, bèn sanh lòng ra khỏi Địa cũ để vào Địa mới.

TAM TẾ 三際 Tức *Tam thế*. Ba đời: đời quá-khứ, đời hiện-tại, đời vị-lai. (*Xem*: *Tam thế*.)

TAM TIẾN (*TIỄN*) 三箭 Ba mũi tên có thể giết hại chúng-sanh. Ấy là: Tham, Sân, Si.

Tỷ như mũi tên, khi người ta bắn nó ra thì có thể giết hại kẻ khác. Ba tấm lòng *Tham, Sân, Si* khi dấy động, cũng độc hại như thế, nên kêu là *Tam tiễn*.

TAM TỊNH-NHỤC 三淨肉 Ba thứ thịt tịnh: 1. Mắt chẳng ngó thấy người ta giết, 2. Tai chẳng nghe tiếng người ta giết, 3.) Chẳng ngờ là giết vì mình.

Ba thứ thịt tịnh ấy, ở trong giới Tiểu-thừa, thầy Tỳ-kheo ăn được cả.

Còn về hàng Đại-thừa, hễ cứ thịt, thì các sư không ăn. Và những Phật-tử tại-gia Đại-thừa, nhằm những ngày chay, cũng chẳng ăn *Tam-tịnh-nhục*. Dĩ nhiên là những Phật-tử tại-gia đã phát nguyện trường trai, chẳng dùng *Tam tịnh-nhục*.

TAM TU 三修 Ba phép tu.

A.— Ba phép tu của Thinh-văn thừa: 1. Vô-thường tu, 2. Phi-lạc tu (*Vô-lạc tu*), 3. Vô-ngã tu.

1.) *Vô-thường tu*: Những người trong thừa Thinh-văn, tuy biết cái đức Thường-trụ của Pháp-thân, nhưng chỉ tu tập quán-tưởng sự Vô-thường của các pháp hữu-vi mà thôi.

2.) *Phi-lạc tu* (*Vô-lạc tu*): Những người trong thừa Thinh-văn, tuy đối với các pháp, tự biết rằng mình có cái vui sướng của Niết-bàn tịch-diệt, nhưng chỉ tu-tập quán-tưởng cái lẽ Khổ của các pháp mà thôi.

3.). *Vô - ngã tu* : Những người trong thừa Thinh-văn, tuy biết rằng cái Chơn-ngã là tự-tại, vô-ngại, nhưng chỉ tu-tập quán-tưởng cái lẽ Không của Ngũ uẩn mà thôi.

B.— Ba phép tu của Bồ-tát thừa. Ba phép nầy cao trồi hơn : 1. Thường-tu, 2. Lạc-tu, 3. Ngã-tu.

1.) *Thường-tu* : Những người trong thừa Bồ-tát, biết rằng cái thể Pháp-thân của Bồ-tát là Thường-trụ chẳng diệt, phá cái ý-kiến chấp-trước lẽ Vô-thường của hàng Thinh-văn thừa.

2.) *Lạc-tu* : Những người trong thừa Bồ-tát, ở trong các pháp của Bồ-tát, tự biết rằng mình có cái vui-sướng của Niết-bàn tịch-diệt, phá cái ý-kiến chấp trước lẽ Khổ của hàng Thinh-văn thừa.

3.) *Ngã-tu* : Những người trong thừa Bồ-tát, ở trong pháp Vô-ngã của Bồ-tát, tự biết rằng cái Chơn-ngã là tự-tại, phá cái ý-kiến chấp trước lẽ Vô-ngã của hàng Thinh-văn thừa.

C.— Ba phép tu thông thường của mọi người học Phật : 1.) Tu Thân, 2.) Tu Giới, 3.) Tu Tâm.

1.) *Tu Thân* : giữ gìn ngũ tình của ngũ căn ; đừng cho phạm lỗi, và dùng năm căn mà làm thiện.

2.) *Tu Giới* : giữ gìn Tịnh-giới.

3.) *Tu Tâm* : điều-phục tâm-tánh.

D.— Ba phép tu : Tu Giới, Tu Định, Tu Huệ tức là : *Tam học.*

1.) *Tu Giới* đặng làm cho Thân tịch-tĩnh.

2.) *Tu Định* (*Tu tập Tam-muội*) đặng cho Tâm tịch-tĩnh.

3.) *Tu Huệ* (*Tu tập Trí-huệ*) đặng hoại diệt Lòng Nghi, Lòng Si.

Người tu ba phép ấy lại phân ra làm hai hạng: tu theo Thinh-văn (*vì mình*), tu theo Bồ-tát (*vì giải-thoát chúng-sanh, chịu khổ-hạnh thay cho chúng-sanh*) Ba phép tu Giới, Định, Huệ có giải rành trong Đại Niết-bàn Kinh, quyển 29.

TAM TỤ 三 聚 Ba nhóm người, ba hạng chúng-sanh. Tức là nhóm người chánh-định, nhóm người tà-định và nhóm người bất-định.

(*Xem: Tam định-tụ, Chánh-định tụ.*)

TAM TỤ GIỚI 三 聚 戒 Ba nhóm giới cấm. *Tụ* là nghĩa nhóm họp, *giới* là nghĩa cấm răn. Ba nhóm giới cấm nầy thâu nhiếp được hết thảy các giới của Đại-thừa, cho nên kêu là *Tam tụ giới*: 1.) *Nhiếp luật-nghi giới (điều răn thâu nhiếp luật-nghi)* 2.) *Nhiếp thiện pháp giới (điều răn thâu nhiếp pháp lành)*, 3.) *Nhiếp chúng-sanh giới (điều răn thâu nhiếp chúng-sanh.)*

1.) *Nhiếp luật-nghi giới*: Giái-luật, có nhiều bực: 10 giới trọng, 48 giới khinh của Bồ-tát, 5 giới, 8 giới của bực tại-gia, 10 giới của bực Sa-di, 250 giới của bực Tỳ-kheo, 348 giới của Tỳ-kheo-ni. Tùy theo địa-vị của mình mà giữ giới-thể, kêu là nhiếp luật-nghi giới. Tức là: *Chư ác mạc tác*, Đừng làm điều dữ, đừng gây tội lỗi.

2.) *Nhiếp thiện-pháp giới*: Giới thâu nhiếp pháp lành. Phật-tử đối với những pháp lành những pháp-môn trong đạo Phật, ai tu theo thì được giải-thoát. Bồ-tát nên tu học các thiện-pháp, đọc tụng Kinh-điển đặng biết đường lối mà chỉ dẫn cho chúng-sanh. Tức là: *Chúng thiện phụng hành.*

3.) *Nhiêu ích chúng-sanh giới*. Cũng gọi: *Tiếp sanh giới, Nhiêu ích hữu-tình giới.* Khi đã giữ Luật-nghi và Thiện-pháp, Bồ-tát nên lấy lòng từ-bi mà làm chuyện lợi ích cho chúng-sanh và phát nguyện cứu độ tất cả chúng-sanh. Tức là: *Phổ cứu nhứt thiết chúng-sanh.*

TAM TƯ 三 思 Ba tư-tưởng, ba mối suy-nghĩ, ba lần suy-nghĩ: 1.) Thẩm-lự tư, 2.) Quyết-định tư, 3.) Phát-động thắng tư.

1.) *Thầm-lự tư*: Hễ cái thân muốn làm việc chi, cái miệng muốn nói chuyện chi, thì trước đó phải suy xét, lo-liệu.

2.) *Quyết-định tư*: Khi suy-xét, lo liệu rồi, liền có cái tư-tưởng chắc quyết phải làm, phải nói.

3.) *Phát-động thắng tư*: Đã có cái tư-tưởng chắc quyết rồi, khi phát-động việc làm hoặc lời nói, thì suy nghĩ vào việc mình làm, mình nói. Tức vừa làm vừa suy nghĩ, vừa nói vừa suy nghĩ.

Trong *Tam tư* nói trên, hai cái đầu (*Thầm-lự tư, Quyết-định tư*) là ý-nghiệp; cái thứ ba (*Phát-động tư*) là thân-nghiệp, ngữ-nghiệp.

TAM TƯỚNG 三 相 A.— Ba tướng tu trì của Bồ-tát. Cũng viết: *Tam chủng tướng, Tam pháp-tướng*:

1.) Định-tướng, 2.) Huệ-tướng, 3.) Xả-tướng.

(*Xem: Tam Pháp-tướng.*)

B.— Ba tướng Không (*Vô*). Cũng gọi: *Tam vô-vi tướng* (*Ba tướng vô-vi*):

1.) *Giải-thoát tướng*: Tướng giải thoát, tướng không có sanh-tử, không thấy có tướng luân-hồi.

2.) *Ly-tướng*: Tướng lìa, tướng không có Niết-bàn. Nếu không có sanh-tử (*luân-hồi*), tức không có Niết-bàn.

3.) *Diệt-tướng*: Tướng dứt hết. Không có tướng Sanh-tử, không có tướng Niết-bàn, tức là tướng Trung-đạo phi hữu phi vô (*chẳng phải có, chẳng phải không*).

TAM TƯỞNG 三 想 Ba mối tư-tưởng.

A.— Tam Tưởng: 1.) Dục-tưởng, 2.) Sân-tưởng, 3.) Hại-tưởng.

1.) *Dục-tưởng*: Tư-tưởng tham dục. Ham muốn những lợi, lạc vô-thường; ham-muốn một cách ích-kỷ.

2.) *Sân-tưởng*: Tư-tưởng giận hờn. Đối với chúng-sanh và các pháp trái ý mình, thì sanh ra giận hờn, ganh-ghét.

3.) *Hại-tưởng*: Tư-tưởng hại người. Khi giận ai, thì muốn tầm đủ cách mà hại người ấy.— Đó là ba mối tư-tưởng xấu của phàm-phu

B.— Tam Tưởng: 1.) Oán-tưởng, 2.) Thân-tưởng, 3.) Trung-nhơn tưởng.

1.) *Oán-tưởng*: Tư-tưởng cho rằng người đương-sự là kẻ oán-thù với mình, đã hại mình và hại cha mẹ, anh em của mình. Dầu vậy, mình cũng phát khởi ra lòng tưởng thương yêu người ấy.

2.) *Thân-tưởng*: Tư-tưởng cho rằng người đương-sự là thân-thích với mình, đó là cha mẹ, anh em, bà con, bạn tác của mình. Lẽ dĩ-nhiên, đối với hạng người ấy, mình có cái tư-tưởng thân-ái.

3.) *Trung-nhơn tưởng*: Tư-tưởng cho rằng người đương sự chẳng phải kẻ oán, cũng chẳng phải người thân. Dầu vậy, đối với họ, mình cũng sanh lòng tưởng thân-ái.— Đó là ba lối tưởng để mở lòng Bồ-đề.

C.— Tam Tưởng: 1.) Tiểu-tưởng, 2.) Đại-tưởng, 3.) Vô-lượng tưởng.

Tiểu-tưởng: Vì tưởng việc nhỏ nhít, cho nên kêu là Tiểu-tưởng.

Đại-tưởng: Vì tưởng cuộc lớn lao, cho nên kêu là Đại-tưởng.

Vô-lượng tưởng: Vì tưởng rất nhiều việc, cho nên kêu là Vô-lượng tưởng.

Tiểu-tưởng: Vì là hạng người chưa nhập Định, cho nên kêu là Tiểu-tưởng.

Đại-tưởng: Vì là hạng người đã nhập Định, cho nên kêu là Đại-tưởng.

Vô-lượng tưởng: Vì là hạng người đối với cảnh nào cũng

thiệp nhập, cái tư tưởng nghĩ đến mọi cảnh (*Xanh, Vàng, Đỏ, Trắng, Đất, Nước, Lửa, Gió, Không, Thức*), cho nên kêu là Vô-lượng tưởng.

Tiểu-tưởng: những tư-tưởng về cõi Dục-giới, là cõi nhỏ thấp nhứt.

Đại-tưởng: những tư tưởng về cõi Sắc-giới là cõi cao lớn hơn.

Vô-lượng tưởng: những tư-tưởng về cõi Vô-sắc-giái là cõi vô-lượng vô-biên. Ai diệt được *Tam tưởng* (*Tiểu - tưởng, Đại-tưởng, Vô-lượng tưởng*) thì diệt được cái Thọ (*thọ-cảm*). *Tưởng* và *Thọ* diệt xong, tự-nhiên minh được Giải-thoát.

TAM THÁNH 三聖 Trois Saints (*fr.*) Ba vị Thánh. Tức là một đức Phật ở giữa với hai vị Bồ-tát chầu hai bên. Như:

Hoa-nghiêm *Tam Thánh*: Ở giữa là đức Phật Tỳ-lư-xá-na, bên hữu là Phổ-Hiền, bên tả là Văn-Thù. Cũng có chỗ nói *Tam Thánh* là: Phật Thích-Ca với Phổ-Hiền Bồ-tát và Văn-Thù Bồ-tát chầu hai bên.

Di-Đà *Tam Thánh*: Ở giữa là Phật A-Di-Đà, bên tả là Quan-Âm Bồ-tát, bên hữu tà Đại Thế-Chí Bồ-tát. Tức là: Di-Đà, Quan-Âm Thế-Chí *Tam-Thánh*.

Thích-Ca *Tam Thánh*: Ở giữa là Phật Thích-Ca, bên hữu là A-Nan, bên tả là Ca-Diếp. Tức là: Thích-Ca, A-Nan, Ca-Diếp *Tam Thánh*.

Thường thường, mỗi đức Phật hiện thân đi giáo hoá, đi tiếp dẫn, có hai vị Bồ-tát chầu theo bên tả và bên hữu. Đó kêu là *Tam Thánh*.

TAM THÂN 三身 Trois corps (*fr.*) Ba thân. Theo các kinh Tiểu-thừa và Đại-thừa, Phật tuy là một thân mà gồm cả ba thân: 1. Pháp-thân, 2. Báo-thân. 3. Ứng-thân (*Hoá-thân*).

1. *Pháp-thân* là cái Chơn-thân, cái Chơn-như chẳng có sanh-diệt, nó vẫn thường trụ.

2. Báo-thân là cái thân hiện ra chịu lấy quả-báo sướng có, khổ có, chịu lấy cái dư-nghiệp, chịu lấy các nỗi sanh, lão, bệnh, tử. Tức là cái thân của ngài Thích-Ca từ khi sanh cho tới lúc diệt vậy.

3. *Ứng-thân, Hóa-thân,* hay *Ứng-hóa thân* là cái thân tùy duyên của chúng-sanh mà hiện ra, hoặc làm Phật, làm Bồ-tát hầu có giáo độ chúng-sanh.

Cũng có khi Phật, Bồ-tát ứng-hóa làm thân thần, người, chim, thú mà treo gương từ, bi, hỷ, xả cho chúng-sanh nữa.

TAM THÂN-NGHIỆP 三 身 業 Trois actes du corps (*fr.*) Ba nghiệp của thân, ba hạnh-nghiệp bằng thân-thể. Tức là ba việc: 1. sát sanh, 2. du-đạo, 3. tà-dâm trong Thập ác (*Thập bất-thiện nghiệp*). Kêu tắt: sát, đạo, dâm. Đành rằng do tâm-ý điều khiển, nhưng chính thân-thể trực tiếp hành động, cho nên gọi ba nghiệp ấy là *Tam thân-nghiệp*. Xem: *Thập ác.*

TAM THÂN TAM ĐỨC 三 身 三 德 Ba Thân và Ba Đức, tức Ba Thân của Phật và Ba Đức của Phật.

Tam Thân: Pháp-thân, Báo-thân, Ứng-thân. Kêu tắt: Pháp, Báo, Ứng.

Tam Đức: Pháp-thân đức, Bát-nhã đức, Giải thoát đức. Kêu tắt: Pháp, Bát, Giải.

Mỗi thân phối-hiệp với mỗi đức, nên kêu là *Tam thân tam đức*:

1. *Pháp-thân* phối-hiệp với *Pháp-thân đức.*

2. *Báo-thân* phối-hiệp với *Bát-nhã đức.*

3. *Ứng-thân* phối-hiệp với *Giải-thoát đức.*

TAM THẬP LỤC VẬT 三 十 六 物 Ba mươi sáu món ở nơi thân, thảy đều là những vật chẳng sạch:

1. Phát (*tóc*), 2. mao (*lông*), 3. trảo (*móng*), 4. xỉ (*răng*), 5. xi (*ghèn*) 6. lệ (*nước mắt*), 7. diên (*nước miếng, nước dãi*), 8. thóa (*đàm-khạc*) 9. thỉ (*cứt*), 10 niệu (*đái*), 11, cấu (*đất dơ*) 12. hãn (*mồ-hôi*).

Mười hai món trên là những món ở ngoài thân.

13. Bì (*da*) 14. phu (*da non*), 15. huyết (*máu*), 16. nhục (*thịt*), 17. cân (*gân*), 18. mạch (*đường huyết*), 19. cốt (*xương*), 20. tủy (*chất lỏng trong xương*), 21. phương (*lớp mỡ ở trong lớp da*), 22 cao (*mỡ*), 23. não (*chất xám ở óc*), 24 mạc (*lớp da rất mỏng bao gân thịt*).

Mười hai món trên là những món mà cái thân chứa đựng.

25. Can (*gan*), 26. đảm (*mật*), 27. trường (*ruột*), 28. vị (*dạ dày, bao tử*), 29. tỳ (*lá lách*), 30. thận (*trái cật*), 31. tâm (*trái tim*), 32. phế (*phổi*), 33. sanh-tạng (*tam tiêu*), 34. thục-tạng (*bàng-quang*), 35. bạch-đàm (*đàm trắng*), 36. xích-đàm (*đàm đỏ*).

- Mười hai món trên là những món ở tận phía trong của cái thân.

Niết-bàn kinh, quyển 24 : Bồ-tát tự mắt mình thấy, mà chẳng hề thấy tướng; nhưng thấy *cái tướng* vô-thường, cái thân của phàm-phu chứa đủ *tam thập lục vật*, thảy đều là những món chẳng sạch.

TAM THẬP NHỊ TƯỚNG 三十二相 Trente deux signes (*fr.*) Ba mươi hai tướng của Phật. Ngoài ra chữ vạn 卍 nơi ngực là tướng rất quí, đức Phật có đủ 32 tướng tốt : 1.) Bàn chơn bằng thẳng ; 2.) Chỉ dưới bàn chơn có ngàn cái xoay tròn như hình cả ngàn cây căm bánh xe ; 3.) Ngón tay dài, trước đầu ngón tay nhỏ và nhọn ; 4.) Tay, chơn đều dịu mềm ; 5.) Trong kẽ tay, kẽ chơn có da mỏng như giăng lưới ; 6.) Gót chân đầy đặn ; 7.) Trên bàn chơn nổi cao đầy đặn ; 8.) Cái bắp vế tròn như bắp chuối ; 9. Khi đứng, hai tay dài quá đầu gối ; 10.) Nam-căn ẩn kín ; 11.) Thân hình cao lớn và cân phân ; 12.) Những lỗ chơn lông thường ánh ra sắc xanh ; 13.) Những lông trên mình uốn về bên hữu ; 14.) Thân thể sáng chói như vàng thắm ; 15.) Quanh mình thường có hào-quang chiếu ra một tầm ; 16.) Da mỏng và mịn ; 17.) Lòng bàn chơn, bàn tay, hai vai và trên đảnh, bảy chỗ ấy đầy đặn ; 18.) Hai nách đầy đặn ; 19.) Thân-thể oai nghiêm như sư-tử ; 20.) Thân-thể vuông vắn ngay thẳng, 21.) Hai vai tròn trịa cân phân ; 22.) Bốn mươi cái răng ; 23.) Răng trắng, trong, đều nhau và khít ; 24.) Bốn cái răng cửa lớn hơn ; 25.) Gò má nổi cao, như hai mép của sư-tử ; 26.) Nước miếng đủ chất thơm ngon ; 27.) Cái lưỡi rộng, dài, mềm mỏng, khi le ra đến chơn tóc ; 28.) Giọng nói thanh nhã nghe xa, như giọng nói của đức Phạm-thiên, 29.) Con mắt xanh biếc; 30.) Lông nheo dài đẹp; 31.) Có chòm lông trắng thường chiếu sáng, mọc giữa hai chang mày; 32.) Trên đỉnh đầu, thịt nổi cao lên như một bới tóc.

Ngoài 32 tướng chánh ấy, đức Phật lại có 80 tướng tốt phụ sức (*Bát thập tùy hảo*), tất cả làm trang-nghiêm cái thân-thể ứng-hóa của Phật, khiến cho chúng-sanh thấy đem lòng tôn-kính và hoan-lạc. —

32 tướng là quả-báo của lòng đại-bi của Phật. Đã vô-lượng kiếp, Ngài vì chúng-sanh mà làm lợi ích to tát, chí tâm làm tất cả thiện-nghiệp, cho nên được 32 tướng quí ấy. Chuyển-luân thánh-vương cũng có 32 tướng, song không được rõ ràng như của Phật.

Rất nhiều chúng-sanh chỉ vừa thấy 32 tướng thắng diệu của Phật mà phát tâm tu hành theo Phật, thọ giới xuất-gia hoặc tại-gia.

Tuy vậy, trong **Kinh Kim-Cang**, đức Phật có dặn rằng: đừng có chấp 32 tướng chánh đó là Phật, vì đức Chuyển-luân thánh-vương cũng có đủ 32 tướng vậy. Mà điều nên cần là cái Pháp-tướng, cái Chơn-như, cái đó mới là cái thân thiệt của Phật vậy. —

TAM THẬP NHỊ THÂN 三十二身 Ba mươi hai thân. Đức Quan-Âm hiện ra sắc thân tam-muội khắp cả ứng hiện 32 thân: 1.) Thân Phật, 2.) Thân Độc-giác, 3.) Thân Duyên-giác, 4.) Thân Thinh-văn, 5.) Thân Phạm-Vương, 6.) Thân Đế-thích, 7.) Thân Tự-tại thiên, 8.) Thân Đại tự-tại thiên, 9.) Thân Thiên đại tướng-quân, 10.) Thân Tứ Thiên-Vương, 11.) Thân Tứ thiên-Vương thái-tử, 12.) Thân Nhơn-Vương, 13.) Thân Trưởng-giả, 14.) Thân Cư-sĩ, 15.) Thân Tể-quan, 16.) Thân Bà-la môn, 17.) Thân Tỳ-kheo. 18.) Thân Tỳ-kheo-ni, 19.) Thân Ưu-bà-tắc, 20.) Thân Ưu-bà-di, 21.) Thân Nữ-chủ quốc phu-nhơn mạng-gia đại-gia, 22.) Thân Đồng-nam, 23.) Thân Đồng-nữ, 24.) Thân Thiên, 25.) Thân Long, 26.) Thân Dạ-xoa, 27.) Thân Càn-thát-ba 28.) Thân A-tu-La 29.) Thân Khẩn-na-la, 30.) Thân Ma-hầu-La-già, 31.) Thân người, 32.) Thân chẳng phải người. Trong kinh Pháp-Hoa hiện ra 33 thân, với đây đại đồng nhau mà khác đôi chút.

TAM THẬP TAM QUÁN ÂM 三十三觀音 Ba mươi ba vị Quán-Âm : 1.) Dương-Liễu Quán-Âm, 2.) Long-đầu Quán-âm, 3.) Trì-Kinh Quán-âm, 4.) Viên-quang Quán-âm, 5.) Du-hý Quán-âm, 6.) Bạch-y Quán-âm, 7.) Liên-ngọa Quán-âm, 8.) Lũng-Kiến Quán-âm, 9.) Thí-lạc Quán-âm, 10.) Ngư-lam Quán-âm, 11.) Đức-Vương Quán-âm, 12.) Thủy-nguyệt Quán-âm, 13.) Nhứt-diệp Quán-âm, 14.) Thanh-cảnh Quán-âm, 15.) Oai-đức Quán-âm. 16.) Diên-mạng Quán-âm, 17.) Chúng-bảo Quán-âm, 18.) Nham-hộ Quán-âm, 19.) Năng-tĩnh Quán-âm, 20.) A-nậu Quán-âm, 21.) A-ma-đề Quán-âm, 22.) Diệp-y Quán-âm, 23.) Lưu-ly Quán-âm, 24.) Đa-la-tôn Quán-âm, 25.) Cáp-lỵ Quán-âm, 26.) Lục-thì Quán-âm, 27.) Phổ từ Quán-âm, 28.) Mã-lang-phụ Quán-âm, 29.) Hiệp-chưởng Quán-âm. 30.) Nhứt-như Quán-âm, 31.) Bất nhị Quán-âm, 32.) Trì-liên Quan-âm, 33.) Sái-thủy Quán-âm.

Đó là tượng vẽ 33 vị Quán-âm, tục đem tỷ nghĩ với 33 thân trong Phổ-môn Phẩm.

TAM THẬP TAM THIÊN 三十三天 Trayastrimças (*scr.*).— Région des Trente trois Cieux (*fr.*) Kêu theo Phạn : *Đao lỵ thiên, Đạo-lỵ thiên.* Ấy là Cảnh Tiên trong cõi *Dục-giới*, phía trên đảnh núi Tu-di, cách cõi Diêm-phù 84.000 do-tuần.

Tam thập tam thiên là 33 Cảnh Tiên. Bốn phương mỗi phương có 8 cảnh (4 × 8 = 32) đều, có một vị Thiên-đế cai trị, còn ngài *Đế-Thích* là Thiên-đế ngự tại cảnh trung-ương, nơi cung Thiện-pháp đường, tại Hỷ-Kiến-Thành. Như vậy là *Tam thập tam thiên,* tất cả đều do đức Đế-Thích (*Indra*) tổng-lãnh. Và chính cảnh trung-ương có đức Đế-thích thường ngự, cũng kêu là *Tam thập Tam thiên.*

Phương Nam có tám cảnh : 1. Sơn phong thiên. 2. Sơn đỉnh thiên. 3. Thiện kiến Thành. 4. Bát tư-tha thiên. 5. Cu-sá thiên. 6. Tạp điện thiên. 7. Hoan-hỷ viên thiên. 8. Quang-minh thiên.

Phương Tây có tám cảnh : 1. Ba-lỵ-da-đa thiên. 2. Ly hiểm ngạn thiên. 3. Cốc-nhai ngạn thiên. 4. Ma-ni tạng thiện. 5. Triền hành thiên. 6. Kim điện thiên. 7. Man-hình thiên. 8. Nhu nhuyễn thiên.

Phương Bắc có tám cảnh : 1. Tạp trang-nghiêm thiên. 2. Như-ý thiên. 3. Vi-tế thiên. 4. Ca âm hỷ-lạc thiên. 5. Oai-đức luân thiên. 6. Nhựt hành thiên. 7. Diễm-ma-na-ta-la thiên. 8. Tốc hành thiên.

Phương Đông có tám cảnh : 1. Ảnh chiếu thiên. 2. Trí-huệ hành thiên. 3. Chúng phân thiên. 4. Man-đà-la thiên. 5 Thượng hành thiên. 6 Oai-đức nhan thiên. 7. Oai-đức diễm luân quang thiên. 8. Thanh-tịnh thiên.

32 cảnh Tiên ấy hiệp với cảnh Hỷ-kiến-Thành ở trung-ương, thành *Tam thập tam thiên* (*Đao-ly thiên, Đạo-ly thiên*).

Đức Đế-Thích, vua cả trong *Tam thập tam thiên*, từng hiện xuống cõi Nam Diêm-phù-đề hồi Phật Thích-Ca ra đời, mà cúng-dường, tán-thán và ủng-hộ Phật.

Ở *Tam thập tam thiên*, từ các vị vua cho tới các hàng Tiên nam và nữ đều ở trong cung-điện bằng thất bảo, quần-áo trang sức rất nhu nhuyễn, đồ-ăn thượng vị, thường nghe những tiếng nhạc vi-diệu do những nhạc-thần tấu. Các ngài hưởng đủ mọi sự khoái-lạc về *ngũ dục*. Ấy là nhờ đã ra công tu phước hồi còn ở cõi người.

TAM THẬP THẤT ĐẠO PHẨM 三十七道品 Bodhipakkhika dhamma (*p.*) Trente sept catégories de la Loi (*fr.*) Ba mươi bảy phẩm Đạo. Cũng viết : *Tam thập thất phẩm, Tam thập thất phần pháp, Tam thập thất Bồ-đề phần pháp, Tam thập thất trợ Bồ đề pháp, Tam thập thất trợ Đạo chi pháp* :

I. Tứ niệm xứ, II. Tứ chánh cần, III. Tứ như ý túc, IV. Pháp ngũ căn, V. Pháp ngũ lực ; VI. Thất giác-chi, VII. Bát chánh-đạo.

I. *Tứ niệm xứ* (*Smrtyupasthana*) :

1. Thân bất-tịnh (*Thân thể vẫn là nhơ nhớp*).
2. Thọ thị khổ (*Thọ-cảm là khổ*).
3. Tâm vô-thường (*Tâm ý là vô-thường*).
4. Pháp vô-ngã (*Muôn vật đều không thiệt có*).

II. *Tứ chánh-cần* (*Prahâna*) :

1. Đừng phạm tội lỗi nữa nếu đã lỡ phạm.
2. Tội lỗi nào chưa phạm, thì chớ có phạm.
3. Tập làm điều thiện mình chưa làm.
4. Tăng trưởng điều thiện mình đã làm.

III. *Tứ như-ý túc* (*Rddhipâda*), bốn phép tập thần-thông :

1. Lòng muốn đặng thần-thông.
2. Lòng thệ nguyện tu đến Niết-bàn.
3. Giữ gìn tư-tưởng tinh-tấn.
4. Tham cứu đạo-lý (*tư-duy như ý túc*).

IV. *Pháp ngũ căn* (*Indriya*) :

1. Lòng tin hăng hái.
2. Lòng thệ nguyện mạnh mẽ.
3. Tâm niệm quả quyết.
4. Tâm định không lay động.
5. Trí-huệ sáng suốt.

V. *Pháp ngũ lực* (*Ba-la*) :

1. Sức tin.
2. Sức nguyện.
3. Sức niệm.
4. Sức định.
5. Sức huệ.

VI. *Thất giác-chi* (*Samhodhyanga*) :

1. Trạch pháp giác-chi (*Trí lựa chọn chánh-pháp, phân biệt tà-pháp*).

2. Tinh-tấn giác chi (*Trí tinh-tấn mạnh-mẽ mà tu hành chánh-pháp*).

3. Hỷ giác chi (*Trí hoan-hỷ đặng chánh-pháp*.

4. Khinh an giác chi (*Trí nhẹ nhàng trừ bỏ các chướng-ngại*)

5. Niệm giác chi (*Trí thường niệm định và huệ*).

6. Định giác chi (*Trí thường đợi-định không tán-loạn*).

7. Xả giác chi (*Trí bỏ các pháp tà, các điều đã làm*).

VII *Bát chánh đạo* (*Aryatdngamarga*) :

1. Chánh kiến (*tri-kiến*).
2. Chánh tư-duy.
3. Chánh ngữ.
4. Chánh nghiệp.
5. Chánh mạng.
6. Chánh tinh-tấn.
7. Chánh niệm.
8. Chánh định.

Nhà tu hành mà có được 37 phẩm đạo ấy cho đầy đủ, thì thành Đạo. Bực La-hán, bực Duyên-giác (*Độc-giác, Bích-chi Phật*) hay bực Phật Như-lai đều có tu hành 37 phẩm ấy. Đó là chỗ tu chung của Tam thừa.

Bồ-tát tu Lục độ và tu Tam thập thất đạo phẩm xong, thì đắc quả-vị Như-lai.

Niết-bàn Kinh, quyền 14 : Nhơn Sáu Ba-la-mật, *Ba mươi bảy pháp trợ Bồ-đề*, Như-lai biết rõ các pháp

TAM THẾ 三 . Trois temps Trois époques (*fr.*) Ba đời, ba thuở, ba thời-đại :

1. *Quá-khứ thế* : Đời đã qua, Đời trước, Thuở trước.

2. *Hiện-tại thế* : Đời hiện-tại, Đời nầy.

3. *Vị-lai thế* : Đời vị-lai, Đời sau, Đời sẽ tới.

Như nói : Tam thế chư Phật : chư Phật ba đời, tức là chư Phật thuở xưa (*đã qua*), chư Phật hiện nay và chư Phật về sau.

TAM THẾ GIÁC-MẪU 三世覺母 Bà mẹ của Chánh-giác (*của chư Phật*) trong ba đời. Quả-vị, Đức-hiệu của Văn-Thù Bồ-tát. Văn-Thù Bồ-tát được xưng là *Đại-Trí*, chư phật đều do *Đại-trí* mà thành Đạo, dầu là chư Phật đã qua, chư Phật hiện-tại hay chư Phật về sau. Vậy *Tam thế Giác-mẫu* tức là Đức-hiệu của ngài Văn-Thù (*Mânjuri*).

TAM THẾ-GIAN 三世間 Trois mondes (*fr.*) Ba thế-gian. *Thế* nghĩa là *Thiên lưu*, chuyền dời. *Gian* nghĩa là *cách-gian*, khoảng cách.

Thế-gian tức là các nhơn-vật, các pháp hữu-vi. *Tam thế gian* là :

A. 1.) *Ngũ âm thế-gian* hay Ngũ chúng thế-gian : cõi đời Năm âm : Sắc, Thọ, Tưởng, Hành, Thức, tức là Năm âm trong Thập giới (*Mười cõi*) khác nhau.

2.) *Chúng-sanh thế-gian* hay *Giả-danh thế-gian* : Cõi đời các chúng-sanh, thấp nhứt là những kẻ đọa Địa-ngục, cao nhứt là chư Phật, kêu chung là Chúng-sanh thế-gian.

3.) *Quốc-độ* (*thổ*) *thế gian* hay *khí thế gian* : Cảnh-giới trong Mười cõi, nơi ấy các chúng-sanh cư ngụ.

B. — 1.) *Khí thế-gian* tức *Quốc-độ thế-gian* : cõi thế-gian nơi ấy đức Phật Thích-Ca giáo-hóa chúng-sanh.

2.) *Chúng-sanh thế-gian* : Các chúng-sanh chủng-loại khác nhau, căn-cơ khác nhau, mà đức Phật Thích-Ca giáo-hóa.

3.) *Tri Chánh-giác thế gian* : Cái Trí-huệ sáng suốt hoàn toàn mà đức Phật đem ra giáo-hóa cho chúng-sanh, cái Trí-huệ diễn giảng các pháp thế gian và xuất thế gian.

TAM THẾ TAM THIÊN PHẬT 三世三千佛 Ba ngàn đức Phật trong Ba Đời :

1.) *Quá khứ thế*, nhằm Trang-nghiêm Kiếp, đã ra đời một ngàn đức Phật. Như những đức Phật Tỳ-Bà-Thi (*Vipaçyin*), Thích-Khí (*Sikhin*), Tỳ-Xá-Phù (*Visvabhû*) là những vị 998, 999 và 1.000 trong số 1.000 đức Phật hồi thuở ấy.

2.) *Hiện-tại thế*, nhằm Hiền-Kiếp đương kim, một ngàn đức Phật lần-lượt đã và sẽ ra đời. Như những đức Phật Ca-La-Ca-Tôn-Đại (*Krakucchanda*), Câu-Na-Hàm-Mâu-Ni (*Kanakamouni*), Ca-Diếp (*Kâçyapa*) Thích-Ca Mâu-Ni (*Çakyamouni*), là bốn đức Phật đã ra đời rồi. Đức Di-Lặc (*Maitreya*) sẽ là vị Phật thứ năm. Rồi đó, lần lượt sẽ ra đời cho tới đủ số 1.000 đức Phật ở Hiện-tại thế Hiền-kiếp nầy vậy.

3. *Vị-lai thế*, nhằm Tinh-tú Kiếp, sẽ ra đời một ngàn đức Phật nữa. Sau khi 1.000 đức Phật lần lượt đã ra đời trong Hiền-kiếp nầy, thì Hiền-kiếp chấm dứt. Bấy giờ sẽ tới vị-lai thế là Tinh-tú Kiếp. Thuở ấy cũng sẽ có đủ 1.000 đức Phật liên-tiếp ra đời, giáo-hóa chúng-sanh.

TAM THẾ TRÍ 三世智 Cái Trí-huệ thấu rõ mọi sự việc, mọi nhơn vật trong ba đời (*quá-khứ, hiện-tại vị-lai*). Tức là Trí-huệ của Phật. *Tam thế trí* là một trong Thập Trí của Như-lai :

1. *Tam thế trí*, 2. Phật-pháp Trí, 3. Pháp-giới vô-ngại Trí, 4. Pháp-giới vô-biên Trí, 5. Sung-mãn nhứt thiết thế-giới Trí, 6. Phổ chiếu nhứt thiết thế-gian Trí, 7. Trụ-trì nhứt thiết thế-giới, Trí, 8. Tri nhứt thiết chúng-sanh Trí, 9. Tri nhứt thiết pháp Trí, 10. Tri vô-biên chư Phật Trí.

TAM THẾ VÔ CHƯỚNG NGẠI TRÍ GIỚI 三世無障礙智戒 Tức là *Thập thiện giới.* Nhờ giữ giới-hạnh nầy, người ta được cái Trí-huệ thông suốt không trở-ngại mà biết rõ mọi việc trong ba đời (*quá khứ, hiện tại, vị-lai*), cho nên kêu là *Tam thế vô chướng-ngại Trí giới*. Lại cũng kêu là : Tam-muội-da giới, Tự tánh bổn-nguyên giới, Tam bình-đẳng giới, Bồ-đề tâm giái, Vô-vi giới, Chơn-pháp giới. Cuộc truyền Giái nầy phải được tổ-chức một cách tôn-nghiêm, long-trọng. Có hai vị sư bên tả và bên hữu, đưa hành-giả đến trước Đàn mà thọ Giới.

Xem : *Thập Thiện*.

TAM THÍ 三施 Ba cách bố thí. Bố-thí có ba cách :

1.) *Tài-thí* (*bố - thí bằng của*) : Những người trì giới chẳng xâm phạm đến của-cải đồ-vật của người khác, lại đem của - cải đồ-vật của mình mà bố-thí cho kẻ khác vậy.

2.) *Pháp-thí* (*bố-thí bằng pháp*) : Thuyết pháp cho người ta nghe, khiến cho khai ngộ đắc đạo vậy.

3.) *Vô úy thí* (*Bố-thí bằng điều không sợ*) : Hết thảy chúng-sanh đều sợ chết, những người trì giới không có lòng giết hại, khiến cho chúng-sanh không sợ vậy.

Lại nữa :

1.) *Vật-thí* (*bố thí bằng của-cải đồ-vật*), tức là *Tài-thí*.

2.) *Cúng-dường cung-kính thí* (*bố-thí bằng lễ cúng-dường cung-kính*), tức là lòng tin thanh-tịnh mà cung-kính lễ-bái vậy.

3.) *Pháp - thí* (*bố - thí bằng pháp*), tức là khai diễn Phật-pháp vậy.

Lại nữa :

1.) *Ẩm thực thí*, nghĩa là đem đồ ăn uống bố-thí cho người ta, đó là cách bố-thí hạ-phẩm.

2.) *Trân-bảo thí*, nghĩa là đem đồ quí-báu bố-thí cho người ta, đó là cách bố-thí trung-phẩm.

3.) *Thân-mạng thí*, nghĩa là đem thân mạng của mình bố-thí cho người ta, đó là cách bố-thí thượng-phẩm.

TAM THÌ 三時

A.— *Ba buổi* : buổi sớm-mai, buổi trưa và buổi chập tối vậy.

B.— *Ba thời-kỳ* :

1. *Chánh-pháp thì* : Thời-kỳ Chánh-pháp, là thời-kỳ sau khi Phật vào Niết-bàn.

2. *Tượng-pháp thì* hay *Tự-pháp thì* : Thời-kỳ giáo-pháp mường-tượng như Chánh-pháp, nhưng có bề kém hơn. Ấy là thời-kỳ tiếp theo thời-kỳ Chánh-pháp.

3. *Mạt-pháp thì* : Thời-kỳ kế tiếp thời-kỳ Tượng-pháp, tức là giáo-pháp lúc sau cùng, về thuở suy-đồi.

Chẳng những giáo-pháp của Phật Thích-Ca trải qua *Tam thì*, mà giáo-pháp của chư Phật cũng đều như vậy.

TAM THÌ GIÁO 三時教 Ba thời-kỳ dạy đạo của Phật Thích-Ca :

1.) Thời-kỳ thứ nhứt, Phật thuyết A-hàm đẳng Tiểu-thừa Kinh.

2.) Thời-kỳ thứ nhì, sau khi đã thuyết A-hàm, phá ngoại-đạo, phàm-phu, ngã-chấp, Phật bèn thuyết các bộ kinh Bát-nhã, phá pháp-chấp Tiểu-thừa.

3.) Thời-kỳ thứ ba, Phật lại vì phá cái không-chấp của Bồ-tát, cái hữu-chấp của Tiểu-thừa, tỏ ra cái nghĩa chẳng phải không, chẳng phải hữu, mà thuyết các kinh thâm-mật, nhứt là Kinh Pháp-hoa.

TAM THÌ NIÊN-HẠN 三時年限 Niên-hạn của ba thời-kỳ, tức là thời-gian của đời Chánh-pháp, đời Tượng-pháp, đời Mạt-pháp sau khi Phật Thích-Ca vào Niết-bàn. Tất cả có bốn thuyết :

1.) Chánh-pháp ngàn năm, Tượng-pháp ngàn năm, Mạt-pháp muôn năm.

2.) Chánh, Tượng đều năm trăm năm.

3.) Chánh-pháp ngàn năm, Tượng-pháp năm trăm năm.

4.) Chánh-pháp năm trăm năm, Tượng-pháp ngàn năm.

Thuở nay, các nhà đạo-đức phần đông đều dùng theo cái thuyết thứ tư : Chánh-pháp năm trăm năm, Tượng-pháp ngàn năm, Mạt-pháp muôn năm.

TAM THIÊN ĐẠI THIÊN THẾ-GIỚI 三千大千世界
Tức là một thế-giới lớn, như Ta-bà thế-giới. 1.000 thế-giới nhỏ hiệp thành 1 tiểu thiên thế-giới, thêm vô 1.000 thế-giới nữa thành 1 trung thiên thế-giới, thêm vô 1.000 thế-giới nữa thành 1 đại-thiên thế-giới.

(1.000 = Tiểu thiên

1.000.000 = Trung thiên

1.000.000.000 = Đại thiên).

Thế thì 1 Tam thiên đại thiên thế gi i hay 1 Đại thiên thế có một ngàn triệu thế-giới (1.000.000.000).

Muốn cho rõ hơn nữa, xin biên ra dưới đây 1 Thế-giới, 1 Tiểu thiên thế-giới, 1 Trung thiên thế-giới và 1 Đại thiên thế-giới.

1. Thế-giới có :

- 1 Tu-di sơn.
- 1 mặt trời.
- 1 mặt trăng.
- 1 Tứ thiên-hạ chung-quanh núi Tu-di.
- 1 Tứ thiên vương thiên ở lưng chừng núi Tu-di.
- 1 Đao-ly thiên.
- 1 Dạ-ma thiên.
- 1 Đâu-suất thiên.
- 1 Hóa-lạc thiên.
- 1 Tha hóa thiên.
- 1 Sơ-thiền thiên (Phạm thiên, Phạm chúng thiên, Phạm phụ thiên, Đại phạm thiên).

1 Tiểu thiên thế-giới (1.000 thế-giái) có :	1.000 Tu-di sơn. 1.000 mặt trời. 1.000 mặt trăng. 1.000 tứ thiên-hạ. 1.000 tứ thiên vương thiên. 1.000 Đao-ly thiên. 1.000 Dạ-ma thiên. 1.000 Đâu-suất thiên. 1.000 Hóa-Lạc thiên. 1.000 Tha-hóa thiên. 1.000 Sơ-thiền thiên. 1. Đệ nhị thiền thiên (Thiều quang thiên, Vô-lượng quang thiên, Quang-âm thiên).
1 Trung thiên thế - giới (1.000.000 thế-giái) có :	1.000.000 Tu-di-sơn. 1.000.000 mặt trời. 1.000.000 mặt trăng. 1.000.000 tứ thiên-hạ. 1.000.000 tứ thiên vương thiên. 1.000.000 Đao-ly thiên. 1.000.000 Dạ-ma thiên. 1.000.000 Đâu-suất thiên. 1.000.000 Hóa-lạc thiên. 1.000.000 Tha-hóa-thiên 1.000.000 Sơ-thiền thiên 1.000 đệ nhị thiền thiên 1 Đệ tam thiền thiên
1 Đại thiên thế-giới (1.000 000.000) thế-gi i có :	1.000.000.000 Tu-di sơn. 1.000.000.000 mặt trời. 1.000.000.000 mặt trăng. 1.000 000.000 Tứ thiên-hạ. 1.000.000.000 Tứ thiên vương thiên. 1.000.000.000 Đao-ly thiên. 1.000.000.000 Dạ-ma thiên. 1.000.000.000 Đâu-suất thiên. 1.000.000.000 Hóa-lạc thiên. 1.000.000 000 Tha hóa thiên. 1.000.000.000 Sơ-thiền thiên. 1.000 000 Đệ nhị thiền thiên. 1.000 Đệ tam thiền thiên. 1 Đệ tứ thiền thiên (Vô vân thiên, Phước sanh thiên, Quảng-quả thiên).

TAM THIÊN OAI-NGHI 三千威儀 Ba ngàn oai-nghi. *Oai-nghi* là những cách đi, đứng, ngồi, nằm cho nghiêm-chỉnh, khiến người kính-trọng. Một vị Tỳ-kheo phải giữ 250 giái; mỗi giái có bốn oai-nghi (*đi, đứng, ngồi, nằm*), như vậy là: 250x4 = 1.000 oai-nghi. Tuần tự có ba đời: 1.000 oai-nghi đời quá-khứ, 1.000 oai-nghi đời hiện-tại, 1.000 oai-nghi đời vị-lai, tức là 3.000 oai-nghi vậy. (*Xem : oai-nghi.*)

TAM THIỀN 三禪 Troisième degré de Méditation (*fr.*) Cũng kêu *Tam Thiền-định, Đệ-tam Thiền.* Phép Thiền thứ ba trong *Tứ Thiền.* Ấy là phép Thiền-định thâm diệu mà nhà tu hành phải dầy công suy gẫm mới đắc nhập. Đạt được phép Thiền nầy, thì thần-thức vượt lên cõi Sắc-giới miền *Tam Thiền Thiên,* và khi thác, hành-giả có thể sanh lên cảnh Đại-Tiên ở Tam Thiền Thiên.

Niết-bàn Kinh, quyển 27: Bồ-tát Ma-ha-tát, vì thương xót tất cả chúng-sanh, tuy lại ở A-tỳ Địa-ngục, nhưng cũng như ở cuộc vui sướng *Tam-Thiền*

TAM THIỀN THIÊN 三禪天: Cảnh trời Thiền-định thứ ba. Cảnh trời miền Sắc-giới gồm các vị Đại-Tiên ở ba từng nầy:

Thiểu tịnh thiên (*Parittasubha*)

Vô-lượng tịnh thiên (*Apramanasubha*).

Biến tịnh Thiên (*Subhakrtsna*)

Tam Thiền Thiên cũng kêu là *Định-sanh hỷ-lạc Địa,* tức là Thiền-định sanh lên Địa-cảnh hỷ-lạc. Chư Tiên ở cảnh nầy nhờ Thiền-định thâm-diệu mà thân-tâm hoàn-toàn khoái-lạc. Nhưng các ngài đương tu thêm để dứt bỏ mối lòng khoái lạc ấy. Cho nên từ cảnh *Tam Thiền Thiên* trở lên, chư Tiên chỉ giữ cái thọ-cảm *xả,* tức là đối cảnh chẳng thấy mình buồn-khổ, mà chẳng thấy mình vui sướng.

TAM THIỆN-CĂN 三善根 Ba căn lành, ba cội rễ lành Tỷ như cây cỏ nhờ cội rễ mà sanh ra vô-lượng nhành, lá, bông, trái; người ta nhờ điều thiện, đức lành mà được vô-lượng thiện-pháp, phước-đức, trí-huệ, cho nên gọi điều thiện, đức lành là *Thiện-căn*. *Căn* nghĩa là năng sanh, có thể sanh ra vật khác. *Tam Thiện - căn* :

a) Vô tham (*không tham*), Vô sân (*không giận hờn, không ganh-ghét*), Vô si (*không u-mê, không tà-kiến*).

b) Thí (*bố-thí*), Từ (*Từ-bi*), Huệ (*Trí-huệ*).

c) Thiện-thân (*thân làm lành*), Thiện khẩu (*miệng nói lành*), Thiện-ý (*ý tưởng lành*).

TAM THIỆN-ĐẠO 三善道 Trois bonnes voies (*fr.*) Ba nẻo lành. Đối với ba nẻo dữ (*tam ác-đạo*).

Do nghiệp lành mà bước tới, cho nên kêu là *Thiện-đạo*, Nẻo lành.

1.) *Thiên-đạo* (*nẻo trời*) : do nghiệp lành bậc trên mà bước tới.

2.) *Nhơn-đạo* (*nẻo người*) : do nghiệp lành bậc giữa mà bước tới.

3.) *A-tu-la đạo* (*nẻo thần*) : do nghiệp lành bậc dưới mà bước tới.

Còn tam ác-đạo là : 1.) Ngạ-quỉ đạo (*bậc trên*), 2.) Địa-ngục đạo (*bậc giữa*), 3.) Súc-sanh đạo (*bậc dưới*). Tam thiện-đạo với Tam ác-đạo hiệp thành Lục đạo luân-hồi. (*Xem : Lục đạo.*)

TAM THIỆN TRI-THỨC 三善知識 Ba hạng thiện tri-thức, *Thiện tri-thức* là người lành mà mình quen mặt, biết tên, hiểu lòng. Tức là: Thầy hay bạn giỏi, Thầy hiền bạn tốt. Có ba hạng Thiện tri-thức :

1.) *Giáo-thọ thiện tri-thức* 教授善知識 : Tức là thầy mình, chỉ dạy đạo-lý cho mình, dìu dắt mình tu hành.

2.) *Đồng-hành thiện tri-thức* 同行善知識 : Tức là bạn mình, cùng tu học với mình, nâng chí mình trên đường Đạo-lý, giúp đỡ mình.

3.) *Ngoại hộ thiện tri-thức* 外護善知識 Người tại-gia quen biết, bậu bạn hoặc bà con cung cấp vật thực hoặc đồ dùng cho mình đặng mình yên thân mà tu hành.

TAM THỌ 三受 Trois sensations (*fr.*) Ba điều thọ-cảm, Ba thứ cảm-giác. Cũng viết: *Tam chủng thọ. Thọ* nghĩa là lãnh-nạp cảnh ngoài vậy. Cảnh có ba thứ: *thuận* (*thuận*), *vi* (*trái*), *cu phi* (*đều chẳng phải thuận hay là trái*). Thọ có ba điều: *khổ* (*cực-khổ*), *lạc* (*vui sướng*), *xả* (*bỏ cả cực-khổ và vui sướng*). *Tam thọ* là:

1. *Khổ-thọ* (*thọ lấy cảnh cực-khổ*), nghĩa là lãnh nạp cái cảnh trái tình, khởi ra cái cảm-giác cực-khổ vậy.

2. *Lạc-thọ* (*thọ lấy cảnh vui sướng*), nghĩa là lãnh-nạp cái cảnh thuận tình, khởi ra cái cảm-giác vui sướng vậy.

3. *Bất khổ bất lạc thọ* (*thọ lấy cảnh chẳng cực-khổ chẳng vui-sướng*), cũng kêu là *xả thọ*, nghĩa là lãnh nạp cái cảnh chẳng thích chẳng thuận, những cái cảm-giác cực-khổ, vui sướng đều lìa-bỏ đi vậy.

TAM THÚ 三獸 Trois animaux, Trois quadrupèdes (*fr.*) Ba con thú. Tức *Tam thú độ hà*: Ba con thú qua sông. *Tam thú*: thỏ, mã, tượng (*con thỏ, con ngựa, con voi*).

Khi qua sông, *con thỏ* dùng chơn mà bơi nơi mặt nước. Đó tỷ như hàng *Thinh-văn thừa* ngộ đạo chỗ rất cạn. *Con ngựa* dùng chơn mà lội, chơn thấu tới nửa chừng bề sâu của con sông. Đó tỷ như hàng *Duyên-giác* thừa ngộ đạo tới chỗ vừa vừa, khá sâu *Con voi* buông chơn xuống tới đáy sông.- Đó tỷ như hàng *Bồ-tát* ngộ đạo tới chỗ rất sâu.

Tam thú độ hà sánh với *Tam xa xuất trạch* (*Ba cỗ xe ra khỏi cảnh nhà cháy*).

Trong khi tòa nhà đương bị hỏa-hoạn, có kẻ dùng *Dương-xa* (*xe thắng bằng dê*) mà ra khỏi cảnh nhà cháy. Dương-xa tỷ như *Thinh-văn thừa*. Lại có kẻ dùng *Lộc-xa* (*xe thắng bằng hươu*) mà ra khỏi cảnh nhà cháy. Lộc-xa tỷ như *Duyên-giác thừa*. Lại có kẻ dùng *Ngưu-xa* (*xe thắng bằng bò*) mà ra khỏi cảnh nhà cháy. Ngưu-xa tỷ như *Bồ-tát thừa*.

TAM-THỪA (*THẶNG*) 三乘 Triyana (*scr*).— Trois véhicules (*fr*.) Ba cỗ xe dùng để chở chuyên. Tức là ba khoa giáo. Mỗi khoa giáo có thể đưa nhà *tu* học đến Niết-bàn, Cõi thanh-tịnh. *Tam thừa* là: Thinh-văn thừa, Duyên-giác thừa (*Bích-chi Phật thừa*) và Bồ-tát thừa, tức là Đại-thừa. *Tam-thừa* đối với *Nhứt-thừa, Phật-thừa.*

Những vị trong *thừa Thinh-văn* thì tuân theo lời dạy của đức Như-lai mà hành Tứ diệu-đế, bèn đắc đạo, thành La-hán và nhập Niết bàn.

Những vị trong *thừa Duyên-giác* thì tuân theo lời dạy của đức Như-lai mà tu hành và diệt Thập nhị nhơn-duyên, bèn đắc quả Duyên-giác và nhập Niết-bàn.

Những vị trong *thừa Bồ-tát* thì tuân theo lời dạy của đức Như-lai mà cầu cái Toàn-giác, cầu cái An-lạc cho mình, vừa tế-độ các chúng-sanh bằng Lục độ (*Bố-thí, Trì giới, Nhẫn-nhục, Tinh-tấn, Thiền-định, Trí-huệ*) và quyết đưa họ đến Niết-bàn. Trong khi hành Lục độ, các vị ấy thành Bồ-tát Ma-ha-tát.

Trong **Kinh Pháp-Hoa**, Phật Thích-Ca có giảng rằng ban đầu, ngài tạm dùng *Tam thừa* giáo mà độ chư đệ-tử. Về sau, ngài thuyết giáo-lý đầy đủ, dồn *Tam thừa* thành một thừa duy nhứt tức *Nhứt-thừa, Phật-thừa.*

Tam thừa của Phật ví như ba cỗ xe.

Thừa Thinh-văn ví như xe dê (*dương-xa.*) Thừa Duyên-giác ví như xe *hươu* (*lộc-xa*). Thừa Bồ-tát ví như xe bò (*ngưu-xa*).

Tỷ như người Trưởng-giả kia muốn cứu bầy con ra khỏi cảnh nhà cháy, hứa đem đồ chơi mà cho con đặng con chạy ra.

Đoàn con chạy ra xong, người Trưởng-giả có ba thứ xe, *xe dê, xe hươu, xe bò.* Song người đem thứ xe lộng lẫy nhứt là *xe bò trắng lớn* mà cho chúng con đặng mặc tình chạy chơi cho thích ý.

Phật cũng như thế, ban đầu ngài truyền *Tam thừa,* kế sau

thấy chúng-sanh thuần thục, Ngài bèn truyền cái Đại-thừa, *Nhứt-thừa*, đặng chúng-sanh vừa vui hưởng vừa tu tập cho mau thành Phật.

Vậy *Tam thừa* là phương-tiện tùy nghi thuyết pháp, còn Đại-thừa, Nhứt-thừa, Phật - thừa mới thật là cỗ xe duy nhứt đưa những nhà tu hành đến cõi Toàn-giác, thành Phật-đạo.

(*Xem* : *Tam xa.*)

TAM THỨC 三 識 Ba tri-thức :

1.) *Chơn-thức* (*tri-thức chơn-thiệt*), là tạng Như-lai vậy, lại tức là lòng thanh-tịnh tự - tánh, và là lòng chơn-thiệt lìa khỏi tướng sanh diệt vậy. Khởi-Tín luận kêu là *Như-lai tạng.*

2.) *Hiện-thức* (*tri-thức hiện-tại*), lại kêu là *Tạng-thức*, tức *A-lại-da thức*, là cái thể trí thức Chơn-tâm với Vô-minh hòa-hiệp mà sanh ra pháp nhiễm và tịnh vậy.

3.) *Phân biệt sự thức* (*tri-thức phân biệt các việc*), lại kêu là *Chuyển-thức*, do Hiện-thức mà sanh ra sáu thức của sáu căn vậy.

TAM TRÍ 三 智 Ba Trí, ba cỡ Trí-huệ.

I.- 1. *Nhứt thiết Trí* của hai hàng Thinh-văn, Duyên-giác, biết tổng-tướng của tất cả các pháp.

2. *Đạo chủng Trí* của hàng Bồ-tát, biết tất cả đạo pháp khác nhau.

3. *Nhứt thiết chủng Trí* tức là Phật-Trí, tròn trịa, sáng suốt, thông đạt tướng chung, tướng riêng, giáo-hóa đạo-đức, đoạn trừ nghi-hoặc.

Phật có Trí bao gồm ba cỡ Trí ấy, nên xưng ngài là *Nhứt thiết Trí giả.*

II.— *Tam Trí* hay *Tam chủng Trí* lại là :

1. *Thế - gian Trí*, trí của hàng Phàm-phu, Ngoại-đạo.

2. *Xuất thế-gian Trí*, trí của các người tu học và chứng đắc hai thừa : Thinh-văn thừa, Duyên-giác thừa.

3. *Xuất thế gian thượng thượng Trí*, Trí-huệ cao siêu của Phật, Bồ-tát.

III.— *Tam Trí* cũng là :

1. *Hạ-Trí*, Trí cỡ thấp, có thể đắc Bồ-đề của Thinh-văn (*La-hán*).

2. *Trung-Trí*, Trí cỡ giữa, có thể đắc Bồ-đề của Duyên-giác.

3. *Thượng-Trí*, Trí cỡ cao, có thể đắc Vô-thượng Bồ-đề (*quả Phật*).

TAM TRỌNG CHƯỚNG 三重障 Ba điều che-lấp nặng nề. Che-lấp đạo chánh, làm hại lòng lành, kêu là Chướng. Có ba điều trọng-chướng :

1. *Ngã mạn trọng-chướng* (*che lấp nặng-nề bởi tánh ỷ mình khi người*);

2. *Tật-đố trọng-chướng* (*che lấp nặng-nề bởi tánh ganh-ghét người ta*);

3. *Tham-dục trọng chướng* (*che lấp nặng-nề bởi tánh tham muốn*).

TAM VÕ (VŨ) 三武 Ba vua Võ bên Tàu :

1. Vua *Thái-Võ* nhà Bắc Ngụy, thế-kỷ thứ năm thứ sáu,

2. Vua *Võ-đế* nhà Châu, thế-kỷ thứ sáu,

3. Vua *Võ-tông* nhà Đường, thế-kỷ thứ chín.

Ba vua ấy muốn hủy diệt đạo Phật. Rốt cuộc, đạo Phật chẳng bị diệt, mà ba vua ấy bị hại to.

Vua *Thái-Võ* nghe lời sàm tấu của Thôi-Hạo và Khấu-khiêm-Chi mà ra lịnh hủy tượng Phật, giết Sa-môn. Thôi-Hạo bị gièm, giết bỏ ở bốn cửa thành ; Khấu-khiêm-Chi cũng bị giết, ba năm sau thì vua Thái-Võ bị nội-quan thí.

Vua *Võ-đế* hiểu lầm lời nói bóng của Vệ-nguyên-Tung mà phế Phật tôn Đạo, sau chết đọa Địa-ngục, bị nhốt trong khám có khóa sắt. Vua phải nhắn một người chết mà sống lại, về xin gia-quyến tụng Kinh siêu độ cho mình.

Vua *Võ-tông* sau khi làm chuyện hủy Phật hại Tăng, thì bị nước lụt phá hại đền-đài đất-nước, vua trở lại thờ Phật, kế phát điên mà chết.

TAM VÔ LẬU HỌC 三無漏學 Ba phần học của hàng vô-lậu, của hạng người quyết đắc quả Thánh. Ba phần tu học ấy là Giới, Định, Huệ, tu học một cách trong sạch để tự giải-thoát.

Tam vô lậu học thì cao hơn *Tam học*, vì cốt lấy Tâm làm Giới, chớ chẳng lấy cảnh, lấy sự. Người tu *Tam vô-lậu học* chẳng mong cầu phước báo ở Nhơn-gian và ở Thiên-thượng.

Thủ-lăng-Nghiêm Kinh, quyển sáu : Nhiếp tâm là Giới. Nhơn Giới sanh Định. Nhơn Định phát Huệ. Đó kêu là *Tam vô-lậu học.*

TAM VÔ-VI 三無為 Ba cảnh Vô-vi, ba cảnh ấy là ba thể-tánh của Niết-bàn.

Phẩm loại túc luận : *Tam Vô-vi* là :

1.) Hư-không (*Cảnh không không, chẳng có gì hết*).

2.) Phi Trạch-diệt (*chẳng phải cảnh Trạch-diệt, chẳng cần trừ Phiền-não, vì chẳng có Phiền-não đâu mà trừ diệt.*)

3.) Trạch-diệt (*Niết-bàn. Cũng là do sức lựa chọn của cái Chơn-trí để diệt các Phiền-não, cho nên kêu là Trạch diệt*).

Niết-bàn Kinh, quyển 34 : Niết-bàn tức là :

1.) *Viễn ly, Phiền-não vĩnh tận* (*Rời ra Phiền-não, dứt hết Phiền-não*). Đó tỷ như cây đèn hết dầu thì hết cháy ; dứt hết Phiền-não thì đắc Niết-bàn. (*Tức là Trạch-diệt đã nói ở đoạn trên.*)

2.) *Hư-không.* Trong cảnh Hư-không, chẳng có gì hết, thảy đều trống lổng. Lại như ở thế-gian, khi người-ta không có gì hết thì gọi là Hư-không.

3.) *Phi Trí duyên diệt* (*Không dùng cái Trí mà diệt.*) Vì chẳng có gì hết, thì có chi mà diệt ? Cho nên chẳng cần diệt tận Phiền-não. (*Tức là Phi trạch-diệt ở đoạn trên.*)

TAM XA 三 車 Trois voitures (*fr.*) Ba cỗ xe : 1. *Dương-xa* (*xe dê, xe kéo bằng dê*), 2. *Lộc-xa* (*Xe hươu, xe kéo bằng con hươu*), 3. *Ngưu-xa* (*xe bò, xe kéo bằng bò*). Cũng như nói : *Tam thừa* (*thặng*). *Tam xa* tức là *Tam thừa giáo.*

Dương-xa tỷ như *Thinh-văn thừa. Lộc-xa* tỷ như *Duyên-giác thừa. Ngưu-xa* tỷ như *Bồ-tát thừa.* Trong Kinh Pháp-hoa, phẩm Thí-dụ có biên *ba cỗ xe* : Xe dê (*Dương-xa*), Xe hươu (*Lộc-xa*), Xe bò (*Ngưu-xa*) mà người Trưởng-giả hứa cho bầy con để chúng-nó ngồi trên mà chạy ra khỏi cảnh nhà đương cháy (*Hỏa-trạch.*) Sau rốt, người Trưởng-giả đem cỗ xe lớn thắng bằng bò trắng (*Đại bạch-ngưu xa*) mà cho, mặc tình chúng du ngoạn khắp nơi.

Cũng như thế, muốn giúp cho chúng-sanh ra khỏi Tam giới cháy bừng vì phiền-não : tham, sân si, đức Phật đem *ba cỗ xe* mà cho chư đệ-tử. Ba cỗ xe hay *Tam thừa* là :

1.) *Thinh-văn thừa,* cỗ xe Thinh-văn đưa những nhà tu hành đến Niết-bàn của La-hán. Tỷ như người Trưởng-giả tặng cho con chiếc *Dương-xa (xe dê).*

2.) *Duyên-giác thừa,* cỗ xe Duyên-giác đưa những nhà tu-hành đến Niết-bàn của Bích-chi-Phật (*Duyên-giác*). Tỷ như người Trưởng-giả tặng cho con chiếc *Lộc-xa* (- *xe hươu*).

3.) *Bồ-tát thừa,* cỗ xe Bồ-tát, đưa những Phật-tử đại-căn lên địa-vị Bồ-tát Ma-ha-tát. Tỷ như người Trưởng-giả tặng cho con chiếc *Ngưu-xa* (*xe bò*).

Cho nên có câu : *Tam xa xuất Hỏa-trạch.* Bầy con người Trưởng-giả ngồi trên Ba cỗ xe mà ra khỏi cảnh nhà cháy, cũng như đệ-tử của Phật nương Ba thừa giáo mà ra khỏi Tam Giới. Sau rốt, Phật dồn lại, thế vào bằng cỗ xe độc nhứt, *Nhứt-thừa, Phật-thừa* cho các nhà tu hành dễ bề đắc quả Phật. Nghĩa là thay vì dùng Ba thừa tạm, Phật-tử chỉ nương vào *Nhứt-thừa.*

là Pháp-giáo đầy-đủ để giúp cho mình mau thành Phật. Đó tỷ như người Trưởng-giả tặng cho con chiếc *Đại bạch-ngưu xa*, chiếc xe to lớn hơn hết thắng bằng bò trắng, đặng cho các con tiện bề du ngoạn các nơi xa.

TÀM 慚 (慙) Honte, Honteux (*fr.*) Thẹn, Hổ thẹn. Tức là: Tàm quí, Tàm sỉ. Biết xấu hổ đối với điều tội lỗi. Tự xét thấy mình có tội lỗi mà thẹn.

Niết-bàn Kinh: *Tàm* giả, nội tự tu sỉ. (*Tàm, nghĩa là trong lòng mình lấy làm hổ-thẹn.*)

Phật Di-giáo Kinh: *Tàm sỉ* chi phục, ư chư trang-nghiêm, tối vi đệ nhứt. *Tàm* như thiết câu, năng chế nhơn phi pháp. Thị cố Tỳ-kheo thường đương *tàm sỉ*.

(Nhiếp phục được sự *hổ-thẹn*, đó là món trang-nghiêm bực nhứt trong các món trang-nghiêm. Lòng *hổ-thẹn* cũng như cái móc sắt, nó chế-ngự được việc trái phép của người-ta. Bởi vậy thầy Tỳ-kheo thường nên biết hổ-thẹn.)

TÁN 散 Tan. Đối nghĩa: Định, Tụ, Hiệp. Tan-tác, lộn xộn, Pháp: Troubler, Troublé. Như: *Tán loạn*.— Lìa tan, Tan rã, Pháp: Disperser. Như: *Phân tán, Tán bại*.— Tan cuộc, Rã cuộc, Pháp: Dissoudre, Prendre fin. Như: *Giải tán, Tán học*.— Tan ra thành mảnh vụn, thành bột, Pháp: S'écraser, Pulvériser. Như *Tán mạt*. - Tan mất, như hơi tan đi hết, Pháp: S'évaporiser. Như: *Tán nhiệt, Tán khí*.— Rảy ra, tuôn ra, Pháp: Répandre. Như: *Tán hoa*.

TÁN ĐỊA 散 地 Địa-vị tán-loạn, cảnh-giới tán-động. Tức là cõi Dục-giới. Trong Tam Giới, Sắc-giới và Vô-sắc giới được xưng là *Định-địa*, vì chúng-sanh ở hai cõi ấy được tâm thiền-định kiên-cố. Dục-giới được gọi là *Tán-địa*, vì chúng-sanh ở cõi nầy có lòng tán-loạn, tán-động.

TÁN HOA 散 華 Rảy hoa. Đem hoa tươi, hoa thơm mà rảy lên mình Phật hoặc chung-quanh chỗ Phật ngồi. Như nói: *Tán hoa thiêu hương*: Rảy hoa và đốt hương cúng Phật.

TÁN-LOẠN 散 亂 Tan-tác lộn-xộn. Tâm-tánh của phàm-phu không có lúc nào ngừng yên được, vì những ham mê phóng-túng theo cảnh lục trần: sắc, thinh, hương, vị, xúc, pháp.

Tán-loạn đối với *thiền-định*, nhứt tâm. Muốn dứt sự *tán-loạn*, cần phải tu định. Ngoài giờ thiền-định, thì nên niệm Phật.

Niết-bàn Kinh: Nếu mình bị mạ nhục, đánh đập, đâm chém mà chẳng biết nhẫn, thì lòng dạ trở nên *tán-loạn*. Nếu tâm *tán-loạn*, liền mất chánh niệm. Mất chánh-niệm, thì chẳng biết quan sát lẽ thiện và lẽ bất-thiện. Nếu chẳng biết quan sát lẽ thiện và lẽ bất-thiện, ắt làm ác-pháp. Ác-pháp là nhơn-duyên đọa mình xuống ba cảnh Địa-ngục, Súc-sanh, Ngạ-quỉ.

TÁN NGHI TAM-MUỘI 散 疑 三 昧 Phép Tam-muội (*Thiền-định*) tên là *Tán nghi*, phá tan điều nghi-hoặc. Vào phép Định ấy, hành-giả dẹp tan các mối nghi-ngại nơi lòng mình.

TÁN NHỰT (*NHẬT*) 散 日 Ngày giải tán. Ngày chót của một Pháp-hội. Đại-chúng kết nguyện rồi bế mạc, kêu là *Tán-nhựt*.

TÁN TÂM 散 心 Lòng tán-loạn bất-nhứt; lòng phóng dật, bôn ba theo cảnh.

TANG-MÔN 桑 門 Sramâna, Çramana (*scr.*).— Moine (*fr.*) Cũng viết: *Sa-môn*. Dịch nghĩa: Cần-tức, Chỉ-tức: Cần mẫn tu thiện-pháp, ngưng dứt các ác-pháp. Tiếng xưng thông-thường đối với nhà sư đạo Phật. Xem: *Sa-môn*.

TẠNG (*TÀNG*) 藏 Cacher, Recéler ; Magasin (*fr.*) Dùng về động-từ (*verbe*), thường đọc *tàng*, nghĩa là: giấu kín, chứa trữ. Như nói: *Tàng hình* (*Dấu khuất hình sắc, thuật của nhà đạo-sĩ*), *tàng thân* (*ẩn mình*); *Tàng thơ-viện* (*Pháp: Bibliothèque*).

Dùng về danh từ (*nom*), thường đọc *tạng*, nghĩa là: chỗ giấu kín; nhà kho chứa trữ. Như nói: *Tam tạng* (*kinh - tạng, Luật - tạng, Luận - tạng*), *Đại Tạng* (*tức nói chung Ba Tạng*); *Bảo-tạng*.

Xứ *Tây-Tạng* (*Tibet*) cũng kêu tắt là *Tạng*; như nói: *Tiền-Tạng*, *Hậu-Tạng*.

TẠNG-ĐIỆN 藏殿 : Tiếng xưng Tam Tạng trong Phật-giáo; tiếng gọi tòa lầu chứa Đại-tạng Kinh. Vì các kinh-điển của đạo Phật rất nhiều, muốn chứa cho đủ, phải cất riêng một tòa điện, cho nên gọi là *Tạng-điện*.

TẠNG-GIÁO 藏教 : Giáo-lý trong Tam Tạng, các pháp-môn đã dạy trong Tam Tạng (*Kinh, Luật, Luận*).

TẠNG-KINH 藏經 : Tức là *Đại tạng-kinh, Tam tạng-kinh*, kêu tắt là *Tạng-kinh*. (*Xem : Tam Tạng*.)

TẠNG-LÝ 藏理 : Nghĩa-lý chơn-thật theo trong *Như-lai Tạng*; nghĩa-lý phù-hạp với các bài thuyết-pháp của Phật.

TẠNG-THẦN 藏臣 : Vị quan đại-thần cai-quản các kho lẫm chứa của-cải, bảo-vật của vị *Chuyển-luân Thánh-vương*. Kêu trọn chữ : *Chủ-tạng Thần*.

TẠNG - THỨC 藏識 . Cái thức bao gồm tất cả các thức, thâu nhiếp tất cả những lẽ chơn và vọng. Cũng kêu: *Hàm-tàng thức, Như-lai-tạng thức*. Tức là cái *A-lại-da thức* (*Alaya*), cái thức, thứ tám, thức chúa tể. *Xem : A-lại-da thức*.

TÁNH (TÍNH) 性 I.— Họ, pháp : prénom. Tiếng đứng trước tên riêng của người, tiếng dùng để thay cho tên riêng.

Như : Cồ-Đàm Tánh : Họ Cồ-Đàm.

Đức Phật Thích-Ca có tên riêng là Tất-đạt-Đa (*Siddharta*). Họ thánh của ngài là *Cồ-đàm* (*Gautama*). Nhiều khi người đương thời cũng gọi ngài là Cồ-Đàm, như *Cồ-Đàm sa-môn*.

II.— Chủng-khái, giai-cấp, Pháp : caste. Như *Tứ tánh*, bốn giai-cấp ở Ấn-Độ. Xem : *Tứ tánh*.

TÁNH (TÍNH) 性 1. Chủng-tử, cái nhơn cội-rễ, như : *tánh-căn* (*căn-tánh*), *tánh-đức* (*đức-tánh*).

2. Thể, như : *tánh-mạng, tự-tánh, tánh-thể.*

3. Cái nguyên - lý chẳng dời đổi, chẳng tiêu mất, như : *Thiện-tánh, tánh-hạnh, Phật-tánh.*

4. Tánh-chất riêng của từng loại. Như : *kiên-tánh* : tánh dày dặn, tánh của đất. *Thấp-tánh* : tánh ướt-át, tánh của nước. *Nhiệt-tánh* : tánh nóng, tánh của lửa. *Động-tánh* : tánh chuyển-động, tánh của gió.

TÁNH CHỦNG TÁNH 性 種 性 Một trong sáu giống Tánh, *Lục chủng Tánh. Tánh chủng Tánh* tức là Địa vị Mười Hạnh, *Thập Hạnh*. Hành-giả trụ nơi phép Không, giáo-hóa được chúng-sanh, phân biệt hết thảy pháp-tánh. Xem : *Lục chủng tánh.*

TÁNH-DỤC 性 欲 Sự ưa muốn của cái tánh. *Tánh* là cái tánh quen từ các đời đã qua. *Dục* là sự ham muốn, sự ưa thích. *Tánh-dục* cũng là tình dục giữa nam nữ, Pháp : Désirs sexuels.

TÁNH-ĐỘ (THỔ) 性 土 Tức là *Pháp-tánh độ* viết tắt. Cõi Pháp tánh, chỗ cư-trụ, chỗ chứng đắc của Pháp-tánh.

Xem : *Pháp-tánh độ.*

TÁNH-ĐỨC 性 德 Qualité, Nature (*fr.*) Cái đặc-tánh, cái tánh năng. Trong vạn vật, mỗi vật đều có tánh riêng biệt, hoặc tốt, hoặc xấu, hoặc mê, hoặc ngộ.

TÁNH-GIÁC 性 覺 Cái tánh tỉnh-giác, cái tự-tánh giác-ngộ.

Cái Chơn-như, cái Phật-tánh của mình chẳng do cái thể khác giác-ngộ. Mà tự-tánh mình giác-ngộ lấy mình vậy.

TÁNH-GIỚI (GIÁI) 性 戒 Sự răn-cấm của Tánh, Tự-tánh có thể ngăn-cấm. Một trong hai thứ giới, *Nhị giới* :

1. *Tánh-giới* : Tự cái tâm-tánh mình, tự lòng hổ-thẹn răn lấy mình, khỏi cần đến giới-luật trong Đạo.

2. *Già-giới* : Giới-luật do Phật ban hành ghi trong Kinh Luật, như Ngũ giái, Bát giới, Thập giới, Cụ-túc giới có tánh-cách che ngăn cho người ta đừng phạm tội lỗi.

TÁNH-HẢI 性 海 Biển Tánh. Lý-tánh của Chơn-như sâu rộng như Biển cả, nên kêu là *Tánh-Hải*. Đó là Pháp-thân của Như-lai vậy.

TÁNH LÝ 性 理 Lẽ của Tánh, lý-thuyết của người nhận thấy cái Tánh. Đối với : *Tướng-lý* hay *Tướng-thuyết* là cái thuyết của người chấp tướng-mạo. *Tánh-lý* cũng kêu là *Tánh-tông*. *Qui-nguyên trực-chỉ*, quyển 3 : Ông nhứt định chấp cái nữ-tướng là thật, đó là ông chẳng đạt cái *Tánh lý* vậy. Người nào chẳng đạt *Tánh-lý*, thì người đó là nữ-nhơn; người nào hội được *Tánh-tông*, người ấy chẳng còn là kẻ nam hoặc người nữ nữa.

TÁNH-NGÃ 性 我 Tức là cái Chơn-ngã, cái Đại-ngã. Đối với *bổn-ngã, giả-ngã, vọng-ngã*. *Tánh-ngã* là cái Ta to lớn vô cùng vô tận của Phật và Bồ-tát, bao quát tất cả chúng-sanh và vạn-vật. Kẻ phàm-phu, khi bỏ được cái vọng-ngã, cái bổn-ngã, bèn lấy cái *Tánh-ngã* của Như-lai.

TÁNH-TÔNG 性 宗 Tông phái nghiên cứu cái Bổn-tánh Chơn-như; học-thuyết của người nhận xét cái Tánh như-nhiên, chẳng biến đổi. Cũng kêu : *Tánh lý*, *Pháp-Tánh tông*. Đối nghĩa : *Tướng-thuyết* (*Tướng-tông*), *Pháp-tướng tông*.

Tánh-tông cho rằng nương theo cái Chơn mà khởi ra cái Vọng, là vì cái Chơn vốn chẳng biến đổi, nó chẳng bị ngăn trở vì lẽ tùy duyên.

Như nói : Cái Pháp-thân lưu chuyển trong Năm nẻo (*Ngũ Đạo*), Vọng tức là Chơn v. v.

Những kinh : *Lăng-già*, *Khởi-Tín* có nói rõ về *Tánh-tông* (*Pháp-tánh tông*).

TÁNH TƯỚNG 性 相 Tánh và tướng.

Tánh là bản-chất của các pháp, nó ở trong, chẳng dời đổi.

Tướng là tướng-mạo, hiện ra ngoài, mà người-ta có thể phân biệt.

Tánh là pháp vô-vi.

Tướng là pháp hữu-vi.

Tánh là tự-thể, là nguyên-lý.

Tướng là trạng-thái, là cái mà người ta có thể ghi biết.

Tánh và *Tướng* cũng như *Tâm* và *Cảnh*, *Tâm* và *Thể*.

TẠP 雜 Mêlé, divers, pêle-mêle *(fr.)* Lộn-lạo nhiều thứ khác nhau.

Tức : Tạp-nhạp, Hỗn-tạp không thuần.

TẠP-NHIỄM 雜染 Những thứ nhuốm dơ lộn-lạo, xen lộn với nhau. Tất cả các pháp hữu-lậu, tất cả các sự vật thấm dơ vì phiền-não, hữu-tình và phi-tình xen lộn với nhau trong một thế-giới ô-trược, kêu chung là *Tạp-nhiễm*.

TẠP-SANH THẾ-GIỚI 雜生世界 Tiếng gọi cõi Ta-bà (*Saha*). Ta-bà thế-giới là một cõi uế-độ , nơi ấy có các giống chúng-sanh sanh ra và sống chung với nhau, thanh lẫn trược, xấu lẫn tốt, như các giống : Địa-ngục, Ngạ-quỉ, Súc-sanh, chư Thần, Nhơn-loại, chư Thiên. Trong mỗi giống ấy lại phân ra nhiều hạng, nhiều cấp-bực. Thảy đều sanh sống lộn-lạo, chung đụng trên một cõi, nên kêu là *Tạp-sanh thế-giới*.

TẠP-SẮC-BẢO-HOA-NGHIÊM THÂN PHẬT 雜色寶華嚴身佛 Ratnakousoumasanpouchpitagâtra Bouddha (*scr.*) Một đức Phật Như-lai, quốc-độ của ngài ở về phương Thượng đối với cõi Ta-bà.

Hồi đức Thích-tôn giảng Kinh A-Di-Đà, đức Phật *Tạp-sắc-bảo-hoa-nghiêm-thân* và vô số chư Phật ở phương Thượng có tỏ lời khen ngợi và khuyên chúng-sanh nên tin Kinh A-Di Đà.

TÁT-BÀ-ĐA BỘ 薩婆多部 Sarvastivâda, Sarvastivâdin (*scr.*) Cũng kêu là *Nhứt-thiết-hữu bộ*. Một phái đạo Phật cổ cựu bên Ấn-Độ, giáo-tổ là La-hầu-La (*Râhula*), con của đức Phật. Phái nầy, hồi thế-kỷ đầu Dương-lịch rất được thạnh hành. Ngoài

Tát-bà-đa-bộ, có những bộ khác có danh như dưới đây, mỗi bộ đều có soạn thành Giái-luật.

Đàm-vô-đức bộ 曇無德部 (*Dharmagupta*), cũng kêu là Pháp-mật bộ.

Di-sa tắc bộ 彌沙塞部 (*Mahisâsaka*).

Nhứt thiết hữu căn-bồn bộ 一切有根本部 (*Mūlasar-vâstivada*).

Ca-Diếp-Tỳ bộ 迦葉毗部 (*Kâsyapiya*).

Khả trụ tử bộ 可住子部 (*Vâtsâputriya*).—

Thiên-Thần (*Vasubandhu*) Bồ-tát, Tổ-sư đời 21, hồi thế-kỷ thứ năm Dương-lịch, trước khi nhập Đại-thừa, từng ở trong Tiểu-thừa *Tát-bà-đa bộ*.

TÁT-BÀ-HA 薩婆訶 Swâha (*scr.*) Chữ Phạn, thường đề cuối câu chú, như câu «Bát-nhã Ba-la-mật-đa chú». Chữ đọc lên có sức linh đề ủng hộ mình và tiêu-trừ các nghiệp-chướng.

Cũng viết: *Ta-bà-ha, Tá-ha, Tá-hát.* (*Xem: Ta-bà-ha.*)

TÁT BÀ-NHÃ 薩婆若 Sarvajna (*scr.*) Cái trí-huệ biết hết tất cả mọi sự mọi vật,. hữu-vi, vô-vi, quá-khứ, hiện-tại, vị-lai. Cái trí-huệ của Phật. Tàu dịch: *Nhứt thiết trí.*

(*Xem: Nhứt thiết trí*)

TÁT-ĐÓA 薩埵 Sattva (*scr.*).— Créature, être vivant (*fr.*) Chữ Phạn, dịch nghĩa: *Tình, Hữu-tình, Chúng-sanh.* Vật có sanh-mạng. Tức là chúng-sanh trong *Lục Đạo*, trong *Thập Giới.* Như Bồ-đề tát-đóa (*Bodhisattva*) kêu tắt là *Bồ-tát.* Xem: *Chúng-sanh.*

TĂNG 僧 Samgha (*scr.*),— Communauté (*fr.*) Viết trọn chữ theo Phạn: *Tăng-già, Tăng-kỳ.* Dịch nghĩa: *Chúng,— Hòa-hiệp.* Giáo-hội nhà Phật, hiệp lại tất cả những nhà sư có thọ Giới cụ-túc, gìn giữ tịnh-hạnh. *Tăng* là Một ngôi Báu trong Ba Ngôi Báu, *Tam Bảo*: Phật, Pháp, *Tăng.*

Phàm ba vị sư sắp lên có thọ Giới Tỳ-kheo hòa hiệp tại một chỗ mà tu trì đạo Phật, thì gọi là *Tăng*.— Phật dạy: có bốn thứ Tăng. 1. Tăng bốn người, 2. Tăng năm người, 3. Tăng mười người, 4. Tăng hai mươi người.

Tăng cũng có nghĩa: vị Tỳ-kheo, vị sư đạo Phật. Như: Nhứt *tăng* (*một vị sư*), chư *tăng* (*các vị sư*). Chư *tăng* liên-kết thành Tăng-đoàn, nên có cái bổn-phận hộ trì Pháp Phật, giữ gìn nghiêm-luật, giới-hạnh.

Chư *tăng* ở với nhau trong một Giáo-hội, một nhà chùa, cần giữ phép Lục hòa: 1. Giới hòa đồng tu, 2. Kiến hòa đồng giải, 3. Lợi hòa đồng quân 4. Thân hòa đồng trụ, 5. Khẩu hòa vô tranh, 6. Ý hòa đồng duyệt.

Niết-bàn Kinh quyển 28: *Tăng*, nghĩa là *Hòa-hiệp*. Hòa-hiệp có hai thứ: 1. Thế Hòa-hiệp, 2. Đệ-nhứt Nghĩa Hòa-hiệp. Thế Hòa-hiệp là Thinh-văn Tăng. Đệ nhứt Nghĩa Hòa-hiệp là Bồ-tát Tăng. Thế-Tăng là Vô-thường. Đệ nhứt Nghĩa Tăng, cũng như Phật-tánh, là Thường.

TĂNG-BẢO 僧寶: Ngôi báu Tăng. Một ngôi báu trong *Tam Bảo*: Phật-bảo, Pháp-bảo *Tăng-bảo*. Ấy là Thánh-chúng trong Ba thừa (*Thinh-văn thừa, Duyên-giác thừa, Bồ-tát thừa*) đã phát ra cái Trí chơn-thật vô-lậu, đáng là phước-điền cho đời qui-y và cung-kính. Dầu chưa được là Thánh-giả, nhưng cũng là các nhà sư giữ gìn hạnh thanh-tịnh, gác mình ra khỏi cuộc thế, sống đời một cách tinh-khiết, có sức khuyên dạy và hộ niệm cho người đời.

TĂNG-CANG TƯ (*TY*) 僧綱司: Cũng đọc: *Tăng-cương ty*. Một sở quan-chức cai quản chư Tăng. Thuở xưa ở nước Tàu và ở nước ta, có chức *Tăng-cang*, do Triều-đình lập ra. Ở Tàu, *Tăng-cang tư* đặt tại các phủ. (*Xem*: *Tăng-lục tư*)

TĂNG-CHÁNH TƯ (*TY*) 僧正司: Một sở quan-chức cai quản chư Tăng, do nhà Tăng đảm-nhiệm. Sở nầy lập ra từ vua Văn-Tông nhà Đường, đặt ở mỗi châu trong nước Trung-hoa. (*Xem*: *Tăng-lục tư*.)

TĂNG-CHÚNG 僧衆.— Samgha (*scr.*): Giáo-hội chư Tu-hành có thọ Cụ-túc giới. *Tăng* là tiếng Phạn đọc tắt, đọc trọn: *Tăng-già* (*Samgha*). Tức là một số đông những vị Tỳ-kheo hòa-hiệp nhau thành một đoàn-thể. *Chúng* là tiếng Hán dịch nghĩa tiếng *Tăng, Tăng-già*. Vậy *Tăng-chúng* là hai tiếng Phạn và Hán đồng-nghĩa, dùng để gọi chư Tỳ-kheo trong một ngôi chùa, trong một Giáo-hội Phật.

TĂNG-GIÀ 僧伽.— Samgha (*scr.*): Chữ Phạn, dịch nghĩa: *Chúng hòa hội*, Giáo-hội những vị Tỳ-kheo. Cũng viết: *Tăng-khư* 僧佉, *Tăng-Kỳ* 僧祇. Viết tắt: *Tăng*. Ấy là một ngôi trong *Tam Bảo*.—

Tăng-già (*Sinha, Singha*) cũng là tên nước Tích-lan (*Ceylan*), một nước miền Nam cõi Ấn-độ. Dịch nghĩa: *Sư-tử quốc*. Ngày xưa, người-ta gọi nước Tích-lan là *Tăng-già quốc* (*dịch là: Sư-tử quốc*). Vì vậy, nên hiện nay, người Âu-châu cũng còn gọi dân Tích-lan là *Singhalais*.

TĂNG-GIÀ-BÀ-THI-SA 僧伽婆尸沙 .-Samghadisesa (*scr.*) Cũng viết: *Tăng-tàn*. Mười ba giới khá trọng của Tỳ-kheo.

- Xem: *Tăng-tàn*.

TĂNG-GIÀ-DA-XÁ 僧伽耶舍 Samghayaçası (*scr.*): Cũng viết: *Già-da-đa xá*. Vị Tổ đời thứ 18 trong hàng 28 *Tổ-sư Tây-thiên*.

TĂNG GIÀ LAM 僧伽藍 Samgha (*scr.*) Cũng kêu: *Tăng-già la ma*. 僧伽藍摩, kêu tắt: *Già-lam*, Tàu dịch *Chúng viên*. Cảnh vườn, rừng nơi ấy các vị sư hội-hiệp và ăn ở mà tu học.

Ngày nay, tiếng *Tăng-già-lam* hay *già-lam* dùng để gọi ngôi chùa Phật.

TĂNG GIÀ LÊ 僧伽梨.-Samghati (*scr.*): Một áo trong bộ *Tam y* của hàng Tỳ-kheo Ấy là cái áo tràng phía ngoài. Bộ *Tam y* của nhà sư là:

1. Áo Tăng-già-lê (*samghati*) phía ngoài,

2. Áo Uất-đa-la-tăng (*Uttâra-samgha*) phía giữa,

3. Áo An-đà-hội (*Antarvàsaka*) phía trong.

Có nhiều tiếng dùng để gọi *Tăng-già-lê* : Đại-y, Tổ-y, Tạp toái y, Nhập vương-cung tụ-lạc thời y.

Gọi là *Đại-y*, vì trong Tam y (*Ba áo*), áo *Tăng-già-lê* là lớn hơn hết. Gọi là *Tổ-y*, vì là áo của chư Tổ nối nhau mà truyền cho Đệ-tử. Gọi là *Tạp toái y*, vì là áo hiệp lại bởi nhiều miếng vải vụn; tức áo *Tăng-già-lê* có chín, mười lăm, hoặc hai mươi lăm miếng vải. Gọi là *Nhập vương-cung tụ-lạc thời y*, vì nhà sư mặc áo ấy đặng đi vào đền vua, hoặc vào làng xóm mà thuyết pháp, khất thực, làm mọi Phật-sự.

Mỗi khi nhà sư mặc áo *Tăng-già-le*, thường có đọc câu chú nguyện nầy :

Thiện tai giải-thoát phục, vô-thượng phước-điền y, phụng trì Như-lai mạng, quảng độ chư chúng-sanh. ÁN MA-HA CA-BÀ, BA-TRA TẤT-ĐẾ TÁ HA!

TĂNG-GIÀ-MẬT-ĐA 僧 伽 蜜 多.-Samghamitrâ (*scr.*).— Samghamittâ (*p.*) : Bà công-chúa con vua A-Dục (*Asoka*), xuất-gia theo đạo Phật, được vua phái xuống đảo Tích-Lan (*Ceylan*) mà độ hàng phụ-nữ xứ ấy, lối 200 năm sau Phật tịch, vào thế-kỷ thứ ba trước Dương-lịch.

Bà có đem một cành Bồ-đề từ nơi chỗ Phật thành Đạo mà trồng tại vòng chùa lớn ở thành Anurâdhapura. Cho đến nay, cây Bồ-đề ấy vẫn còn tươi tốt ở xứ Tích-Lan. Bà có hợp sức với ngài Ma-thần-đà (Mahindra) cũng là một vị hoàng-tử xuất-gia mà khai hóa người xứ Tích-Lan Bà có truyền giới tu xuất-gia và tại-gia cho rất nhiều người phụ-nữ trong cung cấm, trong hoàng-tộc, cho đến hàng phụ-nữ của quan-chức và dân-chúng.

Chuyện tích truyền giáo của bà có ghi trong Bộ Tích-Lan đại thống sử (Mahavansa).

TĂNG-GIÀ-NAN ĐỀ 僧 伽 難 提.-Samghanandi (*scr.*) : Vị Tổ-sư đời 17 trong hàng 28 vị Tổ nối nhau mà nắm giữ đạo Phật ở Thiên-Trước. (*Xem : Tổ sư Tây-Thiên*).

Theo *Truyền đăng lục*, ngài Tăng-già-nan-đề là hoàng-tử con vua Bảo-trang-Nghiêm, sanh ra tại thành Thất-la-phiệt.

Trong quyển *Phật-tổ chánh-tông đạo ảnh* có chép : Sau khi tôn-giả *Tăng-già-nan-đề* xuất-gia, ngài tầm đến một cái động đá, vào ngồi trong ấy mà nhập định. Khi ra khỏi cơn định, mở mắt thấy Tổ thứ 16, La-hầu-la-đa (*Bâhulata.*), Tổ hỏi rằng :

— Thân ngươi định hay tâm ngươi định ?

— Cả thân và tâm đều định hết.

— Nếu thân và tâm đều định hết, thì cái gì xuất và nhập ?

— Tuy có xuất nhập, mà không mất cái tướng Định.

Nhờ Tổ hỏi Đạo, tôn-giả *Tăng-già-nan-đề* khoát nhiên. Liền đó, ngài cầu Tổ độ thoát cho ngài.

TĂNG-GIÀ-TRÁ 僧伽吒 Chữ Phạn, có hai nghĩa :

1. *Tăng-già-trá* cũng viết *Tăng-già-đa*. Dịch là : pháp-môn tập-hội, cách thức nhóm họp của Giáo-hội, của chư Tăng.

2. Tên một thứ gió vào lúc khởi lên Phong-tai trong kiếp.

TĂNG GIỚI 僧戒 : Giới-luật của vị Tăng.

Tức là giới-luật của hàng xuất-gia : Sa-di, Sa-di-ni, Tỳ-kheo, Tỳ-kheo-ni.

TĂNG-KỲ 僧祇 : Tăng-kỳ là chữ âm theo Phạn, có hai nghĩa :

1. *Tăng-kỳ*, Samgha (*scr.*) Communauté (*fr.*) : Tức là *Tăng-già*, kêu tắt là *Tăng*, dịch nghĩa : *Chúng*. Giáo-hội các thầy tu trong nước, hoặc đoàn-thể thầy tu ở chung với nhau tại một ngôi chùa mà tu học.

2. *Tăng-kỳ*, Asamkhya (*scr.*) Innombrable (*fr.*) : Tiếng kêu tắt *A-tăng-kỳ*, dịch : *Vô-số*. Tỷ như Phật A-Di-Đà, kêu tắt là Phật Di-Đà; A-la-hán, kêu tắt là La-hán.

Trong Kinh chữ Hán, người-ta dùng chữ *Tăng-kỳ* thay cho chữ *A-tăng-kỳ* về những thể văn kệ, vì cách hành văn kệ thì số chữ trong mỗi câu có hạn-định, và nhiều chữ đối chọi nhau.

(Xem : *A-tăng-kỳ.*)

TĂNG KỲ LUẬT 僧祇律 : Bộ sách luật cho các nhà sư đạo Phật. Kêu trọn : *Ma-ha Tăng-kỳ luật.*

Một bộ trong Năm bộ luật. Ngài sa-môn Pháp-Hiển, một vị cao-tăng Trung-Hoa, lo rầu về nỗi luật tu hành ở nước mình có bề khiếm khuyết, bèn dốc chí qua Thiên-Trước mà nghiên-cứu đạo-lý. Ngài rời khỏi thành Trường-an năm 399 ; trong mười lăm năm, có viếng các danh-lam cổ-tự ba mươi nước ở Thiên Trước. Ngài có học chữ Phạn và nghiên-cứu các kinh luật, phiên dịch và thơ tả. Về nước năm 414, ngài có đến đất Giang-Nam mà hợp-tác với một vị thiền-sư Thiên-Trước tên Bạt-đà-la 跋陀羅, nhờ thiền-sư biện định chính-đính về bộ *Tăng-kỳ-luật* do ngài phiên dịch.

TĂNG-KỲ VẬT 僧祇物 .—Les biens de la communauté boud--dhique (*fr.*) : Mọi đồ vật dụng của Đại-chúng, đồ vật chung của Nhà chùa. *Tăng-kỳ vật* là đồ vật của chư Tỳ-kheo, Tỳ-kheo-ni trong mười phương do những vị thí-chủ trong mười phương gởi đến cho chư Tỳ-kheo và Tỳ-kheo-ni thâu dùng. Những đồ vật ấy như là : ruộng, vườn, chùa, thất, lúa, gạo, bàn, ghế v.v ở khắp mười phương của Đại-chúng. *Tăng-kỳ vật* cũng kêu là *Thập phương tăng vật, Tứ phương tăng vật.*

Tăng-kỳ vật là của chung, một vị sư có xài phải giữ gìn đừng cho hư bể ; và khi đi chỗ khác, nên giao trả cho viên tri-sự.

Ai cướp phá *Tăng-kỳ vật* thì phạm tội rất lớn, có thể đọa vào Vô-gián địa-ngục.

TĂNG-LẠP 僧臘 : Tuổi của thầy Tăng, của vị Tỳ-kheo, Tỳ-kheo-ni. Mỗi kỳ an-cư ba tháng trong năm kể là một tuổi tu. Giáo-hội Tăng-già tính theo tuổi tu của mỗi vị sư mà sắp đặt thứ-lớp chỗ ngồi khi có lễ. Đồng-nghĩa : *Giới-lạp, hạ-lạp, pháp-lạp.*

(*Xem : Lạp.*)

TĂNG-LỤC TƯ (TY) 僧錄司 : Một sở quan chức cai quản chư *Tăng* toàn quốc, do chư tăng đảm nhiệm. Đời nhà Đường, vua Văn-tông (827—840) có lập ra ở kinh-đô sở *Tăng-lục tư*, bên tả bên hữu đường vô đền vua. *Tăng-lục tư* chưởng quản Phật-giáo toàn quốc. Ngoài ra, chánh-phủ có đặt ở các phủ sở *Tăng-cang tư*, ở các châu sở *Tăng-chánh-tư*, ở các huyện sở *Tăng-hội tư*. Như thế, Đạo Phật là Quốc-giáo của Trung-Hoa ngày xưa, Chánh-phủ công-nhận và ủng-hộ.

TĂNG-NGHI 僧儀 : Oai-nghi, cốt-cách của thầy tu xuất-gia. Một nhà sư đã thọ giới xuất-gia, dầu làm Sa-di hay Tỳ-kheo, phải giữ đủ oai-nghi đặng cho người đời phân biệt mà kính trọng. Trong các oai-nghi, sự xuống tóc cạo râu và mặc áo cà-sa là cần kíp hơn hết.

TĂNG - PHƯỜNG 僧坊 : Khu-vực của nhóm Tăng-già. Chỗ chư tăng cư-trụ, như địa-cuộc, phòng thất trong một Tinh-xá. Tức là cảnh Tinh-xá lớn, cảnh Chùa-chiền lớn, nơi ấy có nhiều vị sư tu học.

Tăng-phường cũng có nghĩa : Tăng-phòng, tịnh-thất của thầy Tăng.

Niết-bàn Kinh : Trong những người tin Tam Bảo, có hai hạng : hạng thường đến *Tăng-phường* và hạng chẳng đến. Bồ-tát nên biết rằng : hạng đến là thiện, hạng chẳng đến chẳng đáng gọi là thiện. Trong những người đến *Tăng-phường*, lại có hai hạng : hạng lễ bái và hạng chẳng lễ bái.. Bồ-tát nên biết rằng : hạng lễ bái là thiện, hạng chẳng lễ bái chẳng đáng gọi là thiện...

TĂNG-QUAN 僧官 : Vị quan chức nhà sư. Ngày xưa, ở nước ta, Chánh-phủ có đặt ra những quan - chức nhà sư, để giữ gìn hệ-thống đạo Phật. Như những chức Tăng-lục, Tăng-cang, Tăng-chánh đều là *Tăng-quan*. (*Xem* : *Tăng-lục tư*.)

Và gần đây, ở nước Tây-Tạng, Chánh-phủ do một vị Tăng cai-trị, ngài Đạt-lại lạt-ma (*Dalaï-lama*). Cộng-sự với ngài ở kinh-đô Lạp-tát (*Lhassa*) và ở các tỉnh, có rất nhiều vị *Tăng-quan*, từng học ở các ngôi Chùa lớn trong nước.

TẰNG-TÀN 僧殘 .— Samghadisesa (*scr.*) : Đọc theo Phạn : *Tăng-già-bà-thi-sa* (*Samghadisesa*), dịch nghĩa : Tăng sơ tàn, *Tăng-tàn* (*Tồn hại thầy Tăng*). Ấy là 13 điều Giới trong 250 điều của Tỳ-kheo, 17 điều Giới trong 348 điều của Tỳ-kheo-ni. (*Xem rõ ở quyển « Tăng-đồ nhà Phật »*.) Giới-bổn Tỳ-kheo và Tỳ-kheo-ni có khoản *Tăng-tàn* là những giái khá trọng. Kẻ phạm giới ấy cũng như người bị thương nơi cồ, chớ chưa đứt đầu, vì còn có thề trị lành nhờ sám-hối. Nếu phạm giới Ba-la-di (*Parajika*) là giái lớn, nặng, thì tỷ như kẻ bị đứt đầu, không còn có chơn trong Giáo-hội nhà sư được nữa.

Theo Luật Phật, nhà sư phạm giới *Tăng tàn*, sau khi xưng tội và sám-hối, thì *biệt trụ* và bị *cấm phòng*. Biệt trụ là ở riêng đối với chư tăng ; trước khi khai tội, đã phạm mấy ngày thì biệt trụ mấy ngày. Kế đó, bị cấm phòng thêm sáu ngày nữa. Trong thời-kỳ biệt trụ và cấm phòng, vị sư phải ăn năn, đề sau nầy khỏi phạm nữa.

TĂNG TỰ-TỨ NHỰT 僧自恣日 : Ngày mà Tăng-chúng hội lại, nhơn đó vị nào xét mình có lỗi thì tự ý nói ra đề ban Tăng-già chứng-minh cho mình sám-hối. Ấy là rằm tháng bảy, ngày mãn kỳ kết-hạ trong ba tháng mỗi năm. Ngày ấy, các vị Tỳ-kheo đã đi tản-mác chỗ nầy chỗ kia mà tu học, đều phải tựu về Chùa. Hôm ấy, có cuộc đọc giới-bổn Tỳ-kheo. Sau khi ấy, ai thanh-tịnh, thì tinh-tấn mà tu học thêm ; ai lỗi lầm, phải, tự mình sám-hối.

Tăng tự-tứ nhựt cũng kêu là *Phật hoan-hỷ nhựt* (*Ngày vui vẻ nhứt của chư Phật*). Vì là ngày cuối năm tu của chư Tỳ-kheo Phật-tử (*trải qua ba tháng nhập hạ kề là một tuổi tu của Tỳ-kheo*). Lại đến rằm tháng bảy, chư Phật chư Tăng hội lại mà chứng-minh và hộ-niệm cho những thiện-nam tín-nữ đến cúng dường đề cầu phước cho cha mẹ ông bà quá vãng.

TĂNG-THỐNG 僧統 : Chức quan do Triều-đình phong tặng cho nhà sư thống-lãnh Phật-giáo. Bên Trung-Hoa, hồi đời nhà Hậu-Ngụy, ở phía Bắc, có đặt ra chức *Tăng-thống* đề gồm lo mối đạo khắp cả nước. Ở Việt-Nam ta, về thời xưa, cũng có chức *Tăng-thống*.

TĂNG-TRIỆU 僧肇.— Seng-tchao (*ch.*) : Một vị Sa-môn người Tàu, đệ-tử của Cưu-ma-la-thập (*Kumârajiva*). *Tăng-Triệu* là một nhà phiên dịch Kinh điển chữ Phạn ra chữ Hán ở tại Trường-An.

TĂNG-XÁN ĐẠI-SƯ 僧璨大師 : Tổ đời thứ ba ở Đông-độ, do ngài Huệ-Khả truyền y bát. Trong **Phật-tổ Chánh-tông đạo-ảnh** có chép : Tăng-Xán đến yết kiến Tổ Huệ - Khả và bạch rằng : Thân của đệ-tử cứ bị bịnh tật từ trước vướng víu theo mãi. Nay thỉnh Sư sám-hối tội cho.

— Hãy đem tội của ngươi đến đây, ta sẽ sám-hối tội cho.

Một chặp lâu, Tăng-Xán bạch :

— Tôi tìm kiếm tội, không thấy ở đâu.

— Thôi ta đã sám-hối cho ngươi rồi đó.

Tổ lại giảng chobiết phép Sám Bát-nhã.

Truyền Pháp cho Tăng - Xán xong, Tổ thứ nhì dạy rằng : « Ngươi được Pháp rồi, nên vào núi sâu mà ở, lúc nầy chưa phải thời ngươi hành hóa. Trong nước đương có nạn.

Đến đời Hậu-Châu (951-959), sẽ có sự sa thải, phế đạo. »

Tổ thứ ba *Tăng-Xán* bèn đi vào núi Tư-không, khi ở chỗ nầy, lúc ở chỗ khác. Ngài vào núi La-phù, giảng rộng lẽ Tâm quan-trọng với mọi người. Ngài lập Pháp-hội, khai hóa nơi cội cây.

Đến triều Huyền-Tông (713-755) nhà Đường, có Sắc thụy phong cho ngài là Giám-trí thiền-sư.

TĂNG-CA LAN-DA BỘ 僧迦闍耶部 Sautrântika (*scr.*) Một học-phái cổ cựu trong đạo Phật, mà những nhà học Phật Đại-thừa nhận là phái Tiểu-thừa. Cũng viết : *Tăng-ca-lan-đa bộ.*

TĂNG-CA-LAN-ĐA BỘ 僧迦蘭多部 Sautrântika (*scr.*) Cũng viết : *Tăng-ca-lan-da bộ.* Phái Phật-giáo Tiểu-thừa, sáng lập bởi *Câu-ma la-la-đa* (*Kumâralabdha*).

TĂNG-KHỨ SƯ 僧佉師 Samkhya (*scr.*) Một phái tu-hành ngoại-đạo ở Thiên-Trước, đã có trước khi đức Thích-tôn ra đời. Và lúc Phật ra đời, cũng còn những người tu-hành theo phái ấy; có một số bỏ phái *Tăng-khứ-sư* mà thọ trì Phật-Pháp. Đọc theo nghĩa: *Số-luận sư.*

TĂNG NHỨT TẬP 增一集 Anguttara Nikâya (*p.*) Một bộ Kinh Phật. Trong Kinh ấy, Phật có khuyên thanh-niên nam nữ nên giữ lòng trinh-bạch, thì tinh-thần mới được sáng suốt, còn có kết hôn thì nên giữ lẽ một vợ một chồng, chớ không nên phạm tà-dâm và sa ngã vào sự nhiều vợ nhiều chồng.

Lại trong *Tăng Nhứt Tập,* Phật dạy chúng-ta không nên tin nhận những điều mách bảo của Tiên-thánh, mà hãy xem xét cho thật kỷ bằng lý-trí và thiệt-nghiệm, rồi sẽ tin nhận sau.

TĂNG THƯỢNG MẠN 增上慢 Lòng khinh mạn quá cao. Như kẻ chưa có, chưa đắc, chưa chứng mà nói mình đã có, đã đắc, đã chứng. Bực xuất-gia *tăng-thượng mạn* thì lòng còn mê ám mà nói mình đã đắc pháp Thượng-thánh, đã chứng lý Thượng-thánh.

Trong **Kinh Pháp-Hoa,** đức Phật nói rằng về đời mạt-pháp, rất có nhiều nhà tu-hành *tăng-thượng mạn,* ưa sự cúng-dường hơn đường tu-học.

Tăng thượng mạn là một mối trong bảy mối khinh-mạn: 1. Mạn. 2. Quá mạn. 3. Mạn quá mạn. 4. Ngã - mạn. 5. *Tăng-thượng mạn.* 6. Tỳ-liệt mạn. 7. Tà-mạn.

(*Xem: Mạn.*)

Trong **Kinh Pháp-Hoa,** phẩm Phương-tiện, Phật Thích-Ca có phán với Xá-lỵ-Phất rằng: Pháp ta cao siêu, vi diệu, suy nghĩ không cùng. Những kẻ *tăng-thượng mạn* nếu nghe thì không đem lòng kính trọng và tin tưởng.

TÂY CÒ-ĐÀ-NI 西瞿陀尼 Godana (*scr.*) Một châu trong *Tứ châu* Châu Cồ-đà-ni vì ở về phương Tây đối với núi Tu-di, nên kêu chung là *Tây Cồ-đà-ni.* Cũng viết: *Cồ-da-ni.* Dịch nghĩa: *Ngưu-hóa châu.* (*Xem: Tứ châu.*)

TÂY-CHỦ (*CHỦA*) 西 主 Tức: *Tây phương Giáo-chủ*. Vị Chúa-tể là Phật Di-Đà ở tại cõi Tịnh-độ kêu là Cực-lạc thế-giới mà giáo-hóa chúng-sanh và tiếp-dẫn chúng-sanh từ các cõi khác sanh về cõi của ngài. Vì cõi Tịnh-độ do Phật Di-Đà làm chủ ở về phương Tây đối với cõi Ta-bà, nên người cõi Ta-bà nầy xưng ngài là *Tây-chủ*.

TÂY-DU KÝ 西 遊 記 Bộ sách viết bởi *Huyền-Trang* sau khi ngài du-hành Tây-Trước về. Bộ sách ấy chép các điều nhựt-ký của ngài Huyền-Trang từ khi mới cất bước là năm 629, cho đến lúc về tới Trường-An là năm 645, thuật các chuyện du lịch và học đạo trong 17 năm của ngài. Huyền Trang viết xong bộ sách ấy, đưa lên vua Đường Thái-tông duyệt phê, vua có đề tặng bài ngự chế cho bộ *Tây-du ký*. Thật là bộ sách có giá-trị nhứt về nhiều phương-diện: địa-dư, sử-ký, phong-tục, văn hóa, đạo đức.-

Tây-du ký lại là bộ tiểu thuyết mà một đạo-sĩ Tàu đời nhà Nguyên (1.277-1.370) tên Khâu-xử-Cơ đặt, trong ấy vai chánh là Huyền-Trang đi Thiên-trước thỉnh kinh, trải qua 81 tai nạn, may nhờ có ba người đệ-tự có phép thuật là Tôn-ngộ-Không, Sa-Tăng và Bát-Giới hộ vệ và trừ yêu quái cho. Sách *Tây-du ký* nầy có dịch ra Việt-ngữ nhan đề Tây-du diễn nghĩa hay Truyện Tây-du.

Vì bộ *Tây-du ký* của Khâu-xử-Cơ rất phổ thông trong chốn bình dân, lâu đời người Tàu và người Việt phần đông đều lầm tưởng rằng những chuyện chép trong ấy là có thiệt.

Vậy độc-giả nên biết rằng *Tây-du ký* do Huyền Trang viết là sách chép chuyện thiệt, còn *Tây-du ký* của Khâu-xử-Cơ chẳng qua là tiểu-thyết để giải buồn mà thôi.

TÂY HẠNH 西 行 Hạnh-nghiệp của người quyết định sanh qua cõi Tịnh-độ ở phương Tây. Phương pháp hành trì của người tu Tịnh-độ.

TÂY NGƯU-HÓA CHÂU 西 牛 貨 洲 Godana (*scr.*)

Một châu trong *Tứ châu*. Châu nầy vì ở về phương Tây đối với núi Tu-di, nên kêu là *Tây Ngưu-hóa châu*.

Cũng kêu theo Phạn: *Cồ-đà-ni, Cồ-da-ni*.

Ở châu ấy, sanh sản rất nhiều bò, người-ta dùng bò trong việc đổi-chác, nên kêu là *Ngưu-hóa châu.*

(*Xem : Tứ châu.*)

TÂY PHẬT 西 佛 Amitabha (*scr.*).—Amita (*jap.*) Tức là đức Phật A-Di-Đà, vì Cõi Cực-lạc thế-giới của Ngài đối với cõi Ta-bà thì ở về phương Tây. (*Xem : A-Di-Đà Phật.*)

TÂY-PHƯƠNG 西 方 Occident (*fr.*) Phương Tây. Đối với : Đông-phương. Như người Tàu gọi nước Ấn-Độ là *Tây-phương* hay *Tây-thiên,* vì Ấn-Độ ở về miền Tây đối với nước Tàu. Lại như người Á-châu gọi Âu-châu là *Tây-phương.* Tiếng thường dùng để gọi tắt *Cực-lạc thế-giới* của Phật A-Di-Đà, vì cõi ấy ở về phương Tây đối với cõi Ta-bà của chúng ta. Như nói : *Vãng sanh Tây-phương,* tức là sanh qua cõi Cực-lạc thế-giới bên phương Tây vậy.

TÂY-PHƯƠNG BÁ VỊNH 西 方 百 詠 : Trăm bài thơ rất có danh, vịnh cảnh Cực-lạc thế-giới, do giảng - sư Tông-Bổn soạn, có in trong bộ Qui-nguyên trực-chỉ.

TÂY-QUANG 西 光 Hào-quang phương Tây. Tức là Hào-quang của đức Phật A-Di-Đà ở Cực-lạc thế-giới phương Tây đối với cõi Ta-bà nầy. Hào-quang ấy chiếu tới các cõi trong Mười phương.

TÂY-SÁT 西 刹 Cõi đất phương Tây. *Sát,* Ksha là tiếng Phạn, dịch là *Độ* (*Thổ*) : Đất, Cõi đất. Cõi Tịnh-độ do đức Phật A-Di-Đà làm Giáo-chủ ở về phương Tây đối với cõi Ta-bà của chúng-ta, nên gọi là *Tây-sát.*

TÂY-TẠNG 西 藏 Tibet ou Thibet (*fr.*) Nước ở phía Bắc cõi Ấn-Độ và xứ Nê-Bạc-Nhĩ (*Népal*), phía Tây nước Tàu. Tây-Tạng là một nước độc-lập, trên có đức Phật sống, vua Đat-lại lạt-ma (*Dalaï-lama*) trị vì.

Lập quốc hồi thế-kỷ thứ bảy, do một nhà anh-hùng là Srong-btsan-Sgam-po (*Song-tán-tư-cam*) xưng vương. Vua nầy nhờ mạnh thế mà cưới được hai bà công-chúa, một bà ở nước Nê-

Bạc-Nhĩ tên Bạch-Ly, con vua Amçuvarman, và một bà ở nước Tàu tên Văn-Thánh trong gia-quyến vua Thái-tôn nhà Đường. Hai bà chúa đều là người đạo Phật, có giúp vua Srong-btsan-Sgam-po rất đắc lực trong cuộc khai-hóa về xã-hội, về đạo-đức. Về sau, vua và hai bà hoàng-hậu đều được dân chúng sùng thượng vào bực Phật.

Đạo Phật đã khởi sự tuyên truyền hồi đời vua ấy. Song đến thế-kỷ thứ tám ; vào đời vua Khri-srong Ide-btsan (Ngật-túc song đề-tán), đạo Phật càng thạnh thêm. Vua có thỉnh từ Ấn-Độ lên một vị Pháp-sư đắc đạo là Padma-Sambhava (*Liên-hoa Sanh*) và có theo lời chỉ dẫn của Pháp sư mà cất ngôi chùa đầu tiên, hiệu Samyl (*đọc : Bsam-yas*) vào năm 770. Ngôi chùa ấy đến nay vẫn còn, cách kinh - thành Lạp - Tát (*Lhassa*) chừng 50 cây số ngàn, cao 4.000 thước khỏi mặt biển. Vua lại có thỉnh nhiều vị Tam-tạng pháp-sư khác ở Ấn-Độ lên đề hoằng dương Phật-pháp. Các sư tiếp tay nhau mà soạn dịch Kinh Luật. Đến thế-kỷ thứ mười bốn thì dọn thành hai bộ Kinh kiệt-tác : Kanjour (*đọc : Bkao'gyur*) và Tanjour (*đọc : Bst an'gur*) gom vào đủ Tam tạng Kinh và các môn học. Đến cuối thế - kỷ 14, lại có một nhà cải - cách, Tsong-Kha-pa (Tông-cáp-ba) đứng ra chấn - hưng Phật-giáo và làm thành Phái thầy tu áo vàng mũ vàng, Hoàng-giáo đến ngày nay.

TÂY-THIÊN 西 天 Occident, Inde (*fr.*) Trời Tây. Tiếng dùng để chỉ cõi *Ấn-Độ*. Cũng kêu : *Tây-vực*, *Thiên-trước*.

Đối với Trung-Hoa, Ấn-Độ ở bên trời Tây, nên kêu là *Tây - Thiên*. Lại đạo Phật gốc từ Ấn-độ phía trời Tây mà truyền qua Trung-Quốc và các vùng phụ-thuộc theo văn - hóa Trung-Quốc, cho nên người ta gọi Ấn-Độ là *Tây-thiên*.

Đối với *Đông-độ* (*Đông-thổ*) là miền Phật-giáo tu học đạo Phật theo chữ Hán.

Như *Tây-Thiên Tổ-sư* là 28 đời Tổ-sư nắm giữ đạo Phật ở Ấn-độ sau khi đức Phật diệt-độ. (*Xem Tổ-sư* (*Tây-Thiên*), *Ấn-Độ*.

TÂY-VỰC 西 域 Régions occidentales (*fr.*) Các nước ở ngoài ranh nước Tàu ném về hướng Tây, như Tây-Tạng và các nước trong cõi Ấn-Độ. *Tây-Vực* cũng là Ấn-Độ, vì cõi Ấn-Độ ném về hướng Tây đối với nước Trung-Hoa.

Trong những sử sách nói về *Tây-Vực*, có hai bộ có danh tiếng hơn hết :

1. *Tây-Vực truyện* hồi nhà Hậu-Hán (25-219 *Dương-lịch*),

2. *Tây-Vực ký* hồi nhà Đường (618-905 *Dương-lịch*).

Trong số những vị cao-tăng *Tây-Vực* qua bên Trung-Hoa truyền đạo, có nhiều vị nghiên-cứu chữ Hán rất giỏi và từng dịch Kinh chữ Phạn ra chữ Hán. Như : Pháp-Lan (*Dharma-Aranya*) *cùng* dịch Kinh Tứ Thập Nhị Chương với Ca-Diếp Ma-Đằng (*Kaçyapa Màtanga*), Cương-lương-da-xá (*Kàlayasa*) dịch bộ Quán Vô-Lượng-Thọ Kinh, Cưu-ma-la-Thập (*Kumârajiva*) là vị Sa-môn dịch Kinh nhiều nhứt v.v.

Lại ngài Sơ-tổ Thiền-tông, Đạt-ma Đại-sư, đến Trung-Hoa vào đầu thế-kỷ thứ sáu Dương-lịch, cũng là người *Tây-Vực*.

TÂM 心 Chữ *tâm* có những nghĩa về vật chất và về tinh thần.

A-Về vật-chất, *tâm* là :

1. Trái tim (*Pháp : cœur*) : Như trong *Bồ-tát giới kinh* có nói : Hễ Bồ-tát nghe tiếng bọn người ác ngoại-đạo đem lời gièm-pha phá-hủy Phật-giới, dường như ba trăm mũi giáo đâm vào *tâm* mình.

2. Chỗ chính giữa (*Pháp : centre*). Cũng như *trái tim* ở chính giữa thân-thể, cái chi ở chính giữa sự vật, gọi là tâm, trung-*tâm*, trung-*tâm* điểm.

B.— Về tinh-thần, *tâm* thường dịch nôm là *lòng*, nghĩa là :

1. Lòng-dạ, nỗi niềm cảm động. Như : An-*tâm*, loạn-*tâm*, *ưu-tâm*, hỷ-*tâm*.

2. Nội (*bề trong*), đối với ngoại (*bề ngoài*). Như : *Tâm-nhãn*.

3. *Chí*, lòng cương quyết. Như : nhứt *tâm*, chuyên *tâm*, *tâm-lực*.

4. Ý (*Phạn* : *Çitta*), tức *tâm-ý*. Như : tham-*tâm*, sân-*tâm*, si-*tâm*, Bồ-đề *tâm* (*Bodhiçitta*).

5. *Thức* (*Phạn* : *Vijnna*) tức *tâm-thức*. Như trong *Bát thức* (*Tám thức*), người-ta thường gọi cái thức *A-lại-da* là *tâm*.

6. *Trí*, tức trí-thức, *Tâm trí*. Như : *Phàm-tâm* ; *Vọng-tâm*, *Thánh-tâm*, *Phật-tâm*, *Chơn-tâm*.

7. Cái *linh-giác* chung của : chúng-sanh, vạn-vật, võ-trụ, tức là *tâm-linh*, thần-hồn. Như trong *Niết-bàn kinh*, quyển 34, Phật phán : Những chúng-sanh ở đời làm thiện hoặc làm ác, khi xả thân, thì Tứ đại đều tan rã hư-hoại. Lúc ấy, người nào đã làm Nghiệp thuần-thiện thì cái *tâm* đi lên ; kẻ nào đã làm Nghiệp thuần-ác, thì cái *Tâm* đi xuống.

8. *Căn-bổn*, chỗ phát-sanh, chỗ trụ cốt. Như : *tâm-địa tâm-vương*.

9. *Tánh*, tức tâm-tánh. Như : *tâm bình*, *tâm trực*.

10. *Chỗ bí-mật*. Như : *tâm sự*, *tâm truyền*. *Tâm* đối với : *sắc*, *trần*, *cảnh*, *thân*.

Long-Thọ Bồ-tát dạy rằng : Phật-pháp lấy *tâm* làm gốc, lấy thân và khẩu làm ngọn.

Lục-tổ Huệ-Năng dạy rằng : Về sự tu tập nền Đại Trí-Huệ, trong *Tâm* phải thiệt hành, chớ chẳng phải duy ở cửa miệng tụng niệm. Miệng niệm mà *tâm* chẳng thiệt hành thì như ảo, như hóa, như giọt móc, như lằn điển. Miệng niệm, *tâm* hành, ắt *tâm* với miệng ứng nhau, bổn-tánh là Phật, rời tánh ra, không có Phật nào khác.-Xem : *Thập tâm*, Mười tâm thuận thế và Mười tâm nghịch thế.

TÂM-ẤN 心印 Le sceau du cœur (*fr.*) : Dấu in vào tâm. Sự truyền cái Phật-tâm từ nơi Tôn-sư qua cái tâm của đệ-tử.-Cách truyền-thọ bí-mật một Pháp-môn từ tâm nầy sang tâm kia.— Chỗ thiết yếu trong tông-phái. Đồng nghĩa : *Pháp-ấn*.

Tâm-ấn là cách truyền Đạo đặc biệt của Thiền-tông. Phái nầy chẳng nương theo văn-tự trong Kinh điển, chẳng dùng lời nói. Hễ thấy trình-độ của đệ-tử có thể thọ lãnh, ông thầy dùng tâm mà ấn tâm, tức là đem cái tâm Phật ở nơi mình mà in thẳng vào tâm của đệ-tử. Như vậy kêu là *tâm-ấn.*

Tâm nghĩa là tâm của Phật. *Ấn* nghĩa là ấn định cho là được.—

Lại, chỗ tinh-yếu của pháp-môn, của kinh điển đem truyền cho hàng đệ-tử đích đáng, cũng kêu là *tâm-ấn.*

Lại, nữa, theo Mật-tông, Đại-Nhựt Kinh là *tâm-ấn*, tức là Kinh lý tinh-yếu của *Tam* thừa vậy. Xem : *Pháp-ấn.*

TÂM-BA 心波 : Lượn sóng lòng. Ấy là nói tấm lòng xao động, không thuần nhứt, các ý niệm khác nhau cứ liên tiếp theo mãi, không hề dứt, dường như những lượn sóng biển.

TÂM-BẢO 心寶 : Tâm là quí báu Trong *tâm* có đủ vô-lượng các tài-vật qui báu, cho nên kêu là *Tâm-bảo.*

Lại *tâm* là phần quí báu nhứt của người ta,-tâm tức Phật, đồng với Phật, cho nên kêu là *Tâm-bảo.*

TÂM-BĂNG 心冰 : Giá (*nước đặc*) trong tâm. Lời thí-dụ có nghĩa : trong tâm có điều nghi-hoặc, chưa giải quyết được. Cũng như giá làm trở ngại sự lưu thông trên mặt sông, mặt biển, mối nghi-hoặc làm cho người ta bỡ-ngỡ, không thể giải liễu, cho nên kêu là *tâm-băng.*

TÂM-CẤU 心垢 Bụi-bặm làm dơ cái tâm. Ấy là nói tấm lòng nhiễm trược vì các phiền-não, như : tham-lam, hờn-giận, mê-muội. Tỷ như đồ vật bị bụi bám thì trở nên dơ dáy, cái tâm vốn trong sạch, sáng-láng, nhưng nó bị các phiền-não làm dơ, nên kêu là *tâm-cấu.*

TÂM-CƠ 心機 : Máy lòng. Sự phát động trong lòng. Như thình lình cảm thấy mình lo lắng một điều gì, bèn tùy cơ ứng biến, tức là tùy theo máy động mà liệu lượng thi hành. Hiện-trạng tâm-lý ấy kêu là *tâm-cơ.*

TÂM-CỰC 心極 : Lẽ chí-cực trong tâm. Nghĩa lý cốt-tủy từ trong tâm-não đưa ra, kêu là *tâm-cực.*

TÂM-CHÂU 心珠 Tâm là minh-châu, bảo-châu. Lời thí-dụ. Cái tâm-tánh của chúng-sanh vốn có sẵn những đức trong-sạch, sáng-láng của tâm Phật, tánh Phật. Tâm vốn thanh-tịnh như minh-châu, quí-báu như bảo-châu, nên kêu là *tâm-châu.*

Cũng như nói : *Tâm-bảo, Tâm-linh.*

TÂM CHƠN 心真 Cái tâm tức là đức-tánh chơn-thật. Chúng-ta thảy đều sẵn có đủ cái tâm-thể với bổn-tánh thanh-tịnh, chơn-thật của nó.

TÂM-CHÚ 心呪 : Thần-chú *tâm. Tâm* nghĩa là : chơn-thật, tinh-yếu. Các Thần-chú của chư Phật chia ra làm ba thứ : 1. Đại-chú, 2. Tiểu-chú, 3. *Nhứt tự chú.*

Nhứt tự chú là Thần-chú chỉ có một chữ, một tiếng mà thôi. *Nhứt tự* chú cũng kêu là *tâm-chú.*— Lại nữa, *tâm-chú* là tiếng kêu chung tất cả các Đà-la-ni (*Thần-chú*). Đà-la-ni là phép trổi thắng ở trong tâm của đức Như-lai, cho nên kêu là *tâm-chú.*

TÂM-CHỨNG 心證 .— Témoignage intérieur (*fr.*) : Sự ấn-chứng bề trong ; tâm mình với Phật ấn-chứng với nhau, mà khỏi cần một vị khác hay một ông Thầy làm trung-gian. Như nhà đạo đem hết tâm-lực mà lễ Phật, cúng-dường, tán thán, hoặc đọc Kinh, niệm Phật, tụng Chú, bèn cảm thấy mình được Phật ấn-chứng, như vậy kêu là *tâm-chứng.*

TÂM DIỆT 心滅 : Tâm dứt, các mối lòng đều dứt. *Diệt* trái với *sanh, tạo. Tâm diệt* có hai cách : trước thì dứt *tâm niệm,* sau thì dứt *tâm hành.* Nhà đạo đắc lý *Chơn-như,* rời khỏi tướng *tâm niệm,* tức là trong lòng dứt các mối tư tưởng (*vọng-niệm*). Nhơn đó, các cảnh *tâm hành* tức là các mối toan-tính trong lòng, thảy đều im bặt.

Như trong các Kinh thường nói : tâm sanh, vạn pháp sanh ; *tâm diệt,* vạn pháp diệt.— Lại có câu : Vạn pháp do tâm tạo, nghĩa là mọi sự mọi vật, tất cả võ - trụ đều do tâm tạo ra ; nếu *tâm diệt*, chẳng tạo ra nữa, thì mọi sự vật cũng đều dứt.

TÂM-DỤC 心欲 : Lòng muốn, sự ưa-thích ham-muốn trong lòng. *Tâm dục* có xấu có tốt. *Tâm dục* xấu là ham mê các sự khoái-lạc vật - chất mà quên lễ, nghĩa, đạo lý. *Tâm-dục* tốt là ưa-thích ham-muốn việc niệm Phật, làm các thiện-sự, coi Kinh, Thiền-định, cũng là muốn thoát vòng Sanh-tử, muốn vãng-sanh Tịnh-độ.

TÂM DUYÊN 心緣 : Sự nương leo của tâm. Tâm nương dựa theo cảnh. Ấy là nói : tâm-ý phát khởi nương theo, đeo theo cảnh-vật ở ngoài. Hội ngộ với sự vật, tâm liền xúc động, ưa thích, toan tính, mưu cầu, kêu là *tâm-duyên*. Ngoài thì *lục trần* duyên dự với tâm-thức, kêu là *trần duyên* ; trong thì *lục thức* duyên dự với lục trần, kêu là *tâm duyên* ; do đó, muôn pháp, mọi thứ phiền-não bèn phát sanh. *Tâm-duyên* là phần chủ động, tức là *năng-duyên* ; *trần-duyên* là phần thụ-động, tức là *sở-duyên*. *Tâm duyên* cũng kêu là *căn-duyên*.

TÂM DƯỢC 心藥 : Món thuốc, pháp-môn trị tâm-bệnh. Phàm bệnh thân thể thì dùng y-dược mà điều trị. Còn bệnh tinh thần, như lo rầu, khổ não, rối loạn tâm-trí, nên dùng giáo-pháp xuất thế gian mà điều-trị. Giáo-pháp có hiệu-lực ấy kêu là *tâm dược*.

TÂM ĐĂNG 心燈 : Ngọn đèn lòng. Tức là tâm-tánh, trí-thức trong sạch, yên ổn, chói-lói như ánh-sáng ngọn đèn chiếu ra lúc ban đêm. Cũng như nói : *Huệ-đăng, Tâm-linh.*

TÂM ĐỊA 心地 : Cảnh đất tâm ; *tâm* là nguồn gốc, nền tảng, chỗ nương cậy, phần trồi thẳng. Đạo-Đức gốc ở tâm. Tỷ như những sản-vật của người làm ruộng, làm vườn do nơi đất mà phát xuất ; đạo-đức do nơi tâm mà phát sanh, cho nên kêu tâm là *tâm-địa*.

Chỗ sanh ra vạn pháp (mọi sự mọi vật). Tâm là gốc của vạn pháp, nó có thể tạo ra tất cả các sự vật, cho nên kêu là *tâm-địa*.

Chỗ nương cậy của người tu-hành. Nhà đạo y theo tâm mà gần gũi với đức-hạnh, cho nên kêu là *tâm-địa*. Chúa tể trong *Tam nghiệp*. Trong Ba nghiệp : thân-nghiệp, khẩu-nghiệp và ý-nghiệp, *ý-nghiệp* hay *tâm-nghiệp* là hệ trọng hơn hết, trổi thắng hơn hết, cho nên kêu là *tâm-địa*.

TÂM-ĐIỀN 心 田 : Miếng ruộng tâm. Tỷ như mầm mộng do nơi ruộng đất mà sanh nảy, các việc làm dầu thiện dầu ác, đều phát khởi ra từ nơi tâm, cho nên gọi tâm là *tâm-điền*. Đồng-nghĩa : *Tâm-địa*.

TÂM-ĐÌNH 心 亭 : Cảnh nhà trọ của tâm, tức là cái thân.

Tâm-thần trổi thắng hơn xác-thân, nó quản-trị cái thân, cùng cái thân làm cảnh nhà tạm trú ở đời nầy, cho nên gọi cái thân là *tâm-đình*.

Cũng như nói : *Tâm-thành* (cảnh thành-đô của tâm).

TÂM-GIỚI 心 戒 : Tiếng dùng để gọi Đại-thừa giới, Bồ-tát Giới. Kêu trọn chữ : Bồ-tát tâm-địa *giới*, kêu tắt : *Tâm-Giới*.

Lại nữa, Giới Đại-thừa của Bồ-tát ngăn cấm những tâm-niệm tà vạy, phi pháp. Giái-bổn ấy có nhiều đoạn giảng cho người-ta rõ dầu tưởng sái cũng là có lỗi, chớ chẳng đợi nói sái, làm sái. Vì vậy nên kêu là *Tâm-Giới*.

TÂM HẢI 心 海 : Biển tâm, tâm tức là biển.

Cái tâm của chúng-sanh cũng như biển; những cảnh-giái ở ngoài cũng như gió; những mối cảm biết nảy ra ở Tám thức (*Bát thức*) cũng như những lượn sóng. Cũng như *gió* thổi tới thì làm cho nổi *sóng* trên mặt biển: *trần-cảnh* chạm vào *căn-thức* thì gây nên những cuộc xao-động nơi *tâm*.

TÂM HẠNH 心行 Tâm-tánh và hành-vi, sự động-tác trong tâm và sự động tác bằng thân thể. Cũng như nói : *Tâm-tướng.*

Tỷ như *am-la quả* là trái mà người ta khó phân biệt sống hay chín, có bốn hạng tu-hành mà người ta khó phân-biệt *tâm hạnh* :

1.) Có người *hạnh* tinh-tế, mà *tâm* chẳng chánh thật.

2.) Có người *tâm* tinh-tế, mà hạnh chẳng chánh thật.

3.) Có người *tâm* tinh-tế và hạnh chánh thật.

4.) Có người tâm chẳng tinh-tế và hạnh chẳng chánh thật.

TÂM-HOA 心華 : Tâm như đóa hoa. Cái bổn-tâm của chúng-ta vốn trong sạnh, tinh-khiết như đóa hoa, cho nên kêu là *tâm-hoa.*

Lại có nghĩa : hoa sen nơi tâm, tâm làm một với hoa sen. Hoa sen thì trong sạch hoàn toàn, tiêu-biểu cho Phật. Có phái tu thiền chuyên ngó vào tâm mình, chừng nào thấy hoa sen nơi tâm thì chứng ngộ Diệu-lý. Vì vậy nên gọi là *tâm-hoa.* Đồng-nghĩa : *Tâm-liên.*

TÂM-HƯƠNG 心香 : Nén hương lòng. Đem tấc lòng kính thành mà dâng lên Phật, cũng như người ta đốt nhang cúng Phật. Tấc lòng thành-tín và trong sạch ấy kêu là *tâm-hương.*

TÂM-KINH 心經 : Ấy là bài *Bát-nhã Ba-la-mật-đa Tâm-kinh,* diễn giải thành một quyền. Kêu tắt : *Tâm-kinh.* Cũng kêu : *Bồ khuyết Tâm-Kinh.* Tức bài Kinh dạy cho đắc cái Tâm chơn-thật, lìa khỏi tướng.

(*Xem : Bát-nhã Ba la-mật-đa tâm Kinh*).

TÂM-KÍNH 心鏡 : Mảnh gương lòng. Tỷ như tấm gương sáng, mình ngó vào thì thấy dung-mạo và mọi hình sắc. Cái tâm vốn trong-sạch và yên-tĩnh, nó có thể chiếu thấy các sự duyên, cho nên kêu là *tâm-kính.*

TÂM-KHÍ 心器. Tâm là khí-lượng. *Khí* nghĩa là đồ đựng,

chứa. Như bát dùng đựng đồ ăn thì kêu là *khí*. Tỷ như cái bát chứa đựng đồ ăn, cái tâm chứa đựng muôn pháp, cho nên kêu là *tâm-khí*.

TÂM KHỔ 心 苦 : Những điều khổ-não trong tâm, những nỗi khổ tinh-thần.

Có hai thứ khổ (*nhị khổ*) : nội khổ và ngoại khổ.

Nội khổ là : 1. Các thứ bệnh làm thống khổ thân thể. 2. Các nỗi lo, rầu, giận, ghét v.v. làm đau đớn tinh-thần, kêu chung là *tâm khổ*.

Ngoại khổ là : 1. Những sự khổ gây ra bởi giặc giã, trộm cướp, cọp, sói v.v. 2. Những sự khổ gây ra bởi gió, mưa, lạnh, nóng v.v.

TÂM-KHÔNG 心 空 : Cõi không của tâm. Tâm tánh rộng lớn, đựng chứa muôn tượng, tỷ như cõi Đại hư-không, nên kêu là *Tâm-không*.

Lại có nghĩa : tâm trống không. Ấy là tâm lìa khỏi các phiền-não chướng-ngại, trống lồng, lặng lẽ, không tướng, kêu là *Tâm không*.

TÂM-LIÊN 心 蓮 : Hoa sen tâm, tâm như hoa sen. Phái *Hiển-giáo* cho rằng cái tánh tự nhiên của tâm thì trọng-sạch như hoa sen, cho nên gọi là *tâm-liên*. Còn phái *Mật-giáo* thì cho rằng : chẳng những cái bản-tâm vốn trong sạch, mà ngay cái hình thiệt của trái tim bằng thịt cũng giống như hoa sen rồi, vậy nên gọi trái tim là *tâm-liên*.

TÂM-LINH 心 靈.— L'âme (*fr.*) : Cái tâm-thức của ta thì linh-diệu, cho nên kêu là *tâm-linh*.

Xét về triết-học, tâm ấy biết cảm-giác, có đủ các mối tình, ý, các sở vọng, cho nên kêu là *tâm-linh*. Còn môn-học nghiên cứu các hiện-tượng của tâm, xưa kêu là *tâm-linh học*, nay kêu là *tâm-lý học* (*Pháp* : *Psychologie*).

Xét về tôn-giáo, tâm ấy rất linh-hoạt, biến hiện vô ngại. Phái *Duy-thức* gọi cái *tâm-linh* là *A-lại-da* (*Alaya*) thức, cao trỗi nhứt trong tám thức. Trong khi nhà đạo tham-thiền, người có thể đưa cái *tâm-linh* ấy đến các cảnh-giới tùy theo ý muốn của mình.

TÂM-LỰC 心力 : Sức mạnh của tâm chí, của tâm-tư. Khi người-ta quyết chí làm một việc gì, khi người-ta suy-nghĩ một điều gì, người ta bèn vận-dụng hết cái năng-lực ở tinh-thần của mình, đó kêu là *tâm-lực*.

TÂM-LƯỢNG 心量 : Sự độ lượng, sự suy lượng của tâm. Có *tâm-lượng* của phàm-phu và tâm-lượng của Thánh-giả. Kẻ phàm thì trong tâm khởi lên những vọng-tưởng, độ lượng mọi cảnh-vật ở ngoài. Bực Phật, Thánh chứng ngộ cái chơn-tánh Như-lai, cái tâm-lượng rời khỏi các sở-duyên (*duyên trần-cảnh*) và các năng-duyên (*duyên tâm-thức*), cái tâm-lượng ấy chẳng nương theo tướng, cho nên rộng lớn như hư-không.

TÂM-MA 心魔 : Ma tâm-tánh. Tấm lòng tự cao, khinh ngạo nó che lấp chánh-đạo, phá hại huệ-mạng, kêu là *Tâm-ma*. Một thứ ma trong Thập ma.

(*Xem : Thập ma ở mục chữ Ma.*)

TÂM-MÃ 心馬 : Con ngựa tâm. Tâm ý của kẻ phàm-phu rất xao động, rối loạn, mặc sức phóng túng, cũng như con ngựa cuồng, cho nên kêu là *Tâm-mã*. Cũng nói là *tâm viên ý mã* (*vượn tâm ngựa ý*).

TÂM-NGUYỆT 心月 : Mặt trăng tâm. Tâm tánh trong trẻo và sáng chói như vầng trăng trên trời, cho nên kêu là *tâm nguyệt*.

TÂM-NHÃN 心眼 : Con mắt bề trong. Ấy là cái tâm-địa tỏ rõ, sáng láng, tinh-anh thấy được những vật siêu-hình mà con mắt thịt chẳng thấy. *Tâm-nhãn* là mắt linh của những nhà tu phép quán-tưởng (*Thiền-định*) hoặc phép niệm Phật.

Như những khi tụng Kinh, niệm Phật, ngồi thiền mà thấy hình-tướng của Phật, Thiên, Thần, hoặc thất những cảnh-giới khác hơn cảnh-giới trước mắt thịt, sự thấy như vậy là do *tâm-nhãn*.

Những nhà tu-hành được phép *Niệm Phật Tam-muội*, mỗi khi trì niệm muốn thấy Phật thì *tâm-nhãn* liền thấy tỏ rõ thân Phật, có đủ tướng chánh và tướng phụ với hào quang vi-diệu.

TÂM-PHÁP 心法 Pháp thuộc về tâm ý ; — giáo-pháp truyền-thọ từ tâm nầy qua tâm kia.

Tất cả sự vật tức là tất cả các *pháp* đều phân ra làm hai thứ : Sắc và Tâm. *Sắc-pháp* là những sự vật có hình-chất. *Tâm-pháp* là những sự vật không có hình-chất, thuộc về ý thức do cái tâm liệu-định, từ nơi tâm mà khởi ra. Đó là nghĩa rộng của *Tâm-Pháp*, tức là những pháp thuộc về tâm ý, trí thức.

Nhưng lại có hai thứ *Tâm pháp* : *Tâm-Pháp* của Hiển-giáo, *Tâm-pháp* của Mật-giáo. Hai thứ ấy trái nhau. Hiển-giáo cho rằng *Tâm-pháp* là những pháp không sắc không hình. Mật-giáo cho rằng *Tâm-pháp* vẫn có màu-sắc và hình-chất. Do chỗ xác nhận khác nhau giữa Hiển-giáo và Mật-giáo, mà thành ra có rất nhiều *Tâm-pháp*.

Tâm-pháp thường có nghĩa : Giáo-pháp truyền thọ một cách đặc-biệt từ tâm nầy qua tâm kia. Các sư Thiền-tông sở trường về môn *Tâm-pháp* : Thầy đem giáo-lý mật ẩn trong tâm mình mà truyền ngay cho đệ - tử, chớ chẳng truyền giáo - pháp chép trong Kinh-điển, cũng chẳng giảng luận dài dòng. Như đức Phật Thích-Ca truyền *Tâm-pháp* cho Sơ-Tổ Ca-Diếp. *Tâm-pháp* thuộc về Mật-giáo, *Sắc-pháp* thuộc về Hiển-giáo, tức là những pháp trong Kinh-điển, trong các bài thuyết-pháp.

Trong « *Thích-thị thông-giám* » có câu : Thuyết thị *Tâm-pháp* thời, thị pháp phi *Tâm-pháp*. (Khi *Tâm-pháp* ấy đã thuyết ra rồi, thì pháp ấy chẳng còn là *Tâm-pháp* nữa.)

Nhưng về sau, vì tánh cách tôn kính, hễ ông thầy truyền pháp cho đệ-tử, thì người ta xưng là truyền *Tâm-pháp*.

TÂM PHÁP-THÂN 心法身

Cái Pháp-thân của Tâm. Tâm-tánh hiền lành mà mọi người sẵn có, tức là *Pháp-thân*. Nhưng vì họ còn ở trong vòng ràng-buộc, còn bị phiền-não khổ lụy vấn quanh, nên Phật gọi cái Pháp-thân ấy là *Tâm Pháp-thân*.

TÂM PHẬT 心佛.

Tâm là Phật. Cái Tâm-tánh thiên-nhiên của mình vốn trọn lành, cũng như đức Phật. Nương theo Tâm ấy, ắt thành Phật, nên gọi Tâm ấy là Tâm Phật. Tâm mình với Phật cũng như nhau: Nếu mình quán - tưởng, ngó vào tâm mà thấy Phật, thì thành Phật. Đó kêu là *Tâm Phật*.—

Cái tâm nầy hẳn là Phật rồi, cho nên kêu là *Tâm Phật*.

TÂM-PHƯỢC 心縛 : Dây trói buộc cái tâm. Tức là những ý-tưởng tham vọng, giả dối, tà vạy. Những ý-tưởng ấy trói buộc cái tâm, cũng như những sợi dây quấn chằng chịt, cho nên kêu là *Tâm-phược*.

TÂM-QUAN (*quán*) 心觀 : Sự quan sát cái Tâm, sự quán-tưởng lẽ Tâm. *Tâm quan* là chỗ tu sở trường của đạo Phật. Nhưng mỗi phái có cách *tâm-quan* riêng.

Tâm-quan của Thiên-thai tông tức là Tam quan : Không-quan, Giả-quan và Trung - quan.

Tâm-quan của Hoa-nghiêm tông là quán-tưởng cho nhập diệu toàn cõi Pháp-giới, hòa cái Tâm mình với Tâm Phật và Tâm linh của vạn vật, Võ-trụ.

Tâm-quan của Pháp-tướng tông là các phép quán-tưởng về duy-thức, những phép thiền-định luyện tập cái tâm-linh.

TÂM QUANG 心光 : Ánh-sáng của lòng lành.

Chư Phật và chư Bồ-tát lòng đầy từ-bi, ánh-sáng từ-bi từ trong lòng chiếu ra, nên kêu là *Tâm-quang*.

TÂM SỐ 心數 : Xem mục : *Tâm, Tâm-sở*.

TÂM-SỞ 心所 : Những điều sở hữu của tâm, tức là những tình ý ở trong tâm. Cũng như những món chi thuộc về mình, kêu là *ngã-sở*, những pháp chi thuộc về tâm, điều khiển bởi tâm, kêu là *tâm-sở*. Đối với *tâm - vương*. Mỗi người-

có một cái làm tâm chúa tể các mối lòng ; cái tâm chúa tể ấy kêu là *tâm-vương*. Còn những mối lòng thuộc về cái tâm - vương, đối cảnh mà phát hiện, kêu là *tâm-sở*, như : tham, sân, si, mạn v.v...

TÂM-SƯ 心 師 : Ông thầy Tâm, Tâm tức là Thầy. Cái Tâm của ta vốn lương-thiện. Trong mọi việc, nếu ta bình-tỉnh mà hỏi lại Tâm, át ta biết điều phải nên làm và điều quấy nên tránh. Vì vậy nên gọi Tâm là *Tâm-sư*.

TÂM-TÁNH 心 性 : Tánh tự-nhiên của tâm. Ấy là nói cái tâm-thể chẳng thay đổi, tức là cái tánh tự-nhiên trong sạch của cái Như-lai tạng tâm (A-lại-da). Như nói : *Tâm-tánh* tam thiên, nghĩa là một niệm-tưởng của Tâm-tánh gồm cả ba ngàn pháp trong Mười cõi. *Tâm-tánh* lại có nghĩa : tánh-tình, tâm-tình (Pháp : caractère, disposition).

TÂM-TÂM 心 心 : Tâm và tâm.

Nỗi lòng trước và nỗi lòng sau, kêu là *tâm-tâm*.— Lòng và các tình-ý ở trong lòng (tâm dữ tâm-sở) cũng kêu là *tâm-tâm*. - Lại, lòng người nầy với lòng người kia hòa hiệp nhau, hiểu biết nhau, cũng kêu là *tâm-tâm*. Như nói *tâm-tâm tương-ấn*, tức là hai bên hiểu lòng nhau mà chẳng cần đến lời nói, trò hiểu ý truyền của thầy. Tức là *tâm-ấn*.

TÂM, TÂM-SỐ 心, 心 數 : Tức là Tâm và Tâm-sở. Trước Huyền Trang, người ta gọi là *Tâm-số* ; từ Huyền Trang trở về sau, các soạn giả gọi là *Tâm-sở*, đó là các tình-ý, các nghĩ tưởng, các động-tác của Tâm. *Tâm* hay *Tâm-tướng* là tướng-trạng của Tâm, thanh hoặc trược, cao hoặc thấp. *Tâm-số* (Tâm-sở) hay *Tâm-số tướng* là tướng trạng sở hành của tâm, tướng trạng những việc nghĩ tưởng trong một tấm lòng.

Đại Niết-bàn Kinh, quyển 24 : Bồ-tát Ma-ha-tát tuy biết tâm Tham-Sân-Si của phàm-phu, nhưng chẳng hề tạo tướng

Tâm cùng tướng *Tâm-số*, chẳng tạo tướng chúng-sanh cùng tướng vật , tu Đệ-nhứt nghĩa, rốt cuộc là tướng Không.

TÂM-TÔNG 心宗 : Tiếng nói tắt đề gọi *Phật-tâm tông*. Cũng kêu là *Thiền-tông*. (*Xem* : *Thiền-tông*.)

TÂM-TƯỚNG 心相 1. Tướng-mạo của tâm. Nghĩa trắng : Tướng-mạo của trái tim, cục thịt hình tròn trong người. Nghĩa bóng thường : những hạnh-tướng, những kiến-thức trong tâm.

2. Tâm và tướng, tâm lý và tướng-mạo. Cũng như nói : Tâm Hạnh. Sự động-tác bên trong và sự động tác bên ngoài.

TÂM - THÀNH 心城 : Cảnh Thành-đô của Tâm, tức là cái thân, chỗ ngụ của Tâm.

Đối với thân, Tâm là trọng hệ, nó dùng cái thân làm chỗ ở, cũng như người ta dùng thành-đô, thành-thị làm chỗ trú ngụ. Cũng như nói : *Tâm-đình*.

Lại có nghĩa : Tâm tức là thành-trì kiên-cố. Phái Thiền-tông dùng tâm mà chế-ngự các mối vọng-động, tỷ như về quân-sự, người ta dùng thành-trì mà phòng ngừa giặc nghịch ; cho nên kêu là *tâm-thành*.

TÂM-THÁP 心塔 : Ngôi tháp tâm, tâm tức là linh-miếu. *Tâm-tháp* là tiếng của phái Mật-giáo dùng đề chỉ rằng tâm của chúng ta là một tòa linh-miếu, một ngôi đền thờ di-tích oai-linh của Phật.

TÂM-THẦN 心神 Ý-niệm (la pensée), tâm tư (l'esprit). Như nói : *tâm thần* bất định, *tâm-thần* tán loạn.— *Tâm-thần* cũng có nghĩa : Tâm-linh, linh-hồn . (l'âme).

TÂM-THỌ 心樹 : Cây cối trong tâm. Tiếng thí-dụ đề gọi ý-niệm. Những ý-niệm phát sanh nơi tâm, cũng như cây cối mọc lên, cho nên gọi là tâm-thọ.

TÂM-THÚ 心趣 : Chỗ xu-hướng của tâm. Cái tâm

thường nhớ tưởng việc gì, thì nó xu-hướng theo việc ấy. Đó kêu là *Tâm-thú*. Cũng như nói : *Tâm-hạnh*.

TÂM-THỦY 心 水 : Nước tâm. Tâm tánh, lòng dạ tỷ như nước. Ấy vì những lẽ nầy :

1. Mặt nước trong cơn yên lặng thì sáng trơn, mình nhìn vào đó thấy bóng mọi vật. Tâm cũng như thế.

2. Nước thì hay xao động, có gió thổi thì gợn thành sóng. Tâm cũng như thế, đối cảnh liền sanh phiền-não.

3. Nước dơ thấm vật chi thì làm dơ vật ấy. Tâm nhiễm cũng như thế.

4. Nước sạch có thể làm cho món dơ trở nên sạch. Tâm tịnh cũng như thế.

Vì những lẽ ấy nên gọi tâm là *tâm-thủy*.

TÂM-THỪA 心 乘 : Cỗ xe của tâm, tức là pháp-giáo bằng tâm-thức, tâm-linh. Tiếng dùng để gọi nền Phật-giáo. Đạo Phật chú trọng nhứt về chỗ tâm-quán, tức là pháp-môn thiền-định, cho nên người ta gọi đạo Phật là *Tâm-thừa*.

TÂM-THỨC 心 識 : *Tâm* (Pháp : L'âme, L'esprit) là toàn thể tinh-thần, sự sống về phần hồn. *Thức* (*Pháp* : la *conscience*), sự nhận biết là một phần trong những phần của tâm. Chúng ta chỉ có một cái *Tâm*, cái Tâm ấy có nhiều cái *thức*, như thức của mắt, thức của tai, thức của mũi v.v...

Trong văn chương nhà Phật, *Tâm thức* khi thì có hai nghĩa : tâm và thức ; khi thì có một nghĩa, tức là tiếng đôi dùng để gọi cái tinh thần, tâm-não.

Lại nữa, *tâm* và *thức* là những chữ đồng-nghĩa (*synonyme*), cho nên lúc hành văn, khi thì người ta dùng chữ *tâm* ; khi thì người ta lại dùng chữ *thức*. Vậy khi đọc kinh điển, mình nên hiểu ý mà không nên chấp chữ.

TÂM-TRẦN 心塵 : Tức là *phiền-não*. Các phiền-não, mê-dục bám vào tâm, làm cho tâm trở nên ô-trược, nên kêu là *tâm-trần*. Cũng như nói: *tâm-cấu*.

TÂM-TRÍ 心智 : Tâm-thể, Trí-dụng. Cái tâm trực-giác có thể biết rõ sự và lý, cái tâm suy xét có thể thông đạt mọi lẽ, kêu là *tâm-trí*.

TÂM-TRUYỀN 心傳: Trao cho chỗ bí yếu nhứt trong Đạo. Ấy là sự truyền thọ mối Đạo giữa ông thầy và vị đệ-tử thân-tín nhứt. Sự truyền thọ một học-thuyết giữa sư và đệ, cũng kêu là *Tâm-truyền*. Cũng như nói : *tâm-ấn*.

TÂM-VIÊN 心猿 : Con vượn tâm, tâm tức là con vượn. Tỷ như loài vượn, loài khỉ không hề ngồi yên một chỗ, chúng nó chạy nhảy từ cành nầy sang cành kia, cử động, kêu la tối ngày. Cái tâm của chúng-sanh cũng như thế, không ổn định, hết tưởng việc nầy thì tưởng việc khác, và tùy theo trần-cảnh mà vọng tưởng mãi. Cho nên kêu là *Tâm-viên*. Thành - ngữ : *Tâm-viên ý-mã*.

TÂM-VIÊN Ý-MÃ 心猿意馬: Con vượn tâm và con ngựa ý, tâm tức là vượn và ý tức là ngựa. Tâm ý tán-loạn, không yên trụ, cũng như con vượn chuyền cây, con ngựa chạy bậy, cho nên kêu là *Tâm-viên ý-mã*. Cái tâm tưởng thì nghĩ việc nầy chưa dứt đến nghĩ việc khác, cái ý muốn thì mong chuyện kia và mong chuyện nọ.

Trong «*Tham đồng khế chú*» có câu : *Tâm-viên* bất định, *ý-mã* tứ trì. (*Vượn tâm* chẳng yên định, *Ngựa ý* kéo xe tứ-mã mà chạy dông.)

TÂM-VƯƠNG 心王 : Vị vua Tâm, Tâm chúa - tể. Tâm là chúa-tể các cảm - giác, các tình-ý, cho nên kêu là *Tâm-vương*. Cũng kêu : *Tâm quân*. Còn các cảm-giác, các tình-ý nầy sanh do sáu căn chạm với sáu trần, thì kêu là *tâm-sở*. Cái *tâm-vương* làm chủ các cuộc tác dụng, các tâm-sở làm kẻ cộng-sự trong cuộc tác dụng.

Trong «*Pháp-uyển châu lâm*» có câu : *Tâm-vương* chánh, tắc lục thần bất tà. (*Hễ vị vua Tâm là chánh-đại, thì sáu vị quan là ý-thức của lục căn chẳng dám tà-ngụy.*)

TÂM-VƯƠNG NHƯ-LAI 心王如來 : Đức Như-lai tên là Tâm-vương. Về Tâm-vương và Tâm-sở, người ta thí-dụ như vầy :

Đức *Đại-Nhựt Như-lai* (*Maha-vairocana*) là *Tâm-vương*; còn các vị Phật khác đều là Tâm-sở.

Do đó mà suy ra, hễ cái tâm mình là Phật, là trong-sạch, thì các ý-thức phụ thuộc theo tâm cũng là Phật, cũng đều là trong-sạch.

TÂN 辛 1) Vị thứ tám trong Thập thiên can, Pháp :

Huitième lettre du cycle de dix ans. Thập thiên-can hay Thập can là : 1. Giáp, 2. Ất. 3. Bính, 4. Đinh, 5. Mậu, 6, Kỷ, 7. Canh, 8. *Tân*, 9. Nhâm, 10. Quí.

Như : *Tân*-ty niên : Năm *Tân*-ty.

2.) Cay, vị cay, Pháp : Mordant (*piquant*), Saveur mordante (*piquante*) Một vị trong năm vị, Ngũ vị :

1. Hàm, Pháp : Salé, Mặn,

2. Khổ, Pháp : Amer, Đắng,

3. Toan, Pháp : Acide, Chua,

4. *Tân*, Pháp : Mordant, Cay,

5. *Cam*, Pháp : Doux, Ngọt,

3.) Món cay, Pháp : Condiment mordant (*piquant*).

Món cay, nồng, như : tỏi, hành, hẹ, kiệu, nén.

Năm món cay, trong những ngày chay, Phật-tử chẳng nên ăn. Xem : *Ngũ tân*.

4.) Khổ-não, gian-nan, Pháp : Amertume, malheur. Như : *Tân-khổ* : Cay đắng, tức khổ não, cay-nghiệt. *Tân-toan* : Cay-chua, tức khổ cực gian nan.

TÂN-ĐẦU BA-LA HƯƠNG 辛頭波羅香 Một thứ hương, một chất thơm bên Ấn-Độ. Chất hương nầy sản xuất tại bờ sông Tân-đầu, nên kêu là *Tân-đầu-ba-la hương*.

TÂN 新 *Nouveau, Récent, Nouvellement, Récemment* (*fr.*)

Mới, — lúc sau nầy, — mới bắt đầu. Trái với: *Cựu, Cổ.* Đồng-nghĩa: *Sơ.*

TÂN DỊCH 新譯: Bổn dịch mới. Đối với bổn dịch cũ: *Cựu dịch.* Các Kinh-điển Phật dịch ra chữ Hán, trải qua hai thời kỳ: Thời kỳ đầu là từ trước cho tới Huyền-Trang vào thế kỷ thứ bảy Dương lịch; các bổn dịch ấy kêu là *Cựu dịch* (*Bổn dịch cũ, Bổn dịch trước*).

Từ Huyền-Trang trở về sau, nhờ Huyền Trang có công đi học chữ Phạn bên Thiên-trước, bèn bổ cứu các Kinh-điển, từ đó cho tới sau nầy, các Kinh-điển kêu là *Tân dịch* (*Bổn dịch mới, Bổn dịch sau*).

TÂN-HỌC BỒ-TÁT 新學菩薩: Những nhà tu học như Tỳ-kheo, Tỳ-kheo-ni, Sa-di, Sa-di-ni Ưu-bà-tắc, Ưu-bà-di mới vừa thọ Bồ tát Giới và mới tu học Phật-pháp.

TÂN PHÁT Ý 新發意: Mới phát khởi cái ý nguyện tu hành cho đến thành Phật. Cũng kêu: *Sơ phát tâm.*

TÂN PHÁT Ý BỒ-TÁT 新發意菩薩: Bực Bồ-tát mới phát khởi cái ý nguyện tu hành cho đến thành Phật. Đối với: Cửu trụ Bồ-tát.

Cũng kêu: *Sơ phát tâm Bồ-tát.*

TÂN - TUẾ 新歲: Năm mới. Theo cựu Luật, chư Tỳ-kheo an-cư mùa hạ mỗi năm ba tháng từ ngày 16 tháng ba đến rằm tháng bảy Âm-lịch. Một kỳ hạ tọa an-cư là một tuổi (năm). Đến ngày 16 tháng bảy là bắt đầu năm mới của hàng Tỳ-kheo.

TÂN-ĐẦU-LƯ 賓頭盧 Pindola (*scr.*)

Tức *Tân-đần-lư Phả-la-đọa*, một vị Đại A-la-hán, đệ-tử của Phật Thích-Ca.

TÂN-ĐẦU-LƯ PHẢ-LA-ĐỌA 賓頭盧頗羅墮 Pindola Bharadvâja (*scr.*) Một vị Đại La-hán trong hàng 1.250 vị Đại Tỳ-kheo, đệ-tử của Phật Thích-Ca, từng theo hầu Phật trong khi Ngài du hóa đến các nước, có nghe Phật thuyết nhiều Kinh Đại-thừa.

Tân-đầu-lư Phả-la-đọa (*có chỗ viết : Tân-độ-la Bạt-ra-đọa-xà*) cũng là một trong 16 vị A-la-hán lãnh sứ-mạng của Phật ra đi truyền Đạo trong các nước chung-quanh cõi Ấn-Độ.

Ông sống dai, cho nên người ta thấy ông đầu thì bạc, lông mày mọc ra dài.

Danh-tự ông có nghĩa : *Tân-đầu-lư* (*Pindola*) là tên, nghĩa là *Bất-động*, tức *Bất-động tôn-giả*. *Phả-la-đọa* (*Bharadvâja*) là một trong 18 họ lớn ở Ấn-Độ, nghĩa là : *Lợi căn.*

Trong đời Mạt-Pháp nầy, ông thị hiện trong các cuộc trai-đàn mà chứng-minh và ủng hộ Pháp-hội.

TÂN-ĐỘ-LA BẠT-RA-ĐỌA-XÀ 賓度羅跋囉惰闍 Pindola Bharadvâja (*scr.*) Một vị La-hán trong 16 vị La-hán đệ-tử của Phật Thích-Ca, được Phật phái đi ra các nước ngoài mà truyền bá đạo Phật. (*Xem đủ tên 16 vị nơi chữ A-la-hán.*)

Cũng có chỗ chép tên ông là *Tân-đầu lư Phả-la đọa*, như trong quyển A-Di-Đà Kinh do Cưu-ma-la-thập dịch.

TẤN (tiến) 進 Progresser, Progrès, Avancer, Avancement (*fr.*) Lướt tới trước, lướt lên cao. Đồng-nghĩa : *Bất-thối*. Trái với : *Thối* (*Thoái*) 退. Như địa-vị càng ngày càng thăng ; trước lãnh chức-vị nhỏ, sau lãnh chức-vị lớn, kêu là *tấn*. Như nhà tu-hành trừ lần phiền-não mà lướt lên đường phước-đức, trí-huệ, kêu là *tấn*. Lại có nghĩa : đến gần, hiến dâng lễ vật cho bực trên,-thâu nhập, Pháp : S'approcher,-ofrir,-recevoir.

TẤN-BỘ 進步.-Progrès (*fr.*) : Bước tới. Cũng như người đi đường cất bước thì đi tới chớ chẳng ngừng chẳng lui, nhà tu-học cần phải *tấn-bộ* trên đường đạo đức.

TẤN CHỈ 進 止 : Khi tới lúc ngừng. Ấy là oai-nghi của con người khi đi, khi đứng, khi ngồi, khi nằm. Nhà tu tại-gia hoặc xuất-gia cần biết giới-hạnh và giữ gìn đặng cuộc *tấn chỉ* của mình đúng phép-tắc, hạp lễ-nghi. Cũng nói : tấn thối.

TẤN-HÓA 進 化.- Évolution (*fr.*) : Thay đổi mà tấn lên. Vạn vật trong võ-trụ đều tùy theo trình-độ mình mà *tấn-hóa*, biến chuyển lần lần để trở nên đẹp đẽ hơn, linh-hoạt hơn. Sự *tấn-hóa* ấy phải tuần tự trong nhiều đời.

TẤN-HỌC 進 學 : Việc học tập có bề tấn ích. Dầu về khoa-cử hay về đạo đức, nhà học tập cần phải *tấn-học* trên đường tri-thức và đạo lý.

TẤN TU 進 修 : Lướt tới trên đường tu-hành. Mức chót vót của nhà tu Phật là quả Vô-thượng Chánh-đẳng Chánh-giác, tức là quả hoàn-toàn của Phật, nhà tu học phải nhắm mức ấy mà lướt tới, vượt lên mãi. Như vậy kêu là *tấn tu Vô-thượng Đạo*. Cũng nói : *Bất-thối ư A-nậu-đa-la Tam-miệu Tam-bồ-đề*. Xem : *Bất-thối*.

TẦN-BÀ (*QUẢ*) 頻 婆 (果) Bimbâ (*scr.*) Trái *Tần-bà*. Cũng kêu : *Tần-loa*.

Trái của cây Tần-bà, đỏ tươi và bóng-láng. Trái ấy hình như trái bưởi.

Trong Kinh thường nói : Môi của Phật đỏ và đẹp như trái *Tần-bà*. Đó là một tướng trong 32 tướng tốt đẹp tô-điểm sắc-thân của Phật.

TẦN-BÀ-LA 頻 婆 羅 Một con số lớn về phép toán ở Thiên-Trước. Theo bộ Câu-xá-luận, có năm chục con số lớn (*đại-số*), mà *Tần-bà-la* là con số thứ 18 trong 50 đại-số ấy.

TẦN-BÀ-SA-LA 頻 婆 娑 羅 Bimbisâra (*scr.*) Cũng viết : *Bình-sa*. Vua nước Ma-kiệt-đà (*Magadha*), ngự tại thành Vương-xá (*Raja-griha*), con của vua Mahâ-Padma (*Đại Liên-hoa*). Ngài sanh ra một lúc với đức Thích-Ca.

Tên ngài có nghĩa như vầy : nhan-sắc đoan-chánh, có cách-thức và chơn-thật. Cũng có nghĩa : hình ảnh kiên cố. Thầy Nghĩa-Tịnh, coatăng nhà Đường dịch chữ *Tần-bà-sa-la* là : ảnh trời-thắng, thâm qui Phật-pháp, trồng nhiều thiện-căn.

Vì vua nước Anga lấn ép nước ngài, nên ngài đánh và chiếm được xứ Anga, đóng ở kinh thành Campa (Chiêm-Bà) của xứ Anga cho đến khi vua cha thăng hà. Hồi đời Phật, *Tần-bà-sa-la* là vua lớn nhứt ở Ấn-Độ.

Lúc đức Thích-Ca xuất gia, chưa thành Đạo, ngài có đến thành Vương-xá, được vua *Tần-bà-sa-la* tiếp rước rất trọng hậu và cầu Phật chừng thành Đạo thì trở lại nước của ngài mà độ ngài.

Khi Phật đắc Đạo, có thâu phục đệ-tử, bèn trở lại Vương-xá, thì vua *Tần-bà-sa-la* có qui y và cúng lên Giáo-hội cảnh vườn Trúc-lâm, xây dựng Tinh-xá cho Phật và Giáo-hội.

Về sau, vua và hoàng-hậu Vi-đề-hy đều bị con là thái-tử A-xà-thế phế đi. Vua bị cầm trong ngục cho đến chết.

Song nhờ đức Phật chỉ dẫn cho phép tu theo lời thỉnh cầu của vua, nên vua tỉnh ngộ mà đắc quả A-na-hàm, rồi mới thăng hà. Còn bà hoàng-hậu Vi-đề-hy thì được vãng sanh cõi Cực-lạc của Phật A-Di-Đà theo như sở nguyện của bà.

Theo Kinh Mahawansee, vua *Tần-bà-sa-la* cai trị rất thạnh-vượng.

Vua ở ngôi năm mươi hai năm. Vua lên ngôi được mười sáu năm, thì Phật Thích-Ca ngự đến Kinh-thành Vương-xá và truyền Đạo cho vua. Vua ở ngôi được ba mươi bảy năm, thì sanh ra thái-tử A-xà-Thế. Về sau, Thái-tử giết vua và soán vị. A-xà-Thế vương ở ngôi được ba mươi hai năm.

TẦN-GIÀ 頻伽 Karavinka (*scr.*) Tức là *Ca-lăng tần-già*, viết tắt là *Tần-già*.

Một thứ chim lạ ở Ấn-Độ, tiếng kêu rất thanh-tao, hòa-dịu. Xem : *Ca-lăng-tần-già*.

TẦN-GIÀ BÌNH 頻伽缾 Bình tần-già, cái bình đựng nước giống hình chim Tần-già (*Ca-lăng-tần-già*), nên kêu là *tần-già bình*. Phật tỷ dụ cái bình ấy như lẽ Không, không đến không đi, không quá-khứ không vị-lai, không sanh không diệt.

TÀN-GIÀ-LA 嬪伽羅 Pingala (*scr.*) Con trai của bà La-sát Ha-ly-đế (*Hariti*). Nhơn bà bắt con nít của người ta mà ăn thịt, những người lâm vào cảnh ấy rất buồn khổ, bèn kéo nhau đến bạch Phật. Muốn thâu phục bà, đức Phật bèn làm phép bắt *Tần-già-la* mà nhốt dưới bát của ngài. Bà rất lo lắng âu sầu, đến nài-nỉ đức Phật và nguyện qui-y Tam Bảo, bỏ ác mà theo lành. Sau khi ấy, đức Phật mới thả *Tần-già-la* ra.

TẬN 盡 Hết, cuối, cùng, Pháp : Épuisement, Fin.

Trọn, trọn cả, không thiếu, Pháp : Entier, Entièrement ; Complet, Complètement.

Tất cả, cả thảy, Pháp : Tout, Tous.

Rất, lắm, chí cực, Pháp : Très, Extrêmement, Jusqúau bout.

TẬN HƯ-KHÔNG GIỚI (*GIÁI*) 盡虛空界 Cho đến hết cõi hư-không, bao trùm trọn cõi hư-không, tức là vô-cùng-vô tận cũng như cõi hư-không. Như lòng Từ, lòng Bi của Phật bủa *tận hư-không giới*, ở đâu cũng phổ cập tới, không chừa chỗ nào, làm một với cõi hư-không vậy. *Tận hư-không* giới là tiếng gượng nói để tỏ sự bao la vô-cực, chớ cõi hư-không vốn là vô-cùng, không có bờ bến.

TẬN LẬU 盡漏 Hết lậu, dứt phiền-não. *Lậu* là sự rỉ chảy, do lục căn đối với lục trần mà có sự rỉ chảy làm dơ dáy thân tâm. *Lậu* là tiếng dùng để chỉ *phiền-não*. *Đắc tận lậu* là đắc quả A-la-hán, hết phiền-não. Cũng nói : *Lậu tận*. Xem : *Lậu tận*.

TẬN TỊNH HƯ DUNG 盡淨虛融 Thảy đều là chơn không, trống trải, lưu thông khắp cả. *Tận tịnh hư dung* là cái chơn-đức có biện-minh trong kinh Bát-nhã.

Tận : thảy đều là, tất cả. *Tịnh* : cái chơn-không trong sạch, không nhiễm, không chấp. *Hư dung* : Hư thông viên-dung, trống trải lưu thông mọi nơi. Các pháp thảy đều là không, không nhiễm, không chấp, như hư-không, lưu thông không trệ ngại.

TẬN VỊ-LAI TẾ 盡未來際 Cho đến mức cùng thuở vị-lai, nghĩa là : mãi mãi về sau, trong khoảng thời-gian vô-tận từ nay trở đi. Cũng như nói : *Tận hư-không giới* : Trong khoảng không-gian trọn vẹn.

Tận vị - lai tế là tiếng nói gượng đề chỉ cái thời - gian liên-tiếp mãi mãi về sau. Thật ra, vị - lai là vô-cùng vô-tận, không có bờ bến.

TẬP 集 Tức : *Tập-hợp, Tập-hội*, Pháp : Réunir, Réunion. Nhiều người, nhiều vật gom góp lại một chỗ. Sự *tập-hợp*, sự *dồn-dập* của *phiền-não* : ham-muốn, dục-vọng, tríu-mến, yêu-thương tạo thành nguồn-gốc sự khổ, Pháp : Origine de la Douleur, là một chơn-lý, một đế trong Bốn đế, *Tứ đế*, *Tứ diệu-đế* : Khổ, *Tập*, Diệt, Đạo.

TẬP-ĐẾ 集諦 Samudya (*scr.*). — Vérité « Origine de la Douleur » (*fr.*) Một chơn-lý, chơn-lý thứ nhì trong *Tứ-diệu-đế* hay *Tứ Thánh-đế* của đạo Phật. *Tập* nghĩa là tụ tập, nhóm họp ; *đế* nghĩa là chơn-lý. Sự tụ-tập đề gây nên mọi sự khổ, nguồn-gốc, nguyên-nhơn sự khổ tức là *ái* (Phạn : Trisnâ). *Ái* nghĩa là ham muốn, mong cầu, như ham sống lâu, ham giàu có, ham vợ đẹp, con đông, ham ăn uống, ham vui sướng ở cảnh người hoặc ở cảnh Tiên. Chính cái *ái* là trụ-cốt của *Tập-đế* vậy. (Xem : *Tứ diệu-đế*.)

TẬP LƯỢNG LUẬN 集量論 Pramâna-samuccaya-çastra. (*scr.*). Shûryôron (*jap.*). Một bộ Luận về Đại-thừa của Pháp-tướng tông.

TẬP 習 Tức : *Học-tập*. Con chim non chớp cánh tập bay cho nhuần, Pháp : Exercer ses ailes.

Học cho nhuần, cho thuộc, Pháp : Étudier. Luận-ngữ : Học nhi thì *tập* chi. Kẻ học đạo-lý, hằng ngày nên học *tập* cho tinh-thông.

Tập cho rành nghề, Pháp : S'exercer. Như : *Tập* binh, tập luyện việc võ.

Thói quen, Pháp : Habitude. Nết quen trong việc ăn ở, cư-xử từ khi còn nhỏ, sự quen nhiễm theo gia-đình, theo xã-hội, tức : *Tập-khí, Tập quán, Tập-tục.* Tam tự kinh : Tánh tương cận ; *Tập* tương viễn : Với cái Tánh vốn lành, người ta gần như nhau ; bởi thói quen, người ta thành ra xa nhau.

TẬP DIỆT 習 滅 Tức là : Tu *tập* thiện-pháp, *diệt* trừ ác-pháp.

TẬP-KHÍ 習 氣 Habitude (*fr.*) Nho gọi : *Tập-quán,* Phật gọi : *Tập-khí* : Thói quen, thường là những thói xấu. Ấy là những sự cảm-hóa, những tập-nhiễm do sự gần gũi với cha mẹ bà con, với người làng xóm, với xã-hội đất-nước từ khi mình còn trẻ. Những *tập-khí* ấy ăn sâu vào tánh-tình ta, nên ta chẳng có thể dứt bỏ cấp tốc. Có khi những *tập-khí* ấy roi truyền từ những đời trước, chúng nó khiến ta có cử-chỉ vụng-về mà tự ta kềm chẳng được.

Bực La-hán diệt hết các phiền-não chánh-đáng (*chánh-sử*), nhưng chẳng dứt được *tập-khí.*

Bực Duyên-giác dứt được một phần lớn các *tập-khí.*

Cho đến bực Phật (*Thế-tôn, Như-lai*) mới diệt tận các *tập-khí.*

Đại Bát Niết-bàn Kinh, quyền 37 : Kinh nầy tức là Rìu chắc bén, có thể đốn tất cả Đại-thọ phiền-não, tức là dao bén có thể cắt đứt *Tập-khí.*

TẬP-NHƠN TẬP-QUẢ 習 因 習 果 Tập-nhơn và tập-quả, do tập-nhơn mà sanh ra tập-quả, Cựu dịch ghi là : *Tập nhơn tập-quả.* Tân dịch ghi là : *Đồng loại nhơn, đẳng lưu quả.* Nghĩa là : Những nhơn-duyên quen thuộc nối tiếp nhau, nếu là thiện, thì sanh ra quả-báo thiện, nếu là ác thì sanh ra quả-báo ác, nếu là vô-ký (chẳng thiện chẳng ác) thì sanh ra quả-báo vô-ký.

TẤT-BÁT-LA (*THỌ*) 畢 鉢 羅 樹 Pippala (*scr.*) Cũng viết: Ba-la-la. Tên thiệt của cái cây, nơi cội cây ấy, đức Thích Ca ngồi nhập định cho đến khi thành Phật. Cây ấy ở tại núi Già-da (Gayâ). Người ta thường gọi là cây Bồ-đề, vì đức Thích-Ca ngồi nơi ấy mà đắc quả Bồ-đề. (*Xem : Bồ-đề thọ.*)

TẤT-CÁNH 畢 竟 Final, Parfait (*fr.*) Rốt-ráo, xong xuôi, xong hết, hoàn-toàn, thành-tựu trọn vẹn. *Tất-cánh* là đức của Phật, vì Phật đã làm xong mọi việc : nhứt thiết sự *tất - cánh*. *Tất-cánh* cũng là đức của Niết-bàn, vì Niết-bàn là cảnh rốt-ráo, mức cuối cùng của người tu Phật. *Tất-cánh* lại là đức của Thủ-lăng-nghiêm Tam-muội, vì Bồ-tát tu đắc phép Tam-muội ấy, thì đắc quả Phật, quả-vị rốt-ráo.

Tất-cánh gồm cả hai nghĩa : 1) Trang-nghiêm tất-cánh, 2) Cứu-cánh tất-cánh.

Trang-nghiêm *tất-cánh*, nghĩa là : tu xong Lục độ ; Lục độ đã tu xong, thì làm cho xuê-lịch cái thân Phật, cái quả Phật.

Cứu-cánh *tất-cánh*, nghĩa là : Lý Nhứt-thừa mà chúng-sanh phải đắc sau rốt ; hễ đắc lý Nhứt-thừa, có cái Phật-tánh một cách hoàn-toàn, thì tự mình thành Phật.

Tất-cánh lại gồm cả hai nghĩa : 1) Thế-gian tất-cánh, 2) Xuất thế-gian tất-cánh. Phật là bực đã làm xong các hạnh đối với thế-gian và xuất thế-gian, đối với Đạo và Đời, cho nên ngài đắc Quả-vị hoàn toàn, quả Như-lai.

TẤT-CÁNH Y 畢 竟 依 Chỗ nương-dựa hoàn-toàn. Đức-hiệu của Phật. Phật là bực hoàn-toàn về Trí-huệ và Đức-hạnh, đáng cho chúng-sanh qui-y, đáng cho đời nương-dựa, cho nên xưng ngài là *Tất-cánh Y.*

TẤT-CÁNH LẠC 畢 竟 樂 : Sự vui sướng một cách rốt-ráo ; sự khoái lạc của bực đắc Đạo, đắc Niết-bàn. Ấy là một sự khoái-lạc trong bốn sự khoái-lạc : 1) Xuất-gia lạc, 2) Tịch-tĩnh lạc, 3) Vĩnh-diệt lạc (vui vì các phiền-não đã diệt tận), 4) *Tất-cánh lạc.*

Người tu xuất-gia, thiểu-dục và tri-túc, trong khi thân và tâm đều tịch-tĩnh (yên-lặng), thì được bốn sự vui sướng trên.

TẤT-CÁNH QUI 畢竟歸 : Chỗ về rốt-ráo, chỗ nương dựa cuối cùng của người tu Phật. *Tất-cánh qui* là một đức-hiệu của Niết-bàn. Hễ về Niết-bàn, thì được tất cả *Tất-cánh Lạc*, cho cho nên gọi là *Tất-cánh qui*.

TẤT-CÁNH TRÍ 畢竟智 : 1) Bực Trí-huệ rốt-ráo, hoàn toàn. Tiếng dùng để xưng Phật. (Xem : Trí.)

2) Cái Trí-huệ rốt-ráo, hoàn-toàn, Trí-huệ của Phật, Như-lai.

Niết-bàn Kinh, quyển 40 : Thật - tướng, Pháp - giới, *Tất-cánh Trí*, Đệ nhứt nghĩa Đế, Đệ nhứt nghĩa Không, những lẽ ấy, nếu hàng Hạ-trí quán-tưởng thì đắc Bồ-đề của Thinh-văn (La-hán), nếu hàng Trung-trí quán - tưởng thì đắc Bồ-đề của Duyên-giác, nếu hàng Thượng-trí quán-tưởng thì đắc Vô-thượng Bồ-đề.

TẤT-ĐÀM (TẤT-ĐÀN) 悉曇 (悉檀) Siddharta (*scr.*) Cũng gọi : *Tát-bà-tất-đạt, Tất-đạt-đa*. Chữ Phạn, dịch nghĩa : *Thành-tựu, Nhứt thiết-nghĩa thành*. Tự mình thành-tựu và thành-tựu cho chúng-sanh, thành-tựu cho mọi vật. Tên riêng của đức Phật Thích-Ca khi ngài còn làm thái-tử.

TẤT-ĐẠT-ĐA 悉達多 Siddharta (*scr.*) Cũng viết : *Tát-bà-tất-đạt* 薩婆悉達, *Tất-Đạt* 悉達 *Tất-Đa* 悉多, *Tất-Đà* 悉陀. Khi đức Phật giáng sanh, vua Tịnh-Phạn hội các thầy Bà-la-môn đến và đặt tên thái-tử là *Tất-đạt-đa* (*Siddharta*) ,tên nầy nghĩa là : Bực đắc đến quả-vị hoàn-toàn, Tàu dịch : *Nhứt thiết nghĩa thành, Nhứt thiết nghĩa thành-tựu, Thành-tựu chúng-sanh.*

Trong quyển Yếng-sáng Á-châu (*La lumière de l'Asie*), soạn-giả dịch chữ *Tất-đạt-đa* (*Siddharta*) là : Đấng làm cho tất cả đều sung-mãn, thành-tựu (*Celui qui fait-tout prospérer*). (*Xem : Thích-Ca Mâu-Ni Phật.*)

Tất-đạt-đa là tên do vua ban để cho trong triều ngoài quận biết mà gọi. Ngoài ra, thái - tử có một tên nữa là *Cồ - Đàm* (*Gautama*). Cồ-Đàm vốn là tên thánh của gia-tộc ngài.

TẤT-ĐỊA 悉地 Siddharta (*scr.*) Cũng viết : *Tất-đạt-đa, Tất-đạt, Tất-đà, Tất-đàm*, Tất-đàn. Dịch nghĩa : *Thành tựu*, Nghĩa là Thành tựu cho mình và thành tựu cho chúng-sanh, cho muôn vật, thành tựu về thế gian và thành tựu về xuất thế gian.

TẤT-LĂNG-GIÀ-BÀ-TÁ 畢陵伽婆蹉 Pilingavatsa (*scr*) Dịch nghĩa : *Dư-tập* (*Thói quen còn lưu lại*).

Một vị đại đệ-tử của Phật, đắc quả La-hán.

Ông có dự nghe Phật thuyết-pháp nhiều thời Kinh và có nghe diễn Kinh Diệu-pháp liên-hoa.

Theo trong bộ Đại-Luật, *Tất-lăng-già bà-tá* vốn con nhà nghèo, tuy tu đắc quả Thánh, được người cúng-dường, nhưng nghĩ cha mẹ đương ở trong cảnh thiếu ăn, thì ông rất khổ tâm. Ông muốn đem đồ cúng-dường mà chia cho cha mẹ, nhưng sợ phạm phép. Bèn bạch chuyện ấy lên Phật. Đức Thế-tôn dạy : « Nên khiến cho cha mẹ ông thọ Tam qui Ngũ giới, rồi mới được phép đem đồ cúng-dường chia cho cha mẹ. » Phật bèn chế giới, bảo chư Tỳ-kheo : Từ nay sắp sau, nếu chẳng như vậy mà đem cúng-dường cho cha mẹ thì sẽ bị tội.» Điều giới ấy là do *Tất-lăng-già-bà-tá* khởi vậy.

Theo *Thủ Lăng-Nghiêm Kinh* quyển năm, *Tất-lăng-già-bà-tá* có thuật chuyện đắc Đạo của ông : Ông có nghe Phật dạy rằng ở thế-gian, không có việc gì vui sướng cả. Trong khi ông đi khất thực, mảng suy nghĩ pháp-môn ấy, ông lỡ đạp gai, lấy làm đau đớn. Ông bèn xét về lẽ đau và không đau. Trong thời-gian hai mươi mốt ngày, các phiền-não đều dứt, ông đắc quả A-la-hán.

TẤT-LỰC-CA 畢力迦 Một thứ đinh-hương (*giroflier, clou de girofle*) bên Thiên-Trước. *Tất-lực-ca* mùi rất thơm, người ta dùng nó mà chế ra dầu thơm, phấn thơm. Người ta cũng dùng mà ăn, rất nên thuốc.

TẬT 嫉 Envie (*fr.*) Đố kỵ, thấy người ta thành sự mà đem lòng ganh ghét ; muốn như người ta mà không được nên đem lòng ghen ghét.

Cũng viết là : *tham*. Ấy là tội phạm thứ tám trong thập ác, về nghiệp ý. Con người ta bị ba cái nghiệp lớn về ý che lấp cái minh - tâm kiến-tánh của mình. Trong ba cái chướng lớn ấy, cái *tật* (*tham*) là đứng đầu *tật* (*tham*), nhuế (*sân*), si.

TẾ 細 Tức : vi-tế, tinh-tế, tế-nhuyễn. Nhỏ, mịn, mềm, dịu, trong sạch, yên lặng. Đối-nghĩa : *Thô*.

TẾ-HOẠT DỤC 細滑欲 : Lòng thèm muốn đối với vẻ mịn, trơn. Như thấy da thịt của kẻ nam người nữ được mịn-màng, trơn bóng, bèn đem lòng ham muốn, kêu là *Tế-hoạt dục*. Ấy là một mối dục trong *Lục dục* : 1 Sắc-dục, 2. Hình-mạo dục, 3. Oai-nghi tư-thái-dục, 4. Ngữ - ngôn âm thinh dục, 5. *Tế-hoạt dục*, 6. Nhơn tướng dục.

TẾ-NHƠN 細人 : Người tinh tế, tu phép Đại-thừa, hành phép viên-giáo. Đối-nghĩa : *Thô-nhơn*. (*Xem* : *Thô-nhơn*.)

TẾ NHUYỄN NGỮ 細輭語 : Lời nói nhỏ nhẹ, êm-dịu.

Tập dị môn luận, quyển 13, trương 6 : Sao kêu là *tế nhuyễn ngữ* ? Như có vị Tỳ-kheo nầy đi đến chỗ một vị Tỳ kheo kia mà nói rằng : « Đại-đức ! ngài đã phạm tội ấy, vậy nên trần thú, phát lộ, chẳng nên che giấu. Trần thú rồi, sẽ được an lạc ; nếu chẳng trần thú, thì chẳng được an - lạc. » Lời khuyên bảo như vậy, kêu là *tế nhuyễn ngữ*.

TẾ-SẮC 細色 : Sắp đẹp, mịn. Dung sắc đẹp đẽ, mịn màng của kẻ nam, người nữ, kêu là *tế-sắc*.

TẾ-TƯỞNG 細想 Tư - tưởng tinh-tế, trong sạch ; sự tu thiền đắc cảnh cao siêu, tinh - khiết. Đối - nghĩa : *Thô-tưởng*. (*Xem* : *Thô-tưởng*.)

TẾ 濟 Secourir, sauver (*fr*.) Cứu giúp kẻ nghèo-khó, tật-bệnh, hoạn-nạn do lòng từ-bi.

TẾ BẦN 濟貧 : Bố-thí, vùa giúp kẻ nhỏ nhoi, bần khổ. Chẩn-tế cho họ hoặc bằng tiền bạc, hoặc bằng gạo thóc, bánh trái, hoặc bằng áo quần, thuốc men, chỗ ở.

TẾ CẤP 濟急 : Cứu giúp người trong lúc tai-ách, hoạn-nạn, khốn-nguy, cấp-bức.

TẾ-ĐỘ 濟度 : Cứu giúp và đưa qua. Chư Phật và chư Bồ-tát dùng Pháp-giáo và các phương-tiện mà *tế-độ* chúng-sanh, đưa họ khỏi bến mê mà đến bờ giác, đưa họ khỏi biển khổ-não mà đến mé an-lạc.

Quan-Âm Thị-Kính : Bè từ *tế-độ* cũng ghê.

Chẳng, thời sa xuống sông mê còn gì !

TẾ KHỐN 濟 困 : Cứu người trong cơn cùng khổ, khốn nạn. *Tế khốn phò nguy* là nghĩa vụ của các nhà học Phật Đại-thừa.

TẾ THẾ 濟 世 : Cứu đời, cứu tất cả chúng-sanh trên cõi thế. Chư Bồ-tát ra đi *tế thế,* dùng rất nhiều phương tiện : có vị giáng sanh làm nhà danh-y, trị bệnh cứu đời. Có vị giáng sanh làm nhà giàu có, đem của cải ra mà bố thí cho đời. Có vị giáng sanh làm bực anh hùng, đem tài-đức mình mà *cứu thế an bang.* Có vị giáng-sanh làm nhà tu hành đắc đạo mà dìu dắt chúng-sanh.

TÍCH-LAN 錫 蘭 Ceylan (*fr.*) Đảo Tích-lan, Nước Tích-lan. Một hòn đảo lớn ở phía Nam bán-đảo Ấn-Độ (Hindoustan), cách bán-đảo ấy bởi Hải-hiệp (Palk). *Tích-lan* là một quốc-gia, Kinh-đô là Khả-luân-pha 可 倫 坡, Colombo. Ngày xưa, người ta gọi nước Tích-lan là *Tăng-già quốc* (Sinha, Singha), dịch nghĩa : *Sư-tử quốc.* Tại Tích-lan, có hòn núi tên là *Lăng già* (Lankâ). Đức Phật Thích-Ca có ngự đến núi ấy mà thuyết *Lăng-già Kinh.* Hiện nay, *Tích-lan* theo Phật-giáo nguyên-thủy, tức Phật-giáo Nam-tông hay Tiểu-thừa.

TÍCH - TRƯỢNG 錫 杖 *Bâton de moine* (*fr.*) Gậy thiếc. Cây gậy có tra những vòng bằng thiếc hoặc bằng đồng, mà nhà sư cầm theo khi đi khất thực hoặc du hành. Kêu theo Phạn : *Khiết-khí-la.* Cũng kêu : *Trí-trượng,* vì gậy ấy tiêu biểu cho cái Trí-huệ giải thoát của nhà tu. Lại cũng kêu *Thinh-trượng,* vì gậy ấy khua ra tiếng ; *minh-trượng,* gậy có khoen thiếc hoặc đồng khua như tiếng chim kêu. Trong khi đến nhà ai, nhà sư cầm gậy gõ xuống đất cho khua lên đặng cho người ta biết mà thỉnh vào hoặc cúng dường. Trên đầu gậy, có bốn cái gọng và mười hai cái vòng bằng đồng. Nhờ vậy mà khi gõ xuống đất, thì khua như lục-lạc. Bốn cái gọng và mười hai cái vòng là biểu-hiệu Tứ diệu-đế và Thập nhị nhơn-duyên mà nhà sư phải hành. Đó là *tích-trượng* của sư đạo Phật. Còn *tích-trượng* của sư Bà-la-môn thì có bảy mắt (*bâton à sept nœuds*). Các sư Bà-la-môn trong ba hạng (*sơ, trung, thượng*) đều cầm cây *tích-trượng*. Vì số bảy là biểu hiện cho bảy bực tu, bảy quả đức, bảy sức linh mà bực thứ bảy là cao viễn, bao gồm tất cả. Bảy bực tu ấy là : 1. bực tu tại gia, 2. bực tu vái các thần thường, 3. bực tu biết biến, 4. bực tu biết hóa phép linh, 5. bực tu cầu Thần Thánh, không mặc quần áo, 6. bực tu thiền-định, 7. bực tu thượng, thầy cả trong tôn-giáo, thay mặt cho đức Phạm-thiên.

Ở Ấn-Độ, số bảy huyền-vi lắm, nhiều nhơn-vật cùng đi với số bảy : Bảy vị Tiên ở Ấn-Độ (*Sapta-Richirs*), Bảy cảnh Tiên (*Sapta-Poura*), Bảy hòn đảo tiên, (*Sapta-Douipa*) Bảy biển (*Sapta-Samudra*), Bảy sông linh (*Sapta-Nady*), Bảy núi linh (*Sapta-Pariatta*), Bảy cây ở cõi trời (*Sapta-Arania*), Bảy chủng (*Sapta-Coula*), Bảy cảnh-giới từ hạ chí thượng (*Sapta-loca*). Lại số bảy có nghĩa gồm đủ Trời Đất Thánh Thần trong đó (*Jyaus ; Nara nari-Viradj ; Brahma-Vischnou - Siva*).—

Địa-Tạng Bồ-tát thường có xách một cây *tích-trượng* bằng vàng (*kim-tích*). Ngài là Giáo-chủ cõi U-minh. Trong khi tuần-du trong cõi U-minh, Ngài gõ cây *tích-trượng* xuống, sức chấn-động làm cho cửa Địa-ngục mở ra. Và nghe những ai niệm Phật, có tư-tưởng lành, ngài động lòng thương, muốn độ thoát, bèn dộng cây *tích-trượng* xuống đất, thì địa-ngục nát ra, nhờ đó linh-hồn kẻ bị đọa được giải-thoát.

Trong cuộc thọ giới Tỳ-kheo, khi Hoà-thượng truyền thọ cho cây *Tích-trượng*, vị tân Tỳ-kheo vừa nhận lãnh, vừa niệm như vầy :

Thiện tai Khiết-khi-la, Trí-huệ công-đức bổn, Như pháp thọ trì giả, Siêu đăng Niết-bàn ngạn !

Án, na lật thế, na lật thế, na lật tra, bát đề, na lật đế, na dạ bát nãnh, hồng phấn tra !

TÍCH-HÓA (*TÍCH-MÔN*) 迹化 (迹門) Sự giáo-hóa, môn giáo-hoá bằng dấu cũ. Đối với : *Bổn-hoá* 本化 hay *Bổn-môn* 本門. Sự giáo-hoá bằng cội-rễ.

Diệu-pháp liên-hoa Kinh có 28 phẩm: 14 Phẩm đầu là *Tích-hóa* hay *Tích-môn*. 14 phẩm sau là *Bổn-hóa* hay *Bổn-môn*.

TÍCH-MÔN THẬP DIỆU 迹門十妙 Mười huyền-diệu, mầu-nhiệm của Tích-môn. Trong Diệu-pháp liên-hoa kinh, 14 phẩm đầu, từ phẩm Tự cho đến hết phẩm An-lạc hạnh, kêu là *Tích-môn*, có chứa đủ 10 sự huyền diệu, gọi là *Tích-môn thập diệu*. 14 phẩm sau, từ phẩm Tùng địa dõng xuất cho đến hết phẩm Phổ-Hiền khuyến phát, kêu là *Bổn-môn*, có chứa đủ 10 sự huyền-diệu, gọi là *Bổn-môn thập diệu*

Tích-môn thập diệu: 1. Cảnh diệu, 2 Trí diệu, 3. Hạnh diệu, 4. Vị diệu, 5. Tam pháp diệu 6. Cảm-ứng diệu. 7. Thần-thông diệu, 8. Thuyết-pháp diệu, 9. Quyến-thuộc diệu, 10. Lợi-ích diệu.

Bổn-môn thập diệu: 1. Bổn-nhơn diệu, 2. Bổn-quả diệu, 4. Cảm-ứng diệu, 5. Thần-thông diệu. 7. Quyến-thuộc diệu, 8. Niết-bàn diệu, 9. Thọ-mạng diệu, 10. Lợi-ích diệu.

TỊCH 寂 *Cessation, Apaisement* (*fr.*) Yên lặng, không xao động, Không tiếng-tăm; — An ổn; — Vắng vẻ; — Không không; — Vô-vi; — Dứt các phiền-não đã từng nung đốt tâm-can. — Nhà tu-hành khi thác cũng gọi là *tịch*. Bực thành Đạo, như Phật, khi lìa bỏ xác-thân, vào *Niết-bàn* vô-dư, cũng gọi là *tịch*.

TỊCH CHIẾU 寂照: Sự chiếu sáng của tịch-tĩnh. Nhà tu-hành dứt được phiền-não, trở nên tịch-tĩnh, thì tâm trí quang-minh chiếu-diệu. Cái thể của chơn-lý kêu là *tịch*; cái dụng của chơn-trí kêu là *chiếu*.

TỊCH CHỦNG 寂種: Dòng giống (*chủng-tánh*) của Tịch diệt, của Niết-bàn, hai thừa Thinh-văn và Duyên-giác. Những người tu hành trong hai thừa ấy rất ưa thích lẽ Tịch diệt của Niết-bàn Tiểu-thừa, nên gọi là *Tịch-chủng*.

TỊCH DIỆT 寂滅: *Tịch* là thanh-tịnh, tịch-tĩnh. *Diệt* là dứt sạch, dứt các phiền-não, dứt cái tai hại lớn là vòng sanh-tử luân-hồi, dứt các nhơn-quả của cuộc luân-hồi. Cho nên cội Bồ-đề chỗ Phật thành Đạo kêu là *Tịch-diệt Đạo-tràng* 寂滅道場

Rồi đến khi Phật bỏ xác thân nơi rừng cây Ta-la, gần thành Câu-thi-na, cũng kêu là Tịch-diệt, tức Niết-bàn.

TỊCH-DIỆT CHƠN-ĐẾ 寂滅真諦 Nirdha-aryasatya (*scr.*). Vérité « Destruclion de la Douleur (*fr.*) : Tức là *Diệt-đế*, Chơn-lý dứt khổ, Diệt lòng yêu mến. Chơn-lý thứ ba trong *Tứ Diệu-đế*. (*Xem : Diệt-đế.*)

TỊCH - DIỆT NHẪN 寂滅忍 : Đức nhẫn của nhà đắc đạo, của bực dứt sạch các mối lầm, các phiền-não. Có năm đức nhẫn bắt từ dưới kể lên : 1) *Phục nhẫn* (*đức nhẫn chế-phục lấy mình tuy chưa đoạn diệt phiền-não*), 2) *tín nhẫn* (*đức nhẫn do lòng tin chánh-pháp*), 3) *thuận nhẫn* (*đức nhẫn của người tùy thuận đạo-lý*), 4) *Vô sanh nhẫn* (*đức nhẫn của người hiểu chơn-lý thiệt của các pháp vốn không sanh không diệt*), 5) *Tịch-diệt nhẫn* (*đức nhẫn của bực thanh-tịnh, đắc Niết-bàn*).

TỊCH-DIỆT PHÁP 寂滅法 : Pháp-giáo tịch diệt. Tức là cái thật-tướng của các pháp, cái lặng-lẽ hoàn toàn, dứt hết các hình-tướng, các lời ăn nói, các tư-tưởng vọng-động.

TỊCH-DIỆT TAM-MUỘI 寂滅三昧 — Niro-dha-Samâpathi (*p.*).— Extase de la Cessasion (*fr.*) *Cũng viết : Tịch-Diệt Định, Diệt-tận Định.* Phép tu đại-định Tịch-diệt. Bực Thánh-giả vào phép Đại-định nầy, thì sự cử động, lời nói và tư - tưởng đều tịch-tĩnh. Song không được ngồi thiền quá bảy ngày.

(*Xem : Diệt-tận định.*)

TỊCH-DIỆT TƯỚNG 寂滅相 : Tướng Niết-bàn. Rời khỏi tất cả các tướng, trong tâm dứt hết các tư-tưởng, các sự mong cầu.

TỊCH - DIỆT VÔ NHỊ 寂滅無二 : Tịch-diệt không hai. Bực chứng lý Niết-bàn không còn phân biệt thế nầy hay thế khác, tâm trí lặng lẽ không sai biệt. Tức là không còn những tướng : đen trắng, sạch dơ, tăng giảm, nam nữ, sanh diệt v.v.

TỊCH-ĐỊNH 寂定 : Phép định tịch-tĩnh. Nhà tu-hành thường định tâm vào lý tịch-tĩnh, không có những mối vọng-tưởng. Đồng-nghĩa : *Tịch-diệt tam-muội.*

TỊCH-NIỆM 寂念 Lòng niệm tịch-tĩnh. Trong tâm hằng nhớ đến sự lặng-lẽ, an-nhiên ; không để cho các mối tham, sân, si xen vào được. *Tịch-niệm* cũng là tiếng dùng để gọi *Thiền-định.*

TỊCH-NGẠN 寂岸 : Bờ tịch-tĩnh bên kia. Tức là *Niết-bàn.* Đối với bến bên nây là bến mê-dục, phiền-não.

TỊCH-NGHIỆP SƯ-TỬ 寂業師子 : Bực Sư-tử giữa loài người mà ba nghiệp thân-ngữ-ý đều thanh-tĩnh. Tiếng xưng Phật Thích-Ca.

TỊCH-NHIÊN 寂然 : Tịch-tĩnh an nhiên, không vướng một mảy chướng-ngại, phiền-não ; tâm - trí vô tư - lự, không xúc-động đối với cảnh-vật.

TỊCH-NHIÊN GIỚI 寂然界 : Cảnh giới tịch-tĩnh an-nhiên. Tức là cảnh Niết-bàn. Người xuất - gia tu theo Thinh-văn thừa và Duyên-giác thừa thì chứng được cảnh-giới nầy, tâm-trí trở nên thanh-tĩnh, an-nhiên, lìa xa các vọng-động.

TỊCH-QUANG, 寂光 : Tịch-tĩnh và sáng chói. Hai cái đức của nhà tu hành : trước nhờ thiền-định mà trở nên thanh-tĩnh, dứt mê lầm ; sau nhờ thanh-tĩnh mà tâm-trí và thân-thể đều sáng chói.

Lại có nghĩa : Ánh-sáng của Tịch-tĩnh. Tức : Tịch-chiếu.

TỊCH-QUANG HẢI-HỘI 寂光海會 : Hội lớn của các nhà thành Đạo và sáng suốt. *Hải-hội* : Đại-chúng trong Pháp-giới Mười-phương hội lại một chỗ, tức là Phật, Bồ-tát, Thánh, Tiên, Thần, Người đều tựu lại một chỗ, cũng như các sông, rạch đều chảy dồn ra biển. Ấy là Hội lớn. Mà là Hội lớn của những bực dứt phiền-não, trở nên sáng-suốt, chói-lọi.

TỊCH-TĨNH (Tịnh) 寂靜 : Êm ái lặng lẽ ; dứt phiền-não và trở nên thanh-tĩnh, an-nhiên. Chứng Đạo, đắc Niết-bàn. Dứt khổ-não, luân-hồi. Đối với : *Hội-náo* (lộn-xộn náo động).

Tịch-tĩnh có hai thứ : *Thân Tịch-tĩnh, Tâm Tịch-tĩnh.*

a) *Thân tịch-tĩnh* : Xả bỏ gia-đình, rời cảnh thế-tục, không còn quan-thiệp với ai nữa, ở nơi nhàn-cư tĩnh-xứ, rời xa các cuộc mê-muội, xáo-trộn, thân mình không phạm một điều tà ác.

b) *Tâm tịch-tĩnh* : Xa lìa những mối Tham, Sân, Si ; tu tập thiền-định, tâm chẳng tán-loạn, ngay trong ý không phạm một điều gì tà ác.

Lại có hai thứ : *Tịch-tĩnh, Đại Tịch-tĩnh.*

a) *Tịch-tĩnh* là một đức-tánh của Tiểu-thừa, của Niết-bàn La-hán và Duyên-giác.

b) *Đại tịch-tĩnh* là một đức-tánh của Đại-thừa, của Niết-bàn Phật Như-lai.

Hoa-Nghiêm Kinh : Quán-tưởng pháp tịch-tĩnh thì diệt các mối si ám.

Tỳ-Bà-Thi Phật Kinh : Bực Điều-ngự Đại trượng-phu đứng ra dắt dẫn chúng-sanh, đưa họ đến nẻo *Tịch-tĩnh.*

TỊCH-TĨNH HẠNH 寂 靜 行 : Hạnh tu tịch-tĩnh. Ấy là hạnh-pháp của người Thinh-văn thừa, Duyên-giác thừa, tu học Giới, Định, Huệ theo Bát Chánh-đạo và Thập-nhị nhơn-duyên để dứt các phiền-não mà trở nên an-tĩnh, nhập Niết-bàn.

TỊCH THƯỜNG 寂 常 : Tịch-tĩnh và thường-hằng. Lòng không phiền-não, không có một mảy tham-dục, đó là *tịch.* Tâm chứng ngộ rằng các pháp đều như-nhiên, không sanh, không tử, đó là *thường. Tịch thường* tức là lý Niết-bàn.

TIỆM - GIÁO 漸 教 Pháp-môn dạy lần lần. Đối với : *Đốn-giáo* là pháp-môn dạy cho thành công tức khắc, không chần chờ. Lại đối với : *Viên-giáo* là pháp-môn tròn trịa đầy đủ, đưa ngay vào quả Phật.

Vì chúng-sanh căn tánh khác nhau, có chậm (*độn*), có lanh (*lợi*), nên Phật tùy tiện mà dạy bảo : ngài dùng Tiệm-giáo, Đốn-giáo hoặc Viên-giáo.

Về *Tiệm-giáo*, trước Ngài dạy chỗ dễ, cạn; rồi lần lần dạy tới chỗ khó, sâu. Chính lúc đầu, Ngài dạy về thừa Thinh-văn, kế lần lên thừa Duyên-giác, sau rốt thì dạy thừa Bồ-tát. Thuyết pháp lần lượt từ chỗ dễ đến chỗ khó đặng tiện bề dìu dắt người ta tu học, ấy là *Tiệm-giáo* vậy. (*Xem* : *Đốn-giáo*.)

TIÊN 仙 Rishi (*scr.*).— Ermite (*fr.*) Vị Tiên. Tiếng gọi thầy tu núi, đắc thần-thông, có thể sống lâu hoài không chết, tên chung là *Hành giả* 行者 Đức Phật Thích-Ca từng được các trang tu-hành đồng-thời tôn xưng là Đại-Tiên.

Đức Phật trước kia đã nhiều đời tu hành đắc quả-vị *Tiên*, như một tiền-thân ngài làm *Nhẫn-nhục Tiên*. Tiên đây là *Tiên-nhơn*, khác với hạng Tiên (*chư Thiên*) trên trời.

Như hồi đức Thích-tôn giáng sanh vào cung vua Tịnh-Phạn, ngài *A-tư-đà Tiên*, nhơn lúc thiền-định, biết được việc ấy, bèn vào đền vua mà chiêm-ngưỡng Tôn-nhan.—

Lăng - Nghiêm Kinh : Đức Phật phán với A-Nan rằng có mười giống *Tiên* :

1.) Kiên-cố phục-nhĩ, kêu là Địa-hành tiên.

2.) Kiên-cố thảo-mộc, kêu là Phi-hành tiên.

3.) Kiên-cố Kim-thạch, kêu là Du-hành tiên.

4.) Kiên-cố động-chỉ, kêu là Không-hành tiên.

5.) Kiên-cố tân-dịch, kêu là Thiên-hành tiên.

6.) Kiên-cố tinh-sắc, kêu là Thông-hành tiên.

7.) Kiên-cố chú-cấm, kêu là Đạo-hành tiên.

8.) Kiên-cố tư - niệm, kêu là Chiếu-hành tiên.

9.) Kiên-cố ly khảm, kêu là Tinh-hành tiên.

10.) Kiên-cố biến-hóa, kêu là Tuyệt-hành tiên.

Mười giống *Tiên* ấy hoặc ở tại núi sâu, hoặc ở tại cù-lao giữa biển và những chỗ tuyệt chẳng có dấu người. Dầu họ sống cả ngàn tuổi, nhưng chừng chết, cũng vào Luân-hồi.

TIÊN-NHƠN 仙 人 Rishi (*scr.*).— Ermite (*fr.*) Cũng viết : *Tiên.* Những vị lánh mình vào núi mà tu luyện. Nhờ tọa thiền nơi chỗ thanh-tĩnh, nên mấy vị nầy thường đắc phép thần-thông. Có nhiều vị đắc tới *Ngũ thông* : 1. Thiên-nhãn thông, 2. Thiên-nhĩ thông, 3. Túc-mạng thông, 4. Tha-tâm thông, 5. Thần-túc thông.

Hồi đức Thích-Ca giáng-sanh và thành Phật, trong cõi Ấn-Độ, có rất nhiều vị *Tiên-nhơn* ẩn-cư nơi núi tuyết, đồng hoang mà tu hành. Có nhiều vị đắc Ngũ thông. Tới chừng qui-y nơi Phật, nhiều vị *Tiên-nhơn* đắc luôn Đệ-lục Thông (*Lậu-tận thông*) và thành La-hán.

Phật Thích-Ca có nhắc rằng trong nhiều đời trước, Ngài thường làm vua, song bỏ ngôi vua, lên rừng làm bực *Tiên-nhơn* mà tu hành, gìn Sáu Độ của Bồ-tát, *Lục Ba-la-mật* : Bố-thí, Trì-giới, Nhẫn-nhục, Tinh-tấn, Thiền-định, Trí-huệ.

TIÊN-NHƠN VIÊN 仙 人 園 Rishipatana (*scr.*) Vườn cây của chư vị Tiên-nhơn. Tên cảnh vườn cây ở gần thành Ba-la-nại (*Bénarès*). Trong cảnh vườn ấy, từ xưa hằng có những vị Tiên-nhơn đến ở tu hành, nên bá-tánh gọi vườn ấy là *Tiên-nhơn viên* hay *Tiên-uyển.* Lại trong vườn ấy, có những con lộc (*con hươu*) sống một cách thảnh-thơi, không bị ai bắn giết, nên người-ta cũng gọi cảnh vườn ấy là *Lộc-dã viên* hay *Lộc-uyển.*

TIÊN THIÊN-TỬ 仙. 天 子 Một vị tu núi, giữ khổ-hạnh, tịnh-hạnh có công-đức sau khi bỏ xác thân nầy, sanh lên một cảnh ở Thiên-thượng, do một vị Thiên-chủ (*Thiên-vương*) cầm đầu. Đó kêu là Tiên Thiên-tử. (*Xem : Tiên, Thiên-tử.*)

TIÊN-UYỂN 仙 苑 Rishipatana (*scr.*) Vườn Tiên. Đó là tên riêng của vườn Lộc-dã. (*Xem : Lộc - dã viên.*)

Trong Kinh *Lalitavistara* có chép :

Chư Thiên-tử giáng xuống cõi Diêm-phù, khuyên bảo các vị Độc-giác Phật rằng: « Chư Đại-đức! Trong mười hai năm, đức Bồ-tát sẽ vào mẫu-thai. Chư đại-đức nên dọn đất sẵn cho Phật. » Lúc ấy, gần thành Ba-la-nại (*Varanasi*), trong Vườn lộc tức *Tiên-Uyển* (*Rishipatana*), có năm trăm vị Độc-giác ở đó. Các vị nghe lời ấy rồi, bèn bay lên hư-không, cỡ bảy cây Đa-la (*Tala*), vào vùng lửa và thoát khỏi nẻo khổ. Các ngài nhập diệt, thể xác đều thiêu, chỉ còn lại xá-ly mà thôi. Xá-ly rớt xuống đất. Kể từ đó, người ta gọi cảnh ấy là Vườn Tiên (*Tiên-Uyển*). Và cũng từ thuở ấy, những con lộc rừng ở đó rất yên-ổn, nên người ta cũng gọi vườn ấy là *Lộc-uyển, Lộc-dã viên* (*Mrgadava*).

TIẾN 進 Progresser, Progrès, Avancer Avancement (*fr*) Lướt lên cao. Đối-nghĩa: Thối (*thoái*) 退. Xem: Tấn.

TIỀN 前 *Antérieur, Précédent, Devant* (*fr.*) Trước. Đối với *hậu* (*sau*).

1) Phía trước, phía ngoài. Như: *Tiền-trần.*

2) Thuở trước. Đồng-nghĩa: *Tiên* 先. Như: *Tiền-thân.*

3) Đi tới trước. Như: *Tiền khước* (*tới lui*).

TIỀN-DUYÊN 前緣: Duyên-phận từ trước, duyên-phận tiền-định, không sửa đổi được. Đồng-nghĩa: *Túc-duyên* (*nhơn-duyên từ những đời trước*).

TIỀN-ĐỊNH 前定: Định trước.

1) Cũng như nói: *dự bị.* Tức là lời nói hoặc việc làm đã sắp đặt sẵn, ắt khỏi bợ ngợ, hư hỏng.

2) Phàm việc gì đều có số dự-định trước, sức người không có thể dời đổi được. Như giàu, nghèo, thọ, yểu, phước, họa đều do *Tiền-định.* Chữ *Tiền-định* bên Nho đồng nghĩa với chữ *Nghiệp* (*Karma*) bên Phật.

TIỀN HẬU TẾ ĐOẠN 前後際斷 : Các pháp - hữu-vi tiền-tế (*đời trước, lúc trước*) và hậu-tế (*đời sau, lúc sau*) đều đoạn-tuyệt mà không thường-trụ. Ai chứng ngộ lẽ ấy, thì đắc Niết-bàn, thoát khỏi vòng Sanh - tử. Còn ai thấy rằng tiền-tế và hậu-tế chẳng đoạn tuyệt, thì cũng như mình quây tròn ngọn lửa, ngọn lửa ấy hóa thành vòng lửa (*triền-hỏa luân*). Như vậy, đời trước và đời sau, lúc trước và lúc sau còn nối tiếp nhau, người ta còn lăn trở trong vòng Luân-hồi. *Tiền hậu tế đoạn* đối với : *Tiền hậu tương tục*.

TIỀN HIỀN HẬU THÁNH 前賢後聖 : Hiền trước Thánh sau. Tức là chư vị Hiền, Thánh trong đạo Phật từ trước tới sau, từ xưa tới nay. *Qui nguyên trực-chỉ* : *Tiền Hiền Hậu Thánh*, tự các ngài đều nguyện vãng sanh.

TIỀN-NGHIỆP 前業 : Nghiệp-nhơn đời trước. Do đời trước đã làm việc gì, thì đời nầy lại làm việc đó ; do đời trước đã làm phải hay làm quấy, thì đời nầy hưởng phước hoặc mắc họa. Cũng nói : *Túc-nghiệp*.

TIỀN-NHƠN 前因 : Nhơn-duyên thuở trước, đời trước. Tức là *Tiền-nhơn hậu-quả*. Phàm sự chi có kết quả sướng hoặc khổ, đều do nhơn-duyên đã tạo ra từ trước hoặc đời trước, lành hoặc dữ. Cũng nói : *Túc-nhơn*.

TIỀN-SANH 前生 : Đời trước của một người. Đối với : *Kim-sanh* (*đời nay*). Cũng nói : *Tiền-thân, tiền-tế*.

« **Tặng Hàn-sơn thi** » : Kim nhựt như hứa bần, Tổng thị *tiền sanh* tác.

(*Như ngày nay mình chịu nghèo hèn, là tại những việc làm của mình đời trước.*)

TIỀN-TẾ 前際 : Đời trước của một người. *Tiền-tế, hậu-tế cập tiền hậu tế* : đời trước, đời sau và đời nầy.

TIỀN-THÂN 前身 : Đời trước của một người. Đối với : *Hậu-thân*. Cũng nói : *Tiền-sanh, Tiền-tế*. Như trong Kinh *Bổn-sanh* (*Jataka*) có chép các *tiền - thân* của đức Phật, Ngài từng lưu chuyển trong Lục đạo mà tế độ chúng-sanh.

TIỀN-THẾ 前 世 : 1) Thời - đại trước, thuở xưa. Cũng như nói : *Tiền-đại*. Đối với : *Hậu-thế*.

2) Đời trước của một người. Cũng như nói : *Tiền-sanh, Tiền-thân*.

TIỀN-TRẦN 前 塵 : Cảnh ngoài. Đối với Lục *căn* ở trong, thì *Lục trần* ở ngoài, đối diện với mình, cho nên kêu là *tiền trần*.

Lăng - nghiêm Kinh : Phật cáo A - Nan : Nhứt thiết thế-gian đại tiểu nội ngoại chư sở sự-nghiệp, các thuộc *tiền - trần*. (*Đức Phật phán với ông A-Nan rằng : Mọi sự nghiệp của người ta ở thế gian, dầu lớn, dầu nhỏ, dầu trong, dầu ngoài đều thuộc về tiền-trần.*)

TIỀN - TRIẾT 前 哲 : Vị hiền-triết đời trước, nhà đạo-đức thuở xưa. Như đời nay người-ta gọi đức Phật, đức Khổng là *Tiền-triết*.

TIẾP 接 Giao tiếp ; — Hiệp, hội ; — Thấy ; — Giữ lấy, vâng lãnh ; — Liên tiếp, nối tiếp ; — Thâu lấy ; — Rước, nghênh ; — Giúp đỡ, cấp cho.

TIẾP - DẪN 接 引 : Nắm lấy tay mà chỉ đường. Đó là một phương-tiện của chư Phật, chư Bồ-tát.

Đối với kẻ sa lạc nơi cạm-bẫy, vướng tai ách, thì Bồ-tát hiện đến, nắm lấy tay mà cứu lên và chỉ cho chỗ phải thế để nương nhờ, đó là *tiếp-dẫn*.

Đối với kẻ ham mê các sự vui giả dối ở trần-thế, chìm nổi trong cạm luân-hồi, thì Bồ-tát hiện đến thâu nhận họ, giải cho họ hiểu Đạo lý, đưa họ vào Đạo và chỉ đường cho họ tu thành Phật, đó cũng là *tiếp-dẫn*.

Kẻ tu pháp-môn Tịnh-độ, niệm Phật cầu vãng sanh, lúc lâm-chung được thấy Phật A-Di-Đà hiện đến, *tiếp-dẫn* về Cực-lạc thế-giái.

Quán Vô-lượng-Thọ Phật Kinh : Ngài Quan-Thế-Âm Bồ-tát dùng bàn tay quí báu (bảo-thủ) mà *tiếp-dẫn* chúng-sanh.

TIẾP TÚC 接足 Nối liền bàn chơn, Nghinh tiếp bàn chơn.

Tức : *Tiếp túc tác lễ* 接足作禮. Lấy hai bàn tay mà nối-tiếp với hai bàn chơn của Phật, của bực tôn-giả. Quì mọp, đưa hai tay lên mà nghênh-tiếp hai bàn chơn của bực đạo-đức cao thượng. Đó là cách làm lễ tôn trọng nhứt.

Quán Vô-lượng-Thọ Phật Kinh : Khi ấy, bà thái-hậu Vi-đề-Hy được Phật chỉ cho thấy đức Phật Vô-Lượng-Thọ (A-Di-Đà) rồi, bà bèn *tiếp túc* làm lễ đức Phật (Thích-Ca).

TIỆP-KÍNH 捷徑 *Tiệp* : rất mau chóng (tật tốc). *Kính* : vắn tắt, băng ngang. Là nói con đường vắn tắt, đi mau tới chỗ.

Trong *Qui-nguyên trực-chỉ*, Chơn-Yết-Liễu Thiền-sư nói rằng : « Pháp-môn *tiệp-kính*, duy có niệm Phật : công cao dễ tới, niệm Phật làm đầu. »

TIẾT-ĐÀ (*LUẬN*) 韓陀 (論) Védas (*scr.*) Thường viết là *Phệ-đà*. Ấy là bốn bộ kinh-luận cốt-yếu của đạo Bà-la-môn bên Ấn-Độ :

1. Lực Tiết-đà (*Rig-véda*), dịch nghĩa : *Thọ-Minh*, giải-thích việc số-mạng dài, vắn của con người, cách dưỡng sanh-mạng, bảo-tồn thiện-tánh, phương-pháp giải-thoát.

2. *Dả-thọ Tiết-đà* (*Yajur-véda*), dịch nghĩa : *Tự - Minh*, giảng dạy việc tế-tự, cầu-đảo chư Thiên, chư Thần và các âm-hồn.

3. *Sa-ma Tiết-đà* (*Sama-véda*), dịch nghĩa : *Bình minh*, bình-định việc phải quấy ở đời, cưới gả, chôn cất, tiệc tùng, và dạy những phép chiếm quẻ, binh-pháp quân-trận.

4. *A-đạt Tiết-đa* (*Atharva-véda*), dịch nghĩa : *Thuật-minh*, dạy những kỹ thuật như : toán-số, cấm-chú, y-phương.

TIÊU-CỰC 消 極 Négatif (*fr.*) Đối với *Tích-cực* (*Pháp : Positif*). *Tiêu-cực*, trái với sự tấn-thủ.

Đạo Phật phái Tiểu-thừa vì chấp cái không, cái tàn-tạ, cái vô-thường, tâm trí những lo bảo-thủ và diệt khổ mà thôi, ấy là đạo Phật tiêu-cực.

TIỂU-CĂN 小 根 Căn nhỏ. Tiếng gọi kẻ căn-tánh nhỏ, chỉ có thể thọ giáo-pháp Tiểu-thừa mà thôi.

TIỂU-CƠ 小 機 Căn - cơ nhỏ. Tiếng gọi tâm chí thấp nhỏ chẳng làm được công-đức to lớn, kẻ chỉ đủ sức thọ-lãnh và thi-hành giáo-lý Tiểu-thừa mà thôi.

TIỂU-CHÚNG 小 衆 Chúng nhỏ. Chúng là số đông người cùng nhau chung cùng mà tu-học ; đồng-nghĩa : *Tăng*.

Tiểu-chúng cũng kêu là *tiểu-tăng*. Tức là hàng Sa-di và Sa-di-ni, dưới hàng Tỳ-kheo và Tỳ-kheo-ni. *Tiểu-chúng* giữ Thập-giới, còn hàng Tỳ-kheo và Tỳ-kheo-ni thì giữ Cụ-túc giới.

TIỂU-KIẾP 小 劫 Petit kalpa. (*fr., scr.*) Kiếp nhỏ. Theo nhiều quyển Kinh Phật tuy, là một Tiểu - kiếp, chớ cũng dài lắm, kể ra có 1 ngàn 6 trăm 8 mươi vạn năm (16.800.000 *năm*).

Trong Kinh Pháp-Hoa có nói rằng : Pháp Phật thật rất khó gặp. Có khi trải qua từ một *Tiểu-kiếp* cho đến mười *Tiểu-kiếp* cũng chưa thấy Pháp Phật hiện ra ở cõi thế. (*Xem : Kiếp.*)

TIỂU-PHÁP 小 法 Pháp nhỏ. Đối-nghĩa : *Đại-pháp*.

1. Pháp-môn cạn hẹp, nhỏ nhoi.

5. Pháp-giáo Tiểu-thừa. Như nói : Hàng Thinh-văn ưa thích *Tiểu-pháp*.

TIỂU-SƯ 小 師 Thầy nhỏ. Đối-nghĩa : *Đại-sư.*

Tiếng gọi nhà sư thọ cụ-túc giới chưa đầy mười năm.—Tiếng bực tôn-sư gọi hàng đệ-tử.-Tiếng tự xưng khiêm-nhượng của vị Sa-môn.

TIỂU-THÁNH 小 聖 Vị Thánh nhỏ. Đối-nghĩa : *Đại-Thánh.* Trong hàng chư Thánh, người chứng ngộ cỡ cạn hẹp, kêu là *Tiểu-Thánh.* Hàng Đại-thừa xưng những vị đắc Tứ quả Tiểu-thừa là *Tiểu-Thánh.* Phật gọi hàng Bồ-tát Đại-thừa là *Tiểu-Thánh,* chưa đắc quả Đại-Thánh là địa-vị Phật.

TIỂU THIÊN THẾ-GIỚI 小 千 世 界 Ngàn thế-giới nhỏ. Tất cả các cõi : mặt trời, mặt trăng, núi Tu-di, bốn thiên-hạ, cõi trời Tứ Vương, ba mươi ba cảnh trời, cõi trời, Dạ-ma, cõi trời Đâu-suất, cõi trời Hóa-lạc, cõi trời Thả-hóa-Tự-tại, cõi trời Phạm-thế, kêu chung là một thế-giái hiệp bởi một ngàn thế-giới nhỏ, kêu là *Tiểu thiên thế-giới.*

(*Xem : Tam thiên đại thiên thế-giới.*)

TIỂU THỪA (*THẶNG*) 小 乘 Hinayana (*scr.*).-Petit véhicule(*fr.*) Chánh-âm lá *Tiểu-thặng*: cỗ xe nhỏ.Nhà tu học ngồi trên cỗ xe nhỏ đề đi tới tiểu Niết-bàn của bực La-hán và Bích-chi Phật. Đối với Đại-thừa là cỗ xe lớn của những vị dõng-mãnh muốn thành Đại Bồ-tát và Phật Như-lai.

Bực tu học Tứ - diệu-đế đề thành La-hán và diệt Thập nhị nhơn-duyên đề thành Duyên-giác là bực *Tiểu-thừa.* Còn bực tu học muốn thông suốt tất cả, đầy lòng từ bi muốn độ thoát tất cả chúng-sanh là bực *Đại-thừa.*

Cũng gọi *Tiểu-thừa* là *Nam-tông* như : Cao-Miên, Ai-Lao, Thái-Lan, Miến-Điện, Tích-Lan, vì ở miền nầy, người ta giữ y theo cổ-lệ, không tùy phương-tiện mà giáo-hóa chúng-sanh.

Cũng gọi *Đại-thừa* là *Bắc-tông* như : Tàu, Nhựt ; Tây-Tạng, Mông-cổ, Cao-Ly, Việt Nam v.v., vì ở miền nầy, người-ta vừa tu vừa học cái hạnh của chư Đại Bồ-tát, không chú ý đến quả La-hán, mà quyết đắc quả Phật Như-lai.

TIỂU-VƯƠNG 小王 Vua nhỏ, vị vua nước nhỏ. Ngoại trừ vị Chuyển-luân vương, bao nhiêu vị vua khác đều là *Tiểu-vương*. Vị *Tiểu-vương* miền Tây-thiên cũng như vị vua chư-hầu miền Đông-độ.

TÍN 信 Croire ; Foi, Croyance ; Croyant, Fidèle (*fr.*) Tin. Trái với : *Nghi, Hồ-nghi, Bất-tín.*

Tin (*Pháp : croire*) và nhận là thật, là lành, là mầu-nhiệm, chớ không-có lòng nghi. Như : *Tín* Phật, *Tín* Tam Bảo, *Tín* thọ phụng hành.

Lòng tin, đức tin (*Pháp : Foi, Croyance*) làm cho các điều thiện tăng trưởng, làm cho tâm-trí minh lẳng-trong, yên ổn, thanh cao. Như : *Tín*, hạnh, nguyện. *Tín* tức là *Tín-tâm.*

Người tin, kẻ mộ đạo và theo đạo vì tin tưởng : (*Pháp : Croyant, Fidèle*). Như *tín-đồ, tín-giả, tín-nữ.* Gọi tắt là *Tín.*

Đức Phật thường khen ông A-Nan mà nói rằng : Các Kinh mà Phật thuyết, A-Nan lúc nào cũng vui lòng nghe và *tín.*

Trong mỗi bài khế-kinh (*do ông A-Nan lặp lại*), mỗi khi hết bài, thì có câu nầy : Chư Tỳ-kheo và đại-chúng nghe, lấy làm *tin* chịu và vâng theo (*tín thọ phụng hành*).

Có mười cách *tin* thanh-tịnh nầy :

1. Phải *tin* lời nói « niệm Phật vãng sanh » là chơn-thật : hễ niệm Phật thì đặng vãng sanh.

2. Phải *tin* tâm mình là rộng lớn, có đủ công-đức thanh-tịnh

3. Phải *tin* cái lý : nhơn-quả nương nhau như hình với bóng, theo nhau chẳng rời.

4. Phải *tin* rằng từ cái thân mình cho đến vạn vật, các cõi thế-giới vốn chẳng có thiệt, đều như hoa giữa hư-không.

5. Phải *tin* rằng ở cõi đời ngũ trược ác-thế nầy, không thể cư trụ được, toàn là ác độc, dơ-dáy.

6. Phải *tin* rằng các pháp đều do tâm tạo, ngoài tâm không có pháp.

7. Phải *tin* rằng cái niệm-lực của mình không thể nghĩ, không thể bàn, cũng như cái nghiệp-lực.

8. Phải *tin* rằng cái liên-bào cũng như cái thai-bào, cái thần-dụng của nó không thể nghĩ, không thể bàn.

9. Phải *tin* rằng cái thân Phật là vô-lượng, đời Phật và ánh sáng của Phật cũng là vô-lượng, không thể nghĩ bàn.

10. Phải *tin* quyết rằng cái thân nầy có ngày sẽ chết.

Niết-bàn Kinh quyển 26: *Tín* là gì? Ấy là Bồ-tát *tin Tam* Bảo (*Phật, Pháp, Tăng*), tin rằng Bố-thí thì có Quả-báo, *tin* Nhị đế (*Thế-đế và Đệ nhứt nghĩa đế trong đạo Phật*), *tin* đạo Nhứt Thừa, do đạo Nhứt Thừa ấy, Phật và Bồ-tát phân làm Ba Thừa. *Tin* rằng vì chúng-sanh, mình mau được Giải-thoát. *Tin* lẽ Đệ nhứt nghĩa Đế, *tin* môn phương-tiện.

Nếu mình có lòng *Tin* như vậy, dầu cho Sa-môn hay Bà la-môn, Thiên-ma hay chư Thiên cõi Phạm, dầu cho tất cả chúng-sanh, chẳng ai có thể phá hoại tấm lòng ấy được.

Nhờ lòng *Tín* ấy, mình được cái Tánh của Thánh-nhơn, Phật-tánh. Nhờ lòng *Tín* ấy, mình tu hành Bố-thí dầu nhiều dầu ít, cũng mau gần Đại Niết-bàn, chẳng đọa trong vòng Sanh-tử. Lại nhờ lòng *Tín ấy*, mình tu hành Trì giới, Nhẫn-nhục, Tinh-tấn, Thiền-định, Trí-huệ, dầu ít dầu nhiều, cũng mau đắc Đại Niết-bàn.

TÍN CĂN 信 根 *La Foi* (*fr.*). Căn tin. Lòng tin là một cội rễ lớn của người tu hành, do đó mà phát sanh nhiều đức lành, nên kêu là *Tín-căn*.. Cũng kêu là *Tín căn-bổn*. Một trong Ngũ căn: 1. *Tín-căn*, 2. Tinh-tấn-căn, 3. Niệm-căn, 4. Định-căn 5. Huệ-căn. *Tín*-căn là lòng tin Tam Bảo, lòng tin Tứ Đế ăn sâu vào tâm hành-giả. Nhờ có *tín-căn*, người ta bền chí và vui lòng tu hành Lục Độ : 1. Bố-thí, 2. Trì Giới, 3. Nhẫn-nhục, 4. Tinh - tấn, 5. Thiền - định, 6. Trí - huệ. Nhơn đó, người ta đắc từ quả Tu - đà - hoàn cho đến quả Phật.

TÍN CĂN - BỔN (*BẢN*) 信根本 : Đức tin là cội rễ, cội rễ tức là đức tin. Người tu hành Đạo Phật phải lấy đức tin làm cội rễ, thì mới được vững chắc trên đường tấn-hóa và thành-tựu.

Niết - bàn kinh : Như ai có lòng tin Đạo, thì lòng tin Đạo ấy là *Tín căn - bổn*, nó có thể tá trợ quả *Đạo Bồ-đề*. — Như - lai giảng một nền Thánh - Đạo (Đạo - đế) với chư Thinh-văn ; ngài bèn phân ra nhiều món mà diễn thuyết, từ *Tín - căn* (*Tín căn - bổn*) cho tới Tám Thánh - Đạo (Bát Thánh - Đạo, Bát Chánh - Đạo).

TÍN CHÁNH 信正 : Lòng tin nơi : Bậc chơn - chánh, Lý chơn - chánh, Việc chơn - chánh. Đối - nghĩa : *Tín tà*.

Như ai nói rằng : Có Nhơn, Quả ; có Phật, Pháp, Tăng, đó là người Tín chánh. Như ai nói rằng : Chẳng có Nhơn, Quả ; Phật Pháp, Tăng là khác nhau ; như họ tin những lời tà, những tà-thuyết của ngoại-đạo, đó là kẻ *Tín tà*.

TÍN - CHÂU 信珠 Hạt châu đức Tin, đức Tin là hạt châu. Tỷ như hạt *minh - châu* có thể làm nước đục trở nên trong, đức Tin ở trong lòng người ta, có thể làm cho lòng dạ trở nên trong trẻo sạch sẽ, nên gọi đức Tin là *Tín - châu*.

TÍN - ĐỒ 信徒 Adepte, croyant, fidèle (*fr.*) Người tin theo tôn-giáo. Tiếng gọi chung các phần-tử trong Đạo : xuất - gia và tại - gia, nam và nữ. Thường dùng để gọi người ở tại nhà mà làm ăn, nhưng có lòng tin - tưởng sùng - kính một tôn-giáo, một đức Thầy hoặc một vị Giáo - chủ. Như : Phật-giáo *tín-đồ*, Da - tô giáo *tín - đồ*.

TÍN - ĐỨC 信德 Đức Tin.

1- Đức Tin đối với Phật, Thánh, đối với Đạo, đối với Thầy.

2- Công-đức của lòng Tin

3- Đức thành thật giữ tròn lời hứa, do đó người ta có thể tin cậy nơi mình.

TÍN GIẢI 信 解 Abhimukti(*scr.*). — Âm theo Phạn : *A-tỳ-mục-đề* (*Abhimukti*). Tin theo và hiểu rõ. Nghe Phật thuyết pháp, ban đầu tin theo, rồi sau mới hiểu rõ, ấy là *tín giải*.— Như trong *Kinh Pháp-Hoa*, đức Phật có phán với Xá-lỵ-Phất rằng : Pháp của Phật, Trí-huệ của Phật rất sâu xa. Nói ra, kẻ có trí nghe được ắt tin hiểu (*tín giải*) ; còn kẻ vô-trí thì sanh ra nghi-hối.

Lại, căn độn (*lụt*) tin theo, căn lợi (*bén*) hiểu rõ, cũng kêu là *tín giải*.— Lại có nghĩa : *Tín* là phá tà-kiến, *giải* là phá vô-minh.

TÍN, GIẢI, HÀNH, CHỨNG 信 解 行 證 Tin theo, hiểu rõ, tu-hành và chứng quả. Đó là bốn thời-kỳ, Phật-đạo : 1) trước hết người dự nghe vui lòng theo Pháp-giáo. 2) Thứ đến, hiểu rõ cái Pháp. 3) Thứ nữa, y theo Pháp mà tu hành. 4) Sau cùng, chứng được Quả-vị.

TÍN GIẢI THỌ TRÌ 信 解 受 持 Tin theo, hiểu rõ, thọ lãnh và giữ lấy. Đó là bốn thời-kỳ tu học Kinh, Pháp.

Nghe Thầy giảng lý, thuyết Kinh, hạp với chí-hướng mình nên *tín*, rồi hiểu rõ (*giải*), rồi xin *thọ* lãnh, thọ rồi thì giữ lấy (*trì*), chẳng để cho thất lạc.

Như nghe giảng *Kinh A-Di-Đà* mà *tín giải thọ trì*, cầu về Tịnh-độ của đức Phật A-Di-Đà.

Lại như nghe hoặc đọc-tụng *Kinh Diệu-pháp liên-hoa* mà tín giải thọ trì, quyết hành đạo Bồ-tát để mau thành Phật.

TÍN HẢI 信 海 Biển Tin, lòng Tin tức là Biển cả. Đức Tin rộng lớn, bao la như Biển cả, nên kêu là *Tín-hải*.

TÍN-HẠNH (*HÀNH*) 信 行 Hành-động do lòng Tin, vì lòng Tin mà tu hành, kêu là *Tín-hành*. Đối với *Pháp-hành* 法 行. Tự mình nương theo Pháp Thánh mà làm, kêu là *Pháp-hành*. Tin theo giáo-lý mà làm, kêu là *Tín-hành*.

Tín-hành là căn chậm lụt mà thành Văn-huệ 聞慧.

Pháp-hành là căn lanh lợi mà thành Tư-huệ 思慧.

Tín-hành, viết trọn chữ là *Tín hành Đạo*.

TÌN HÀNH ĐẠO 信行道 : Vì lòng tin mà hành Đạo. Một pháp trong năm pháp mà Phật thuyết :

1. *Tín hành Đạo* : Vì nghe Phật giảng hoặc Thầy giảng mà tin, cho nên tu hành Đạo-lý.

2. *Pháp hành Đạo* : Vì hiểu Pháp-giáo của Phật, cho nên tu hành Đạo-lý.

3. *Tín, Giải-thoát Đạo* : Lòng tin tức là Đạo Giải-thoát, nhờ trọn tin nên được Đạo Giải-thoát.

4. *Kiến đáo Đạo* : Cái ý kiến thấu đáo Đạo-lý.

5. *Thân chứng Đạo* : Tự mình chứng Đạo, được Giải thoát.

TÍN, HẠNH, NGUYỆN 信行願 Ba cái đức đại-khái của người đạo Phật Tịnh-độ tông. Muốn tu cho được vãng sanh Tịnh-độ, phải có đủ ba đức ấy.

Tín là tin tưởng nơi sức tiếp-dẫn của Phật A-Di-Đà, tin những Kinh dạy pháp-môn Tịnh-độ.

Hạnh là sự niệm Phật, việc tu niệm, các thiện-pháp mà mình làm hằng ngày.

Nguyện là lòng mong mỏi việc vãng-sanh, từ khi mới phát nguyện qui-y cho tới lúc mạng chung, lúc nào cũng mong mỏi việc ấy.

Được ba đức ấy, ắt sẽ vãng sanh Cực-lạc thế-giới.

TÍN HUỆ 信慧 Lòng Tin và Trí-huệ. *Tín-căn, Huệ-căn*, hai căn trong *Ngũ căn* vậy. Đem lòng tin phá tà-kiến, đem trí-huệ dứt vô-minh.

TÍN HƯỚNG 信 向 Tin và theo. Tín-mộ Tam Bảo (Phật, Pháp, Tăng) và qui-hướng theo Ba ngôi ấy.

TÍN LẠC 信 樂 Tin tưởng và vui thích. Khi nghe được Pháp-giáo, người ta bèn tin theo và vui thích với Pháp-giáo.

TÍN - LỰC 信 力 Sức Tin. Sức mạnh của lòng Tin. *Tín-lực* có thể phá tan những tà-tín, tà-kiến, giúp cho nhà đạo vững chí tu hành, hộ trợ cho các hành-giả tại-gia và xuất-gia trong việc thi hành Lục độ, giúp cho các pháp lành mau tăng trưởng. *Tín-lực* là một sức mạnh, một Lực trong *Ngũ Lực* : 1. *Tín-lực,* 2. Tinh-tấn lực, 3, Niệm lực, 4. Định-lực, 5. Huệ lực.

TÍN-NỮ 信 女 Upâsikâ (*scr.*) Laïque (*fr.*) Cũng kêu là *Ưu-bà-di.* Hạng đờn-bà con gái còn ở nơi gia-đình mà tin Phật và mộ Tam Bảo. Quan-Âm thị Kính : Thiện-nam *tín-nữ,* lão bà,

Đều rằng tu thế mới là chơn-tu.

(*Xem : Ưu-bà-tắc, Ưu-bà-di.*)

TÍN NGOẠI KHINH MAO 信 外 輕 毛 Lòng tin ở ngoài như mảy lông nhẹ. *Tín ngoại khinh mao* là tiếng dùng gọi kẻ mà đức tin không bền vững, không quyết định, lao chao, cạn, nhẹ như mảy lông dễ bay, dễ lạc.

TÍN-NGUYỆN 信 願 Lòng ước nguyện một cách tin cẩn ; đem lòng tin mà cầu nguyện. Cũng có nghĩa : Lòng tin và chí nguyện.

Như người tu Tịnh-độ phải có *Tín-nguyện* mới được vãng sanh về cõi Cực-lạc của đức Phật A-Di-Đà.

Tín-nguyện là sự cần kíp nhứt, là mối căn-bổn của người tu Tịnh-độ.

Dầu ai trì Giới hoặc tu Thiền ; mà chẳng có lòng *Tín-nguyện* cầu sanh qua cõi Cực-lạc, thì chẳng vãng sanh được.

Như trong bài Kệ nầy :

Trì Giới vô *tín-nguyện,*	Trì Giới không *tín-nguyện,*
Bất đắc sanh Tịnh-độ.	Chẳng đặng sanh Tịnh-độ.
Duy đắc Nhơn Thiên phước,	Chỉ đặng phước Nhơn, Thiên,
Phước tận thọ luân-hồi.	Phước hết chịu luân-hồi.

TÍN NHẪN 信忍 Chịu nhịn mà tin. Cũng có nghĩa : Tín-lạc và nhẫn-nhục. Do lòng nhẫn-nhục mà được đức Tin. Do Không-pháp nhẫn mà chứng được đức Tin. Trong *Ngũ nhẫn* (*năm đức nhịn*), *Lục nhẫn* (*sáu đức nhịn*) đều có *Tín-nhẫn*. Trong Ngũ nhẫn, thì *Tín-nhẫn* ở thứ 2, Bồ-tát từ Sơ-địa tới Tam-địa đã thấy Pháp-tánh, được vị Chánh-tín vậy. Trong Lục nhẫn, thì *Tín-nhẫn* ở thứ 1, Bồ-tát biệt-giáo ở trong Mười trụ-vị (*thập trụ*), tin rằng hết thảy tâm đều là Không-tịch; ở vào Không-pháp nhẫn, có thể chứng được đức Tín.

TÍN SĨ 信士 Người tín-sĩ. Người đờn-ông tin Phật giáo, tức là hàng *Ưu-bà-tắc* vậy. Xem : *Ưu-bà-tắc.*

TÍN-TẠNG 信藏 Lòng Tin tức là Kho-tàng. Đức Tin chơn-chánh chứa trữ tất cả các công-đức, nên kêu là *Tín-tạng.*

TÍN-TÂM 信心 Croyance, Foi (*fr.*) Lòng tin, tấm lòng tin chịu cái pháp mình nghe, mình hiểu mà không ngờ vậy. *Tín-tâm* ấy khác với những nghĩa : *mê-tín, chánh-tín, giải-tâm, ngưỡng-tâm, tự-lực tín, tha-lực tín. Tín-tâm,* cũng kêu tắt : *Tín.* Bồ-tát trong khi tu hành cho đến thành Phật, trải qua 52 địa-vị, mà cái *Tín-tâm* là địa-vị đầu tiên vậy. Vì nhờ có *Tín-tâm,* nên mới vào trong Giáo-pháp.

Niết-bàn Kinh : « Có khi đức Như-lai phán rằng : *Tín-tâm* là Đạo, nó có thể độ thoát các mối lậu (*phiền-não*). »

Vậy *tín-tâm* là một pháp-môn trong các pháp-môn Phật dạy. Nhứt là trong Tịnh-độ tông, *Tín-tâm* là một pháp-môn đại-khái. (*Xem : Thập Tín.*)

TÍN-TÂM CỤ-TÚC 信心具足 : Lòng tin trọn đủ, hoàn-toàn. Ấy là lòng tin chơn thật, chánh đáng, quảng-đại, thâm thẳm, sáng-suốt của bực Bồ-tát.

Niết-bàn Kinh, quyển 31 : Sao gọi là *Tín-tâm cụ-túc* ? Ấy là tin sâu những lẽ : Phật, Pháp, chúng Tăng là Thường-trụ ; chư Phật ở Mười phương dùng phương-tiện mà thị hiện ra đời ; tất cả chúng-sanh, cho đến hạng Nhứt-xiển-đề, thảy đều có Phật-tánh. Tuy vậy, chẳng tin những lẽ nầy : Như-lai có sanh, có già, có bệnh, có chết, có tu khổ-hạnh ; Đề-Bà-Đạt-Đa thật có phạm tội Phá Tăng, thật có phạm tội làm cho Phật đồ máu ; Như-lai rốt cuộc nhập Niết-bàn ; Chánh-pháp có ngày diệt tận.

TÍN-THÍ 信施 Đồ bố-thí của nhà thiện-tín ; những vật cúng-dường cho các vị xuất-gia, do người tại-gia vì lòng tín-ngưỡng mà cung cấp.

Như nói : thọ nhơn *tín-thí* (*thọ hưởng đồ tín-thí của người ta*).

TÍN THỌ 信受 Tin chịu. Tin theo và thọ lãnh những pháp, những lẽ mà mình đã nghe.

A-Di-Đà-Kinh : Xá-lỵ-Phất cập chư Tỳ-kheo, nhứt thiết thế-gian Thiên, Nhơn, A-tu-la đẳng, văn Phật sở thuyết, hoan-hỷ *tín-thọ*, tác lễ nhi khứ. (*Ông-Xá-lỵ-Phất với chư Tỳ-kheo cùng tất cả Thiên, Nhơn, A-tu-la v.v... ở thế-gian, nghe Phật thuyết rồi, đều lấy làm vui-vẻ mà tin chịu, đồng làm lễ và lui ra.*)

TÍN THỌ PHỤNG HÀNH 信受奉行 Tin chịu và phụng hành. *Tín thọ* : Tin theo và thọ lãnh pháp-giáo mà mình đã nghe. *Phụng hành* : Vâng lệnh mà thi hành. *Tín thọ phung hành* là những chữ ở sau chót của nhiều quyển Kinh mà Phật giảng thuyết.

Kim-cang Kinh : ... Văn Phật sở thuyết, giai đại hoan-hỷ, *tín thọ phụng hành.*

(*Nghe Phật thuyết Kinh rồi, tất cả đều vui vẻ, tin chịu và phụng hành.*)

TÍN THUẬN 信順 Tin lấy và thuận theo. *Tín* : Tin theo những điều đã nghe ; mà chẳng hồ-nghi. *Thuận* : Thuận theo những điều đã nghe, mà chẳng trái nghịch, chẳng cãi lẽ.

TINH-CHƠN 精眞 Tánh tinh-minh chơn-như. Tiếng gọi cái *Chơn-như* là cái tự-tánh sáng-suốt tinh-anh, chơn-thật như-nhiên. Cái tánh ấy, từ Phật đến chúng-sanh đều có đủ. Xem *Chơn-như*.

TINH-LINH 精靈 1) Cái thần-thức mà người thế gian gọi là linh hồn, Âm : Pháp Esprit.

2) Tiếng xưng vị Thần-linh, hồn ma bực cao, Pháp : Génie.

TINH-TẤN 精進 Virya (scr.). – Viriya, Vàyàma (p.).— Énergie spirituelle, progrès spirituels (fr.)

Đọc theo Phạn : Tỳ-lê-da, *Tỳ-ly-da* (Virya). Đối-nghĩa : *Giải-đãi. Tinh-tấn* thì trừ Giải-đãi. Cũng viết : *Cần, Cần-hành, Cần Tinh-tấn.* Dõng-mãnh và bền chí mà tu tập các thiện-pháp, trong tâm lo đoạn tuyệt những mối ác trược.

Kinh Phụ-hành : *Tinh* là không nhiễm pháp ; *Tấn* là cái tâm lúc nào cũng tưởng đến sở cầu của mình.—

Tinh-tấn, Tinh-tấn Ba-la-mật (Phạn : Tỳ-ly-da Ba-la-mật, Virya-paramita) là nền hạnh thứ tư trong *Lục Độ* Đại-thừa để thành Phật.

Chánh Tinh-tấn (Ba-ly : Sammà-Vàyàma) là nẻo thứ sáu trong Bát Chánh-Đạo thuộc về Đạo-đế (Đạo-đế là Đế thứ tư trong Tứ Diệu-đế).

Nhà đạo *tinh-tấn* thi hành Tứ Diệu-đế thì phải :

1) *Tinh-tấn* mà lánh phiền-não, tội lỗi, việc dữ khi chưa phát khởi.

2) *Tinh-tấn* mà lướt khỏi phiền não, tội lỗi, việc dữ khi đã phát khởi, đã lỡ phạm.

3) *Tinh tấn* mà mở thông đức lành, việc lành mà mình chưa có.

4) *Tinh-tấn* mà duy trì, tăng trưởng đức lành, việc lành mà mình hiện có.

Bốn hạnh ấy kêu là *Tứ Tinh-tấn, Tứ chánh-cần, Tứ Ý-đoạn, Tứ chánh-đoạn, Tứ chánh thắng* (Phạn : Prahâna).

Phật Di-giáo Kinh : Nếu *Cần Tinh-tấn* thì không có việc chi là khó. Bởi vậy các ngươi nên *Cần Tinh-tấn*. Tỷ như giòng nước nhỏ mà chảy mãi thì xuyên được hòn đá. Chớ nếu các ngươi tu hành mà lòng dạ biếng nhác, phế bỏ mãi, thì chẳng khác nào người dùi cây lấy lửa, chưa nóng mà đã nghỉ, thì khó mà có lửa được.

Bồ-tát Thiện Giới Kinh : *Tinh-tấn* có ba thứ :

1) Trang nghiêm Tinh-tấn, 2) Nhiếp Thiện-pháp tinh-tấn, 3) Lợi-ích chúng-sanh Tinh-tấn.

Trang nghiêm Tinh-tấn : Bồ-tát phát tâm, tinh-tấn tu tập tất cả Lục Độ Phạm-hạnh đặng trang - nghiêm cái Đạo - quả của mình. Lại vì sự giáo-hóa chúng-sanh, nên thị hiện thọ sanh ; cho đến vì lòng từ-bi, nên vào chốn Địa-ngục, chịu thế sự khổ cho chúng-sanh. Mà lòng dạ không hề ngơi nghỉ.

Nhiếp Thiện-pháp Tinh-tấn : Bồ-tát đã tu xong Lục Độ Phạm-hạnh, chẳng còn bị các phiền-não, ác-nghiệp, tà-kiến làm khuynh động, bèn nắm giữ tất cả những Thiện-pháp thế-gian và xuất thế-gian. Mà lòng dạ không hề phóng dật.

Lợi ích chúng-sanh Tinh-tấn : Bất kỳ lúc nào, Bồ-tát cũng tu tập sự lợi ích của nền Thánh-Đạo. Đối với tất cả chúng-sanh, dùng vô-số pháp mà giáo-hóa họ, dắt dẫn họ, khiến cho họ cắt tuyệt nhơn-duyên ác cho thành tựu Thiện-quả. Tuy trải qua vô-số kiếp, mà lòng dạ không hề mệt chán.

Niết-bàn Kinh, quyển 27 : Với cái niệm-tưởng rằng mình chưa đắc Đạo, mình tinh-cần mà tu tập cho đắc Sa-môn Đạo-quả (*từ Sơ-quả cho tới Tứ-quả*). Đó là *Tinh-tấn*.

Khi đã tắc Tứ-quả rồi, đối với Quả Chánh-đẳng Chánh-giác, lòng mình chẳng hề ngưng nghỉ. Đó là *Tinh-tấn*.

TINH-TẤN CĂN 精進根 Căn Tinh-tấn. Đức Tinh-tấn là một căn-cội, một thứ gốc rễ giúp cho nhà đạo từ bỏ sự giải-đãi (*biếng-nhác*), phát sanh nhiều thiện-pháp, dõng mãnh tu hành các thiện-pháp. Cũng kêu : *Cần-căn.* Một trong *Ngũ căn :* Tín-căn, 2. *Tinh-tấn căn,* 3. Niệm - căn, 4. Định-căn, 5. Huệ-căn.

TINH-TẤN CUNG 精 進 弓 Cây cung Tinh-tấn. Lời tỷ-dụ. Trí-huệ tỷ như mũi tên, Tinh-tấn tỷ như cây cung. Dương cây cung Tinh-tấn, bắn mũi tên Trí-huệ mà diệt trừ giải-đãi, phiền-não.

TINH-TẤN KHẢI 精 進 鎧 Áo giáp Tinh-tấn. Tỷ như cái áo bằng sắt bền chắc của người chiến sĩ có thể bảo vệ người ấy khi lâm trận, lòng tinh-tấn là sức mạnh bền chắc bảo-vệ nhà tu hành trên đường Đạo, nên gọi là *Tinh-tấn Khải.*

TINH-TẤN LỰC 精 進 力 Sức Tinh - tấn. Sức mạnh của lòng Tinh - tấn có thể dẹp phá những sự biếng lười, làm cho hành-giả phấn khởi trong việc tu học và hành thiện. Một trong *Ngũ Lực* : 1. Tín-lực, 2. *Tinh-tấn lực,* 3. Niệm-lực, 4. Định-lực, 5. Huệ-lực.

TINH-THẦN 精 神 Esprit, Spirituel, Mental (*fr.*) Đối với *vật-chất,* gọi chung những cái gì thuộc về tâm, trí, về sự vô-hình, trái với hữu-hình. Cũng gọi là linh - hồn. Như : tinh-thần bệnh, tinh-thần luận, tinh-thần sanh-hoạt, tinh-thần sự-nghiệp.

TINH-THẤT 精 室 Nhà ở thuần-túy, tốt lành, không có những sự ô tạp. Ấy là cảnh đạo-trường để tu học pháp-giáo, cảnh *đàn-trường* tinh diệu. Tinh-thất cũng là cảnh *nhà của người tinh-thành* tu luyện, tham cứu đạo lý -*Tinh-thất* nghĩa mường tượng với *tinh-xá.*

TINH-THỨC 精 識 Cái thần-thức tinh-linh của người ta.

TINH-XÁ 精 舍 Vihâra (*scr*) Couvent (*fr.*) *Tinh :* Trong sạch, thuần-túy, không thô-tục, không cộc-cằn. *Xá* : nhà.

Tinh-xá là ngôi nhà thanh-tịnh, tinh-anh , nơi ấy các sư học đạo và tham-thiền, tu trí và đức.

Hồi xưa, nhà chùa là những cảnh *tinh-xá* nơi ấy các sư hội họp mà tu luyện về trí, đức ; sự cúng-kiến là phụ thuộc, mà phần tu học là chánh-đáng.

Hồi Phật Thích-Ca trụ thế, cảnh *tinh-xá* lớn hơn hết mà người ta cúng cho Giáo-hội là *Kỳ-hoàn-tinh-xá*, cũng kêu là Kỳ-thọ Cấp-cô-độc viên hay Kỳ-viên (*Jetàvana*) gần thành Xá-vệ (Sravasti). Nơi *tinh-xá* ấy, có nào là phòng thuyết pháp, nào là phòng ăn chung, nào là phòng riêng của 1.250 vị sư thường hầu theo Phật.

Ngoài ra cảnh *tinh-xá* của ông Cấp-cô-độc dâng cúng, còn những cảnh *tinh-xá* khác, hoặc của vua, hoặc của các nhà chức-việc dâng cúng cho Giáo-hội mà Phật đứng đầu : *Tinh-xá Trúc-lâm* (*Vénuvana*) gần thành Vương-xá (*Râjagrha*) do vua Tần-bà-sa-la (*Bimbâsara*) dâng cúng ; cảnh *Tinh-xá* có cây vả, *Ni-câu-đà Tinh-xá* hay *Ni-câu-đà viên* (*Nyagrodharâma*) gần thành Ca-tỳ-la vệ là quê-hương của Phật Thích-Ca ; cảnh *Tinh-xá* Ghosavati-ârama gần thành Câu-đàm-di (*Kauçambi*) ; cảnh *Tinh-xá dựa ao* Nhĩ-hầu (*Phạn : Markatahrada, pháp : Étang des Singes*) gần thành Tỳ-xá-ly (*Vâicali*) ; cảnh *Tinh-xá* Đông-viên (*Pubhârâma*) ở phía Đông thành Vương - xá ; cảnh *Tinh-xá* Lộc-dã (*Isipatana*) ở gần Ba-la-nại (*Bénarès*).

Ấn-triện đóng vào tờ điệp của mỗi nhà sư phải có tên vị sáng lập Tinh-xá nơi ấy nhà sư tu học, tên ấy khắc trên hình hai con lộc giao đầu. Hai con lộc là biểu-hiệu Vườn lộc, Lộc-dã viên nơi ấy Phật Thích-Ca chuyển Pháp-luân.

TINH-TÚ KIẾP 星宿劫 Cái Đại - Kiếp vị-lai, tiếp theo cái Hiền-Kiếp mà chúng ta đương ở. Trong *Tinh-tú Kiếp*, sẽ có một ngàn đức Phật liên-tiếp nhau mà ra đời, đức Phật đầu tiên là Nguyệt-Quang Phật cho chí đức Phật cuối cùng là Tu-Di Tướng Phật. Bởi chư Phật xuất-thế hưng thạnh như tinh-tú trên trời, nên kêu là *Tinh-tú Kiếp*. Trong *Quán Di-Lặc Thượng sanh Đâu - suất Thiên Kinh*, Phật có dạy như vầy : Những nhà tu hành tịnh-nghiệp cầu sanh về cõi Đâu-suất, khi mạng chung, được sanh về cõi ấy, chầu theo đức Di-Lặc mà nghe Pháp. Đến khi đức Di-Lặc giáng trần làm Phật, thì những người ấy giáng thế theo làm Đệ-tử. Rồi những người ấy sẽ gặp qua tất cả chư Phật sẽ ra đời trong Hiền-Kiếp. Rồi qua kỳ *Tinh-tú Kiếp*, những người ấy cũng sẽ gặp hết chư Phật lần lượt ra đời và sẽ được chư Phật thọ-ký cho mình quả Bồ-Đề.

TÍNH 性 Xem : *Tánh.*

TÌNH 情 Sự cảm động của tâm, của tánh một cách thích ý hoặc chẳng thích ý, Pháp : Sentiment. Như : *Thất tình* : 1) Hỷ (mầng, joie), 2) Nộ (giận, colère), 3) Ai (đau xót, tristesse), 4) Cụ (sợ, crainte), 5) Ái (yêu, amour), 6) Ố (ghét, haine), 7) Dục (muốn, désir). *Ngũ tình* : Năm tình của năm căn : 1) Tình của mắt, 2) Tình của tai, 3) Tình của mũi, 4) Tình của lưỡi, 5) Tình của thân.

Tình cũng tức là *Thức, Ý*, Pháp : Conscience, Volonté.

Tình cũng là lòng yêu thương, Pháp : Affection, Amour.

Vì chúng-sanh là loài có tình cảm, tình thức, tình ý, tình ái, nên được gọi là *hữu-tình.* Còn các vật vô-tri vô-giác, những vật chẳng phải chúng-sanh, thì được gọi là *vô-tình* hay *phi-tình.*

TÌNH - ÁI 情 愛 Amour, Affection (*fr.*) Tình yêu-mến. Tình-ái đối với thê-thiếp, đối với hàng phụ-nữ.

Tứ thập nhị chương Kinh : *Tình-ái* đối với sắc đẹp, há ngại ruồi-giong ! Dầu có sa nơi miệng hùm cũng đành lòng ; hoặc chết đắm chết đuối dưới bùn lầy cũng cam ! Cho nên kêu là phàm-phu.

TÌNH - DỤC 情 欲 Désir, Passion (*fr.*) : Mối ham muốn trong lòng ; như ham tiền tài, danh vọng , chức phận, vợ đẹp hầu xinh.

Tứ thập nhị chương Kinh : Người ta theo *tình dục* mà cầu cho được thinh-danh. Chừng thinh-danh hiển đạt, thì mình đã chết mất rồi ! Ham cái danh theo thế thường mà chẳng lo học đạo, thì uổng công nhọc hình đó thôi ! Ví như đốt nhang. Chừng người ta ngửi thấy mùi nhang, thì cây nhang đã cháy tàn ! Mà ngọn lửa làm nguỵ thân nó đương chực ở đàng sau mình !

TÌNH HỮU 情有 Tình chấp có. Kẻ phàm-phu kề bậy rằng có tất cả các cảnh-giới. Mặc dầu sự kề chấp đó là vô-lý, nhưng họ vẫn ôm ấp mối tình ấy luôn. Đó kêu là *Tình hữu.*

TÌNH KIẾN 情見 Cái kiến-thức của vọng-tình. Chỗ thấy sái quấy của phàm-tình.

TÌNH LỤY 情累 Bị trói buộc, bị đau khổ vì tình. Kẻ sa vào tình - ái, bị mối tình buộc trói thân-tâm, thất bại đối với việc chánh đáng.

TÌNH TRẦN 情塵 *Tình* tức là lục -tình, lục căn. *Trần* tức là lục trần. Ấy là lục căn với lục trần, trong là tình-thức, ngoài là trần-cảnh *Tình trần* lại có nghĩa : lục căn của người ta bị đóng bụi dơ, lục căn nhiễm dơ bởi lục trần. *Tình trần* tức là *tình phàm* vậy.

TÌNH VIÊN 情猿 Con vượn tình. Tức là *Tâm viên, Ý viên.* Tình-ý con người ta động chuyển, thay đổi mãi, không có nhứt định, vừa muốn cái nầy thì muốn đến cái khác ; tỷ như con vượn chuyền cây, không yên trụ một chỗ được.

TÌNH VÕNG 情網 Lưới tình. Các mối tình của người ta bủa chặt họ như lưới bủa cá ; họ chẳng thoát ly được. Nhứt là đối với tình-ái thì cái lưới càng chắc chắn, dày dặn hơn hết.

TỊNH 淨 *Vimala, Son, Sù (scr.).— Pur, Pureté (fr.)* Tức là : *Thanh-tịnh*, nghĩa là : trong sạch, chẳng dính dơ, chẳng đóng bợn, chẳng có cáu.

Trái với : *Uế, Trược, Cấu, Nhiễm, Bất-tịnh. Tịnh* là tinh-khiết, thanh-tịnh, không mê-dục, không phiền - não, tức là : Chơn-thật, Chơn-không, Niết-bàn. Như trong các Kinh, thường xưng

Phật là *Đại-Tịnh.* Trong *Du-già,* quyển 13, trương 17 có chép: Sao là *Tịnh*? Ấy là ba cái đức-hạnh thanh-tịnh:

1) Tự-thể thanh-tịnh (*Thân thể mình thanh-tịnh*).

2) Cảnh-giới thanh-tịnh.

3) Phần-vị thanh-tịnh (*Ngôi-vị thanh-tịnh*). (*Xem Đại-Tịnh.*)

TỊNH BA-LA-MẬT 淨波羅蜜 Đức *Tịnh* đưa đến cõi Giải-thoát, Niết-bàn. *Tịnh* là một đức trong *Tứ đức Ba-la-mật*: Thường, Lạc, Ngã, *Tịnh.* Ấy là bốn đức mà chư Phật và chư Bồ-tát có đủ. *Tịnh* là nền chánh-pháp, là thể của Niết-bàn, nó giải-thoát khỏi tất cả mọi sự cấu, nhiễm. Lại tùy xứ mà hóa duyên, không bị ô trược. (*Xem : Tứ đức Ba-la-mật.*)

TỊNH-BANG 淨邦 : Cõi nước thanh-tịnh. Tức là: Tịnh-độ, Phật-quốc.

TỊNH-CƯ THIÊN 淨居天 : Cảnh cư-trụ trong sạch ở Thiên-Thượng. Cũng viết: *Ngũ Tịnh-cư, Ngũ Tịnh - cư thiên* (*Xem : Ngũ Tịnh-cư thiên.*)

TỊNH CHIẾU MINH (TAM-MUỘI) 淨照明 (三昧). — Alamkârasûra (*scr.*) Le soleil des Ornements (*fr.*) : Một phép Đại-định tên là *Tịnh-chiếu minh.* Một phép trong nhiều phép Tam-muội của hai vị Hoàng-tử : Tịnh-Tạng (*Tiền-thân của Dược-Vương Bồ-tát*) và Tịnh-Nhãn (*Tiền-thân của Dược-Thượng Bồ-tát*) có nói trong Diệu-Pháp Liên-hoa Kinh.

TỊNH-CHÚNG 淨眾 : *Chúng* : Tăng. Giáo-hội Tăng-già. *Tịnh-chúng* là Tăng-chúng tu trì giới-hạnh thanh-tịnh.

TỊNH-DANH 淨名.— Vimalakirti (*scr.*) Tức là *Duy-ma-Cật* (*Vimalapirti*), *Duy-ma cư-sĩ,* dịch nghĩa là *Tịnh-Danh.* (*Xem : Duy-ma-cật-Kinh.*)

TỊNH-DANH-KINH 淨名經 : Tức là *Duy-ma-Cật Kinh,* Kinh

Đại-thừa chép những cuộc biện thuyết cao-siêu, tối-thượng của ông Duy-ma-Cật cư-sĩ. (*Xem : Duy-ma-Cật kinh.*)

TỊNH-DIỆU 淨 妙 : Viết theo Phạn : *Phạm-ma-bạt-đề.* Bà phu-nhơn đẹp đẽ nhứt và đức-hạnh nhứt ở thành Diệu-tràng-tướng (*Si-đầu-mạt*), vợ của ông Bà-la-môn quí-phái tên Thiện-Tịnh (*Tu-Phạm-Ma*) làm chức quốc-sư ở triều vua Hướng-Khư. Thuở ấy, người ta hưởng thọ 80.000 tuổi, bà sẽ sanh ra đức Di-Lặc, ngài ngồi tại cây Long-hoa, thành Phật và độ chúng-sanh.

TỊNH-ĐẠO 淨 道 : Đạo thanh-tịnh. Sự tu hành thanh-tịnh về Lục Độ của hàng Bồ-tát Đại-thừa : Bố-thí, Trì-giới, Nhẫn-nhục, Tinh-tấn, Thiền-định, Trí-Huệ.

TỊNH-ĐỘ (THỔ) 淨 土.— Terre pure (*fr.*) : Cõi đất tinh-sạch. Quốc-độ nghiêm-tịnh do Phật lãnh đạo, nơi an-trụ của các hàng Thánh-giả : La-hán, Duyên-giác, Bồ-tát, Phật. Ấy là cõi không nhiễm dơ bởi ngũ trược : 1) Kiếp trược, 2) Kiến trược, 3) Phiền-não trược, 4) Chúng-sanh trược, 5) Mạng trược.

Tịnh-độ cũng kêu là : *Phật-địa, Phật-giới, Phật-quốc, Phật-độ, Tịnh-sát, Thanh-tịnh độ, Tịnh-diệu quốc-độ.*

Trong Thập phương thế-giới, có nhiều cõi *Tịnh-độ*, mà cũng có nhiều cõi *Uế-độ, Trược-độ.* Như Cực-lạc thế-giới của Phật A-Di-Đà là *Tịnh-độ.* Còn Ta-bà thế - giới của Phật Thích-Ca là *Uế-độ*, trược-ác thế-giới.

Tịnh-độ cũng là tiếng nói tắt, có nghĩa *Tịnh-độ pháp-môn.* Như nói : *Tu Tịnh-độ*, nghĩa là tu học pháp-môn của Tịnh-độ tông, thường niệm Phật Di-Đà để vãng sanh về cõi Tịnh-độ của ngài. Cũng như nói : Tu Phật tức là tu học đạo-lý của Phật.

TỊNH-ĐỘ-TÔNG 淨 土 宗.— Secte de la Terre pure(*fr.*) : Cũng viết : *Liên-tông.* Một phái đạo Phật dạy về pháp-môn niệm Phật để vãng sanh về cõi Tịnh-độ. Tín-đồ tin sức cứu độ của đức Phật A-Di-Đà và thường niệm danh-hiệu ngài để khi lâm chung được ngài đưa về cõi Tịnh-độ của ngài là Cực-lạc thế-giới.

Tịnh-độ tông sáng lập trước nhứt ở Tàu, sau truyền qua Nhựt và qua Việt Nam.

Phái Tịnh-độ tôn đức Phổ-Hiền Bồ-tát làm Sơ-tổ. Giáo-tổ dịch-giả có ba ngài :

1) Khang-tăng-Khải (*Samghavarman*), thế-kỷ thứ hai, là nhà sư Thiên-Trước vào nước Tàu, có dịch Vô-Lượng-Thọ Kinh (*Amitâyus-sûtra*).

2) Cưu-ma-la-Thập (*Kumarajiva*), cuối thế-kỷ thứ tư, cũng người Thiên-Trước, có dịch *A-Di-Đà Kinh* (*Petit Amitayussûtra*).

3) Cương-lương-da-Xá (*Kalayaçças*), đầu thế-kỷ thứ năm, cũng người Thiên-trước, dịch *Quán-vô-lượng-thọ Kinh* (*Amitâyus-dhyàna-sûtra*).

Ba quyển Kinh ấy là Kinh chánh của *Tịnh-độ tông*. A-Di-Đà Kinh là phổ-thông hơn hết.

Qua thế kỷ thứ bảy, Ngài Huệ-viễn (*Viễn-Công*), người Trung-Quốc, đứng ra dẫn đạo về Pháp-môn Tịnh-độ. Ngài trụ ở núi Lư, kết thành Liên-xã, được 123 người cùng nhau tu học, nguyện vãng sanh về Cực-lạc quốc-độ. Vì ngài có công lớn nhứt trong cuộc truyền-bá Pháp-môn Tịnh-độ nên đời sau tôn ngài là Giáo-tổ sáng-lập *Tịnh-độ tông* ở Trung-Hoa.

Còn Giáo-tổ sáng lập Tịnh-độ tông ở Nhựt là ngài Pháp-Nhiên, thế kỷ thứ mười hai.

Hiện nay, tại Á-châu ta, trong các tông phái đạo Phật, *Tịnh-độ tông* là thạnh hành hơn hết. Biết bao nhiêu người nhờ tin Phật A-Di-Đà và niệm danh hiệu ngài mà được sanh về Tây-phương Cực-lạc thế giái !

TỊNH - ĐỨC PHU-NHƠN 淨德夫人 Vimaladatta (*scr.*) Một bà hoàng-hậu thuở xưa, vợ của vua Diệu-Trang-Nghiêm (*Çubha vyûha*) hồi Phật Vân-Lôi-Âm-Túc-Vương-Hoa-Trí (*Djaladhara-gadjitaghôchasusvaranakchatrurâdja-samkusumitâbhidjna*), ra đời. Hoàng hậu và vua nghe theo hai hoàng tử là Tịnh-Tạng (*Vimalagarbha*) và Tịnh-Nhãn (*Vimalanêtra*) mà bỏ ngôi, theo Phật tu trì và thành đạo.

Đến sau, trong hội Pháp-hoa của đức Thích-tôn, chính ngài Quang-chiếu trang-nghiêm-tướng Bồ-tát là hậu-thân của bà Tịnh-Đức phu-nhơn vậy.

TỊNH-GIA 淨 家 Nhà Tịnh. Tiếng gọi *Tịnh-độ tông*. Cũng như người-ta gọi Thiền-tông là Thiền-gia vậy.

TỊNH-GIÁC 淨 覺 : Sự giác-ngộ trong sạch. Nhơn sự giác-ngộ mà dứt hết các điều mê-muội, phiền-não, tríu-mến, tức là dứt hết tham-sân-si.

TỊNH-GIỚI 淨 戒 : Giới-hạnh trong sạch.

Cũng kêu : *Thanh-tịnh giới*. Tức là giới-hạnh đều đủ của bực xuất-gia.

Thân thể, lời nói, tâm ý nhờ theo Giới-luật mà trở nên thanh-tịnh Giới-hạnh thanh-tịnh mà nhà tu-hành thọ trì kiên cố, có tánh cách làm cho mình thoát khỏi các sự khổ-não, tham-dục, lầm-lạc, sa ngã và làm cho mình đắc Niết-bàn.

Trong 250 giới của vị Tỳ-kheo, quan trọng nhứt là Giới thứ nhứt, *Đại Dâm giới*. Ai giữ được giới ấy, có thể kêu là trì *Tịnh-giới*.

Trì *Tịnh-giới*, ắt được Tịnh-Định, sẽ đắc Tịnh-Huệ. Người trì *Tịnh-giới*, lúc nào lòng dạ cũng được vui vẻ, khoái lạc, chẳng hề hối hận như kẻ phá giới.

Niết-bàn Kinh : Bực Bồ-tát Ma-ha-tát muốn thọ trì *Tịnh-giới*, cần phải có năm pháp tá-trợ : 1. Tín, 2. Tàm (*chán*). 3. Qui (*Thẹn*), 4. Thiện tri-thức, 4. Tôn-kính giái (*Kính giới-luật như Phật, như nền Tôn-giáo*).

TỊNH-GIÁI CỤ - TÚC 淨 戒 具 足 Giái-hạnh trong sạch được trọn vẹn, hoàn toàn. Giới hạnh trong sạch của hàng xuất-gia không phạm một đều nào trong Cụ-túc Giới, dầu bằng thân, bằng miệng, hay bằng ý.

Tịnh-giới cụ-túc lại có nghĩa : giữ *Đại-dâm giới* một cách hoàn toàn : chẳng những thân thể không giao-hiệp với đờn-bà), cho đến ý-tưởng cũng không mong một sự vui gì trong Ngũ dục.

Trong *Niết-bàn Kinh* quyển 31, có biên các đức-tánh của bực *Tịnh-giới cụ-túc* :

1) Chẳng hòa-hiệp (*phạm tội xác thịt*) với nữ-nhơn.

2) Chẳng diễu cợt, cười giỡn với nữ-nhơn.

3) Chẳng lóng nghe những tiếng đụng chạm đồ nữ-trang, cùng chẳng nghe những tiếng nói trong phòng đờn-bà.

4) Chẳng vui thích mà thấy người nam đeo theo người nữ hoặc người nữ đi theo người nam.

5) Chẳng có ý muốn sanh lên cảnh Tiên mà hưởng ngũ dục-lạc.

6) Chẳng vì Giới, Giới Ba-la-mật, quả Bồ-đề Niết-bàn của Thinh-văn và La-hán mà Trì Tịnh-Giới.

7) Vì tối thượng đệ Nhứt Nghĩa, tức chỉ vì lẽ thành Phật, nên hộ-trì Cấm-giái vậy.

TỊNH-HẠNH 淨 行.-Brahmacarya (*scr.*).-Pureté (*fr.*) : Cũng kêu *Phạm-hạnh*. Giới-hạnh trong-sạch của hàng xuất-gia đạo Bà-la-môn và đạo Phật. Hạnh trong sạch của người đứt dâm.

Tịnh-Hạnh (*scr* : *Viçuddhatchâritra*) lại là tên một vị Bồ-tát Ma-ha-tát. Ấy là một vị Bồ-tát Đạo-sư, dẫn đầu vô-số chư Bồ-tát, hiện đến núi Kỳ-xà-quật mà ủng-hộ Phật Thích-Ca, lúc Phật diễn Kinh Diệu-pháp liên-hoa.

Khi Phật giảng xong phẩm An-lạc hạnh trong Kinh Diệu-pháp liên-hoa, có vô-số chư Bồ-tát hiện đến với quyến-thuộc chư Bồ-tát. Có bốn vị Bồ-tát Đạo-sư là : 1. Thượng-Hạnh (*Viçichtatchâritra*), 2. Vô Biên-Hạnh (*Anantatchâritra*), 3. *Tịnh-Hạnh* (*Viçuddhatchâritra*),

4. An-lập-Hạnh (*Supratichthitatchâritra*) Bốn vị ấy có nguyện với Phật rằng sẽ ra sức ủng-hộ và truyền bá Kinh pháp - Hoa sau khi Phật nhập diệt.

TỊNH - HẠNH GIẢ 淨行者.-Brahmacarin (scr.) : Cũng kêu : *Phạm-chí.* Nhà tu-thành xuất-gia đạo Bà-la-môn, hằng giữ giới-hạnh trong sạch, lìa nhà cửa, vợ con.

TỊNH-HOA CHÚNG 淨華衆 : Ấy là những nhà tu-hành pháp-môn Tịnh-độ, được vãng-sanh về cõi của đức Phật A-Di-Đà. Sanh về cõi ấy thì thân mình ngồi trong hoa sen thanh-tịnh, nên kêu là *Tịnh-hoa chúng.*

TỊNH-HOA-TÚC-VƯƠNG-TRÍ 淨華足王智 (scr : *Kamaladala-vimalanakchatrarâdja-sàmkusumità-bhidjna*) : - Một đức Phật Như-lai đồng thời với đức Thích - tôn. Thế-giới của ngài ở về phương Đông đối với cõi Ta-bà, cách bởi trăm ngàn vạn ức cõi Phật khác. Cõi ấy tên là Tịnh-quang trang-nghiêm (*Vairôtchanarami-pratimandita.*) Phật *Tịnh-Hoa-Túc-Vương-Trí*, có vô-lượng, vô-biên chư Bồ-tát hầu theo ngài mà nghe Pháp.

Lúc đức Phật Thích-Ca giảng kinh Diệu-Pháp Liên-Hoa, từ nơi thế-giới Tịnh-quang trang-nghiêm của đức Phật *Tịnh-Hoa-Túc Vương-Trí*, có đức Bồ-tát *Diệu-Âm* (*Gadgadasvara*) và vô-số Bồ-tát của Phật *Tịnh-Hoa-Túc-Vương-Trí* hiện lại cõi Ta-bà mà nghe đức Thích-tôn thuyết pháp.

TỊNH - LỮ 淨侶 Bạn bè thanh tịnh. Tức là *Tăng-chúng*, những vị tu hành xuất-gia, ở chung cùng với nhau, đồng giữ giới-hạnh thanh tịnh, đồng tu hạnh *Lục hòa.*

TỊNH-LƯU-LY THẾ-GIỚI 淨琉璃世界 Cõi thế-giới tên là Lưu-ly trong sạch. *Lưu-ly* là thứ ngọc màu xanh, trong suốt. Ấy là cõi Tịnh - độ của Phật Dược-Sư Lưu-Ly Quang Như-lai (*Bheshajyaguru*). Theo như lời đức Thích - tôn giảng Kinh Dược-Sư, cõi *Tịnh-lưu-ly* ở về phương Đông đối với cõi Ta-bà, phải trải qua những cõi Phật nhiều như số cát mười sông Hằng (*Gange*) mới tới cõi ấy.

Thế-giới *Tịnh-lưu-ly* của Phật Dược-Sư hoàn toàn thanh-tịnh, không có hàng nữ-lưu, không có ba nẻo ác-lụy : địa-ngục, ngạ-quỉ, súc-sanh, — không có nghe một tiếng khổ. Đất toàn là ngọc lưu-ly, dây bằng vàng giăng đường ; thành khuyết, cung gác, cửa hiên, màn lưới đều bằng thất bảo. Cõi ấy cũng như *Cực-lạc thế-giới* ở phương Tây của đức Phật A-Di-Đà, công-đức và sự tốt đẹp trang-nghiêm đều y như cõi Cực-lạc.

TỊNH-MẠNG 淨 命 Đời sống thanh tịnh. Đời sống của bực Tỳ-kheo, nương vào giới-hạnh, nương vào y, bát mà được hàng thiện-nam, tín-nữ cúng-dường để nuôi dưỡng thân-mạng. *Tịnh mạng* cũng là *Chánh-mạng*, đạo thứ năm trong *Bát Chánh-đạo*. — *Tịnh-mạng* trái với *tà-mạng* : đời sống tà của kẻ dùng phương-pháp bất-chánh để nuôi dưỡng thân-mạng.— Lại trong khi sống đời mà được cái tâm thanh-tịnh, không vọng-động, cũng kêu là *tịnh-mạng*.

TỊNH-NGHIỆP 淨 業 Nghiệp lành thanh-tịnh. Tức là những sự hành động bằng thân, ngữ, ý phù-hạp với Giới-luật, có tánh cách trong sạch, giải thoát. *Tịnh-nghiệp* có sức làm cho nhà tu-hành thoát khỏi vòng Luân-hồi, vãng sanh đến những cõi Tịnh-độ của chư Phật.

Trái với Nhiễm-nghiệp là những nhơn-duyên động-tác bằng thân-ngữ-ý có dính-dấp với thế-cuộc, luân-hồi. Tu *Tịnh-nghiệp* tức là tu *Tam phước* : Thí, Giới, Hành.

TỊNH-NGỮ 淨 語 Lời nói trong sạch, thanh-tịnh. Tức là nói lời chơn-thật, không *vọng-ngữ* ; nói minh - bạch, nói phải thế, không nói nhơ nhớp (*ỷ-ngữ*), vô ích ; nói hòa nhã, không đâm thọc làm cho người ta nghi nan, oán ghét nhau (*lưỡng-thiệt*) ; nói lời lành, không nói lời độc (*ác-khẩu*).

TỊNH-NHÃN 淨 眼 Mắt thanh-tịnh. Tức là *Pháp-nhãn*, con mắt đạo-lý, không để ý về thế-sự, không nhiễm bởi những cảnh trần, con mắt quan sát sự-lý của các pháp một cách thanh-tịnh.

TỊNH-NHÃN (*HOÀNG-TỬ*). 淨 眼 (皇 子) Vimalanêtra (*scr.*) Một tiền-thân của Bồ-tát Dược-Thượng (*Phạn : Bhaichadjyasamudgata*). Hồi đức Phật Vân-Lôi-Âm-Túc-Vương-Hoa-Trí ra đời, có một ông vua tên là Diệu-Trang-Nghiêm. Hoàng-hậu tên là Tịnh-Đức. Hai hoàng-tử tên là Tịnh-Tạng (Vimalagarbha) và *Tịnh-Nhãn*. Hai vị nầy đều có pháp-lực thần-thông, phước-đức, trí-huệ. Đã từng tinh-tấn mà hành đạo Bồ-tát như Bố-thí, Trì giới, Nhẫn-nhục, Tinh-tấn, Thiền-định, Trí-huệ và Phương-tiện. Hai vị rất từ, bi hỷ, xả. Có đủ 37 Phương-thế hiệp thành quả Bồ-đề, đều minh-liễu và thông-đạt. Đắc nhiều phép Thiền Tam-muội.

Bấy giờ, nhơn Phật Vân-Lôi - Âm - Túc - Vương - Hoa - Trí thuyết Kinh Pháp-Hoa, hai hoàng-tử đến trước mẹ, xin phép đi lễ Phật. Hai hoàng-tử tỏ ra những phép thần-thông của mình cho cha mẹ thấy. Vua Diệu-Trang-Nghiêm lấy làm hoan-hỷ và đồng đi với hai vị hoàng-tử đến viếng Phật và thọ Giái xuất-gia...

Nhơn thuật tích vua Diệu-Trang-Nghiêm tu hành thuở trước, đức Phật Thích-Ca có phán rằng : Chính vua Diệu-Trang-Nghiêm là Bồ-tát Hoa-Đức bây giờ, hoàng-tử Tịnh-Tạng tức là Bồ-tát Dược-Vương, còn hoàng-tử *Tịnh-nhãn* tức là Bồ-tát Dược-Thượng vậy (Xem : *Dược*-Thượng Bồ-tát.)

TỊNH-NHƠN 淨 人 Người trong-sạch. Người giữ thân-ngữ-ý thanh-tịnh theo Phật-pháp, theo Giới-luật. Tiếng gọi hàng Ưu-bà-tắc và hàng Ưu-bà-di. *Tịnh-nhơn* có hai phái : 1) Phái thọ Ngũ Giới hoặc Bát Giới theo Tiểu-thừa, 2) Phái đã thọ Ngũ Giới hoặc Bát Giới, mà còn thọ Bồ-tát Giới Đại-thừa.

TỊNH-NHỤC 淨 肉 Thịt thanh tịnh, ăn khỏi tội. Hàng Tỳ-kheo Tiểu-thừa có thể ăn ba thứ tịnh-nhục, chín thứ tịnh-nhục mà khỏi phạm giới. Xem : *Tam tịnh-nhục, Cửu tịnh-nhục*, Nhưng hàng Tỳ-kheo, các Phật-tử Đại-thừa đã phát-nguyện ăn chay trường thì không dùng *Tịnh-nhục*. Hàng Phật-tử tại-gia Đại-thừa đã phát nguyện ăn chay kỳ, nhằm những ngày chay, cũng không ăn *tịnh-nhục*.

TỊNH-PHẠN VƯƠNG 淨 飯 王 Souddhodana (*scr.*). Âm theo Phạn: *Thủ-đồ-đà-na, Du-đầu-đàn*, dịch là: *Tịnh-Phạn Vương*, nghĩa là nhà vua làm hạnh bố-thí (*cúng dường*) một cách trong sạch. Vua trị vì tại Ca-tỳ-la-vệ (*Kapilavastou*), dòng Thích-Ca, cha của Thái-tử Tất-đạt-Đa (*Siddharta*). Ngài thuộc về chủng-phái Sát-đế-ly (*Kshatriya*). Nguyên ngài là môn-phái giống nhà vua Thánh họ Cồ-Đàm (*Gautama*). Vợ ngài là hoàng-hậu Ma-Da. Vua và hoàng-hậu đã sang trọng bực nhứt, lại trong sạch, tánh-hạnh nhơn-từ hiền-hậu, thông-minh, trí-huệ.

Vì vậy nên Bồ-tát Hộ-Minh từ trên cung trời Đâu-suất chọn nhà ngài mà giáng sanh, sau tu thành Phật hiệu là Thích-Ca Mâu-Ni.

Khi Phật giáng sanh được bảy ngày, bà thân là Ma-Da qui Tiên. Từ đó, vua *Tịnh-Phạn* ở với bà Ba-xà-ba-đề (*Prajapati*), bà nầy nuôi dưỡng Thái-tử cho đến lớn.

Vua *Tịnh-Phạn* cho Thái-tử học-hành, cưới vợ cho Thái-tử là công-chúa Da-du-đà-la (*Yaçôdharâ*), con gái của Thiện-giác-vương (*Souprabouddha*).

Đến năm 29 tuổi, Thái-tử lên non tu hành, bỏ lại cha già, vợ yếu với một con thơ là La-hầu-La (*Rahoula*). Tu khổ-hạnh sáu năm, Ngài đắc Đạo và thành Phật. Giáo-độ nhiều nơi trong cõi Ấn-Độ, thanh danh của Phật bay khắp nơi, bấy giờ ngài mới trở về thành Ca-tỳ-la-vệ (*Capilavastou*) nơi quê-hương. Vua *Tịnh-Phạn* mừng mừng tủi tủi vô hạn.

Vua *Tịnh Phạn* có thọ Giới tu tại-gia do Phật truyền thọ, có đem cảnh vườn Ngự-uyển mà cúng cho Giáo-hội Tăng già và có truyền-rao khuyến khích các nhà họ Thích nên tu theo Phật, hoặc tại-gia, hoặc xuất gia. Chừng vua thăng-hà, đức Phật có trở về quê hương và dự cuộc tống chung nhà vua.

Trong khi tự tay Ngài cầm ngọn lửa đề thiêu xác vua, đức Phật giảng rằng : « *Sanh* là khổ, *già* là khổ, *bịnh* là khổ, *chết* là khổ. Ôi ! cái *khao-khát* nó dắt người ta đi từ đời nầy đến đời kia, nó làm cho người ta sanh ra mãi mãi ! Khao khát quyền tước, khao khát vui chơi, khao khát sống đời, những sự khao khát ấy tạo ra sự khổ ! Nầy hỡi các sự khao khát xấu xa ! bực Phật Thánh diệt sạch lòng ham muốn, bực Phật Thánh rõ thông Tám nẻo chánh của con Đường thanh-tịnh ».

TỊNH PHÁP-GIỚI 淨 法 界 : Cõi Pháp thanh tịnh. Tức là *Chơn-như*. Cái thể của Chơn-như lìa khỏi tất cả những sự cấu, nhiễm, nên kêu là *Tịnh*. Tất cả các công-đức thế gian và xuất thế gian đều nương vào cái Chơn-như, nên kêu là *Pháp-giới*. *Tịnh Pháp-giới, Chơn-như, Phật-tánh, Pháp-thân Phật* đều đồng nghĩa với nhau, bao quát, phổ cập tất cả chúng-sanh trong Thập phương các cõi thế. Đức Phật chứng đắc *Tịnh Pháp-giới* một cách trọn-vẹn.

TỊNH-PHẬT 淨 佛 Đức Phật thanh tịnh, rốt ráo. Tức là Phật Thế-tôn, đức Chơn Phật. Đối với những vị La-hán, Độc-giác, Bồ-tát mà người ta cũng gọi là Phật, thì *Tịnh-Phật* là đức Phật trọn-vẹn, hoàn toàn.

TỊNH-PHƯƠNG 淨 方 Phương hướng thanh-tịnh. Tức là *Tịnh-độ, Phật-quốc, Tịnh-bang.*

TỊNH-QUÁN 淨 觀 Cũng gọi : *Thanh-tịnh quán.* Sự quán-tưởng, phép thiền-định, sự quan sát trọng sạch, không nhiễm trần, thoát ra ngoài vòng phiền lụy, khổ não, luân-hồi.— Như ngoài phép *Tịnh-quán*, đức Quan-Âm Bồ-tát lại có nhiều phép quán-tưởng, tam - muội khác : Chơn-quán, Quảng-đại quán, Trí-huệ quán, Bi-quán, Từ-quán v.v...

TỊNH-QUANG-PHẬT 淨 光 佛 Souddharasmiprabha-Bouddha (*scr.*) : Đức Phật hào quang thanh-tịnh. Danh-hiệu một đức Phật Như-lai. Quốc-độ của Ngài ở về phương Tây đối với cõi Ta-bà. Hồi Phật Thích-Ca giảng *A-Di-Đà Kinh*, Phật *Tịnh-Quang* và vô-số chư Phật ở phương Tây có tỏ lời khen tặng và khuyên chúng-sanh nên tin A-Di-Đà Kinh.

TỊNH-QUANG (*TAM-MUỘI*) 淨 光 (三 昧) — Vimalanirbhâsa (scr.).— La splendeur sans tache (fr.) : Ánh-sáng trong sạch. Tên một phép Tam-muội (*Đại-định*) trong nhiều phép Tam-muội của hai hoàng-tử Tịnh-Tạng (tiền - thân của Dược-Vương Bồ-tát) và Tịnh-Nhãn (*tiền-thân của Dược-Thượng Bồ-tát.*)

TỊNH-QUỐC 淨 國 Cõi nước thanh tịnh. Tức là : *Tịnh-độ, Phật-quốc, Tịnh bang, Tịnh-sát.*

TỊNH-SÁT 淨 刹 Cõi đất Thanh-tịnh. *Sát* (*Ksha*), tiếng Phạn, có nghĩa là *thổ* (độ). *Tịnh-sát* là *Tịnh-độ, Phật-độ, Phật-quốc.*

TỊNH (*TAM-MUỘI*) 淨 (三 昧) Vimala (scr.).— Méditation « pureté » (fr.) Phép Đại-định tên *Tịnh* (Trong sạch). Ấy là một phép trong nhiều phép Tam-muội của hai vị hoàng-tử : Tịnh-Tạng (tiền-thân của Dược-Vương Bồ-tát), Tịnh - Nhãn (tiền-thân của Dược-Thượng Bồ-tát).

TỊNH-TẠNG (*HOÀNG - TỬ*) 淨 藏 (皇 子) Vimalagar--bha (*scr.*) : *Tịnh-Tạng* : Hàm chứa cái đức Thanh - tịnh. *Tịnh-Tạng hoàng tử* là con trai vua Diệu - Trang - Nghiêm (*Çubhavyû--ha*) và hoàng-hậu Tịnh - Đức (*Vimaladattâ*). Hoàng - tử là tiền-thân của *Dược - Vương Bồ - tát.* Thuở xưa, cách nay vô lượng Kiếp, ngài sanh ra nhằm Phật Vân - Lôi - Âm - Túc - Vương - Hoa - Trí (*Djaladhara-gardjitaghôchasusvara-Nakchatrarâdja-samkusumi tâbhidjna*) để độ vua cha tu hành và luôn dịp ủng - hộ Phật trong cuộc tuyên - dương nền Pháp-giáo. *Xem : Tịnh - Nhãn Hoàng - tử.*

TỊNH-TÂM 淨 心 Lòng trong sạch. Cái bổn-tâm, cái tự-tánh của mọi người, nó vốn trong sạch, không bị ô - nhiễm .— *Tịnh-tâm* cũng là *tịnh - ý.* Cái tâm thanh-tịnh thì cái nghiệp *ý* cũng thanh - tịnh, rồi cái nghiệp ngữ và cái nghiệp *thân* cũng sẽ được thanh - tịnh. Nhờ đó, phước - đức và trí-huệ dễ phát sanh. Nhà tu học lúc nào cũng nên giữ cái tâm cho thanh - tịnh, trong sạch đừng vọng động, đừng để thấm nhiễm bởi tham, sân, si.

Tứ thập nhị chương Kinh, chương 13 : *Tịnh - tâm* và giữ lấy chí thì hiểu thấu Đạo chỗ tột bực. Cũng như ra công chùi tấm kính thì chất dơ trôi đi, tấm kính trở nên sáng tỏ,

TỊNH - TÍN 淨信 Lòng tin trong sạch. Như đem lòng *Tịnh - tín* thờ trọng Tam Bảo, tụng Kinh, niệm Phật.

TỊNH - THÁNH 淨聖 Bực Thánh thanh - tịnh. Như bốn hàng Thánh - giả : La - hán, Duyên - giác, Bồ - tát, Phật đều là *Tịnh - Thánh*.

TỊNH - THÂN PHẬT 淨身佛 .— Vimalanêtra-Bouddha (*scr.*) Một đức Phật hồi đời quá-khứ. Trong Diệu - pháp Liên - hoa kinh có chép : Khi Phật Nhựt - Nguyệt - Đăng - Minh sau rốt sắp tịch diệt, Ngài có thọ-ký cho Bồ - tát Đức - Tạng sẽ thành Phật tiếp theo ngài, hiệu là Tịnh - Thân Phật.

TỊNH - THÍ 淨施 Sự bố-thí trong sạch. Một trong hai cách thí, *Nhị thí* : *Tịnh-thí*, Bất - tịnh thí.

Vì lòng từ-bi mà cúng dường, mà bố - thí, lòng dạ trong sạch, chẳng mong cầu phước-báo là danh lợi thế - gian, chỉ cầu vun bồi thiện-căn hướng về Niết - bàn cho chúng-sanh và cho mình mà thôi. Đó kêu là *Tịnh - thí*.

Bố-thí, cúng-dường mà cầu phước-báo là danh và lợi thế-gian, kêu là Bất - tịnh thí.

TỊNH - THIÊN 淨天 : Bực Tiên trong sạch giữ hạnh thanh-tịnh. Một hạng trong *Tứ chủng Thiên*. *Tịnh - Thiên* là tiếng xưng những nhà tu - hành giữ tịnh - hạnh, đắc từ quả Tu - đà-hoàn tới quả Bích - chi - Phật, tức là những vị đắc các - quả đạo - đức trong hai Thừa Thinh - văn và Duyên - giác.

Niết - bàn kinh : Như - lai chẳng phải là *Tịnh-Thiên*, cũng chẳng phải là không phải *Tịnh - Thiên*. Ngài chẳng phải là người trong hàng Tu - đà - hoàn cho đến hàng Bích - chi Phật. Cho nên chẳng phải là *Tịnh - Thiên*. Nhưng Ngài không nhiễm dơ bởi tám pháp (Bát pháp) thế-gian, tỷ như hoa sen chẳng nhuốm bùn. Cho nên chẳng phải là không phải *Tịnh - Thiên*.

TỊNH-TRỤ 淨住 Chỗ ở thanh tịnh. Tiếng gọi nhà *Chùa*, vì nhà Chùa là nơi chư Tăng giữ giái thanh-tịnh trú ngụ, nơi mà các Phật-tử xuất-gia và tại-gia hội họp mà tu trì và hành lễ, nơi ấy chẳng có những sự phiền-não như ở thế-tục. Có mười tiếng khác nhau để gọi nhà chùa: 1. Tự, 2. *Tịnh-trụ*, 3. Pháp thực đồng xá, 4. Xuất thế xá, 5. Tinh-xá, 6. Thanh-tịnh viên, 7. Kim-cang sát, 8. Tịch-diệt đạo-tràng, 9. Viễn-ly xứ, 10. Thân-cận xứ. (Xem : *Tự.*)

TỊNH TRỪ KHẤT THỰC 淨除乞食 : Sự xin ăn có tính cách thanh-tịnh và trừ diệt. Phép hành khất thực của chư Tỳ-kheo. Nhà sư đi vào làng mà xin cơm, xin rồi liền trở về Chùa, giữ lòng trong sạch và trừ diệt những niệm-tưởng luyến ái, sân hận. Lại đời sống của nhà sư là nương vào sự khất thực, cúng dường, vậy bất kỳ lúc nào, hoặc đi, đứng, nằm, ngồi, nhà sư cũng phải giữ cho thanh-tịnh tâm ý và trừ-diệt phiền-não. Như vậy được, ấy là *tịnh trừ khất thực.*

TỊNH VIÊN-GIÁC TÂM 淨圓覺心 Lòng dạ thanh-tịnh và giác-ngộ viên-mãn. Tức là tâm-trí của đức Như-lai.

TỊNH-VỰC 淨域 Miền thanh-tịnh. Tức là *Phật-độ, Tịnh-độ.* Cảnh-giái thanh-tịnh của chư Phật, chư Thánh.

TĨNH (*TỊNH*) 靜 Calme, Silence ; Méditatron (*fr.*) Êm lặng, yên ổn. Không lay động, không xao xuyến ; không tán-loạn. Thân, Ngữ, Ý chẳng loạn động vì Thập ác ; thường viết : *Tịch*-tĩnh. Tĩnh cũng là *Thiền*, Định ; như *Tĩnh-lự.* Đối-nghĩa : *Động.*

TĨNH-HUỆ 靜慧 Trí-huệ an-tĩnh. Tức là *Không-huệ, Vô-lậu huệ.* Trí-huệ không vọng động của bực Thánh, Phật.

TĨNH-LỰ 靜慮 : *Tĩnh* An-tĩnh. *Lự* : Tư-lự, suy xét. Tức là *thiền-định.* Quyển *Nhiếp-luận* có giải rằng : Làm tiêu trừ những sự tán-loạn, vọng-động ; làm cho trong tâm được an-trụ, tức là *Tĩnh-lự.* Cho đến những Phép định cao, như Tam-muội (*Tam-ma-địa*) cũng kêu là *Tĩnh-lự.*-Tất cả có tám cảnh *tĩnh-lự* chánh đáng, vượt qua cảnh thứ tám thì đắc Đạo, thành A-la-hán. *Bát tĩnh-lự* tức là *Bát Định, Bát Giải-thoát.* Phép *Tĩnh-lự* của bực Bồ-tát vừa đối trị phiền-não vừa phát-khởi công-đức, vừa làm ích-lợi cho chúng-sanh. Phép *Tĩnh-lự* để thành Phật kêu là *Tĩnh-lự Ba-la-mật*, tức là *Thiền-định Ba-la-mật.*

TĨNH-LỰC 靜 力 : Sức mạnh của phép tĩnh, của thiền-định. Cái sức mạnh ấy tiêu trừ các mối vọng-động, phiền-não, làm cho đắc Trí-huệ. Cái sức mạnh ấy vừa bồ-trợ cho mình, vừa cảm-hóa chúng-sanh.

TỈNH-TÁNH (*TÍNH*) 靜 性 : Tánh-cách êm-tĩnh. Đối với *thô-tánh*: tánh-cách không tinh-tế, trược, xấu. Như ở cảnh Dục-giới trông lên cảnh Sơ Tĩnh lự (*Sơ-thiền*) thì thấy mình thô ; còn ở cảnh Sơ Tĩnh-lự trông lên cảnh Nhị Tĩnh - lự (*Nhị - thiền*) thì thấy mình thô mà người tĩnh. Cho đến những vị ở cảnh Vô sở hữu xứ mà trông lên cảnh Phi tưởng phi phi tưởng xứ thì thấy mình thô mà người tĩnh. Tĩnh-tánh tức là tánh cách êm ái, vi diệu, tự tại của bực trên.

TỈNH-TÂM 靜 心 : Tâm-ý an-ổn ; trụ vào thiền-định, nhơn đó lòng dạ trở nên an-tĩnh. Chẳng những trong cơn Tĩnh-lự, mà bất kỳ lúc nào, khi đi, khi đứng, khi ngồi, khi nằm, tâm-ý hằng an-tĩnh, không nhiễm, không loạn-động, không có những mối tham sân si. *Tĩnh-tâm* tức là *thiện-tâm*, tâm ý an-trụ vào pháp lành (thiện-pháp) có tánh-cách tịch-tĩnh.

TĨNH-THẤT 靜 室 : Nhà ở, căn phòng nơi ấy bực tu-hành tọa thiền nhập định. *Tĩnh-thất* hoặc ở ngay trong Chùa, chính là *tăng-phòng*, hoặc ở nơi non cao, động vắng.— Chư Phật mỗi khi thuyết Kinh, giảng pháp xong, bèn lui vào *tĩnh-thất* mà thiền-định.

TĨNH-TRÍ 靜 智 : Trí an tĩnh, tịch nhiên, không có tà-niệm, dẹp tan các phiền-não, *Tĩnh-trí* tức là *Tĩnh-huệ*.

TỲ-BÀ-SA LUẬN 毘 婆 沙 論 Vibhâsha-Çâstra (scr.) Một bộ Kinh Luận trong đạo Phật, giảng lý theo lối cổ cựu. Những nhà học Phật Đại thừa cho rằng *Tỳ-bà-sa luận* là sách Tiểu-thừa. Sách ấy nguyên chữ Phạn, có dịch ra chữ Hán.

TỲ-BÀ-SA-LUẬN BỘ 毘 婆 沙 論 部.— Vibhâshika,

Vaibhâshika (scr.) : Một học-phái Tiểu-thừa trong đạo Phật. Kinh căn-bổn của phái ấy là *Tỳ-bà-sa luận* (Vibhâsha - Çâstra).

TỲ-BÀ-THI (PHẬT) 毘 婆 尸 (佛) Vipacyi, Vipasyin (*scr.*) Một đức Phật đời quá - khứ. Tên ngài có nghĩa : Người thấy tỏ-rõ phân-minh.

Trong nhiều cuộc giảng Kinh thuyết pháp, Phật Thích-Ca có nhắc tích hồi đời Phật *Tỳ*-Bà-*Thi*.

Nhơn thuyết Kinh Phạm-võng, Phật Thích-Ca muốn khuyên các sư giữ giới tịnh-hạnh, bèn nhắc rằng Phật *Tỳ-bà-Thi* có phán mấy lời nầy : Kiên nhẫn mà chịu với những sự thống mạ, ấy là giới đầu tiên mà chư Phật đã ban ra. Bực xuất-gia mà còn hiềm giận người-ta, không đáng mang tên là bực xuất - gia vậy.

Đức *Tỳ-bà-Thi* là Phật thứ 998 trong một ngàn đức Phật đã ra đời trong Kiếp vừa qua, Trang-nghiêm-Kiếp.

Kinh Trường A-hàm :

Thuở người-ta hưởng thọ tám muôn tuổi, đức Phật *Tỳ-bà-Thi*-ra đời. Ngài là dòng Sát-ly, họ Câu-ly-Nhã, cha tên Bàn-Đầu, mẹ là Bàn-Đầu-Bà-Đề. Ở thành Bàn-Đầu-Bà-Đề, ngài ngồi nơi cội cây Ba ba-la mà thuyết pháp, độ được 348.000 người. Đệ-tử thị-giả của ngài là Vô-ưu-tử-phương-ưng (*Phạn : A-thúc-ca, Asoka*).

Phật *Tỳ-bà-Thi* có để lại bài Kệ nầy :

Thân tòng vô-tướng trung thọ sanh,

Dư như huyễn do chư hình-tượng.

Huyễn nhơn tâm thức bổn lai vô,

Tội, phước giai không vô sở trụ.

Nôm : Thân thọ sanh từ nơi không tướng,

Như giấc mơ dọ tượng-hình ra.

Người mơ tâm thức đâu mà ?

Trụ đâu, tội, phước đều là thành Không.

Địa-Tạng Kinh : Lại thuở xưa, có đức Phật ra đời, hiệu là *Tỳ-Bà-Thi Phật*. Như có nam-tử, nữ-nhơn nghe danh hiệu Phật ấy, thì mãi mãi chẳng sa đọa Nẻo ác (*Địa-ngục, Ngạ-qui, Súc-sanh*), thường sanh lên cõi người, cõi trời, hưởng các sự vui thắng-diệu.

Trong **Đại Niết-bàn Kinh**, quyển 20, Phật có phán với vua A-xà-Thế rằng : Đại-vương ! thuở xưa, ngài đã đối trước *Phật Tỳ-Bà, Thi*, phát tâm A-nậu-đa-la Tam-miệu Tam-bồ-đề. Từ đó trở đi, cho đến nay ta ra đời, trong thời-gian ấy, ngài chẳng hề đọa Địa-ngục thọ khổ.

TỲ-BÀ-XÁ-NA 毘婆舍那 Vibhâshana (*scr*,).-Sagesse Intelligence(*fr.*) Cũng viết : *Tỳ-bát-xá-na* 毘鉢舍那, chữ Phạn, dịch nghĩa : *Huệ, Kiến.*

Tỳ-bà-xá-na là phép tu-chứng thứ nhì trong ba phép tu chứng : 1. Xa-ma-tha (*Định*), 2. *Tỳ-bà-xá-na* (*Huệ*) 3. Ưu-tất-xoa (*Xả*).

Theo **Niết-bàn Kinh** quyển 31, chữ *Tỳ-bà-xá-na* gồm cả sáu nghĩa : 1. Chánh kiến (*Thấy thánh*) 2. Liễu kiến (*Thấy rõ*), 3. Năng kiến (*Thấy được*), 4. Biến kiến (*Thấy khắp*) 5. Thứ Đệ kiến (*Thấy lần lượt từ trước tới sau*), 6. Biệt tướng kiến (*Thấy một cách phân-biệt các tướng*).

Vì ba lẽ cho nên người-ta tu *Tỳ-bà-xá-na* :

1. Vì thấy quả-báo dữ của cuộc Luân-hồi.

2. Vì muốn tăng-trưởng các Thiện-căn.

3. Vì muốn phá trừ tất cả các Phiền-não.

TỲ-BẠT-TRÍ 毘跋致 Vaivarti (scr.).— Qui revient en arrière (fr.). *Tỳ-Bạt-Trí* (Vaivarti) là chữ Phạn, dịch nghĩa : *Thối, Thối chuyển*, tức là người tu-hành thối thất đối với chỗ Phát Tâm, thối thất đối với sự tu hành Chánh-pháp, thối thất đối với quả Phật.

Đối-nghĩa : *A-tỳ-bạt-trí, A-bệ-bạt-trí* (Avaivarti), dịch nghĩa : Bất-thối, Bất-thối chuyển. *Niết-bàn-kinh,* quyển 28 : Về hạng *Tỳ-Bạt-trí,* nên biết rằng họ là người chẳng có Phật-tánh.

TỲ-DA-LY 毘 耶 離 Vaisali (scr). Một đô-thành lớn ở Ấn-Độ miền trung. Tàu dịch : *Quảng-nghiêm.* Cũng viết : *Tỳ-xá-ly, Duy-da-ly.* Khi xưa, Phật Thích-Ca từng ngự đến thành ấy mà thuyết pháp độ thế. (Xem : Duy-da-ly.)

TỲ-ĐÀ (LUẬN) 毘 陀 (論) Védas (scr.) Bốn bộ kinh-luận cốt yếu của Bà-la-môn giáo bên Thiên-Trước. Ngày nay, người ta thường kêu là *Phệ-đà.* Dịch nghĩa : *Minh, Tứ Minh, Minh-Trí, Minh Phân.* Trong « Quán Vô-Lượng-Thọ Phật Kinh » và trong « Niết-bàn kinh », viết là : *Tỳ-đà luận.* (Xem : *Phệ-đà.*)

TỲ-ĐÀ-LA 毘 陀 羅 Quỉ tà ác, mặt đỏ và sắc đỏ. Cũng kêu : *Vi-đà-la.* Loài quỉ nầy hay phá hại những người kém thiện-căn, nhứt là hay cản trở những người mới tu học đương cơn cầu nguyện, cúng vái.

Cũng có chỗ dịch *Tỳ-đà-la* là Thi-quỉ 屍 鬼.

TỲ-ĐÀM 毘 曇 Abhidharma (scr.).— Métaphysique (fr.) Tiếng gọi tắt chữ *A-tỳ-đàm.* Cũng viết : A-tỳ-*đạt-ma.* Dịch nghĩa : *Luận.* Kinh Phật sở trường về luận-thuyết cao siêu. Xem : *A-tỳ-đàm.*

TỲ - GIÀ - LA *(LUẬN)* 毘 伽 羅 (論) Một bộ kinh-luật của ngoại - đạo ở Thiên -Trước, bộ luận nầy vẫn truyền - bá ở đó trước khi đức Thích - tôn ra đời.

Trong *Niết - bàn kinh,* quyển 5 có dạy : Đứa trẻ phải học *Bán tự (Nửa chữ)* cho thông thuộc. Đến khi nó lớn khôn, đủ trí thông-minh, sẽ học *Tỳ-già-la-luận.* Cũng như thế, trước hết Phật dạy lẽ Tiểu - thừa cho các đệ - tử để họ sửa mình ; rồi sau, Phật dạy lẽ Đại - thừa, lẽ Thường, Lạc, Ngã, Tịnh, Như - lai Thường tồn.

TỲ-GIÀ-LA-NA 毘 伽 羅 那 Vyakarana (scr.) Cũng viết : *Hòa-ca-la-na.* Dịch nghĩa : *Thọ - ký.* Một bộ trong *Thập nhị Bộ Kinh.* Trong đời Phật Thích-Ca, Ngài đã giảng đủ 12 bộ, 12 thể kinh ấy. (Xem : *Hòa-ca la na.*)

TỲ-KHEO (*Khưu*) 毘 比 (丘) Bhiksu (*scr. et p.*). — Moine (*fr*). Cũng kêu : *Sa-môn* : Thầy tu giữ hạnh thanh-tịnh. Kêu theo nghĩa : *Khất-sĩ* : Bực nhà sư đi hành-khất. Hành-khất đây gom vào hai nghĩa : xin ăn để nuôi thân xác và xin pháp để nuôi Huệ-mạng. Y theo pháp, thầy *Tỳ-kheo* phải bỏ nhà cửa gia-sản, đi du hóa trong nhơn-gian, xin ăn nuôi thân, tùy nơi mà giáo-hóa, độ kẻ có duyên thêm phúc và độ người chưa tin phải tin việc Phật Thánh và Nhơn-quả. Đó là xin ăn để nuôi thân xác và luôn dịp độ người. Còn xin Pháp để nuôi Huệ-mạng, nghĩa là cầu xin Pháp Phật, nối liền cái Trí-huệ, công-đức thành tựu của Phật với tâm mình. Ấy là sự độ mình. Đủ hai điều-kiện ấy gọi là *Tỳ-kheo.*

Tỳ-kheo phải trên 20 tuổi, trước phải làm ông Đạo, tức Sa-di. Hồi còn làm Sa - di thì giữ Thập giới với oai-nghi Sa - di. Chừng thọ chức *Tỳ - kheo*, phải giữ đủ 250 giới.

Nhưng muốn làm *Tỳ-kheo*, phải có đủ những điều-kiện nầy : Chẳng có tật bịnh như : cùi, ung-thư, ghẻ độc, xuyễn, điên. Phải là người thiệt chớ chẳng phải yêu ma, thần, quỉ hóa ra người. Phải có đủ tướng nam-nhơn. Phải là người vô sự ; không mắc nợ ; không có đương làm quan làm tướng ; phải có cha mẹ thuận cho xuất-gia, phải được hai mươi tuổi, phải có bát và áo cà-sa. Lại chẳng phải giả danh tu, chẳng còn theo ngoại-đạo, chẳng có phạm những tội sát hại cha mẹ, La-hán, Phật ; chẳng phạm dâm với Tỳ-kheo-ni.

Làm *Tỳ-kheo*, có thể trụ trì một ngôi chùa, làm chức *Thủ-tọa.* Mỗi năm nên đi dự trường Hương (nhập hạ), làm một vị trong ban Thất chứng (bảy vị chứng) để truyền giới cho mấy vị Tỳ-kheo mới. Dự được năm kỳ Trường hương thì được lên chức *Giáo-thọ* (thầy dạy đạo), kế *Kiết-ma* (thầy dạy Luật). Dự được mười kỳ Trường hương sấp lên, thì đến khai trường Kỳ, được lên chức Hòa-thượng.

Tỳ-kheo ở chung với nhau nơi giáo-hội, nên giữ phép Lục hòa-kính : 1. Đồng giái hòa-kính, 2. Đồng kiến hòa-kính, 3. Đồng hành hòa-kính, 4. Thân từ hòa-kính, 5. Khẩu từ hòa-kính, 6. Ý từ hòa-kính.

Đại Niết-bàn Kinh, quyển 23: Người *Tỳ-kheo*, kêu là người phá Phiền-não. Nay tôi chẳng phá được Phiền-não là ác-giác (Tam ác-giác), làm sao đáng gọi là *Tỳ-kheo*?

Trong **Duy-Ma Kinh** có chú giải: Tỳ-kheo là tiếng Thiên-Trước, gồm đủ bốn nghĩa: 1.) Tịnh khất thực, 2.) Phá Phiền-não, 3.) Tịnh trì Giới, 4.) Năng bố ma (có sức làm cho ma-tà sợ sệt).

Những vị *Tỳ-kheo* đầu tay trong Giáo-hội Tăng-già là *Ngũ Tỳ-kheo*. Khi thành Đạo, đức Phật ngự đến vườn Lộc gần thành Ba-la-nại (Bénarès), độ năm vị chơn-nhơn mà ông Kiều-trần-Như (Kaundinya) dẫn đầu. Ngài truyền giới *Tỳ-kheo* cho năm vị ấy, thảy đều đắc quả A-la-hán (Arhat).

(*Xem: Tứ chủng Tỳ-kheo.*)

TỲ-KHEO GIỚI 比丘戒 Bhiksu-sila (*scr.*). Règles des moines (*fr.*) Giái-luật Tỳ-kheo. Tức là 250 giới. Khi được truyền giái Tỳ-kheo, nhà sư phải tuân hành 250 giới ấy.

Xem: *Nhị bá ngũ thập giới.*

TỲ-KHEO-NI 比丘尼 Bhiksuni (*scr.*).— Rleigieuse, Nonne (*fr.*). Đờn bà làm sư đạo Phật, đi xin ăn để nuôi mạng sống luôn dịp độ người, và xin Pháp Phật để nuôi Huệ-mạng hầu có độ mình. Phải ít nữa 20 tuổi. Trước phải làm tiểu-nữ, tức Sa-di-ni. Phải giữ 348 giới là cụ-túc giới của *Tỳ-kheo-ni*.— Đối với một ông Tỳ-kheo, một bà *Tỳ-kheo-ni* lúc nào cũng phải giữ *Bát Kính giới*.— Bà *Tỳ-kheo-ni* trước nhứt trong Giáo-hội nhà Phật, do đức Thích-tôn truyền giái, là bà Ma-ha Ba-xà-ba-đề (Mahâpradjâpati), dì và mẹ nuôi của Thái-tử Tất-đạt-đa (Siddharta).

TỲ-KHEO-NI GIỚI 比丘尼戒 Bhiksuni-sila (*scr.*).—

Règles des Nonnes (*fr.*) : Giới-cấm, Giới-hạnh của bà Tỳ-kheo-ni. Cũng kêu : *Tam bá tứ thập bát giới, Ngũ bá giới.*

Xem : *Tam bá tứ thập bát giới.*

TỲ-LA (*TRƯỞNG-LÃO*) 比羅 (長老) Kapimala (*scr.*) Cũng đọc : *Ca tỳ-ma la.* Tổ thứ 13 trong 28 vị-tổ-sư nối truyền nhau mà giữ Phật-pháp ở Tây-Tạng. (*Xem : Ca-tỳ-ma-la.*)

TỲ-LAM PHONG 毘嵐風 Tiếng gọi thứ gió dữ, bão to. *Tỳ-lam phong* là thứ bão rất mạnh bạo, có thể hủy hoại thế-giới.

TỲ-LĂNG-GIÀ 毘楞伽 Một thứ ngọc quí (*Xem : Lăng-già.*)

TỲ-LÊ-DA-BA-LA - MẬT 毘梨耶波羅蜜 Virya Paramita (*scr.*). Énergie spirituelle, progrès spirituels, vertu cardinale. Dịch nghĩa : *Tinh - tấn độ.*

(*Xem : Tỳ-ly-da Ba-la-mật, Tinh-tấn.*)

TỲ-LY (quốc) 毘離國 Vaisali, Vaiçâli (*scr.*) Một kinh-đô lớn ở Ấn-Độ hồi Phật Thích-Ca ra đời.

Cũng viết : *Tỳ-xá-ly, Da-da-ly Phệ-xá-ly,* Xá-ly. Dịch nghĩa : *Quảng-nghiêm.*

(*Xem : Duy-da - ly.*)

TỲ-LY-DA 毘離耶 Virya (*scr.*) Énergie spirituelle, Progrès spirituels (*fr.*) Cũng viết : *Tỳ-lê-da,* chữ Phạn, dịch nghĩa : *Tinh-tấn, Cần-tinh-tấn, Cần-hành.*

Dõng-mãnh mà tu tập thiện-pháp. Đối-nghĩa : *Giải-đãi.*

TỲ-LY-DA BA-LA-MẬT 毘離耶波羅蜜.- Virya-paramita (*scr.*) L'Énergie spirituelle, Vertu cardinale (*fr.*) : Tiếng Phạn, dịch nghĩa : *Tinh-tấn Ba-la-mật* Ấy là nền Đại-hạnh thứ tư, trong sáu nền Đại-hạnh (*lục độ*) của bực Bồ-tát, của người tu Đại - thừa quyết thành Phật.

(Xem : *Tinh-tấn.*)

TỲ-LƯ-GIÀ-NA 毘盧遮那 Vairocana (*scr.*) Cũng viết : *Maha Tỳ-lư-già-na* (*Mahavairocana*), dịch nghĩa : *Đại-Nhựt Như-lai.*

Trong *Kinh Hoa-nghiêm, phẩm* Phổ-Hiền hạnh nguyện, Phổ-Hiền Bồ-tát có khen Phật *Tỳ-lư-già-na* rằng : « Như đức Như-lai *Tỳ-lư-già-na* ở cõi Ta-bà nầy đây, từ khi ngài mới phát tâm Tinh-tấn chẳng thối, ngài từng đem bất khả thuyết bất khả thuyết thân mạng mà bố thí. Ngài lột da mình mà làm giấy, chẻ xương mà làm viết, chích máu mà làm mực, biên chép Kinh điển chất cao như núi Tu-di. Vì trọng Pháp, ngài chẳng tiếc thân-mạng. Huống chi ngôi vua, thành ấp, làng xóm, cung điện, vườn rừng, với tất cả sở hữu cùng những khổ-hạnh khó làm ? Cho đến khi ngài ở nơi cội cây, thành Đại Bồ-đề, ngài thị hiện mọi thứ thần-thông, khởi ra mọi cách biến-hóa, hiện ra mọi Phật-thân, ở nơi các hội đạo.

(*Xem : Đại-Nhựt Như-lai.*)

TỲ-LƯ-XÁ-NA PHẬT 毘盧舍那佛 Vairocana-Bouddha (*scr.*) Cũng gọi : *Tỳ-lư-già-na Phật, Ma-ha Tỳ-lư-già-na Phật, Lư-xá-na Phật.* Dịch nghĩa : *Đại-Nhựt Phật.* Một đức Như-lai, hào-quang chiếu khắp các nơi như ánh-sáng mặt trời. Ngài làm Pháp-vương ở cõi Tịnh-độ liên-hoa-đài tạng thế-giới, thường có Văn-Thù Bồ-tát và Phổ-Hiền Bồ-tát theo chầu hai bên.

TỲ-LƯU LY (*VƯƠNG*) 毘琉璃(王) Vua *Tỳ-lưu-ly* ở thành Xá-bà-đề (*cũng viết : Xá-vệ*), hồi còn làm thái-tử, đánh đuổi cha là vua Ba-tư-Nặc ra khỏi nước và soán ngôi. Khi lên ngôi, *Tỳ-lưu-ly* xua binh qua thành Ca-tỳ-la-vệ, tàn sát rất nhiều người trong họ Thích.

Kế đó, vua đi thuyền ra biển cả, bị hoả-hoạn mà chết.

(*Xem : Lưu-ly thái-tử*).

TỲ-MA-CHẤT-ĐA-LA A-TU-LA VƯƠNG 毘摩質多羅阿修羅王 Vêmatchitra (*sr.*) Roi des Asuras *fr, sr.*) Một vị vua trong loài thần A-tu-la (*Asuras*).

Hồi Phật Thích-Ca diễn kinh Diệu-pháp liên-hoa, *Tỳ-ma-chất-đa-la A-tu-la vương* với ba vị vua khác trong loài thần A-tu-la, mỗi vị đều có dắt theo rất nhiều quyến-thuộc A-tu-la hiện đến núi Kỳ-xà-quật mà dự nghe Phật thuyết pháp.

(*Xem* : *A-tu-la.*)

TỲ-MA-LA 毘摩羅 Vimala (*scr.*) Cũng viết : *Tỳ-ma-la-xà* 毘摩羅闍. *Tỳ-ma-la* là tiếng Phạn, dịch nghĩa : *Tịnh-Thanh-tịnh, Vô-cấu, Ly-cấu.*

Tỳ-ma-la là một vị Đại La-hán, Đại đệ-tử của Phật Thích-Ca.

Trong **Vô-lượng-Thọ Kinh**, dịch tên ông là : Tôn-giả *Ly-cấu.*

Trong *Đại Bảo-tích Kinh,* dịch là : *Vô-cấu.*

Ông vốn là một người trưởng-giả, con nhà giàu có ở thành Ba-la-nại (*Bènarès*).

Hồi Phật mới thành Đạo, Ngài ngự đến Vườn Lộc gần thành Ba-la-nại mà chuyển Pháp-luân. Lúc đó, có năm chàng thanh-niên chơi thân với nhau, thường họp mặt nhau trong các tiệc tùng. Ấy là : Da-Xá, *Tỳ-ma-la,* Tu-bà-hầu, Phú-lan-na-ca, Già-bà-bạt-đế.

Một hôm, nghe tin Phật thuyết pháp, Da Xá đến dự nghe và thọ giới xuất-gia. *Tỳ-ma-la* và các bạn đồng kéo vào Vườn Lộc mà thăm Da-Xá. Đến nơi, các trang thanh-niên ấy nghe Phật thuyết pháp, lấy làm cảm mộ, thảy đều xin làm Tỳ-kheo và đắc quả La-hán.

TỲ-NẠI DA TẠNG 毘奈耶藏 Vinaya-Pitaka (*scr.*). *Tỳ-nại-da* (Vinaya) : Giới-luật. *Tạng* (Pitaka) : gồm chứa.

Tỳ-nại-da tạng tức là Luật-tạng, một tạng trong Tam Tạng. Cũng đọc : *Tỳ-ni-tạng.*

Các Kinh-pháp của Phật chứa trong ba tạng :

1.) *Kinh tạng* do ngài A-Nan đã đọc lại, ghi đủ những điển-tích, nghĩa-lý,

2.) *Tỳ-nại da tạng* do ngài Ưu-ba-ly đọc lại, chứa đủ giới-luật cho người tu-hành đạo Phật xuất-gia và tại-gia:

3.) *Luận-tạng* do ngài Ca-Diếp ôn lại, chứa đủ các bài luận cao-siêu.

TỲ-NI-TẠNG 毘 尼 藏 Vinaya-Pitaka (*scr.*) Tức là *Luật tạng*. Cũng đọc: *Tỳ nại-da tạng*. Một tạng trong Tam Tạng: Kinh-tạng, *Luật-tạng* (*Tỳ-ni tạng*) và Luận-tạng. *Tam Tạng* chứa đủ các Kinh-pháp của đạo Phật. Riêng *Tỳ-ni-tạng* thì chứa những giái-luật do đức Như-lai ban truyền cho Tăng-đồ và Tín-đồ.

(Xem: *Luật-tạng*.)

TỲ-NỮU (*THIÊN*) 毘 紐 (天) Visnou, Vichnou (*scr.*) Một vị Thiên-thần trong đạo Bà-la-môn, tức là thần bảo-tồn. Tín-đồ đạo ấy thờ rất nhiều vị thần, như: *Phạm - thiên* (Brahma) tức *Đại Phạm Thiên-vương* (Mahà-Brahma) là một hiện-thể của Thái-dương tinh, ngồi trên tòa sen mà cai quản việc sanh-hóa của vạn vật, *A-chi-ni* (Agni) là Hỏa-thần, *Thích-đề hoàn nhân* (Çakra, L'Indra des Dêvas) là thần phong-vũ lôi-điện, *Thấp-Bà* (Çiva) là thần phá-hoại mà dân-chúng rất sợ sệt sùng bái, *Tỳ-nữu* (Visnou) thần bảo-tồn, cũng là hiện-thể của Thái-dương tinh v.v.

Sự thờ thần *Tỳ-nữu* đã có trước khi Phật Thích-Ca ra đời, do đạo-sĩ Krichna đề xướng.

Mỗi khi cúng tế thần *Tỳ-nữu*, người ta có kèm theo những đờn địch và hát múa, đảm nhiệm bởi một ban nữ-nhạc. Những nữ-nhạc nầy, gọi là Đề-bà-đa-sĩ (Dévadassi), do đền thờ thần huấn-luyện để khi có cuộc cúng tế thì ăn mặc đẹp đẽ và ca múa để tụng công-đức thần *Tỳ-nữu*.

TỲ-PHẬT-LƯỢC (*KINH*) 毘 佛 畧 (經) Vaipulya (*scr.*) Tiếng Phạn, dịch nghĩa *Phương-quan kinh*. Một thể thuyết-pháp trong 12 thể thuyết-pháp của Phật, một bộ loại trong *Thập nhị bộ kinh*. Trong Thập nhị bộ kinh, *Tỳ-Phật-lược* là phần Kinh có nghĩa-lý sâu-xa bí-mật hơn hết.

Niết-bàn Kinh: Tại sao kêu là *Tỳ-phật-lược.kinh*? Ấy là các kinh-điển Đại-thừa *phương đẳng* (nghĩa lý rộng rãi như nhau). Chính trong các kinh ấy, nghĩa lý rộng lớn như Hư-Không. Vậy nên kêu là *Tỳ-phật-lược kinh*.

Trong 12 bộ Kinh (thập nhị bộ Kinh), nếu ai bỏ ra hết 11 bộ, chỉ thọ-trì, đọc, tụng, thơ-tả, giảng-thuyết bộ *Tỳ-phật-lược* mà thôi, thì người ấy cũng có thể gọi là bực Bồ-tát Đa-Văn.

TỲ-PHÚ-LA (*SƠN*) 毘富羅 (山) Núi Tỳ-phu-la. Cũng viết : *Tỳ-bố-la.* Dịch nghĩa : Quảng bác hiếp sơn (cảnh núi rộng lớn hai bên hông). Cảnh núi ấy ở tại nước Ma-kiệt-đà (Magadha), gần thành Vương-xá (Ràjagriha), người thường ai cũng thấy, cho nên ở đâu Phật cũng đem núi ấy ra làm ví dụ.

Niết-bàn kinh, quyển 22 : Mỗi một chúng-sanh, trong một kiếp, nếu tích trữ xương cốt mình, thì bằng cảnh núi *Tỳ-phú-la* ở thành Vương-xá.

TỲ-SA-MÔN (*THIÊN-VƯƠNG*) 毘沙門天王 Vaisramana (*scr.*) Có nghĩa : Đa-văn, Phổ-môn. Một vị trong bốn vị Thiên-vương hộ thế.

Ngài trụ giữa lưng chừng núi Tu-di, miền thủy-tinh từng thứ tư. Ngài khiến vô-lượng những dạ-xoa thủ hộ cõi Bắc-châu, vì vậy nên người ta gọi ngài là *Bắc-Phương Thiên-vương.* Thỉnh-thoảng, ngài hiện đến chầu Phật. Ngài có nguyện với Phật Thích-Ca rằng ngài sẽ hộ trì Tam Bảo, nhứt là hộ trì những bực tinh-tấn tu-hành. Ngài thường ngự đến nghe Phật thuyết pháp, bởi vậy nên được gọi là *Đa-văn* (*Dhanada*) *Thiên-vương.*

Trong hội Pháp-hoa, *Tỳ-sa-môn* (Vaisramạna) *Thiên-vương* có truyền ra mấy câu Đà-la-ni (Thần-chú) nầy để ủng-hộ những nhà trì Kinh :

1. A-lê (Alê). 2. Na-lê (Nalê). 3. Nâu-na-lê (Nurnalê). 4. A-na-lô (Anaru). 5. Na-lý (Naley). 6. Câu-na-lý (Khônaley).

Ai đọc lên mấy câu thần-chú ấy, liền được sức chở-che, ủng-hộ của ngài *Tỳ-sa-môn Thiên-vương* đến một khoảng xa là một trăm do-tuần.

Tỳ sa-môn Thiên-vương là một bực rất giàu có trong thiên-hạ, kho tàng của ngài chứa đầy các châu báu. Như trong Soạn-tập bá duyên Kinh (Avadâna - Çataka) có câu nầy: Sức giàu của người trưởng-giả ấy chẳng kém với sự phú túc của Tỳ-sa-môn Thiên-vương.

Tỳ-sa-môn Thiên-vương có những vị đại quỉ-thần vương theo hộ-vệ ngài. Khi có việc trọng hệ, ngài phái những vị ấy thay mặt ngài. Như *Ma-ni-bạt-Đà* là Đại-tướng của ngài, thường phụng mạng ngài đi hộ-vệ Phật.

Tỳ-sa-môn Thiên-vương có dưới quyền ngài nhiều vị Thiên-thần kêu là *Tỳ-sa môn Thiên-tử*. Hồi Phật trụ gần Vương-xá thành, lúc ấy Trưởng-giả Tu-Đạt từ bên thành Xá-vệ qua thành Vương-xá mà lo việc đám cưới cho con. Lúc ấy, một vị *Tỳ-sa-môn Thiên-tử* có phận-sự thủ-hộ thành Vương-xá. Vị Tỳ-sa-môn Thiên-tử ấy hiện lại với ông Tu-Đạt và khuyên ông đến thăm viếng và kính lễ Phật. Vị Tỳ-sa-môn Thiên-tử ấy hồi ở thế, là bạn thân của ông Tu-Đạt, tên là Thắng-Tướng, người dòng Bà-la-môn. Nhờ tỏ lòng hoan-hỷ và lễ kính hai vị Đệ-tử của Phật là Xá-ly-Phất và Mục-Kiện-Liên, nên khi thác, sanh lên cảnh Tiên, làm Tỳ-sa-môn Thiên-tử.

TỲ-THẾ-SƯ 毘世師 Vaiseshika (*scr.*) Một phái triết-học đạo-đức thuở xưa ở Thiên-Trước. Phái nầy sáng-lập bởi ông Ca-na-Đạt (Kanada). Hồi đức Phật thuyết Pháp giảng Kinh ở Thiên-Trước, thì ở đó đã có học-phái *Tỳ thế-sư* rồi. Cũng viết: *Vệ-thế-sư* 衛世師.

TỲ-XA-MẬT-ĐA-LA 毘奢蜜多羅 Vicvâmitra (*scr.*) Cũng có chỗ viết: Tỳ-xa-bà-mật-đa-la. Thầy dạy Thái-tử Tất-đạt-đa và chư vị công-tử dòng Thích-Ca. Ngài dạy Kinh Phệ-đà 吠陀 là Kinh căn-bổn của đạo Bà-la-môn.

Bổn-Hạnh Kinh: Khi Thái-tử Tất-đạt-Đa đặng 8 tuổi, vua Tịnh-Phạn, cha của Ngài phán với văn võ quần thần rằng

Các khanh kiếm giùm khắp trong nước trẫm coi có người nào cao học hơn hết và hiền lành hơn hết để làm thầy dạy Thái-tử học văn-chương và toán số ». Các quan bèn tiến cử Tỳ-xa-mật-đa-la, cho rằng ông ấy xứng đáng hơn hết.

Sau khi ấy, vua vời Tỳ-xa-mật-đa-la đến dạy thái-tử và các công-tử họ Thích luôn thể.

Trong Kinh chữ Phạn và chữ Ba-ly, có chép rằng : Khi vừa nhập học, Thái-tử Tất-đạt-Đa hỏi Tỳ-xa-mật-đa-la dạy ngài thứ tiếng gì. Liền đó, ngài đọc một hơi tất cả 64 thứ tiếng khác nhau, vừa cổ vừa kim và cả các thứ tiếng nói của các loài.

Ông thầy ngẩn ngơ, chịu rằng chính ông biết không bằng Thái-tử vậy.—

TỲ-XÁ (*CHỦNG*) 毘舍 (種) Vaisya (*scr.*) Chủng-tánh Tỳ-xá. Cũng viết : *Phệ-xá* 吠舍. Giai-cấp thứ ba trong bốn giai-cấp ở Thiên-Trước. Dịch là *Thương-cổ, Trưởng-giả.* (*Xem : Tứ chủng.*)

TỲ-XÁ-KHƯ 毘舍佉 Viçakha (*scr.*). Một bà lão tu tại-gia và giàu có ở thành Xá-vệ, rất sốt sắng đối với Tam Bảo, hồi Phật Thích-Ca ra đời. *Tỳ-xá-Khư* là tiếng Phạn, tên một vì sao. Hồi bà mới sanh ra, người ta lấy tên vì sao ấy mà đặt cho bà, nên kêu là *Tỳ-xá-Khư*. Bà thường cúng-dường cho các sư từ món ăn, vật uống, cho đến y phục, vật dụng. Và bà rất có công cổ-động cho một số đông phụ-nữ qui-y vào hàng Ưu-bà-di (*đờn-bà tu tại-gia*). Bà từng được Phật Thích-Ca khen tặng vì lòng bố-thí cúng-dường của bà.

Bà được Phật và Giáo-hội Tăng-già phong chức là *Thông-nhơn*, tức là người có phận sự truyền-đạt những tin-tức giữa Giáo-hội Tỳ-kheo và Giáo-hội Tỳ-kheo-ni, cùng đem những ý nguyện của các nhà tại-gia mà chuyển đạt lên Giáo-hội.

Hồi đức Thích-tôn trụ thế, tại thành Xá-vệ, trong hàng Ưu-bà-tắc (*đờn ông tu tại-gia*), Trưởng-giả Tu-Đạt là người sốt sắng nhứt đối với Tam Bảo. Trong hàng Ưu-bà-di (*đờn-bà tu tại-gia*) ba *Tỳ-xá-Khư* là người thi công-đức ủng hộ Tam Bảo nhiều hơn hết.

Trong «**Quán Di-Lặc thượng sanh Đâu-suất Thiên Kinh**», bà có dắt theo hai ngàn Ưu-bà-di đến nghe Phật giảng Kinh ấy. Bởi bà già cả, nên trong Kinh gọi bà là *Tỳ-xá-Khư mẫu*.

TỲ - XÁ - LY 毘舍離 Vaisali (*scr.*) Thành Tỳ - xá - ly. Cũng viết . Duy - da - ly, Tỳ - da - ly, Tỳ - ly. Dịch là Quảng - Nghiêm. Một đô - thành ở Trung Ấn - Độ. Duy - Ma Đại - sĩ trụ tại thành đó. Phật Thích - Ca từng đến đó mà thuyết Pháp-giáo hóa nhơn - dân. Chính đức Phật trụ ở thành *Tỳ - xá - ly* mà độ rất nhiều người, rồi ngài rời thành ấy mà đến thành Câu - thi-na (Kusinagara) để nhập Niết - bàn. Sau khi Phật diệt độ một trăm năm, bảy trăm vị Hiền - Thánh làm hội kết tập lần thứ nhì tại xứ ấy.

(Xem : *Duy - da - ly.*)

TỲ - XÁ - LY THÀNH KẾT - TẬP 毘舍離城結集 Concile à Vaisali (*Fr.* et scr.) Hội Kết - tập tại thành Tỳ-xá-ly. Đó là hội Kết - tập Tạng Tỳ - nại - da trong ba Tạng Tiểu - thừa vậy. Sau khi đức Phật Thích - Ca diệt độ một trăm năm, ở thành Tỳ - xá - ly, khởi lên mười món phi pháp. Vị Trưởng - lão là Da - Xá Tỳ - kheo triệu tập bảy trăm tăng-chúng tại vườn Ba - ly - ca trong thành Tỳ - xá - ly, dứt đi mười món phi pháp, tầy sạch Luật - tạng.

Mười món phi pháp như dưới đây :

1) Để dành muối trong một cái sừng đặng mấy ngày sau có mà dùng.

2) Mặt trời đã xế, cái bóng mình đã dài quá hai ngón tay mà còn ăn.

3) Khi đã ăn rồi mà vì sắp đi đâu xa nên ăn lại một lần nữa rồi mới đi.

4) Chư Tăng ở cùng một xứ mà đến ngày lễ Bố-tát (Upo--satha : rằm và mồng một), kẻ hành lễ ở nhà nầy, người hành lễ ở thất kia, chớ không chịu họp nhau lại một chỗ có Giáo-hội đông đủ.

5) Chư Tăng họp không đủ số mà cũng hành lễ nhơn danh Giáo - hội.

6) Cứ thấy bực tôn - sư hay thượng - tọa làm việc chi thì mình cũng tự tiện làm như vậy.

7) Đã ăn no rồi mà còn uống sữa.

8) Uống rượu.

9) Cái tọa - cụ (chiếu ngồi) của mỗi người đều khác nhau hết, chớ không theo luật định.

10) Thọ lãnh bạc vàng của hàng cư - sĩ. Giáo - hội đánh đổ mười việc ấy xong, bèn duợt lại và nhuận sắc Tạng Luật mà trong kỳ kết - tập trước đức Ưu - ba - ly (Oupali) đã dọn ra.

Chư vị Thánh-Tăng nhóm được tám tháng thì giải - tán.

TỲ-XÁ-PHÙ (*PHẬT*) 毘 舍 浮 (佛) Visvabhû (*scr.*) Một đức Phật đời quá-khứ. Trong cái Kiếp vừa qua, Trang-nghiêm Kiếp, có liên tiếp nhau ra đời 1.000 đức Phật, mà *Tỳ-xá-Phù* là đức Phật sau rốt vậy.

Kinh Trường-A-hàm : Thuở người ta hưởng thọ sáu mươi tuổi, đức Phật *Tỳ-xà-Phù* ra đời. Ngài là dòng sát-ly, họ Câu-ly-nhã. Cha tên là Thiện-Đăng, mẹ là Xưng-Giới. Ngài ở thành Vô dụ, ngồi dưới cây Bà-la mà thuyết-pháp, độ được 113.000 người. Đệ-tử thị-giả của ngài tên là Tịch-diệt-tử Diệu-Giác (*Ưu-ba-phiến-đà.*) Phật *Tỳ-xá-Phù* có để lại bài kệ nầy:

Giá tá tứ đại dĩ vi thân,

Tâm bổn vô sanh, nhơn cảnh hữu.

Tiền cảnh nhược vô, tâm diệt vô,

Tội, phước như huyễn, khởi diệc diệt.

Diễn nôm:

Bốn vật lớn mượn làm thân đó,

Tâm không sanh, nhơn có cảnh sanh.

Cảnh không, tâm cũng không thành,

Đôi đàng tội, phước như hình huyễn thôi!

Hồi thuở đức *Tỳ-xá-Phù* thành Phật Thế-tôn, thì *Trì-Địa Bồ-tát* xuất-gia làm Tỳ-kheo đệ-tử của đức Phật ấy và đắc quả A-la-hán. (*Xem: Trì - Địa Bồ-tát.*)

TỲ-XÁ-XÀ 毘舍闍 Piçâtcha (*scr.*) Quỉ Tỳ-xá-xà, dịch là *Đảm-tinh quỉ* 啖精鬼. Giống quỉ ăn tinh-khí của người ta vậy.

Người ta cũng sắp *Tỳ-xá-xà* vào hạng thần nếu họ có chút it công-đức. Trong một bộ Kinh luận về nhơn-quả bằng chữ Tây-Tạng, có nói rằng: Ai mà hay giận dữ, nói ác, nói vu, làm lành làm phải vì lòng tham vọng, chừng thác sanh vào hạng thần *Tỳ-xá-xà*, tánh-tình hung bạo, hình-thể xấu-xa và hơi bay hôi hám.

TỶ (*TỴ*) 鼻 Nez (*fr.*) Mũi, Lỗ mũi. Tức : *Tỷ-căn*. Phần cao ở trên mặt, phía trên miệng, phía dưới trán, cơ-quan dùng để ngửi mùi. Một trong sáu cơ-quan, *lục căn* : Nhãn, nhĩ, *tỹ*, thiệt, thân, ý (*mắt, tai, mũi, lưỡi, thân, ý*).

TỶ CÁCH THIỀN-SƯ 鼻隔禪師 Thầy tu thiền làm ngăn cách hơi thở của cái mũi. Vị thiền-sư tĩnh tọa pháp Không làm cho sáu căn chẳng hoạt động, nhứt là ngưng hơi thở bằng lỗ mũi, kêu là *Tỷ cách thiền-sư*. Trong việc ngưng hoạt động, ngưng cảm-giác của sáu căn, thì sự ngưng hơi thở bằng lỗ mũi là khó nhứt, cho nên gọi nhà sư ngưng sáu căn là *Tỷ cách thiền-sư*.

TỶ-CĂN 鼻根 Căn mũi, tức là cái mũi, hai lỗ mũi. Vì nương theo cái mũi mà sanh ra sự biết mùi, nên kêu là *căn*. Một trong *Lục căn* : Nhãn-căn, Nhĩ-căn, *Tỷ-căn*, Thiệt-căn, Thân-căn, Ý-căn. Kêu tắt : *Tỹ*.

TỶ-NHẬP 鼻入 Sự thiệp-nhập của cái mũi. Cái mũi sáp nhập với mùi, bèn biết là thơm hoặc thúi, kêu là *Tỹ-nhập*. Một trong 12 sự thiệp nhập. Xem : *Thập nhị nhập*.

Tỷ-nhập cũng là tiếng dùng để gọi *Tỷ - căn*.

TỶ-THỨC 鼻識 Sự cảm biết của lỗ mũi. Tức là : Biết mùi, ngửi mùi. Một trong sáu thức. Xem : *Lục thức*. Nương theo lỗ mũi, *tỷ -căn* mà phân biệt được mùi, mà biết được mùi thơm hoặc thúi, sự biết của mũi kêu là *tỷ-thức*.

TỶ-HA-LA 鼻訶羅 Vihara (*scr.*).— Couvent (*fr.*) Tiếng Phạn để gọi ngôi Tinh-xá. Chỗ Tăng-chúng ngụ mà tu học và hóa độ. Tàu dịch : *Tinh-xá, Đại-tự*.

Hồi đức Thích-tôn trụ thế, trong cõi Thiên-Trước, nhiều

nhà vua, nhiều vị giàu có xây thành *Tỷ-ha-la* (*Vihara*) để làm chỗ trụ cho Phật và Tăng.

TỶ - VỆ (SƠN) 比叡 (山) Hiei (jap.) Cảnh núi linh ở nước Nhựt, nằm về hướng Đông - Bắc thành Kinh - Đô (Kyôto). Ngài Truyền - Giáo Đại - sư (Dengyo Daishi) (767 - 822) có tham - thiền và lập phái Thiên - đài - tông (Tendai - shu) nơi đó.

Ngài đến cảnh núi ấy *thọ* Giới xuất - gia hồi mười tám tuổi, cất lên một cái am nhỏ mà tu trì. Sau khi đi thỉnh Kinh và học đạo phái Thiên - thai - tông bên Trung - Quốc, Ngài về núi Tỷ - vệ và tu đắc Đạo. Ngài bèn truyền bá chủ - nghĩa kinh Pháp - hoa tức là chánh - giáo tông Thiên - đài. Ngài bèn sửa sang nơi tu trì, cái am nhỏ của ngài nơi núi Tỷ-vệ biến thành một tòa Phật-điện nguy nga, hiệu là Enryakuji cất xong năm 788. Ngày nay, núi Tỷ - vệ .với ngôi chùa Enryakuji là trung-tâm của phái Thiên - đài, những nhà sư và thiện - nam tín - nữ trong phái ấy thường năm đến đó mà chiêm lễ.

TỌA 坐 Asseoir, Assis, Tenue (*fr.*) Ngồi, Pháp, : S'asseoir, Assis. Để cái mình trên ghế hoặc trên vật gì vững chắc, co lại hoặc để chơn thong - thả. Như : Thường *tọa* bất ngọa : thường ngồi mà chẳng nằm.

Cách ngồi, cử chỉ, cốt cách, Pháp : Tenue, Bonne tenue. Như : Tứ oai - nghi, bốn cốt - cách của nhà tu là : Đi, đứng, *ngồi* nằm.

Bồ-tát giới Kinh : Nhược Phật - tử thường ưng giáo - hóa, khởi đại - bi tâm. Nhược nhập đàn - việt quí - nhơn gia, nhứt thiết chúng trung, bất đắc lập vị bạch-y thuyết pháp. Ưng tại bạch-y chúng tiền, cao tòa thượng *tọa*.

(Như Phật - tử thường nên giáo - hóa, khởi lòng đại - bi. Nếu vào nhà người đàn - việt sang cả, ở trong tất cả các chúng, chẳng được đứng mà thuyết pháp cho người - tại gia nghe. Phải nên *ngồi* chỗ cao tại trước các người tại - gia.)

TỌA - CỤ 坐 具 Carpette (*fr.*) Tấm vải, tấm nỉ mà nhà sư đi đâu thường đem theo để trải mà ngồi lên, nằm lên. Kêu theo Phạn : *Ni - sư - đàn*. Kêu tắt : *Cụ*.

Trong khi thọ Giới cụ-túc, nhà sư được Giáo - hội phát cho một cái *tọa - cụ*. Khi lãnh lấy *tọa - cụ* ấy, hoặc mỗi khi trải ra mà ngồi, nằm, thì nhà sư nguyện rằng : *Tọa-cụ ni-sư-đàn, Trưởng dưỡng Tâm miêu Tánh, Triển khai đăng Thánh - địa, Phụng trì Như - lai mạng*. Án đàn-ba đàn-ba ta-bà-ha ! (Cái tọa-cụ ni-sư đàn nuôi lớn cái Tâm và sanh ra cái Tánh, trải nó lên trên Thánh địa, tôi phụng trì mạng của đức Như-lai. Án đàn - ba đàn - ba ta-bà-ha !). — Những món đồ tùy thân mà nhà sư lữ - hành được đem theo là : Áo cà - sa ba cái, *tọa-cụ*, bát, gậy tích - trượng, túi lược nước, ống đựng kim.

TỌA CHỨNG 坐 證 Tức là *tọa - thiền*, ngồi yên mà tham-thiền để chứng lý.

TỌA HẠ 坐 夏 Was (*scr.*) Cũng viết : *Hạ tọa*. Ngồi một chỗ mà tu học trong mùa hạ. Cũng gọi : *An - cư*, *Nhập hạ*. Trong ba tháng mùa hạ, từ Rằm tháng tư đến Rằm tháng bảy Âm lịch, nhà sư có lệ ở yên một chỗ mà tu học, chẳng ra khỏi chùa, chẳng đi chỗ nầy chỗ kia. Việc ngồi yên nơi chùa mà tu học chung trong ba tháng với quí sư khác, kêu là *Tọa hạ*.

TỌA THIỀN 坐 禪 Dhyana (*scr.*) Ngồi suy nghĩ. *Thiền, thiền-na* (Dhyana) là tiếng Phạn, dịch là *Tư-duy* 思 惟 (suy nghĩ), *Tĩnh-lự* (lặng thinh mà xét nghĩ). *Tọa thiền*, nghĩa là ngồi mà tu thiền, là cái thuật yên-nghỉ suy-xét, ngừng lòng đặng xét rõ tâm-tánh. Phép nầy xướng lên rất thạnh tự ngài Đạt-Ma tổ-sư hồi thế kỷ thứ sáu dương lịch.

(Xem : *Thiền*.)

TỌA (*TÒA*) 座 Siège, Tribune (*fr.*) Chỗ ngồi, Ghế ngồi, ngôi, bệ. Như : *Cao tọa* (*tòa*) 高 座 Ngôi cao, chỗ ngồi trên cao, nơi ấy ngó xuống thấy khắp Đại-chúng. *Pháp-tọa* (tòa) 法 座 Ngôi thuyết pháp, chiếc ghế đặc-biệt đề trên cao, vị pháp-sư ngồi lên đó mà thuyết pháp.

TỌA - CHỦ 座 主 Président d'assemblée, Chef de pagode (*fr.*) Chủ tòa, là ngôi chủ một tòa đại-chúng vậy. Như nói : *Thượng-tọa* 上 座, *Thủ-tọa* 首 座. Thiền-gia kêu là *Trụ-trì* 住 持. Giáo-gia (phái tu theo giáo-lý Ba Tạng) gọi là *Tọa-chủ*, vị chủ thống trị một tòa đạo, một ngôi Chùa vậy.

TỌA-LẠP 座 臘 Année de religion (*fr.*) Tuổi tu, năm tu của hàng xuất-gia. Nhà sư ngồi một chỗ mà tu với chúng trong ba tháng mùa hạ từ 16 tháng tư đến rằm tháng bảy, kêu là một *Tọa-lạp*, một *Pháp-lạp*, một *Hạ-lạp*. Xem : *Pháp-lạp*.

TỌA QUANG 座 光 Cái ngôi thờ Phật, cái bệ Phật, trên ấy có làm hào quang phía sau cốt Phật hoặc chung-quanh cốt Phật, kêu là *tọa quang*. Tức là tòa sen và hào quang.

TÒNG-LÂM 叢 林 Samgha (*scr.*).— Communauté (*fr.*) Chỗ tăng và tục hòa hiệp với nhau, tựu hội với nhau, cũng như cây nhỏ nhóm họp với nhau mà thành rừng.

Tích xưa, hồi Phật còn trụ thế, thường nhóm họp chư tứ-chúng (Tỳ-kheo, Tỳ-kheo-ni, Ưu-bà-tắc, Ưu-bà-di) vào những cảnh rừng mà thuyết-pháp, như vườn cây ông Kỳ-đà, rừng Trúc-lâm v.v. Vì vậy về sau người ta gọi chỗ hội họp đề dạy đạo, có chùa-chiền, có vườn-tược là *tòng-lâm*.

Tòng lâm đồng nghĩa với : Đại-chúng, Tăng-già, Già-lam.

TÔ-BA-HA 蘇 波 訶 Swâha (*scr.*) Cũng viết : *Ta-bà-ha*, *Tá-ha*, *Tá-hát*, *Tát-bà-ha*.: Lời sau cùng của một câu chơn-ngôn (thần - chú) đề thêm sức mạnh, ý quyết-định của câu chơn-ngôn mà hành-giả đọc tụng. (Xem : *Ta-bà-ha*.)

TÔ-BẠT-ĐÀ LA 蘇跋陀羅 Subhadra, Soubhadra (*scr.*) Cũng viết : *Tu-bạt-đà-La.* Dịch nghĩa : Thiện-Hiền. Vị Thánh đệ-tử cuối cùng của đức Phật Thích-Ca. (Xem : *Tu-bạt-đà-La.*)

TÔ-DẠ-MA (*THIÊN*) 蘇夜摩 (天) Yàma (*scr.*) Người Tiên, cảnh Tiên thứ ba trong sáu cảnh ở cõi Dục-giới. Cũng kêu : Dạ-ma, *Tu-diễm ma Diễm-ma, Tu-dạ-ma* (*Xem : Dạ-ma.*)

TÔ-DU 蘇油 Dầu tô. Dầu thơm chế bằng hoa của cây tô-man-na, dùng thắp cúng Phật.

TÔ-ĐẠT-ĐA 蘇達多 Sudatta (*scr.*) Cũng viết : *Tu-Đạt, Tu-Đạt-Đa.* Dịch nghĩa : *Thiện-thi.*

Vị Trưởng-giả giàu có nhứt và từ-thiện nhứt ở thành Xá-vệ *Srâvasti*) hồi đời Phật Thích-Ca.

Người ta cũng xưng ông là *Cấp-cô-độc* (*Phạn : Anathapindika*), vì ông thường trợ cấp cho kẻ nghèo hèn, đơn cô. Xem : *Tu-Đạt.*

TÔ-ĐĂNG 蘇燈 (酥燈) Đèn thắp bằng ngưu-tô 牛酥 tức bằng chất bơ (*beurne*) do sữa bò chế ra, có pha lộn với dầu thơm.

TÔ-MA-NA (*HOA*) 蘇摩那 (花) Bông cây của Tô-ma-na. Cũng viết : *Tô mạt-na, Tu-man-na* (*hoa*). Tàu dịch : Xứng-ý hoa.

(*Xem : Tu-man-na hoa*)

TÔ-MẠT-NA (*HOA*) 蘇末那 (花) Hoa Tô-mạt-na. Cũng viết : *Tô-ma-na, Tu-man-na.*

TÔ-TẦN-ĐÀ 蘇頻陀 Suvinda (*scr.*) Một vị trong 16 vị Đại La-hán được Phật phái ra các nước ngoài mà truyền bá đạo Phật (*Xem tên đủ 16 vị nơi chữ A-la-hán*).

TÔ-TẤT-ĐỊA 蘇悉地 Chữ Phạn, dịch nghĩa : *Diệu thành-tựu.*

TỔ 祖 Nhà khai-sáng một tôn-giáo, một nghệ-thuật hay một

triều-đại, Pháp : Fondateur. Như : *Thủy-tổ, Giáo-tổ, Phật-tổ* tức Phật Thích-Ca.

Tiếng gọi chung những người sống trước mình, trong những đời trước, có công gìn giữ sự tổ chức của tôn-giáo, nghệ thuật, gia đình, quốc-gia, Pháp : Ancêtres. Như : *Tổ-tiên.*

Những vị nối tiếp nhau mà lãnh-đạo một tôn-giáo, một môn phái do vị thủy-tổ, do nhà sáng lập để lại, Pháp : Patriarche. Như : *Lịch-đại tổ-sư.* Phật Tổ tức đức Phật và chư Tổ kế truyền.

TỔ-SƯ (*ĐÔNG-ĐỘ*) 祖 師 (東 土) Patriarches de Chine (*fr.*) Chư vị Tổ-sư nối truyền ở Trung-Hoa.

Thấy chiều Phật-giáo không còn đứng vững ở Thiên-Trước, vì đã dung-hợp với Bà-la-môn giáo, vị Tổ-sư thứ 28 là Bồ-đề-đạt-ma bèn đem Phật-giáo truyền qua miền Đông-độ. Ngài đến Quảng-Đông năm 520. Chính ngài lập ra Thiền-tông và làm Sơ-tổ ở Tàu. Bắt từ ngài mà kể đi, có những vị Tổ nầy :

1. Bồ-đề-đạt-ma 菩 提 達 摩 (*Bodhidharma*),

2. Huệ-Khả 慧 可 (*Hoei-Keu*),

3. Tăng-Xán 僧 燦 (*Seng-tsan*),

4. Đạo-Tín 道 信 (*Tao-sinn*),

5. Hoằng-Nhẫn 弘 忍 (*Houng Jenn*),

6. Huệ-Năng 惠 能 (*Hoei-Neng*).

Từ chư Tổ ở Tây-Thiên cho đến đời Huệ-Năng, mỗi vị Tổ kế nghiệp đều được truyền áo và bát. Từ đời Huệ-Năng trở đi, không truyền y bát nữa, mà truyền Tâm thôi. Tức là Lục Tổ Huệ-Năng bãi lệ truyền y bát.

Huệ-Năng có hai đệ-tử đại-danh truyền Tâm-pháp :

Hoài-Nhượng Thiền-sư 懷 讓 禪 師,

Hạnh-Tư Thiền-sư 行思禪師.
Đệ-tử của hai vị nầy chia làm năm phái, *Ngũ phái* (*Ngũ tông*) :

1 Lâm-tế-tông 臨濟宗,

5 Tào-động tông 曹洞宗,

3 Vĩ-ngưỡng tông 溈仰宗,

4 Vân-môn tông 雲門宗,

5 Pháp-nhãn tông 法眼宗.

Từ đây về sau, Thiền-tông có được năm phái vậy.

Dường như Thiền-tông bên Tàu truyền qua nước ta hai phái : Lâm-tế và Tào-động.

TỔ-SƯ (*TÂY - THIÊN*) 祖師 (西天) Patriarches de l'Inde (*fr.*) Chư vị lãnh-đạo Phật giáo ở Ấn-Độ, nối tiếp nhau mà gìn giữ Phật-pháp sau Phật Thích-Ca. Có 28 vị Tổ-sư nối nhau mà truyền-bá đạo Phật ở Thiên-Trước :

1. Ca-Diếp 迦葉 (Kaçyapa),
2. A-Nan 阿難 (Ananda),
3. Thương-na-hòa-tu 商那和修 (Çanavasa),
4. Ưu-ba-cúc-đa 優波毱多 (Upagupta),
5. Đề-ca-đa 提迦多 (Dhritaka),
6. Di-già-ca 彌遮迦 (Micchaka),
7. Bà-tu-mật 婆須蜜 (Vasusmitra),
8. Phật-đà-nan-đề 佛陀難提 (Bouddhanandi),
9. Phật-đà-mật-đa 佛陀蜜多 (Bouddhamitra),
10. Hiếp tôn-giả 脅尊者 (Parçva),
11. Phú-na-dạ-xa 富那夜奢 (Punyagaça),

12. Mã-Minh 馬 鳴 (Açvaghosha),

13. Ca-tỳ-ma-la 迦 毗 摩 羅 (Kapimala),

14. Long-Thọ 龍 樹 (Nagarjuna),

15. Ca-na-đề-bà 迦 那 提 婆 (Kanadeva),

16. La-hầu-la-đa 羅 睺 羅 多 (Bâhulata),

17. Tăng-già-nan-đề 僧 伽 難 提 (Samghanandi);

18. Tăng-già-da-xá 僧 伽 耶 舍 (Samghayaças),

19. Cưu-ma-la-đa 九 鳥 摩 羅 多 (Kumârata),

20. Xà-dạ-đa 闍 夜 多 (Jayata),

21. Bà-tu-bàn-đầu 婆 須 盤 頭 (Vasubandhu),

22. Ma-nô-la 摩 拏 羅 (Madura),

23. Hạc-lặc-na 鶴 勒 那 (Haklenayaâas),

24. Sư-tử tỳ-kheo 師 子 比 丘 (Simha),

25. Bà-xá-tư-đa 婆 舍 斯 多 (Vaçasuta),

26. Bất-như-mật-đa 不 如 密 多 (Punyamitra),

27. Bát-nhã-đa-la 般 若 多 羅 (Prajnâtra),

28. Bồ-đề-đạt-ma 菩 提 達 摩 (Bodhidharma).

Bồ-đề-đạt-ma là Tổ-sư thứ 28 ở Tây Thiên-Trước, mà ngài cũng là Sơ-tổ ở Đông-độ, vì ngài đến Tàu mà truyền Đạo nhằm năm 520 Dương-lịch.

TỔ-SƯ THIỀN 祖 師 禪 Phép thiền đặc-biệt truyền thọ bởi chư vị Tổ-sư. Phái *Thiền-tông* do Bồ-đề-đạt-ma mở ra ở Đông-độ có phân ra hai thứ thiền: Như-lai thiền và Tổ-sư thiền.

Như-lai thiền: Phép thiền thông-thường trong đạo Phật,

nương theo các Kinh-Luật Luận đã thuyết. Phép tu-tri theo Lục-độ Vạn hạnh. Phép thiền nầy tuần tự mà tiến lên, mà mở thông tùy theo trình-độ và thời-gian tu học của hành-giả.

Tổ-sư thiền : Phép thiền riêng của Thiền-tông do sáu vị Tổ-sư truyền, từ Sơ-tổ Bồ-đề đạt-ma đến Lục-tổ Huệ-Năng. Người tu phép thiền nầy, chẳng cần học Tam tạng Kinh, chẳng cần dự nghe các cuộc thuyết pháp chung, chẳng cần khư-khư ôm lấy qui tắc trong Giới-luật. Người tu-hành một phen được *tâm-ấn* của Thầy, cứ tinh-tấn mà tu theo lời dạy của Thầy, thì mau thành Phật.

Thiền-tông của Huệ-Năng Lục-tổ nhận rằng Thiền-tông của Thần-Tú hành theo *Như-lai thiền*, vì phái Thần-Tú chẳng được tâm-truyền, chẳng được thọ y bát của ngài Sơ-tổ Đạt-Ma để lại.

TỐI 最 Rất, Lắm, Pháp :Très. Như : *Tối cổ* : Rất xưa, xưa lắm. *Tối đại* : Rất lớn.

Hơn hết, Rốt ráo, Tót vời, Pháp : Extrême, Extrêmement, Final. Như : *Tối thắng* : Trổi hơn hết, Hơn tất cả. *Tối hậu* : Sau rốt.

Gom góp, Nhóm lại, Pháp : Réunion, Résumé. Như : *Tối mục* : Mục-lục, phần gom góp các chương trong sách.

TỐI CHÁNH GIÁC 最正覺 Bực Chánh-giác cao hơn hết, tức Phật. Quả Chánh-giác, quả Đạo chơn chánh cao-rốt, tức Quả Phật.

TỐI HẬU PHẨM VÔ-MINH 最後品無明 Phẩm vô-minh vi-tế sau cùng, phần lầm-lạc rốt-ráo. *Vô-minh* hay *Si*, Pháp : Inintelligence, Ignorance là sự mê-tối lầm-lạc của chúng-sanh. Khi người ta chưa biết làm thiện, còn nặng phiền-não, thì cái vô-minh còn dày, còn nặng, còn thô, còn ám-độn. Lần hồi, người ta làm thiện, tấn hóa, học đạo, tu hành, thì cái vô-minh bớt lần. Cái vô-minh càng ít, thì cái sáng suốt, cái minh-mẫn càng nhiều, càng lớn. Sau rốt, chỉ còn cái vô-minh nhỏ, nhẹ, mỏng, kêu là *tối hậu phẩm vô-minh*. Trừ xong phần vô-minh ấy, tâm trở nên giác-ngộ hoàn toàn,

TỐI HẬU THÂN 最後身 Dernière naissance, dernière vie (*fr.*) Cái thân làm người lần cuối cùng ở trong cõi Sanh-tử nầy.

Về Tiểu-thừa, nhà tu-hành đắc quả La-hán, dứt đường Sanh-tử, thì đời đó là *Tối hậu thân.*

Về Đại-thừa, với cái thân làm người, đắc thành quả Phật, dứt Luân-hồi, như đời của Thái-tử Tất-đạt-Đa là *Tối hậu Thân.* Tới chừng ngài Di-Lặc giáng sanh và thành Phật, đời sau chót đó, kêu là *Tối hậu Thân.*

TỐI THẮNG ÂM PHẬT 最勝音佛 Doundoubhisvaranirghosha (*Bouddha*) (*scr.*) Một đức Phật Như-lai, quốc-độ của ngài ở về Phương Bắc đối với cõi Ta-bà. Hồi đức Thích-Ca giảng kinh A-Di-Đà, đức Phật Tối-thắng-Âm và vô-số chư Phật ở phương Bắc có tỏ lời khen tặng và khuyên chúng-sanh nên tin kinh A-Di-Đà.

TỐI THẮNG NHƠN 最勝人 Người cao trổi hơn hết. Tiếng xưng tặng trang hành-giả niệm Phật. Vì phép niệm Phật là phép tu dễ được kết quả hơn hết, trổi hơn hết, nên người chuyên niệm Phật được xưng là *Tối thắng nhơn.*

TỐI THẮNG TÔN 最勝尊 Tiếng xưng Phật. Đức Thế-tôn là bực trổi hơn hết trong loài người và chư Thiên, nên xưng ngài là *Tối thắng Tôn.*

TỐI THẮNG THỪA (*THẶNG*) 最勝乘 Cỗ xe trổi hơn hết, Pháp-giáo cao trổi hơn hết, tức là *Đại-thừa, Phật-thừa.* Đối với những thừa khác, như : Thinh-văn thừa, Duyên-giác thừa là Tiểu-thừa, thì Đại-thừa là cao trổi nên gọi là *Tối thắng thừa.*

TỐI THƯỢNG ĐẠI TẤT ĐỊA 最上大悉地 Địa vị cao lớn nhứt và là địa vị rốt-ráo. Tức là *Phật-quả.* Quả-vị Phật Thế-tôn, quả-vị Phật Như-lai là quả-vị cao nhứt, lớn nhứt, hoàn-toàn, không còn quả-vị nào trên nữa, nên kêu là ***Tối thượng đại tất địa.***

TỐI-THƯỢNG THỪA 最上乘 Cỗ xe cao hơn hết, Giáo-pháp cao thượng nhứt. Tức là *Phật-thừa*, giáo-pháp mà Bồ-tát tu để mau thành Phật.

TỘI 罪 Varjya (scr.).— Vajjà (p.).— Péché, Mal, Méfait (*fr*). Tội-lỗi, tội ác.

Phạm điều tà-ác, phá người, hại vật, phá giới-hạnh mà mình đã thọ trì. Các thứ *tội* đều gom vào *Ngũ nghịch* và *Thập ác*. Đồng-nghĩa : *Ác-nghiệp*. Đối - nghĩa : *Phước*, *Thiện-nghiệp*.

Theo luật nhà Phật, kẻ phạm *tội*, liền mang lấy nghiệp-chướng vào thân. Kẻ ấy chừng thác, thì đọa *Tam đồ*, chịu các khổ não trong Ba đường : Địa-ngục, Ngạ-quỉ, Súc-sanh. Chừng sanh lại làm người, phải bị khổ lụy nhiều bề. Chẳng nói chi đến đời sau, ngay đời nầy, kẻ phạm *tội* thì bị luật nước bức bách, bị người ta chê cười, khinh bỉ, đánh đập.

Trong *Địa-Tạng Kinh*, phẩm thứ sáu, có nói : Chúng - sanh Nam Diêm-phù-đề, trong mỗi cử-chỉ, mỗi động-niệm, đều gây nên nghiệp, nên tội. Huống chi lại còn phóng túng, giết-hại, trộm đạo, tà-dâm, vọng-ngữ, phạm trăm ngàn *tội* trạng ? —

Trong *Hồng-danh bảo - sám nghi-thức*, có ba cách tạo *tội* : hoặc tự mình làm, hoặc xúi biểu người khác làm, hoặc khi thấy người khác làm mà mình vui.

Đối với *tội*, là *phước*. Phạm *tội* thì thọ quả khổ. Còn làm phước, như giữ Ngũ giới, hành Thập thiện, tu Lục độ, sẽ hưởng quả vui sướng, an-lạc.

TỘI-ÁC 罪惡 : Ba nghiệp Thân, Khẩu, Ý liên quan với nhau, cùng chung với nhau mà làm trái nghịch đạo-đức, luân-lý.

TỘI-BÁO 罪報 : Đã phạm tội-nghiệp, nên chịu lấy quả-báo khổ-não, kêu là Tội-báo.

Kim-Vân-Kiều : Làm chi *tội-báo* oan-gia,
Thiệt mình mà hại đến ta hay gì ?

Đại Niết-bàn Kinh, quyển 20 : Hễ có tội, tức là có *tội-báo*; không ác-nghiệp, ắt không *tội-báo*.

TỘI-CĂN 罪 根 Gốc rễ. tội ác. Một khi tội lỗi, nghiệp ác đã ăn sâu, dường như đâm gốc mọc rễ, không thể nhổ bỏ liền được.

Trong Vu-lan bồn Kinh, Phật có phán với Mục-Kiện-Liên rằng : Mẹ của nhà ngươi *tội-căn* đã kết sâu, không phải sức một mình nhà ngươi có thể cứu.

TỘI-CẤU 罪 垢 *Sự* bám dơ của tội lỗi. Tội ác làm ô trược thân tâm cũng như bụi bám, làm dơ đồ vật, nên kêu là *Tội-cấu*.

TỘI-CHƯỚNG 罪 障 : Sự ngăn bít của tội lỗi. Tội ác che ngăn chúng-sanh, che ngăn nhà tu học, chẳng để cho họ đắc Quả, — che ngăn không để cho họ nghe được Diệu-pháp, — cản trở chẳng cho họ có dịp mà quy-y Tam Bảo, hưởng thọ lợi-lạc.

Kệ nguyện tiêu : Phổ nguyện *tội-chướng* tất tiêu trừ,
Thế thế thường hành Bồ-tát Đạo.

TỘI-KHỔ 罪 苦 : Khổ-não vì tội lỗi đã phạm. Trước phạm tội, sau thọ khổ. Đối-nghĩa : *Phước-lạc*.

Tội là nhơn, *Khổ* là quả. Những *tội-khổ* ghê gớm hơn hết của chúng-sanh đều ở Địa-ngục. Những kẻ làm ác ở đời nầy, có khi chịu *tội-khổ* ngay ở đời nầy bằng những sự tai - ương, tù - đày, tật - bệnh; có khi thác, họ đọa những cảnh Ngạ-quỉ, Địa-ngục, Súc-sanh mà chịu *tội-khổ*: đói, khát, đánh, đập, đốt, nấu. Có khi họ sanh trở lại làm người mà chịu các *tội - khổ* nghèo nàn, đói khó, cơ thể hư liệt v.v..

Địa-Tạng Kinh : Địa-Tạng Bồ-tát, ở các thế-giới Mười phương, hiện ra các lực oai-thần từ bi lớn chẳng có thể nghĩ bàn, cứu hộ hết thảy mọi *tội-khổ*.

TỘI-NGHIỆP 罪 業 Hạnh-nghiệp tội-lỗi. Đã phạm tội-ác thì thành ra *tội-nghiệp*, cái nghiệp ấy tức là cái nhơn vời cái quả khổ-não lại cho mình. Đối-nghĩa : *Phước-nghiệp*.

Kim-Vân-Kiều : Sư rằng : Song chẳng hề chi,

Nghiệp duyên cân lại, nhắc đi còn nhiều;
Xét trong *tội-nghiệp* Thúy-Kiều,
Mắc điều tình-ái; khỏi điều tà-dâm.

Đại Bát Niết-bàn-Kinh, quyển 20 : Những *tội-nghiệp* mà chúng-sanh gây ra, phàm có hai thứ : một là nhẹ, hai là nặng. Do Tâm và Khẩu gây ra, đó là *Tội-nghiệp* nhẹ; do Thân, Khẩu và Tâm gây ra, thì kêu là nặng. Tâm niệm, Khẩu thuyết, nhưng Thân chẳng tác, thì thọ báo nhẹ.

TỘI-NHƠN (*NHÂN*) 罪 人 : Người phạm tội, kẻ đã phạm tội, đương bị hành hạ. Đối với pháp-luật dương-thế, *tội-nhơn* bị đánh đập, cầm tù, mang gông, mang xiềng hoặc bị tra khảo cho đến chết. Đối với pháp-luật đường âm, *tội-nhơn* chịu các khổ-não nơi Địa-ngục, Ngạ-quỉ, Súc-sanh tùy theo Nghiệp-cảm của mình. Đến khi sanh ra làm người, thì chịu hèn hạ, tàn tật.

TỘI PHƯỚC (*PHÚC*). 罪 福 Tội và phước. Cũng nói : *Phước tội*. Tội và phước mỗi thứ có hai giai-đoạn : nhơn và quả. Hai giai-đoạn ấy, phần nhơn và phần quả ấy đều gọi là *tội* hoặc *phước*.

1) Việc ác và việc thiện, Pháp : Mal et Bien, Méfait et Bienfait. Tức là : *Tội-nghiệp, Phước-nghiệp*, kêu tắt : *Tội phước*. Như nói *tạo tội tác phước* (Gây nên *tội phước*).

2) Sự khổ-não hoạn-nạn và sự sung-sướng thảnh-thơi. Pháp : Infortune et Fortune, Malheur et Bonheur. Tức là : *Tội-báo, Phước-báo ; Tội-khổ, Phước-lạc*. Như nói : *Thọ tội, Hưởng phước*.

TỘI PHƯỚC VÔ CHỦ 罪 福 無 主 Tội và phước

không có chủ-định, không có chủ trương. Xét theo lẽ tuyệt-đích, chiếu theo thật-tướng của các pháp, thì tội và phước đều không có cái chủ trương quyết định, chắc thật. Tội và phước vốn là bình-đẳng, không không, tịch-tĩnh. Thật ra, không có tội, không có phước, cũng như không có sướng, không có khổ, không có sanh, không có diệt, không có Luân-hồi, không có Niết-bàn.

TỘI-TÁNH 罪性 Tánh của tội. Cái tánh thật của tội-lỗi, cái bổn-tánh của tội-báo vốn là không không, chẳng thật, chẳng nhứt định. Cái bổn-tánh của phước cũng như thế. Đứng về phương-diện đối-đích, người ta thấy có tội, có phước. Đứng về phương-diện tuyệt-đích, theo lẽ Thật-tướng, theo lẽ Chơn-như, thì không có tội, cũng không có phước. Tức là: *Tội tánh bổn không* hay *Tội tánh không.*

TÔN 宗 Chánh-âm là *Tông*, nhưng người-ta quen đọc: *Tôn.*

Xem: *Tông.*

TÔN 尊 Kính trọng, Quí trọng, Pháp: Vénérer, Honorer. Như: *Tôn đức lạc đạo*: Kính người có đức, vui thích đạo-lý. Đáng trọng, đáng quí, đáng kính, Pháp: Vénérable, Honorable. Đối với: *Ty*: bực thấp. Tiếng dùng để xưng người mà mình kính trọng, như: *Tôn-xứ.*— Tiếng xưng tượng Phật, Thánh, Thần, như: *Di-Đà Tam Tôn* (tức là tượng ảnh Phật Di-Đà, Bồ-tát Quan-Âm và Bồ-tát Thế-Chí). Phật là bực đáng tôn trọng hơn hết trong các hàng thiên-thần và nhơn-loại, nên gọi ngài là *Thế-tôn, Chí-tôn.* Phật có lòng từ-bi hơn hết, đáng tôn-kính hơn hết, nên gọi ngài là Từ-tôn. Từ-tôn cũng là tiếng tôn xưng đức Di-Lặc, tức là đức Thế-tôn họ Từ (Maitreya). *Tôn* cũng là tiếng xưng Phật, như: *Thế-tôn, Tôn-ký, Tôn-sắc.*

TÔN-CHỨNG 尊證 Vénérable témoin (*fr.*). Bực tôn-giả, nhà tu-hành đáng tôn-trọng đứng ra làm chứng cho Giới-tử nguyện thọ giới tại-gia hoặc xuất-gia.

Trong một Giới-đàn tinh-nghiêm, có bảy vị *Tôn-chứng*, kêu là ban Thất chứng và ba vị sư truyền Giới: một Hòa-thượng, một

Kiết-ma, một Giáo-thọ. Ấy là Thập sư. Nếu ở nơi biên-địa, hoặc số sư không được đông, thì nơi Giới-đàn có thể hội hợp Ngũ sư truyền Giới và chứng-minh : Tam-sư (Hòa-thượng, Kiết-ma, Giáo-thọ) và hai vị *Tôn-chứng*.

TÔN-GIẢ 尊者 Vénérable (*fr.*).— Arya (*scr.*) : Đọc theo Phạn : *A-lê-da* (Arya), tức là *Thánh-giả, Tôn-giả*. Tiếng xưng bực La-hán, như : *Tôn-giả* A-Nan, *tôn-giả* Ma-ha Ca-Diếp, tôn-giả Đại Mục-Kiện-Liên.

Tiếng xưng bực Đại-sư, bực tu lâu năm, có đức-hạnh và có trí-huệ, đáng cho người đời kính trọng.

Lại nữa, *Tôn-giả* là tiếng mà bực dưới xưng bực trên. Còn bực trên gọi bực dưới là *Huệ-Mạng*.

TÔN-KINH 尊經 Kinh Phật. Kinh điển do đức Phật thuyết ; vì kính trọng, nên người ta gọi là *Tôn-Kinh*.

TÔN-KÝ 尊記 : Phật thọ ký. Phật ghi nhận cho một vị đệ-tử sẽ thành Phật. Vì kính trọng nên người ta gọi sự ghi nhận ấy là *tôn-ký*.

TÔN-NGỘ 尊悟 : Bực tu-hành tôn qui chứng lý, ngộ đạo. Như sự chứng ngộ quả A-la-hán hay quả Phật, gọi là *Tôn-ngộ* !

TÔN-NHAN 尊顏 : Dáng mặt của Phật. Như : Chiêm-ngưỡng *Tôn-nhan*. Chư đệ-tử mỗi khi cầu Phật giảng một đề nào, thì đứng dậy khỏi chỗ ngồi, đi đến chỗ Phật ngự, lấy đầu làm lễ chí chơn Phật, chiêm ngưỡng *Tôn-nhan*, rồi mới khởi sự bạch hỏi.

TÔN-SẮC 尊敕 Giáo sắc của Phật, lời phán truyền của đức Thế-tôn. Như : Nhiều vị La-hán, phụng trì *Tôn sắc*, ra đi giáo-độ chúng-sanh.

TÔN-SƯ 尊師.— Vénérable maitre (*fr.*) : Lời xưng những bực thầy dạy đạo, lời đệ-tử học đạo xưng thầy mình. Kinh sách nhà Đường thường dùng chữ *tôn-sư*.

Lục-Vân-Tiên: Xảy nghe mở hội khoa thi,
Vân-Tiên vào tạ *Tôn-sư* xin về...
Tôn-sư nghe nói thêm thương,
Dắt tay ra chốn tiền đường coi trăng.

TÔN-TÚC SƠN 尊足山 Cảnh núi đáng tôn kính hình-bàn chơn. Tức : *Kê-túc sơn.* Âm theo Phạn : *Quật-quật-trá-bá-đà sơn.* Ấy là cảnh núi gần thành Vương-Xá. Ông Ca-Diếp, Sơ-tổ đạo Phật, khi biết mình sắp nhập diệt, bèn vào non *Tôn-túc* mà tịch. Có lẽ non *Tôn-túc* (*Kê-túc : hình cẳng gà*) cũng là núi Kỳ-xà-Quật (Grudhakuta) mà Tàu thường dịch là *Thứu - sơn, Linh-thứu sơn.*

TÔN THẮNG GIẢ 尊勝者 : Nhà tu-hành đáng tôn kính và trồi thắng hơn các nhà tu-hành khác.

Theo kinh Du-già quyển 92, bực Sa-môn hay Bà - la - môn mà người thế-gian đều cho là bực hiền thiện, rời khỏi các sự tồn hại, lìa khỏi các mối tham dục, điều phục các mối sân, si, tinh - tấn tu - hành theo đạo Giải-thoát, đó là bực *Tôn thắng giả.*

Còn bực tu-hành đắc quả A - la - hán, thường quán-tưởng về phép Vô ngã trụ (*thân mình chẳng nương dựa vào đâu, mình không nương vào một pháp nào*), thì kêu là *Tôn thắng không trụ.*

TÔN THẮNG PHÁP 尊勝法 : Pháp tôn thắng. Tức là niệm bài «Tôn thắng Phật-đảnh» và tụng chú « Tôn thắng đà-la-ni ». Bài «Tôn thắng Phật - đảnh» cũng kêu là «Trừ chướng Phật-đảnh». Đức Thích-Ca Như-lai muốn cứu ông Thiện-Trụ Thiên-tử đã bảy phen đọa lạc vào nẻo ác-lụy khổ-não, bèn phóng hào-quang tròn như bánh xe ra khỏi đảnh đầu Ngài và đọc chú «Tôn thắng đà-la-ni».

TÔN-ĐÀ-LA-NAN-ĐÀ 孫陀羅難陀 Upananda (*scr.*) Một vị Đại Đệ-tử của Phật, đắc quả La-hán. Ông *Tôn-đà-la-nan-đà* có dự nghe Phật diễn Diệu-pháp-liên-hoa kinh.

Tôn-đà-la-nan-đà có nghĩa là : đoan-chánh hoan-hỷ.

Trong **Thủ Lăng Nghiêm Kinh** quyển năm, ông *Tôn-đà-la-*

nan-đà có thuật chuyện đắc Đạo của mình rằng : Khi tôi mới xuất gia, theo Phật vào Đạo, tuy đủ Giới luật, nhưng đối với phép *Tam-ma-địa*, lòng thường tán-loạn xao-động. Đức Thế-tôn dạy tôi và Câu-hy-La quán cái hơi trắng ở chót mũi. Tôi khởi sự quán, trải qua 21 ngày, thấy hơi trong mũi ra và vào như khói. Kế đó, thân và tâm sáng tỏ, thấy suốt thế-giới, tất cả đều trở nên cảnh hư-không trong-sạch, dường như lưu-ly. Tướng khói ở chót mũi lần lần tiêu, sắc đen thành trắng : lòng khai thông, các lậu (phiền-não) đều dứt. Hơi thở ra vào hóa thành hào-quang, chiếu các cõi Mười phương. Tôi đắc quả A-la-hán. Và đức Thế-tôn có thọ-ký cho tôi, bảo rằng tôi sẽ thành Phật.

TÔNG (*TÔN*) 宗 Chánh-âm là *tông*, nhưng cũng đọc : *tôn*. Nhà thờ tổ-tiên, Pháp : Temple des ancêtres. Như : *Tông-miếu* : nhà thờ tổ tiên của vua ; *Tông-đường*, *Tông-từ* : nhà thờ tổ-tiên của một họ .- *Tổ-tiên*, Pháp : Ancêtres, Patriarches. Như : *Tông-đức* : Ân-đức của tổ-tiên. *Tổ-tông* : Tổ là vị nguyên-tổ, tông là tổ đời thứ hai, kêu chung là *Tổ-tông*, tức Tổ-tiên. Họ, dòng, nhà, Pháp : Famille, généalogie, parenté. Như : *Tông-môn* : Họ hàng, gia-tộc. *Tông-nhơn* : người trong họ. Đạo-giáo, môn-phái, Pháp :Religion, Secte. Như: *Tông-giáo* (*Tôn-giáo*), *Tông-phái*. *Nam-tông*, *Bắc-tông*, *Thiền-tông*, *Tịnh-độ tông*.— Họ nhà vua, Pháp : Famille royale. Như : *Tôn-nữ* : người phụ nữ hoàng-tộc.— Chủ, chủ-đích, Gương-mẫu, Bực thầy đáng kính đáng theo, Pháp : Visée, But, Modèle, Maître. Như : *Tông-chỉ* : chủ-đích, mục-đích. *Khả tông giả* : Đáng làm gương. *Khổng-tử vi Tông* : Đức Khổng-tử là bực Thầy nên theo. *Tông-ngưỡng* : Kính ngưỡng.

TÔNG-CỰC 宗 極 : Chỗ diễn giải cao nhứt của tông-phái ; chỉ-hướng về pháp-môn cao cực - điểm ; sự thuyết pháp và lối tu-hành cao viễn, không ai bằng.

TÔNG-CHỈ 宗 旨.— Idée maitresse, but (fr.) : Ý chỉ dích xác, mục-đích. Như *tông-chỉ* (tôn-chỉ) của Đạo Phật, theo bài giảng Pháp lần đầu tiên của đức Thích-tôn gần thành Ba-la-nại với năm vị Chơn-nhơn là sự Giải-thoát ra khỏi các khổ-não.

Lại như *tông-chỉ* của Tịnh-độ tông là sự niệm Phật để cầu vãng sanh về cõi Cực-lạc để dứt vòng Luân-hồi khổ-não.

TÔNG-ĐỒ 宗 途 : Đường lối tu-hành đặc-biệt của một phái ; tông-chỉ đặc-biệt do một vị đề xướng, nhơn đó ai nấy thi-hành theo, lâu thành một *tông-đồ.*

TÔNG-ĐỒ 宗 徒 : Tín-đồ của một tôn-giáo, một tông-phái, một pháp-môn. Như *tông-đồ* của đức Lục-tổ Huệ-Năng phái Thiền-tông.

TÔNG-GIÁO 宗 教.— Religion (fr.) : Quen đọc : *Tôn-giáo.* Cũng kêu là *Đạo.* Tổ-chức tu-hành, lấy Thần-đạo làm trung-tâm, bèn lập ra giới-luật cho người ta giữ-gìn để tiện việc lễ bái, tín-ngưỡng. Như Phật-giáo, Gia-tô giáo, Bà-la-môn giáo, v.v. đều là *tôn-giáo.* Ở một *tôn-giáo* mà tín-đồ chuyên thờ một vị *Thần,* như Cơ-đốc giáo, kêu là nhứt - thần giáo. Ở một *tôn-giáo* mà tín-đồ thờ phụng nhiều vị thần, kêu là *đa-thần giáo.*

Có những người muốn biết học thuyết các tôn-giáo, bèn nghiên cứu tất cả các tôn-giáo, dùng tâm lý mà xét đoán, so sánh học-thuyết và đời sống của các vị giáo-chủ. Nhưng mà những người ấy chẳng tu-hành theo một tôn-giáo nào, nghiên-cứu như vậy kêu là *tôn-giáo học* (étude des religions.)

Có những nước hoặc những nhà cầm quyền muốn dùng tôn-giáo mà ủng hộ cuộc chính trị, như vậy kêu là *tôn-giáo chính-trị* (Politique religieuse).

Có những môn triết - học lấy tôn-giáo làm trung-tâm, hoặc có những nhà học-giả không phải là nhà tôn-giáo, nhưng mộ triết-học của các nhà đạo-đức, bèn nghiên-cứu một cách sâu rộng, sở học như vậy kêu là *tôn-giáo triết-học* (*philosophie religieuse*).

TÔNG-HỌC 宗 學 : Sự tu-học của mỗi tông. Người tu theo

tông-phái nào, cần phải hiểu rõ cốt-yếu của phái mình, thông thuộc kinh-luật của phái mình, để dễ bề tấn bước vô đạo lý. Chỗ nào chưa thấu đạt thì nên thỉnh vấn bực tông-sư. Như vậy tức là *tông-học*.

TÔNG-YẾU 宗要 : *Tông* nghĩa là *chủ, đích*, cũng có nghĩa : *Yếu*. *Tông-yếu* là chủ yếu của sự vật.

TÔNG-MÔN 宗門 : Pháp-môn của tông-phái. Về thế-tục, tiếng *tông-môn* nghĩa là gia-tộc. Về đạo đức, tiếng ấy có nghĩa : giáo-phái, tông-phái. Nhưng, người thiền-tông thường gọi phái mình là *tông-môn*, còn các tông khác tự xưng là *giáo-môn*.

Lại nữa, trên thế-giới có nhiều tôn-giáo chủ-nghĩa khác nhau, mỗi tôn-giáo lại chia ra nhiều chi-phái, tức là *tông-môn*.

TÔNG - NGHI 宗儀 Nghi-thức của một tông.

Trong đạo Phật, mỗi tông-phái có những cách-thức hành lễ riêng. Như *tông-nghi* miền Nam khác với *tông-nghi* miền Bắc, nhứt là *tông-nghi* của Lạt-ma giáo ở Tây-Tạng thì đặc biệt hơn hết.

TÔNG-NGHĨA 宗義 : Nghĩa lý của một tông.

Như cùng một danh-từ, mà người tông nầy hiểu và giải một cách, người tông khác hiểu và giải một cách khác.

TÔNG-NGUYÊN 宗源 ; Chỗ nguồn gốc của tông-chỉ. Truy cứu tới chỗ nguồn gốc ấy, tự nhiên thấu đạt nền Đạo. Như vậy hơn là tầm học những chi-tiết ở trên ngọn.

TÔNG-NHÃN 宗眼 : Sự thấy biết rõ ràng về tông-phái. Tức là chánh-pháp nhãn của người tu hành trong một tông-phái. Bực đệ-tử khi được thầy truyền *tông-nhãn*, bèn thấu đắc pháp-môn, trở nên một nhà đại-diện xứng đáng của tông-phái.

TÔNG-PHÁI 宗派.-Secte, École (*fr.*) : Những chi-nhánh của tôn-giáo do nơi một ông tổ, cùng một nguồn mà phân ra. Kêu tắt : *Tông*.

Tông - phái đạo Phật bên Thiên-Trước phân làm Đại-thừa, Tiểu-thừa. Tiểu-thừa lại chia ra hai mươi bộ. Đại-thừa lại chia ra hai tông : Trung-quán tông và Du-già tông. Ở Viễn - Đông, nhứt là ở nước Nhựt, có mười hai tông đạo Phật :

1. Luật-tông (Ritsou-shu), 2. Pháp-tướng tông (Hosso-shu), cũng kêu Từ-ân tông, 3. Tam-luận tông (Sanron-shu), 4. Hoa-nghiêm tông (Kégon-shu), 5. Thiên-thai tông (Tendai-shu), 6. Chơn-ngôn tông (Shingon-shu), cũng kêu Mật-tông, 7. Thiền-tông (Zen-shu), cũng kêu Phật-tâm tông, 8. Pháp-hoa tông, sáng lập riêng bên Nhựt, cũng kêu. Nhựt-liên tông (Nitchiren-shu), 9. Tịnh-độ tông (Zodo-shu), 10. Chơn-tông (Shin-shu), kêu trọn : Tịnh-độ Chơn-tông, sáng lập riêng bên Nhựt, 11. Câu-xá tông (Koucha-shu), 12. Thành-thật tông (Jo-Jitsou-shu).

Trong 12 tông ấy, Pháp-hoa tông và Chơn-tông sáng-lập riêng và thạnh-hành riêng ở Nhựt. Còn lại 10 tông ở Viễn-Đông, nhưng hai tông Câu-xá tông và Thành-thật-tông rất biệt về Tiểu-thừa, không phù-hạp với trí-thức người Viễn-Đông, nên không còn. Trong các tông, trừ Thiền-tông và Luật-tông, tất cả đều là *giảng-tông*, vì thường hay giảng thuyết Kinh nghĩa.

TÔNG-PHONG 宗 風 : Phong độ của tông-phái. Người tu-học theo tông-phái nào, thì có cử-chỉ, dáng-mạo, lễ-độ của tông-phái ấy. Như riêng về phong-độ của người tu Thiền-tông, gọi là Thiền-phong. Người có mắt quan sát, chỉ trông qua phong-nghi, đủ biết nhà đạo thuộc về tông-giáo nào, chi-phái nào.

TÔNG-SƯ 宗 師 : Đấng tông sư. *Tông* tức là tôn 尊. Người truyền chánh-pháp của Phật, được chúng tôn-sùng, cho nên kêu là *tông-sư*. Vị sư trong một tông-phái, từng đứng ra mà truyền-bá Kinh-nghĩa của tông-phái mình. Lại nữa, người ta cũng gọi ông thầy truyền Phật-tâm tông (Thiền-tông) là *tông-sư*.

TÔNG-TƯỢNG 宗 匠 : Tay thợ khéo của tông-phái. Lời so sánh để xưng vị tông-sư. Người có tài thuyết pháp và giáo-hóa tín-đồ, cũng như tay thợ khéo biết dạy học-trò cho nên.

TÔNG THÔNG, THUYẾT THÔNG 宗通說通: Thông hiểu tông-phái mình, thuyết pháp thông đạt. Người tu Thiền-môn mà tự-ngộ triệt để, kêu là *tông thông*. Người thuyết pháp giảng lý một cách tự-tại, kêu là *thuyết thông*. Nếu vừa tự-ngộ triệt-để vừa thuyết pháp tự-tại, kêu là *tông thuyết cu thông*. Người như vậy, hẳn là bực sư Đại-thừa.

TÔNG-THỪA 宗乘: Các tông-phái đều có phận sự hoằng dương tông-nghĩa và giáo-điển, đó kêu là *tông-thừa*. Riêng thiền-môn và Tịnh-độ môn lại thường xưng phái mình là *tông-thừa*.

TÔNG-CÁP-BA 宗喀巴 Tsong-khapa (Tib.) Nhà cải-cách đạo Phật phái Lạt-ma-giáo, tức là phái thầy tu áo mũ vàng (Hoàng-giáo), nhằm đời nhà Minh, thế-kỷ thứ mười bốn Dương-lịch. Tông-cáp-ba (Tsong-khapa) là người Tây-Tạng ra đời năm 1357, cải-cách đạo Phật và sáng-lập phái thầy tu áo mũ vàng (Tây-Tạng: Gelougs-pas.) Ngài sanh tại làng Amdo, phía Đông Bắc xứ Tây-tạng. Về sau, người ta có lập ra nơi chỗ ngài sanh một ngôi chùa rất tráng-lệ và rất linh-thiêng, hiệu là Koum-boum.

Ngài tịch năm 1419, hưởng thọ 63 tuổi. Sự cải cách của ngài rất có kết quả. Cho đến nay, phái thầy tu cải-cách tức phái thầy tu mặc áo vàng đội mũ vàng (Hoàng-giáo) được coi là chánh-thức, có nghi-pháp theo đạo Phật. Còn phái thầy tu mặc áo đỏ, đội mũ đỏ (Hồng-giáo) là phái thầy pháp cố cựu trong xứ, họ tu theo phép phù-thủy, phái nầy vốn có trong xứ trước khi đạo Phật truyền vào Tây-Tạng.

TỐNG VÂN 宋雲 Song-yun (*ch.*) Một nhà sư người Tàu, gốc ở xứ Đôn-Hoàng (*Touen-houang*) được bà hoàng-hậu Hồ phái qua Tây-vực thỉnh kinh. Ngài ra đi năm 518, có nhiều vị sư cao học theo phụng sự, có cả ngài Huệ-Sanh. Năm 520, ngài đến tứ Càn-đà-la (*Gandhàra*). Ngài có viếng các nơi có tích Phật và nhơn danh bà hoàng-hậu mà cúng-dường các nơi Phật-tích. Ngài trở về Trung-Quốc năm 523, có thỉnh 170 quyển Kinh.

Ngài là một trong những vị cao-tăng hành-cước khảo-cứu rõ ràng phong tục và đạo lý bên Thiên-Trước. Ngài đi sau ngài Pháp-

Hiền cuối thế-kỷ thứ tư và trước ngài Huyền Trang đầu thế-kỷ thứ bảy.

Đồng thời với Tống-Vân, có Bồ-đề-đạt-ma qua truyền đạo ở Đông-độ. Chừng ngài Tống-Vân trở về nước Tàu, xứ Ngụy, thì ngài Bồ-đề-đạt-ma đã tịch tại núi Tung (*lối* 529 *Dương-lịch*).

TỔNG 總 (総) Tóm, gom, chung, Như : *Tổng-luận*: Luận tóm, luận chung, Pháp : Récapituler, Récapitulation. *Tổng-quát* : Tóm tất cả, có tánh cách chung, Pháp : En général, Tổng-cọng : Gom lại, tính chung, Pháp : Total. Buộc lại, Pháp : Réunir. Vị *Tổng-lãnh*, coi tất cả, Pháp : Chef.

Tổng đối với Biệt 別 : Riêng, riêng từng người, từng thứ, từng loại.

TỔNG-BÁO 總 報 Rétribution collective, générale (*fr.*) Quả-báo chung. Chúng-sanh hằng chịu hai thứ quả-báo: 1. *Tổng-báo*, Pháp : Rétribution collective, générale: quả-báo chung. 2. Biệt-báo, Pháp : Rétribution in dividuelle, quả-báo riêng.

1. *Tổng-báo*: Như những việc hạnh-phúc chung của một dân tộc hoặc những hoạn nạn xảy đến cho một đất nước, một thế-giới, cùng những nỗi khổ thông thường về sanh, lão, bệnh, tử, đó là *Tổng-báo*.

2. *Biệt-báo* : Như hạnh phúc riêng hoặc hoạn nạn riêng của từng người, hình-trạng xấu hoặc tốt, địa vị sang hoặc hèn của từng người, đó là *Biệt báo*.

TỔNG-NGHIỆP 總 業 Karma collectif (*fr.*) Hạnh-nghiệp chung do một số đông người tạo ra, chiêu cảm quả-báo sướng hoặc khổ cho một số đông người, cho một dân tộc, hoặc cho chúng-sanh trong thế-giới. Cũng gọi : *Tổng-báo*, *Tổng báo-nghiệp*.

Đối nghĩa: *Biệt-nghiệp* : Hạnh-nghiệp riêng, chiêu cảm quả sướng hoặc khổ cho từng người.

TỔNG-NGUYỆN 總 願 Vœu collectif (*fr.*) Nguyện chung. Điều thệ-nguyện, việc cầu nguyện, chí-nguyện chung cho tất cả chúng-sanh. Đối-nghĩa : *Biệt-nguyện*, Pháp : Vœu individuel, là sở nguyện riêng cho mình, việc cầu nguyện cho riêng mình thọ hưởng.

Như : *Tứ hoằng thệ-nguyện*, *Thập nhị nguyện vương* của Phật Dược-Sư, *Tứ thập bát nguyện* của Phật A-Di-Đà là *Tổng-nguyện*. Xem : *Nguyện*.

TỔNG-TƯỚNG 總 相 Aspect général (*fr.*) Tướng-trạng chung. Tất cả các pháp hữu-vi đều có hai thứ tướng : 1. *Tổng tướng* : Tướng-trạng chung, 2. Biệt-tướng : Tướng-trạng riêng.

Như những tướng : Vô-thường, Vô-lạc, Vô-ngã, Bất-tịnh là *Tổng-tướng*. Như kiên-tướng, tướng dày-chắc là *Biệt tướng* của chất đất.

TỔNG-TƯỚNG GIỚI (*GIÁI*) 總 相 戒 Giới tướng chung. Trong Phật-pháp, có hai thứ giới-hạnh : 1. *Tổng-tướng giới* : giới tướng chung. 2. *Biệt-tướng giới* : giới tướng riêng.

Như : Tam tụ giới, Thập thiện giới là giới-hạnh chung cho các Phật-tử, cho hàng xuất-gia và hàng tại-gia, kêu là *Tổng-tướng giới*. Nhị bá ngũ thập giới là giới riêng của Tỳ-kheo, Tam bá tứ thập bát giới là giới riêng của Tỳ-kheo - ni, Thập giới là giới riêng của Sa-di, Ngũ giới là giới riêng của Ưu-bà-tắc. Đó kêu là *Biệt-tướng giới*.

TỔNG-TRÌ 總 持 Dhâranî (*scr.*) Formule magique (*fr.*) Giữ lấy tất cả. Tức là tùy theo câu niệm, cách định (*chú-ấn*) mà giữ lấy, thâu lấy tất cả giáo-pháp của Phật, tất cả Tam giới, hay là thâu Sức anh-linh trong Vũ-trụ. Tiếng Phạn : *Đà-la-ni* (*Dhâranî*), dịch ra : *Tổng-trì*, *Chơn-ngôn*, Thần-chú. Kêu tắt là *Trì*, *Tổng-trì*, nghĩa là giữ trọn vẹn không để cho cái thiện thất lạc, không để cho cái ác khởi lên. Trong khi tổng-trì, Bồ-tát hoặc nhà đạo-đức lấy cái niệm Định-Huệ làm thể, nương theo đó mà tu thì có đủ công-đức về tổng-trì.

(*Xem* : *Tứ chủng tổng-trì*.)

TU 修 Sửa, sắp đặt lại cho đẹp hơn trước, Pháp : Réparer, arranger, orner. Như : *Tu lý*, sửa cho hết hư. *Tu sức*, sửa sang cho đẹp. Sửa mình, tu tập, Pháp : Se perfectionner. Như : *Tu thân, tu tâm*. Tức noi theo đạo-lý mà sửa thân-thể, ngôn-ngữ, tâm-ý cho nghiêm-tịnh. Thi-hành cho càng ngày càng tinh-xảo, Pháp : Pratiquer. Như : *Tu thiện, Tu giới, Tu thi.*— Tham-thiền, suy xét mãi mãi cho tinh-vi, Pháp : Méditer. Như : *Tu chứng, Tu luyện.* Tiếng âm chữ Phạn (*Sanscrit, Pali*). Như : *Tu-đa-la, Tu-la.*

Trên đường tu, lúc nào mình cũng *tu* tập Giái, Định và Huệ. Ấy là Tam *tu*, Tam học.— *Tu* là nhơn, còn *chứng, thành, đắc* là quả. *Tu* thì có *tu* tại-gia và *tu* xuất-gia, có người *tu* hạnh Tiểu-thừa, mà cũng có người *tu* hạnh Đại-thừa.

Kim-Vân-Kiều : Có trời mà cũng tại ta.
Tu là cội phúc, tình là dây oan.

Kệ của người xưa : Nhứt thiết chúng-sanh không nghiệp sát
Mười phương nào chỗ động đao binh ?
Nhà nào nhà nấy thường *tu* thiện.
Thiên-hạ lo gì chẳng thái-bình ?

TU BỒ-TÁT HẠNH 修菩薩行 Tu tập theo hạnh Bồ-tát. Cũng nói : *Tu Bồ tát đạo.* Ấy là tu trì nên đại-hạnh, đại-đạo của Bồ-tát, có ích cho mình và có ích cho người. *Tu Bồ-tát hạnh,* tức là thi-hành Lục độ : Bố-thí, Trì giới, Nhẫn-nhục, Tinh-tấn, Thiền-định, Trí-huệ. Chẳng những là trong một đời, mà trải qua vô-số đời, trì chí mà thi hành Sáu độ ấy cho hoàn-toàn, cho đến ngày thành Phật.

TU-CHỨNG 修證 Tu hành và chứng lý, chứng quả-vị. Theo *Biện trung biên luận*, có mười chỗ tu chứng :

1. *Chủng-tánh tu chứng* : Có đủ nhơn-duyên mà sanh vào nơi qui-tộc.

2. *Tín giải tu chứng* : Chứng được lòng tin tưởng và hiểu rõ Pháp-giáo, nên không có hủy báng pháp-môn Đại-thừa.

3. *Phát Tâm tu chứng* : Quyết tu cho đến thành Phật chớ không tu hành theo pháp-môn thấp thỏi, yếu đuối.

4. *Chánh hạnh tu chứng* : Tu theo hạnh chơn-chánh của Bồ-tát, thi hành Lục độ.

5. *Nhập ly sanh tu chứng* : Lìa khỏi vòng Luân-hồi mà vào đường Thánh.

6. *Thành thục hữu tình tu chứng* : Chứng được sức kiên-cố để độ chúng-sanh.

7. *Tịnh-độ tu chứng* : Tâm-ý khéo điều-phục, trở nên thanh-tịnh, đi về các cõi thanh-tịnh của chư Phật.

8. *Đắc Bất-thối địa thọ-ký tu chứng* : Chứng địa vị Bồ-tát bất-thối, được Phật thọ-ký cho mình sẽ thành Phật, nhưng tâm không trụ trước vào cảnh Sanh-tử, cũng không trụ trước vào cảnh Niết-bàn.

9. *Phật-địa-tu chứng* : Chứng địa vị cảnh Phật, trong lòng chẳng còn chướng-ngại, trọng hoặc thô.

10. *Thị hiện Bồ-đề tu chứng* : Tức là tu chứng quả Bồ-đề Vô-thượng.

TU-ĐA-LA (*KINH*) 修多羅(經) Sûtra (scr.) Phần kinh *Tu-đa-la*, do Phật thuyết pháp. Thông biệt có hai thuyết :

1.) *Tu-đa-la* là tên chung của Thánh-giáo. Đức Phật có thuyết ra các bài Kinh. Sau khi Ngài tịch, ông A-Nan đọc lại hết giữa Hội Kết-tập. Hội bèn gom lại, kêu là *Tu-đa-la*, Tàu dịch *Khế-kinh, Kinh*. *Tu-đa-la* là một Tạng trong Tam-Tạng : 1.) *Tu-đa la* (Sûtra) hay Kinh, 2.) Tỳ-nại-da (Vinaya) hay Luật, 3.) A-tỳ-đạt-ma (Abhidharma) hay Luận. Đó là ba Tạng gồm tất cả kinh-điển Phật-giáo.

2.) *Tu-đa-la* là một thể văn trường-hàng (tản-văn, Pháp : Prose) nói thẳng pháp-nghĩa trong Khế-Kinh, Tàu dịch : *Pháp-bổn*. Đức Phật tùy nghi thuyết pháp với Đệ-tử, khi thì dùng văn thường, khi thì dùng ca kệ v.v. Ban đầu ngài giảng về Tiểu-thừa, lần lượt thuyết chín bộ (Cửu bộ pháp). Đến chừng muốn đưa Đệ-tử vào Đại-thừa, Phật-thừa, Phật mới nói thêm ba thuyết nữa, kêu chung là *Thập nhị bộ Kinh*. Thập nhị bộ Kinh là các thể thuyết-pháp của Phật, tức là Tam Tạng. *Tu-đa-la* là phần quan trọng hơn hết trong Cửu bộ pháp, trong Thập nhị Đại-thừa Kinh, là Tạng to lớn hơn hết trong Tam Tạng.

Mỗi thời *Tu-đa-la* đều khởi bằng mấy chữ «Tôi có nghe như vầy» *(Như thị ngã văn)* và kết-thúc bằng mấy chữ : *Hoan-hỷ phụng hành.*

TU ĐẠO 修道 : Tu hành theo pháp-môn của nền Đạo để trừ các mối Phiền-não và đắc An-lạc. Như *tu Đạo* Bà-la-môn, Đạo Lão, Đạo Phật. Riêng về sự tu-hành theo Đạo Phật, nghĩa rất rộng. Như :

Tu La-hán Đạo hay Thinh-văn Thừa thì cầu đắc từ quả thứ nhứt, Tu-đà-huờn (Srotapanna) cho đến quả thứ tư, La-hán (Arhat).

Tu Bồ-tát Đạo thì cầu đắc lần lượt cho đủ Thập địa Bồ-tát để thành Phật.

Tu Hữu-lậu Đạo hay *Tu Thế gian Đạo* để được làm Thần Tiên, hoặc trở lại làm người có phước đức.

Tu Vô-lậu Đạo hay là *Xuất-thế-gian Đạo* để cầu diệt mọi Phiền-não mà đắc quả Thánh : La-hán, Duyên-giác, Phật.

Tu Đạo lại là một cỡ Đạo trong bốn cỡ :

1) Kiến Đạo, 2) *Tu Đạo*, 3) Vô-học Đạo (A-la-hán Đạo), 4) Phật-Đạo. *Đạo* tức là quả-vị. Khi chứng địa-vị *Kiến Đạo*, thấy Chơn-đế rồi, người ta bèn tu tập Chơn-quán, đó kêu là *Tu Đạo*. (Xem : Kiến Đạo).

TU HÀNH 修行 : Tu-tập và thi-hành. Theo nghĩa-lý của Phật đã giảng trong Kinh mà tu tập và thi hành. Vừa tu tập vừa giữ gìn đạo-hạnh.

Tập-luận : Bồ-tát *tu hành* khác nhau có năm bực :

1. *Thắng giải hạnh* (hành). *Bồ-tát* : Bực Bồ-tát rất trồi trong sự hành Đạo.

2. *Tăng thượng ý lạc hạnh Bồ tát* : Bực Bồ-tát ý chí rất cao và lúc nào cũng hành đạo một cách vui vẻ.

3. *Hữu tướng hạnh Bồ-tát* : Bồ-tát hành đạo còn kể tướng.

4. *Vô tướng hạnh Bồ-tát* : Bồ-tát hành đạo không chấp tướng.

5. *Vô công dụng hạnh Bồ-tát* : Bồ-tát hành đạo không hề kể công-dụng của mình.

Du-dà : Sự *tu-hành* của vị Tỳ-kheo có trước có sau như thế nầy :

Tỳ-kheo giữ gìn các căn của mình cho thanh tịnh, có lòng thẹn thùa. Nhờ nhơn-duyên ấy, nên đối với hạnh xấu (ác - hạnh) thì lấy làm sỉ hổ, bèn tu tập diệu-hạnh. Nhờ tu tập diệu-hạnh mà chẳng hay biến-cố, hối-hận. Nhờ chẳng hay biến-cố, hối-hận, nên sanh ra lòng hoan-hỷ. Đó là bước đầu. Kế đó, tâm được chánh định. Nhờ tâm được chánh định, nên thấy sự Như-thật (Chơn-như). Nhờ thấy sự Như-thật, nên được viên-minh và được giải-thoát đầy đủ.

Du-dà quyển 29 : Người *tu-hành* đắc quả là nhờ có đủ ba nhơn-duyên nầy :

1. Các căn (sáu căn) phải cho trọn đủ, chắc, tốt.

2. Sự thọ truyền giáo pháp phải cho trúng cách, phải chịu, nhà *tu-hành* phải theo cho đúng lời chơn-sư chỉ dẫn.

3. Sức tu trì phải cho kiên cố, đừng trái-nghịch, đừng nhu-nhược.

Trong ba nhơn-duyên ấy, nếu thiếu một, cũng không thể thành công đắc quả.

TU-HOẶC 修惑 Sự lầm của lòng suy nghĩ, của tham-thiền. Bản cựu viết là *Tư-hoặc*. Bản tân viết là *Tu hoặc*. Tức là tu luyện sái phép mà chìm trong chỗ lầm-lạc. Xem : *Tư-hoặc*.

TU-HỌC 修學 Tu và học. Hành-giả vừa giữ giới-hạnh, tham-thiền, niệm Phật, vừa nghiên cứu kinh-điển hoặc nghe thầy diễn giảng. *Tu* là trau giồi đức hạnh, sửa trị thân tâm. *Học* là xem Kinh, Luật, Luận, nghe theo những thầy hay bạn giỏi. *Tu-*

học cần phải có thứ lớp, từ chỗ thấp mà lên chỗ cao, từ chỗ dễ mà đến chỗ khó. *Tu học* cần phải kiên cố, tinh-tấn, cũng như người mài sắt thành kim, chuốt trai thành ngọc.

TU-KIÊN 修 堅 Sự bền-chắc của đức tu, sự tu hành vững chắc. Một trong sáu pháp bền chắc, *Lục kiên-pháp*.

TU-LA 修 羅 Âsura (scr.). — Génie (fr.) Tức là chữ Phạn *A-tu-la* viết tắt. Tàu dịch : *Phi thiên*, hạng chúng-sanh có thần-lực, nhưng hình-mạo không được đoan-chánh bằng *chư thiên*, các vị Tiên trên Trời. Cũng gọi : Thần. Xem : *A-tu-la.*

TU-LA-ĐÀ 修 羅 陀 Surata (scr.) Một vị trưởng-giả giàu có, đồng thời với Phật Thích Ca. Tu-la-Đà có nguyện mỗi năm đến ngày mồng tám tháng chạp là ngày Phật Thích-Ca thành Đạo, thì ông cung thỉnh Phật với chư Tăng đến nhà ông để ông cúng dường.

Ông giữ nguyện ấy được trọn đời Khi gần thác, ông kêu con ông là La-Đà (Virata) đến trối, dặn con nên tiếp tục làm như ông. Song về sau, La-Đà suy sụp lần hồi, nên chẳng giữ đặng theo lời cha trối dặn.

TU-LA ĐẠO 修 羅 道 Voie des Génies (fr.) Đường Tu-la. Đường Luân-hồi của chúng-sanh hạng A-tu-la, tức hạng Thần. Một trong *Lục đạo*, *Lục thú*, Một trong Sáu Nẻo Luân-hồi. Xem : *Lục đạo.*

TU-LA TRƯỜNG 修 羅 場 Chiến trường của A-tu-ta. Hạng thần A-tu-la thường chiến-đấu chống chư Thiên (chư Tiên) dưới quyền của đức Đế-Thích. Cuộc chiến-tranh nầy mãnh-liệt và nguy-hại như những cuộc chiến-tranh giữa nhiều dân-tộc trong nhơn-loại. Hạng thần A-tu-la có lập ra mặt trận, chiến-trường, kêu là *Tu-la trường*. Đó là giặc Thần-Tiên.

TU-MÊ-LƯ *(SƠN)* 修 迷 盧 (山) Souměrou, Mérou. Núi Tu-mê-lư. Thường viết : *Tu-di sơn.* Cũng viết : *Tu-di-lâu sơn.* Xem : *Tu di sơn* 須 彌 山.

TU-PHẠM-MA 修梵摩 Ông Tu-Phạm-Ma. Người Bà-la-môn quí phái, làm chức Quốc-sư tại triều vua Hướng-Khư ở thành Sí-đầu-mạt (Diệu-tràng-tướng), chồng của bà phu-nhơn Phạm-ma-bạt-Đề (*Tịnh-Diệu*). Ông và bà sẽ sanh ra đức Di-Lặc ở thành Sí-đầu-mạt. Thuở ấy, người ta hưởng thọ 80.000 tuổi.

Trong **Di-Lặc hạ sanh thành Phật Kinh**, Nghĩa-Tịnh Pháp-sư dịch *Tu-Phạm-Ma* là *Thiện-Tịnh*. (Xem : Di-Lặc.)

TU SÁM 修懺 Tu hành pháp sám-hối. Có người phát nguyện trì tụng Kinh *sám-hối* mỗi ngày. Trị tụng mà ăn ở cho chân chính, không phạm ba nghiệp : thân, ngữ, ý. Như vậy mới gọi là *tu sám*. Mỗi ngày, đối trước tượng Phật, làm lễ, ăn năn, hối cải những sự lỡ lầm của mình, và quyết định chẳng tái phạm, ấy là *tu sám*.

TU TÁNH BẤT NHỊ MÔN 修性不二門 Tu và Tánh chẳng phải hai môn. *Tu* là sự tu chỉnh rèn-luyện thân tâm. *Tánh* là cái bổn-tánh vốn lành của người-ta, của chúng sanh, tức là cái Phật-tánh. Hai lẽ ấy dường như đối-đích, nhưng thật chẳng khác nhau, cho nên gọi là *Tu Tánh bất nhị môn*. Một trong mười môn chẳng phải hai. Xem : *Thập bất nhị môn*.

TU-TẬP 修習 Sửa-trị và tập luyện. Tức là *tu-tập* đạo lý, *tu-tập* đức hạnh, *tu-tập* các pháp lành.

Nhờ *tu-tập*, đối với sự quấy ác, người ta trị được, kêu là *Tu-tập đối trị*. Tức là hành-giả nắm giữ điều lành, mỗi khi trong lòng nảy sanh việc quấy hay là đối với lời nói quấy, đối với hành động quấy, thì trị được.

Nhờ *tu-tập*, người ta có sức mạnh bền vững và chắc-quyết để tăng trưởng điều lành, dẹp trừ điều dữ. Sức mạnh ấy, kêu là *tu-tập lực*.

TU-THÂN 修身 : Sửa mình, tu tập thân-mạng y theo Kinh-điển, Giới-luật của Đạo lý mà sửa mình, làm thiện. Thường nói về người tu tại-gia giữ Ngũ giới là *Tu Thân*.

Hằng ngày lễ kính Phật, đọc tụng Kinh-điển, sửa lần nết hạnh, giữ gìn lời ăn tiếng nói cho ôn hòa, ngay thật, tâm-ý cho chơn chánh, từ bi, ấy là *Tu Thân*. Nếu mỗi người đều *Tu Thân*, thì nhà nhà trở nên hòa lạc, xã hội trở nên thái bình.

TU THÂN, GIỚI, TÂM, HUỆ 修身戒心慧 : Tu trì bốn món : Tu thân, Tu giới, Tu tâm, Tu huệ.

Tu thân là giữ gìn năm tình của năm căn, đừng cho phạm lỗi, và dùng năm căn mà làm thiện.

Tu giới là giữ gìn tịnh-giới.

Tu tâm là điều-phục cái tâm.

Tu huệ là tu tập Thánh-Hạnh.

Niết-bàn Kinh, quyển 31 : Nếu biết *tu Thân, Giới, Tâm, Huệ*, thì gọi là Trí-giả, Còn chẳng biết *tu Thân, Giới, Tâm, Huệ*, đó là hạng Ngu-si.

TU THẬP THIỆN 修十善 : Tu mười điều lành, mười nghiệp lành. Tức là làm ngược với *Thập ác* (*Xem : Thập-Thiện*.)

Ai *tu Thập Thiện*, thì khi mạng chung, sanh lên cảnh Tiên ; còn như trở lại làm người, thì làm bực vua chúa, hay sanh vào nhà phước đức, phú quí.

TU THIỀN 修禪 : Cũng kêu : *Tu định*.

Tu pháp-môn thiền-định, thường ngồi xếp chơn mà suy ngẫm đạo lý. Pháp-môn nầy rất khó tu, vì thường phải xuất gia, lên non cao hoặc ẩn mình nơi đồng vắng, xa lánh người trần.

Nhà *tu thiền* có khi nhập đại-định, thì ngồi yên lặng ngày nầy sang ngày kia. Nhưng tu được pháp-môn ấy, thì rất mau phát huệ, các phiền-não đều đoạn tuyệt rất chóng.

Đức Phật, sau khi *tu thiền*, thấy mình thành Đạo, bèn trở lại chốn thành-thị, tụ-lạc mà giáo-hóa chúng-sanh.

TU-BÀ-HẦU 須婆睺 Soubâhou (scr.) Một vị Đại La-hán, Đại Đệ-tử của Phật Thích-Ca, trong những Đệ-tử ban sơ, hồi Phật mới chuyển Pháp-luân trong Vườn Lộc, gần thành Ba-la-nại (*Bénarès*.)

Trước khi xuất-gia, ông *Tu-Bà-Hầu* có kết bạn với bốn vị thanh niên con nhà Trưởng-giả, ấy là : *Tỳ-ma-la* (*Vimala*), Phú-lan-na-ca (*Pournajit*), Già-bà-bạt-đế (*Gavâmpati*), Da-Xá (*Yasas*). Nghe tin Da-Xá bỏ việc lợi danh, xuất-gia theo Phật, *Tu-Bà-Hầu* và ba bạn định vào Vườn Lộc mà can gián Da-Xá. Nhưng đến nơi, nghe Phật thuyết pháp, ông và ba bạn đều cảm-hóa, xin thọ Giới Tỳ-kheo và đắc quả La-hán.

TU-BẠT-ĐÀ-LA 須跋陀羅 Subhadra, Soubhadra (scr.) Cũng viết tắt : *Tu-bạt-Đà*. Cũng viết là : *Tô-bạt-đà-la*. Kêu theo nghĩa : *Thiện-Hiền*. Vị Đệ-tử xuất-gia cuối cùng của Phật Thích-Ca. Đức Phật sắp vào Niết-bàn, thì *Tu-bạt-đà-La* đến chầu Phật, được Phật truyền Giới làm Tỳ-kheo. Ấy là vị Tỳ-kheo cuối cùng mà Phật thâu nhận. *Tu-bạt-đà-la* là người đã đắc Ngũ thông, tu học rất tinh-tấn về đạo Bà-la-môn, tuổi được 120. Nghe nói đức Phật ngự tới xứ Câu-thi-na để nhập Niết-bàn, nhơn ông ở xứ ấy, bèn đến tầm Phật và được Phật truyền Giới cụ-túc cho. Liền đó. ông đắc quả La-hán. Rồi ông nhập ngay Niết-bàn, nhập trước đức Phật.

Trong bộ « **Soạn tập bá duyên kinh** » (Avadânaçataka) có ghi rằng : Thuở xưa, đức Phật Thích-Ca làm một con lộc chúa. Nhơn một cơn nước lụt, lộc chúa liều mình cứu tất cả đoàn lộc, cho đến ráng sức cứu một con lộc cuối cùng và nhỏ hơn hết trong đoàn, rồi mới chịu chết. Lúc tắt hơi, lộc chúa có nguyện rằng chừng thành Phật, sẽ độ hết đoàn lộc ấy. Mà con lộc nhỏ hơn hết trong đoàn, tức là tiền-thân của *Tu-bạt-đà-La*. Nên ông được Phật độ sau cùng, rồi mới nhập Niết-bàn sau ông.

Lại một tích nữa chép rằng : Thuở xưa, *Tu-bạt-đà-La* làm một vị thọ-thần, có dùng thần-lực mà đưa vị Tỳ-kheo A-Dục (Açoka) đến giáp mặt đức Phật Ca-Diếp (Kaçyapa), vì đức Phật nầy sắp nhập Niết-bàn. Tỳ-kheo A-Dục nhờ giáp mặt Phật mà đắc Đạo và nhập Niết-bàn trước Phật Ca-Diếp. Thấy vậy, vị thọ-thần mới nguyện rằng : «Chừng vị Đệ-tử được Phật Ca-Diếp thọ ký, sẽ thành Phật Thích-Ca Mâu-Ni, nguyện cho chừng ấy tôi sẽ là Đệ-tử cuối cùng của Phật Thích-Ca và nhập Niết-bàn trước Ngài ! »

Trong **Niết-bàn kinh**, quyển 40, Phật Thích-Ca có phán với A-Nan : Trong năm trăm đời đã qua, A-Nan đã từng làm con của *Tu-Bạt-Đà*. Vì vậy cho nên tới đời đương kim, *Tu-Bạt-Đà* vẫn còn có lòng thương mến đối với A-Nan. Bởi lẽ ấy cho nên Phật khiến ông A-Nan đi nói với *Tu-Bạt-Đà* nên đến thọ giới xuất-gia nơi Phật, vì còn một đêm nữa là Phật nhập Niết-bàn.

Tu-Bạt-Đà nghe lời A-Nan, đến hỏi Phật về những sở nghi cuối cùng của mình. Nhơn đó, ông thọ Giới xuất-gia, liền đắc quả La-hán và nhập Niết-bàn trước Phật. (Xem cuộc luận thuyết giữa Phật và *Tu-bạt-Đà* trong Niết-bàn Kinh, quyển 40.)

TU-BỒ-ĐỀ 須菩提 Subhûti (*scr.*) Cũng viết : *Tu-phù-đế*, *Tu-phù-đề*, dịch nghĩa là : *Thiện-hiện* (sự lành tỏ-rõ), *thiện-cát* (lành và tốt), *thiện-nghiệp* (nghiệp lành).

Tu-bồ-đề là một bực Thinh-văn, trong hạng Mười vị Đệ-tử có danh lớn của đức Thích-tôn. Ông có danh nhứt về sự hiểu rành và *biện giải lý Chơn-Không*. (Xem : *Thập Đại Đệ-tử*.)

Ông là con của một người Bà-la-môn tên Bhûti. Lúc nhỏ có tụng đọc các Kinh sách đạo Bà-la-môn và ông có xuất-gia tu theo phái Tiên. Hay rằng có Phật ra đời, ông đến thọ giáo nơi Phật và đắc quả La-hán.

Trong **Soạn tập bá duyên kinh**, có chép rằng : Trong những đời trước, *Tu-bồ-đề* thường hay nóng giận và ngang trái, nên tuy có thiện-căn mà phải đầu thai trong loài Rồng (Nâgas). Qua đời chót, nhờ khi thác có mở lòng lành đối với chư Đại Thinh-văn nên được sanh làm người và tu đắc quả La-hán. Ông tu thành Đạo là nhờ trước kia, hồi Phật Ca-Diếp ra đời, ông có qui-y thọ Giới xuất-gia nơi Phật Ca-Diếp và tinh-tấn mà tu trì.

Tu-bồ-đề được Phật Thích-Ca khen là đệ nhứt về sự ở vào cảnh trí Tịnh-lạc, Không-tịch.

Tu-bồ-đề có khải thỉnh Phật Thích-Ca diễn thuyết **Kinh Kim-cang Bát-nhã Ba-la-mật**. Phật giải rất tinh-tường về lý Không.

Trong hội **Pháp-hoa**, Phật có thọ-ký cho *Tu-bồ-đề*, phán rằng về sau *Tu-bồ-đề* sẽ thành Phật, hiệu là Danh-Tướng (Çaçikêtu). Thế-giái của Phật nầy tên là Bảo-Sanh (Ratnâsambhava), Kỳ-Kiếp của ngài tên là Hữu-Bảo (Ratnâvabhâsa.)

TU-DẠ-MA (*THIÊN*) 須 夜 摩 (天) Yâma (*scr.*) Người Tiên, cảnh Tiên thứ ba trong cõi Dục-giới. (Xem : *Dạ-ma.*)

TU-DI *SƠN* (須) 彌 (山) Mérou, Souméroủ (scr.) Cũng kêu là *Tu-mê-lư*, *Tu-di-lâu* (Sumérou), cũng có chỗ kêu *Tô-mê-lư*, có nghĩa : *Diệu-cao, Diệu - quang, An-minh, Thiện tích.* Hòn núi lớn nhứt ở trung-tâm hoàn-cầu (một thế-giới nhỏ). Ấy là hòn núi của Tiên Thánh, mỗi ngày các ngôi tinh-tú xoay chung-quanh hòn núi ấy. Theo Kinh, núi Tu-di cao 84.000 do-tuần, bề sâu dưới mặt nước cũng 84.000 do-tuần và bề ngang trên mặt nước cũng vậy. Triền núi mỗi mặt đều có một màu riêng: bạc phía Đông, xa-phia xanh phía Nam, san-hô đỏ phía Tây, vàng phía Bắc, xanh lợt phía Tây-Nam, vàng sậm phía Tây-Bắc và vàng lợt phía Đông-Bắc. Trên đảnh núi là cảnh Tiên của đức Đế-Thích. Về phía Bắc núi Tu-di, có cảnh Tiên Bắc Cu-lư-châu (Uttara-kuru), về phía Nam có cõi Nam Thiệm bộ-châu tức Nam Diêm-phù-đề (Jambudvipa) là trái đất chúng ta ở, về phía Tây có cõi Tây Ngưu - hóa châu (Godana) và về phía Đông có cõi Đông Thắng thần châu (Purva-Videha). Bốn cõi địa cầu ấy ở chung quanh núi Tu-di, có bốn vị Thiên-vương cai trị : Trì-quốcThiên-vương (Dhrtarâstra) phương Đông, Quảng-mục Thiên-vương (Virùpàksa) phương Tây, Tăng trưởng Thiên-vương (Virùdhaka) phương Nam, Đa-văn Thiên-vương (Dhanada) phương Bắc.

Phật Thích-Ca có ngự đến núi Tu-di mà thuyết pháp với Tứ Thiên-vương. Bốn ngài đều tỏ lòng hoan-nghênh Phật và nguyện hộ-trợ Phật-pháp với chư tu - hành.

Bởi núi Tu-di là to lớn hơn các thứ núi nên mỗi khi so-sánh việc chi rất vi-đại, trong Kinh hằng ví với núi Tu-di.

TU-DI-ĐĂNG (*PHẬT*) 須 彌 燈 (佛) Méroupradipa (Boud-dha) (scr.) Một đức Phật Như-lai, quốc-độ của Ngài ở về phương Nam đối với cõi Ta-bà.

Khi đức Phật Thích-Ca giảng Kinh A-Di-Đà, đức Phật *Tu-di-Đăng* và vô-số chư Phật ở phương Nam có tỏ lời khen Phật Thích-Ca và khuyên chúng-sanh nên tin Kinh A-Di-Đà.

TU-DI-LÂU (*SƠN*) 須 彌 樓 (山) Mérou, Soumérou (scr.) Thường viết: *Tu-di sơn*. Cũng viết: *Tu-mê-lâu sơn*. Xem: *Tu-di* (*sơn*).

TU-DI-QUANG (*PHẬT*) 須 彌 光 (佛) Mérou-prabhâsa (Bouddha) (scr.) Một đức Phật Như-lai. Quốc-độ của ngài ở về phương Đông đối với cõi Ta-bà.

Ngài là một đức Phật trong Hằng-hà sa số Phật ở phương Đông tỏ lời khen Phật Thích-Ca trong khi Phật-tổ giảng Kinh A-Di-Đà.

TU-DI-SƠN (*PHẬT*) 須 彌 山 (佛) Souméroukalpa (Bouddha) (scr.) Một đức Phật Như-lai. Quốc-độ của ngài ở về phương Thượng đối với cõi Ta-bà. Hồi Phật Thích-Ca giảng Kinh A-Di-Đà, ngài *Tu-di-sơn Phật* và vô-số chư Phật ở phương Thượng có tỏ lời khen tặng và khuyên chúng - sanh nên tin Kinh A-Di-Đà.

TU-DI-TƯỚNG (*PHẬT*) 須 彌 相 (佛) Méroudvaja (Bouddha) (scr.) Một đức Phật Như-lai. Thế-giới của ngài ở về phương Đông đối với cõi Ta-bà.

Ngài là một đức Phật trong Hằng-hà sa số Phật ở phương Đông tỏ lời khen ngợi Phật Thích-Ca khi Phật - tổ giảng Kinh A-Di-Đà.

TU-DIỄM-MA (*THIÊN*) 須 燄 摩 (天) Yàma (scr.) Người Tiên, cảnh Tiên thứ ba trong sáu cảnh ở cõi Dục-giới. Dục-giới có sáu cảnh Tiên (Lục Dục-thiên): Tứ Thiên-vương thiên, Đao-ly thiên, *Tu-diễm-ma thiên*, Đâu-suất thiên, Hóa-lạc thiên, Tha-hóa tứ-tại thiên.

Tu-diễm-ma (Yàma) dịch nghĩa: *Thời phần*, vì hạng Tiên ấy hưởng mọi sự sung sướng, mỗi thời thường thốt ra mấy lời nầy: *Khoái a! Khoái a!* Cũng kêu: *Dạ-ma thiên, Tô-dạ-ma thiên, Diễm-ma thiên*. (Đừng lộn với Diễm-ma vương là vua miền Âm-cảnh,

TU-DU 須臾 Instant (*fr.*) Giây lát, phút chốc, trong chớp nhoáng. *Tu-du gian* là một thời gian rất ngắn, tương-đương với những thời gian dưới đây :

Một khoảnh tư tưởng (nhứt niệm khoảnh) ;

Đầu và mặt cung kính làm lễ, chưa kịp ngước đầu lên (Đầu diện lễ kính, vị cử đầu khoảnh) ;

Cũng như vừa lúc người tráng-sĩ co cánh tay lại (như tráng-sĩ khuất thân tý khoảnh).

Quán Di-Lặc thượng sanh Đâu-Suất Thiên Kinh : Trong những đời sau, những hàng chúng-sanh nào nghe người ta xưng niệm danh hiệu của Bồ-tát Di-Lặc, bèn tạo-lập hình-tượng của Ngài và cúng-dường những hương, hoa, y-phục, lọng tàn, cờ phướn, rồi lễ bái, xưng niệm danh-hiệu Ngài, thì những người ấy, chừng mạng chung, sẽ được Bồ-tát Di-Lặc phóng hào-quang từ nơi chòm lông trắng ở khoảng giữa chơn mày của Ngài, có những vị Thiên-tử (Tiên trên Trời) rảy hoa Man-đà-la xuống như mưa, hiện đến mà nghênh-tiếp.

Trong *phút chốc* (tu-du gian), những người ấy liền được vãng sanh về cảnh Trời Đâu-suất.

TU - ĐÀ 須陀 Sûdra (*scr.*) Cũng viết : *Thủ-đà-la, Thủ-đà, Thủ-đà-la.* Dịch nghĩa : *Cư-sĩ.* Giai-cấp thứ tư trong bốn giai cấp ở Ấn-độ. Người trong giai-cấp nầy thường ở tại nhà mà làm ruộng, làm thợ. Xem : *Tứ chủng.*

TU-ĐÀ-HUỜN(*HOÀN*) 須陀洹 *Srotappanna, Srotapanni* (*scr*).— *Sotâpanna, Sotapatti* (*p.*) Người đắc quả Tu-đà huờn (Tu-đà-huờn nhơn), Phạn : Srotapanna, Ba-ly : Sotâpanna. Quả Tu-đà-hườn (Tu-đà-hườn quả), Phạn : Srotapanni, Ba-ly : Sotapatti.

Tu-đà-huờn quả là quả ban sơ trong Bốn quả (*Tứ quả.*). Cũng kêu theo nghĩa: *Nghịch-lưu* (đi ngược dòng nước mà lên nguồn). *Nhập-lưu, Dự-lưu* (vào dòng nước Thánh, dự dòng nước Thánh).

Khi đắc quả *Tu-đà-huờn*, người ta nhàm chán cõi đời, cõi phàm, thấy quả pháp « Nhãn-tịnh » hiện ra nơi mình. Ai đắc quả pháp ấy, thấy rằng mọi vật có sanh tất có diệt, vạn vật đều giả dối, chẳng thiệt, chẳng trường-tồn. Bèn không mê thích sự vật nữa.

Kim-cang Kinh: Tu-Bồ Đề bạch với Phật rằng: Đắc quả *Tu-đà-huờn* kêu là quả *Nhập-lưu*, nhập vào nguồn nước Thánh đưa đến Niết-bàn, Nhưng thật không có nhập vào đâu cả, tức là không nhập Sắc, Thinh,. Hương, Vị, Xúc, Pháp.

Tứ thập nhị chương Kinh : Đắc quả *Ta-đà-huờn* rồi, nhà đạo còn trải qua bảy lần tử và bảy lần sanh thì đắc quả A-la-hán, tức là còn trải qua bảy kỳ sanh lên cảnh Tiên, và bảy kỳ sanh xuống cảnh Người thì được giải-thoát.

Niết-bàn-kinh : Sao kêu là *Tu-đà-huờn* ? *Tu* nghĩa là Vô-lậu. *Đà-huờn* nghĩa là Tu-tập. Vì tu tập pháp Vô-lậu, nên kêu là *Tu-đà-huờn.*

Người nào dứt được Tam kết (Kiến-kết, Nghi-kết, Giới thủ kết, hoặc: Ngã-kiến, Nghi-võng, Phi nhơn 因 kiến nhơn) thì đắc quả *Tu-đà-huờn.* Người ấy chẳng còn đọa Địa-ngục, Ngạ quỉ, Súc-sanh. Người còn sanh lên sanh xuống bảy lần trong cảnh Tiên và cảnh Người, thì đoạn diệt tất cả các mối khổ, nhập Niết-bàn.

Người đắc quả *Tu-đà-huờn* con phải trải qua tám vạn Kiếp, thì sẽ thành Phật.

Tu-đà-huờn có hai hạng : hạng độn-căn và hạng lợi-căn :

Tu-đà-huờn độn-căn phải chờ đến bảy lần sanh lên và bảy lần sanh xuống, mới đắc quả La-hán.

Tu-đà-huờn lợi-căn thì ngay trong đời nầy, sau khi đắc quả *Tu-đà huờn,* liền đắc thêm những quả cao hơn, cho tới quả thứ tư là quả La-hán.

TU-ĐẠT hay **TU-ĐẠT-ĐA** 須達, 須達多 Sudatta (scr.) Cũng viết : *Tô-đạt-Đa.* Dịch nghĩa : *Thiện-thí* (*Hay bố-thí*). Vị Trưởng-giả giàu có nhứt tại thành Xá-vệ (*Srâvasti*) hồi Phật Thích-Ca ra đời. Ông lại rất giàu lòng từ-thiện, thường giúp cho kẻ cô độc nghèo hèn, nên người ta tặng cho ông cái biệt hiệu *Cấp-cô độc, Chẩn-tế-bần-phạp* (*Anathapindika*). Ông có qui-y Phật, có mua cảnh vườn hoa của thái-tử Kỳ-Đà mà cúng cho Tam Bảo làm Tinh-xá. Cảnh vườn ấy, người ta gọi là Cấp-cô-độc viên.

Ông thường đãi Phật với chư Tăng. Ông cũng có tiếp giúp cho nhà vua, nên trong nước, ai cũng kính yêu ông hết.

Di Lặc thượng sanh Kinh : Trưởng-giả *Tu-Đạt* có chiêu tập ba ngàn người Ưu-bà-tắc (Phật-tử tại gia) để tu hành và phụng sự Tam Bảo tại thành Xá-vệ.

TU ĐẠT-ĐA A-NA-BÂN-ĐÀN 須達多阿那邠壇.-Sudatta Anathapindika (scr.) : Tên thiệt và biệt-hiệu của vị trưởng-giả từ-thiện ở thành Xá-vệ, hồi Phật Thích-Ca ra đời.

Tu-đạt-Đa là tên thiệt , *A-na-bân-đàn* là biệt-hiệu mà người đồng-thời xưng tặng ông, dịch nghĩa : *Chẩn-tế-bần-phạp, Cấp chư cô lão, Cấp-cô-độc.*

Niết-bàn Kinh : Đức Phật chẳng riêng thọ lãnh đồ ăn uống của người giàu có bực nhứt tên là *Tu-đạt-Đa A-na-bân-Đàn*, ngài cũng thâu nhận đồ ăn cúng-dường của người nghèo-cùng đáo để, cũng tên là *Tu-đạt-Đa.*

(Xem : *Cấp-cô-độc.*)

TU-MA-ĐỀ 須摩提 Sukhavati (scr.)-Le Royaume de la Félicité (fr.) Dịch nghĩa là : *Cực-lạc-quốc*, tức là cõi Cực-lạc ở phương Tây của đức Phật A-Di-Đà. Ai tu theo môn Tịnh-độ, muốn sanh về cõi *Tu-ma-đề*, thì nên niệm mãi danh hiệu đức Phật A-Di-Đà. Trong quyển *A-Di-Đà Kinh*, có kể những công-đức của cõi *Tu-ma-đề* tức là cõi Cực-lạc.

TU-MAN-NA (*HOA*) 須曼那華 Cũng kêu tắt là : *Tu-man.* Một thứ hoa, Tàu dịch : *Xứng ý*. Hoa *Tu-man-na*, màu vàng trắng, mùi rất thơm. Cây hoa ấy chẳng to lớn, bề cao chừng ba, bốn thước (thước Tàu), phủ xuống như tàn cây lọng. Người-ta dùng hoa ấy mà nấu ra dầu thắp cúng Phật.

Tu-man-na hoa cũng kêu là *Tô-ma-na hoa.*

TU-NIẾT-MẬT-ĐÀ 須涅蜜陀 Nirmànarati (scr.) Dịch : *Hóa-lạc thiên*. Cảnh Tiên, chư Thiên ở cảnh thứ năm trong Lục Dục-thiên. (Xem : *Hóa-lạc thiên.*)

TU-XÀ-ĐA 須 闍 多 Soujâta (scr.) Cũng đọc theo nghĩa : *Thiện-Sanh.*

Cô gái con của một vị thôn-chủ làng Nan-đà-đề thuộc về xứ Ưu-lầu-tần-loa (Ourouvilva.) Cô có làm một thức ăn hợp lại là sữa quí của tám con bò linh, bột và mật ong. Thức ăn ấy, cô đề vào bát bằng vàng và cúng-dường tất cả cho đức Thích-Ca. Ngài ăn rồi, ném cái bát bằng vàng xuống rạch, rồi đến gốc cây Bồ-đề mà tham-thiền. Ngay hôm ấy, ngài thành Phật, sau sáu năm tu-trì và khổ hạnh. Về sau, khi gần tịch, Phật có phán với A-Nan rằng : « Trong đời ta, có hai người dâng cúng đồ ăn được phước nhiều hơn hết. Một là cô gái *Tu-xà-đa* (Soujâta) cúng thức ăn hồi ta sắp thành Đạo, hai là ông thợ rèn Thuần-Đà dâng cơm trước khi ta nhập Niết-bàn. »

TUẦN 巡 Ronde (fr.) Đi quan sát. Ấy là nói những nhà sư cao-cấp trong Giáo-hội đi khắp nơi trong tịnh-xá mà xem xét, hoặc đi thăm các vị sư đồ-đệ đương tu-học ở những cảnh tịnh-thất. Như vậy đặng cho ai nấy đều giữ gìn giái-luật, tinh-tấn trong việc tu trì. Như : tuần liêu, tuần tích.

TUẦN LIÊU 巡 寮 : Đi qua các liêu, các tăng-phòng mà xem xét, như gặp ai phạm giới thì bảo sám-hối. Đó là phận sự vị trụ-trì hay vị tăng-giám ở những ngôi chùa lớn.

Tuần liêu có hai nghĩa :

1) Đi xem xét các liêu trong Tinh-xá. Trong Tăng-Kỳ luật (Luật thầy tu xuất-gia) có chép « Mỗi ngày, đức Thế-tôn đi xem qua các liêu một lần. Như vậy vì năm việc :

a) e đệ-tử vướng vào sự hữu-vi,

b) e đệ-tử luận bàn chuyện thế-tục,

c) e đệ-tử ham ngủ nghê, biếng nhác,

d) đề khám bịnh những đệ-tử đau,

e) đề cho những vị Tỳ-kheo trẻ tuổi thấy rõ oai-nghi của Phật mà học.

Đó là sự *tuần-liêu* theo lệ xưa.

2) Ngày nay, *tuần liêu* có nghĩa là vị trụ-trì đi qua các liêu: coi có ai giải đãi, phạm giới, thì người ấy phải đối trước các sư trong các liêu mà cầu sám-hối..

TUẦN TÍCH 巡錫 : Cầm gậy « *tích-trượng* » mà đi du hành, giáo-hóa. Cũng kêu : *Tuần giáo*. Như vị thượng-tọa nào có đệ-tử tu học ở các ngôi chùa khác, hoặc tu thiền-định ở những am, động, cốc, thì thỉnh thoảng vị thượng-tọa cầm gậy đi du-hóa, ngừng ở những chỗ ấy mà dạy thêm cho đệ-tử, như vậy kêu là *tuần tích*. Lệ này rất thông thường ở Tây-Tạng, trong phái mật-giáo.

TÚC *(TÚ)* 宿 Ngủ, qua đêm, Pháp : Passer la nuit. Như : *Túc điếm*: Ngủ ở lữ-điếm.— Ngủ trọ, ở trọ, Pháp : Loger. Như : *Tá túc* : Ngủ trọ, ở tạm.— Chứa, giấu, Pháp : Conserver, Cacher. Như : *Túc căn* : Rễ chứa giấu dưới đất. Cũng có nghĩa : căn-duyên từ xưa.— Giữ vững, giữ yên, Pháp : Maintenir Như : *Quan túc kỳ nghiệp* : Quan viên giữ yên chức-nghiệp của mình.— Đặt yên, Pháp : Établir. Như : *Túc dinh* : Đặt yên dinh trại.— Lưu lại, dừng chơn, Pháp : S'arrêter. Như : *Túc lưu* : lưu lại.

Cũ, lâu nay, Pháp : Ancien, Vieux. Như : *Túc-hảo* : Bạn cũ.— Vốn, sẵn, Pháp : Originel, propre. Như : *Túc chí* : Chí hướng vốn sẵn.— Trước, xưa, thuở xưa, đời trước, Pháp : Précédent, Antérieur, Passé, Autrefois. Nhà Phật thường dùng chữ *Túc* nầy để gọi chuyện đã xảy ra từ đời trước hoặc từ nhiều đời đã qua. Như : *Túc-duyên* : Nhơn-duyên từ đời trước. Nhà ngủ, chỗ trọ, Pháp : Dortoir, Auberge. Như : *Túc-xá* : Nhà trọ cho lữ-khách, cho học-sanh.— Đêm, Pháp : Nuit, Nocturne. Như *Túc-tịch* : Đêm : Ban đêm.

Cũng đọc : *Tú* : Sao, ngôi sao, vì sao, Pháp : Constellation. Như : *Tinh-tú*, *Nhị thập bát tú*.

TÚC-CĂN 宿根 Rễ xưa. Căn-tánh có từ đời trước. Thường chỉ căn lành của người đã vun bồi từ những đời đã qua. Cũng gọi *Túc-duyên* 宿緣, căn-duyên xưa, nhơn-duyên xưa. *Túc-đế* 宿蒂 gốc rễ xưa, căn-cội từ đời trước.

TÚC-CHẤP 宿執 Lòng chấp-trước từ xưa. Lòng cố-chấp của

chúng-sanh phát sanh từ những đời trước, mãi đến đời nầy cũng vẫn giữ tánh-chất cố-chấp mà chẳng thoát ly.

TÚC-MẠNG 宿 命 Vie antérieure (fr.) Đời trước. Đời trước của mình hoặc của người, một đời trước, nhiều đời đã qua, kêu chung là *Túc-mạng.*

TÚC-MẠNG LỰC 宿 命 力 Viết trọn : *Tri túc-mạng vô-lậu trí-lực* : Sức mạnh của cái Trí-huệ vô-lậu biết được mọi việc những đời trước của mình và của người. Một trong mười sức Trí-huệ của Như-lai Xem : *Thập Lực.*

TÚC-MẠNG MINH 宿 命 明 Trí sáng biết được đời trước. Cái Trí-huệ sáng suốt của Thánh-giả, của La-hán biết những sự việc trong nhiều đời trước của mình và của người. Một trong ba đức sáng suốt của La-hán. Xem : *Tam Minh.*

TÚC-MẠNG THÔNG 宿 命 通 Pubbenivàsanussatinànà (p.).— Connaissance des vies antérieures. Cũng viết : *Tri túc-mạng, Thức túc-mạng, Túc-mạng trí.* Phép linh-thông biết được những việc trong các đời trước của mình, của người, của nhiều người, của các hạng chúng-sanh luân-chuyền trong Sáu Đường (*Lục Đạo*). Do những việc đời trước là *nhơn* mà biết những việc đời nay là *quả.*

Túc-mạng thông là một phép trong *Ngũ thông, Lục thông.* Trong **Tứ thập nhị chương Kinh,** đức Thích-tôn có dạy rằng : Lượt sạch tấm lòng, giữ bền cái chí, thì có thể hiểu thấu Đạo tột bực. Ví như mài tấm kiếng chất dơ bỏ đi, chất sáng còn lại. Cắt đứt lòng dục, không cầu gì, thì sẽ được *Túc-mạng thông.*

Có người tự nhiên sanh ra, được thuật *Túc-mạng thông,* nhớ chuyện những đời trước. Song phần nhiều nhờ tu-tập mà được phép ấy. Phật là bực cao trỗi hơn hết về phép *Túc-mạng thông.* Như sau khi thành Đạo nơi cội Bồ-đề, đức Thích-tôn nhớ tỏ rõ hết cả trăm, cả ngàn đời trước của Ngài. Ngài cũng biết rõ những việc nhiều đời trước của chư đệ-tử và của những chúng-sanh có dịp gần Ngài. Con người vì mê-muội, trí-hóa vùi lấp trong vòng *Ngũ dục*, chẳng có phép *Túc-mạng thông*, nên lầm lạc đáng tiếc. Như chính cha mẹ mình chuyển hóa làm kẻ nô-tỳ của mình mà mình chẳng biết, nên cứ thẳng tay mà đánh đập, hành khổ ! Lại kẻ oán-thù đáo lại làm vợ, làm con mình mà mình chẳng rõ, nên cứ tríu-mến, cưng yêu, vất vả nhọc nhằn thân xác mà cung phụng cho vợ con !

TÚC MẠNG TRÍ 宿命智 Trí biết đời trước. Cái trí-huệ biết việc đời trước của mình và của những người khác. Cũng gọi : *Túc-mạng thông.*

TÚC-NGHIỆP 宿業 Nghiệp xưa. Cái Nghiệp lành hoặc dữ mà mình đã tạo từ một hoặc nhiều đời trước. Do Nghiệp-nhơn đời trước, sanh ra Nghiệp - quả đời nầy, sướng hoặc khổ.

TÚC-NGUYỆN 宿願 Nguyện xưa. Chí nguyện, sở nguyện, thệ - nguyện mà mình đã phát ra trong một đời trước. Đồng-nghĩa : *Bổn - nguyện*. Như : *Túc - nguyện* của đức Thích - Ca là thành Phật nơi cõi uế-trược, *Túc-nguyện* của đức Di-Đà là thành Phật nơi cõi thanh-tịnh.

TÚC-PHƯỚC (*PHÚC*) 宿福 Phước xưa. Căn lành, phước đức của người ta đã gieo trồng, đã tu tạo từ nhiều đời đã qua, kêu là *Túc phước.*

TÚC-THẾ 宿世 Vie antérieure (fr.) Đời trước. Đời sống hiện nay của một người, kêu là *Kim-thế.* Đời trước, một đời trước, nhiều đời trước của một người, kêu chung là *Túc-thế.* Cũng như : *Túc-mạng.*

TÚC-THIỆN 宿善 Việc lành đời trước. Những việc lành bằng thân, bằng miệng, bằng ý mà mình từng làm trong những đời đã qua. Tức là *Thập Thiện* trong những đời trước.

TÚC THỰC 宿植 Gieo trồng từ xưa. Tạo lập từ những đời đã qua. Như nói : *Túc thực đức bổn,* 宿植德本 Đã gieo trồng gốc rễ lành từ những đời đã qua. Đã tạo lập những việc lành từ thuở xưa, những việc lành ấy lâu đời ăn rễ ràng sâu.

TÚC-TRÁI 宿 債 Nợ xưa. Nợ-nần đã thiếu từ đời trước, đời nầy mới trả. Những việc quấy, ác mà người-ta đã làm từ những đời trước, chưa có quả-báo khốn-khổ, đời nầy mới thấy hiện ra những báo-ứng sầu-não, khổ-lụy, ngăn trở. Như nói. *Tiền-oan túc-trái* 前 冤 宿 債: Oan trái từ xưa; oán-thù xưa, nợ-nần cũ, nay mới báo đền.

TÚC-TRỤ TÙY NIỆM TRÍ-LỰC 宿 住 隨 念 智 力 Cái sức Trí-huệ nhớ được đời trước của chính mình, xét biết đời trước của người khác. Cũng gọi: *Túc-mạng lực, Tri túc-mạng vô-lậu trí-lực.* Một trong *Thập Lực* của Phật.

TÚC-VƯƠNG (*PHẬT*) 宿 王 (佛) Natchatrarâdja (Bouddha) (scr.) Một đức Phật *Như-lai*, quốc-độ của ngài ở về phương Thượng đối với cõi Ta-bà.

Hồi đức Phật Thích-Ca giảng Kinh A-Di-Đà, Phật *Túc-Vương* và vô-số chư Phật ở phương Thượng có tỏ lời khen tặng và khuyên chúng-sanh nên tin Kinh A-Di-Đà.

TÚC-VƯƠNG-HOA (*BỒ-TÁT*) 宿 王 華 (菩 薩) Nakchatrarâdja, Natchatrarâdja-sâmkusumitâbhidjnã (scr.) Một vị Bồ-tát du hành.

Ngài *Túc-Vương Hoa* có hiện đến dự Hội Pháp-Hoa.

Trong Hội ấy, ngài có khải thỉnh Phật Thích-Ca giảng về đạo-hạnh của Dược-Vương Bồ-tát. Nhơn đó, Phật giảng *Dược-Vương Bồ-tát Bổn-sự* là phẩm 23 trong Kinh Pháp-Hoa.

TÚC-TÁN 粟 散 Gạo thóc xay nát thành bột. Cũng như nói: vật nghiền ra nhỏ rức, thành *Vi-trần. Túc-tán* nghĩa là: nhiều vô số, vô-lượng, tỷ như hột bột rất nhỏ của gạo thóc.

TÚC-TÁN QUỐC 粟 散 國: Những nước nhỏ của các vị *túc-tán vương*, vô-số, vô-lượng, ở khắp bốn cõi Thiên-hạ, dưới quyền thống-lãnh của ngài *Chuyển-luân Thánh-Vương*.

TÚC-TÁN-VƯƠNG 粟 散 王: Tức là: *Tiểu quốc-vương.* Ở dưới quyền của ngài Chuyển-luân Thánh-vương, trong Bốn cõi

Thiên-hạ, có vô số, vô-lượng các nước nhỏ, đếm không xiết, tỷ như gạo thóc xay thành bột. Các nước nhỏ ấy, kêu là *túc-tán quốc* ; vua các nước nhỏ ấy, kêu là *túc-tán vương.*

Niết bàn Kinh : Nầy chư Tỳ-kheo ! nên biết rằng hồi đời quá-khứ, ta có làm hươu, làm gấu, làm mang, làm thỏ, làm vị *túc-tán vương*, làm Chuyển-luân Thánh-vương ; ta cũng có làm rồng, làm Kim-sí điểu.

Trong khi hành đạo Bồ-tát, ta đã thọ thân làm các hạng ấy...

TỤC 俗 Vulgaire, profane, mortel, mondain (fr.) Quen theo sự thường lề, thấp thỏi, có tánh cách bình dân. Như : *Tục-ngữ*, Pháp : proverbe, câu nói lưu hành của bình dân. *Phong-tục*, Pháp : coutumes, thói quen trong dân-chúng.

Thô lỗ, khiếm nhã. Đối với *thanh*. Như : *thộ-tuc*, Pháp : gros--sier, không thanh nhã.

Thiếu văn - hoa, kém học thức, không phải trong hàng cao-sĩ, Pháp : vulgaire Như : *Tục-học*, trang học-giả kém-cỏi, vụng-về. Không có cốt cách cao-khiết, thuần-hậu. Lời nói, tướng mạo, tâm tánh tỏ ra là người phàm-phu ngu độn, Pháp : mortel, profane. Đối với *Tiên, Thánh, Tăng*. Như : *Phàm-tục, Tục-tri, Tục-nhãn* (mắt tục, mắt phàm).

Tục là tiếng chỉ người còn vướng nhiều tham, sân, si,-còn lăn lộn trong vòng luân - hồi khổ não, còn trực-tiếp với đời, Pháp : mondain.

TỤC-ĐẾ 俗 諦 : Đạo-lý về thế-tục. Đối với *Chơn-đế, Thánh-đế, Diệu-đế.* Cũng kêu là *Thế-đế.* Tục-đế là lý-luận về thế-tục, vừa sức dung-nạp của người tại thế, vừa với tri-thức của người phàm. Ấy là cái đạo lý không có tánh cách giải thoát, diệt khổ, vô-lậu. Phương pháp giáo-hóa của Bồ-tát, của Phật là : Trước đem *tục-đế* mà dạy chúng-sanh, sau đem *chơn-đế* mà giáo-hóa họ.

TỤC-GIỚI 俗 戒 : Giới-hạnh phàm-tục. Giới của người tu tại-gia. Đối với *Cụ-giới, Cụ-túc-giới* là giới trọn vẹn của hàng Tăng-già. *Tục-giới* lại là giới-hạnh của người tu cầu phước, *hữu-lậu giới*. Đối với *vô-lậu giới* là giới-hạnh của hạng người quyết được thanh-tịnh, trừ phiền-não.

TỤC-LỤY 俗累 Công việc ràng buộc ở đời. Nói về những kẻ bận-bịu theo việc nhà cửa vợ con, đeo đuổi theo đường tham dục, mà chẳng có kiến thức cao rộng, chẳng để tâm vào sự mở mang trí thức, đạo lý.

TỤC NIỆM 俗念 Penée mondaine (fr.) : Tư tưởng phàm-tục ; ý nghĩ về gia-sự, về lợi danh, về việc đời, không có tánh cách cao siêu, giải thoát.

Bà sư chùa Non-nước : Đánh tan *tục-niệm*, hồi chuông sớm,
Gõ vỡ trần-tâm, tiếng mõ trưa.

TỤC-NGÃ 俗我 Le moi vulgaire (fr.) Cái ngã thế-tục, cái ta (tôi) thế gian.

1. Đạo Phật không nhận cái thân do năm uẩn tạm hiệp là *ngã* (ta, tôi). Nhưng vì thuận theo pháp thế-tục nên gọi là *ngã*. Đó là *Tục-ngã* hay *Giả-ngã*. Đối với *Chơn - ngã, Thật-ngã*, là cái Ta chơn-thật, trường-tồn.

2. Kẻ phàm-phu, ngoại-đạo cho rằng cái ta (tôi) là *chơn-ngã, thật-ngã*. Họ mê chấp cái ngã ấy mà gây phiền-não, khổ sở. Đạo Phật gọi đó là *Vọng-ngã*, cái ngã (ta, tôi) hư dối.

TỤC-NHÃN 俗眼 Oeil profane (fr.) : Mắt tục, mắt phàm. Mắt của người phàm, chẳng nhìn thấy việc cao siêu, chỉ nhận thấy việc trước mắt mà thôi. Họ chẳng nhìn thấy việc Nhơn-quả, việc Thiêng-liêng. Cũng viết : *Tục-mục*.

Địa-Tạng Kinh, Phẩm đệ lục : Nam nữ *tục-nhãn* bất biện thị sự (Kẻ nam người nữ *mắt tục* chẳng phân biện được việc ấy.

TỤC-NHƠN 俗人 : Người thế-tục. Người ở tại nhà mà tu học. Đối với : *Xuất-gia nhơn, Đạo-nhơn, Tăng-ni.*

TỤC-PHỤC 俗服 Vêtement mondain (fr.) : Y-phục thế-tục ; áo quần của người tại-gia, của vua quan, của bá-tánh.

Bồ-tát giới Kinh, điều 40: Nhược nhứt quốc-độ trung quốc-nhơn sở trước y-phục, Tỳ-kheo giai ưng dữ kỳ *tục-phục* hữu dị. (Như hết thảy trong nước, người ta vận những y-phục gì, thì áo-quần của thầy Tỳ-kheo phải khác với *y-phục thế-tục.*)

TỤC-SỰ 俗 事 Chose mondaine, Affaire vulgaire (fr.) Việc thế-tục. Đối-nghĩa: *Thánh-sự, Phật-sự.* Như việc chánh trị, việc làm ăn, việc giao-tế thế gian, những việc không có tánh-cách tôn-giáo, đạo đức, kêu chung là *tục-sự.*

TỤC-TÌNH 俗 情 Sentiment profane (fr.): Mối tình thế-tục, mối tình của kẻ phàm-phu, thất học. Mối tình không thanh nhã. Cũng nói: *Phàm-tình.*

TỤC-TỬ 俗 子 Profane (fr.): Kẻ phàm-tục, trí cạn, ý thô, tâm mê-dục, ngu, tối. Người chỉ biết lợi, danh, không hiểu việc nhơn-quả. Người chôn chặt trong vòng tham-sân-si. Đồng-nghĩa: *Phàm-phu.*

TỤC-TRẦN 俗 塵: Bụi tục. Bụi dơ đóng vào kẻ phàm-tục. Tiếng gọi người vật, sự việc, nơi chốn dơ dáy, bất tịnh; lời ăn tiếng nói, công việc cùng tư tưởng đều nhơ nhớp, bần thỉu, nhỏ nhen, không có những tánh cách thanh-cao, quảng-đại, từ-thiện, giải thoát.

TỤC-TRÍ 俗 智: Trí phàm-tục. Ấy là cái trí hiểu cạn, biết gần của phàm-phu, cái trí chuyên chú việc lợi danh ở đời.

Lại là cái trí hiểu về *tục-đế.*

Lại cũng là cái trí tham-dục, đeo theo cảnh-vật. Đối với *Thánh-trí, Chơn-trí, Phật - trí.*

TUỆ (*HUỆ*) 慧 Prajnâ, Vibhâshana, Djnâ (scr.).— Sagesse, Science (fr.) Tức *Trí-tuệ.* (Xem: *Huệ.*)

TÙY 隨 Suivre, Suite, Suivant, Selon, Se conformer (*fr.*) Theo sau, tức *tùy tùng.* Chạy theo, như: *tùy trục.* Nương theo thời buổi, cảnh-thế, tâm-ý, như : *tùy thuận*, *tùy tục*, *tùy thời*, *tùy tâm*.– Phụ-thuộc, Pháp : secondaire. Như : *Tùy tướng*, *Tùy hình hảo*.

Kẻ phàm-phu chẳng có sức tự-tại, hoặc tâm *tùy* thân, hoặc thân *tùy tâm*. Lúc nào thân, tâm họ cũng *tùy* nhau. Tỷ như họ say rượu : rượu vào thân họ, thì thân họ động, nhơn đó tâm cũng tùy *động*. Lại như kẻ thân thể bại nhược, tâm họ cũng *tùy* theo đó mà bại nhược, biếng nhác. Lại như thân thể họ còn bé, tâm họ cũng *tùy* theo đó mà thấy hẹp, hiểu cạn. Đó là tâm *tùy* thân.

Tỷ như họ muốn đi, muốn đứng, muốn nằm, muốn ngồi, thân họ *tùy* theo ý họ mà đi, đứng, nằm, ngồi. Như lòng họ buồn rầu thì mặt mày họ tiều-tụy ; lòng họ vui sướng thì thân thể họ mập mạp, tốt tươi ; như lòng họ sợ sệt thì mình mẩy tay chơn họ run rẩy. Đó là thân *tùy* tâm.

Phật và Bồ-tát chẳng như vậy, các ngài được tự-tại, cho nên tâm chẳng *tùy* thân, thân chẳng *tùy* tâm. Dầu cho các ngài còn nhỏ tuổi, hình thể nhỏ, hoặc làm chúng-sanh hạng nhỏ, nhưng tâm của các ngài vẫn quảng-đại, dõng mãnh, trí-huệ. Đó là tâm chẳng *tùy* thân.

Vả lại lòng dạ các ngài chẳng có một mảy tư-dục, chẳng vui, chẳng buồn, chẳng khổ, chẳng sợ, cho nên thân thể các ngài lúc nào cũng chẳng *tùy* động, chẳng biến đổi như phàm tình. Cho nên ở Phật và Bồ-tát, thân, tâm chẳng *tùy*.

Như vậy, muốn dễ độ chúng-sanh, các ngài tiện dùng đức *tùy* giải thoát, đức *tùy* vô-lậu : các ngài *tùy thuận* căn cơ của chúng - sanh mà thuyết-pháp, mở các môn phương tiện, *tùy* tục mà nói-năng và hành động vậy. Xem *Tứ tùy*.

TÙY CƠ 隨 機 : Nương theo căn cơ, nương theo cơ hội. Tỷ như thế thường, người ta *tùy cơ* ứng biến, *tùy cơ nhi tác* ; Phật cũng như thế, ngài thuyết pháp giáo-hóa chúng-sanh tùy theo căn-cơ của họ, vừa với sức hấp-thụ của họ. Ngài cũng tùy cơ-hội, lúc nào nên nói pháp nào thì ngài mới nói pháp đó.

TÙY CHUYỂN LÝ MÔN 隨轉理門 : Pháp-môn tùy căn-cơ của người nghe mà chuyển lý, thuyết pháp. Một trong hai pháp-môn của Phật và Bồ-tát :

1) *Tùy chuyển lý môn* : Với môn nầy, Phật và Bồ-tát dùng phương-tiện mà dìu dắt các chúng-sanh, các tín-đồ, giảng lần từ những lý thấp nhỏ, vừa vừa, cho đến cao lớn.

2) *Chơn-thật lý môn* : Môn giảng lý chơn-thật, duy nhứt. Đó mới là bổn-ý, mục-đích của chư Phật và chư Bồ-tát, các ngài vui lòng giảng rõ ràng lý chơn-thật đặng cho người nghe mau đắc quả Bồ-đề.

TÙY DUYÊN 隨緣 : Nương theo nhơn-duyên, cơ-duyên. Sự vật ở cảnh ngoài đến, làm cho mình cảm-xúc, ấy là *duyên*. Mình nương theo duyên ấy mà tu thân, hành đạo, ấy là *tùy duyên*.

Tùy duyên, tức *Tùy duyên hóa độ* lại là môn phương tiện của Phật, Bồ-tát. Các ngài thấy ai có thiện-căn, thiện-duyên, mới vui lòng giáo-hóa, truyền đạo, chớ chẳng cưỡng bách. Các ngài thừa những dịp phải, những cơ-duyên thuận-tiện mới giáo-hóa. Đó là *tùy duyên*.

TÙY HỶ 隨喜 1. Tùy theo ý vui thích của mình mà làm. Như trong việc bố-thí, người giàu thì cho bạc vàng, của cải; kẻ nghèo thì thí nước, thí rau. Đó đều là *tùy hỷ*, tức nương theo bề thế của mình mà vui lòng làm thiện.

2. Thấy người ta làm thiện, nhơn đó mình vui sướng dường như chính mình làm. Như đối với người tu hành *Lục độ*, hay đối với người đi nghe thuyết pháp, dầu mình chẳng làm như họ, nhưng mình vẫn *tùy hỷ*, như vậy mình cũng có công đức rồi, đó kêu là *tùy hỷ công-đức*.

TÙY HÌNH HẢO 隨形好 Marque secondaire (fr.) Tướng tốt phụ theo thân hình. Phật có đủ 32 tướng tốt chánh. Trong 32 tướng tốt chánh ấy, mỗi tướng đều có vài tướng tốt phụ trợ, tô điểm thêm. Tất cả là 80 tướng phụ tốt, kêu chung là *Tùy hình hảo*.

TÙY KINH LUẬT 隨經律 : Phần giới-luật nương theo Kinh. Kinh-điển Phật tuy là Tam Tạng (Kinh, Luật, Luận), nhưng có hai Tạng đáng kể là Kinh và Luật. Tạng Kinh thì sở trường dạy về Định và Huệ. Nương theo Kinh, có những phần dạy về Giái. Những phần đó là tùy thuộc theo Kinh, cho nên kêu là *Tùy Kinh Luật.*

Còn tạng Luật thì sở trường dạy về Giới. Nhưng trong các sách Luật, có xen vào những phần dạy về Định vả Huệ. Những phần đó cũng là phụ thuộc, cho nên kêu là *Tùy Luật Kinh.*

TÙY LOẠI 隨類 : Nương mỗi loại mà thị hiện để độ chúng-sanh. Tất cả là mười loại : 1. Phật, 2. Bồ-tát, 3. Duyên-giác, 4. Thinh-văn (La-hán), 5. Thiên, 6. Nhơn, 7. Thần (A-tu-la), 8.Địa-ngục, 9. Ngạ-quỉ, 10. Súc-sanh. Chư Phật và chư Đại Bồ-tát tùy theo sự ước vọng của chúng-sanh, thường nương theo mỗi loại mà thị hiện : khi thì làm Phật, lúc làm Bồ-tát... Cũng có khi hóa làm Súc-sanh mà nêu gương tu Phước, tu Huệ.

TÙY LOẠI SANH 隨類生 : Nương theo mỗi loại mà sanh ra để độ thế. Bồ-tát vì lòng từ bi, chẳng hề sợ Luân-hồi, tự mình có sức tự-tại để sanh vào mỗi loại trong Mười loại, trước để độ loại đó, sau độ chung tất cả các loại. *Tùy loại sanh* là một cách trong *Ngũ sanh* của Bồ-tát. (Xem : *Ngũ sanh.*)

TÙY-MIÊN 隨眠 : Tức là *phiền-não.* Theo phái Nhứt-thiết hữu bộ, các phiền-não như tham, sân, si, v.v. cứ đeo theo chúng-sanh mãi, chẳng chịu rời, nên kêu là *Tùy.* Chúng-sanh đối với các phiền não vi-tế, u-ẩn, chẳng biết đó là phiền-não, tự họ như người ngủ mê, chẳng biết chi hết, nên kêu là *miên.*— Lại nữa, các phiền-não đeo đuổi theo chúng-sanh, làm cho họ càng thêm mê-muội, ngưng trệ dường như kẻ ngủ mê, cho nên kêu là *Tùy-miên.*

Theo Duy - thức tông, các mối mê-hoặc cái Chủng-tử (Hột giống Phật) cứ đeo đuổi theo người mê say chẳng tỉnh, che khuất cái A-lại-da thức của họ, các mối ấy kêu là *Tùy-miên.*— Lại nữa, các mối mê-hoặc cái Chủng-tử, đeo đuổi theo người, làm cho họ càng thêm lỗi lầm, tỷ như người ham ngủ thì ngủ rất lâu, cho nên kêu là *tùy-miên.*

TÙY NGHI THUYẾT PHÁP 隨宜說法 Tùy lúc nên thuyết pháp thì thuyết pháp ; tùy lúc nên thuyết pháp lý nào thì nên thuyết pháp lý ấy. Đó là một đức trong môn Phương-tiện của Phật, Bồ-tát.

Diệu-pháp liên-hoa kinh, phẩm nhì : Chư Phật *tùy nghi thuyết pháp,* chỗ dụng ý của các ngài thật khó mà hiểu cho nổi. Là vì Phật dùng vô-số phương-tiện, biết bao nhơn-duyên, thí-dụ, ngôn-từ mà diễn thuyết pháp lý.

Niết-bàn kinh : Pháp của Phật vốn là Một Thừa, nhưng ngài *tùy nghi thuyết* ra Ba Thừa.

TÙY PHÁP HÀNH 隨法行 : Nương theo Pháp-giáo mà tu-hành.

Hạng Thinh-văn thừa, trong khi đắc địa vị ban sơ là *Kiến Đạo,* có hai cách tu-hành : 1) Tùy pháp hành 2) Tùy tín hành.

1) *Tùy pháp hành* : Ấy là sự hành đạo của hạng người lợi-căn, căn-tánh lanh lẹ, nương theo Pháp giáo mà tu-hành.

2) *Tùy tín hành* : Ấy là sự hành đạo của người độn-căn, căn-tánh chậm lụt, tin theo lời dạy bảo của người khác mà tu-hành.

TÙY PHẦN GIÁC 隨分覺 : Sự giác ngộ, sự sáng suốt tùy phần. Khi người ta chưa biết Đạo, thì còn vô-minh (hoàn toàn mê tối). Khi người ta hành Đạo, trì Tam học, Lục độ, thì cái Trí-huệ càng ngày càng sáng suốt, tức là sự mê tối càng bữa càng rút lui, đó là *Tùy phần giác. Tùy phần giác* là cái Trí giác của Pháp-thân Bồ-tát từ Sơ-địa (Địa vị ban sơ) trở lên.

Trong *Khởi tín luận* có biên bốn thứ giác (tứ giác) :

1) *Bổn-giác* : Cái tâm trí sẵn có của chúng-sanh, nó vốn sáng suốt trong sạch, lìa khỏi các vọng-niệm từ xưa.

2) *Tương-tự giác* : Cái tâm trí mới bắt đầu giác ngộ, lìa khỏi các mối lầm của lục căn, nhưng vẫn còn những mối lầm vi-tế, chưa được cái Chơn-giác, chỉ là tương-tợ mà thôi.

3) *Tùy phần giác* : Cái tâm trí lần lần sáng ra, dứt lần cái Vô-minh, đắc lần cái Chơn-giác.

4) *Cứu cánh giác* : Cái tâm trí giác-ngộ rốt-ráo, hoàn toàn sáng suốt, trong sạch. Tức là cái Chơn-giác của bực đắc Địa vị Như-lai.

TÙY PHIỀN-NÃO 隨煩惱 : Những phiền-não tùy thuộc. Cũng kêu : *Tùy-hoặc*. Còn những phiền-não chánh gốc, thì kêu là *căn-bổn phiền-não, căn-bổn hoặc*. Căn-bổn phiền-não là sáu thứ : 1. Tham, 2. Sân, 3. Si, 4. Mạn, 5. Nghi, 6. Ác-Kiến (Ngã-kiến, Biên-Kiến, Tà-Kiến, Kiến thủ Kiến, Giới thủ Kiến). Sáu thứ phiền-não lớn ấy, mỗi thứ có rất nhiều phiền-não tùy thuộc, do nơi đó mà lưu xuất.

TÙY TÍN HÀNH 隨信行 : Tin theo lời dạy bảo của người khác mà tu-hành. Đối với : *Tùy pháp hành* (đã giải ở trên). *Tùy tín hành* lại có nghĩa : Nương theo đức tin mà tu-hành.

TÙY-TƯỚNG 隨相 Signe (Manifestation) secondaire (fr.). Tướng phụ thuộc. Cũng gọi : *Tiểu-tướng* : Tướng-trạng nhỏ. Một tướng-trạng chánh-đại có một hoặc nhiều tướng-trạng phụ thuộc tô-điểm, hợp thành cái tướng-trạng lớn ấy. Tướng trạng phụ thuộc, nhỏ bé ấy, kêu là *Tùy-tướng*.

TÙY TƯỚNG GIỚI 隨相戒 *Tùy* : Tùy thuận, nương theo, noi theo. *Tướng* : hình-tướng, tướng-trạng mà người ta thấy bằng mắt. *Giới* : Giới-hạnh, Giới-luật. Những vị Tỳ-kheo, những nhà tu Phật xuất-gia noi theo tướng-trạng mà làm giới hạnh. Những tướng-trạng ấy là : cạo râu tóc, mặc nhiễm y, ở chùa am, đi khất-thực, ăn chay giờ ngọ v.v. Những việc nương theo hình-tướng mà răn cấm lấy mình, kêu chung là *Tùy tướng giới*.

TÙY THUẬN 隨順 Se conformer ; — Selon (fr.) : Tin theo, Vâng theo lời dạy của người khác. Như chúng-sanh *tùy thuận* Phật ; đệ-tử *tùy thuận* Thầy.— Nương theo ý người khác. Như Phật *tùy thuận* căn cơ của chúng-sanh mà thuyết-pháp độ họ. **Niết-bàn Kinh** : Như ai *tùy thuận* theo lời giảng giải của Ma, người ấy là quyến-thuộc nhà Ma. Như ai *tùy thuận* theo lời giảng giải của Phật, người ấy là Bồ-tát.—

Vì độ tất cả chúng-sanh, Phật khéo thi hành vô-số phương tiện, *tùy thuận* thế-pháp.

TÙY TRỤC 隨逐 : Đeo đuổi theo, gần gũi nhau, chẳng chịu rời. Như tâm *tùy trục* thân ; mà thân cũng *tùy trục* tâm. Như Lục căn *tùy trục* Lục trần ; mà Lục trần cũng *tùy trục* Lục căn.

TUYẾT 雪 *Tuyt*, Pháp : Neige. Hơi nước trên cao, gặp khí lạnh thì rớt xuống và đọng lại thành khối trắng xóa. Như *Tuyết sương* : Tuyết và mù sương. — Trắng, Trắng như tuyết, Pháp : Blanc comme la neige. Như : *Tuyết lộ*: Cò trắng. — Rửa, Pháp: Laver. Như *Tuyết địch*: Rửa sạch. *Tuyết sỉ* : Rửa hết việc sỉ nhục. — Rảy, rơi, Pháp : Tomber. Như *Tuyết thế* : Rơi nước mắt.

TUYẾT-LÃNH 雪嶺 Himalaya (scr, fr.) : Đảnh núi tuyết. Tiếng dùng để gọi núi *Hỷ-mã-lạp-nhã* (Himalaya), vì dãy núi ấy cao nhứt thế-giới, có nhiều ngọn lúc nào cũng đọng tuyết, dầu hạ dầu đông. Cũng kêu: *Tuyết sơn, Đại-tuyết sơn. Qui-nguyên trực chỉ* : Như-lai tý dạ du thành, Đạo viên *Tuyết-lãnh* ; Lư-Năng bạch kim di mẫu, Pháp kế Hoàng-mai. (Đức Như-lai vượt thành lúc nửa đêm, Đạo tròn nơi *Tuyết-lãnh* ; Tổ Lư-Năng để bạc lại cho mẹ, Pháp nối ở Hoàng-mai.)

TUYẾT-SƠN 雪山 Himalaya (sc. fr.) : Núi tuyết, tức là núi *Hỷ-mã-lạp-nhã* ở về phía Bắc Ấn-Độ, trên đảnh bốn mùa hằng đọng tuyết. Cũng kêu : *Đại-tuyết sơn*. Đức Thích-tôn tu khổ-hạnh ở *Tuyết-sơn* trọn sáu năm, mới thành Chánh-giác.

TUYẾT-SƠN ĐẠI-SĨ 雪山大士 : Đức Bồ-tát ở Núi tuyết. Tiếng xưng Phật Thích-Ca hồi còn tu hạnh Bồ-tát ở núi. Về đời quá khứ, Đức Thích-tôn từng ở Tuyết-sơn (Hỷ-mã-lạp-nhã) mà tu đạo Bồ-tát, chịu khổ-hạnh. Cho nên trong Kinh gọi ngài là *Tuyết-sơn Đại-sĩ*, cũng kêu *Tuyết-sơn Đồng-tử*.

TỤNG 誦 Réciter, Lire à haute voix (fr.) Tụng. Đọc ra tiếng ; đọc thuộc lòng hoặc đọc nương theo bản ; đọc cho hiểu, cho nhớ đặng tu - hành ; đọc Kinh, đọc Kệ, đọc Chú cầu nguyện cho phần âm hoặc phần dương.

Pháp bảo đàn Kinh, phẩm Bát-nhã : Thiện tri thức ! Nhược dục nhập thậm thâm Pháp-giái cập Bát-nhã Tam-muội giả, tu tu Bát-nhã hạnh, trì *tụng* Kim-cang Bát-nhã Kinh, tức đắc kiến Tánh.

(Hỡi chư thiện tri thức ! Nếu muốn vào cảnh Pháp-giới rất thâm sâu, cùng vào cảnh Bát-nhã Tam-muội, nên tu hạnh Bát-nhã, trì *tụng* Kinh Kim-cang Bát-nhã, sẽ đặng thấy Tánh liền.)

TỤNG ĐỌC 誦 讀 hay *Đọc tụng*. Như nói : Thường *tụng đọc* ; thơ tả *tụng đọc*. Tức là *tụng đọc* thường thường cho hiểu, cho nhớ ý nghĩa trong Kinh ; sao chép lại và tụng đọc cho thuộc, cho đắc lý.

TỤNG NIỆM 誦 念 : Tức là *tụng Kinh* và *niệm Phật*. Hết tụng Kinh rồi quay ra niệm Phật, ấy là Pháp-môn mà tín-đồ đạo Phật Tịnh - Độ tông thọ trì hằng ngày.— Cũng có nghĩa : *tụng niệm* danh-hiệu Phật ; miệng thì tụng tên Phật, lòng tin tưởng đức Phật.

TỤNG TRÌ 誦 持 : Thọ-trì Kinh-điển hoặc Chơn-ngôn bằng cách đọc ra tiếng.

TỤNG 頌 Gàtha, Geya (scr.).— Vers (fr.) Lời ca-tụng, bài ca-tụng. Phật thuyết pháp, thường dùng lối văn trường-hàng, tản-văn (Pháp : Prose). Thỉnh-thoảng ngài đọc lên những bài *tụng*. *Tụng* là tiếng dịch nghĩa, đọc theo Phạn : *Kệ*, *Kệ-đà* (Gàtha), *Kỳ-dạ* (Geya).

Trong 12 thể thuyết-pháp của Phật, *Thập nhị bộ Kinh*, có hai thể kêu là *tụng* :

1) *Ứng-tụng*, *Trùng-tụng*, âm theo Phạn : *Kỳ-dạ* (Geya). Ấy là bài Kệ tụng mà Phật đọc lên để giảng lại đoạn Kinh, bài Kinh đã diễn. Xem : *Kỳ-dạ*.

2) *Phúng-tụng*, *Cô-khởi tụng*, âm theo Phạn : *Kệ*, *Kệ-đà*, *Già-đà* (Gàtha) là *Tứ cú Kệ*, bài Kệ bốn câu (bốn hàng) trong các Kinh-điển. Thể *tụng* nầy dễ cảm hóa người nghe, và thường dùng để trưng ra chỗ tinh-túy, chỗ đại-ý của một bài Kinh, một thời Kinh. Xem : *Tứ cú Kệ*.

TƯ-CỪ KINH-THINH 沮 渠 京 聲 Quan *Tư-cừ*, danh hiệu *Kinh-Thinh* đời nhà Tống (960-1277). Ông có dịch chữ Phạn ra chữ Hán quyển « Quán Di-Lặc Thượng Sanh Đâu-suất Thiên Kinh ».

TƯ 思 Suy, Nghĩ, Xét, Tưởng, Pháp : Réfléchir, Méditer, Penser. Như : *Tư duy, Tư tưởng*.-Nhớ, Pháp : Se souvenir. Như : *Tư-niệm* : Lo, tính, Pháp : Se soucier. Như : *Ưu-tư, Tư-lự*.

TƯ-DUY 思 惟 Çintâna (scr.).-Sabhâga-nimitta (p.).-Méditer, Ré--fléchir, Méditation, Réflexion (*fr.*)*Tư* : nghĩ; *duy* : nhớ, tưởng. *Tư-duy* : suy xét, tưởng niệm. Đối cảnh mà suy nghĩ cho ra lẽ. Đối với một vấn-đề, định tâm trọn vẹn vào đó để suy xét cho thấu lý.-Nghe thuyết pháp rồi, đọc kinh điển rồi, bèn suy xét những lẽ mình đã nghe, đã đọc.Đồng-nghĩa : *Thiền, Tham-thiền, Quán, Tưởng, Tu*. Cũng viết : *Hệ niệm tư-duy*. *Tư-duy* có chánh, có tà. *Tà tư-duy* là sự suy xét theo thế - tục, nguyện cầu những phước, lợi, danh-vị. *Chánh tư-duy* là sự suy xét theo Chánh-Đạo, nhớ tưởng Tam Bảo, các thiện-pháp có tánh-cách giải thoát. *Chánh tư-duy* (P : Sammà-Sankappa ; Fr : Bon Jugement), sự suy xét chơn-chánh, là con đường thứ hai trong Bát Chánh-Đạo.

Tư-duy có hư-vọng, có chơn-thật. *Hư-vọng tư-duy* là sự suy xét chẳng có lợi ích gì cho chúng-sanh, do đó người ta chẳng làm được lợi-lạc gì cho ai về mặt thế gian và về mặt xuất thế gian. *Chơn-thật tư duy* là sự suy xét, sự quán-tưởng có công hiệu diệt trừ phiền-não và nhiêu ích chúng-sanh. Như tu tập Tứ vô lượng (Từ, Bi, Hỷ, Xả) là *chơn-thật tư-duy*.

Nhờ *tư-duy*, tâm người ta được giải thoát : thoát khỏi Ngũ Dục trói buộc ;— thoát khỏi bốn ý kiến điên đảo nhận rằng các pháp là : thường, lạc, ngã, tịnh. Nhơn đó, người ta thấy các pháp hữu-vi là : vô-thường, vô-lạc, vô-ngã, vô-tịnh ; — thoát khỏi bốn tướng : Sanh, Lão, Bệnh, Tử ; dầu có gặp bốn tướng ấy, người ta cũng không khổ. Lại nhờ *tư duy*, người ta được các thiện-pháp ; — diệt hết phiền-não ; — tin Phật, Pháp, Tăng. Và nhờ *tư-duy*, người ta càng gần với quả Đại Niết-bàn. Xem : *Hệ niệm tư-duy*.

TƯ-GIẢ (*DẢ*) 思 假 Tức là *Tư-hoặc*. Sự giả-dối chẳng thật của lòng nghĩ. Do năm căn : nhãn, nhĩ, tỷ, thiệt, thân tiếp xúc với năm trần : sắc, thinh, hương, vị, xúc, bèn có cái tư - tưởng, cái suy xét hư - vọng. Chỗ hư-vọng, chẳng thật, chẳng chánh của tư-tưởng, của sự suy - xét, kêu là *Tư-giả*.

TƯ-HOẶC 思 惑 Tức là *Tư-duy hoặc*, sự lầm của lòng nghĩ, của tư tưởng. Một trong *Nhị hoặc* (Kiến-hoặc, Tư-hoặc).

Tư-hoặc là các mối lầm của Ngũ căn : Nhãn, Nhĩ, Tỷ, Thiệt, Thân. Đối với Ngũ trần : Sắc, Thinh, Hương, Vị, Xúc, Ngũ căn khởi ra lòng tham ái, nhiễm trước, mê mà chẳng tỉnh.

Còn *Kiến-hoặc* là các mối lầm của ý-căn. Ý-căn đối với pháp-trần, sanh ra những ý-kiến trái lẽ, như chấp có, chấp không, chấp thường, chấp vô-thường.

TƯ-HUỆ (*TUỆ*) 思 慧 Trí-huệ suy-nghĩ. Do sự suy-nghĩ, xét-nét mà phát sanh trí-huệ, hiểu rõ sự lý. Một trong *Tam huệ* : 1. Văn-huệ, 2. *Tư-huệ*, 3. Tu-huệ. Xem : *Tam Huệ*.

TƯ-LƯỢNG 思 量 Xét lường, Suy xét liệu-lượng. *Tư* : Suy xét coi phải hay trái, chánh hay tà. *Lượng* : Liệu-lượng coi nặng hay nhẹ, lớn hay nhỏ, lượng coi mình hoặc người khác đủ sức làm sự việc hay chăng.

TƯ-LƯỢNG THỨC 思 量 識 Cái thức xét-lường. Cũng gọi : *Tư-lượng năng biến thức* 思 量 能 變 識. Tức là *Mạt-na thức* (Mâna), thức thứ bảy, một trong *Tam năng biến thức*. *Bát thức*, tám cái thức ở nơi người, dồn lại còn ba thứ thức có thể biến đổi, *Tam năng biến thức* :

1. Sơ năng biến thức là A-lại-da thức (Alaya), thức thứ tám, thức chúa tể trong tám thức.

2. Đệ nhị năng biến, *Tư-lượng thức* hay tư-lượng năng biến thức là *Mạt-na thức*, thức thứ bảy trong tám thức.

3. Đệ tam năng biến thức là lục thức : nhãn thức, nhĩ thức, tỷ thức, thiệt thức, thân thức, ý thức. Sáu thức nầy cũng gọi chung là *Liễu biệt cảnh thức*.

TƯ-TRẠCH LỰC 思擇力 Sức nghĩ chọn, sức lực của sự suy xét chọn lựa. Một trong *Nhị Lực*, hai sức lực của hành-giả:

1. *Tư - trạch lực*: Sức nghĩ chọn. Việc nghĩ chọn chánh lý có cái sức mạnh đối trị các chướng-ngại.

2. *Tu-tập lực*: Sức tu tập. Việc tu-tập các thiện-hạnh có cái sức mạnh bền vững, quyết định.

TƯ-ĐÀ-HÀM 斯陀含 Sakrdagamin(scr.).— Sakadâgamin(fr.)Chữ Phạn, dịch nghĩa : *Nhứt lai* : Còn sanh lại nhơn-gian một lần nữa thì tu đắc quả *A-la-hán*. Về chữ *Tư-đà-hàm*, người đắc quả Tư-đà-hàm, *Tư-đà-hàm nhơn*, chữ Phạn gọi là Sakrdagamin, chữ Ba-ly gọi là Sakâdâgamin. Quả-vị Tư-đà-hàm, *Tư-đà-hàm quả*, chữ Phạn gọi là Sakrdagami, chữ Ba-ly gọi là Sakadagami. Quả *Tư-đà-hàm* là quả Thánh thứ nhì, sau khi đắc quả Tu-đà-huờn. Phải đắc đủ bốn quả mới đắc Đạo, thành La-hán và thác nhập Niết-bàn.

Bực đắc quả *Tư-đà-hàm*, chừng thác linh-hồn lên ở cảnh Tiên Dục-giới mà hưởng phước và tu học ; sau trở lại làm người một lần nữa mà tu, thì sẽ đặng giải thoát, đắc quả A la-hán.

Trong *Kinh Kim-cang*, Tu-bồ-Đề có bạch với Phật rằng : « *Tư-đà-hàm*, kêu là bậc còn một lần sanh lên cõi Tiên và một lần sanh trở lại cõi Người, rồi mới nhập Niết-bàn (*Nhứt vãng lai*). Nhưng mà thiệt chẳng có sanh lên và sanh trở lại đâu. Chỉ có cái sắc-thân là sanh đi sanh lại, chớ cái Chơn-thân vẫn là trường tồn, không sanh không diệt. »

Trong *Niết-bàn-kinh*, quyển 39 có chép : Nhà tu-hành, sau khi dứt tuyệt Tam kết (Kiến-kết, Nghi-kết, Giới-thủ kết) và chỉ còn chút ít tham, sân, si mà thôi, bèn đắc quả *Tư-đà-hàm*, kêu là Nhứt vãng lai. Chừng sanh ra đời sau, người sẽ diệt tận mãi mãi các mối khổ và nhập Niết-bàn.

Bực *Tư-đà-hàm* về sau, trải qua sáu vạn Kiếp, sẽ lên ngôi Phật Như-lai. (Xem : *Tứ quả*).

TƯ-ĐÀ-HUỜN (*HOÀN*) 斯陀洹 Tức : *Tu-đà-huờn*. Quả ban sơn trong *Tứ quả*. Xem : *Tu-đà-huờn*.

TỨ ÁC-ĐẠO 四惡道 Bốn nẻo ác, dữ, xấu. Cũng kêu : *Tứ ác-thú*. Kêu tắt : *Tứ đạo* :

1) Địa-ngục, 2) Ngạ-quỉ, 3) Súc-sanh, 4) Tu-la.

TỨ ÁC-THÚ 四惡趣 Bốn nẻo ác. Cũng kêu : *Tứ ác-đạo*. Ấy là: 1) Địa-ngục, 2) Ngạ-quỉ, 3) Súc-sanh, 4) A-tu-la, Ai sanh vào *Tứ ác-thú*, thì kêu là *Đọa* (Niết-bàn kinh).—

Trong *Lục đạo*, bốn nẻo nói trên là ác-đạo (ác-thú) ; còn Thiên, Nhơn là Nhị thiện-đạo (Nhị thiện-thú).

TỨ AN-LẠC HẠNH 四安樂行 Bốn việc làm yên vui. Trong Kinh Pháp-Hoa, phẩm An-lạc hạnh có bốn việc làm yên-vui, tức là yên lòng thi hành pháp lý Kinh Pháp-Hoa vậy : 1) *Thân an-lạc hạnh* (Việc làm về *Thân* yên-vui), nghĩa là thân mình nên lìa xa mười việc nầy : một là *hào thế*, hai là phép tà của thần-nhơn, ba là chơi giỡn chuyện hung hiểm, bốn là chiên-đà-la (làm nghề ác, trược), năm là chúng nhị thừa, sáu là dục-tưởng, bảy là Năm thứ người bất nam (Ngũ chủng bất nam), tám là chỗ nguy hại, chín là việc chê-nhiếc hiềm-thù, mười là những đệ-tử sa-di tuổi nhỏ nên lìa xa việc chứa nuôi con nít. Thân mình đã lìa xa mười việc ấy, thường vui tọa thiền, được tu nhiếp cái tâm của mình, đó kêu là *Thân an-lạc hạnh*. 2) *Khẩu an-lạc hạnh* (việc làm về *miệng* yên vui), nghĩa là nên lìa xa bốn thứ lời nói nầy : một là chẳng vui nói chỗ lỗi của người ta và của Kinh-điển, hai là chẳng nói khi lờn kẻ khác, ba là chẳng khen kẻ khác, cũng chẳng chê kẻ khác, bốn là chẳng sanh lòng sầu-thương ân-hận. Miệng được như vậy, thì yên vui tu nhiếp cái tâm của mình, đó kêu là *Khẩu an-lạc hạnh*. 3) *Ý an-lạc hạnh* (việc làm về *ý* yên-vui), nghĩa là nên lìa xa cái lỗi về bốn món ý niệm : một là ganh-ghét dua-bợ, hai là khinh-lờn mắng-mỏ, ba là đem nết lớn (đại-hạnh) nhiếc mắng cái nết của kẻ tiểu-nhơn (tiểu-nhơn chi hạnh), bốn là tranh đua. Ý lìa xa bốn món ấy, thường yên vui tu-dưỡng cái tâm của mình, đó kêu là *ý an-lạc hạnh*. 4) *Thệ-nguyện an-lạc hạnh* (việc làm về *thệ-nguyện* yên-vui), đối với Kinh Pháp-Hoa nầy, day qua những chúng-sanh chẳng nghe, chẳng biết, chẳng hiểu, nên khởi lòng từ-bi, nếu mình được quả A-nậu Bồ-đề, thì đem lực thần-thông, lực trí-huệ, dẫn cho họ vào trong pháp ấy. Phát tâm thệ-nguyện ấy, thường tu-nhiếp hạnh của mình, đó kêu là *Thệ-nguyện an-lạc hạnh.*

TỨ ÂN 四恩 Bốn ơn. Cũng gọi : *Tứ trọng-ân.* 1) Ơn cha mẹ. 2) Ơn chúng-sanh. 3) Ơn vua trong nước. 4) Ơn Tam-Bảo.

Người tu Phật lúc nào cũng phải lo đền đáp bốn ơn trọng ấy bằng sự cung-kính, cúng dường, phụng sự.

1) *Ơn cha mẹ.* — Cha mẹ sanh đẻ ta ra rất cực nhọc, có công nuôi dưỡng ta cho đến lớn và cho ta học hành rất phí-tổn. Vậy ta phải báo báp bằng sự cung kính, phụng-sự và cầu cho cha mẹ mau giải-thoát khỏi vòng Sanh-tử.

2) *Ơn chúng-sanh.* - Tạ thọ ơn huệ của chúng-sanh rất rộng. Như nhờ thợ mộc, thợ hồ mà ta có nhà ở, nhờ nông-phu mà ta có lúa ăn, nhờ thợ dệt mà ta có vải mặc. Cho đến thú-vật ta cũng nhờ cậy nữa, như trâu thì cày ruộng, bò thì kéo xe, chó giữ nhà cho ta. Vậy ta phải báo đáp lại bằng sự siêng năng làm việc và học đạo, cầu cho tất cả chúng sanh đều được giải-thoát.

3) **Ơn quốc-vương.** — Nhờ vua (hoặc Tổng - thống) cùng quan-chức cai trị, lo xếp đặt các việc ngoài nước và trong nước mà chúng ta được an-cư lạc-nghiệp. Vậy ta phải báo đáp lại bằng sự siêng năng, bằng cách làm dân lương-thiện và lo tu hành mà độ cho vua-chúa và quan-chức.

4) **Ơn Tam-Bảo.** — Nhờ *Phật* mở đạo mà ta rõ thấu Kinh, Luật, Luận và dễ bề tu học. Nhờ *Pháp* của Phật mà ta tiện tu học về ba mối : Giới, Định, Huệ đặng mau chứng ngộ. Nhờ *Tăng* truyền Đạo, soi sáng cái Đạo-lý của Phật ra mà ta cảm mến Đạo-lý. Vậy ta phải báo đáp lại bằng sự cung-kính, cúng-dường và tu học cho mau đắc quả.

Tứ ân có giải rộng ở phẩm Báo ân trong Kinh Đại-thừa bổn-sinh Tâm-địa quán.

TỨ BA-LA-DI 四波羅夷 Parajika (scr).— Quatre cas de dégradation (fr). Bốn tội Ba-la-di của vị Tỳ-kheo. *Ba-la-di* (Parajika) là tiếng Phạn, dịch nghĩa : *Bất cọng trụ*. Tức là : Khi một nhà sư đã phạm một tội trong bốn tội, thì chẳng được chung cùng với các sư trong sạch.

Cũng kêu là *Tứ trọng* (Bốn tội nặng), *Tứ khí* (Bốn tội mà kẻ phạm bị bỏ ra ngoài Giáo-hội.)

Ấy là bốn Giới lớn nhứt trong Giới-bổn của Tỳ-kheo :

1) *Dâm giới* (*Đại Dâm giới*) : Dâm dịch theo Phạn là : *Phi phạm-hạnh* : Đối với người ta, thú-vật, quỉ-thần, làm chuyện dâm-dục.

2) *Đạo giới* (*Đại Đạo giới*), : Đạo, dịch theo Phạn là : *Bất dữ thủ* (chẳng cho mà lấy) : Lấy trộm của người ta, của súc-sanh, của quỉ-thần, của Tam-Bảo từ năm đồng tiền hoặc những đồ vật đáng giá từ năm đồng tiền trở lên.

3) *Sát nhơn giới* (Đại Sát giới) : Giết hại mạng người, hoặc xúi kẻ khác giết người.

4) *Đại Vọng-ngữ giới* : *Vọng-ngữ* dịch theo Phạn là : *Vọng thuyết Thượng-nhơn pháp* (Nói bậy giáo-pháp của bực Thượng-nhơn) : Vì ham lợi dưỡng, tự mình nói rằng đắc phép linh, nói rằng mình là Thánh-nhơn, cố ý gạt người.

TỨ BẠO-THỦY 四暴水 Bốn dòng nước bạo tợn. Cũng viết : *Tứ bạo lưu, Tứ lưu*. Tiếng tỷ-dụ để gọi bốn thứ phiền-não có thể làm cho chúng-sanh trôi dạt, chìm đắm trong các cảnh Luân-hồi :

1) *Dục bạo-thủy* : Lòng Tham-dục là dòng nước bạo tợn đối với chúng-sanh.

2) *Hữu bạo-thủy* : Lòng chấp Có tức là dòng nước bạo-tợn đối với chúng-sanh.

3) *Kiến bạo-thủy* : Ý kiến lầm lạc, sự thấy sai lạc tức là dòng nước bạo-tợn đối với chúng-sanh.

4) *Vô-minh bạo-thủy* : Lòng si tối tức là dòng nước bạo tợn đối với chúng-sanh.

Niết-bàn kinh, quyền 31 : Ly *tứ bạo-thủy*, cố danh vi châu (Lìa khỏi bốn dòng nước bạo tợn, đó là Cõi Đất liền.)

TỨ BẤT KHẢ TƯ NGHỊ 四不可思議 Bốn việc mà chẳng ai xét cho thấu, luận cho cùng. Đức Như-lai có *Tứ Bất khả tư nghị*, mà các hàng tu học về Tiểu-thừa, cho đến chư La-hán cũng không hiểu nổi :

1) Thế-giới Bất khả tư nghị,

2) Chúng-sanh Bất khả tư nghị.

3) Thiên Long Bất khả tư nghị,

4) Phật-độ cảnh-giới Bất khả tư nghị.

TỨ BỆNH 四病 Bốn thứ bệnh, bốn tật của người tu Phật.

I.— *Tứ bệnh* : 1) Tác-bệnh, 2) Nhậm-bệnh. 3) Chỉ-bệnh, 4) Diệt-bệnh. Đó là bốn tật, bốn mối lầm có biên trong **Viên-Giác Kinh**. Các nhà tu học đều mắc một tật-bệnh trong bốn tật-bệnh :

1) *Tác-bệnh* 作病 : Tật sanh tâm tạo-tác. Như có người nói : « Ngay từ nơi bổn-tâm tôi, phải tạo-tác mọi hạnh đặng cầu quả Viên-giác.» Đó là *Tác-bệnh*, vì đức-tánh của Viên-giác chẳng do nơi sự tạo-tác vậy.

2) *Nhậm-bệnh* 任病 : Tật tùy theo duyên mà nhậm lấy. Như có người nói : « Nay chúng-ta phải dứt Sanh-tử đặng cầu Niết-bàn, chúng-ta phải gánh vác (nhậm) tất cả đặng cầu quả Viên-giác. » Đó là *Nhậm-bệnh*, vì đức-tánh của Viên-giác chẳng do nơi sự nhậm lấy vậy.

3) *Chỉ định* 止病 : Tật lầm tưởng rằng ngưng Vọng tức là Chơn. Như có người nói : « Nay ta phải ngưng luôn

mãi mãi các mối niệm, đừng nghĩ gì nữa, dùng cái Tịch-niệm bình đẳng đặng cầu quả Viên-giác. » Đó là *Chỉ-bệnh*, vì đức-tánh của Viên-giác chẳng do nơi sự ngưng niệm vậy.

4) *Diệt - bệnh* 滅病 : Tật trừ tuyệt Phiền - não. Như có người nói : « Nay ta phải dứt tất cả Phiền-não ; Tâm, Thân và Căn, Trần đều diệt luôn, đặng cầu quả Viên-giác. » Đó là *Diệt-bệnh*, vì đức-tánh của Viên-giác chẳng do nơi sự diệt trừ Phiền-não vậy.

II.— *Tứ bệnh*, cũng viết *Tứ ác-dục* : Y - bệnh (Y-dục), 2) Thực-bệnh (Thực-dục), 3) Ngọa-cụ bệnh (Ngọa-cụ dục), 4) Hữu-bệnh (Hữu-dục.) Bốn thứ bệnh tật ấy có biên trong **Niết-bàn Kinh**, quyển 27.

1) *Y-bệnh* 衣病 (Y-dục) : Tật ham muốn áo quần cho quí giá, tốt đẹp, mịn màng.

2) *Thực - bệnh* 食病 (Thực-dục) : Tật ham muốn đồ ăn uống cho ngon miệng.

3) *Ngọa - cụ bệnh* 臥具病 (Ngọa - cụ dục) : Tật ham muốn gối mền giường nệm cho xuê lịch.

4) *Hữu - bệnh* 有病 (Hữu-dục) : Tật chấp có, giữ các của cải.

Các vị xuất-gia thường mắc bốn thứ bệnh ấy, cho nên chẳng đắc bốn quả của hàng Sa-môn (Tu-đà-hoàn, Tư-đà-hàm, A-na-hàm, A-la-hán). Muốn đối trị *Tứ bệnh* thì có *Tứ lương dược*, bốn phương thuốc hay :

2) *Phấn-tảo y* : Dùng vải bỏ nơi chỗ dơ, lượm và giặt, đâu lại và may thành áo. Đó là thuốc trị *Y-bệnh*.

2) *Khất-thực* : Tự mình cầm bình bát đi xin ăn từng nhà. Đó là thuốc trị *Thực-bệnh*.

3) *Thọ-hạ* : Ngồi và nằm nơi cội cây, chớ chẳng nằm trên giường, trong phòng. Đó là thuốc trị *Ngọa-cụ bệnh*.

4. *Thân-tâm tịch-tĩnh* : Thân-thề và tâm-ý đều yên tĩnh, không phạm một mảy tà ác. Đó là thuốc trị *Hữu-bệnh.*

TỨ BIỆN 四 辯 Bốn tài biện-thuyết. Cũng kêu: *Tứ vô ngại biện, Tứ vô ngại biện tài, Tứ vô ngại giải, Tứ vô ngại trí.*

Phật, Bồ-tát có bốn tài biện thuyết :

1.) *Pháp* vô ngại biện,

2.) *Nghĩa* vô ngại biện,

3.) *Từ* vô ngại biện,

4.) *Nhạo thuyết* (*Lạc thuyết*) vô ngại biện.

Trong «Qui-nguyện trực-chỉ» có biên lời của ngài Vĩnh-Minh-Thọ Thiền-sư : Vả chăng phép Thiền-định là gốc của *Tứ Biện* và Lục Thông, đó là nhơn đổi phàm theo Thánh.

(*Xem* : *Biện.*)

TỨ BINH 四 兵 Armée de quatre divisions (fr.) Bốn binh, Bốn đội binh trong quân-đoàn ngày xưa : 1.) *Tượng-binh* (đội binh voi), 2.) *Mã-binh* (đội binh ngựa), 3.) *Xa-binh* (đội binh xe), 4.) *Bộ-binh* (đội binh bộ).

Những khi ngài Chuyển-luân vương ngự giá xuất du, ắt nhóm bốn đội binh ấy đặng theo hầu và hộ-vệ.—

Mỗi vị vua Ấn-Độ thời xưa đều có *tứ binh* để phòng vệ đất nước. – Cũng viết : *Tứ chủng binh.*

Di-Lặc Hạ-Sanh Thành Phật Kinh : Kim-Luân vương tứ Châu,— Phú thạnh đa oai-lực. Kỳ vương phước đức nghiệp,— Dõng kiện kiêm *tứ binh.*

(Kim-Luân vương quản bốn châu,
Giàu sang, thạnh trị, oai sâu, lực hùng.
Vua người phước đức vô cùng,
Bốn binh nắm giữ, dõng hùng ai đương.).—

Hồi đời Phật Thích-Ca, vua A-xà-Thế cử một quân-toàn *tứ binh* ấy mà đánh vua Ba-tư-Nặc. Vua Ba-tư-Nặc thua, nhờ có ông Cấp-cô-Độc xuất vàng ra mà chiêu mộ quân sĩ và đánh tan quân đoàn *tứ-binh* của vua A-xà-Thế và bắt được vua nầy mà nạp lên Phật. Đức Phật giảng hòa cho hai vua. Từ đó, vua Ba-tư-Nặc nước Câu-tát-la và vua A-xà-Thế nước Ma-Kiệt-đề trở nên anh em.

TỨ BỘ CHÚNG 四 部 衆 Bốn bộ chúng, bốn hàng đệ-tử của Phật, Bồ-tát.

1.) Hàng xuất-gia nam (Tỳ-kheo), 2.) Hàng xuất-gia nữ (Tỳ-kheo-ni),

3.) Hàng tại-gia nam (Ưu-bà-tắc), 4.) Hàng tại-gia nữ (Ưu-bà-di).

(Xem : *Tứ chúng.*)

TỨ-CẤM 四 禁 Parajika (scr.).— Quatre Cas de Dégradation (fr.) Bốn điều cấm nặng hơn hết trong *Tỳ-kheo Giới*. Cũng kêu : *Tứ trọng, Tứ trọng cấm, Tứ trọng tội, Tứ Ba-la-di*. Xem : *Tứ Ba-la-di.*

TỨ CÚ 四 句 Bốn câu : 1) Hữu (Có). 2) Vô (Không). 3) Diệc hữu diệc vô (Cũng có cũng không). 4) Phi hữu phi vô (Chẳng phải có chẳng phải không).

Cũng viết là : 1) Hữu nhi bất không.

2) Không nhi bất hữu.

3) Diệc hữu diệc không.

4) Phi hữu phi không.

Đó là bốn pháp-môn, bốn trình-độ tu học. Đến khi thành Đạo, thì lìa khỏi Bốn câu ấy. (Xem : *Tứ cú phân biệt ; Bá phi.*)

TỨ CÚ KỆ 四 句 偈 Gàtha (*scr.*).— Une strophe de quatre vers (*fr.*) : Âm theo Phạn : *Kệ, Kệ-đà, Già-đà,* (Gàtha), dịch nghĩa : *Tứ cú Kệ.*

Cũng kêu : *Nhứt tứ cú kệ.* Ấy là một bài văn-thi về đạo lý

tóm lược trong bốn hàng (bốn câu) mà chứa đủ hết ý nghĩa. Chư Phật, chư Tổ thường dùng *Tứ cú kệ* truyền cho đệ-tử, hoặc để khai-ngộ, hoặc để phó-chúc, hoặc để truyền sấm. Người hữu duyên, nghe một *Tứ cú kệ*, có thể giác-ngộ mà tu cho tới thành Đạo.

Tâm Địa-Quán Kinh : Dĩ chơn-thật pháp nhứt *Tứ cú kệ* thí chúng-sanh. (Đem một bài kệ bốn câu về phép chơn-thật thí cho chúng-sanh.)

Kim-Cang Kinh : Như có ai dùng các món thất-bảo trong cõi Tam thiên đại thiên thế-giái mà bố-thí, thì phước rất lớn. Nhưng lại như có ai đối với Kinh (Kim-cang) nầy mà thọ-trì cho đến đắc *Tứ cú kệ* và thuyết pháp ra cho kẻ khác nghe, thì phước lại lớn hơn.

Vài thí-dụ về *Tứ cú kệ* :

Chư ác mạc tác,
Chúng thiện phụng hành,
Tự tịnh kỳ ý,
Thị chư Phật giáo.

(Đừng tạo ra việc dữ,— Hãy làm hết điều lành,— Tâm-ý giữ cho sạch,— Đó là giáo-lý của chư Phật.) Bốn câu kệ ấy, tóm lược hết giáo-lý của Phật, do đức Phật Thích-Ca ban truyền.

Chư pháp nhơn-duyên sanh,
Diệc tùng nhơn-duyên diệt,
Ngã Phật Đại Sa-môn,
Thường tác như thị thuyết.

(Các pháp do nhơn-duyên mà sanh ra,
Cũng tùng theo nhơn-duyên mà tiêu diệt,
Đức Phật của ta ngài Đại Sa-môn,
Thường hay chỉ dạy lý-thuyết như vậy.)

Đó là *Tứ cú kệ* mà ngài Xá-ly-Phất (Sariputra) thọ lãnh ở ngài Át-Bệ (Asvajit) ; liền khi ấy, ngài bỏ Ngoại-đạo mà vào Phật-pháp.

Vô thượng thậm thâm vi diệu pháp,
Bá thiên vạn kiếp nan tao ngộ ;
Ngã kim kiến, văn, đắc thọ trì,
Nguyện giải Như-lai chơn-thiệt nghĩa.
(Pháp vô-thượng rất sâu, mầu nhiệm,
Trăm ngàn vạn kiếp khó gặp được ;
Tôi nay nghe, thấy, được thọ-trì,
Nguyện hiểu nghĩa chơn-thiệt Như-lai.)

Đó là *Tứ cú kệ* mà mỗi nhà tu trì tụng trước khi đọc Kinh. »

TỨ CÚ PHÂN BIỆT 四句分別 Bốn câu phân biệt. Đem có và *không* mà phân biệt các pháp : « *Hữu nhi bất không* » (có mà chẳng không) là câu thứ nhứt, là *Hữu môn* (cửa có) vậy. « *Không nhi bất hữu* » (không mà chẳng có) là câu thứ nhì, là « *Không môn* (cửa không) vậy. « *Diệc hữu diệc không* » (cũng có cũng không) là câu thứ ba, là *Diệc hữu diệc không môn* (cửa cũng có cũng không vậy. « *Bất hữu bất không* » (chẳng có chẳng không) là câu thứ tư, là *Phi hữu phi không môn* (cửa chẳng phải có chẳng phải không) vậy. Cái pháp-môn *có, không* ở trong bốn câu đó hết cả, không còn có câu thứ năm nữa.

TỨ CÚ THÀNH ĐẠO 四句成道 Bốn câu thành Đạo. Khi bực A-la-hán thành Đạo, y theo trí vô-sanh, tụng bốn câu kệ dưới đây : «*Chư lậu dĩ tận, Phạm-hạnh dĩ lập, Sở tác dĩ biện, Bất thọ hậu hữu.* » (Mọi sự phiền-não đã hết. Đức-hạnh thanh-tịnh đã lập. Việc làm của mình đã xong. Chẳng còn chịu thân sau nữa.) Chính bốn câu thành Đạo đó, đức Phật Thích-Ca đã tụng hồi ngài Khoát-nhiên đại-ngộ nơi cội Bồ-đề.

TỨ CÙ ĐẠO 四 衢 道 Bốn con đường thông suốt với nhau, Ngả tư đường. Tiếng tỷ dụ đề gọi *Tứ diệu-đế* : Khổ, Tập, Diệt, Đạo. Niết-bàn Kinh : Ở nơi cõi Diêm-phù-đề, ta lại thị hiện vào nhà kẻ dâm-nữ. Nhưng mà ta thật chẳng có tư-tưởng tham - dục, lòng ta trong sạch tợ hoa sen. Vì những chúng-sanh tham-dâm thị - sắc, nên ta ở nơi *Tứ cù đạo*, tuyên thuyết Pháp mầu.

(Xem : *Tứ diệu-đế*.)

TỨ CHÁNH CẦN 四 正 勤 Prahâna (p.) Bốn pháp siêng năng chánh-đáng. Lại kêu là : *Tứ ý đoạn*(bốn pháp đoạn trong ý), *Tứ chánh đoạn* (bốn pháp đoạn chánh đáng), *Tứ chánh thẳng* (bốn pháp thẳng chánh đáng). Trong *Tam thập thất đạo - pháp*, lần lượt tu hành bốn nơi niệm :

1) Đối với điều dữ đã sanh, trừ đứt đi, là siêng năng tinh-tấn.

2) Đối với điều dữ chưa sanh, khiến cho chẳng sanh nữa, là siêng năng tinh-tấn.

3) Đối với điều lành chưa sanh, khiến cho sanh ra, là siêng năng tinh-tấn.

4) Đối với điều lành đã sanh, khiến cho thêm lớn, là siêng năng tinh-tấn.

Một lòng tinh-tấn làm bốn pháp ấy, cho nên kêu là *Tứ chánh cần*. Dứt được tánh trễ nhác, cho nên kêu là *Tứ chánh đoạn*. Đem lẽ chánh khuyên răn thân, ngữ, ý, lấy đó làm rất thẳng, cho nên kêu là *Tứ chánh thẳng*. Trong ý quyết đoạn mà quyết ý làm ra, cho nên kêu là *Tứ ý đoạn*.

TỨ CHÁNH ĐOẠN 四 正 斷 Nghĩa giải thích ở : *Tứ chánh cần*.

TỨ CHÂU 四 州 (洲) Quatre régions du monde terrestre (fr.) Bốn châu. Cõi thế phân ra làm bốn châu. Cũng viết : Tứ đại-châu, Tứ thiên-hạ.

1) Bắc Cu-lư châu (Uttarakura), cũng gọi : Uất-đan-việt.

2) Nam Thiệm-bộ châu (Jambudvipa), cũng gọi : Diêm-phù-đề.

3) Tây Ngưu-hóa châu (Godana), cũng gọi : Cồ-da-ni.

4) Đông Thắng-thần châu (Purva-videha), cũng gọi : Phất-vu-đại, Phất-bà-đề.

Cu-lư châu ở về hướng Bắc núi Tu-di. Người cõi ấy bình-đẳng an vui, sống lâu một ngàn tuổi. Ấy là hàng Tiên. Thiệm-bộ châu cũng kêu Diêm-phù-đề, là cõi của chúng-ta ở, nằm về phương Nam núi Tu-di, trung-tâm châu nầy có cây Diêm-phù. Chính ở cõi nầy, Đức Phật giáng-sanh. Và ở cõi nầy, có nhiều nhà tu hành hơn hết.

Ngưu-hóa châu ở phương Tây núi Tu-di. Cõi nầy sanh sản loại bò rất nhiều, người ta dùng bò thế cho tiền bạc trong việc buôn bán. Vì vậy nên gọi là « Ngưu hóa ». Cũng viết : Cồ-da-ni theo chữ Phạn. Ở cõi nầy, dân sống đến 500 tuổi. Thắng-thần châu ở về phương Đông núi Tu-di. Người ở cõi nầy thân hình tốt đẹp hơn hết, nên cũng kêu cõi ấy là *Thắng thần châu*. Cũng viết theo Phạn : Phất-bà-đề.— Trong quyền le Bouddhisme au Cambodge (Phật-giáo ở Cao-Miên) chép rằng Đông Thắng-thần châu bề vòng là 21.000 do-tuần. Cõi nầy hình tròn. Dân là chư thần, sống đến 600 tuổi.

Trong kinh Lalitavistara có chép : Trước khi vào mẫu-thai, đức Bồ-tát có xem xét các châu. Ngài không giáng-sanh vào cõi biên thùy. Ngài quyết định không giáng sanh ở Đông Thắng-thần châu, Tây Ngưu-hóa châu, Bắc Cu-lư châu. Mà ngài định giáng sanh ở Nam Thiệm-bộ châu mà thôi.

TỨ CHƠN ĐẾ 四真諦 Catvariaryasatyanu (p.).-Quatre vérités excelentes (fr.) Cũng kêu là *Tứ Thánh-đế, Tứ Diệu-đế, Tứ Đế,* tức là : Khổ-đế, Tập-đế, Diệt-đế và Đạo-đế.

Xem : Tứ Diệu-đế.

TỨ CHÚNG 四衆 Bốn chúng : 1. *Phát khởi chúng* (chúng phát khởi), như tòa hội Pháp-Hoa Kinh, nhơn ba lần thỉnh của Xá-lỵ-Phất, phát khởi ra chuyện thuyết Kinh Pháp-Hoa, kích dương phát-động, khiến cho đức Như-lai Ngài thuyết vậy. 2. *Đương cơ chúng* (chúng đương cơ), là cái nhóm chánh nhằm cái cơ đương toà ấy, như chư Thinh-văn chánh-văn bồn kinh, được sự ích chứng ngộ đó.

3. *Ứng hưởng chúng* (chúng ứng theo vang dội), như Văn-Thù, Quan-Âm các ngài từ phương xa lại, giúp Phật giáo-hóa, làm cho trang-nghiêm tòa Pháp đó. 4. *Kết duyên chúng* (chúng kết duyên), những chúng-sanh bạc phước hiện nay không có sự ích chứng ngộ, mà kết cái nhơn - duyên thấy Phật và nghe Pháp, được cái nhơn-duyên đắc Đạo về sau nầy.

Lại bốn chúng là : 1. Tỳ-kheo, 2. Tỳ-kheo-ni, 3. Ưu-bà-tắc, 4. Ưu-bà-di. Đó là bốn chúng Tăng-già.

Lại bốn chúng là : 1. Tỳ-kheo, 2. Tỳ-kheo-ni, 3. Sa-di, 4. Sa-di-ni, đó là bốn chúng xuất-gia.

Lại có bốn chúng là : 1. *Long-tượng chúng*, là bọn trong cõi Đại-thiên ; 2. *Biên-bỉ chúng*, là bọn môn-đồ Đại-thiên; 3. *Đa-văn chúng*, là người học trong bọn phàm-phu tùy thuận bậc Thánh-giả mà nghe được nhiều phép ; 4., *Đại-đức chúng*, tức là Thánh-chúng trong bốn quả.

TỨ CHỦNG 四 種 Quatre castes (*fr.*) Bốn chủng, tức bốn hạng người, bốn giai-cấp. Cũng viết : *Tứ tánh*.

Bên Ấn-Độ, theo nền văn-minh của đạo Bà-la-môn, từ xưa đến nay, toàn cả dân-số trong mỗi nước, đều chia ra làm bốn chủng :

1. *Bà-la-môn chủng* (Phạn : Brahmana) : Dòng giống nhà đạo-đức, thông-minh.

2. *Sát-đế-lỵ chủng* (Kshatriya), cũng viết : *Sát-lỵ chủng* : Dòng giống nhà vua, nhà tướng.

3. *Phệ-xá chủng* (Vaisya), cũng viết : *Tỳ-xá chủng* : Dòng-giống nhà thương-mãi. Dịch nghĩa : Dòng Trưởng-giả.

4. *Thủ-đà-la chủng* (Sûdra), cũng viết : *Thủ-đà chủng* : Dòng giống nhà làm ruộng. Dịch nghĩa : Dòng Cư-sĩ.

Hai chủng trên có đặc quyền. Chủng Bà-la-môn chuyên việc đạo-đức. Chủng Sát-đế-lỵ chuyên việc trị nước.

Ngoài bốn chủng ấy, còn một giai cấp nữa là hạng cùng-dân mạt-chủng, tức là bọn nô-lệ mãn đời, chịu trăm bề khổ cực. Bên Ấn-độ, người-ta coi hạng nầy là ô-trược, bốn hạng trên không rờ tới mình họ. Ấy là giai-cấp *Chiên-đà-la* (Candala) ngày nay người-ta thường kêu là *Ba-ly-a* (Pariahs).

TỨ CHỦNG BINH 四種兵 Armée de quatre divisions (fr.) Bốn thứ binh : binh voi, binh ngựa, binh xe, binh bộ.

• **Đại Niết-bàn Kinh** quyển 23 : Thiện nam-tử : như có người kia, thấy *tứ chủng binh*, chẳng sanh lòng sợ sệt ; nên biết rằng người ấy là Đại chúng-sanh.

(Xem : *Tứ binh.*)

TỨ CHỦNG ĐỘC 四種毒 Bốn thứ độc, có thể hại mạng người. Có thứ rắn độc có đủ bốn thứ độc : 1) Thấy độc (Kiến độc), 2) Đụng độc (Xúc độc) 3) Gặm độc (Khiết độc). 4) Hút gió độc hay là Hơi độc (Hư độc, Khí độc). Cũng viết : *Tứ độc.*

Đại Niết-bàn Kinh, quyển 24 : Lại nữa, thiện nam-tử ! như có chúng-sanh đem lòng ân trọng, quen gần Sân-nhuế. Chừng quả-báo ấy chín, họ đọa nơi Địa-ngục. Chừng ra khỏi Địa-ngục, họ phải mang thân súc-sanh như : rắn độc có đủ *Tứ chủng tộc* (bốn thứ độc) : *thấy là độc, đụng là độc, gặm là độc, hút gió là độc,* — sư tử, cọp, sói, gấu, gấu trắng, mèo, chồn, chim ưng, chim diều...

TỨ CHỦNG NIẾT-BÀN 四種涅槃 Bốn hạng Niết-bàn : 1) *Bổn lai tự tánh thanh-tịnh Niết-bàn* (hạng Niết-bàn vốn thuở nay tự-tánh thanh tịnh. 2) *Hữu dư y Niết-bàn* (hạng Niết-bàn cái thân còn dư lại ; còn chịu cái khổ-quả). 3) *Vô dư y Niết-bàn* (hạng Niết-bàn cái thân không còn dư lại cái khổ-quả, tức tịch-diệt.) 4) *Vô trụ xứ Niết-bàn* (hạng Niết-bàn không có nơi trụ). Đó là do Pháp-tướng tông lập ra. Xem : Duy-thức luận chương thứ 10.

TỨ CHỦNG NHIÊU ÍCH 四種饒益 Bốn cách giúp ích.

Bồ-tát hóa độ, giúp ích cho chúng-sanh, có bốn phương-tiện : 1) Thị hiện tướng tốt, khiến cho kẻ coi phát tâm Bồ-đề. 2) Thị hiện thuyết pháp, khiến cho kẻ nghe khai ngộ mà nhập đạo. 3) Thị hiện hóa-sự, khiến cho kẻ nghe được các pháp-môn. 4) Lưu danh Mười phương, khiến cho kẻ nghe buộc lòng tưởng nhớ (hệ niệm) mà được giải-thoát.

TỨ CHỦNG PHƯƠNG TIỆN 四種方便 Bốn món phương tiện. Cái pháp chơn-như mà chúng-sanh có đủ ; dầu thể-tánh là không, tịnh, nhưng có vô lượng những sự phiền-não cấu-nhiễm. Nếu người nào đem phương-tiện đối trị, thì được thanh tịnh. Phương-tiện có bốn món : 1) Phương-tiện làm chuyện cội-rễ (căn-bổn), 2) Phương-tiện ngừng lại được, 3) Phương-tiện phát khởi thiện-căn và làm cho thêm lớn, 4) Phương-tiện đại nguyện bình-đẳng.

TỨ CHỦNG QUÁN ĐỈNH 四種灌頂 Bốn thứ phép rót nước lên đầu : 1) Trừ nạn đỉnh, 2) Thành-tựu quán đỉnh, 3) Tăng-ích kỷ-thân quán đỉnh, 4) Đắc A-xà-lê vị quán đỉnh.

Lại nữa : 1) Đình-nghi quán đỉnh, 2) Đường thượng quán đỉnh, 3) Vô chức chúng quán đỉnh, 4) Bình tọa quán đỉnh. (Xem : *Quán đỉnh.*)

TỨ CHỦNG SA-MÔN 四種沙門 Bốn hạng Sa-môn (Phạn : Sramana, Pháp : Moines), tức bốn hạng xuất-gia, tu thanh-tịnh hạnh.

1) *Thắng Đạo Sa-môn* (hạng Sa-môn trổi thắng hơn hết về Đạo-lý). Như Phật và Duyên-giác là bực tự mình xuất-gia và Giác-ngộ. Lại Phật xuất-gia làm Sa-môn, có sức diệt trừ hết Phiền-não và đắc Đạo-lý chỗ cao trổi hơn hết, nên gọi ngài là Thắng Đạo Sa-môn.

2) *Thị Đạo Sa-môn* (Hạng Sa-môn đem Đạo-lý mà chỉ bảo cho người-ta). Như ông Xá-lỵ-Phất từng thuyết pháp chỉ Đạo vậy.

Cũng kêu là : *Thuyết Đạo Sa-môn* (Hạng Sa-môn có thể thuyết diễn Đạo lý cho người ta nghe mà tu học), khiến cho chúng-sanh vào Phật-đạo.

3) *Mạng Đạo Sa-môn* (Hạng Sa-môn có thể giữ Chánh-mạng). Như ông A-Nan lấy Giới, Định, Huệ mà làm Mạng.

Cũng kêu là : *Hoạt Đạo Sa-môn* (Hạng Sa-môn sống đời vì Đạo). Ấy là hạng Sa-môn có thể điều phục Phiền-não, tinh-cần tu tập Thiện-pháp, có sức trưởng-dưỡng cái Mạng-căn về Trí-huệ của mình.

4) *Ô Đạo Sa-môn* (Hạng Sa-môn làm ô-uế Đạo-lý). Ấy là hạng Sa-môn phạm Tứ Trọng Cấm. Như trong Luật có chép chuyện ông Ma-ha-La, vị Tỳ-kheo già ưa ăn-cắp đồ vật của người-ta.

Cũng kêu là : *Hoại Đạo Sa-môn* (Hạng Sa-môn làm hư Đạo.) Ấy là hạng thầy tu phá Giới trọng.

TỨ CHỦNG SANH 四種生 Caturyôni (scr.) — Quatre états de naissance (fr.) Bốn thứ sanh, bốn cách sanh : 1) Noãn-sanh, 2) Thai-sanh, 3) Thấp-sanh, 4) Hóa-sanh. (Xem : *Tứ sanh*).

TỨ CHỦNG TỔNG-TRÌ 四種總持 Bốn món tổng-trì. Cái đức tổng-trì của Bồ-tát vô-lượng, nay nhắc ra bốn món : 1) *Pháp tổng-trì* (món tổng-trì Pháp), lại kêu là *Văn tổng-trì* (tổng-trì sự nghe), đối với giáo-pháp của Phật, nghe được, giữ lấy chẳng quên vậy. 2) *Nghĩa tổng-trì* (món tổng-trì nghĩa), đối với nghĩa-lý của các pháp tổng-trì, chẳng bỏ mất vậy. 3) *Chú tổng-trì* (món tổng-trì Chú), Bồ-tát nương theo thiền-định mà khởi Chú, trì Chú thần nghiệm, đặng trừ tai-hoạn của chúng-sanh vậy. Chơn ngôn Đà-la-ni tức là Chú tổng-trì. 4) *Nhẫn tổng-trì* (món tổng-trì đức Nhẫn), nhẫn trì cái Thật-tướng trong Thật-tri pháp của Bồ-tát, chẳng bỏ mất vậy.

TỨ CHỦNG THÍ 四種施 Bốn hạng bố-thí, bốn hạng thọ thí :

1) Người thí-chủ tin Nhơn, tin Quả, tin hạnh Bố-thí. Người thọ thí chẳng tin Nhơn, chẳng tin Quả, chẳng tin hạnh Bố-thí.

2) Người thí-chủ chẳng tin Nhơn, chẳng tin Quả, chẳng tin hạnh Bố-thí. Người thọ thí tin Nhơn, tin Quả, tin hạnh Bố-thí.

3) Người thí-chủ và người thọ thí đều có đức Tin.

4) Người thí-chủ và người thọ thí đều chẳng có đức Tin.

TỨ CHỦNG THIÊN 四種天 Bốn hạng Thiên, chữ phạn là Đề-bà (Dêva). Chẳng những là Tiên trên Trời, mà những người hình thể sáng chói, tâm-trí trong sạch, tự-tại vô-ngại, có nhiều phước đức, đều gọi là *Thiên*.

Tứ chủng Thiên là : 1. Thế gian Thiên, 2. Sanh-Thiên, 3. Tịnh-Thiên, 4. Nghĩa-Thiên.

1. *Thế gian Thiên* tức là những vị quốc-vương.

2. *Sanh-Thiên* là Chư Thiên từ cảnh Tứ Thiên-vương Thiên đến cảnh cao rốt là Phi hữu tưởng phi vô tưởng Thiên. *Sanh-Thiên* là hạng chúng-sanh cao trội trong Lục Đạo, tức là các hạng Tiên trong Ba cõi : Dục-giới, Sắc-giới và Vô-sắc giới.

3. *Tịnh-Thiên* là những nhà tu hành trì giới thanh-tịnh, đắc từ quả Tu-đà-hoàn cho đến quả Bích-chi Phật, tức là những người đắc các quả Đạo trong Hai thừa Thinh-văn và Duyên-giác.

4. *Nghĩa-Thiên* là những nhà tu-hành theo Đại-thừa, đắc từ địa-vị ban sơ đến địa vị thứ Mười trong Thập trụ. Những nhà tu-hành ấy có trí sáng suốt, thấy rằng tất cả các pháp đều là Không, đều chứa cái nghĩa Không, cho nên kêu là Nghĩa-Thiên.

TỨ CHỦNG TỊNH 四種淨 Bốn thứ Tịnh (Sạch), bốn đức Đại-Tịnh, Thuần-Tịnh của Phật, của Đại Niết-bàn :

1) *Tịnh* : Dứt hẳn hai mươi lăm cảnh có là bất-tịnh, nên trở nên Tịnh (Sạch.)

2) *Nghiệp Tịnh* : Nghiệp của Như-lai là Thanh-tịnh. Nghiệp của phàm-phu là chẳng thanh-tịnh.

3) *Thân Tịnh* : Thân Như-lai là Đại-Tịnh. Thân phàm-phu là vô-thường, bất-tịnh.

4) *Tâm Tịnh* : Tâm Phật là vô-lậu thanh-tịnh. Tâm phàm-phu là hữu-lậu, bất-tịnh.

(Xem : *Tịnh, Đại-tịnh.*)

TỨ CHỦNG TỲ-KHEO 四種比丘 Bốn hạng Tỳ-kheo (Bhiksu), tức là bốn hạng thầy tu đạo Phật, xuất-gia giữ hạnh trong-sạch và đi khất thực.

A.— 1) *Danh tưởng Tỳ-kheo* (Xưng mình là Tỳ-kheo và tưởng rằng mình là Tỳ-kheo). Ấy là kẻ thế-tục, chưa thọ Cụ-túc giới, thế mà mặc áo nhà sư và đi khất thực, xưng mình là Tỳ-kheo.

2) *Tự xưng Tỳ-kheo* (Tự xưng rằng mình là Tỳ-kheo.) Ấy là hạng Tỳ-kheo phạm tội trọng, thật chẳng còn là Tỳ-kheo, nhưng cũng xưng là Tỳ-kheo.

3) *Khất thực Tỳ-kheo* (Hạng Tỳ-kheo khất thực.) Ấy là hạng xuất-gia chơn chính, giữ đúng phép của hàng khất-sĩ.

4) *Phá hoặc Tỳ-kheo* (Hạng Tỳ-kheo phá bỏ phiền-não). Ấy là hạng khéo dùng Thiền-định mà phá tan các mối hoặc (lầm) và đắc quả La-hán.

B.— 1) *Tất-cánh đáo Đạo* (Hạng đến cõi Đạo một cách rốt ráo). Như Đức Thích-Ca xuất-gia làm Tỳ - kheo và thành Phật.

2) *Thị Đạo* (Hạng chỉ bảo Đạo-lý). Ấy là hạng Tỳ-kheo đắc Đạo, như La-hán, Bồ-tát, có sức dạy. Đạo cho chúng-sanh.

3) *Thọ Đạo* (Hạng tín-thọ Đạo-lý). Ấy là hạng Tỳ-kheo vâng theo Đạo-lý của Phật mà tu hành.

4) *Ô đạo* (Hạng làm ô uế Đạo-lý) Ấy là hạng người làm Tỳ-kheo mà phạm Tứ Trọng-Cấm, làm lem ố nền Đạo. (So-sánh với *Tứ chủng Sa-môn.*)

TỨ CHỦNG VÃNG SANH 四種往生 Bốn hạng vãng sanh : 1. *Chánh-niệm vãng sanh,* như trong Kinh A-Di-Đà thuyết rằng kẻ nào lúc lâm chung mà nhớ niệm Phật, lòng chẳng điên-đảo, liền được vãng sanh đó 2. *Cuồng-loạn vãng sanh,* là người kia vì ác-nghiệp trong một đời, như lửa dữ nơi địa-ngục vừa lại bức bách, trong khi cuồng-loạn ấy gặp đặng bực thiện tri thức dạy cho một tiếng hay là mười tiếng niệm Phật, liền được vãng sanh về cõi Cực-lạc.

3. *Vô ký vãnh sanh*, là người kia bình sanh đã phát đặng tín-tâm qui mạng, lúc lâm chung, y theo cái nghiệp-nhơn quá khứ, tâm thần suy-nhược, không nhớ gì hết, chẳng niệm Phật được, nhưng nhờ cái tâm niệm Phật thuở trước, ắt được vãng sanh vậy. 4. *Ý-niệm vãng sanh*, như người kia trong lúc lâm chung, lấy ý làm tiếng, niệm A-Di-Đà Phật, liền được vãng sanh đó.

TỨ DIỆU-ĐẾ 四妙諦 Aryasatyâni hay Catvariaryasatyanu (scr.) Aryasacca (p.) Quatre vérités excellentes. Bốn chơn-lý mầu nhiệm : Cũng kêu là *Tứ Thánh-Đế, Tứ Đế, Tứ Chơn-Đế, Tứ Thánh-thật.*

1) Khổ-đế (Duhkha-aryasatya, Douleur).

2) Tập-đế (Samudya, Origine de la Douleur).

3) Diệt-đế (Nirdha, Destruction de la Douleur).

4) Đạo - đế (Marga, Voie conduisant à la suppression des douleurs).

Trong khi chuyền Pháp-Luân ở thành Ba-la-nại, đức Phật có dạy rằng :

1) *Nầy là sự khổ* : Sanh khổ, Già khổ, Bịnh khổ, Chết khổ. Hội hiệp với nhơn vật không ưa : khổ. Xa cách với nhơn-vật yêu thương : khổ. Không được như ý : khổ. Đeo theo sắc thân, đeo theo các sự thọ cảm, tưởng tượng, hình ảnh, các sự hành-động trong lòng, với sự tri thức, tức là đeo theo ngũ uẩn cũng đều là khổ, khổ, khổ.

2) *Nầy là nguồn gốc sự khổ* : Ham sống làm cho nhơn-loại chết đi sống lại mãi, mà hễ biết ham sống tất biết ham những việc vui sướng, càng được càng ham. Muốn ham cho được, thì phải có quyền thế. Vậy thì ham quyền thế, ham vui, ham sống là nguồn gốc sự khổ đó.

3) *Nầy là phương pháp để trừ sự khổ* : Hạ cái lòng ham xuống, rồi lần lần bỏ nó đi, trục nó ra khỏi mình và không còn biết đến nó nữa.

4. *Nầy là đường Đạo đề trừ sự khổ*: Nó có tám lối, kêu là đạo Bát chánh: Chánh-kiến, Chánh tư-duy, Chánh-ngữ, Chánh-nghiệp, Chánh-mạng, Chánh tinh-tấn, Chánh-niệm, Chánh-định.

Pháp *Tứ diệu-đế* do Phật thuyết tức là pháp của bực Thinh-văn thừa, độ thoát những nỗi khổ về Sanh, Lão, Bệnh, Tử và cuối cùng thì độ cho đắc Niết-bàn.

Theo trong « **Niết-bàn Kinh** », hiểu *Tứ Diệu-đế* (Tứ Thánh-đế), có hai hạng: hạng Trung-trí và hạng Thượng-trí. Hạng Trung-trí là Thinh-văn (La-hán) và Duyên-giác, hạng Thượng-trí là Phật và Bồ-tát. Hạng Trung-trí hiểu đó là Chơn-lý, là Thánh-đế và thi-hành. Còn hạng Thượng-trí thì phân biệt *Bốn Chơn-lý mầu-nhiệm, Bốn Thánh-đế* ấy ra vô-lượng thể-tướng.

TỨ DỤC 四欲 Bốn ý muốn: 1) *Tình dục* (lòng muốn tình), chúng-sanh trong cõi Dục-giới phần nhiều đối với cảnh tình-ái trai gái, khởi lòng ham muốn. 2) *Sắc dục* (lòng muốn sắc), chúng-sanh trong cõi Dục-giới, phần nhiều đối với cái sắc mềm-mại xinh-đẹp của trai gái, khởi lòng ham muốn. 3) *Thực dục* (lòng muốn ăn), chúng-sanh trong cõi Dục-giới, phần nhiều đối với món ăn ngon, khởi lòng ham muốn. 4) *Dâm-dục* (lòng muốn dâm), chúng-sanh trong cõi Dục-giới phần nhiều đối với chỗ đụng-chạm nhiễm trước trong đám trai gái, khởi lòng ham-muốn. Đó kêu là *Tứ dục*, bốn ý muốn của chúng-sanh trong cõi Dục-giới từ loài ở nơi đất (địa - cư), loài ở hư-không, cho đến chư Tiên sáu cảnh « Lục dục ».

TỨ DUY 四維 Bốn phương giáp. Các chỗ lối giữa bốn phương: Đông, Tây, Nam, Bắc, kêu là bốn phương giáp, nghĩa là: Đông-bắc, Tây-bắc, Đông-nam, Tây-nam vậy.

Đông, Tây, Nam, Bắc, *Tứ-duy* và Thượng, Hạ hiệp lại thành Thập phương (Mười phương).

TỨ ĐẠI 四大 Quatre Éléments (fr).— Mahâbhûtas (scr): Maha: lớn, Bhûtas: vật. Bốn chất lớn trong thế-giái tạm hiệp làm con người và vạn vật: 1) Địa (Đất, Prithin), 2) Thủy (Nước, Apas),— 3) Hỏa, (Lửa, Tjas) — 4) Phong (Gió, Không-khí, Vayu). Ở con người.

1) Về chất *Đất* : tóc, răng, móng, da, thịt, gân, xương, thận, tim, gan, nây bụng, lá lách, phổi, bao tử, ruột non, ruột già, phẩn và bao nhiêu món khác có chất cứng.

2) Về chất *Nước* : đàm gan, đàm khạc, mủ, máu, mồ-hôi, chất nước trong mạch máu, nước mắt, chất nước trong máu, mũi dãi, chất nước trong sọ, nước bọt, nước tiểu và bao nhiêu món khác có chất lỏng.

3) Về chất *Lửa* : những món cho sức nóng để làm ấm áp trong thân và làm tiêu hóa những vật mà ta ăn và uống vào.

4) Về chất *Khí* : những món thường lay chuyển và có hơi, những luồng khí chạy lên và chạy xuống, những hơi trong bao tử và trong ruột, hơi thở vô và hơi thở ra, với những món thường lay chuyển và có hơi.

Nhà đạo nhập chánh-niệm về *Tứ đại,* cũng như người hàng thịt đứng nơi ngã tư đường mà bỗ con thịt ra nhiều miếng. Cũng như thế, nhà đạo nhìn cái thân mình và phân nó ra làm *bốn chất*. Chỉ có *bốn chất* đâu làm thành cái thân.

Nhờ thấy *bốn chất* ấy tạm hiệp, giả hiệp, nên nhà đạo dứt mê tríu cái thân.

Tứ đại (Bốn chất lớn) đối với *Tứ vi* (bốn chất nhỏ : sắc, hương, vị, xúc.)

Niết-bàn kinh, quyển 8 : Tỷ như *tứ đại* (ở nơi người), tánh chúng-nó chẳng như nhau, hằng trái ngược nhau. Vị lương-y giỏi bèn do nơi chất nào phát lộ thái quá mà làm cho nó yếu giảm đi.

Thiện nam-tử ! Như-lai cũng thế, đối với chúng-sanh, ngài dường như một vị lương-y, ngài biết thể tướng khác nhau của phiền-não, bèn dứt trừ cho họ, khai thị cho họ cái Tạng bí mật Như-lai, cái Phật-tánh thanh-tịnh, thường trụ chẳng biến đổi. (Xem : *Bát pháp.*)

TỨ ĐẠI CHÂU 四大洲 Bốn châu lớn : 1. Châu Nam Thiệm-bộ, 2. Châu Đông Thắng-thần, 3. Châu Tây Ngưu-hóa, 4. Châu Bắc Cồ - lư. Ấy là bốn cõi đại - lục tại bốn phương núi Tu-di.

(Xem : *Tứ châu.*)

TỨ ĐẠI-HÀ 四大河 Cũng viết : *Tứ hà* Bốn con sông cái ở Ấn-Độ : 1. Hằng-hà 恆河, 2. Tân-đầu 辛頭, 3. Tư - đà 私陀, 4. Bát-xoa 博叉.

Bốn con sông ấy phát tích từ núi Hương-sơn (Hỷ-mã-lạp), bắt từ nguồn là ao A-na-bà-đạp-đa mà chảy ra cho tới Biển cả. Dân-chúng ở Ấn - Độ đều truyền - tụng rằng : Như ai có tội mà xuống tắm dưới bốn con sông ấy, thì được dứt tội.

Đó chẳng qua là lời truyền tụng mà thôi, chớ người đạo Phật bên Ấn-Độ chẳng hề tin tưởng lẽ ấy. Muốn dứt tội, nên gần-gũi bực Thiện tri thức mà tu hành, chớ chẳng phải mắc tội lội sông mà hết tội.

TỨ ĐẠI HẢI 四大海 Bốn biển lớn, bốn vùng biển tại bốn phương núi Tu-di. Núi Tu-di tại Trung ương bốn biển lớn, trong mỗi biển lớn đều có một châu lớn, núi Thiết-vi bao vòng quanh phía ngoài bốn biển lớn. (Muốn rõ thêm, xem : *Cửu sơn bát hải.*)

TỨ ĐẠI THIÊN-VƯƠNG 四大天王 Tchâturmahâradjaky--ikas (scr.) Cũng kêu : *Tứ thiên vương*. Bốn vị vua hộ thế, cai trị bốn phương Trời, ở cảnh Tiên Dục-giới. Bốn vị là nội-thần của đức Đế-Thích. Hồi đức Phật sắp diễn kinh Diệu-Pháp Liên-Hoa tại núi Kỳ-xà-quật, *bốn vị Đại Thiên-Vương* có dắt theo quyến-thuộc là một vạn vị Thiên - tử hội lại đề nghe.

(Xem : *Tứ Thiên-Vương.*)

TỨ ĐẢO 四倒 Bốn mối tưởng ngược ngạo, trái nghịch với hoàn-cảnh, với chơn-lý. Cũng kêu : *Tứ điên-đảo.* (Xem : *Tứ điên-đảo.*)

TỨ ĐẾ 四諦 Catvariaryasatyanu (p.).— Quatre vérités excellen--tes. Bốn Chơn-lý. Cũng kêu là Tứ Diệu-đế, Tứ Thánh-đế, Tứ Chơn-đế. (*Xem : Tứ Diệu đế.*)

TỨ ĐIÊN-ĐẢO 四顛倒 Bốn mối tưởng lộn ngược, trái nghịch với hoàn-cảnh, với lẽ phải. Kêu tắt : *Tứ đảo.* Ấy là :

1.) Vô-thường mà cho là *Thường,* Thường mà cho là *Vô-thường.*

2.) Vô-lạc (Khổ) mà cho là *Lạc,* Lạc mà cho là *Vô-lạc* (khổ).

3.) Vô-ngã mà cho là *Ngã* (Hữu Ngã), Ngã (Hữu Ngã) mà cho là *Vô-ngã.*

4.) Bất-tịnh mà cho là *Tịnh,* Tịnh mà cho là *Bất-tịnh.*

Thường, Lạc, Ngã, Tịnh là *bốn tư-tưởng điên đảo* của kẻ phàm-phu khổ-não. *Vô-thường, Vô-lạc (khổ), Vô-ngã, Bất-tịnh* là *bốn tư-tưởng điên-đảo* của hạng tu Tiểu-thừa chưa thấu-đạt cái Pháp-tánh thường-trụ của Niết-bàn, của Tam Bảo. (Xem : *Điên-đảo.*)

TỨ ĐỘC 四毒 Bốn thứ độc hại ·a loài rắn, loài trùng, loài ác-quỉ, ác-ma. Cũng viết : *Tứ chủng độc* :

1.) *Kiến-độc* : nó thấy mình đủ hại mình.

2.) *Xúc-độc* : nó đụng mình đủ hại mình.

3.) *Khiết-độc* : nó gặm mình có thể hại mình.

4.) *Hư-độc* : tiếng hút gió của nó cũng hại mình. Cũng viết : *khí-độc* : Hơi nó mà mình ngửi, mình cũng bị độc.—

Lại nữa, cái thân *tứ đại* của kẻ nam người nữ cũng có *tứ độc,* vì có sức cám dỗ mình, làm hại thân-thế và công-đức mình.

Đại Niết-bàn kinh, quyển 25 : Trong núi Tuyết-sơn, có một thứ thuốc cao quí và thơm tho, kêu là Ta-ha. Như ai thấy thuốc ấy, thì được đời dài vô-lượng, không có bệnh khổ : dầu có *Tứ-độc* (Bốn thứ độc), cũng không làm hại mình được.

TỨ ĐỘC-TIẾN (TIỄN) 四毒箭 Bốn mũi tên độc. Ấy là bốn mối lớn : tham-dục, sân-nhuế, ngu-si, kiêu-mạn.

Niết-bàn Kinh : Trong các chúng-sanh, có *tứ độc tiễn* là nguyên-nhơn các bệnh. *Tứ độc tiễn* là gì ? Tức là : tham-dục, sân-nhuế, ngu-si, kiêu-mạn. Hễ có nguyên-nhơn bệnh, tức nhiên do đó phát sanh các bệnh ..

TỨ ĐỘC XÀ 四毒蛇 Con rắn có bốn thứ độc, mỗi thứ độc đều có thể giết hại người và vật.

Cũng có nghĩa : bốn con rắn độc. Đó là ví với bốn chất (tứ đại) ở trong thân ; bốn chất ấy như bốn con rắn độc.

(Xem : *Độc xà*)

Đại Niết-bàn Kinh, quyển 23 : Bồ-tát Ma-ha-tát, được nghe và thọ trì Kinh Đại Niết-bàn, quán thân nầy như cái giỏ mây (đựng 4 rắn độc). *Đất, Nước, Lửa, Gió* như bốn con rắn độc : thấy là độc, đụng là độc, hơi là độc, gậm là độc.

Tất cả chúng-sanh, vì gặp bốn độc ấy, nên phải mất mạng. *Tứ đại* (Đất, Nước, Lửa, Gió) của chúng sanh lại cũng như vậy : hoặc thấy là ác, hoặc đụng là ác, hoặc hơi là ác, hoặc gậm là ác. Bởi nhơn-duyên ấy, họ lìa xa mọi việc thiện.

TỨ ĐỨC BA-LA-MẬT 四德波羅蜜 Bốn đức tới bờ bên kia. *Bốn đức* là : *thường* (thường), *lạc* (vui), *ngã* (mình), *tịnh* (trong-sạch). *Ba-la-mật* là nghĩa tới bờ bên kia (nghĩa là qua khỏi đường mê nầy mà tới cõi giác kia), tức là chỗ rốt cuộc của việc vậy. Bốn đức Ba-la-mật : nơi rốt cuộc bốn đức của Pháp-thân Như-lai, có bốn đức ấy tức là đắc Đại-Bát Niết-bàn của Đại-thừa : 1.) *Thường-đức* (*đức thường*), cái thể Niết-bàn là thường, chớ chẳng biến đổi, không sanh, không diệt, đó kêu là *thường*. Lại tùy duyên hóa dụng, thường chớ chẳng dứt, cũng kêu là *thường*. 2.) *Lạc-đức* (đức vui), cái thể Niết-bàn là tịch-diệt mà yên hoài, đó kêu là *Lạc*. Lại vận dụng tự-tại, thích hạp với tâm mình, cũng kêu là *Lạc*. 3.) *Ngã-đức* (đức mình). Chữ *Ngã* có hai thuyết giải : một là cái thuyết tới thể tự thật, kêu là *ngã*, hai là cái thuyết tới dụng tự-tại, kêu là *ngã*. 4.) *Tịnh-đức* (đức trong sạch), là cái thể Niết-bàn, giải thoát hết thảy mọi chất cấu, nhiễm, đó kêu là *tịnh*. Lại tùy theo nơi hóa-duyên không có ô-trược, cũng kêu là *tịnh*.

Trong **Niết-bàn Kinh**, quyền hai, Phật có giải nghĩa bốn đức ấy như vầy : *Thường*, nghĩa là *Pháp-thân* ; *Lạc*, nghĩa là *Niết-bàn* ; *Ngã*, nghĩa *Phật* ; *Tịnh*, nghĩa là Pháp.

TỨ Ế 四 翳 Bốn món che lấp : 1.) Mây, 2.) Gió bụi, 3.) Khói, 4.) A-tu-luân (nhựt thực, nguyệt thực). Bốn món ấy che lấp mặt trời, mặt trăng. Bốn món che lấp ấy để ví dụ với bốn cái phiền-não *tham, sân si, mạn*. Cũng như mặt trời và mặt trăng bị bốn món che lấp : mây, gió bụi, khói, A-tu-luân, nên chẳng soi sáng, con người ta cũng bị bốn món nầy che lấp : tham, sân, si, mạn, nên tâm-trí chẳng tỏ sáng ra.

TỨ GIA-HẠNH 四 加 行 Bốn hạnh thêm vào, bốn hạnh làm gia tăng. Ấy là : Noãn-pháp, Đỉnh-pháp, Nhẫn-pháp, Thế đệ nhứt pháp. Khi hành-giả vừa được Thấy đạo (*Kiến đạo*), thì lần lượt đắc đủ bốn phương tiện Thiện-căn ấy.

Phái *Duy-Thức* có lập ra năm địa vị : 1.) Tư-lương vị (địa vị của cải lương thực), 2.) Gia-hạnh vị, 3.) Thông-đạt vị, 4.) Tu-tập vị, 5.) Cứu-cánh vị.

Tứ gia-hạnh thuộc về Gia-hạnh vị, địa vị thứ hai trong năm địa-vị ấy.

TỨ GIẢ 四 假 Bốn cái giả : 1. *Nhơn sanh giả* (nhơn sanh ra là giả), do hết thảy những cái có pháp sanh ra nhơn, mà đều không có tánh, cho nên kêu là *Nhơn sanh giả*. 2. *Duyên thành giả* (duyên thành ra giả), nhóm lại năm uẩn mà thành người, cũng như nhắc ra bốn cảnh mà thành nhà, cho nên kêu la *Duyên thành giả*. 3. *Tương đãi giả* (những cái giả đợi nhau), như những chuyện lập ra dài, vắn đợi nhau. 4. *Tương tục giả* (những cái giả nối nhau) như sắc với thinh nối nhau, thành ra nghiệp thân, ngữ.

TỨ HÀ 四 河 Cũng viết : *Tứ đại-hà*. Bốn con sông lớn nhứt ở Ấn-Độ, thảy đều phát nguyên từ miền Hỷ-mã-lạp sơn : 1. Hằng-hà, 2. Tân-đầu, 3. Tư-đà, 4. Bác-xoa.

Xem : *Tứ đại-hà*.

TỨ HOẰNG 四 弘 Quatre grands vœux (fr.) Tức là *Tứ hoằng thệ-nguyện* kêu tắt vậy. *Tứ hoằng* và *Lục độ* là hạnh của Phật-tử Đại-thừa.

(Xem : *Tứ hoằng thệ-nguyện.*)

TỨ HOẰNG THỆ-NGUYỆN 四 弘 誓 願 Quatre grands vœux fr.) Mỗi nhà tu học Đại-thừa cần phải phát nguyện bốn điều thệ-nguyện lớn và lập tâm trì giữ luôn luôn :

1. Chúng-sanh vô-biên, thệ-nguyện độ.

2. Phiền-não vô-tận, thệ-nguyện đoạn.

3. Pháp-môn vô-lượng, thệ-nguyện học.

4. Phật-đạo vô-thượng, thệ-nguyện thành.

Tứ hoằng thệ-nguyện kêu là *tổng-nguyện*. Tức là những điều nguyện chung của các nhà tu học. Ngoài ra lại còn *biệt-nguyện, bổn-nguyện*, tức là sở nguyện riêng của mỗi nhà hành đạo. Như 48 nguyện của A-Di-Đà, 12 nguyện của ngài Dược-sư Như-lai v.v-Về phép Tứ hoằng thệ-nguyện, ngài Lục tổ Huệ-Năng dạy nên hiểu như thế nầy :

1. Tự tâm chúng-sanh vô biên, thệ-nguyện độ.

2. Tự tâm phiền-não vô biên, thệ-nguyện độ.

3. Tự tánh pháp-môn vô-tận, thệ-nguyện học.

4. Tự tánh vô-thượng Phật-đạo, thệ-nguyện thành.

TỨ HỘ THẾ 四 護 世 Bốn vị Thiên-vương cai - quản bốn phương trong thế giới, ủng hộ Phật-pháp. Cũng viết : *Tứ Tự-tại, Tứ Đại Thiên-vương, Tứ Thiên-vương*. (Xem : *Tứ Thiên-vương.*)

TỨ HƯỚNG 四 向 Bốn hướng vị : 1. hướng vị Tu-đà-huờn, 2. hướng vị Tư-đà-hàm, 3. hướng vị A-na-hàm, 4. hướng vị A-la-hán. *Hướng* nghĩa là quay về, sắp được. Bốn địa-vị Thánh ấy, khi sắp được kêu là *Tứ hướng*, khi đã được kêu là *Tứ quả*. (Xem : *Tứ quả.*)

TỨ HỮU VI TƯỚNG 四有為相 Bốn tướng hữu vi, tức là bốn tướng : *sanh, trụ, dị, diệt*. Bốn tướng ấy có hai loại phân biệt : một là bốn tướng trong một thời-kỳ, hai là sát-na sanh diệt. Sát-na sanh diệt, tức là trong một giây lát, đủ cả bốn tướng : *sanh, trụ, dị, diệt* vậy.

TỨ Y 四依 Bốn phép mà người tu-học đạo Phật nên nương dựa :

1. Y Pháp, bất y nhơn.
2. Y Nghĩa, bất y ngữ.
3. Y Trí, bất y thức.
4. Y Liễu nghĩa Kinh, bất y bất liễu nghĩa Kinh. (Xem : *Y tứ pháp*.)

TỨ Y PHÁP 四依法 Bốn pháp mà nhà sư phải nương theo. Khi ông sư (Tỳ-kheo), bà sư (Tỳ-kheo-ni) phát nguyện thọ Giới cụ-túc, đồng thời cũng phát nguyện nương theo *bốn pháp, tứ y pháp* :

1. Về áo, phải lượm những miếng vải bỏ, đâu lại thành áo mà mặc. Nhưng có thí-chủ cúng cho áo cũ hoặc vải xấp, thì nhận được.

2. Về thức ăn, chỉ ăn đồ đi xin mà thôi. Nhưng mấy ngày hội và thuyết pháp cho bá-tánh (mồng một, mồng tám, rằm v.v.), có ai đem đồ đến chùa, thì phải ăn.

3. Về chỗ ở, phải vui trú nơi cội cây. Nhưng có ai cúng nhà lá, lều, nhà gạch có một ngõ vô ra, thì phải ở.

4. Về thuốc trị bệnh, phải dùng phẩn bò. Nhưng có ai cúng sữa, dầu, mật v.v., thì phải dùng.

TỨ KHỔ 四苦 1.— Bốn cảnh khổ, là *sanh, lão (già), bệnh, tử (chết)* vậy. Cũng kêu là *Tứ oán*, bốn mối oán thù của chúng-sanh.

Thái-tử Thích-Ca lần lượt trông thấy những cảnh : *Kẻ sống* phải lao tâm nhọc sức mới có mà ăn, phải đè nén, giết lẫn nhau mới có mà ăn. *Kẻ già* thì suy nhược, âu sầu, răng long tóc bạc, khô héo võ vàng. *Kẻ bệnh* phải trăn trở rên la, đau đớn, sầu não. *Kẻ chết* thì mình mẩy lạnh tanh, thân thể hôi thúi, chung quanh bà con khóc than kể lể. Tất cả chúng-sanh đều khổ như vậy hết, song họ vẫn mê, cứ lẩn quẩn trong vòng Sanh, Lão, Bệnh, Tử mãi. Động lòng từ-bi, ngài định tầm phương-thế mà độ cho họ thoát khỏi bốn cảnh khổ ấy. (Xem từng chữ : *Sanh, Lão, Bệnh, Tử.*)

II.— Bốn nỗi khổ. Ấy là : 1.) *Cơ* (đói), 2.) *Khát,* 3.) *Hàn* (lạnh), 4.) *Nhiệt* (nóng nực). Bốn nỗi ấy bức bách thân tâm của chúng-sanh, cho nên kêu là *Tứ khổ.*

TỨ KHÔNG 四 空 Bốn chỗ không : 1.) *Pháp-tướng không* là chỗ tướng pháp trống không ; 2.) *Vô pháp không* là chỗ trống không, không có pháp ; 3.) *Tự pháp không* là chỗ pháp tự-tánh trống không ; 4.) *Tha pháp không* là chỗ pháp khác trống không.

Lại là bốn nơi không tại Vô-sắc giới : 1.) Không vô biên xứ, 2.) Thức vô biên xứ, 3.) Vô sở hữu xứ, 4.) Phi tưởng phi phi tưởng xứ.

TỨ KHÔNG ĐỊNH 四 空 定 Thiền-định về bốn chỗ Không. Lại kêu là *Tứ vô - sắc định* (Thiền-định vào bốn chỗ không có sắc) : 1.) *Không vô-biên xứ định* (thiền-định vào chỗ Không vô-biên), người tu-hành chán ghét cái sắc nó bao-bọc như lao-ngục, lòng muốn ra khỏi chỗ đó, bèn bỏ cái tư-tưởng muốn sắc, mà noi theo chỗ Không vô-biên vậy. Nhơn cái tâm định với cảnh Không vô-biên ứng nhau, cho nên kêu là *Không vô-biên định.* 2.) *Thức vô-biên định* (thiền-định vào chỗ Thức vô-biên), người tu-hành lại chán cái chỗ ngại Không trên đây, bỏ cái hư-không ấy đi, noi theo nội-thức là chỗ thiền-định Tâm-thức vô - biên, mà ứng nhau với cảnh Tâm - thức vô - biên, cho nên kêu là *Thức vô-biên định.* 3. *Vô sở hữu xứ định* (thiền-định vào chỗ Không có gì hết), người tu-hành lại chán cả cái Thức ấy, quán-tưởng cảnh Tâm-thức không có gì hết, ứng nhau với cảnh Tâm không có gì, kêu là *Vô sở hữu xứ định.* 4.) *Phi tưởng phi phi tưởng xứ định* (thiền-định vào chỗ Chẳng phải tưởng chẳng phải không tưởng), cái chỗ Thức thứ hai là có tưởng, cái chỗ Không có gì hết (thứ ba) là không có tưởng, bây giờ bỏ cái có tưởng trước thì kêu là *phi tưởng*, bỏ cái không có tưởng kế đó thì kêu là *phi phi tưởng*. Người tu-hành đối với chỗ nầy như say, như ngây, như ngủ, như tối, đương lúc ấy không có gì là ham-mến vui-thích, toàn là tịch-tuyệt, thanh-tịnh, vô-vi, đó kêu là *Phi tưởng phi phi tưởng định*.

TỨ KHÔNG XỨ 四空處 Bốn nơi không. Lại kêu là *Tứ vô sắc* (bốn chỗ Không có sắc), là bốn nơi trong Vô-sắc giới. Đó là cái chánh-báo của người tu thiền-định vào bốn chỗ Không :

1. *Không vô-biên xứ* (nơi Không vô-biên) là từng trời nơi ấy người tu định vào chỗ Hư-không vô-biên sẽ sanh ra. 2. *Thức-vô biên xứ* (nơi Thức vô-biên), là từng trời nơi ấy người tu định vào chỗ Tâm-thức vô-biên sẽ sanh ra. 3. *Vô sở hữu xứ* (nơi Không có gì hết), là từng trời nơi ấy người tu định vào chỗ Tâm-thức vô sở hữu sẽ sanh ra. 4. *Phi tưởng phi phi tưởng xứ* (nơi Chẳng phải tưởng Chẳng phải không tưởng), lại kêu là *Phi hữu tưởng phi vô tưởng xứ* (nơi Chẳng phải có tưởng chẳng phải không tưởng), là từng trời nơi ấy người tu định vào chỗ Phi tưởng phi phi tưởng sẽ sanh ra.

TỨ KIẾP 四劫 Quatre périodes cosmiques (fr.) Bốn thời-kỳ trong một Kiếp :

1) *Thành-Kiếp* (Kiếp thành), có 20 lần tăng giảm : trong khoảng tăng giảm lần thứ nhứt, do cõi trời Sơ-thiền xuống tới cõi Địa-ngục lần-lượt thành-lập ; trong khoảng 19 lần tăng giảm, giống hữu-tình trong cõi trời Quang-âm lần lượt giáng sanh ; sau cùng hạ sanh Vô-gián địa-ngục, tức là Khí thế-gian và Hữu-tình thế gian thành lập. Đó kêu là *Thành-kiếp*.

2.) *Trụ-kiếp* (Kiếp trụ), là thuở đời an-ổn tồn trụ của hai cảnh thế-gian, trong khoảng đó cũng trải qua 20 kiếp.

3.) *Hoại-kiếp* (Kiếp hoại), cũng có 20 lần tăng giảm, trong đó 19 lần tăng giảm trước, giống hữu-tình cõi trời Sơ-thiền tới cõi Địa-ngục đều tùy theo nghiệp-nhơn của mình, hoặc sanh ở cõi Nhị-thiền trở lên, hoặc dời qua cõi khác, chẳng tồn hại một người, cho tới khi Hữu-tình thế gian sắp hoại là thôi. Sau đó một lần tăng giảm nữa, phát ra trận lửa nóng lớn, tiêu hết từ cõi Sơ-thiền sắp xuống. Đó kêu là *Hoại-kiếp.*

4) *Không-kiếp* (Kiếp không), tức là lối sau Hoại-kiếp, trống không chẳng có một vật gì vậy. Cái Không-kiếp nầy cũng có 20 lần tăng giảm. Bốn kiếp hiệp thành 80 lần tăng giảm. Tăng giảm đó lẫ đối với cái số-lượng Trụ-kiếp lập ra vậy: tuổi thọ của người ta khởi từ 10 tuổi, cứ qua mỗi 100 năm tăng lên một tuổi, tới 84.000 tuổi là số cùng kiếp tăng. Lại khởi từ 84.000 tuổi, cứ qua mỗi 100 năm giảm đi một tuổi, tới 10 tuổi là số cùng kiếp giảm.

Một lần tăng, một lần giảm toán cộng lại là 1680 vạn năm, (16.800.000). Đó kêu là một kiếp nhỏ, 20 lần tăng giảm đó, tức là 20 kiếp nhỏ vậy. Đó là cái số-lượng một Thành-kiếp. Còn cái số lượng về thời kỳ ba Kiếp sau (Trụ, Hoại, Không), đều đồng nhau hết vậy.

TỨ LỰC 四力 Bốn sức lực.

1) *Tự lực* (lực của mình), là tự mình có thể đem cái lực tinh-tấn, dõng-mãnh, phát Bồ-đề tâm ;

2) *Tha lực* (lực của kẻ khác), là do lực giáo-giới của người khác, hoặc do lực cảm-động của người khác, rồi mới phát Bồ-đề tâm.

3) *Nhơn lực* (lực nhơn-duyên), là y theo cái lực nhơn-duyên của mình mà đời nay thấy Phật và Bồ-tát, phát Bồ-đề tâm.

4) *Phương-tiện lực* (lực phương-tiện), là nghe lời thuyết pháp thiện-xảo phương-tiện mà phát Bồ-đề tâm.

TỨ LƯU 四流. Bốn dòng nước, tức bốn thứ phiền-não làm cho chúng-sanh trôi dạt, chìm đắm : 1) Dục-lưu, 2) Hữu-lưu, 3) Kiến-lưu, 4) Vô-minh lưu.

(Xem : *Tứ bạo thủy.*)

TỨ MA (*TỨ CHỦNG MA*) 四魔 (四種魔) Bốn thứ ma :

1) *Phiền-não ma* (ma phiền-não), sự phiền-não của những mối tham, sân, si có thể làm não hại tâm, thân.

2) *Âm ma* (ma âm), năm âm (uẩn) : sắc, thọ, tưởng, hành, thức có thể làm ra vô số các món khổ-não.

3) *Tử ma* (ma chết), nó có thể dứt mạng-căn của người ta.

4) *Tha-hóa tự-tại thiên tử ma*. Ma-Vương và quyến-thuộc có thể làm hại sự lành của người ta. *Tha-hóa tự-tại Thiên tử ma* cũng kêu tắt là *Thiên-ma*, dưới quyền điều-khiển của *Tha-hóa tự-tại thiên-vương Ma*, thường kêu là *Ma-vương Ba-Tuần*.

Niết-bàn Kinh: *Tứ Ma* là bọn oán-tặc của Bồ-tát. Chư Phật Như-lai, trong thời kỳ làm Bồ-tát, hay dùng Trí-huệ mà phá hoại *Tứ Ma*.

TỨ MINH 四明 Védas (scr.) Tiếng dịch nghĩa để gọi chung bốn bộ kinh *Phệ-đà* (Védas). Cũng gọi là: Tứ *Tiết-đà*, Tứ *Bì-đà*, Tứ *Bệ-đà*, Tứ *Tỳ-đà*, Tứ *Vi-đà*.

Tứ Minh là: 1 Thọ-Minh (Rig-Véda), 2. *Tự-Minh* (Yajur-Véda), 3. *Bình-Minh* (Sama-Véda), 4. *Thuật-Minh* (Artharva-Véda).

(Xem : *Phệ-đà*.)

TỨ NIỆM TRỤ 四念住 Nghĩa giải-thích ở *Tứ niệm xứ quán*.

TỨ NIỆM XỨ 四念處 Smrtyupasthama (scr.) Bốn phép quán tưởng về bốn lẽ : vô-thường, vô-lạc (khổ), vô-ngã, bất-tịnh. Ấy là bốn phép hành-đạo trong 37 phép để thành đạo Bồ-đề (*Tam thập thất Đạo phẩm*).

1. *Thân niệm xứ*. (Cũng kêu : *Thân bất-tịnh*.)

2. *Thọ-mạng xứ*. (Cũng kêu : *Thọ thị khổ*.)

3. *Tâm niệm xứ*. (Cũng kêu : *Tâm vô-thường*.)

4. *Pháp niệm xứ*. (Cũng kêu : *Pháp vô-ngã*.)

Trong bốn phép nầy, phép *Thân niệm xứ* (Thân bất-tịnh) là căn-bản, vừa là phép mà nhà đạo nên quán-tưởng trước nhứt đề dứt tríu-mến, khổ-não.

(Xem : *Tứ niệm xứ quán*.)

Niết-bàn-Kinh, quyền 26 : Tỷ như một vị vua, ở yên nơi cảnh-giới của mình, thì thân tâm được an-lạc; nếu tới cảnh-giới khác, thì bị các sự khổ não. Tất cả chúng-sanh cũng như thế; nếu tự mình ở nơi cảnh-giái của mình, thì được an-lạc, nếu đến cảnh-giới khác, thì gặp ác-ma, thọ lấy mọi sự khổ-não. Cảnh-giới của mình, tức là *Tứ niệm xứ*, cảnh-giới khác, tức là *Ngũ dục*.

Niết-bàn Kinh, quyền 41 : Phật phán : A-Nan ! hãy y theo Tứ Niệm xứ, nghiêm tâm mà trụ.

1. Quán *Thân*, tánh-tướng đồng với Hư-không ; đó kêu là *Thân niệm xứ*.

2. Quán *Thọ* chẳng tại nội, ngoại ; chẳng trụ trung gian ; đó kêu là *Thọ niệm xứ*.

3.) Quán *Tâm* chỉ có danh-tự mà thôi ; tánh của danh-tự là lìa ; đó kêu là *Tâm niệm xứ*.

4.) Quán *Pháp*, chẳng đắc Thiện-pháp, chẳng đắc Bất-thiện pháp ; đó kêu là *Pháp niệm xứ*.

A-Nan ! tất cả hành-giả nên y theo *Tứ niệm xứ* ấy mà trụ.

TỨ NIỆM XỨ QUÁN 四 念 處 觀 Smrtyupasthama (scr.) Quán tưởng bốn nơi niệm. Tiếng cũ kêu là *Tứ niệm xứ* 四 念 處, tiếng mới kêu là *Tứ niệm trụ* 四 念 住, đều là nghĩa như vầy :

1.) *Thân niệm xứ*. 身 念 處 Nơi niệm thân mình, quán-tưởng thân mình chẳng sạch vậy. Thân mình là cái xác thịt của cha mẹ sanh ra ; ở trong và ở ngoài thân mình, đầy những chất dơ-dáy, không có chút xíu gì là nơi sạch sẽ, cho nên quán-tưởng các nơi chẳng sạch trong thân mình.

2.) *Thọ-mạng xứ* 受 命 處 Nơi thọ-mạng, quán-tưởng lẽ thọ khổ vậy. Thọ là sự cảm đối với hai cảnh khổ, vui ; cảnh vui theo cái nhơn-duyên của cảnh khổ mà sanh ra, lại sanh ra cảnh khổ, cảnh vui, thế gian không có cảnh vui thiệt, cho nên quán-tưởng lẽ thọ khổ vậy.

3.) *Tâm niệm xứ* 心念處 Nơi niệm tâm mình, quán-tưởng tâm mình không thường vậy. Tâm mình là tâm-thức của những căn : mắt, tai, mũi, lưỡi, thân, ý ; mỗi giây nghĩ sanh, diệt, không có lúc nào trụ thường, cho nên quán-tưởng lẽ vô-thường vậy.

4.) *Pháp niệm xứ* 法念處 Nơi niệm pháp, quán tưởng pháp không có cái thật-thể vậy. Pháp không có cái tánh tự chủ, tự tại, cho nên quán-tưởng lẽ không có, không thật của sự vật vậy.

Tứ niệm xứ quán là bốn phẩm đầu trong *Tam thập thất Đạo phẩm.*

TỨ NHẪN 四忍 Bốn điều nhẫn nhịn :

1.) *Đắc vô sanh nhẫn* (được Nhẫn không sanh), hết thảy các pháp tự-tánh đều không-tịch, vốn thuở nay không sanh. Bồ-tát chứng phép Nhẫn ấy, thì ra được khỏi tội hủy phạm cấm-giới.

2.) Đắc *vô diệt pháp nhẫn* (được Nhẫn không diệt), hết thảy các pháp không sanh, nay cũng không diệt. Bồ-tát chứng phép Nhẫn ấy, thì ra được khỏi tội hủy phạm cấm-giới.

3.) *Đắc nhơn-duyên nhẫn* (được Nhẫn nhơn-duyên), hết thảy các pháp đều dựa vào nhơn-duyên hòa-hiệp mà sanh ra, không có tự-tánh. Bồ-tát chứng phép Nhẫn ấy, thì ra được khỏi tội hủy phạm cấm-giới.

4.) *Đắc vô trụ nhẫn* (được Nhẫn không trụ), các pháp không trụ vô đâu, không chạm (trước) vô đâu, kêu là vô trụ. Bồ-tát chứng phép Nhẫn vô trụ ấy, thì vượt ra khỏi được tội hủy phạm cấm-giới.

TỨ NHIẾP PHÁP 四攝法 Bốn phép mà chư Phật và chư Bồ-tát tùy dùng để thâu lấy cái tâm của chúng-sanh, làm cho họ thân ái với mình đặng mình dạy đạo - lý cho họ.

1.— *Bố-thí nhiếp* : Hễ chúng-sanh ưa tài-vật, thì mình cho tài-vật ; ưa pháp-lý, thì cho pháp-lý.

2.— *Ái-ngữ nhiếp* : Tùy căn tánh của chúng-sanh mà nói cho khéo để ủy dụ họ.

3.— *Lợi hạnh nhiếp* : Làm việc lành bằng thân, khẩu, ý mà giúp ích cho chúng-sanh.

4.— *Đồng sự nhiếp* : Dùng pháp-nhãn mà thấy căn-tánh của chúng-sanh, bèn tùy sở thích của họ mà phân hình thị hiện ra, đặng làm chung công-việc với họ, giúp đỡ họ cho họ thân ái với mình mà thọ đạo.

Đại Niết-bàn Kinh, quyển 29 : Nếu Bồ-tát Ma-ha-tát tu *Tứ Nhiếp pháp*, nắm giữ chúng-sanh ; nhờ Nghiệp-duyên ấy, được tướng : trong kẽ tay kẽ chơn có da mỏng như giăng lưới, dường như chơn của vua ngỗng trắng.

TỨ NHƯ-Ý TÚC 四如意足 Rddipâda (scr.) Bốn phép thần-thông. Cũng kêu : *Tứ thần-túc* 四神足. Bốn phép nầy ở trong *Tam thập thất Đạo phẩm* : 1.) *Dục như-ý túc* (Lòng muốn đặng thần-thông).

2.) *Niệm như-ý túc* (Lòng niệm thần-thông, hoặc lòng thệ nguyện tu đến Niết-bàn).

3.) *Tinh-tấn như-ý túc* (Giữ gìn tư tưởng tinh-tấn).

4.) *Tư-duy như-ý túc* (suy nghĩ thần-thông, tham cứu đạo-lý).

TỨ OAI-NGHI 四威儀 Quatre bonnes tenues, quatre manières distinguées (fr.) Bốn oai-nghi. Bốn sự đi, đứng, ngồi, nằm (*hành, trụ, tọa, ngọa*) đều có dáng điệu phép tắc, chẳng để cho tổn oai-đức, kêu là bốn oai-nghi.

TỨ OÁN 四怨 Bốn mối oán thù : *Sanh, Lão, Bệnh, Tử*.

Bốn mối oán thù ấy cứ đeo đuổi theo người ta mãi, thế mà họ chẳng tự biết, chẳng tự tỉnh, cho nên bị chúng-nó làm cho khổ-não mãi mãi. Muốn đoạn tuyệt chúng-nó, nên tu trì Phật-pháp, xuất gia tu Đạo.

TỨ PHẠM-TRỤ 四梵住 Bốn nơi trụ của ngài Phạm-thiên, bốn lòng vô-lượng : *từ, bi, hỷ, xả*. Cũng kêu là *Tứ Phạm đường* 四梵堂 (bốn tòa nhà Phạm-thiên) vì bốn pháp ấy có thể cảm được quả-báo cõi trời Đại-phạm.

TỨ PHÁP 四 法 Bốn phép. Ở trong Pháp-bảo, có bốn pháp là :

1.) *Giáo pháp* (phép dạy), là tiếng nói câu văn phá sự vô-minh phiền-não của chư Phật tam thế thuyết ra.

2.) *Lý-pháp* (phép lý), là những nghĩa lý trong giáo-pháp có nói đủ.

3.) *Hạnh-pháp* (phép tu-hành), là y theo nghĩa lý mà hành trì Giới, Định, Huệ vậy.

4.) *Quả pháp* (phép quả), là sự chứng quả hữu vi hoặc vô vi sau khi hành Giới, Định, Huệ được viên mãn.— Kêu tắt : giáo, lý, hạnh, quả.

(Xem : *Bát pháp.*)

Lại là bốn phép tu-hành của Bồ-tát :

1.) *Bất xả Bồ-đề* tâm (chẳng bỏ tâm Bồ-đề).

2.) *Bất xả thiện tri-thức* (chẳng bỏ người thiện tri thức).

3.) *Bất xả kham nhẫn ái, lạc* (chẳng bỏ sự kham nhẫn ái, lạc.).

4.) *Bất xả a-luyện-nhã* (chẳng bỏ nơi tu-hành tịch-tĩnh ở rừng, núi, đồng vắng.)

Lại là bốn phép : *tín, giải, hành, chứng.*

Cũng là bốn phép : 1.) Y Pháp, bất y nhơn ; 2.) Y Nghĩa, bất y ngữ ; 3.) Y Trí, bất y thức ; 4.) Y Liễu nghĩa Kinh, bất y bất liễu nghĩa Kinh.

Lại là bốn phép : 1.) Thân an-lạc hạnh, 2.) Khẩu an-lạc hạnh, 3.) Ý an-lạc hạnh, 4.) Thệ nguyện an-lạc hạnh. (Xem : *Tứ an-lạc hạnh.*)

TỨ PHẦN-LUẬT 四 分 律 Dharmagupta-vinaya (scr.) Ấy là

bộ luật của các nhà tu-học xuất-gia. Ngài Đàm-vô-đức (Dharmagupta) có soạn bộ *Tứ phần-luật* phân ra làm bốn quyền :

1. *Tỳ-kheo pháp* : các giới của chư Tỳ-kheo.

2. *Tỳ-kheo-ni pháp* và thọ-giới thuyết-pháp.

3. *An-cư, tư-tứ đẳng-pháp* : Những cách đứng, ngồi, ăn, ngủ, an-cư, xưng tội xả tội nơi tinh-xá.

4. *Phòng xá đẳng pháp* : những phép-tắc về sự cất thất, am, chùa.

Bộ *Tứ phần-luật* của Đàm-vô-đức rất được thông-dụng trong các nhà chùa.

TỨ QUẢ 四果 Quatre états de Sainteté, Quatrième état de Sainteté (fr.) 1.) Bốn quả đạo-đức. 2.) Quả đạo-đức thứ tư. Người tu đạo Phật, tại-gia hay xuất-gia, nếu phấn chấn, thì có thể lướt từng bực, từ quả thứ nhứt mà lên tới quả thứ tư. Muốn đắc tới quả thứ tư, thường là người xuất-gia có hạnh lớn và diệt tất cả các mối tình. Còn người tại-gia tinh-tấn lắm, thì trong đời hiện-tại, có thể đắc tới quả thứ ba. Rồi chừng thác, sanh lên cảnh Thượng thiên, ở đó có thể tu luôn và đắc quả thứ tư, A-la-hán. *Tứ quả* cũng kêu là : *Tứ đạo-quả* (Bốn quả đạo).

1. *Tu-đà-huờn* (Srotappana), Tàu dịch : Nhập lưu.

2. *Tư-đà-hàm* (Sakragamin), Tàu dịch : Nhứt lai.

3. *A-na-hàm* (Anagamin), Tàu dịch : Bất-lai, Bất hoàn.

4. *A-la-hán* (Arhat), Tàu dịch : Bất-sanh.

Trong **Tứ thập nhị chương Kinh**, chương I, có nói rằng : Bực *A-la-hán* đắc quả cao nhứt, có thể bay đi trên không và hóa phép thần-thông, thọ-mạng dài đời đời. Bực ấy ở đâu thì cảm-động tất cả thiên-địa qui-thần ở chỗ ấy.

Kế đến quả *A-na-hàm*. Bực A-na-hàm chừng thác, linh-thần

sanh lên từng trời thứ 19 (Quảng-quả thiên, bực cao hơn hết về Tứ thiền thiên), ở đó tu thêm và chứng quả A-la-hán.

Thấp hơn nữa là quả *Tư-đà-hàm*. Bực Tư-đà-hàm còn một lần sanh lên cảnh tiên và một lần trở lại cảnh phàm, thì đắc quả A-la-hán.

Thấp nữa là quả *Tu-đà-huờn*. Bực nầy còn bảy lần thác bảy lần sanh, mới đắc quả A-la-hán.

Trong kinh Ba-ly (Pâli) có giải về *Tứ quả* như thế nầy :

A. - *Quả-vị ban sơ kêu là Sotapatti.* Người đắc quả ấy kêu là Sotâpanna (Tu-đà-huờn), tức là vào dòng nước, chắc quyết sẽ đến cõi Thánh. Bực nầy dứt được ba mối trói-buộc (tam kết) : 1.) Sakkâyaditthi (Dứt lầm đối với cái bổn-ngã, không còn thấy có mình, có người) ;— 2.) Vichikichchhâ (Hết hồ - nghi, không còn ngờ-vực đối với chánh-pháp) ; — 3.) Silabbataparâmâsa (Dứt dị-đoan, không ham mê những cuộc hành lễ, cúng-kiến thông thường). Bực nầy còn sanh ra ở cõi người bảy lần, thì đắc quả Thánh.

B.— *Quả vị thứ nhì kêu là Sakadagami.* Người đắc quả kêu là Sakâdâgamin (Tư-đà-hàm), dịch là Nhứt lai (Còn một lần sanh lại cõi nầy, thì đắc quả Thánh.)

C.— *Quả-vị thứ ba kêu là Anagami.* Người đắc quả kêu là Anagâmin (A-na-hàm), dịch là Bất lai, tức là khi thác vãng sanh về cảnh là Thượng-thiên cõi Sắc-giới mà tu học cho đến đắc quả Thánh. Ở quả-vị thứ nhứt và thứ nhì, nhà tu học đã dứt ba mối trói buộc, chướng-ngại. Ở địa vị nầy, nhà tu học dứt thêm hai mối nữa : 4.) Kâmarâga (Không còn tríu những cảnh vui ở Nhơn-gian và ở cõi Tiên Dục-giới) ; 5.) Patigha (Không còn giận, oán).

D.— *Quả vị thứ tư* và người đắc quả-vị ấy *kêu là Arahat* (*A-la-hán*), dịch là Bất sanh, tức là chẳng còn luân - hồi. Ấy là quả Thánh hoàn - toàn. Khi đắc quả nầy, nhà tu học diệt xong năm mối trói buộc, lầm lạc nữa : 6.) Rûparâga (Chẳng còn thích hưởng phước ở cảnh Tiên cõi Sắc-giới) ; — 7.) Arûpa-

-râga (Không màng cảnh Tiên cao cõi Vô-sắc giới) ; 8.) Manô (Dứt lòng kiêu-mạn) ; 9.) Uddhachcha (Dứt lòng bối rối, xao động) ; 10. Avijja (Dứt sự vô-minh, tức là tâm-trí trở nên sáng suốt).

Trong kinh **Đại Niết-bàn**, quyển 21 có chép :

Người đắc quả Tu-đà-huờn, trải qua tám vạn Kiếp, sẽ đến quả-vị Phật.

Người đắc quả Tư-đà-hàm, trải qua sáu vạn Kiếp, sẽ đến quả-vị Phật.

Người đắc quả A na-hàm, trải qua bốn vạn Kiếp, sẽ đến quả-vị Phật.

Người đắc quả A-na-hán, trải qua hai vạn Kiếp, sẽ đến quả-vị Phật.

Trên bốn quả ấy, có quả Bích-chi-Phật (Duyên-giác). Người đắc quả Bích-chi-Phật, trải qua một vạn Kiếp, sẽ đến quả-vị Phật.

Đại Niết-bàn Kinh, quyền 26 :

Những người Thinh-văn chưa chứng *Tứ quả* (Bốn quả), nếu họ gặp nhơn-duyên, liền sanh ra Tham-tâm. Đến khi họ chứng đủ *Tứ quả*, thì Tham-tâm tiêu diệt.

TỨ SANH 四 生 Caturyôni (scr.) Quatre états de naissance (fr.)

Bốn cách sanh ra. Cũng viết : *Tứ chủng sanh.*

Các chúng-sanh, nếu có sanh ra thì đều do nơi bốn cách nầy :

1. *Noãn-sanh,* từ trong trứng mà nở ra và lớn lên, như chim.

2. *Thai-sanh,* từ trong thai-bào mà sanh ra và lớn lên, như người và ngựa, lừa v.v.

3. *Thấp-sanh,* từ chỗ ướt mà sanh ra, như rắn , cá.

4. *Hóa-sanh,* tự nhiên mà hóa ra, sanh ra do sức mạnh của cái Nghiệp, như những hồn sanh lên cõi Tiên hoặc đi đọa ở Địa-ngục, Ngạ-quỉ, hoặc những vật cổi lốt đổi hình, như loài bướm bởi sâu mà hóa sanh ra. —

Tất cả chúng-sanh trong *Tam giới* Lục đạo đều sanh ra bằng bốn cách ấy. Dầu cho sanh ra bằng cách nào, cũng là khổ não, vì có sanh thì có già, có bệnh, có chết. Bốn cách sanh hóa của chúng-sanh tức là cái vòng Luân-hồi khổ não, kêu là *Tứ sanh khổ-luân*.

Chẳng những trong các chúng-sanh, có *bốn cách sanh* ấy, ngay trong loài người xưa nay, cũng có đủ *bốn cách sanh* ấy nữa (Xem đoạn đầu trong quyển 33, *Đại Bát Niết-bàn Kinh.*)

TỨ SỰ CÚNG-DƯỜNG 四事供養 Quatre catégories de dons (fr.) Bốn việc cúng-dường. Cũng viết: *Tứ sự cúng cấp* (cung cấp), *Tứ cúng-dường, tứ sự*. Những nhà thí-chủ cung cấp và nuôi dưỡng nhà sư bằng bốn việc cúng-dường: 1. Y phục; 2. đồ ăn uống; 3. phòng thất, giường nệm; 4. thang dược. (Xem: *Cúng-dường.*)

Vô-Lượng-Thọ Kinh: Đức A-Di-Đà trước khi thành Phật, khi thì làm Trưởng-giả, cư-sĩ, khi thì làm Sát-đế-ly, Bà-la-môn, hoặc Chuyển-luân thánh-đế, hoặc Lục-dục Thiên-chủ, cho đến Phạm-vương, thường đem *tứ sự cúng-dường* cung kính hết thảy chư Phật.

Diệu-Pháp Liên-Hoa Kinh, phẩm 17: Phật phán với Di-Lặc Bồ-tát rằng: Những ai đọc tụng, thọ trì Kinh Pháp-Hoa, tức là người đã đội đức Như-lai trên đầu rồi. Những người ấy khỏi cần xây cất Chùa Tháp thờ Phật, khỏi cần tạo lập Tăng phòng, khỏi cần đem *Tứ sự cúng-dường* mà dâng cho chúng Tăng. Là vì những người ấy đã từng xây cất Chùa Tháp thờ Phật, đã từng tạo lập Tăng-phòng và đã từng dâng *Tứ sự cúng-dường* cho chúng Tăng rồi.

Đại Niết-bàn Kinh, quyển 22: Bồ-tát nhận lấy *Tứ sự cúng-dường*, chính vì mục đích là quả đạo Bồ-đề, chớ chẳng phải vì cái đời sống của mình.

(Mục đích của việc thọ *Tứ sự cúng dường* có giải rộng ở Đại Niết-bàn Kinh, quyển 22.)

TỨ TÁNH 四姓 Quatre castes (fr.) Bốn dòng, bốn giai-cấp ở Ấn-Độ. Cũng viết: *Tứ chủng*:

1.) *Bà-la-môn* là dòng người tịnh-hạnh, hoặc xuất-gia, hoặc tại-gia, tu tịnh-hạnh đặng cầu Niết-bàn.

2.) *Sát-đế-ly* là dòng nhà vua, đời đời làm vua, thống hạt cả ba dòng khác.

3.) *Phệ-xá*, tên cũ là *Tỳ-xá*, là dòng buôn bán, trao đổi của có thức không.

4.) *Thủ-đà-la*, tên cũ là *Thủ - đà*, là dòng dân ruộng; siêng-năng làm nghề cày-cấy trồng-tỉa. Trong bốn dòng ấy, dòng Bà-la-môn là tôn-quí hơn hết, vì chuyên lo đạo-đức. (Xem : *Tứ chủng*.)

TỨ TÁNH - HẠNH 四性行 Bốn tánh - hạnh của Bồ-tát : 1) *Tự tánh-hạnh* (tánh hạnh của mình), tự-tánh của Bồ-tát thuở nay vốn hiền-lương : hiếu thuận cha mẹ, tin kính Sa-môn, Bà-la-môn, có đủ mười điều thiện đó.

2) *Nguyện tánh-hạnh* (tánh-hạnh chí nguyện), cái chí nguyện của Bồ-tát phát tâm Bồ-đề để thành Đạo, làm Phật đó.

3) *Thuận tánh-hạnh* (tánh hạnh thuận theo), thuận theo sáu Ba-la-mật của Bồ-tát mà tu hành đó.

4) *Chuyển tánh-hạnh* (tánh-hạnh chuyển đi), nhơn cái công tu hành chuyển phàm thành Thánh đó.

TỨ TẤT-ĐÀN 四悉檀 Siddharta (scr.) Bốn phép *Tất-đàn*, bốn phép thành-tựu cho chúng-sanh. *Tất-đàn* (Siddharta) là tiếng Phạn, nghĩa là *Thành-tựu, Thành-tựu cho tất cả, Thành-tựu cho chúng-sanh.*

Trong đời thuyết pháp của Phật, không bao giờ ngài ra khỏi *Tứ Tất-đàn*. Ngài dùng bốn phép ấy mà làm cho chúng-sanh thành Phật-đạo. *Tứ Tất-đàn* là :

1.) *Thế-giới Tất-đàn* : Trước hết, Phật tùy thuận phàm-tình, dùng những tiếng giả như *Nhơn* (Người), *Ngã* (Ta, Mình) v.v. ; ngài tùy thuận chỗ vui thích của chúng-sanh, nói ra những pháp thế gian, khiến cho người nghe được vui lòng đẹp dạ.

2.) *Các vị nhơn Tất-đàn* (Phép Tất-đàn cho cả thảy những kẻ làm người) : Phật soi xét cái cơ của chúng-sanh, Ngài tùy theo cơ-nghi của họ hoặc lớn hay nhỏ, hột giống sẵn có (túc-chủng) hoặc sâu hay cạn, mà thuyết ra cái pháp thích hạp với mọi người, khiến cho họ phát khởi lòng chánh-tín, nuôi lớn thêm thiện-căn.

3) *Đối trị Tất-đàn* : Đối với kẻ nhiều lòng tham dục, Phật dạy họ bằng lẽ Từ-tâm ; đối với kẻ nặng tình ngu si, Phật dạy họ quan sát Nhơn-duyên... Phật dùng vô-số pháp-dược như vậy đặng trị tâm-bệnh cho chúng-sanh, khiến họ dứt mọi sự tà ác.

4) *Đệ nhất nghĩa Tất-đàn* : Sau rốt, thấy cơ duyên của chúng-sanh đã thuần thục, Phật bèn thuyết cái Thật-tướng của các pháp, khiến họ vô tới chỗ Chơn-chứng. —

Chính Phật tên thật là *Tất-dàn, Tất-Đạt-Đa* (Siddharta), nghĩa là Bực làm cho tất cả đều được sung-mãn, thành tựu.

TỨ TINH-TẤN 四 精 進 (*TIẾN*) Prahâna (scr.) Bốn phép Tinh-tấn, bốn hạnh của đức Tinh-tấn. Cũng viết : *Tứ Chánh-cần, Tứ Chánh-đoạn, Tứ Ý-đoạn, Tứ Chánh-thắng.* Ấy là bốn pháp hành đạo trong *Tam thập thất Đạo-phẩm* (Xem : *Tinh tấn, Tứ Chánh-cần.*)

TỨ TÙY 四 隨 Bốn phép tùy thuận của Phật. Trong đời thuyết pháp giáo hóa của Phật, Ngài hằng tùy thuận chúng-sanh. *Tứ-tùy* là :

1. Phật tùy theo chỗ vui thích của chúng-sanh mà thuyết pháp, nói những chuyện thế-gian cho họ ưa nghe.

2. Phật tùy theo cơ-nghi của chúnh-sanh, hoặc lớn hay nhỏ, sâu hay cạn mà thuyết pháp cho phù hạp đặng cho họ dễ tin và mau tấn phát.

3. Phật tùy theo chỗ mê lầm của họ mà nói ra những pháp đối trị, tỷ như vị lương-y tùy căn bệnh mà cho thuốc

4. Phật tùy lẽ Đệ nhứt nghĩa mà giảng đặng độ cho hạng căn-duyên thành-thục mau đắc nhập Chơn-lý, Thánh-đế.

TỨ TƯỚNG 四 相 Bốn tướng. Cũng viết : *Tứ chẳng tướng.*

1) Bốn tướng khổ của loài người : *sanh, lão, bệnh, tử* (sanh sống, già cả, bệnh tật, chết mất). Bốn tướng ấy làm cho tất cả những kẻ phàm-phu cho đến người đắc quả Tu-đà-hoàn, đều sanh lòng khổ-não.

2) Bốn tướng chuyển biến tự nhiên của muôn vật muôn sự : *sanh, trụ, dị, diệt* (sanh ra rồi lớn lên, trụ hình, dời đổi bất thường, tiêu diệt). Bốn tướng nầy cũng kêu là : *thành, trụ, hoại, không.*

3) Bốn tướng của kẻ chấp tướng-trạng hư giả mà chẳng rõ cái Chơn-như Thật-tướng : *Ngã tướng* (tướng mình), *nhơn tướng* (tướng người), *chúng-sanh tướng* (tướng chúng-sanh), *thọ-giả tướng* (tướng thọ-mạng dài hoặc vắn). Viết tắt : *Ngã, nhơn, chúng-sanh, thọ-giả.*

TỨ THÁNH 四 聖 Quatre mondes de Saints (fr.) Bốn cảnh Thánh, bốn hạng Thánh-giả. *Thánh* là hạng chúng-sanh được trong sạch, dứt Tham-Sân-Si.

Tứ Thánh đối với *Lục phàm.* Phàm là hạng chúng-sanh chưa trong sạch, còn tham dục, sân hận, ngu - si, hoặc nhiều hoặc ít.

Chúng-sanh phân ra làm Mười hạng, Mười cảnh, kêu là *Thập giới. Thập giới* gồm *Lục Phàm* và *Tứ Thánh.*

Kể chung từ dưới sắp lên :

1) Địa-ngục
2) Ngạ-quỉ
3) Súc - sanh
4) Tu-la (Thần)
5) Nhơn-gian
6) Thiên-thượng

} Lục Phàm

7) Thinh-văn. (La-hán)
8) Duyên-giác (Bích-chi-Phật)
9) Bồ-tát
10) Phật

} Tứ Thánh

TỨ THÁNH-ĐẾ 四聖諦 Catvâriaryasatyanu (scr.).— Arya-sacca (p.).— Quatre Vérités excellentes (fr.) Bốn chơn-lý chánh, diệu của hàng Thánh-giả.

Cũng viết : *Tứ Diệu-đế, Tứ Đế, Tứ Chơn-đế, Tứ Thánh-thật.*

TỨ THÁNH-HẠNH 四聖行 Bốn hạnh chánh, bốn hạnh thánh của nhà sư đạo Phật :

1. *Phấn-tảo y* : Vải bỏ nơi nghĩa-địa, lượm lên mà phủi cho sạch, đem giặt và đâu lại mà may thành áo.

2. *Khất-thực* : Đi xin mà ăn, chớ chẳng sống bằng nghề-nghiệp thế-gian.

3. *Thọ-hạ* : Ngồi nghỉ nơi cội cây, chớ chẳng ở đêm trong nhà lợp.

4. *Thân tâm tịch-tĩnh* : Thân và tâm đều yên lặng, không phạm điều lầm lỗi, loạn động.

Tứ Thánh-hạnh cũng là *Tứ Lương-dược* (bốn phương thuốc hay) : *Phấn-tảo y* trị bệnh *Y-dục* (lòng ham muốn áo-quần đẹp).

Khất-thực trị bệnh *Thực-dục* (lòng ham ăn uống đồ ngon).

Thọ-hạ trừ bệnh *Ngoạn-cụ dục* (lòng ham muốn giường nệm chiếu gối cho đẹp).

Thân-tâm tịch-tĩnh trị bệnh *Hữu-dục* (lòng ham muốn của cải).

TỨ THÁNH-THẬT 四聖實 Catvâriaryasatyanu (scr).-Arya-Saca (p.) Quatre vérités excellentes (fr.) Bốn lý chơn-thật của hàng Thánh-giả. Cũng viết : *Tứ Diệu - đế, Tứ Thánh-đế, Tứ Chơn-đế, Tứ Đế.* Ấy là : 1. Khổ. 2. Tập, 3. Diệt, 4. Đạo. (Xem : *Tứ Diệu-đế.*)

Niết-bàn Kinh, quyển 27: Ai đắc đủ *Tứ Thánh-thật*, tức là người có *Chánh-huệ*.

TỨ-THẬP BÁT NGUYỆN 四十八願 Quarante huit voeux(fr.) Bốn mươi tám điều nguyện. Ngài Pháp-Tạng Tỳ- kheo bỏ ngôi vua đi tu, gặp Phật Thế-Tự-Tại-Vương, đối trước đức Phật ấy, có phát 48 điều nguyện. Ngài Pháp-Tạng thành Phật A-Di-Đà (Vô-Lượng-Thọ), thế-giới của ngài là cõi Cực-Lạc. Cho đến nay và về sau, ai tin theo 48 điều nguyện của ngài mà tu, đều được ngài độ cả.

Dưới đây là 48 điều nguyện trích trong bộ *Vô-lượng-Thọ Kinh* do ngài Khang-tăng-Khải (Samghavarman) dịch :

1.— Nếu tôi được làm Phật, mà trong Nước còn có Địa-ngục, Ngạ-quỉ, Súc-sanh đó, xin chẳng giữ lấy ngôi Chánh-giác.

2.— Nếu tôi được làm Phật, mà trời, người trong Nước sau khi thọ chung, còn phải trải qua Ba nẻo dữ đó, xin chẳng giữ lấy ngôi Chánh-giác.

3. Nếu tôi được làm Phật, mà trời, người trong Nước chẳng hệt như màu vàng y hết cả đó, xin chẳng giữ lấy ngôi Chánh-giác.

4. Nếu tôi được làm Phật, mà trời, người trong Nước hình-sắc chẳng đồng: còn có người đẹp, kẻ xấu đó, xin chẳng giữ lấy ngôi Chánh-giác.

5. Nếu tôi được làm Phật, mà trời, người trong Nước chẳng biết túc-mạng, trở xuống (chẳng) biết trăm ngàn ức Na-do-tha việc các Kiếp đó, xin chẳng giữ lấy ngôi Chánh-giác.

6. Nếu tôi được làm Phật, mà trời, người trong Nước chẳng được thiên-nhãn, trở xuống (chẳng) ngó thấy trăm ngàn ức Na-do-tha các cõi Phật đó, xin chẳng giữ lấy ngôi Chánh-giác.

7. Nếu tôi được làm Phật, mà trời, người trong Nước chẳng được thiên-nhĩ, trở xuống nghe tiếng trăm ngàn ức Na-do-tha chư Phật thuyết Pháp mà chẳng thọ-trì tất cả đó, xin chẳng giữ lấy ngôi Chánh-giác.

8. Nếu tôi được làm Phật, mà trời, người trong Nước chẳng được thấy **tha tâm trí**, trở xuống (chẳng) biết trăm ngàn ức Na-do-tha tâm niệm của chúng-sanh trong các cõi Phật đó, xin chẳng giữ lấy ngôi Chánh-giác.

9. Nếu tôi được làm Phật, mà trời người trong Nước chẳng được **thần-túc**, ở trong lối một niệm, trở xuống chẳng tót qua được trăm ngàn ức Na-do-tha các nước Phật đó, xin chẳng giữ lấy ngôi Chánh-giác.

10. Nếu tôi được làm Phật, mà trời, người trong Nước còn khởi tưởng-niệm tham tính chuyện riêng thân mình đó, xin chẳng giữ lấy ngôi Chánh-giác.

11. Nếu tôi được làm Phật, mà trời, người trong Nước chẳng trụ vô nơi định-tụ, rồi diệt độ đó, xin chẳng giữ lấy ngôi Chánh-giác.

12. Nếu tôi được làm Phật, mà quang-minh có hạn-lượng, trở xuống chẳng chiếu được trăm ngàn ức Na-do-tha các cõi Phật đó, xin chẳng giữ lấy ngôi Chánh-giác.

13.— Nếu tôi được làm Phật, mà thọ-mạng có hạn lượng, trở xuống tới trăm ngàn ức Na-do-tha Kiếp đó, xin chẳng giữ lấy ngôi Chánh-giác.

14.— Nếu tôi được làm Phật, mà bậc Thinh-văn trong Nước có thể đếm lường được, cho chí chúng-sanh trong Tam thiên đại thiên thế-giới đều thành Duyên-giác, ở trăm ngàn Kiếp tính đếm cộng lại biết được cái số (Thinh-văn) đó, xin chẳng giữ lấy ngôi Chánh-giác.

15.— Nếu tôi được làm Phật, thì thọ-mạng của trời, người trong Nước không hạn lượng được; trừ ra bổn-nguyện của họ dài, vắn đều được tự-tại. Nếu chẳng được vậy, xin chẳng giữ lấy ngôi Chánh-giác.

16.— Nếu tôi được làm Phật, mà trời, người trong Nước cho đến nghe có tiếng chẳng lành đó, xin chẳng giữ lấy ngôi Chánh-giác.

17. Nếu tôi được làm Phật, mà vô-lượng chư Phật ở Mười phương thế-giới chẳng đều nức nở xưng danh hiệu của tôi đó, xin chẳng giữ lấy ngôi Chánh-giác.

18. Nếu tôi được làm Phật, thì chúng-sanh Mười phương chí tâm tín-lạc, muốn sanh về Nước tôi, cho đến mười niệm mà chẳng sanh đó, xin chẳng giữ lấy ngôi Chánh-giác. Chỉ trừ ra kẻ phạm năm tội nghịch, gièm chê Chánh-pháp.

19. Nếu tôi được làm Phật, thì chúng-sanh Mười phương phát tâm Bồ-đề, tu các công-đức, chí tâm phát nguyện, muốn sanh về Nước tôi; tới lúc thọ chung, như tôi chẳng cùng Đại-chúng hầu quanh hiện ra ở trước người ấy, xin chẳng giữ lấy ngôi Chánh-giác.

20. Nếu tôi được làm Phật, thì chúng-sanh Mười phương nghe danh hiệu của tôi, đem lòng niệm tưởng đến Nước tôi, trồng các cội đức, chí tâm hồi hướng, muốn sanh về Nước tôi; như chẳng quả toại lòng đó, xin chẳng giữ lấy ngôi Chánh-giác.

21. Nếu tôi được làm Phật, mà trời, người trong Nước chẳng đều thành mãn 32 **tướng** của bực Đại-nhơn đó, xin chẳng giữ lấy ngôi Chánh-giác.

22. Nếu tôi được làm Phật, thì các chúng Bồ-tát ở các cõi Phật các phương khác sanh lại Nước tôi, rốt cuộc ắt tới **Nhứt sanh bổ-xứ**. Trừ ra cái bổn-nguyện của mình, tự-tại hóa ra, vì cớ chúng-sanh, bị thệ-nguyện rộng lớn kiên như áo giáp sắt, chứa chan cội đức, độ thoát hết thảy, du hành đến các cõi Phật, tu hạnh Bồ-tát, cúng-dường chư Phật Như-lai Mười phương, khai hóa cho vô-lượng chúng-sanh đông như cát sông Hằng, khiến cho lập nên cái Đạo chánh chơn không chi trên được, tốt hơn cái hạnh của các địa-vị tầm thường, hiện ra mà tu tập cái đức Phổ-Hiền. Nếu chẳng được vậy, xin chẳng giữ lấy ngôi Chánh-giác.

23. Nếu tôi được làm Phật, mà Bồ-tát trong Nước nương vào thần-lực của Phật, muốn cúng-dường chư Phật, trong

khoảng một bữa ăn, chẳng khắp tới được vô-số vô-lượng ức Na-do-tha các cõi Phật đó, xin chẳng giữ lấy ngôi Chánh-giác.

24. Nếu tôi được làm Phật, thì Bồ-tát trong Nước ở trước chư Phật, hiện ra cội đức của mình, những đồ mình cầu muốn cúng-dường, nếu chẳng như-ý đó, xin chẳng giữ lấy ngôi Chánh-giác.

25. Nếu tôi được làm Phật, mà Bồ-tát trong Nước chẳng diễn thuyết được « Hết thảy mọi trí » đó, xin chẳng giữ lấy ngôi Chánh-giác.

26. Nếu tôi được làm Phật mà Bồ-tát trong Nước chẳng đặng cái thân Kim-cang Na-la-diên đó, xin chẳng giữ lấy ngôi Chánh-giác.

27. Nếu tôi được làm Phật, thì trời, người trong Nước và hết thảy muôn vật đều nghiêm tịnh sáng đẹp, hình sắc khác đứt, rất mực tinh-diệu, không thể cân lường cho xiết được. Từ các chúng-sanh cho chí bậc đã được thiên-nhãn, nếu ai biện được tên và số cho rành rẽ đó, xin chẳng giữ lấy ngôi Chánh-giác.

28. Nếu tôi được làm Phật, mà từ Bồ-tát trong Nước cho chí kẻ ít công-đức chẳng thấy biết được cái vẻ sáng chiếu vô-lượng của cây Đạo-tràng cao bốn trăm muôn dặm đó, xin chẳng giữ lấy ngôi Chánh-giác.

29. Nếu tôi được làm Phật, thì Bồ-tát trong nước nếu ai thọ đọc Kinh Pháp, phúng tụng, trì, thuyết, mà chẳng đặng cái Biện-tài Trí-huệ đó, xin chẳng giữ lấy ngôi Chánh-giác.

30. Nếu tôi được làm Phật, mà Trí-huệ, Biện-tài của Bồ-tát trong Nước còn có thể hạn lượng được đó, xin chẳng giữ lấy ngôi Chánh-giác.

31. Nếu tôi được làm Phật, thì cõi Nước thanh - tịnh đều chiếu thấy tất cả vô-lượng vô-số thế-giới chư Phật Mười phương chẳng có thể suy-nghĩ bàn-bạc, dường như tấm gương sáng soi thấy cái bộ mặt vậy. Nếu chẳng như vậy, xin chẳng giữ lấy ngôi Chánh-giác.

32. Nếu tôi được làm Phật, thì từ dưới đất trở lên tới chốn hư-không, cung điện, lầu quán, ao hồ, hoa, cây... hết thảy muôn vật ở trong Nước, đều dùng vô-lượng của báu góp lại và trăm ngàn các thứ hương mà hiệp cộng thành ra, sửa soạn cho thiệt lạ lùng mầu nhiệm, hơn hết các cõi trời và cõi người; mùi hương của các vật ấy huân khắp thế-giới Mười phương; hễ chư Bồ-tát ngửi mùi đều tu Phật-hạnh. Nếu chẳng như vậy, xin chẳng giữ lấy ngôi Chánh-giác.

33. Nếu tôi được làm Phật, thì vô-lượng các loại chúng-sanh trong thế-giới chư Phật Mười phương chẳng có thể suy-nghĩ bàn-bạc, đều nhờ ánh quang-minh của tôi chạm vô mình của họ, thân tâm trở nên nhu-nhuyễn trồi hơn trời và người. Nếu chẳng như vậy, xin chẳng giữ lấy ngôi Chánh-giác.

34. Nếu tôi được làm Phật, mà các loại chúng-sanh trong thế-giới chư Phật Mười phương vô-lượng chẳng có thể suy nghĩ bàn-bạc, đều nghe danh-tự của tôi, nếu chẳng đặng đức Vô sanh pháp Nhẫn và các thâm Tổng-trì của bực Bồ-tát đó, xin chẳng giữ lấy ngôi Chánh-giác.

35. Nếu tôi được làm Phật. thì vô-lượng thế-giới chư Phật Mười phương chẳng có thể suy-nghĩ bàn-bạc, trong đó hễ có người phái nữ nào nghe danh-tự của tôi mà hoan-hỷ tin vui, phát tâm Bồ-đề, chán ghét nữ-thân, thế mà sau khi qua đời, còn phải làm hình con gái nữa, xin chẳng giữ lấy ngôi Chánh-giác.

36. Nếu tôi được làm Phật, thì vô-lượng các chúng Bồ-tát trong thế-giới chư Phật Mười phương chẳng có thể suy-nghĩ bàn-bạc, hễ nghe danh-tự của tôi, thì sau khi qua đời, thường tu Phạm-hạnh cho tới thành Phật-đạo. Nếu chẳng như vậy, xin chẳng giữ lấy ngôi Chánh-giác.

37. Nếu tôi được làm Phật, thì vô-lượng chư thiên, nhơn-dân các cõi thế-giới chư Phật Mười phương chẳng có thể suy nghĩ bàn-bạc, hễ nghe danh-tự của tôi, thì năm thể (đầu và hai tay, hai gối) gieo xuống đất, dập đầu làm lễ, hoan-hỷ, tin vui, tu hạnh Bồ-tát, trời và người không ai chẳng đem lòng kính. Nếu chẳng như vậy, xin chẳng giữ lấy ngôi Chánh-giác.

38. Nếu tôi được làm Phật, thì trời, người trong Nước muốn được đồ y-phục, ý vừa dứt thì đồ liền tới, y như đồ mặc mầu-nhiệm ứng pháp mà đức Phật khen, tự nhiên ở nơi mình. Nếu ai còn phải cầu lấy sự may vá, nhuộm, giặt, xin chẳng giữ lấy ngôi Chánh-giác.

39.— Nếu tôi được làm Phật, mà sự khoái-lạc của trời, người trong Nước thọ hưởng chẳng bằng bậc Tỳ-kheo lậu tận đó, xin chẳng giữ lấy ngôi Chánh-giác.

40.— Nếu tôi được làm Phật, thì Bồ-tát trong Nước tùy ý muốn thấy vô-lượng cõi Phật Mười phương nghiêm tịnh, tức thì như nguyện, từ trong cây báu chiếu thấy đủ hết, dường như tấm gương sáng ngó thấy bộ mặt vậy. Nếu chẳng như vậy, xin chẳng giữ lấy ngôi Chánh-giác.

41. Nếu tôi được làm Phật, thì chư Bồ-tát chúng trong các cõi ở các phương khác nghe danh-tự của tôi, cho tới khi được làm Phật mà các căn còn thiếu thốn, chẳng đầy đủ đó, xin chẳng giữ lấy ngôi Chánh-giác.

42. Nếu tôi được làm Phật, thì chư Bồ-tát chúng trong các cõi ở các phương khác nghe danh-tự của tôi, đều kịp tới được cảnh Tam-muội «*Thanh-tịnh giải-thoát*» hết cả. Trụ ở cảnh Tam-muội ấy, trong một khoảnh vừa phát ra ý tưởng, thì cúng-dường vô-lượng, chẳng có thể suy nghĩ bàn-bạc số chư Phật Thế-tôn, thế mà chẳng lạc mất cái Ý Định. Nếu chẳng như vậy, xin chẳng giữ lấy ngôi Chánh giác.

43. Nếu tôi được làm Phật, thì chư Bồ-tát chúng trong các cõi ở các phương khác nghe danh-tự của tôi, sau khi qua đời, sanh vào nhà tôn quí. Nếu chẳng như vậy, xin chẳng giữ lấy ngôi Chánh-giác.

44. Nếu tôi được làm Phật, thì Bồ-tát chúng trong các cõi ở các phương khác nghe danh-tự của tôi, vui mừng hớn hở, tu hạnh Bồ-tát, trọn đủ cội đức. Nếu chẳng như vậy, xin chẳng giữ lấy ngôi Chánh-giác.

45. Nếu tôi được làm Phật, thì chư Bồ-tát chúng trong các cõi ở các phương khác nghe danh-tự của tôi, đều kịp tới cảnh *Phổ đẳng* Tam-muội. Trụ ở cảnh Tam-muội ấy, cho tới khi thành Phật, thường thấy hết thảy vô-lượng chư Phật chẳng có thể suy-nghĩ bàn bạc. Nếu chẳng như vậy, xin chẳng giữ lấy ngôi Chánh-giác.

46. Nếu tôi được làm Phật, thì Bồ-tát trong Nước tùy theo chí nguyện của mình, hễ muốn nghe Pháp, tự nhiên được nghe. Nếu chẳng như vậy, xin chẳng giữ lấy ngôi Chánh-giác.

47. Nếu tôi được làm Phật, thì chư Bồ-tát chúng trong các cõi các phương khác nghe danh-tự của tôi, mà chẳng được tới nơi *Chẳng thối chuyển* tức thì đó, xin chẳng giữ lấy ngôi Chánh-giác.

48. Nếu tôi được làm Phật, thì chư Bồ-tát chúng trong các cõi ở các Phương khác nghe danh-tự của tôi mà chẳng tới được liền bực Pháp-nhẫn thứ nhứt, thứ nhì và thứ ba, đối với Pháp của chư Phật liền chẳng được nơi Chẳng thối chuyển, xin chẳng giữ lấy ngôi Chánh-giác.

TỨ THẬP NHỊ CHƯƠNG KINH 四十二章經 Sûtra en quaranted eux articles (fr.) Kinh bốn mươi đoạn. Ấy là bộ kinh dịch ra chữ Hán trước nhứt ở nước Tàu, dịch-giả là hai nhà cao-tăng Thiên-trước Ca-Diếp Ma-Đằng và Pháp-Lan. Ấy là hai vị sư được vua Minh-đế đời Hậu-Hán rước về Kinh-thành Lạc-Dương vào năm 65 Dương-lịch. Hai ngài ở tại chùa Bạch-Mã do vua Minh-đế cất trước nhứt. Và *Tứ thập nhị chương Kinh* cũng là Kinh mà hai ngài dịch xong trước nhứt. *Tứ thập nhị chương Kinh* là Kinh dạy phép giải-thoát cho các vị sa-môn, chứa đủ các tư-tưởng giúp ích cho những người tu Phật suy xét mà diệt phiền-não. Trong bốn mươi hai đoạn Kinh, mỗi đoạn đều có thể dùng làm đề-mục tham-thiền để tấn lên cõi Đạo.

TỨ THIÊN-HẠ 四天下 Bốn cõi thiên-hạ, là bốn cõi đời tại bốn phương núi Tu-di vậy, bốn châu : *Phất-bà-đề* tại phương Đông, *Cồ-da-ni* tại phương Tây, *Diêm-phù-đề* tại phương Nam, *Cu-lư-châu* tại phương Bắc. Vị Kim-luân vương lãnh quyền cai trị bốn châu lớn ấy.

(Xem : *Tứ châu*.)

Niết-bàn Kinh, quyển 14 : Thiện nam-tử ! tỷ như vị Thánh-vương, thống lãnh bốn cõi Thiên-hạ (*Tứ Thiên-hạ*), tùy ý muốn đến cõi nào cũng được, không ai có thể ngăn cản Bồ-tát Ma-ha-tát lại cũng như vậy, trong tất cả mọi chỗ sanh, như muốn sanh ở chỗ nào thì tùy ý sanh đến.

TỨ THIÊN-VƯƠNG 四天王 Tchâturmahâradja (scr.) hoặc : Càturmahàràja (scr.) Cũng kêu là *Tứ đại thiên-vương*. Bốn vì hộ thế, cai trị, bốn cõi trời. Các ngài ở từng Trời Dục-giới lưng chừng trên núi Tu-di, thấp hơn miền Đao-ly (33 cảnh trời) của đức Đế-Thích. Bốn ngài là ngoại-thần của đức Đế-Thích :

1) *Trì-Quốc Thiên* 持國天, Phạn : Virûdhaka : Vị Thiên-vương hộ trì quốc-thổ, quản lãnh phương Đông.

2) *Quảng-Mục Thiên* 廣目天, Phạn : Virûphaksa : Vị Thiên-vương dùng Thiên-nhãn trong sạch mà xem xét và ủng-hộ chúng-sanh, quản-lãnh phương Tây.

3) *Tăng Trưởng Thiên* 增長天, Phạn : Dhrtaràstra : Vị Thiên-vương làm cho nảy nở thiện-căn của chúng-sanh, quản lãnh phương Nam.

4) *Đa-Văn Thiên* 多聞天, Phạn : Dhanada : Vị Thiên-vương có phước-đức, nghe khắp bốn phương, quản lãnh phương Bắc.

Chư vị *Tứ Thiên-vương* thường hiện đến ủng hộ Phật Thích-Ca trong đời hoằng hóa của Phật. Và những khi Phật thuyết Kinh Đại - thừa, thì chư vị hiện đến nghe một cách Kính mộ. Chư vị có thệ-nguyện trước mặt Phật rằng sau khi Phật tịch, chư vị sẽ ra sức ủng hộ các nhà tu trì tinh-tấn, và bao giờ cũng sẽ hộ-trợ Tam Bảo. Vì vậy nên trong nhiều chùa, tại Chánh-điện đều có hình *Tứ Thiên-vương*.

TỨ THIÊN-VƯƠNG TỰ 四天王寺 Shitennôji (jap.) Một ngôi chùa vĩ đại ở nước Nhựt, cất xong hồi cuối thế kỷ thứ sáu. Ngôi chùa nầy do ngài Thánh-Đức thái-tử (Shôtoku-taishi) cất năm 587 tại bờ biển Mer intéri eure, qua năm 593 dời về Đại-bản (Osaka).

Tứ Thiên-vương hay Tứ Đại thiên-vương là bốn vì Thiên-vương trong bốn cõi trời : Trì-quốc thiên-vương, Quảng-mục Thiên-vương, Tăng-trưởng Thiên-vương, Đa-văn Thiên-vương. Bốn ngài là ngoại-thần của đức Đế-Thích, thường thay thế đức Đế-Thích mà hộ trợ Phật, Pháp, Tăng, không để cho bọn tà, ma, quỉ, quái phá khuấy.

Chùa Tứ-thiên-vương ở Đại-Bản được dân-chúng tôn-kính lắm ; và hình-tượng Tứ thiên-vương mặc đồ nhà tướng, dung mạo dữ dằn như chực sát hại bọn tà, làm cho ai thấy cũng khiếp sợ.

Một nhà khảo-cứu văn-minh và đạo-đức phương Đông, René Grousset có chép rằng bốn vị Thiên-vương trong chùa Tứ Thiên-vương tự bên Nhựt có vẻ đặc sắc, hùng tráng, dõng lược hơn mấy vị trong các ngôi chùa trong cõi Á-Châu.

TỨ THIÊN-VƯƠNG THIÊN 四天王天 Caturmahàràjakayika (scr.) Cảnh trời cư ngụ của bốn vị Đại Thiên-vương. Kêu chung là *Tứ thiên-vương thiên*. *Tứ thiên-vương thiên* là bốn cảnh Tiên ; ở mỗi cảnh có rất nhiều vị Tiên, tất cả là bốn cảnh quản lãnh bởi bốn vị Đại Thiên-vương. Cảnh *Tứ thiên-vương thiên* thấp hơn cảnh Đao-ly thiên. (Xem bản các cảnh Tiên ở chữ *Tam giái*.)

TỨ THIỀN 四禪 Quatre degrés de méditation (fr.) Quatrième degré de méditation (fr.) Cũng kêu **Tứ Thiền định**, Đệ tứ Thiền.

1. Bốn phép tham-thiền.

2. Phép tham-thiền thứ tư, gồm cả bốn phép. Phép tu *Tứ thiền* nầy, người tu đạo Phật hay ngoại-đạo cũng đều chứng được: Hễ chứng *Tứ thiền* thì sanh lên miền Sắc-giới của chư Tiên, chư Thánh.

Như chứng *Sơ-Thiền*, thì có thể xuất thần hoặc thác sanh lên những từng trời : Phạm (thân) thiên (Brahmakayia), Phạm-chúng thiên (Brahmaparsadya), Phạm-Phụ thiên (Bràhmapurohita), Đại Phạm-thiên (Mahàbrama).

Như chứng *Nhị-Thiền* thì có thể xuất-thần hoặc thác sanh lên những từng trời : Thiểu-quang thiên (Parittabha), Vô-lượng-quang thiên (Apramànàbha), Quang-âm thiên (Àbhàsvara).

Như chứng *Tam-Thiền* thì có thể xuất thần hoặc thác sanh lên những từng trời : Thiểu-tịnh thiên (Parittasubha), Vô-lượng-tịnh thiên (Apramànasubha), Biến-tịnh thiên (Subhakrtsna).

Như chứng *Tứ-Thiền* thì có thể xuất thần hoặc thác sanh lên những từng trời : Vô-vân thiên (Anabhraka), Phước-sanh thiên (Punya--prasava), Quảng-quả thiên (Brhatphala).

Tứ-Thiền thì sức định thần siêu thoát khỏi các miền chư Tiên cõi Dục-giới, và sắp qua khỏi cõi Sắc-giới. Song còn thấp hơn miền Tịnh-phạm địa, miền nầy có bảy từng. Và còn thấp hơn miền *Tứ Không-thiên*, tức là cõi Vô-sắc giới, cõi nầy có bốn từng. Vậy nhà đạo chứng *Tứ-Thiền* rồi. còn phải đại-định để chứng miền *Tịnh-phạm địa* và miền Tứ Không-thiên.

TỨ THIỀN THIÊN 四禪天 Quatre degrés (de méditation) de Dieux. Bốn Cảnh-giới thiền của chư Tiên ở cõi Sắc-giái. Chư Tiên ở bốn cảnh nầy thoát khỏi sự dâm dục và sự ăn uống. Song còn ở trong vật chất, còn mang hình-thể, còn ở cung điện. Các ngài rất xinh đẹp và ở cung điện rực rỡ, đi xe cộ xuê xang.— *Tứ thiền-thiên* cũng có nghĩa là cảnh Tiên thứ tư, trong cõi Sắc-giới. Bốn cảnh Tứ Thiền-thiên là :

1. Sơ-Thiền Thiên	Phạm-thân thiên (Brahmakayia) Phạm-chúng thiên (Brahmaparsadya) Phạm-phụ thiên (Brahmapurohita) Đại-phạm thiên (Mahàbrahmà)
2. Nhị-Thiền Thiên	Thiểu-quang thiên (Parittabha) Vô-lượng quang thiên (Apramànàbha) Quang-âm thiên (Abhàsvara)
3. Tam-Thiền Thiên	Thiểu-tịnh thiên (Parittàsubha) Vô-lượng tịnh thiên (Apramànasubha) Biến-tịhh thiên (Subhakrtsna)

4. Tứ-Thiền Thiên	Vô-vân thiên (Anabhraka) Phước-sanh thiên (Punyaprasava) Quảng-quả thiên (Brhatphala)

Miền *Sắc-giới* (Rùpadhàtu) có 20 cảnh, *Tứ Thiền Thiên* choán hết 13 cảnh, còn 7 cảnh trên là *Tịnh-phạm địa* Song kể chung hết thì 20 cảnh của miền Sắc-giới là cảnh Phạm-thiên (Brahmaloka).

TỨ THỨC TRỤ 四識住 Cũng viết: *Tứ thức trụ xứ*. Chỗ cư trụ của bốn thức: Sắc, Thọ, Tưởng, Hạnh (Hành).

Tứ thức trụ là: 1.) Sắc-thức trụ, 2.) Thọ-thức trụ, 3.) Tưởng-thức trụ, 4.) Hạnh-thức trụ.

Về cái Sắc-thức trụ, như cái Sắc hữu-lậu tùy thuận các mối thủ chấp, đối với các hình sắc hiện tại, quá khứ hoặc vị-lai, bèn khởi lòng ham muốn, sân hận, si mê, đủ đầy phiền-não.

Về ba cái thức trụ sau, cũng như vậy.

Tứ thức trụ hay *Tứ thức trụ xứ* cũng kêu là *Âm*, tức là cái Âm-thể vướng phiền-não.

TỨ THỰC 四食 Bốn cách ăn.

1) *Đoạn thực* 段食: Cách ăn phân ra từng đoạn, từng miếng. Tiếng cũ: *Đoàn thực* 摶食 (Cách ăn vo lại). Lấy mũi mà ngửi, lấy lưỡi mà nếm, dùng tay phân ra từng đoạn mà ăn. Ấy là dùng ba trần: hương, vị, xúc (vật) mà làm thể ăn, món ăn.

2.) *Xúc thực* 觸食: Cách ăn bằng sự cảm xúc đối với cảnh. Tiếng cũ: *Lạc thực* 樂食 (Cách ăn bằng sự vui-sướng.) Trong khi vui mừng, thì thấy mình no; trong khi coi hát, nghe nhạc, thì cả ngày chẳng đói. Đó là lấy cái chỗ tâm mình cảm-xúc mà làm thể vậy.

3.) *Tư thực* 思食: Cách ăn bằng ý nghĩ. Tiếng cũ là: *Niệm thực* 念食 (*niệm* cũng là nghĩa nghĩ.) Cái thức thứ sáu là cái Ý-thức, đối với cảnh mình muốn, sanh ra lòng hy-vọng; lòng hy-vọng ấy, ý-tưởng ấy có sức tư trợ cho các căn. Tỷ như người đói khát, khi tới chỗ ăn uống, bèn nghĩ rằng mình sẽ được ăn uống, nhờ vậy mà được vui khoẻ. Đó là lấy cái ý thức làm thể vậy.

4.) *Thức thực* 識食: Cách ăn bằng trí-thức. Tiểu-thừa có sáu Thức, Đại-thừa có tám thức. Tiểu-thừa dùng cái Thức thứ sáu là *Ý-thức*, Đại-thừa dùng cái thức thứ tám là *A-lại-da thức* mà làm thể. Hai thể ấy của Tiểu-thừa và của Đại-thừa có sức gìn-giữ cái sanh-mạng của giống hữu-tình, nên kêu là Thức thực.

Trong *Tứ thực*, Đoạn-thực (Đoàn-thực) là cách ăn chánh đáng hằng ngày, còn ba cách sau là phụ thuộc, thỉnh thoảng. Tuy vậy, người đạo Phật đối với các cách ăn, đều nên chán, chớ chẳng nên ham, vì thảy đều có tánh-cách bất-tịnh.

Trong võ-trụ, có nhiều chúng-sanh (như trong Thủ-lăng-nghiêm Kinh nói có 12 loại, *thập nhị loại*). Mỗi loại tùy theo cách ăn của mình mà sống, có loại dùng *đoạn thực*, có loại dùng *xúc thực*, có loại dùng *tư thực*, có loại dùng *thức thực*.

TỨ THỰC THÌ 四食時 Bốn bữa ăn, bốn lúc ăn:

1) *Thiên thực thì* (bữa ăn của chư Thiên), là buổi sớm mơi, tức là bữa ăn của các vị Tiên trên Thiên-cung vậy.

2) *Pháp-thực thì* (bữa ăn theo Pháp), là giữa giờ ngọ, tức là bữa ăn của chư Phật tam thế, các Ngài lấy giờ ngọ làm bữa ăn đúng phép, quá giờ ngọ là trái bữa vậy. Chư Tỳ-kheo, Tỳ-kheo-ni, những cư-sĩ trường trai hoặc bát-quan trai, cũng theo «*Pháp-thực thì*».

3) *Súc-sanh thực thì* (bữa ăn của súc-sanh), là buổi chiều hôm vào lúc mặt trời đã lặn, là bữa ăn của giống súc-sanh

4) *Quỉ-thần thực thì* (bữa ăn của quỉ-thần), là buổi tối đêm, đó là bữa quỉ-thần ăn.

TỨ TRÍ 四智 Bốn thứ trí của bực Thánh, bực Phật.

1) *Đạo-huệ trí*, tức Thật-tánh.

2. *Đạo-huệ chủng trí*, tức là cái trí biết các đạo trong thập pháp-giái.

3. *Nhứt thiết trí*, tức là cái trí biết tất cả, biết rằng các pháp, các tướng đều tịch-diệt.

4. *Nhứt thiết chủng trí*, cái trí hoàn-toàn, biết tất cả, biết rằng các pháp, các tướng đều tịch-diệt, biết hết các hành động, trạng-mạo.

TỨ TRỌNG 四 重 Parajika (scr.).— Quatre cas de dégrada--tion (fr.) Bốn điều nặng, bốn giới-cấm trọng hệ. Giới-luật Tỳ-kheo có tất cả 250 điều, mà có bốn điều trọng-hệ hơn hết, nếu một ông Tỳ-kheo phạm một điều trong bốn điều ấy, thì bị trục-xuất khỏi Giáo-hội, vì vậy nên kêu là *Tứ Trọng*.

Cũng kêu : *Tứ trọng cấm, Tứ trọng tội, Tứ Ba-la-di.* (Xem : *Tứ Ba-la-di.*)

TỨ TRỤ 四 住 Bốn cõi trụ (Tứ trụ địa), đó là sự phiền-não về mắt thấy, lòng nghĩ trong ba giới vậy :

1. *Kiến nhứt thiết trụ địa* (cõi trụ thấy hết thảy) là sự lầm về mắt thấy trong ba giới.

2. *Dục ái trụ địa* (cõi trụ ham tình dục), là sự lầm về hết thảy lòng nghĩ trong Dục-giới.

3. *Sắc ái trụ địa* (cõi trụ ham sắc), là sự lầm về hết thảy lòng nghĩ trong Sắc-giới.

4. *Hữu ái trụ địa* (cõi trụ có tình ái), là sự lầm về hết thảy lòng nghĩ trong Vô-sắc giới.

Lại là nghĩa : Bốn nơi trụ, nghĩa là bốn nơi trụ của bốn loại vậy :

1. *Thiên trụ* (nơi trụ của Trời), là nơi trụ của các vị Trời Lục-dục, tức là ba việc : bố-thí, trì giới, thiện-tâm.

2. *Phạm trụ* (nơi trụ của Phạm-thiên) là nơi trụ của các vị Trời Sắc-giới, Vô-sắc giới, tức là bốn lòng vô-lượng : từ, bi, hỷ, xả.

3. *Thánh trụ* (nơi trụ của Thánh), là nơi trụ của bậc Thánh-giả ba Thừa, tức là ba Tam-muội: Không, Vô tướng, Vô tác.

4. *Phật trụ* (nơi trụ của Phật), là nơi trụ của hết thảy chư Phật, tức là vô-lượng Tam-muội của Thủ-lăng-nghiêm vậy.

TỨ VÔ-LƯỢNG 四無量 Cũng kêu: *Tứ vô-lượng tâm.* Ấy là bốn mối lòng *vô-lượng*, bốn đức *vô-lượng* mà Phật và Bồ-tát thi-hành để làm lợi-ích, an-lạc, độ khổ-não, hoạn-nạn cho *vô-lượng* chúng-sanh trong *vô-lượng* thế-giới. Kêu riêng từng danh-từ là: *Từ, Bi, Hỷ, Xả* (*Đại-từ, Đại-bi, Đại-hỷ, Đại-xả*).

Từ: lòng lành, do tấm lòng ấy mà làm lợi-ích, an-lạc cho chúng-sanh.

Bi: lòng xót, do tấm lòng ấy mà cứu tai nạn, khổ-não cho chúng-sanh.

Hỷ: lòng vui, tự mình vui và mừng giùm cho chúng-sanh khi họ được điều thiện.

Xả: lòng thí xả, tha thứ cho người, tự mình hy sinh để giúp cho chúng-sanh được an-lạc, không kể kẻ lạ người quen, kẻ oán người thân.

Trước khi thành Đạo, Phật và Bồ-tát đã từng tu-hành *Tứ vô-lượng*. Khi đắc Đạo rồi, Phật và Bồ-tát vẫn thi hành *Tứ vô-lượng*.

Người tu xuất-gia, có hành trì *Tứ vô-lượng*, mới đáng gọi là được đủ *Phạm-hạnh*. Ai chỉ tu *Tứ vô-lượng*, cũng đủ vãng-sanh cảnh *Đại-Phạm thiên* (của đức Ngọc-hoàng Thượng-đế), cho nên gọi bốn đức ấy là *Tứ phạm, Tứ Phạm-hạnh.*

Về công hiệu của sự tu *Tứ vô-lượng*, trong Niết-bàn Kinh, quyển 15, có chép rằng: « Ai tu *Từ*, thì có thể dứt lòng tham dục. Ai tu *Bi*, thì có thể dứt lòng sân-nhuế. Ai tu *Hỷ*, thì có thể dứt lòng chẳng vui. Ai tu *Xả*, thì dứt được lòng tham-dục và sân-nhuế của chúng-sanh. ».

Tứ vô-lượng có thể làm cho tăng-trưởng đều đủ Sáu Độ

(*Lục Ba-la-mật*) của Bồ-tát, đó là việc mà các hạnh tu khác chẳng có sức làm.

Tứ Vô-lượng có hai thứ : *Thế-gian Tứ Vô-lượng* và *Xuất thế-gian Tứ Vô-lượng*. Bồ-tát trước tu và đắc *Thế-gian Tứ Vô-lượng*, tức là làm xong những việc Từ, Bi, Hỷ, Xả giúp ích cho đời. Kế đó, Bồ-tát phát nguyện cầu thành Phật. Sau khi ấy, mới tu và đắc *Xuất thế gian Tứ vô-lượng*, tức là làm xong những việc Từ, Bi, Hỷ, Xả độ thoát cho các nhà tu-hành. Chừng ấy mới kêu là Đại *Tứ Vô-lượng*, tức là đủ bốn đức Đại-từ, Đại-bi, Đại-hỷ, Đại-xả.

Bồ-tát trong khi tu *Tứ vô-lượng*, được hai địa vị nầy :

1) Tu *Từ, Bi, Hỷ*, thì được « Cực ái như nhứt tử địa », tức là địa vị của bực thương tất cả chúng-sanh như nhau, tỷ như con một của mình.

2) Tu *Xả* tâm, thì được « Không Bình - đẳng địa » tức là Địa-vị của bực đắc lý Không Không và Bình-đẳng, chẳng còn phân biệt cha mẹ, vợ con, anh em, thân-tộc, oán thù, kẻ trung-nhơn : cũng chẳng còn thấy Âm, Giới, Nhập, Chúng-sanh, Thọ-mạng.

TỨ VÔ-NGẠI (*TRÍ*) 四無礙(智) Cái Trí-huệ có bốn đức không bị trệ ngại. Đó là bốn món trí-biện tự tại thuyết-pháp của bực Bồ-tát lớn vậy. Cũng kêu : *Tứ Vô ngại Biện*, *Tứ Vô ngại Giải*. Kêu tắt : *Tứ Vô ngại*. Có giải rộng trong Đại Bát Niết-bàn Kinh, quyển 16 và 17.

1) *Pháp Vô ngại Trí* : có cái Trí-huệ biết hết các pháp và tên của pháp, biết và diễn giải không ngăn ngại.

2) *Nghĩa Vô-ngại Trí* : có cái Trí-huệ hiểu biết nghĩa lý của các pháp, tùy theo tên của mỗi pháp mà giảng nghĩa, không hề bị ngăn ngại.

3) *Từ Vô-ngại Trí* : có cái Trí-huệ hiểu biết các danh-từ, các ngôn-từ một cách không trệ ngại, cho nên diễn giảng, luận biện rất thông.

4) *Lạc thuyết Vô-ngại Trí* : có cái Trí-huệ biết căn-tánh của

chúng-sanh, vui thuyết không hề bị chướng-ngại, không thối lui, không sợ sệt, không bị ai đốn phá.

Trong **Diệu-pháp liên-hoa Kinh**, Phật có khen ông Phú-Lâu-Na Di-Đa-La-Ni tử là người đắc *Tứ vô-ngại Trí* chẳng những ở nhằm đời Phật Thích-Ca, mà còn ở nhằm đời chín chục ức chư Phật quá-khứ.

Niết bàn Kinh, quyển 27 : Đắc *Tứ Vô-ngại*, kêu là đắc Chánh-huệ.—

Trong hàng Thinh-văn Đệ-tử của Phật, ông Ma-ha Câu-hy-La được Phật khen là *Tứ Vô-ngại* đệ nhứt.

TỨ VÔ-THƯỜNG 四 無 常 Bốn đức mà đức Vô-thường đứng đầu ; bốn cái tư tưởng đề học tập, mà cái tư tưởng Vô-thường đứng đầu. Ấy là : *Vô-thường tưởng, Khổ-tưởng, Vô-ngã tưởng, Không-tưởng.*

Niết-bàn kinh, quyển mười :

Bậc Trí-thần Đại-thừa phải biết rành bốn lẽ ấy.

Như Phật ra đời, ngài vì chúng-sanh, nói Niết-bàn của Như-lai. Bậc Trí-thần nên biết rằng đó là Như-lai, vì những kẻ kề chấp lẽ Thường, nên thuyết *Vô-thường tưởng*, đặng khiến các Tỳ-kheo tu Vô-thường tưởng.

Có khi Phật lại nói rằng : Chánh-pháp sắp diệt. Bậc Trí-thần nên biết rằng đó là Như-lai, vì những kẻ kề chấp lẽ Lạc, nên thuyết *Khổ-tưởng*, đặng khiến các Tỳ-kheo thường tu Khổ-tướng.

Có khi Phật lại nói rằng : Nay ta bệnh khổ,-chúng Tăng sẽ hư-hoại. Bậc Trí-thần nên biết rằng đó là Như-lai, vì những kẻ kề chấp lẽ Ngã, nên thuyết *Vô-ngã tưởng*, đặng khiến các Tỳ-kheo tu Vô-ngã tưởng.

Có khi Phật lại nói rằng : Gọi là Không, đó là Chánh Giải-thoát. Bậc Trí-thần nên biết rằng đó là Như-lai nói *Chánh Giải-thoát*, không có Hai mươi lăm Cảnh Có, đặng khiến các Tỳ-kheo tu học *Không-tưởng*. Vì nghĩa ấy, Chánh Giải thoát đó kêu là *Không*, cũng kêu là *Bất động*.

TỨ VÔ-ÚY 四無畏 Cũng viết : *Tứ vô sở úy* 四無所畏 Bốn đức dạn dĩ, chẳng sợ. Có bốn đức chẳng sợ ấy, thì dễ bề giáo-hóa chúng-sanh, vì lòng mình chẳng khiếp.

Tứ vô-úy ấy có hai thứ, của Phật và của Bồ-tát.

Tứ vô-úy của Phật :

1. Nhứt thiết trí vô sở úy (Có Trí biết tất cả, nên chẳng sợ chi hết) ;

2. Lậu tận vô sở úy (Dứt hết các phiền-não, nên chẳng sợ chi hết) ;

3. Thuyết chướng đạo vô sở úy (Giải thuyết chỉ chỗ ngăn hại đạo, nên chẳng sợ chi hết) ;

4. Thuyết tận khổ đạo vô sở úy (Giảng thuyết dạy dứt hết các sự khổ, nên chẳng sợ chi hết).

Tứ vô-úy của Bồ-tát :

1. Tổng-trì bất vong, thuyết pháp vô úy (Giữ trọn chẳng quên, thuyết pháp chẳng sợ) ;

2. Tận tri Pháp-dược cập tri chúng-sanh căn-dục tánh-tâm, thuyết pháp vô úy (Biết món thuốc về Pháp-lý và biết căn-dục tánh-tâm của chúng-sanh, nên thuyết pháp chẳng sợ) ;

3. Thiện năng vấn đáp, thuyết pháp vô úy (Có tài vấn đáp, nên thuyết pháp chẳng sợ) ;

4. Năng đoạn vật nghi, thuyết pháp vô úy (Có thể trừ các sở nghi của chúng-sanh, nên thuyết pháp chẳng sợ).

TỨ XÀ 四蛇 Bốn con rắn. Tức là bốn con rắn độc, tỷ với Tứ Đại : Địa, Thủy, Hỏa, Phong. (Xem : *Tứ độc-xà, Độc-xà.*)

TỪ 慈 Maitreya (scr.).— Mettà (p.).— Amour universel (fr.) Lòng thương tất cả mọi người, tất cả chúng-sanh, sẵn sàng giúp cho họ được các sự vui sướng, lợi-ích về vật-chất và về tinh thần. Tấm lòng bình đẳng, không nhiễm mọi sự khổ, sướng ; đối với chúng-sanh, không phân biệt kẻ oán thù, người thân thích, không lựa kẻ thông minh, người ngu-độn, kẻ hiền hậu, người ác-trược ; với ai, cũng thương tất cả và giúp đỡ cho tất cả. Lóng *Từ* của chư Phật, chư Bồ-tát mênh mông, vô tận, phổ khắp tất cả Mười phương các cõi thế-giới. Nên cũng kêu là *Đại-từ, Vô-duyên từ*. Chư Phật có đủ bốn mối lòng : *Đại-từ, Đại-bi, Đại-hỷ, Đại-xả*. Bốn mối lòng ấy, kêu là *Tứ Vô-lượng, Tứ Vô-lượng tâm*.—

Tiếng *Từ*, tĩnh-từ (adjectif) đứng trước danh-từ (nom), thường chỉ về *Phật, Đại Bồ-tát*, vì là những bực có đủ lòng lành thương chúng-sanh. Như : *Từ-ân, Từ-ý, Từ-nhãn, Từ-vân v.v.*—

Các nhà học đạo Đại-thừa cần phải tu tập đặng mở tấm lòng *Từ*, tu tập bằng cách tham-thiền. Đại khái, cách mở lòng *Từ* như thế nầy : Với một tấm lòng *Từ*, nhà đạo khi ngồi thiền, trông khắp cõi thế. Lòng *Từ* ấy càng mở rộng, nó bủa ra từ phương nầy sang phương kia, đủ cả Mười phương. Kế đó, với một tấm lòng đầy sự *Từ*, sự *Từ* nầy càng mở rộng ra mãi mãi, [illegible] vô-tận, nhà đạo trông ra các cõi thế, dùng lòng *Từ* mình mà bao quát các cõi thế-giới và vạn-vật, cho chí các nơi cùng tột. Phép tưởng cho lòng *Từ* phổ khắp tất cả chúng-sanh, kêu là *Từ vô-lượng Định*. Và nhà đạo cũng tu tập mà mở luôn ba tấm lòng : *Bi, Hỷ, Xả*. Vì bốn tấm lòng ấy có quan-thiệp với nhau, thảy đều giúp cho nhà tu-hành mau thành Phật-đạo.

Trong Đại Bát Niết-bàn kinh ,quyển 15 và 16, Phật có giải rộng về đức lành của lòng *Từ*.

TỪ-ÂN 慈恩 : Ơn-đức lành. Tức là ơn-đức của Phật, Bồ-tát thi thố cho chúng-sanh, ơn-đức vô-cùng, vô-tận. Nhứt là cái ơn đức giáo-hóa chúng-sanh, dạy cho họ hiểu biết đạo-lý mà thoát khỏi các khổ-não. Như trong «*Vô-Lượng-Thọ Kinh*», ngài Di-Lặc Bồ-tát có bạch với đức Thích-tôn : Nay đức Phật từ-mẫn, bảo rõ Đạo cả, chư thiên, nhơn-dân cho chí loài nhu-động (côn-trùng) đều đội ơn lành (*Từ-ân*) mà thoát khỏi sự ưu-khổ.

TỪ-ÂN ĐẠI-SƯ 慈恩大師 : Tức là ngài Khuy-Cơ, một vị Cao - tăng đời nhà Đường, vào thế-kỷ thứ bảy Dương - lịch. Ngài Khuy-Cơ là người Trung-Hoa, đệ-tử của ngài Huyền-Trang, rất tinh-thông về giáo-lý Duy-thức do Huyền-Trang truyền lại. Người trong thời gọi ngài là *Từ-Ân Đại-sư*, vì ngài trụ trì tại chùa Từ-Ân ở Trường-An, ngài ở cảnh chùa ấy mà hoằng hóa.

TỪ-ÂN TÔNG 慈恩宗 : Một tông phái đạo Phật. Tông nầy do ngài Huyền-Trang với chư đệ-tử truyền bá ra tại chùa Từ-Ân, nên kêu là *Từ Ân-tông*. Hồi thế-kỷ thứ bảy, ngài Huyền-Trang từ Trung-Hoa sang Thiên-Trước học Đạo, được ngài Giái-Hiền (Çilabhadra) truyền cho giáo-lý của những bộ luận Duy-thức và Du-già của hai vị Bồ-tát hồi thế-kỷ thứ năm là Vô-Trứ (Asangha) và Thiên-Thân (Vasudandhu).

Khi trở về nước, Huyền-Trang hội hợp các nhà sư cao-học tại chùa Từ-Ân, cùng nhau diễn dịch những bộ luận ấy và truyền bá ra cho đời.

Từ-ân-tông cũng kêu là *Pháp-tướng tông*, vì biện minh một cách rốt ráo tánh tướng của các pháp, đưa người tới cảnh Trung-đạo, theo như cách chỉ dẫn trong bộ Giải thâm mật Kinh (scr : Sandhinirmocanasûtra).

Từ Ân tông lại cũng kêu là *Duy-thức tông*, vì giải rõ giáo-lý cốt-yếu trong bộ *Duy-thức luận* (scr : Vidya-mâtra-siddhi-çastra-Kârika). Giáo-lý ấy như vầy : Duy có cái Thức là thật. Nó hàm chứa tất cả vạn vật. Vậy vạn vật đều là mộng ảo, vì chỉ là sự phát-hiện của tâm-thức mà thôi.

TỪ ÂN TỰ 慈恩寺 Chùa Từ-Ân. Một ngôi Chùa có danh lớn ở nước Tàu, về đất Thiểm-Tây, thành Trường-An Do vua Cao-Tông (650-683) vì bà Văn-đức Hoàng Thái-hậu mà lập ra ngôi Chùa ấy, cho nên đặt tên là Từ-Ân tự (Từ-ân nghĩa là ơn-đức của mẹ). Chùa *Từ-Ân* có danh nhứt trong Lịch-sử Phật-giáo nước Tàu là nhờ ngài Huyền-Trang hội các nhà cao-tăng giỏi chữ Phạn lại ngôi Chùa ấy mà dịch Kinh ra chữ Hán. Mỗi khi dịch xong một bổn Kinh, Huyền-Trang dâng lên cho vua ngự phê. Vua Cao-tông nối ngôi cho vua Thái-tông, rất tôn trọng tài học và đức-hạnh của ngài. Và khi Huyền-Trang tịch, thì vua truyền xây tháp của ngài trong vòng chùa *Từ-Ân*.— *Từ-Ân tự* cũng kêu là *Đại Từ-Ân tự*.

TỪ-BI 慈悲 Miséricorde (fr.) : Lòng lành thương yêu và đau xót. *Từ* : Thương tưởng, dốc làm lợi ích, an-lạc cho chúng-sanh. *Bi* : Đau xót trước những cảnh khổ - não, hoạn - nạn, ưu-sầu của chúng-sanh, dốc chí ra tay cứu vớt họ. Phật đối với chúng-sanh, coi như con một nhà, lúc nào cũng thương tưởng họ, những lo giúp ích cho họ, làm cho họ hưởng các sự an-ổn, vui vẻ, nên kêu là *Từ*. Phật thấy chúng-sanh chịu các nỗi khổ, động lòng trắc ẩn, muốn cứu họ ra khỏi các tai nạn, nên kêu là *Bi*.

Gương *Từ-bi* của đức Phật Thích-tôn không ngằn, không thể nào kể cho xiết. Từ các tiền thân cho đến lúc hiện thân làm Phật, vì lòng *Từ-bi*, ngài vừa giúp, tế độ cho biết bao chúng sanh ! Và từ khi thành Phật cho đến mãi mãi về sau, sức *Từ-bi* của Ngài vẫn còn ủng-hộ và phổ tế cho chúng-sanh, tuy rằng Ngài đã nhập Niết-bàn. Cho nên xưng niệm danh hiệu ngài, người ta tụng rằng : « Nam-mô *Đại-từ Đại-bi* Bổn-sư Thích-Ca Mâu-Ni Phật ! »

Quan-Âm Thị Kính : Sư rằng : *Này đạo Từ-bi,*

Rộng đường phổ độ, hẹp gì giai duyên.

Chư Bồ-tát trong khi giáo-hóa, tế-độ chúng-sanh, thường thi thố ba mối *từ-bi* :

1) *Chúng-sanh duyên Từ-bi* : Bồ-tát đem cái trí bình đẳng mà quán xét tất cả chúng-sanh, coi họ như con đỏ, vận chuyển lòng đại *Từ-bi* mà hoằng tế họ, khiến cho tất cả đều được an-lạc.

2) *Pháp-duyên Từ-bi* : Bồ-tát đem cái trí bình đẳng mà quán xét tất cả các pháp, thấy tất cả đều do nhơn-duyên hòa hiệp mà sanh ra, biết rõ các pháp đều chẳng có tự-tánh, chẳng thật. Tuy biết là chẳng có tự-tánh, chẳng thật, nhưng cũng vận chuyển lòng Đại *Từ-bi* mà hoằng tế các chúng-sanh, khiến cho tất cả đều được an-lạc.

3) *Vô-duyên Từ-bi* : Bồ-tát đem cái trí bình đẳng một cách vô-tâm mà vịn dựa vào các chúng-sanh, nhờ vậy mà họ hưởng nhờ các sự lợi ích, an-lạc.

Bồ-tát vận chuyển cho ba mối *Từ-bi* ấy lan tràn, bao bọc Pháp-giới, khiến cho chúng-sanh dứt khổ và được vui.

TỪ-BI ĐẠO-TRÀNG SÁM-PHÁP 慈悲道場懺法 : Bộ kinh Sám-hối làm ra hồi đời nhà Lương, do vua Võ-Đế (502-549) thỉnh chư Tăng soạn Kinh-sám để tụng cầu siêu cho vợ ông đương đọa làm con trăn (mảng) Xem : *Lương-hoàng Sám.*

TỪ, BI, HỶ, XẢ 慈悲喜捨 Tức là *Từ-tâm, Bi-tâm, Hỷ-tâm, Xả-tâm.* Ấy là bốn mối lòng, bốn đức đi chung với nhau, mà người đạo Phật phải tu và phải hành. Kêu chung là *Tứ Vô-lượng, Tứ Vô-lượng tâm,* là vì tu bốn đức ấy để phổ cập cho vô-lượng chúng-sanh. Bốn đức ấy của Phật và Bồ-tát, thì xưng là *Đại từ, Đại-bi, Đại-hỷ, Đại-xả. Từ* : lòng lành giúp ích cho người. *Bi* : lòng xót, cứu khổ cho người. *Hỷ* : lòng vui, tự mình vui và mừng giùm cho người được điều thiện. *Xả* : lòng thí xả mọi vật của mình cho tất cả chúng-sanh, không phân kẻ oán người thân.

TỪ-BI QUÁN 慈悲觀 Phép quán-tưởng đức Từ-bi. Ấy là một phép trong *Ngũ đình - tâm quán.* Nhà tu hành ngồi thiền quán tưởng cho mở mang đức *Từ-bi ;* đối với chúng-sanh, đem lòng thương tưởng, đau xót, lúc nào cũng sẵn lòng vùa giúp, cứu vớt họ. Quán-tưởng cho được đức *Từ-bi,* thì dứt cái lòng hờn giận, oán thù. Những người hay hờn giận, hoặc có chuyện oán thù với ai, nên quán-tưởng phép ấy.

TỪ - BI THỦY SÁM PHÁP 悲慈水懺法 Bộ Kinh-sám do ngài Ngộ-Đạt Thiền-sư bên Trung-Quốc trước-tác, trọn bộ ba quyển, để dạy người-ta tỉnh-ngộ mà ăn-năn lỗi trước, đừng phạm lỗi sau.

Tích bộ *Từ-bi thủy sám pháp* như vầy : Về triều vua Ý-tông (860-873) nhà Đường, vị Quốc-sư hiệu là Ngộ-Đạt, tên là

Tri-huyền, lúc chưa hiển-đạt, thường gặp một nhà sư ở đất Kinh-sư, trong một ngôi chùa. Nhà sư ấy mắc bệnh cùi, chẳng ai dám gần, chỉ có Ngộ-Đạt thường gần gũi, hỏi han, cúng-dường thôi. Khi ra đi, nhà sư có căn dặn Ngộ-Đạt rằng : « Chừng nào ông có tai nạn, nên nhớ qua núi Cửu-Lũng tại Bành-Châu, đất Tây-Thục mà tìm tôi, chỗ tôi trú ngụ có hai cây tùng làm dấu. »

Sau đó, Ngộ-Đạt được vua Ý-tông phong chức Quốc-sư, trụ tại chùa An-quốc. Hoan-nghênh tài thuyết-pháp của sư, vua có ban cho một Pháp-tọa bằng trầm hương. Khi ấy, nơi đầu gối của sư, bỗng phát ra một mụt ghẻ, hình như mặt người, đau nhức vô cùng. Các vị danh - y đều được mời đến điều trị, nhưng không hết. Nhớ lời dặn buổi xưa của vị sư cùi, Ngộ-Đạt bèn vào núi mà tìm. Đến nơi có hai cây tùng, thấy Cao-tăng đứng chờ. Biết tai nạn của Ngộ-Đạt, ngài bèn khiến xuống suối lấy nước mà rửa mụt ghẻ.

Khi ấy, từ nơi mụt ghẻ, có tiếng nói rằng : « Thuở xưa, ông là Viên-Án, tôi là Triệu-Thố, ông giết oan tôi, tôi chờ dịp mà báo thù. Đã mười đời, ông làm Cao-tăng, tôi chưa trả oán được. Nay ông làm Quốc-sư, khởi tâm danh-lợi, nên tôi hiện ra mụt ghẻ nầy mà báo. Nhưng nhờ sức ngài Ca-Nặc-Ca tôn-giả dùng nước pháp Tam-muội mà rửa oán cho tôi, nên từ nay trở đi, tôi không báo oán nữa .»

Ngộ-Đạt nghe rồi, liền lấy nước suối mà rửa ghẻ, giây lát da thịt lành lại như cũ.

Sư trở lên núi mà kiếm ngài Ca-Nặc-Ca, thì Cao-tăng và tòa bửu-điện đều biến mất. Ngộ-Đạt bèn cất nơi ấy một cảnh am, về sau thành ngôi chùa ; đến đời nhà Tống, vua sắc tứ ngôi chùa ấy là « Chí Đức Thiền-Tự ».

Chừng về Kinh-đô, Ngộ-Đạt cảm ân tế-độ của Phật Thánh, bèn làm ra bộ « *Từ-bi thủy sám pháp* » nầy, trước mình trì tụng, sau truyền bá cho đời. Vì ý nghĩa là dùng nước Tam-muội mà rửa sạch Nghiệp oan, cho nên kêu là *Thủy sám*. Còn hai chữ *Từ-bi* đứng đầu, tức là sức tế-độ của Phật Thánh vậy.

TỪ-BI VẠN-HẠNH 慈悲萬行 Lòng từ-bi phổ-cập vào muôn hạnh, vào tất cả các hạnh. Muốn thành Phật, Bồ-tát phải tu tất cả các hạnh (muôn hạnh đều gồm trong Lục độ). Trong khi tu tất cả các hạnh, phải trụ trong hai đức là *đại-từ* và *đại-bi*. Hạnh nào cũng nhờ *Từ bi* tô điểm, trưởng dưỡng cho tất cả. *Muôn hạnh* tỷ như một cây có đủ nhành lá, gốc rễ; *từ-bi* tỷ như nước tưới vào làm cho cây được cao lớn, sung túc.

TỪ-ĐỊNH 慈定.— Maitreya-Samâdhi (scr.) Phép định về lòng Từ. Cũng kêu : *Từ-tâm Tam-muội*. Trong cơn nhập - định, lòng Từ trở nên một sức mạnh vô cùng vô-tận, có thể điều-phục những chúng-sanh bạo ác cực-điểm.

Như hồi Phật trụ tại thành Vương-xá, Đề-bà-đạt Đa xúi vua A-xà-Thế giết Phật và chư Đệ-tử bằng cách thả con tượng say rượu ra đường, đặng cho nó đạp Phật và chư Đệ-tử. Sáng bữa ấy, Phật đi khất thực trong thành. Sau khi đạp chết rất nhiều người, con tượng Hộ-Tài hăng máu, chạy xốc lại phía Phật. Đức Thế-tôn nhập phép *Từ-định*, đưa thẳng bàn tay ra. Liền đó, từ nơi năm ngón tay, hiện ra năm con sư-tử. Con tượng Hộ-Tài lấy làm sợ sệt, mất hết sự say và sự hăng, qui lạy và kính lễ nơi chơn Phật.

(Xem : *Từ tâm Tam-muội*).

TỪ-Ý 慈意 : Ý tưởng lành. Ấy là tâm-ý của bực Phật, bực Đại Bồ-tát, lúc nào cũng quyết làm những sự lành, sự phải cho đời, giúp cho họ được vui vẻ, an-lạc.

TỪ KÍNH 慈敬 : Thương mến và kính trọng. Đem lòng từ-ái mà kính trọng, tôn sùng. Như *Từ kính* đối với bực Thầy, đối với các hàng chơn tu, đối với Phật, Bồ-tát.

Vô-lượng-Thọ Kinh : Như có ai *từ-kính* đối với Phật, thật là Đại-thiện. Vì trong thiên-hạ, lâu lắm mới lại có Phật ra đời.

TỪ LỰC 慈力 : Sức mạnh của lòng Từ. Phật và Bồ-tát vốn có lòng Từ lớn, lòng từ ấy có sức cảm hóa các hạng chúng.

sanh, có sức đem lại phước lợi cho các chúng-sanh mỗi khi họ cầu nguyện. Dầu đương lúc Phật ở đời hay khi Phật đã tịch, những ai niệm danh-hiệu của Phật một cách thành-tâm mà cầu nguyện, thì *Từ-lực* của Phật làm cho họ được thỏa nguyện.

Trong **Thủ-Lăng-Nghiêm Kinh**, quyển sáu, Bồ-tát Quan-thế-Âm có hai đức thù-thắng: *Từ-lực*, Bi-ngưỡng. Do *Từ-lực* của ngài, ngài ứng hiện ra đến 32 loại thân-hình mà độ chúng-sanh. (Xem : *Quan-thế-Âm tam thập nhị ứng.*)

TỪ MẪN 慈 愍 : Lòng thành thương xót. Ấy là tánh từ-thiện thương người xót vật, thường làm việc nhiêu ích cho chúng sanh. Chư Phật vì lòng *từ mẫn,* hay cứu độ cho các hạng chúng-sanh, dầu thiên-thần, dầu nhơn-loại, cho chí loại thú cầm và hàng nhu-động (côn trùng).

TỪ MẪU 慈 母 : Bà mẹ lành. Tiếng tỷ-dụ đề xưng Phật. Cũng viết : *Từ-phụ* (cha lành), *Từ phụ-mẫu* (bực cha-mẹ lành).

Niết-bàn Kinh, quyển 41, có hai câu kệ :

Như-lai *Từ-mẫu* dục chúng-sanh,

Phổ ẩm chúng-sanh Đại-bi nhũ.

(Như-lai là mẹ, nuôi chúng-sanh, người cho tất cả chúng-sanh uống món sữa Đại-bi.)

TỪ MÔN 慈 門 : Cửa từ. Chư Phật và chư Bồ-tát đều do nơi lòng từ mà thi thố cho đời các công-đức và các phương tiện thiện-xảo, vì vậy nên gọi lòng từ ấy là *từ môn.*

TỪ NHÃN 慈 眼 : Mắt lành. Tức là mắt của Phật, Bồ-tát. Chư Phật và chư Bồ-tát đem lòng từ-bi mà quan-sát chúng-sanh, dùng mắt lành mà trông ra thế-gian, coi những ai vướng nạn khổ mà cứu vớt, xem những ai đáng giáo-hóa thì giáo-hóa, những ai đáng tế-độ thì tế - độ.

Trong Diệu-*Pháp Liên-Hoa Kinh,* phẩm Phổ-môn, có mấy hàng Kệ xưng tán đức Bồ-tát Quan-Thế-Âm như vầy :

Cụ nhứt thiết công-đức,
Từ nhãn thị chúng-sanh,
Phước tụ hải vô-lượng,
Thị cố ưng đảnh lễ.

Ngài có đủ các công-đức,
Mắt lành xem khắp chúng-sanh,
Phước nhiều như biển cả,
Vậy phải nên đảnh lễ.

TỪ NHẪN 慈忍 : Từ-bi và nhẫn-nhục. Bồ-tát khéo tu hạnh nhẫn-nhục và có sẵn đức từ-bi, cho nên đối với những kẻ mắng chưởi mình, đánh đập mình, cho đến hại mạng mình, thì cũng chịu được và đem lòng thương xót tha thứ cho họ, chẳng giận hờn, chẳng cố oán, lại còn nguyện cho họ mau hồi tâm hướng thiện và nguyện cho mình mau thành Chánh-giác để tiện độ cho họ.

TỪ PHỤ 慈父 : Cha lành. Tiếng tôn xưng Phật. Đối với chúng-sanh trong Tam giới và Lục đạo, Phật là *Cha lành.*

Niết-bàn Kinh có nói : Phật nhớ tưởng các chúng-sanh như *Cha lành* thương con đỏ.

Diệu-pháp liên hoa-Kinh, phẩm An-lạc-hạnh 14 : Bực Bồ-tát thọ trì, đọc tụng, giảng thuyết Kinh Pháp-Hoa, đối với chúng-sanh, nên khởi lòng đại-bi ; đối với chư Phật Như-lai, nên tưởng là *Cha lành* (*Từ phụ*) ; đối với chư Bồ-tát, nên tưởng là bực Đại-sư.

TỪ PHỤ-MẪU 慈父母 : Bực cha mẹ lành. Tiếng tôn xưng Phật. *Hoa-Nghiêm Kinh* : Phật đối với tất cả chúng-sanh, như *từ phụ-mẫu*, vì làm lợi-ích lớn cho họ, làm cho họ sanh nảy cái Phật-chủng (Hột giống Phật).

TỪ QUANG 慈光 : Hào quang lành. Tức là ánh-sáng của Phật. Ánh quang-minh đại-từ của chư Phật túa ra, mát mẻ, vi diệu, chạm phải người nào thì người ấy lấy làm sung sướng, thơ thới, thân-tâm trở nên nhu nhuyễn.

TỪ TÂM BẤT SÁT 慈心不殺.— Lokecvara (scr.) : Vì lòng từ nên chẳng giết hại chúng-sanh. Ấy là bực Bồ-tát đem lòng từ-bi mà tu trì Giới *Chẳng sát sanh* là Giới thứ nhứt trong *Ngũ giới, Thập giới*, lại là Giới thứ ba trong *Cụ-túc giới.*

Trong « *Quán Vô-Lượng-Thọ Phật Kinh* », muốn sanh qua cõi Cực-lạc của đức Phật Vô-Lượng-Thọ (A-Di-Đà), ở vào bực Thượng-phẩm thượng sanh, cần có những tấm lòng nầy: một là chí thành tâm, hai là thâm tâm, ba là hồi-hướng phát nguyện tâm. Lại có những hạng nầy: một là *từ tâm bất sát* (Kẻ lòng lành chẳng giết), đủ các giới hạnh; hai là đọc tụng các Kinh Đại-thừa; ba là tu hành Sáu niệm (Lục niệm), hồi hướng phát nguyện, nguyện sanh về cõi Cực-lạc.—

Từ tâm bất sát (Lokecvara) lại là một danh hiệu của đức Bồ-tát Quan-Thế-Âm.

TỪ-TÂM TAM-MUỘI 慈心三昧: Phép tu đại-định Lòng Từ. Tu phép Thiền-định nầy, lòng lành phổ cập tất cả chúng-sanh trong các cõi thế-giới, không một mối trược-ác nào xen vô được.

Hồi đức Thích-tôn sắp thành Phật, còn ngồi nơi cội cây Bồ-đề, thì Ma-vương hiện đến với binh-tướng, cầm các món khí-giới toan hại Ngài. Đức Thích-tôn bèn nhập phép *Từ-tâm Tam-muội*, liền đó các món đao, trượng, tên v.v. đều hóa ra họa sen.

Kế đó, có các ma-nữ đến ám hại Phật, đem nữ-sắc, mỹ-âm mà khêu gợi Phật, thử thách Phật, thì Ngài cũng nhập phép *Từ-tâm Tam-muội*. Chúng ma-nữ bèn hóa ra già cả, da nhăn tóc bạc, má hóp răng thưa. Cùng nhau tỉnh ngộ mà qui hàng. *Từ-tâm Tam-muội* cũng kêu là: *Từ-Định, Từ Tam-muội*. Ấy là một phép trong *Lục chủng Tam-muội*.

TỪ-TÔN 慈尊: Đức Thế-tôn danh-hiệu là Từ. Tức là đức Di Lặc (Maitreya), vì chữ Di-Lặc là tiếng Phạn, dịch nghĩa là Từ. Đức *Từ-tôn* sẽ thành Phật kế tiếp đức Thích-tôn, theo như lời thọ ký trong quyển «*Di-Lặc Hạ-sanh thành Phật Kinh*». Lại nữa, chữ *Từ-tôn* cũng dùng để chỉ đức Thích-tôn và chư Phật, vì các ngài đều đủ lòng Đại-Từ, lấy đức Đại-Từ mà làm chủ-đích.

TỪ-TỬ 慈子: Đệ-tử đức Từ-Tôn (đức Di-Lặc). Những người qui-y, niệm-tưởng đức Di-Lặc, những vị vãng sanh đến cảnh Đâu-suất chầu đức Bồ-tát Di-Lặc, và sau nầy những vị xuất-gia theo học Đạo nơi đức Di-Lặc chứng ngài thành Phật, đều là những vị *Từ-tử*. Cũng như những đệ-tử của đức Thích-tôn, thì người ta gọi là Thích-tử.

TỪ-THỊ BỒ-TÁT 慈氏菩薩 Maitreya-Bodhisattva (scr.) : Đức Bồ-tát họ Từ.

Từ-thị : Họ Từ, dòng Lành, dòng Phật, vì Phật lấy đức Từ-bi làm chủ. *Từ-Thị* là tiếng dịch nghĩa, còn tiếng âm theo phạn là *Di-Lặc* (Maitreya). Vậy *Từ - Thị Bồ-tát* là Di - Lặc *Bồ - tát*.— Từ thuở xưa, đức Bồ - tát ấy gặp Phật, Phát tâm tu hành, chứng phép *Từ-tâm Tam-muội*. Từ ấy tới nay, ngài lấy chữ *Từ* mà làm tên họ mình. Mãi cho tới về sau nầy, ngài cũng sẽ giữ một tên đó cho tới khi thành Phật, kế tiếp đức Thích-Ca-Mâu-Ni. Hiện nay, ngài đương làm Giáo-chủ trên cảnh trời *Đâu-suất-đà* (Tushita).

Trong quyển *Di-Lặc Hạ sanh thành Phật Kinh* mà đức Phật thuyết ra gần thành Vương-xá (Rajagriha), trên núi Thứu-phong, Ngài có thọ-ký cho *Từ-thị Bồ-tát*. Bồ-tát sẽ từ nơi cung Đâu-suất mà giáng xuống cõi Thiệm-bộ châu nầy, vào đời vua thánh hiệu là Hướng-Khư. Cha là người bà-la-môn làm quốc-sư tên là Thiện-Tịnh, mẹ là Tịnh-Diệu. Bồ-tát sẽ ngồi nơi cây Bồ-đề tên là Long-Hoa mà thành Phật. (Xem : Di-Lặc.)

TỪ-THIỆN 慈善 Bienfaisance (fr) : Vì có lòng từ-ái nên ưa làm sự lành. Ấy là những việc cứu giúp kẻ nghèo khổ, tật bệnh, hoạn nạn trong đời. – Ông Tưởng-giả Cấp-cô-độc (Anathapindika) là nhà Từ-thiện có danh nhứt hồi Phật ra đời.— Bên Nhựt-bổn, nhiều phái đạo Phật, vì mục-đích cứu độ những kẻ bất-hạnh, có lập ra những hội *từ-thiện*, như viện cô-nhi, nhà bảo sanh, viện tế-bần, và mở ra nhiều cuộc chẩn tế xã-hội.

TỪ-THỦY 慈水 : Nước lành, Giọt nước từ bi. Lòng từ-bi của Phật, Bồ-tát phổ cập và cảm-hóa chúng-sanh, tỷ như giọt nước lành tưới tắt lửa phiền-não, rưới xuống làm cho tâm-thần đau khổ, lao nhọc của chúng sanh trở nên mát, dịu, khoẻ-khoắn, tươi-nhuận, an-tịnh. Vì vậy nên kêu là *từ thủy*.

TỪ-VÂN 慈雲 : Đám mây lành, sức che chở, đùm bọc của Phật. Cũng như vầng mây lớn che mát khắp cả thiên hạ, lòng từ-bi rộng lớn của Phật và Bồ-tát phổ cập tất cả chúng-sanh trong Thập phương các cõi thế-giới, che chở cho họ, gia hộ cho họ, nên kêu là *từ-vân*. Lại do đám *mây lành* ấy, đổ mưa xuống khắp nơi, làm cho chúng-sanh được tươi nhuận, phát sanh trí-huệ, nảy nở hột giống Bồ-đề, cũng như các giống thảo-mộc nhờ mưa mà trở nên sung túc vậy.

TỰ 食 Repas, aliments (fr.) Nếu là danh từ (nom), thì đọc : *tự*, nghĩa là : đồ ăn, cách ăn, bữa ăn.

Nếu là động từ (verbe), thì đọc : *thực*, nghĩa là : ăn. (Xem : *Thực*)

TỰ 序 Préface, Avant-propos (fr.) Bài tựa của quyển Kinh, quyển sách. Bài đầu giảng sơ-lược cái đại-ý, cái chỉ-thú của toàn bộ Kinh.

Kinh sách thường có ba phần : Phần đầu kêu là *tự* hay *khai-đề*, tức là «*bài tựa*», «*lời dẫn*», « *lời nói đầu* », tiếng Pháp gọi là : Préface, avant-propos, introduction.

Phần thứ nhì là phần chánh-đáng, phần lớn hơn hết trong toàn bộ. Kêu là Chánh-tông phần, giải đề hay giải luận, Pháp : Sujet, Matière.

Phần thứ ba là phần *Kết-luận* (Pháp : Conclusion), cũng kêu *Lưu thông phần* theo kinh Phật.

TỰ-PHẦN 序分 : Phần tựa, bài tựa. Kinh Phật thường chia ra ba phần :

1) *Tự-phần* là bài đầu, bài khai giảng. Phần tựa nầy lại chứa hai đoạn : thông-tự và biệt-tự. Thông-tự là đoạn thông thường thuật lời A - Nan nhắc rằng ông có nghe Phật giảng Kinh ấy ở đâu, với những hàng đệ-tử nào dự nghe. Biệt-tự là đoạn riêng nói rằng tại sao Phật giảng Kinh ấy, và do vị đệ-tử nào khải thỉnh.

2) *Chánh tông phần* là phần chủ yếu của Kinh, trong ấy Phật giải ra tường tận trọn một đề-mục, một thời kinh.

3) *Lưu thông phần* là phần sau rốt, trong ấy Phật phó-chúc

Kinh ấy lại cho chư đệ-tử dự nghe, khuyên ai nấy đều lưu truyền Kinh ấy cho đời sau, vì nghĩa lý rất hữu ích đối với chúng-sanh. Phần nầy, trong các sách khác, người ta gọi là bài *Kết-luận*.

TỰ 寺 Pagode (fr.) Chùa, là chỗ chúng Tăng ở. Nguyên thuở đời Vua Minh-đế nhà Hán, *năm 68 Dương-lịch*, Thích Ma-Đằng dùng con ngựa trắng chở kinh Phật từ Tây-vực về triều, ban sơ đậu đỡ tại Hồng-lô *tự* (toà quan Hồng - lô). Sau nhơn tòa Hồng-lô cất lên làm viện tàng Kinh, bèn lấy chữ Tự 寺 đặt tên là *Bạch-mã-tự* 白馬寺. Bởi đó, đời sau về đền thờ Phật hay là nơi Tăng, Ni ở tu đều kêu là *Tự*.

Kêu là *Tự* đó, có mười loại khác tên (寺十種異名 *Tự thập chủng dị danh*). Sách Tăng-Sử-lược quyền thượng, bài bàn về chữ *Tự* của Linh-Hỗ Pháp-sư, phàm có mười tên:

1. *Tự* 寺 nghĩa chuẩn theo Kinh Phật.

2. *Tịnh-trụ* (chỗ đậu sạch-sẽ), nghĩa là chất dơ-dáy lộn đục chẳng được đậu chung.

3. *Pháp đồng xá*, là pháp với thực, hai cái học và ăn đồng chung trong một cảnh vậy.

4. *Xuất thế xá* (nhà ra khỏi đời), là chỗ tu ra khỏi ngoài thế-tục vậy.

5. *Tinh-xá* (nhà tinh sạch) nghĩa là chẳng phải chỗ của kẻ thô tục lỗ-mãng ở vậy.

6. *Thanh tịnh viên* (vườn thanh-tịnh), nghĩa là chỗ ba nghiệp không nhiễm lây vậy.

7. *Kim-cang sát* (cõi đất Kim-cang), là cõi đất kiên-cố; chỗ ở của người học đạo vậy.

8. *Tịch-diệt đạo tràng* (trường đạo tịch-diệt), tại Kỳ-viên có thế-giới Liên-hoa tạng, dùng bảy món báu trang sức, kêu là Tịch-diệt đạo-tràng, đức Phật Lư-Già-Na thuyết Kinh Hoa-Nghiêm ở đó.

9. *Viễn ly xứ* (nơi lìa xa), vì cớ vô trong đó, bỏ xa sự phiền-não lầm lỗi, gần với tịch-diệt.

10. *Thân cận xứ* (nơi thân-cận), vì cớ nếu làm hạnh an-lạc, thì lấy nơi đó là gần với Pháp vậy.

Mười tên của cõi đất nầy y theo trong kinh Kỳ-Viên-Đồ. Nay thích ra, chùa chiền có sáu nghĩa : 1. *Quật* (*hang*), như đời Hậu-Ngụy xẻ núi làm hang, đặng an-trí Thánh-tượng và cho chư Tăng ở vậy. 2. *Viện* (nhà đạo), nay Thiền-tông phần nhiều dùng tên ấy. 3. *Lâm* (rừng), luật rằng *Trụ nhứt thọ*, nghĩa là trụ dưới một cội cây, vì trong Kinh có rừng Thệ-đa vậy. 4. *Miếu* (miễu), như miễu Cồ-Đàm trong Thiện-Kiến luận đó. 5. *Lan-nhã* (tịch-tĩnh) là nơi không có tướng viện đó. 6. Cũng kêu là *Phổ thông*, nay núi Ngũ-đài còn có nhiều chỗ.

TỰ-ĐỘ 自度 Độ lấy mình. Nghĩa là trước độ lấy thân mình, cầu cho vượt qua biển Sanh-tử, tới bờ Niết-bàn vậy. Đối với *độ tha* là độ người, độ chúng-sanh.

Cũng như : *Tự-giác, giác tha.*

Nhà tu hành khi thấy rằng đã độ được mình rồi, mình dứt lầm lỗi rồi, mình sáng suốt rồi, bèn ra đi độ kẻ khác, giáo-hóa kẻ khác. Đó là giáo-lý Đại-thừa.

TỰ-LỢI, LỢI THA 自利, 利他 Lợi cho mình, lợi cho kẻ khác. Trên cầu lấy Bồ-đề, là lợi cho mình vậy. Dưới giáo-hóa cho chúng-sanh, là lợi cho kẻ khác vậy. Việc làm của Thinh-văn, Duyên-giác chỉ lợi lấy mình. Việc làm của chư Phật, Bồ-tát thì kiêm cả lợi cho mình, lợi cho kẻ khác.

Tự-lợi, lợi tha là cái sở hành của các nhà tu Phật Đại-thừa vậy.

TỰ-NHIÊN 自然 Nature, naturel, naturellement (fr.) Không do nơi người khác; tự sức mình; do ở Thiên-nhiên (Tạo-hóa).

Đối-nghĩa : *Nhơn-duyên*. Đối với ngoại-đạo thường thuyết lẽ « *Tự-nhiên* », Phật đem thuyết « *Nhơn-duyên* » mà giảng giải để phá chỗ tà-kiến của họ.

TỰ-NHIÊN HƯ-VÔ THÂN 自然虛無身 : Tiếng dùng để gọi Phật. Cái thân tự-tánh của Như-*lai* có cái tánh-đức tự-nhiên, cho nên kêu là *Tự nhiên.* Cái thân ấy vốn là Hư-vô, không trụ ở một thề-tướng nào, cho nên kêu là *Hư-vô.*

Tự-nhiên hư-vô thân cũng là tiếng dùng để chỉ thân-hình của những vị vãng-sanh Cực-lạc. Hễ được vãng sanh thì khỏi sanh ra do nơi thai-bào, cho nên kêu là *tự nhiên.* Cái thân ấy không phải nuôi nấng bởi sự ăn uống bằng vật-chất, cho nên kêu là *hư-vô.*

TỰ-NHIÊN NGỘ ĐẠO 自然悟道 : Do nơi chỗ un-đúc bề trong của cái bổn Giác, chớ chẳng nhờ ai chỉ dạy, tự-nhiên khai ngộ, thành Phật, đó kêu là *Tự-nhiên ngộ đạo.*

TỰ-NHIÊN TỪ 自然慈 : Lòng từ bi tự nhiên phát khởi của Phật, Bồ-tát. Lòng Từ chơn-thật.

TỰ-NHIÊN THÍCH-CA 自然釋迦 : Tiếng tôn xưng Phật Thích-Ca, vì ngài tự-nhiên khai phát mà thành Phật, chớ chẳng có ai là Thầy của ngài.

TỰ-NHIÊN TRÍ 自然智 : Tức là Phật-trí. Cái Trí-huệ hoàn-toàn, sáng-suốt, tự-nhiên của Phật.

TỰ-TẠI 自在 Indépendance, Liberté, Indépendant, Libre (fr.) Tức là *Tự-do tự-tại, Tự-tại vô-ngại.*

1) Về vật-chất, *tự-tại* là tùy ý mình ăn ở làm sao cũng được, tới lui chỗ nào cũng được, có quyền tự do sắp đặt cuộc đời mình, chẳng có ai ngăn trở. Như những nhà giàu có, sang trọng, nhứt là vua chúa là hạng người *tự-tại.*

2) Về tinh-thần, *tự-tại* là lòng dạ rời khỏi sự trói buộc của phiền-não. Như những vị xuất-gia là hạng người *tự-tại.*

3) Tự-do và vô-ngại về cả hai phương-diện : vật-chất và tinh-thần. Tức như những bực đắc đạo : La-hán, Duyên-giác, Bồ-tát, Phật.

Đồng-nghĩa tự : *Vô-ngại*

Đối-nghĩa tự : *Ngại, Chướng-ngại.*

Tất cả có mười thứ *tự-tại* (Thập chủng tự-tại) :

1) *Mạng tự-tại* : Đời sống tự-tại.

2) *Tâm tự-tại* : Lòng dạ thảnh thơi.

3) *Tư cụ tự-tại* : Tiền của có đủ dùng.

4) *Nghiệp tự-tại* : Nghiệp-quả tự-do, không có báo ứng đau khổ.

5) *Thọ sanh tự-tại* : Tùy theo tâm niệm của mình, muốn sanh ra ở thế-giới nào cũng được, chẳng bị ràng buộc.

6) *Giải tự-tại* : Sự hiểu biết tự-tại.

7) *Nguyện tự-tại* : Sức nguyện được thỏa.

8) *Thần-lực tự-tại* : Sức thần-thông tự-tại, muốn biến hiện thế nào cũng được.

9) *Pháp tự-tại* : Việc thi-hành đạo đức được tự-tại, tài thuyết pháp vô-ngại.

10) *Trí tự-tại* : Trí-huệ được tự-tại.—

Lại có tám đức tự-tại (*Bát Tự-tại*) mà Phật chứng được, vì vậy nên người-ta xưng Phật là Tự-tại nhơn. (Xem : *Bát tự-tại* ở chữ *Tự-tại nhơn.*)

TỰ-TẠI ĐỊA 自在地 Một Địa-vị của Phật-tử, của Bồ-tát.
Niết-bàn Kinh, quyển 14 : Bồ-tát Ma-ha-tát đắc nhập các phép Tam-muội Vương ấy (như Vô-ngại Tam-muội, Thường Tam-muội, Lạc Tam-muội, Ngã Tam-muội v.v.) rồi, liền được trụ nơi *Tự-tại Địa.* Bồ-tát được trụ ở *Tự-tại Địa* ấy, thì được Tự-tại Lực (Sức Tự-tại). Do nơi Tự-tại Lực ấy, người muốn sanh đến xứ nào, tức được vãng sanh. Người có thể sanh nơi Địa-ngục để độ cho chúng-sanh phát thiện-căn. Đó là do Tự-tại Lực, chớ chẳng phải do Nghiệp-quả. Cho nên khi ở Địa-ngục, người chẳng hề thọ khổ, như : bị đốt cháy, bị nát thân.

TỰ-TẠI LỰC 自在力 Sức Tự-tại của Phật-tử, của Bồ-tát được trụ ở Tự-tại Địa. (Xem : *Tự-tại Địa.*)

TỰ-TẠI NHƠN 自在人 Người tự do tự-tại hành động theo tâm-chí, theo Trí-huệ của mình. Tức là Phật. Đức Như-lai chứng Niết-bàn, Ngài chứng cái Đại-ngã, có đủ tám đức Tự-tại (Bát *tự-tại,* Bát *Đại Tự-tại*), cho nên xưng ngài là *Tự-tại nhơn.*

Tám đức Tự-tại của Ngài là :

1. Ngài dùng một thân mà thị hiện ra rất nhiều thân, nhiều như số vi-trần.

2. Thân như vi-trần của ngài bủa khắp Tam thiên đại thiên thế-giới.

3. Cái đại-thân của ngài nhẹ nhàng bay lên trên không, bay đến các cõi thế-giới nhiều như số cát 20 sông Hằng-hà.

4. Ngài hiện ra vô-lượng hình-thể các loại mà ở tại một cõi.

5. Sáu căn của ngài đều tự-tại : ngài có thể dùng một căn mà thế cho các căn.

6. Ngài đắc tất cả các pháp, nhưng trong tâm ngài vẫn tưởng là không đắc.

7. Ngài thuyết pháp một cách tự-tại, những lẽ ngài thuyết đều tự-tại, dẫu cho trải qua vô-lượng Kiếp, ý nghĩa cũng vẫn còn.

8. Ngài tự bủa mình khắp nơi, mà người-ta chẳng thấy, dường như Hư-không.

Tám đức Tự-tại ấy có giảng rành trong Đại Bát-Niết-bàn Kinh, quyển 23.

TỰ-TẠI PHÁP-VƯƠNG 自在法王 Tiếng tôn xưng Phật. Như-lai. (Xem : *Pháp-Vương.*)

TỰ-TẠI-THIÊN 自在天 Içvara (scr.) Vị Tiên trưởng (Thiên-chủ) ở cảnh cao hơn hết trong cõi Dục-giới. Cũng viết: *Tha-hóa-tự-tại thiên* (Paranirmitavasavartin).— Lại có nghĩa: Cảnh trời *Tự-tại-thiên*.

Trong **Kinh Diệu - Pháp Liên-Hoa**, giảng về sự từ - bi cứu thế của Diệu - Âm Bồ - tát và Quan - Thế - Âm Bồ - tát, Phật có phán rằng vì sự hóa độ chúng-sanh, Diệu-Âm Bồ-tát và Quan-Thế-Âm Bồ-tát khi thì hiện ra làm Phật, làm Bích-Chi-Phật, làm Thinh-văn La hán, khi thì hiện ra làm Phạm-Vương, Đế-Thích, *Tự-tại thiên*, Đại Tự-tại thiên, Thiên Đại-tướng-quân, Tỳ-sa-môn thiên-vương. Có khi hiện ra các thân khác trong các hạng chúng-sanh. Hai ngài chẳng nệ sự khổ-hạnh mà hiện thân vào các chỗ nguy như Địa-ngục, Ngạ-quỉ, Súc-sanh. Như vậy để tiện bề giáo-hóa chúng-sanh cho họ đắc nhập Phật-huệ.—

TỰ-TẠI THIÊN-TỬ 自在天子.— Le fils du Dêva Içvara: Vị Tiên hầu bên ngài Tự-tại Thiên-vương.

Hồi Phật giảng **Kinh Diệu-Pháp Liên-Hoa**, vị *Tự-tại Thiên-tử* và vị Đại-Tự-tại Thiên-tử (le fils du Dêva Mahêçvara) có dắt đến ba vạn vị Thiên-tử để dự nghe, luôn dịp ủng-hộ Phật trong cuộc truyền Đại-pháp.

TỰ-TẠI VƯƠNG 自在王 Tiếng tôn xưng đức Đại-Nhựt Như-lai.

TỰ-TẠI-VƯƠNG (PHẬT) 自在王佛 Lokisvara-Bouddha (scr.) Tức là *Thế-Tự-Tại-Vương Phật*. Trong *Vô-lượng-Thọ Kinh* gọi ngài là *Thế-Tự-Tại Vương Phật*. Trong *Cổ-âm Kinh* gọi ngài là *Tự-Tại-Vương Phật*. Ấy là một đức Phật hồi đời quá-khứ. Chính ngài chứng-minh cho *Pháp-Tạng Tỳ-kheo*, Tiền-thân của Phật A-Di-Đà phát ra 48 điều Đại-nguyện Thanh-tịnh độ chúng-sanh về cõi Cực-lạc. (Xem : *Thế - Tự-Tại-Vương Phật*.)

TỰ-TÁNH 自性 Bổn-tánh. Thể-tánh, bản-chất của người, của vật, hoặc của mình. Muôn sự, muôn vật, tức là các pháp, đều là như huyễn, như hóa, do sự giả-hiệp, do nhơn-duyên mà thành, cho nên người-ta nói các pháp đều không có *tự-tánh.*

Các pháp vốn có cái tánh chẳng biến chẳng đổi, chẳng sanh chẳng diệt, chẳng có chẳng không, cái tánh chơn-thật ấy chính là cái *tự-tánh,* cái Chơn-như vậy.—

Về *tự-tánh,* ta có thể phân ra ba món :

1. *Y tha khởi tự-tánh* 依他起自性. Nương với cái khác mà phát hiện ra. Như hữu-hình nương với vô-hình, sống nương với chết, hoặc nương với nhơn-duyên hòa-hiệp mà thành. Vốn không thiệt có, chẳng qua là phát hiện ra như huyễn, như hóa vậy thôi.

2. *Thiên kế chấp tự-tánh* 徧計執自性. Không rõ các pháp vì nương nhau, vì nhơn-duyên hòa-hiệp mà thành, người-ta thấy bày ra, liền chấp cho là thật có.

3. *Viên thành thật tự-tánh* 圓成實自性. Thật ra thì các pháp có cái tự-tánh tròn trịa, không hạn lượng, không thay đổi, không giả dối, thoát ra ngoài hai cái tự-tánh trên, ấy là cái chơn-tánh vậy.

Ví như người đau mắt. Trông ra hư-không, thấy những hoa đốm. Vì đau mắt nên có cái hiện tượng như thế. Ấy là *Y tha khởi tự-tánh.* Nhưng người đau mắt chẳng dè là mình đau mắt, nhận ra cái hiện tượng ấy là thật, bèn phân biệt ra nào là hoa đốm đỏ, hoa đốm xanh, hoa đốm vàng v.v. Ấy là *Thiên kế chấp tự-tánh.* Tới chừng có ai chỉ ra cho mình biết rằng sự thấy ấy chẳng thật, chỉ là nương theo bệnh mà có thôi, chớ nào có những tướng hoa đốm đỏ, xanh, vàng. Ấy là *Viên thành thật tự-tánh*.

Người ta thường nói : *Tự-tánh* Di-Đà bổn cụ,

Duy-tâm Tịnh-độ hiện thành.

Nghĩa là : Di-Đà tự-tánh mình vốn đủ.

Tịnh-độ duy tâm mình hiện thành.

Tức là, bực chơn-tu dưỡng cho cái *tánh mình* được chơn-thật như tánh Phật Di-Đà, thì tâm mình hiện thành cảnh Tịnh-độ vậy.

Pháp-bảo-đàn Kinh : Thế nhơn chung nhựt khẩu niệm Bát-nhã, bất thức tự-tánh Bát-nhã, du như thuyết thực, bất bão. (Người đời cả ngày miệng niệm câu Bát-nhã (như Ma-ha Bát-nhã Ba-la-mật), mà chẳng biết Bát-nhã là cái *bổn-tánh* của *mình*, cũng như nói « ăn » mà không no, vì nói ăn mà không ăn thì làm sao mà no ?).—

Tự-tánh mê tức thị chúng-sanh,

Tự tánh giác tức thị Phật.

(Tánh mình mê thì mình là chúng-sanh,

Tánh mình tỉnh thì mình là Phật).

TỰ-THUYẾT (*KINH*) 自說 (經) Udana (scr.) Bài Kinh, thời Kinh mà Phật tự-nhiên diễn giảng, chẳng có ai khải thỉnh, chẳng có ai hỏi.

Thường thường, nếu có vị Thinh-văn hay Bồ-tát đứng ra khải thỉnh, hoặc hỏi vì ý nghi của mình, thì Phật mới thuyết pháp. Nhưng có khi chẳng đợi ai hỏi, Phật tự nhiên giảng giải, đó kêu là *Tự-thuyết Kinh.*

Trong Kinh-điển của Phật, có 12 thể thuyết-pháp, kêu là *Thập nhị bộ Kinh.*

Tự-thuyết Kinh là một thể trong 12 thể ấy. *Tự-thuyết Kinh* cũng kêu theo Phạn là *Ưu-đà-na* (Udana) Kinh.

TỰ-TỨ 自恣 Tức là tùy ý.

Nói về chư Tỳ-kheo nếu thấy mình có phạm giới, thì đến những ngày có Giáo hội Tăng-già nhóm họp đông đủ, như những ngày rằm, mồng một, nhứt là ngày rằm tháng bảy,— *tự mình* khai tội ra với Giáo-hội mà Sám-hối. Giáo-hội bèn cử ra một ban *tự ý* xem xét coi tội phạm ăn về khoản nào trong điều-luật, đặng chứng minh cuộc Sám-hối và trừng phạt vị sư phạm giái theo trường hợp.

Tự-tứ nhựt hay là *Tăng tự - tứ nhựt* chánh là ngày rằm tháng bảy, sau khi trải qua chín chục ngày, từ rằm tháng tư, chư Tăng an - cư hạ tọa xong, bèn xem xét coi ai phạm tội thì tự mình khai ra mà sám-hối. Như vậy đặng bảo tồn Giái-luật của Phật đã ban ra. Cũng kêu là *Hoan-hỷ Nhựt*, vì ngày đó chư Tăng và chư Phật Thập phương đều hoan-hỷ, có cuộc đọc giái-bổn, tự-tứ sám-hối, có cuộc cúng - dường cho chư Tăng, chư Phật do chư thiện-tín dâng hiến để cầu phước cho cha mẹ, thân-tộc quá vãng.

TỬ 死 Mort, Mourir (fr.) Chết. Ấy là nói chúng-sanh mất cái sanh-mạng của mình, bỏ cái xác-thân mà mình đã nhận. Đối với : Sanh.

Những chúng-sanh trong thế-gian, vì tư tưởng điên-đảo che lấp cái chơn-tâm, cho nên thảy đều tham-trước sự Sanh, mà chán ngán sợ sệt sự Lão, sự *Tử*.

Niết-bàn Kinh : Sao kêu là *Tử* ? Tức là bỏ lại cái thân mà mình đã thọ nhận. *Chết* có hai thứ : 1. Vì mạng-số hết mà *chết*. 2. Vì ngoại-duyên (vì cớ nầy hay cớ nọ) mà *chết*. Về mạng-số hết, có ba thứ :

1. Mạng-số hết, chớ phước chẳng hết.

2. Phước hết, chớ mạng-số chẳng hết.

3. Phước và mạng đều hết.

Về ngoại-duyên, cũng có ba thứ :

1. Không phải phận-sự mình, nhưng mình tự hại mà chết.

2. Làm ngang ngược mà bị người giết chết.

3. Chết vì cả hai lẽ trên.

Lại có ba cớ *chết* :

1. Phóng dật mà chết.

2. Phá giới mà chết.

3. Hủy hoại mạng-căn mình mà chết.

TỬ HẢI 死海 : Biển Chết, Cõi Chết tức là Biển cả. Tỷ như các loài thảo mộc sống theo bờ sông, khi *chết* đều trôi dồn ra Biển cả. Loài người cũng như thế, khi *tắt hơi*, thì dồn lại nơi cảnh âm của Diêm-vương, cho nên kêu cõi Chết là *Tử-Hải.*

Niết-bàn Kinh : Tỷ như dài theo mé sông, có những cây thảo mộc. Hễ một nạn bão lụt xảy đến, thì những cây thảo mộc ấy trốc gốc, trôi theo nguồn đại-thủy và dồn ra Biển cả. Chỉ trừ cây dương-liễu mà thôi, vì cây ấy nhuyễn. Nầy thiện nam-tử ! tất cả chúng-sanh, cũng đều như vậy ; thảy đều trôi giạt và bị tống ra nơi *Tử-Hải.* Chỉ trừ Bồ-tát là hạng người trụ nơi kinh Đại-thừa Đại-Bát Niết-bàn mà thôi.

TỬ-HỎA 死火 : Sự Chết tức là nạn lửa. Đó là lời thí-dụ. Về thuở Mạt-kiếp, có đại-hỏa tai đốt chết vô-số chúng-sanh. Cái Chết cũng tỷ như đại-hỏa tai ấy, nên kêu là *Tử-Hỏa.*

Niết-bàn Kinh : Tỷ như khi Hỏa-tai khởi lên, đốt hết tất cả từ mặt đất lên tới cảnh Trời Sơ-thiền; trừ ra cảnh Trời Nhị-thiền, thì sức lửa chẳng tới. Cơn *Tử-Hỏa* cũng như thế, nó đốt tất cả ; trừ ra bực Bồ-tát trụ nơi kinh Đại-thừa Đại Bát Niết-bàn, thì sức nó chẳng tới.

TỬ KHỔ 死苦 : Chết là Khổ, cái Khổ về nỗi Chết. Cái Chết đem lại sự khổ-não, đau đớn cho cả người trong cuộc và ngoài cuộc, nên kêu là *Tử Khổ.* Ấy là một nỗi Khổ, trong *Tứ khổ, Bát Khổ.*

Chính vì muốn độ cho chúng-sanh thoát khỏi Sanh, Lão, Bệnh, *Tử* cho nên đức Thích-tôn mới bỏ cung-điện mà xuất-gia.

TỬ-MA 死魔 : Ma Chết, sự Chết tức là Ma. Ma là loài có thể phá hoại người ta. Vì cái Chết có thể hại mạng-căn của người ta, ngăn trở việc tấn tu của người ta, cho nên gọi nó là *Tử Ma.* Đó là một thứ trong *Tứ Ma.*

Niết-bàn Kinh, quyển 34 : Có hạng giả-danh Bồ-tát nói rằng : «Đức Như-lai Thế-tôn là bực thành tựu một cách trọn vẹn vô-lượng công-đức. Thế mà ngài còn chẳng hoại diệt được *Tử-Ma.* Huống chi chúng ta đủ sức hoại diệt sao ?» Đối với hạng Bồ-tát ấy, Phật dạy rằng : «Như-lai là Thường trụ, chẳng hề biến đổi.»

TỬ-PHONG 死風 : Ngọn gió Chết, sự Chết tức là nạn gió. Lời thí-dụ. Tỷ như Phong-tai làm cho vô-số chúng-sanh và thảo mộc chết mất ; cái Chết nó cũng độc hại như thế, nên kêu là *Tử-Phong*.

Niết-bàn Kinh : Tỷ như một cái cây cao lớn mọc dựa mé sông ; nếu có một trận bạo-phong, ắt là cây ấy phải nhào. Người-ta cũng như thế, đương đứng trên mé nguy hiểm là cảnh Già, xảy ra một cơn *Tử-Phong* thổi đến, thì người ấy chẳng còn ! — Lại như cuộc Phong-tai khởi lên, làm tiêu diệt tất cả, trừ cảnh Trời Tứ-thiền. Cơn *Tử-Phong* cũng như thế, nó thổi diệt tất cả, trừ bực Bồ-tát trì Kinh Đại-thừa «Đại Bát Niết-bàn».

TỬ-TẶC 死賊 : Cái Chết là phường đạo-tặc. Lời thí-dụ. Tỷ như bọn đạo-tặc, chúng cướp lấy của cải, giết sanh-mạng của người ta. Cái Chết cũng như thế, nó đoạt cái mạng-căn của người-ta đương khi người-ta làm thiện, nên kêu là *Tử-tặc*.

TỬ-TỊCH 死籍 : Sổ biên chép người chết. Ở đường Âm, có *Tử-tịch* ghi sẵn tuổi thọ của người-ta. Ai chết đúng theo đó, thì đúng mạng-số vậy.

TỬ-TƯỚNG 死相 Tướng Chết. Khi người ta sắp chết, nhứt là trong cơn bệnh nặng làm cho mình sắp bỏ thân-mạng, thì hiện ra nơi mặt-mày thân thể những triệu-chứng xấu tệ, đó kêu là *Tử-tướng*. Xét theo *Tử-tướng* của một người, người ta biết rằng người ấy sẽ sanh lên đường lành hoặc đọa xuống đường dữ.

TỬ-TƯỞNG 死想 : Tư-tưởng về sự Chết, phép quán-tưởng xét đến chỗ Chết của mình và của chúng-sanh. Ấy là một phép tu rất hay của Phật-tử, một phép Tưởng trong *Thập Tưởng*. Về *Tử-tưởng*, bực Trí-giả nên xét rằng : Đời mình đây thường bị các mối oán thù vây phủ, cái đời ấy hằng giờ hằng phút tồn diệt lần hồi. Nó như dòng nước mạnh từ trên núi mà đổ trút xuống. Nó mỏng mảnh như giọt sương mai. Nó như kẻ tù bị dắt ra công-trường ở chợ búa mà thọ tử. Nó như con bò, con chiên mà người ta dẫn tới lò !

Cuộc đời thật mau lẹ : nó chỉ như một hơi thở, một nháy mắt mà thôi !

Nó như cây to mọc trên chỗ dốc lài của bờ sông. Nó như con sư-tử khốn vì đói ; như con ngựa khổ vì khát. Không mấy chốc, nó sẽ sa vào khu vực của vị Tử-vương !

Xét vậy, dầu ai xuất-gia rồi mà chỉ sống có bảy ngày bảy đêm, cũng nên dùng thì-giờ đó mà tinh-cần tu Đạo, hộ trì Cấm-giới, thuyết pháp giáo hóa, làm lợi ích cho chúng-sanh.

Lại như ai, dầu chẳng sống được bảy ngày, mà chỉ sống từ sáu ngày cho đến một ngày, một giờ, một khoảnh khắc như hơi thở vô ra, thì cũng nên dùng thì-giờ vắn vỏi ấy mà tu Đạo, hộ trì Cấm-giới, thuyết pháp giáo hóa, làm lợi ích cho chúng-sanh. Đó là phép tu *Tử-tưởng*.

TỬ-THỦY 死水 : Cái Chết là nạn nước. Lời thí-dụ. Tỷ như Thủy-tai làm trôi giạt và chìm chết vô-số chúng-sanh. Cái Chết cũng như thế ; nó làm chìm đắm tất cả, nên kêu là *Tử-thủy*.

Niết-bàn Kinh : Về lúc Đại-Kiếp sắp hoại, nạn Thủy-tai khởi lên, làm cho tất cả đều trôi giạt, chìm đắm ; trừ ra cảnh Trời Tam-thiền, thì sức nước lên chẳng tới. Cái *Tử-thủy* cũng như thế ; nó làm trôi giạt, chìm đắm tất cả, trừ ra bực Bồ-tát trụ nơi kinh Đại-thừa «Đại Bát Niết-bàn».

TỬ-ÚY 死畏 : Lòng sợ chết. Đó là một trong *Ngũ bố-úy*. Bực Bồ-tát mới tu học, tuy có phát tâm rộng lớn, nhưng vì *lòng sợ - sệt*, nên chẳng dám xả thân mạng đặng làm thiện.

TỬ-VƯƠNG 死王 .— Yama (scr.).— Dieu (Roi) de la Mort (fr.) : Vua Cõi Chết, Vua đường Âm. Kêu theo Phạn : *Diêm-ma* (Yama), *Diêm-ma Pháp-vương*. Ngài thống lãnh cõi Âm, ra lệnh hành phạt những vong-hồn đã phạm tội hồi ở Nhơn-gian.

Tất cả những kẻ phàm-phu, sau khi chết, đều ở dưới quyền của vị *Tử-Vương*, trừ ra những người tu Phật đắc lý Đại-thừa.

Niết-bàn Kinh : Tỷ như một vị quốc-vương kia có một vị trí-thần có tài dẹp giặc. Lại có một vị vua khác đối địch, cự nghịch chẳng thuận. Vị vua trên liền sai vị trí-thần đi thảo-phạt, bắt đặng và đem về nạp cho vua. Cái Lão (sự Già) cũng như thế, nó bắt lấy cái vẻ tráng-kiện của mình, đem nạp cho vị *Tử-Vương*.

TỬ-KIM-QUANG (*TỲ KHEO NI*). 紫金光 (比丘尼) Bà Tỳ-kheo-ni tên là *Tử-Kim-Quang*. *Tử-Kim-Quang* nghĩa là : ánh-sáng chói lọi như vàng đỏ, thân hình chói lọi như chất vàng đỏ.

Bà là vợ cũ của *Ma-ha Ca-Diếp*. Tuy nói là vợ, nhưng vợ chồng chẳng hề ăn ở với nhau. Sau đêm động phòng mà ông và bà vẫn giữ bề tinh khiết, ông đi xuất - gia, bà cũng lánh tục .Ông qui-y nơi Phật và đắc quả La-hán, được Phật khen là Đầu-đà đệ nhứt. Bà cũng xin vào cửa Phật, hiệu là *Tử Kim Quang Tỳ-kheo-ni* và cũng đắc quả La-hán.

TỨC 卽 Tức là. *Tức* là nghĩa : dung-hòa, chẳng hai, chẳng lìa, như nhau. Như nói : Phiền-não tức là Bồ-đề, Sanh-tử tức là Niết-bàn.— Tức tâm thị Phật.— Tức sự tức lý.— Tức hữu tức không.— Sắc tức thị không, không tức thị sắc.

TỨC HỮU TỨC KHÔNG 卽有卽空 Tức là có, tức là không. Hết thảy các pháp hữu-vi, tự cái tánh của chúng-nó vốn không, chớ chẳng phải là phép hoại-diệt rồi mới thành không vậy.

TỨC SỰ NHI CHÂN 卽事而眞 Sự tức là chơn-lý. sự liền với lý. Nghĩa là sự và lý vốn không phải là hai ; ở trên sự-tướng thiển-cận, tự có cái chơn-lý thâm-diệu vậy.

TỨC TÂM THỊ PHẬT 卽心是佛 Tức tâm là Phật, cũng kêu là *Tức tâm thành Phật* (ngay tâm ấy thành Phật). Đó là lời cực-đàm của các Đại-thừa giáo, nói tâm ấy tức là Phật vậy.

TỨC TƯỚNG, TỨC TÂM 即 相 即 心 Tức là tướng, tức là tâm. Các giáo Thánh-đạo môn nói là *Tức sự, tức lý* 即 事 即 理, đối với một nhà Tịnh-độ môn nói là *Tức tướng, tức tâm.* *Tướng* đó là nói phương Tây có Tịnh-độ làm cái tướng chỉ phương lập tướng. Tướng nầy tức là một tâm của tự mình, lìa khỏi tự mình mà lập Tịnh-độ Di-Đà, kêu là *tức tướng, tức tâm.* Ấy tướng với tâm đều như nhau vậy.

TƯƠNG ĐÃI 相 待 Đợi nhau. Nầy với kia phải đợi nhờ nhau mới có thể thành lập: như ba đường đợi nhau, đâu với nhau thành hình ba giác, nếu thiếu một đường thì chẳng được. Hết thảy các pháp hữu vi nầy với kia đều đợi lẫn nhau, đâu với nhau cũng như vậy. Cho nên cảnh sắc đợi căn mắt làm cảnh sắc, căn mắt đợi cảnh sắc làm căn mắt; ngắn đợi dài làm ngắn, dài đợi ngắn làm dài v.v...

TƯỚNG 相 Kêtou (scr). Aspect, Forme (fr.) Tướng-mạo, Cái hình-trạng của sự gì, vật gì biểu hiện ra ngoài mà tưởng-tượng ở trong lòng vậy. Như: *Tam thập nhị tướng, Thập tướng.*

Trong **Kinh Kim-cang**, về cái *tướng*, Phật có phán với ngài Tu-Bồ-Đề rằng: Phàm sở hữu *tướng,* giai thị hư-vọng. Nhược kiến chư *tướng* phi *tướng,* tức kiến Như-lai. (Hễ vật chi có *tướng,* đều là hư-vọng cả. Nếu nhận ra các *tướng* đều không phải *tướng,* tức là thấy rõ Như-lai đó.)

Lại trong **Kinh Kim-cang,** có hai bài kệ dưới đây khuyên người ta tỉnh ngộ đối với cái *tướng.*

Nhược dĩ *sắc* kiến ngã,
Dĩ *âm-thinh* cầu ngã,
Thị nhơn hành tà-đạo,
Bất năng kiến Như-lai.

(Nếu dùng cái hình sắc mà thấy Ta, nếu dùng âm-thinh mà cầu Ta, thì kẻ ấy làm tà-đạo, chẳng thấy được Như-lai)

Nhứt thiết *hữu-vi pháp,*

Như mộng, huyễn, bào, ảnh,

Như lộ, diệc như điển,

Ưng tác như thị quán.

(Bao nhiêu những pháp nhận nhìn,

Ví như mộng, ảo, bọt, hình đó chi ;

Cũng như hơi nước bay đi,

Cũng như chớp nháng trong khi mưa dào,

Thảy đều như vậy khác nào,

Các nhà học đạo xét vào cho minh.)—

Con người sanh ra ở cõi nầy, không ai tránh khỏi bốn *tướng* khổ của quả-báo : Sanh, Lão, Bệnh, Tử Kêu theo Hán : Quả-báo *Tứ tướng.*—

Đức Phật Thích-Tôn từ khi giáng sanh đến lúc nhập diệt, phát hiện ra *Tám tướng* : 1. Từ cung Đâu-suất cỡi voi xuống nhập thai bà Hoàng-hậu. 2. Sanh ra tại vườn Phong-tỳ-ni. 3. Đi chơi bốn cửa thành, thấy lão khổ, bệnh khổ, tử khổ và vị Sa-môn an-lạc. 4. Cỡi ngựa đi xuất-gia lúc ban đêm. 5. Ngồi thiền trên núi tuyết. 6. Đắc Đạo nơi cội Bồ-đề. 7. Chuyển Pháp-luân tại Vườn Lộc. 8. Nhập Niết-bàn nơi cội cây Ta-la. Đó kêu là Bát *tướng* thành Đạo.—

Tất cả các tướng đều gom vào *Thập tướng* (Mười tướng) : 1. Sắc, 2. Thinh, 3. Hương, 4. Vị, 5. Xúc, 6 Sanh, 7. Trụ, 8. Hoại, 9. Nam, 10. Nữ. Hễ nhà tu hành chẳng trước tướng thì chẳng si mê, chẳng tríu, chẳng bị trói buộc, chẳng thọ Sanh, chẳng chết. Nhơn đó, được đức Thường-trụ, tức là Niết-bàn.—

Tướng đối với *Vô-tướng.* (Xem : *Vô-tướng.*)

Tướng đối với *Tánh,* cũng như *Sự* đối với *Lý.*

TƯỚNG, HẢO 相好 Thân thể của Phật có cái tướng-trạng mầu-nhiệm có thể phân biệt rành-rẽ, ấy kêu là *tướng*. Lại có tướng tinh-tế có thể thọ lấy sự vui, kêu là *hảo*. *Tướng* là tướng lớn; *hảo* là cái tướng nhỏ sửa-soạn thêm cho cái tướng lớn.

Do cái Hóa-thân một trượng 6 thước mà nói, thì tướng có 32, hảo có 80; do cái Báo-thân mà nói, thì có 84.000 cho chí vô-lượng tướng, hảo.

TƯỚNG KHÔNG 相空 Tướng là trống không. Các pháp có hai thứ: tánh và tướng. Tánh là trống không, kêu là *tánh không*. Tướng là trống không, kêu là *tướng không*.

Nghĩa của Tiểu-thừa giáo-minh ra là phần tánh không. Nghĩa của các Kinh Bát-Nhã giảng thuyết ra là phần *tướng không*.

TƯỚNG-SƯ 相師 Thầy tướng. Người giỏi về *tướng-thuật* và *số-thuật*: nhơn xem các tướng nơi mặt-mày và nơi thân-thể của người, mà đoán được cuộc đời của người; nhơn so ngày sanh tháng đẻ của người và của cha mẹ người, mà đoán được số-mạng của người.

Bên Thiên-Trước, những nhà quyền-thế, khi sanh con cái, thường rước *tướng-sư* đến để đoán mạng-vận của con mình.

Như vua Tịnh-Phạn, khi sanh được thái-tử Tất-đạt-Đa, có rước lại mấy vị *tướng-sư*. Họ nhìn hết các tướng-trạng của Thái-tử và đoán rằng: Trẻ nầy, nếu ở lại nhà, thì lên ngôi Chuyển-luân Vương; còn nếu xuất-gia, thì thành Phật.

Lại như vua Tần-bà-sa-La, đồng thời với Phật, khi sanh được thái-tử, những nhà *tướng-sư* nói quyết rằng: Trẻ nầy có mối oán-thù với cha trước khi sanh ra, nó sẽ hại mạng cha. Vì vậy nên người ta gọi thái-tử ấy là *A-xà-thế*, nghĩa là: *Vị sanh Oán*.

TƯỚNG-TÔNG 相宗 Tông tướng. Đó là tiếng nói tắt chữ *Pháp-tướng tông*. (Xem: *Pháp-tướng tông*.)

TƯỢNG BẢO 象 寶 Tức là : *Bạch-tượng bảo*, con voi trắng là vật quí-báu của vua *Chuyển-luân Thánh-vương*. Ấy là vật báu thứ hai hiện lại cho *Chuyển-luân Thánh-vương* trong *Thất bảo* của ngài.

Con voi ấy sắc trắng, tướng-mạo đoan nghiêm, dường như hoa sen trắng.

Theo **Niết-bàn Kinh**, vua Đỉnh-Sanh sau khi tắm gội và ăn chay ngày rằm, thấy *Luân bảo* (Vật báu là chiếc xe) hiện lại cho ngài và để cho ngài dùng làm của quí. Kế đó, con *Tượng bảo* hiện lại, phủ phục trước ngài. Con Tượng ấy có thể lướt qua Tám phương và ra tới Biển cả mà trở về trong ngày.

Được con Tượng ấy tự nhiên tới phụng-sự ngài, Đỉnh-Sanh biết chắc rằng mình sẽ làm vị *Chuyển-luân Thánh-vương*, cai-trị tất cả Bốn châu trong Thiên-hạ. Vua Đỉnh-Sanh ấy tức là tiền-thân của Phật Thích-Ca vậy.

TƯỢNG-ĐẦU 象 頭 Gayasirsa (scr.) Cũng kêu theo Phạn: *Già-da sơn*. Ấy là cảnh núi ở gần sông Ni-liên-thiền (Nairanjana), về phía Bắc xứ Ưu-lầu-tần-loa (Urarilva), chính đức Phật thành Đạo ở vùng nầy.

Vì cảnh núi giống hình cái đầu voi, nên người ta gọi là *Tượng-đầu sơn*. Lại cảnh núi ấy là nơi đức Thích-Ca thành Đạo, cho nên người ta cũng gọi là *Chánh-giác sơn*.

TƯỢNG - PHÁP 像 法 Cái pháp mường tượng, tương tợ. Cái pháp-giáo của mỗi đức Phật truyền-bá ra trải qua ba thời kỳ :

Thời-kỳ đầu là *Chánh-pháp*, lúc bấy giờ nhờ Phật có ra đời và vừa mới tịch, nên người ta tu tập không sai lạc, dễ thành Đạo.

Thời kỳ nhì là *Tượng-pháp*, cái pháp giống như cái Chánh-pháp, song kém đi lần. Con người ta tu tập đông, mà ít người thành Đạo.

Thời-kỳ thứ ba là *Mạt pháp* cái pháp vào lúc cuối cùng, kẻ sa ngã, sai lạc thì nhiều, rất ít người chơn-tu đắc Đạo.

Theo trong các Kinh, thời-kỳ Chánh-pháp của đức Thích-tôn là 500 năm sau khi ngài tịch. Thời kỳ Tượng-pháp là 1.000 năm kế đó. Và tiếp theo 10.000 năm là thời kỳ Mạt-pháp.-

Tượng-pháp cũng kêu là *Tượng-hóa, Tượng-giáo.* Lại có nghĩa : cái pháp lễ bái tượng Phật.

TƯỢNG-VƯƠNG 象王 Vua tượng, vua loài tượng (voi).

Tiếng tỷ-dụ để xưng Phật, Bồ-tát.

Tỷ như trong đoàn tượng, trong loài tượng, có con tượng chúa oai-mãnh, khôn lanh hơn hết dẫn đầu, Phật và Bồ-tát cũng như thế, là bậc dẫn đạo cho loài người, cho chúng-sanh, nên xưng là *Tượng vương.*

Cũng kêu : *Nhơn trung Tượng-vương, Đại-tượng vương.*

TƯỞNG 想 Sanjñâ (scr.). — Perception (fr.). — Pensée (fr.) Tư-tưởng, sự tưởng-tượng nơi tâm-trí cái hình tướng mà mình đã gặp gỡ bằng *Lục căn.*

Tưởng hay *Tưởng-uẩn* là một uẩn trong *Ngũ uẩn* : 1. Sắc (Rù--pa, Forme), 2. Thọ (Védana, Sensation), 3. *Tưởng* (Sanjñâ, Per--ception), 4. Hành (Samskâras, Impressions), 5. Thức (Vijnâna, Cons--cience). *Tưởng* tức là *Lục tưởng* : 1. Nhãn gặp Sắc, bèn sanh ra *Tưởng,* tưởng-tượng hình ảnh. 2. Nhĩ gặp Thinh, bèn sanh ra *Tưởng,* tưởng-tượng tiếng nói, âm thinh. 3. Tỷ gặp Hương, bèn sanh ra *Tưởng,* tưởng-tượng mùi thơm hoặc thúi. 4. Thiệt gặp Vị, bèn sanh ra *Tưởng,* tưởng-tượng mùi vị ngon hoặc dở, mặn hoặc ngọt. 5. Thân gặp Xúc, bèn sanh ra *Tưởng,* tưởng-tượng cái chỗ đụng là cứng hay mềm, nhám hoặc trơn. 7. Ý gặp Pháp, bèn sanh ra *Tưởng,* tưởng-tượng rằng chánh hay tà.

Chư Thiên ở cõi Vô-sắc giới, có những hàng :

Hữu Tưởng : Còn giữ lấy tư tưởng, tuy không còn hình-sắc. Tức là các vị ở cảnh *Thức Vô-biên Xứ.*

Vô-tưởng : Không còn giữ tư tưởng. Tức là các vị ở cảnh *Vô sở hữu Xứ.*

Phi hữu Tưởng Phi vô Tưởng : Không phải có Tưởng mà không phải không có Tưởng. Tức là các vị ở cảnh *Phi Tưởng phi phi Tưởng Xứ*. Khi tu Thiền-định, nhà đạo vượt qua khỏi cảnh *Phi hữu Tưởng Phi vô Tưởng Xứ* một cách vô-lậu, thì đắc Niết-bàn của bực Thánh, được Giải thoát.

Tưởng cũng có nghĩa : sự tham-cứu, sự quán-tưởng, sự đề tâm vào một vấn-đề. **Quán Vô-Lượng Thọ Kinh** : Ký kiến nhựt dĩ, bế mục, khai mục, giai linh minh liễu. Thị vi Nhựt *Tưởng*, danh vi Sơ-quán. Thứ tác Thủy *Tưởng*. (Dịch nghĩa : Đã thấy mặt trời rồi, thì lúc nhắm mắt hay là mở mắt, đều khiến cho thấy tỏ rõ. Ấy là phép *Tưởng* mặt trời, kêu là phép Quán thứ nhứt. Kế đó là phép *Tưởng nước*.)

Trên là chữ Tưởng dùng về danh từ. Dùng về động-từ, Tưởng nghĩa là : Tưởng tượng, nhớ tưởng, chú tâm vào một việc.

Như nói : Nên *tưởng* Phật. Trong khi tâm *tưởng* Phật, thì Tâm ấy tức Phật với 32 tướng chánh và 80 tướng phụ.—

(Xem : *Tam Tưởng, Thập Tưởng*.)

TƯỞNG ÁI 想愛 : Tâm tưởng và tình yêu. Bởi tưởng nhớ nên đem lòng yêu mến. Bởi hai mối tình *Tưởng, Ái* xui khiến, nên người-ta mới thọ sanh. Do *Tưởng, Ái* cho nên mới có mọi sự khổ não.

TƯỞNG ĐIÊN-ĐẢO 想顛倒 : Sự điên-đảo, sự lộn ngược của tư-tưởng. Cũng viết : *Tưởng-đảo*. Những kẻ phàm-phu, đối với chúng-sanh và các pháp, tư tưởng trái ngược, chẳng hạp Thánh-Đạo, kêu là *Tưởng điên-đảo*. Ấy là một mối trong *Tam Điên-đảo*. (Xem : *Tam điên-đảo, Đảo-tưởng*.)

TƯỞNG-GIỚI (*GIÁI*) 想界 : Cõi Tư-tưởng, cảnh-giới của Tư-tưởng. *Tưởng-giới* tức là *Lục tưởng* ; từ chỗ Nhãn gặp Sắc mà sanh ra tư-tưởng, cho đến Ý gặp Pháp mà sanh ra tư-tưởng. (Có giải ở trước.)

THA-HÓA TỰ-TẠI THIÊN 他化自在天 Paranirmita-vasavartin (scr.) Từng Trời, cảnh Tiên *Tha - hóa tự-tại*. Kêu tắt : *Tha-hóa Thiên*. Ấy là cảnh Trời, cảnh Tiên thứ sáu, cao nhứt trong *Lục dục Thiên* (từ Tứ thiên-vương kể lên), cho nên cũng kêu là *Đệ-lục Thiên*. Trong *Dục-giái*, từ Súc-sanh, Nhơn-loại, Âm-hồn, Thần Tiên, thì *Tha-hóa tự-tại Thiên* là cảnh cao hơn hết.

Về sự khoái lạc của chư Thiên ở cảnh ấy, các ngài có thể làm cho đồ nhạc biến hiện, gá các món nhạc vào các từng trời dưới mà làm cho các vị Tiên khác được khoái lạc, cho nên kêu là *Tha hóa*. Các ngài có thể du hóa trong các cảnh ở cõi Dục-giái một cách tự-tại, nên kêu là *Tự-tại*. Gồm hai ý nghĩa trên, nên kêu là *Tha-hóa tự tại Thiên*. Cũng có chỗ giải rằng: các vị Tiên ở cảnh *Tha-hóa tự-tại Thiên*, dầu là Thiên-Vương, Thiên-tử hay Thiên-nữ, đều có quyền biến hóa ra mọi thân-hình, mọi sự vật một cách tự-tại, cho nên kêu là *Tha hóa tự-tại Thiên*. Và vị Thiên-vương ở cảnh Trời ấy tức là vị *Ma-vương Thiên*, đã từng biến hóa muôn hình vạn trạng mà thử thách đức Phật Thích-Ca.

Niết-bàn Kinh, quyển 38: Dầu ai có làm bực Tứ thiên Vương, lần lên cho đến bực *Tha-hóa tự-tại Thiên*, rồi khi mạng chung, cũng có thể sanh vào loại Súc-sanh, mang lốt sư-tử, cọp, tỷ (con tê cái), sài, lang, voi, ngựa, bò, lừa.

THA-LỰC 他力 Lực của Người khác, tức là lực của Phật. Đạo Phật có hai lực: cái thiện-căn do tự mình tu lấy kêu là *Tự-lực* (lực của mình); do bổn-nguyên lực của Phật đem đặt vào lực của mình, kêu là *Tha-lực*.

Nhà tu-hành lúc nào cũng nhờ cái *tha-lực* hiệp với cái tự-lực, mới mau thành tựu quả Bồ-đề.

Qui-nguyên trực chỉ: Ta hồ! sơ tâm tín thiển, phi *tha-lực* nan dĩ tấn tu! (Than ôi! tấm lòng mới khởi còn *tin cạn*, nếu chẳng nương *tha - lực*, khó mà tấn tu!)

Ngài Cô-Sơn Pháp-sư có nói: *Tha-lực* có ba thứ: Di-Đà nguyện nhiếp, Thích-Ca khuyến tán, chư Phật hộ niệm. Người cầu sanh qua Tịnh-độ, phải mượn *tha-lực* ấy.

THA TÂM THÔNG 他心通 Parassa utoparinna nana (p.) Biết suốt tâm ý của kẻ khác. Đó là một lực thần-thông trong *Ngũ thông*, *Lục thông* vậy. Nghĩa là biết suốt hết cả các tư tưởng lành, dữ, các cuộc mưu-tính trong tâm của kẻ khác.

Cũng kêu: *Tha-tâm trí*, *Tha tâm trí thông*.

Những nhà tu-hành lìa khỏi các mối dục, các mối mê-lầm (hoặc), thì được phép *Tha-tâm Thông*, dòm thấy ý-tứ, tư tưởng của những kẻ đến gần mình một cách tỏ rõ như nhìn vào kiến vậy.

Trong **Vô-Lượng-Thọ Kinh**, ngài Pháp-Tạng Tỳ-kheo có phát 48 điều nguyện, điều thứ tám như vầy: Nếu tôi được làm Phật, mà thiên, nhơn trong Nước chẳng thấy được *Tha-tâm trí*, trở xuống chẳng biết trăm ngàn ức Na-do-tha tâm-niệm của chúng-sanh trong các cõi Phật, xin chẳng giữ lấy ngôi Chánh-giác.

THA-TÂM TRÍ 他心智 Trí biết tâm kẻ khác. Cũng viết: *Tri tha tâm trí*. Đó là trí thứ tám trong Thập trí, là cái trí tinh diệu biết tâm-niệm của kẻ khác. Còn bực cao trổi hơn, bực Đại-thừa thì biết tâm-niệm của tất cả chúng-sanh trong Sáu nẻo và trong vô-lượng thế-giới.

Đồng-nghĩa: *Tha-tâm thông*.

THAI-NGỤC 胎獄 Ngục thai. Giống sanh ra bằng thai, khi còn ở trong bào thai của mẹ, cực-khổ như ở trong lao-ngục, nên kêu là *Thai-ngục*.

THAI-SANH 胎生 Giống sanh ra bằng thai. Đó là một giống trong **tứ sanh** 四生, như loài người ta và loài thú ở trong bào thai mẹ đủ cả thân-thể mà sanh ra. Cũng như các loài *noãn-sanh, thấp-sanh* và *hóa-sanh*, loài *thai-sanh* vì chịu sức nghiệp-quả (nghiệp-lực) nên phải sanh ra.

Loài *thai-sanh*, trong khi còn ở trong bào thai của mẹ, nếu là phái nam thì nằm về bên mặt, cho nên bà mẹ nghe bên mặt nặng hơn; nếu là phái nữ thì nằm về bên trái, cho nên bà mẹ nghe bên trái nặng hơn.

Loài *thai-sanh*, khi còn nằm trong thai, đã cảm nhiều nỗi khổ: thấy chật hẹp chẳng khác chi mình bị giam cầm nơi lao-ngục, mẹ mệt nhọc thì mình mệt nhọc, mẹ đau thì mình đau, mẹ ăn cay uống đắng thì mình cũng chịu cay đắng. Rồi khi ra khỏi thai bào, lại chịu các nỗi: nóng, lạnh, thiếu thốn, đói, khát, cho nên thường hay khóc, tủi.

Đó là các nỗi khổ về sự sanh. Rồi liên tiếp mà chịu các nỗi khổ về sự già, sự bệnh, sự chết..

Ở bên cõi Cực-lạc của đức Phật A-Di-Đà, có hai hạng chúng-sanh: *thai-sanh* và *hóa-sanh*.

Thai-sanh tức là những kẻ tu tập các công-đức, cầu vãng sanh, nhưng chẳng đem hết lòng tin tưởng Phật, chẳng tin cái Trí cao siêu vô-tận của Phật, nên được vãng sanh, mà ở trong cảnh «hoa sen búp», chẳng thấy Phật, chẳng nghe Pháp, chẳng biết mặt chư Thánh-chúng: Bồ-tát và La-hán.

Còn *hóa-sanh* là hạng người tu tập các công-đức, cầu vãng-sanh và để trọn lòng tin nơi Phật, nên khi vãng sanh thì ngồi kiết-già trên tòa «hoa sen nở», thấy Phật, nghe Pháp, biết mặt các hàng Thánh-chúng: Bồ-tát, Thinh-văn, Trí huệ lớn, Thần-thông lớn, Tự-tại lớn.

THÁI-TÔNG (*TÔN*) 太宗 Vị vua thứ nhì đời nhà Đường, con vua Cao-tổ, ở ngôi 23 năm (627 - 649), tên là Lý-thế-Dân. Nhà Đường lâu đến 288 năm (618 - 905) có 21 đời vua, mà vua *Thái-tông* có danh-tiếng lớn nhứt. Ấy là vị vua đại anh-hùng, đứng ra đánh Nam dẹp Bắc, đem sự an-ninh lại cho cõi đất Trung-Hoa. Vì lúc ấy nhà Tùy mạt vận, thiên hạ đại-loạn, vua Cao-tổ nắm chánh - quyền, nhưng khắp nơi đều chưa phục, nhờ có Lý-thế-Dân nhứt thống thiên-hạ.

Ngoài ra, vua *Thái-tông* cũng có danh là nhà mộ đạo và ủng-hộ Tam Bảo. Sau khi bình định Bốn phương, vua *Thái-tông* lo chấn hưng tôn giáo. Lúc ấy, nhơn ngài Huyền-Trang đi Thiên-Trước về, vua bèn giúp sức ngài trong việc dịch kinh và truyền đạo. Vua vì mẹ, có cất tại thành Trường-An ngôi chùa Đại Từ-Ân mà cúng cho giáo - hội Phật, do ngài Huyền-Trang làm Thượng-tọa. Mỗi khi ngài Huyền Trang dịch xong một bộ kinh, đều dâng lên cho vua xem. Vua để bài ngự-chế để nâng cao giá trị bộ kinh, luôn tiện để khuyên khích dân chúng học Phật.

Thể theo lời thỉnh cầu của Huyền Trang, vua ra lệnh cất

thêm chùa chiền, tu bổ những cảnh già lam đã hư-hoại, đúc và khắc tượng Phật. Mỗi khi vua nghe một nhà sư tu học có hạnh, có huệ, thì vua phong *chức - sắc*. Và nhà cao-tăng nào tịch, thì cũng được vua ban *thụy-hiệu*. Cái lệ ban Chức-sắc và Thụy-hiệu là khởi sự từ vua *Thái-tông* vậy. Vua có ban cho ngài Huyền-Trang một con dao quí kêu là « Huệ-đao » để ngài thế phát cho những hàng thiện-tín đến thọ lễ xuất-gia.

Thái-tông băng năm 649, những vị vua kế đời nhà Đường đều noi theo gương vua mà ủng hộ Phật-Pháp và Tăng-già.

THAM 貪 Kama, Mdhymâgama (scr.).— Abhijjhâ, Kâmacchan--da (p.).— Convoitise (fr.) : Ham muốn thái quá, ham hưởng những điều sung-sướng như tiền bạc, của cải, nhà cửa, sắc dục v.v.. Lòng ham ấy chẳng hề biết chán, càng được thì càng ham. Kẻ *tham* hay ganh ghét những người thành tựu, sợ sệt những người có thế-lực hơn mình, lấy làm sầu khổ khi chẳng đắc chí.

Tục-ngữ ta có câu : *Tham* thì thâm.

Tục-ngữ Tàu có câu : *Tham* tiểu thất đại.

Tham là tội phạm thứ tám trong *Thập thiện*, tội ấy thuộc về ý.

Người thế-tục hoặc nhà đạo-đức phạm tội, lầm lạc, thảy đều do nơi ba mối : *tham*, sân, si.

Tham cũng kêu là *tật* 疾.

Muốn dứt trừ lòng *tham*, nên tu hạnh *Bố-thí*. *Tham* tức là bệnh. Muốn trừ bệnh ấy, nên quan sát rằng mọi pháp điều bất-tịnh, nhứt là nên quán-tưởng cái thân bất-tịnh, cái hài cốt thúi nát.

THAM-DỤC 貪欲 : Lòng ham muốn không chán đối với trần cảnh, tham ái vô độ mọi sự sung sướng thường tình, như sắc đẹp, của cải, danh-vị v.v. ở thế-gian. Tức là tham hưởng năm thứ dục-lạc do ngũ căn mê thích ngũ trần. *Tham-dục* thường có nghĩa : tham lam sắc-dục.

THAM-DỤC CÁI 貪欲蓋 : Cái nắp tham-dục. Lòng tham-dục tỷ như cái nắp, nó che bít tâm tánh mình, không để cho thiện-pháp nảy sanh. Ấy là một cái nắp, một mối phiền-não trong năm thứ nầy:

1. Tham-dục (p : Kàmacchanda), nhứt là tình - dục.

2. Sân-nhuế (p : Vyapada) : giận hờn.

3. Thụy-miên (p : Thinamiddha) : biếng nhác mê ngủ.

4. Trạo-hối (p : Uddhacca-kukkucca) : xao động buồn rầu.

5. Nghi-pháp (p : Vicikiccha) : nghi-hoặc chánh-pháp. (Xem : *Ngũ cái.*)

THAM-DỤC TỨC THỊ ĐẠO 貪欲即是道 Lòng tham-dục tức là Giác, đức Sáng suốt của Phật. Một lập thuyết của phái Thiên-thai. Lòng tham-dục của người ta vốn không có tự-tánh, một khi người-ta tỏ ngộ, thì dứt tham-dục, tánh Đạo liền hiện ra. Cũng như nói : Phiền-não tức Tam-bồ-đề,. Luân-hồi tức Niết-bàn.

THAM ĐỘC 貪毒 : Mối độc-hại tham-dục. Có ba mối độc (*Tam độc*) làm tổn hại thân thể và tinh thần của chúng-sanh : tham, sân, si. Trong ba mối độc ấy, tham là nguy kịch hơn hết.

THAM-KẾT 貪結 : Dây thắt buộc tham-dục, Tham là dây trói-buộc. Tỷ như sợi dây trói chặt, lòng *Tham* thắt buộc người ta vào cõi Luân hồi trong Tam Giới, Lục Đạo. Ấy là một sự thắt buộc trong Ngũ kết :

1. Tham : Tham trước theo đường Sanh-tử.

2. Nhuế : Hờn giận vì trái tình, nghịch sự.

3. Mạn : Ỷ mình khi người.

4. Tật : Ganh ghét những kẻ thạnh mãn, vinh hoa.

5. Kiên : Keo xẻn tài vật, chẳng ưa bố-thí.

THAM-KIẾN 貪見 : Ý kiến tham lam.

Tự tâm tham trước của mình thuận theo tình cảnh, bèn sanh ra vô-số ý kiến bậy bạ. *Tham-kiến* là một trong mười thứ ý-kiến lầm lạc (Thập kiến) :

1. Thân kiến (ý-kiến chấp lấy thân mình), 2. Biên kiến (ý-kiến một bên), 3. Tà-kiến (ý-kiến tà vạy), 4. Giới-cấm thủ kiến (Ý kiến khư khư giữ lấy Giái-luật, chẳng biết tùy nghi), 5. Kiến thủ kiến (Ý kiến chấp lấy cái ý kiến sai-lạc của mình), 6.) *Tham-kiến* (Ý-kiến tham lam, ham muốn thái quá), 7. Nhuế - kiến (ý - kiến giận hờn), 8. Mạn - kiến (ý - kiến ngạo nghễ), 9. Vô - minh kiến (ý kiến ngu muội, chẳng hiểu lẽ đạo), 10. Nghi - kiến (ý kiến nghi bậy, chẳng tin lời Phật, chẳng tin Tam Bảo).

THAM LANG 貪 狼 : Loài chó sói tham tàn.

Tiếng dùng để gọi kẻ tham-dục quá độ, chẳng còn biết phân biệt phải quấy, mất hẳn lương-tâm.

THAM NHIỄM 貪 染 Sự thấm thía của lòng tham ; vì tham lam nên nhiễm trược.

Đối với ngũ dục (sắc đẹp, mùi thơm, tiếng êm, vị ngon ngọt, đồ đụng cọ êm ái), mình thấm, dính vào đó một cách chặt chịa, mà quên những sự cao thượng về tinh-thần, về đạo-lý.

THAM-NHUẾ-SI 貪 恚 痴 : Tức là *tham-sân-si*. Cũng nói : *dâm nộ-si*. Đó là ba mối phiền-não độc hại nhứt. Vì vậy nên người ta gọi chung là *Tam Độc*. Ba mối ấy lại làm dơ dáy, lu lờ thân tâm, nên cũng kêu là *Tam cấu*. Lại nữa, ba mối ấy ngăn bít thiện-tâm, Thánh-đạo, nên cũng kêu là *Tam chướng*. Và tham-nhuế-si có sức trói buộc thân tâm vào nơi khổ-não, luân-hồi, nên cũng kêu là *Tam phược*.

THAM PHIỀN-NÃO 貪 煩 惱 Mối phiền-não tham. Phiền-não tức là mê-dục, lầm-lỗi, xao xuyến. *Tham phiền-não* là một mối phiền-não lớn trong lục đại phiền-não : 1. *tham phiền-não*, 2. sân phiền-não, 3. si phiền-não, 4. mạn phiền-não, 5. nghi phiền-não, 6. ố-kiến phiền-não.

THAM PHƯỢC 貪縛 : Sự trói buộc của lòng tham-dục, dây trói buộc là lòng tham-dục. Mối phiền-não tham-dục có thể trói buộc thân tâm chúng sanh vào nơi khổ-não, luân-hồi, chẳng để cho họ thoát ly ra khỏi Tam giới, lên cõi Phật Thánh, Niết-bàn. Cho nên kêu là phược. Có ba mối phược : *tham phược*, sân phược, si phược.

THAM-SÂN-SI 貪瞋痴 Tham-dục, sân-hận và ngu-si. Đó là ba mối phiền-não chánh gốc của các chúng-sanh từ hạng tu học cho chí hạng phàm-phu. (Xem : Tham-nhuế-si.)

THAM SỬ 貪使 : Sự sai khiến của lòng tham-dục.

Mối phiền-não tham-dục có sức sai khiến, xô đẩy thân tâm của chúng-sanh, làm cho họ chịu nạn khổ nầy đến nạn khổ kia và lưu chuyền trong biển luân-hồi. Ấy là mối sai khiến đứng đầu trong trong mười mối, và là trọng hệ hơn hết. (Xem : *Thập sử*.)

THAM-TẬP 貪習 Thói quen tham-dục. Phải cần bố thí, trì giới, nhẫn nhục và tu đức từ bi để diệt trừ cái *tham-tập*, vì thói quen ấy có thể sanh ra vô-lượng tội-báo.

Như trong *Thập nhơn thập quả*, tham-tập là nhơn, còn cảnh đọa ở địa - ngục giá lạnh là quả.

THAM THỦY 貪水 : Nước tham. Tỷ như nước có sức lôi cuốn, lòng tham hấp-dẫn người ta vào vật dục. Lại tỷ như nước hay thấm lan, lòng tham tư-trưởng cho mọi việc ác khác. Vì tỷ-dụ ấy cho nên kêu là *tham thủy* (*nước tham*).

THAM TRƯỚC 貪著 : Tham-dục và mắc vào, dính vào. Vì tham nên khắn chặt với sự vật, chẳng thể thoát ly. Cũng như nói : *tham nhiễm*.

Pháp-Hoa Kinh, Tự-phẩm : *Tham trước* đối với danh, lợi ; cầu danh, lợi không chán.

Bảo-Tích Kinh : Tà niệm sanh *tham trước*, tham trước sanh phiền-não.

Phật di-giáo Kinh : Nếu ai có trí-huệ, thì không có lòng *tham trước*, thường xem xét lấy mình, không để cho lỡ mất. Vậy thì đối với Pháp Phật, có thể được sự giải thoát.

Vô-Lượng-Thọ Kinh : Những kẻ thác đọa vào ba đường ác (Địa-ngục, Ngạ-quỉ, Súc sanh), khổ-não, độc-địa vô-lượng, bị thiêu bị đốt, đều do noi sự *tham trước* tiền của và sắc đẹp, chẳng hay bố-thí.

THAM TRƯỢC 貪濁 : Sự dơ dáy của lòng tham. Lòng tham-dục chẳng những làm cho thân-tâm mình dơ dáy, lại còn làm cho ô-trược người khác, cảnh khác nữa. *Tham trược* thuộc về phiền-não trược ; mà phiền-não trược là một thứ trong *Ngũ trược*.

THAM-THIỀN 參禪 Dhyana (scr.).— Méditation (fr) Suy-xét về đạo lý.

Tham : suy xét, quan sát.

Thiền: Tiếng Phạn (Thiền-na, Dhyana), cũng có nghĩa chiêm-nghiệm những lý về đạo đức.

Tham-thiền cũng kêu là: *Thiền, Thiền-định, Thiền-na, Nhập định, Định, Quán, Tư-duy.*

Tham-thiền tức là *kết già phu tọa*, ngồi tréo chơn, ngay mình mà suy nghĩ. Ở chỗ nào ngồi tham-thiền cũng được, nơi chùa, tịnh-thất, gò đá trên non, nơi cội cây, mé rạch, giữa rừng sâu, nơi đồng vắng.

Lại nữa, bất kỳ lúc nào cũng *tham-thiền* được hết ; hoặc đi, hoặc đứng, hoặc nằm, hoặc ngồi. Miễn trí đừng tán loạn, nhứt tâm vào một chỗ là được.

Nhưng ngồi một chỗ thì có công-phu hơn hết, vì dễ tụ thần.—

Nhà tu hành khi ngồi lên bồ-đoàn, sắp nhập thiền, thì chú nguyện như vầy :

Chánh thân đoan tọa, đương nguyện chúng-sanh, tọa Bồ-đề tọa, tâm vô sở trước.

Án phạ tắc-ra-a-ni bác-ra-ni ấp-đa-da tá-ha !

(Cũng như tôi ngồi ngay mình mà tham-thiền, tôi nguyện cho chúng-sanh đều ngồi trên tòa Bồ-đề (Chánh-giác), tâm không mắc vào đâu cả !)

Trong «**Qui nguyên trực chỉ**», ngài Nhứt - Nguyên nói rằng : Chẳng nên chấp *tham-thiền* mà cho là phải, chẳng nên hủy niệm Phật mà cho là quấy. Phải biết : *tham-thiền* cũng là duy tâm, niệm Phật cũng là duy tâm. *Tham-thiền* là vì thoát khỏi vòng sanh-tử, niệm Phật cũng là vì thoát khỏi vòng sanh-tử. *Tham-thiền* và niệm Phật đều là đồng lý.

THANH-LIÊN 青 蓮 Hoa sen xanh. Tiếng Phạn là *Ưu bát-la*, nghĩa là hoa sen màu xanh.

Cánh hoa dài và rộng, màu xanh, màu trắng rành-rẽ, cái tướng con mắt của đấng Đại-nhơn giống như cánh sen xanh cho nên dùng đặng tỷ-dụ với con mắt của Phật.

THANH LIÊN-HOA 青 蓮 華: Hoa sen xanh. Kêu tắt: *Thanh-liên*. Hoa sen có nhiều thứ, nhiều màu, *thanh liên-hoa* là một thứ trong loài hoa sen vậy.

Niết-bàn Kinh, quyển 24 : Tỷ như trong các loài hoa sanh ở dưới nước, *thanh liên-hoa* là tốt đẹp nhứt và thơm tho nhứt.

Phép *bất phóng-dật* (chẳng phóng-túng) cũng như thế; trong các thiện-pháp, nó là to nhứt, cao nhứt.

(Xem : *Liên-hoa*.)

THANH 清 Pur, clair (fr.) Trong trẻo, chẳng có cáu, như *thanh-thủy* (nước trong). Thanh u, nhàn lạc, như : thanh-bình (thanh-u bình-thản). Mát mẻ dễ chịu, như : thanh-phong(gió mát). Đó là về *sự*. Còn về *lý*, thanh là tấm lòng trong trẻo, không vướng vào trần-tục, không sa đắm vào các việc tham dục, sân nhuế, si mê. Như : thanh-bạch, thanh-cao. thanh-tịnh. Đồng-nghĩa : Tịnh (sạch). Đối-nghĩa : *Trược* (đục).

THANH BẠCH 清 白 Trong-trẻo trắng tinh. Đó là pháp lý do Phật hiền minh. Ngài thuyết pháp một cách *thanh bạch* cho ai nấy đều dễ lãnh thọ.

Thanh bạch lại có nghĩa : thiện không phạm sự quấy, ác-không nhiễm trược.

Đối với *hắc ám* là u ám, tối tăm, tội lỗi

Như thanh bạch pháp, thanh bạch nghiệp, thanh bạch báo.

THANH ĐOẠ 清 墮 Sự sa đọa vào cảnh trong sạch. Ấy là nói bực tu hành thỏa thích trong quả-vị A-la hán, cho rằng quả ấy là mức cuối cùng, hưởng sự tịch-tĩnh trong cảnh Không; chớ không mong tu cho thành tựu hoàn-toàn, đắc quả Phật.

THANH LƯƠNG 清 涼 Trong trẻo và mát mẻ, tinh sạch và êm đềm. *Thanh-lương* tức là *tịch tĩnh* 寂 靜. Ấy là các mối phiền não đã từng nung đốt người ta, các mối ấy bị diệt hết, người ta được trong sạch, mát mẻ, yên ổn trở lại. Các sự khổ từ nhơn chí quả đã diệt tận, nhà tu hành trở nên thanh lương, an tĩnh -Thanh-lương cũng tức là *thiện,* như : thanh-lương pháp.

THANH TÍN 清 信 Thanh-tịnh tín-tâm. Ấy là hàng tại gia thọ Tam qui Ngũ giới có lòng trong sạch và tin tưởng Tam Bảo.

Thanh tín nam, thanh tín sĩ tức là ưu-bà-tắc, người đờn ông con trai tu tại-gia.

Thanh tín nữ là ưu-bà-di, người phụ nữ tu tại-gia.

THANH TỊNH (*TĨNH*) 清 靜 Trong trẻo và lặng lẽ, trong sạch và yên ổn. Đối với *động, vọng động*

Như thanh-tịnh vô-vi, thanh tịnh tọa.

THANH-TỊNH 清 淨 Pur et propre (fr.) Trong trẻo và sạch sẽ, lià khỏi các hành động tà, ác, lỗi lầm, — lìa khỏi các cấu, nhiễm của các phiền-não. Thanh-tịnh cũng kêu tắt là *tịnh* (lành, sạch). Đối với *trược, uế, nhiễm, cấu, ác.*

Bực tu-hành *thanh-tịnh* thì giữ trong sạch được ba bề : thân, ngữ, ý.

Bực tu-hành khéo giữ Giới-hạnh thì sáu căn đều trở nên *thanh-tịnh,* — nhãn, nhĩ, tỷ, thiệt, thân, ý. Nhờ đó mà dễ tu định và phát huệ. Các lực thần thông nơi sáu căn thanh-tịnh đều mở mang vô-lượng.

Thanh-tịnh cũng tức là : *an-lạc, thanh-khiết, tịch-tịnh, thành-tựu, viên-mãn.*

THANH - TỊNH ĐẠO 清 淨 道 Đạo lý trong sạch. Tức là *Đạo-đế* trong *Tứ - diệu - đế.* Thanh-tịnh đạo hay Đạo-đế hiệp lại bởi Bát chánh-đạo : Chánh-kiến, Chánh tư duy, Chánh-ngữ, Chánh-nghiệp, Chánh mạng, Chánh tinh-tấn, Chánh niệm, Chánh định. Đó là *thanh - tịnh đạo* của thừa Thinh-văn. Còn *thanh-tịnh đạo* của thừa Bồ-tát là Lục độ : Bố-thí, Trì giới, Nhẫn - nhục, Tinh-tấn, Thiền-định, Trí - huệ. Sáu nền hạnh ấy đưa lên địa - vị Phật Như-lai.

THANH-TỊNH ĐỘ (*THỔ*) 清 淨 土 Tức là *Tịnh-độ.* Cõi đất trong sạch. Như Cực-lạc thế-giới của Phật A-Di-Đà, Tịnh-lưu-ly thế - giới của Phật Dược - Sư. Nhờ nhơn-duyên của *tịnh-nghiệp,* người ta vãng sanh về cõi thanh-tịnh.

THANH-TỊNH GIỚI 清 淨 戒 Giới-hạnh trong sạch. Tức là *tịnh-giới.* Giới - hạnh của hàng xuất-gia sống một cách trong sạch, không tạo tác ra nghiệp, nương vào sự cúng-dường của hàng tại-gia tín - thí, dứt bỏ sự ân-ái nơi gia-đình, tham-thiền tịnh-lự để thoát ra khỏi cảnh luân-hồi khổ - não.

THANH-TỊNH GIẢI-THOÁT TAM MUỘI 清 淨 解 脫 三 昧 : Phép đại-định trong sạch và tự-tại.

Thanh-tịnh : Tinh sạch, không dóng dơ, không nhiễm trược.

Giải-thoát : Lìa khỏi các sự buộc, trói mà trở nên tự - tại, thần thông hiển hóa.

Tam-muội : Phép ngồi thiền nhập định của bực tu-hành, cao siêu ; trong cơn thiền-định, mãn chú về một đề mục mà thân, tâm chẳng lay động.

Đắc phép thiền-định ấy tức là đắc Đạo vậy.

Theo quyển **Vô-Lượng-Thọ Kinh**, ngài Pháp-Tạng Tỳ-kheo, trước khi thành Phật A Di-Đà, có phát 48 điều nguyện. Trong 48 điều nguyện ấy, điều thứ 42 có nói rằng : Nếu tôi được làm Phật, thì chư Bồ-tát chúng trong các cõi ở các phương khác nghe danh tự của tôi, đều kịp tới được cảnh *«Thanh-tịnh Giải-thoát Tam-muội»*. Trụ ở cảnh Tam-muội ấy, trong một khoảnh vừa phát ra ý tưởng, thì cúng-dường vô-lượng chẳng có thể suy nghĩ bàn bạc số chư Phật Thế-tôn, thế mà chẳng lạc mất cái ý Định. Nếu chẳng như vậy, xin chẳng giữ lấy ngôi Chánh-giác.

THANH-TỊNH GIÁC-HẢI 清淨覺海 Biển giác trong sạch. Cái Bổn-giác của người ta vốn trong sạch chớ chẳng bị cấu, nhiễm ; nó lại sâu, rộng như biển ; nên kêu là thanh-tịnh giác-hải. – Lại có nghĩa : Nhà tu hành đắc đạo, giác ngộ, thì sự giác-ngộ hoàn toàn trong sạch và sâu xa rộng rãi như biển cả.

THANH-TỊNH-LIÊN-HOA MỤC NHƯ-LAI 清淨蓮華目如來 : Đức Phật mắt như hoa-sen trong sạch.— Danh hiệu một đức Phật hồi đời quá khứ, cách nay chẳng biết là bao nhiêu Kiếp. Đời sống của Ngài là bốn mươi Kiếp. Vào đời Tượng-pháp của Ngài, nhơn có một cô gái tên *Quang-Mục* niệm danh hiệu Ngài đặng cầu Ngài cho biết vong-linh bà mẹ đi về cõi nào. Ngài hiện lại mách việc tội-báo của bà mẹ và cho biết những quả khổ của bà ấy sẽ chịu trong những đời tới.

Thánh-nữ Quang-Mục bèn nguyện với Phật Thanh-Tịnh Liên-Hoa-Mục Như-lai rằng : «Nếu mẹ tôi thoát khỏi các cuộc khổ-báo trong ba nẻo thì tôi nguyện đời đời sẽ độ thoát những linh-hồn đọa-lạc nơi ba nẻo Địa-ngục, Ngạ quỉ, Súc-sanh, độ cho tất cả đều thành Phật, rồi tôi sẽ thành Phật sau.»

Đức Phật Thanh-Tịnh Liên-Hoa-Mục Như-lai có chứng minh lời đại-nguyện của Thánh-nữ Quang-Mục và có hứa ủng-hộ bà-mẹ của Quang-Mục lên đường lành. Bà Quang-Mục tức là một tiền-thân của Địa-Tạng Bồ-tát vậy. (**Địa-Tạng Kinh** phẩm thứ tư)

THANH-TỊNH NGHIỆP XỨ 清 淨 業 處 Xứ sở của các hàng tu những nghiệp lành. Tức là *Tịnh-độ, Phật-quốc.* Ai tu những nghiệp thanh-tịnh thì được vãng sanh về cõi Thanh-tịnh nghiệp xứ. Tu những nghiệp lành, nghiệp thanh-tịnh, tức là tu *Tam phước*.

1.) *Thế phước*: Hiếu dưỡng cha mẹ, phụng sự sư trưởng, lòng lành chẳng giết hại sanh mạng, tu Thập thiện.

2) *Giới phước*: Thọ Tam-qui, trì Ngũ-giới cho đến Cụ-túc giới, chẳng phạm oai-nghi.

3.) *Hành phước*: Phát tâm Bồ-đề, tin sâu lý nhơn-quả, đọc tụng Kinh Đại-thừa, khuyến khích các nhà tu hành.

THANH-TỊNH NHƠN 清 淨 人 Người thanh-tịnh. Ấy là một tôn-hiệu của đức Phật. Ngài cũng là người như chúng ta, nhưng nhờ giác-ngộ, tẩy sạch tất cả các mối cấu, nhiễm của phiền-não, nên trở nên thanh-tịnh, trong-sạch hoàn-toàn.

THANH-TỊNH PHÁP-GIỚI 清 淨 法 界 Cõi Pháp thanh tịnh. Ấy là cái chơn thể mà đức Phật chứng được một cách trọn vẹn đầy đủ. Cái chơn-thể ấy vốn có sẵn nơi chúng-sanh, nó bao quát tất cả Thập phương các cõi thế, nó tinh sạch tự nhiên, không ô nhiễm bởi trần-cấu, nó vốn không sanh, không diệt, lúc nào cũng có, các công-đức đều dồn vào đó, các pháp lành hữu-vi, vô-vi đều nương vào nó. Chư tu-hành, chư Thánh chứng đắc một phần của cõi Thanh-tịnh Pháp-giới ấy. Còn chư Phật Thế tôn, Phật Như-lai thì chứng đắc viên-mãn.

Thanh-tịnh Pháp-giới cũng kêu: *Tịnh Pháp-giới, Chơn-như, Pháp-thân Phật, Pháp-tánh, Thiệt-tướng, Thật tánh.*

THANH-TỊNH PHÁP-NHÃN 清 淨 法 眼 Mắt trong sạch quan sát về Đạo-lý. Pháp-nhãn là một thứ nhãn trong *Ngũ nhãn.*

Được *Thanh-tịnh Pháp-nhãn*, nhà tu hành xuất gia hoặc tại gia trông ra thế-giới, thấy toàn là sự vô-thường, khổ não, vô ngã, tức là thấy Chơn-lý (*Kiến đế*) Ấy là quả-vị đầu tiên, quả *Tu đà-hườn* trong Tứ quả Thinh-văn thừa. Còn về Bồ-tát thừa thì ăn với quả Sơ-địa trong Thập địa Bồ tát.

THANH-TỊNH PHÁT TÂM 清淨發心 Phát tâm cầu quả Phật một cách thanh-tịnh. *Phát tâm* kêu trọn là *phát Bồ-đề tâm*. Có người vì thấy chúng-sanh chịu các nỗi khổ não, vì lòng từ-bi muốn cứu bạt chúng-sanh, nên Phát tâm tu hành cho thành bực Chánh-giác. Ấy là thanh tịnh phát tâm.

Đối với *bất thanh-tịnh phát tâm* là lối phát tâm của hạng người hoặc bị kẻ khác sai khiến, hoặc bị lăng-nhục bức bách, hoặc sợ phép vua luật nước, hoặc sợ nạn cướp tặc, hoặc sợ nạn quỉ-thần, hoặc sợ thối chuyển, hoặc vì mạng sống của mình, hoặc vì các nhơn-duyên lợi-dưỡng, cung kính, hoặc vì lòng ngạo nghễ, láo xược mà phát tâm tu hành, xuất-gia đầu Phật. Phát tâm lối ấy là không trong sạch, không thanh cao vậy.

THANH TỊNH QUÁN 清淨觀 Sự quán tưởng, sự niệm tưởng trong sạch. Ấy là phép quán-tưởng vô-lậu, thanh minh, không có một mảy cấu, nhiễm, tà-vạy. Cũng viết : *Tịnh-quán.*

THANH-TỊNH QUANG-MINH THÂN 清淨光明身 Ấy là thân Phật Như-lai Thân tinh-khiết, không nhiễm trần; thân-thể chiếu diệu, sáng rỡ.

THANH-TỊNH-QUANG PHẬT 清淨光佛 Tức - là A-Di-Đà-Phật. *A-Di-Đà* (Amitabhâ) là chữ âm theo Phạn, có 13 nghĩa, mà *Thanh-Tịnh-Quang* là một nghĩa, một danh hiệu. *Thanh-Tịnh-Quang Phật* là đức Phật mà hào quang trong sạch, không một mảy cấu nhiễm ; hào-quang ấy chiếu tới chúng-sanh nào thì thân tâm của chúng-sanh ấy cũng trở nên trong sạch.

(Xem : *A Di-Đà Phật thập tam hiệu*).

THANH TỊNH TÂM 清淨心 : Tâm-ý, trong sạch, không có nhiễm theo trần cảnh, thế-tục, lại không có sở nghi đối với Chánh-Pháp. Cũng viết : *Tịnh-tâm.*

THANH-TỊNH THẾ-GIỚI 清 淨 世 界 : Thế-giới trong sạch. Nơi cõi ấy, toàn là những bực có tác *tịnh-nghiệp,* có tu *Tam phước,* có lòng mong mỏi sanh về đó, nên mới sanh về đó được. Ấy là cõi thanh nhàn, tinh sạch, vui sướng, chẳng có một mảy khổ-não, phiền lụy, bực bội. Ở cõi ấy, chẳng có những hàng địa-ngục, ngạ-quỉ, súc sanh, lại chẳng có đờn-bà con gái. Tức là chúng-sanh nơi cõi ấy không do nơi sự dâm-dục mà sanh ra. Toàn là bực Thánh-giả, ; toàn là chư Bồ-tát trong các địa-vị.— Thanh-tịnh thế-giới tức là *Tịnh-độ, Phật-độ, Phật-quốc, Thanh-tịnh độ.* Như cõi Cực-lạc thế-giái của đức Phật A-Di-Đà và cõi Tịnh Lưu-ly thế-giới của Phật Dược-Sư là *Thanh-tịnh thế-giới.* Còn cõi Ta-bà thế-giới của chúng ta là *Bất thanh tịnh thế-giới, Ác-trược thế-giới.*

THANH-TỊNH THÍ 清 淨 施 : Bố-thí và cúng-dường một cách trong sạch. Theo quyển *Du-già,* có mười phép tưởng tỏ ra sự bố-thí, cúng-dường do lòng trong sạch :

1.) *Bất lưu trệ thí* : Thấy ai tới xin, thì liền cho, chớ đừng có dụ dự, chậm trễ.

2.) *Bất chấp thủ thí* : Cho thì cho, chớ đừng chấp giữ cái ý kiến về sự bố-thí, hoặc là nghĩ rằng sự bố-thí của mình không có phước-quả, hoặc là nghĩ rằng đề sát hại người ta rồi đem của cướp được mà bố-thí, hoặc là nghĩ rằng sự bố-thí là có phước đức lớn đối với mình. Đừng có những ý kiến như vậy trong khi bố-thí.

3.) *Bất tích tụ thí* : Đừng có tích-tụ tiền-tài bảo-vật cho thiệt nhiều, rồi sẽ đem ra mà bố-thí một lần. Tức là đừng có ý nghĩ : Đề làm giàu rồi sẽ bố-thí. Mà phải tùy mình có nhiều thì cho nhiều, có ít thì cho ít.

4.) *Bất cao cử thí* : Hãy giữ khiêm-nhượng trong khi bố-thí ; đừng có lòng tranh đua với ai trong khi bố-thí ; đừng có lòng tự-cao trong việc bố-thí, giả như nói rằng : tôi là thí-chủ, mấy người kia không bằng tôi.

5.) *Vô sở y thí* : Đừng có nương vào đâu mà bố-thí : như nương vào lời khen tặng, nương vào thinh-danh, nương vào sự tán tụng của thế-gian mà bố-thí.

6.) *Bất thối nhược thí* : Đừng có thấy sức bố-thí của mình kém, yếu mà buồn, thối. Bồ-tát khi chưa thí thì tâm vui vẻ, khi thí thì tâm thanh-tịnh, thí rồi thì không hối hận.

7.) *Bất hạ liệt thí* : Đừng có đem đồ tệ, đồ bỏ ra mà bố-thí. Như Bồ-tát có cúng-dường, thì tự mình lựa chọn nhiều thứ đồ vật tốt xuê, xứng đáng, như : món ăn, vật uống, áo quần, xe cộ, tự mình đem ra mà bố-thí.— Có cho người thế-tục, cho bằng-hữu cũng nên lựa món tốt mà cho.

8.) *Bất hướng bố-thí* : Đừng có quay về kẻ bà con, bạn bè mà bố-thí. Bồ-tát có tâm bình đẳng, không tùy theo bằng hữu, đảng phái ; đối với kẻ oán người thân, đều có lòng từ-bi tất cả, bố-thí đều cho nhau hết.

9.) *Bất vọng báo ân thí* : Bồ-tát vì lòng bi, lòng mẫn nên bố-thí, cứu độ cho người, chớ không trông người trả ơn.

10.) *Bất hy dị thục thí* : Bồ-tát tu hạnh Bố-thí, chẳng mong rằng các đời sau sẽ được quả chín mà hưởng nhờ, như chẳng mong rằng sẽ được giàu có, thế-lực, hoặc hình-tướng tốt xuê. Bồ-tát quán tưởng thấy rằng các hạnh, các tánh đều là hư-ngụy, mà quán tưởng công-đức cao trổi của quả Đại Bồ-đề.—

Mười pháp-tướng đó là sở hành của Bồ-tát, các ngài bố-thí một cách rất trong sạch.

THANH-TỊNH VIÊN 清淨園 Cảnh vườn trong sạch. Trong vòng cảnh vườn ấy, toàn là người tu hành, giữ giới thanh-tịnh, lòng dạ trong sạch.— Ấy là một hiệu trong mười hiệu của tiếng *Tự* (Chùa).

THÁNH 聖 Arya (scr.).= Saint (fr.) Tiếng Phạn : A-ly-da, A-lê-da (Arya), dịch nghĩa : *Thánh, Thánh-nhơn*. Ấy là bực tu đắc Đạo, có đủ Trí-huệ và các phép thần thông, dứt Khổ-não, Luân-hồi. Từ các vị đắc quả La-hán, Duyên-giác, Bồ-tát cho đến Phật Như-lai, đều là bực *Thánh* ; ấy là *Tứ Thánh*. Song thường thường, người-ta gọi La-hán là Thánh. Người-ta cũng dùng tiếng *Thánh* để xưng Phật, như : *Thánh-ngôn, Thánh-tích*. *Thánh* đối với *Phàm*.

Thánh cũng có nghĩa : Chơn-thật, chánh-trực, thanh-tịnh.

Niết-bàn Kinh quyển tám : Sao kêu là *Thánh ? Thánh,* kêu là Vô-trước. (Không nhiễm, Không chấp), ít muốn và có bao nhiêu cũng cho là đủ. Lại là bực thanh-tịnh (trong sạch), có thể độ chúng-sanh ra khỏi vòng Tam-giới, Biển Luân-hồi... Những thiện-nam, thiện-nữ trì đủ Cấm-giới, cùng chư Bồ-tát Ma-ha-tát, đều kêu là *Thánh-nhơn.* Lại ai có thể ngăn cản những oai-nghi cử-động sái phép, cũng kêu là *Thánh-nhơn.*

(Xem : *Thánh-nhơn.*)

THÁNH BẢO-TẠNG THẦN 聖寶藏神 Một vị trong hàng chư Thiên. Tức là Tài-thần. Vị Thiên thần ấy có vô lượng của cải trân-bảo để cung cấp cho chúng-sanh, làm lợi ích cho chúng-sanh.

THÁNH-CHỦ SƯ-TỬ 聖主師子 : Tiếng tôn xưng Phật. Cũng viết : *Thánh Sư-tử.* Trong hàng chư Thánh, Phật là bực Thượng-thủ, cũng như Sư-tử là dõng mãnh, tự-tại, gan dạ nhứt trong các thú, dẫn đầu chúng thú. Cho nên xưng Phật là *Thánh-chủ Sư-tử.*

THÁNH-CHỦ THIÊN TRUNG-THIÊN 聖主天中天 : Tiếng tôn xưng Phật. Trong hàng Thánh-nhơn, Phật là người chứng Quả-vị cao nhứt, nên kêu là Thánh-chủ. Phật được chư Thiên tôn - kính là bực cao hơn hết, nên kêu là Thiên trung Thiên.

THÁNH-CHÚNG 聖衆 : Chúng Thánh. Thường chỉ chư Thinh-văn theo Phật tu-học và đắc quả Thánh (La-hán).— Cũng nói chung các nhà tu học đắc quả-vị Thánh, như : La-hán, Duyên-giác, Bồ-tát cùng theo Phật mà ủng hộ nền Pháp-lý, giáo hóa chúng-sanh.

THÁNH-CHỦNG 聖種 1.) Dòng-giống Thánh, Dòng-giống Phật. Tiếng gọi những người vào Đạo, tu Tam học : Giới, Định Huệ. Trong Tam Bảo (Phật, Pháp, Tăng), Tăng là *Thánh-chủng* người dòng giống Thánh. 2.) Hột giống Thánh. Cũng như c gieo hột giống, về sau mới nên quả, những phép tu-hành nhờ đó mà người-ta đắc thành Phật-quả, kêu là *Thánh-chủng.*

THÁNH CHỦNG - TÁNH 聖種性 Tánh chất hột giống Thánh, bổn-tánh hột giống Phật. Cũng viết : *Thánh-chủng.*

Niết-bàn Kinh, quyển 15 :

Đối với các chúng-sanh,
Nếu phát khởi Bi-tâm,
Đó là *Thánh chủng-tánh,*
Được phước báo vô-lượng.

THÁNH CÚNG 聖供 Ấy là sự cúng-dường Tam Bảo : Phật, Pháp, Tăng.

THÁNH-DUYÊN 聖緣 Những nhơn-duyên hộ trợ cho nền Thánh-đạo, những nhơn-duyên giúp cho nhà tu hành thành công đắc quả.

THÁNH-ĐẠO 聖道 Aryamarga (scr.) Nền đạo-lý của chư Thánh. Tức là cái đạo tu-hành của các nhà tham-cứu trong ba thừa : thừa Thinh-văn, thừa Duyên-giác, thừa Bồ-tát.

THÁNH-ĐẠO MÔN 聖道門 Môn phái tu hành, nhứt là tu thiền-định cho đắc quả Thánh. Đối với Tịnh-độ môn là môn phái niệm Phật A-Di-Đà để vãng sanh về cõi Cực-lạc.

THÁNH-ĐẾ 聖諦 Chơn-lý của bực Thánh. Hành đúng theo chơn-lý ấy thì đắc quả Thánh. Sau khi thành Đạo, đức Phật khởi sự giảng về Tứ Thánh-đế gần thành Ba-la-nại : Khổ-đế, Tập-đế, Diệt-đế, Đạo-đế. Bốn Thánh-đế ấy độ thoát sanh, lão, bệnh, tử và đưa vào Niết-bàn.

THÁNH-ĐIỂN 聖典 : Kinh-điển Thánh. Ấy là tiếng gọi chung Ba Tạng Kinh của Phật-giáo.

THÁNH-GIÁO 聖教 Giáo - lý chơn - thật, hiệp với Chánh-Pháp.— Những điều dạy bảo, truyền lại của Phật, Thánh.

THÁNH-HẠNH 聖行 Hạnh tu Giới-Định-Huệ của bực Bồ-tát.

Mọi sở hành của Phật, Bồ-tát, như các cuộc thuyết - pháp và các hành-vi độ thế, kêu chung là *Thánh-hạnh.*

Các Giái-hạnh Đại-thừa, các oai-nghi trong sạch mà bực Bồ-tát tu tập, kêu chung là *Thánh-hạnh.*

Người tu mà giữ được, làm được *Thánh-hạnh,* tức là *Thánh-nhơn* vậy.—

Lại nữa, sự thi hành Tứ Thánh-đế (Khổ, Tập, Diệt, Đạo) cũng kêu là *Thánh-hạnh.* Ấy là *Thánh-hạnh* của hàng Thinh-văn.

Lại như bốn hạnh trong-sạch của Tỳ-kheo : 1. Phấn-tảo y, 2. Khất thực, 3. Thọ hạ, 4. Thân Tâm tịch-tĩnh, cũng kêu là *Thánh-hạnh ;* vì ai giữ bốn hạnh ấy đặng tu tập thì thành La-hán, Thánh-nhơn. (Xem : *Tứ bệnh.*)

THÁNH-LINH 聖靈 Các vị thần - thánh và tinh-linh.— Lại vì tôn-kính cái thần-thức của những người đã thác, nên kêu là Thánh-linh.

THÁNH-MẪU 聖母 Tức là *Phật-mẫu.* Ấy là bà *Ma-Da* phu-nhơn, sanh ra Phật Thích-Ca được bảy ngày thì qui tiên. Bà sanh lên cung trời Đao-ly, cõi Tiên Dục-giới.

THÁNH-MINH 聖明 Thánh tức là phi phàm. Minh tức là trí và đức. Ấy là bực siêu-phàm có đủ trí-huệ và phước đức.

THÁNH-NGÔN 聖言 *Thánh* : Chánh. Thánh-ngôn là lời chánh-trực.— Lời dạy của Phật, Thánh, Tiên.

THÁNH NHƠN 聖人 : Nhà tu hành trong sạch, có đủ Giới, Định, Huệ, đắc Đạo, có đủ sáu phép Thần-thông. Kêu tắt : *Thánh. Thánh-nhơn* có hai hạng : hạng lớn là Phật, Bồ-tát ; hạng nhỏ là : Duyên-giác, Thinh-văn La-hán. Về hạng *Thánh-nhơn* lớn, trong *Niết-bàn Kinh* có chép : Tại sao gọi Phật, Bồ-tát - là *Thánh-nhơn* ? Vì các ngài có Thánh-pháp : các ngài thường quán-tưởng, thấy các pháp đều trống không, lặng lẽ. Vì vậy nên gọi các ngài là *Thánh-nhơn.* Các ngài lại có Thánh-giới (Giới-hạnh của bực Thánh), nên gọi là *Thánh-*

nhơn. Các ngài cũng có Thánh-Định, Thánh-Huệ, nên gọi là *Thánh-nhơn*. Các ngài lại có Bảy món của-cải của Thánh (Thất Thánh-tài) là : 'Tín, Giới, Tàm (thẹn), Quí (chán), Đa-văn, Trí-huệ, *Xả*-ly, nên gọi là *Thánh-nhơn*. Và các ngài có bảy đức giác-ngộ của Thánh (Thất Thánh-giác), nên gọi là *Thánh-nhơn*.

THÁNH-PHÁP 聖 法 : Giáo-pháp mà đức Phật thuyết giải đều khế hiệp với chánh-lý, cho nên nói là Thánh-Pháp.

THÁNH-PHƯỚC 聖 福 : Phước đức của bực đắc quả Thánh trong Ba thừa. Phước đức ấy rộng lớn vô-cùng.

THÁNH-PHƯƠNG 聖 方 : Tiếng tôn xưng cõi Ấn-ộ, vì ở cõi ấy, đức Phật ra đời. Lại ở cõi ấy, có nhiều chùa đền khéo xảo, linh hiển, nhiều nhà tu học thành Đạo.

THÁNH-QUẢ 聖 果 : Quả Bồ-đề, quả Niết-bàn. Quả-vị chơn-chánh nhờ ra công tu học. Những quả-vị ấy là : Thinh-văn La-hán, Duyên-giác, Bồ-tát hay là Phật.

THÁNH-SƯ 聖 師 : Bực thầy tu đắc quả Thánh, có đủ Lục thông. Bực thầy tu có những sức-lực về Huệ-nhãn, Pháp-nhãn và giáo-hóa, dìu dắt chúng-sanh. Trái với phàm-sư, phàm-tăng.

THÁNH SƯ-TỬ 聖 師 子 : Tức là *Thánh chủ Sư-tử*. Hiệu tôn xưng Phật. Phật là bực dẫn đầu trong chư Thánh, cũng như sư-tử là bực dẫn đầu trong loài thú, nên gọi Ngài là Thánh Sư-tử.

THÁNH-TĂNG 聖 僧 Nơi trung-ương nhiều ngôi chùa, có tượng thờ một vị Thánh-tăng, tượng ấy thay mặt cho Tăng-bảo. Chùa Đại-thừa (Bắc-tông) thờ ngài Văn-Thù làm Thánh-tăng. Còn những ngôi chùa Tiểu-thừa (Nam-tông) thì thờ Ngài Kiều-Trần-Như, Tân-Đầu-Lư, Đại-Ca-Diếp hoặc Tu-Bồ-đề làm *Thánh-Tăng*. Sự ấy thông dụng, không câu chấp.

Thánh tăng cũng có nghĩa : Hàng Tăng-chúng đắc quả Thánh. Đối nghĩa : *Phàm-tăng, Phàm-sư*.

THÁNH-TÂM 聖 心 Tức là *Phật-tâm.*

THÁNH-TÍCH 聖 迹 : Những dấu-tích của Phật; những nơi mà đức Phật có để dấu-vết hoặc đồ di-tích. Ấy là những chỗ, những vật mà Phật-tử nên chiêm bái.

Trong **Tạng Kinh** có chép : Vào đầu thế kỷ thứ tám, ngài Thích Huệ-Nhựt, sau ba năm noi đường biển, mới đến Thiên-trước, lễ yết *Thánh-tích,* tìm kiếm Phạm-bổn, thăm viếng các bực Thiện tri-thức.

THÁNH-TÔN 聖 尊 Tôn hiệu của Phật, tiếng xưng đức Phật Thế-tôn, đức Như-lai.

THÁNH-THAI 聖 胎 Thai bào của bực Thánh. Tức là ba địa-vị của bực Hiền. Ba địa vị ấy là : Thập Trụ, Thập Hạnh, Thập Hồi-hướng. Bực Bồ-tát tu hành trọn đủ ba địa- vị ấy thì thành Phật.- Lại, Bồ-tát lấy hột giống (chủng) của mình làm nhơn, dùng bạn lành (thiện-hữu) làm duyên, nghe Chánh - pháp mà tu tập, trưởng dưỡng, cho chí quả Sơ-địa thấy đạo, tức nhiên sanh vào nơi Phật-gia.

THÁNH - TRÍ 聖 智 Trí của Phật, Thánh. Cái Trí chơn - chánh, sáng suốt, tỏ rõ, không hư - vọng, cái trí trong sạch.

THÁNH - VỊ 聖 位 Địa-vị của bực Thánh. Ấy là ba bực đắc Đạo : Thinh - văn La - hán, Duyên - Giác, Bồ - Tát hay là Phật.

THÁNH - VÕNG 聖 網 Lưới bủa của Phật-Thánh. Những điều giáo - hóa của Thánh - nhơn bủa ra như lưới.— Pháp - giáo của đức Phật cũng như lưới, bủa khắp chúng - sanh, khiến cho họ vào cõi Chánh - pháp.

THÁNH - VƯƠNG 聖 王 : Vua Thánh. Cũng viết : *Thánh-đế.* Bực vua có phước đức và trí-huệ, tự mình ăn ở theo Thánh - hiền, lại cai trị theo Đạo lý của Thánh - hiền, thường dạy dân làm lành.

Thánh-vương lại là tiếng nói tắt để gọi ngài *Chuyển-luân Thánh-vương.*

THÀNH DUY - THỨC LUẬN 成唯識論 Một bộ Luận về Đại-thừa, do ngài Đạt-ma ba-la (Dharmapâla, tàu dịch : Pháp-Hộ) soạn bằng chữ Phạn hồi thế-kỷ thứ sáu. Đến thế kỷ thứ bảy, ngài Huyền Trang dịch ra chữ Hán. Trong *Thành Duy-thức luận*, ngài Đạt-ma-ba-la giải thích ba mươi bài tụng trong bộ Duy-thức luận của ngài Thiên-Thân Bồ-tát hồi thế kỷ - thứ năm.

Thành Duy - thức luận có mười quyển. Bộ ấy và bộ *Duy-thức luận* là hai bộ Kinh Luận căn-bổn của Duy-thức tông (Pháp-tướng tông).

THÀNH-TỰU CHÚNG-SANH 成就眾生 Siddharta (scr.) Giúp nên cho chúng-sanh, giúp cho chúng-sanh được thành-tựu. Dạy dỗ chúng-sanh, khiến cho họ thành Phật, đắc Đạo vậy. Viết theo Phạn : *Tất-đạt-Đa, Tất-đàn* (Siddharta).

Về sự *Thành tựu chúng-sanh*, đức Phật có dạy cho bốn phép, *Tứ Tất-đàn* :

1) Trước hết, ngài tùy thuận theo phàm-tình mà thuyết các pháp thế gian, khiến cho chúng-sanh hoan-hỷ.

2) Kế, ngài tùy căn cơ, hột giống của chúng-sanh mà thuyết cho thích hạp với mọi người.

3) Kế nữa, ngài dùng phép đối trị mà thuyết pháp, độ cho chúng-sanh hết phiền-não.

4) Sau rốt, chừng xem họ thuần thục, Phật mới dạy cho Đệ nhứt nghĩa để thành Phật.)

(Xem : *Tứ Tất-đàn*.)

Địa-Tạng Kinh : Ngài Địa-Tạng Bồ-tát, từ bao nhiêu Kiếp đến nay, đã *thành tựu* và đương *thành tựu* biết bao *chúng-sanh*. Và về sau nầy, ngài lại sẽ *thành tựu* biết bao *chúng-sanh* nữa. Vì nguyện-lực độ thế của ngài to lớn vô cùng.

THÀNH-THẬT LUẬN 成實論 Satya-siddhi-çastra (scr).— Bộ kinh căn - bổn của phái Thành-thật tông, soạn bởi ngài Ha-ly-bạt-ma (Harivarman) va dịch ra chữ Hán bởi ngài Cưu-ma-la-thập (Kuma-rajiva), cả hai đều là nhà sư Thiên-Trước.

Ngày nay, phái Thành-thật tông không còn, song thỉnh thoảng người ta còn xem bộ *Thành-thật luận.*

Đức Ha-ly-bạt-ma, trong khi soạn bộ *Thành-thật Luận*, có chọn những lý hay, những thuyết cứng trong mười tám bộ của phái Phật-giáo cố cựu (Tiểu-thừa). Trong bộ *Thành thật luận* có hai thứ hư-vô và hai thứ tham-thiền là quan trọng hơn hết :

1.) Cái bổn-ngã là hư-vô.

2.) Các pháp kết hợp cũng là hư-vô.

Muốn thấu hai thứ hư-vô ấy, phải biết hai thứ tham-thiền :

1.) Cũng như cái chậu không chẳng có đựng món chi hết, cũng như thế, ở trong những cái pháp là Ngũ uẩn, không có cái gì gọi là cái « bổn-ngã », cái ta, cái thần-hồn (atman).

2.) Cũng như cái bổn-tánh của cái chậu không phải là đích thật, cũng như thế, những cái pháp gọi là Ngũ uẩn chỉ là cái tên trống lỏng mà thôi.

Vậy thì vạn vật chỉ là hư không, cái « ta » chỉ là giả dối mà thôi. Xét như vậy thì dứt phiền-não.

THÀNH-THẬT-TÔNG (*THÀNH-THIỆT-TÔNG*) 成實宗 Jo-Jitsou-shu (jap.) .— Tch'eng-cheu-tsoung (ch.) Phái đạo Phật lấy bộ Thành-thật luận làm Kinh căn-bổn. Phái nầy sáng lập bởi hai nhà sư Thiên-Trước. : Ha-ly bạt ma (Harivarman) soạn và Cưu-ma-la-thập (Kumarajiva) dịch ra chữ Hán hồi đầu thế-kỷ thứ năm.

Truyền qua Nhựt hồi đầu thế kỷ thứ bảy bởi hai nhà sư Cao Ly : Kiết-Tạng (Ekwan) và Khuyến-Lặc (Kwanro-ku).

Thành-thật-tông thuộc về Tiểu thừa. Hiện nay, tông nầy không còn ở trên cõi Viễn-Đông nữa. Song nhiều nhà học Phật vẫn còn xem quyển Kinh căn-bổn của phái ấy, bộ Thành thật luận

Học-thuyết của Thành-thật-tông là : Cái bồn-ngã và chư pháp đều là hư-vô tất cả. Nhà học Đạo Thành-thật-tông thấy rằng cõi đời chỉ là một cái hiện-tượng, hiện tượng liên tiếp thôi. Bao nhiêu những thế-cuộc níu kéo nhau làm cho ta ngỡ rằng có một cõi thế bền bỉ, nhưng có bền bỉ gì đâu ! Chẳng qua là hiện tượng phỉnh phờ, liên tiếp nhau từng đoạn, chớ có vững chắc gì !

Nếu nhà học Đạo cứ suy nghĩ mà cho rằng cái bổn ngã là hư-vô và chư pháp cũng hư-vô, thì thế nào cũng được giải-thoát, các phiền-não sẽ dứt tuyệt. Vạn vật đều giả dối như bọt nước trên dòng sông, đều trống lỏng như cái vỏ con ve lột bỏ lúc mùa thu !

THẢO-HỆ TỲ-KHEO 草 繫 比 丘 Vị Tỳ-kheo bị trói bằng cỏ tươi. Tiếng xưng vị Tỳ-kheo khéo giữ Giới-luật, cho đến bị trói vào đám cỏ, cũng chẳng đứng dậy, e hại mạng cỏ tươi. Vì cái hạnh « thà chịu chết chớ chẳng nỡ phạm giới » ấy, mà về sau, ai nấy đều gọi ông sư ấy là *Thảo-hệ Tỳ-kheo.*

Trong « **Niết-bàn Kinh** » có tích nầy : Hồi Phật Thích-Ca còn trụ thế, có một vị Tỳ-kheo đi đường, bị bọn cướp đón giựt cả áo và bát. Chúng còn sợ thầy la lên cho người ta bắt, nên muốn giết thầy. Trong bọn, có một đứa biết Luật Tỳ-kheo, nói rằng : « Chẳng cần giết. Chỉ buộc hai tay, hai chơn Tỳ-kheo ấy vào đám cỏ tươi là xong. » Vị Tỳ-kheo bị trói như vậy, chẳng dám day động, vì sợ làm trốc gốc rễ chết cỏ mà phạm Giới. Chừng bọn cướp đi xa, có người đi đường trông thấy vị Tỳ-kheo bị trói, bèn đến mở cho. Nhơn đó, về sau ai nấy đều xưng vị sư ấy là *Thảo hệ Tỳ-kheo.*

THÁP 塔 Stûpa. — Dagoba (p.) — *Tháp, Tháp-bà, Đâu-bà, Du-bà, Tụy-đồ-ba, Tụy-đô-bà, Phù-đồ* (Stûpa, Dagoba) đều là những tiếng âm theo Phạn. Thường đọc : *Tháp.* Cũng đọc : *Bảo-tháp, Thất-bảo Tháp.* Dịch nghĩa : *Miếu, Linh-miếu.* Ấy là những tòa cao, nhiều từng, dưới lớn trên nhỏ, để thờ xá-ly (tro tàn) của chư Phật hoặc của các nhà thành Đạo : Bồ-tát, Duyên-giác, La-hán ; hoặc để chôn di-cốt của các vị thượng-tọa các ngôi chùa. Có cảnh *Tháp* cất riêng một mình. Song, phần nhiều cất trong vòng rào nhà Chùa.

Tháp lại là những ngôi đền nóc nhọn, dựng ra để thờ di-tích, tro-tàn, hài cốt của các nhà vua.

Có bốn ngôi *Tháp* thờ Phật mà các nhà tu hành nếu được viếng và chiêm bái, thì được phước đức rất to :

1. *Tháp* kỷ-niệm chỗ Phật giáng sanh.

2. *Tháp* kỷ-niệm chỗ Phật thành Đạo nơi cội Bồ-đề.

3. *Tháp* kỷ niệm chỗ Phật chuyển Pháp-luân, bắt đầu thuyết Pháp. Như đức Phật Thích-Ca chuyển Pháp-luân trong Vườn Lộc độ năm ông Tỳ kheo.

4. *Tháp* kỷ niệm chỗ Phật nhập diệt. Tức như đức Thích-tôn nhập diệt nơi hai cây Sa-la, gần thành Câu-thi-na. Ngài Huyền-Trang đời Đường, trong khi đi Thiên - Trước, có viếng và chiêm-bái bốn ngôi *Tháp* ấy.

Trong **Niết-bàn Kinh**, quyển 41, Phật có chỉ cách xây *Tháp* : *Tháp* để thờ xá-lỵ của Phật thì cất 13 từng. *Tháp* thờ Bích-chi-Phật thì có 11 từng. *Tháp* của vị A-la-hán thì xây 4 từng. Còn *Tháp* của vị Chuyển-luân-vương thì chẳng nên xây từng, là vì vị Chuyển-luân-vương chưa thoát khỏi các mối khổ trong Tam giới.

THÁP MIẾU 塔 廟 : Tòa tháp-miếu. *Tháp* là tiếng âm theo Phạn ; *Miếu* là tiếng dịch nghĩa. Hai tiếng Phạn và Hán đồng nghĩa vậy.

THẮNG 勝 Excellent, Remarquable, Victorieux (fr) Cao, trổi, hơn ; thâm diệu, khác hẳn với thế-tục. Như *thù thắng, tối thắng* là cao siêu đặc - biệt về Đạo, về Đức. Dùng về động-từ, nghĩa là : thâu phục kẻ khác, Pháp : Vaincre, như : *Thắng trận* ; Hơn kẻ khác, Pháp : Surpasser, như : Đức *thắng* tài.

THẮNG CÔNG-ĐỨC 勝功德 Công-đức cao, lớn nhờ ủng hộ Tam bảo, cúng-dường chư Phật, tu hạnh Bồ-tát, truyền bá Chánh-pháp.

THẮNG-ĐIỆN 勝殿 Cũng viết : *Thù thắng-điện.* Cung-điện, đền đài nơi ấy đức Đế-Thích ngự. Cảnh Thắng-điện ở trong thành Thiện-kiến, noi từng trời Đạo-ly. Cảnh ấy cao lớn, xuê lịch hơn các cung điện của các vì vua ở thế gian, cho nên kêu là Thắng-điện.

THẮNG-HẠNH 勝行 Cũng viết : *Thù thắng-hạnh.* Sự hành đạo cao viễn của chư Bồ-tát quyết tu cho thành Phật ; ấy là Sáu nền hạnh Ba-la-mật : Bố-thí, Trì Giới, Nhẫn-nhục, Tinh-tấn, Thiền-định, Trí-huệ.

THẮNG-NGHĨA 勝義 Nghĩa cao viễn, lý sâu xa. Đối với nghĩa lý của thế-tục. Tức là nghĩa lý thâm, diệu, Niết-bàn.

THẮNG-NGHĨA CĂN 勝義根 Căn vi-diệu, thanh-tịnh, không phù hạp với cảnh trần-tục. Năm căn : nhãn, nhĩ, tỷ, thiệt, thân thanh-tịnh như châu báu, không nhiễm với năm cảnh trần-tục ; sắc, thinh, hương, vị, xúc. Đối với *phù trần căn.*

THẮNG-NGHĨA ĐẾ 勝義諦 Tức là *Chơn-đế,* Chơn-lý thật-nghĩa, thật nghĩa theo sở *kiến* của hàng Thánh-giả. Đối với *Tục-đế* là thật-nghĩa của kẻ tục, việc tục, thật-nghĩa theo sở tri của hạng phàm-phu. Mỗi nền chơn-lý đều có hai mặt : *Thắng-nghĩa đế* để cho hàng tinh-vi, thâm-thúy và *tục-đế* để cho hàng thế-tục chưa thuần-thục. Ấy cũng như *mật-giáo* và *hiển-giáo* vậy.

THẮNG-QUẢ 勝果 Quả trổi thắng, cao siêu, tức là Bồ-đề của Phật, Niết-bàn. Thắng-quả có hai cách : 1) Dứt hết các sự ngăn ngại của phiền-não liên tiếp nhau mà sanh ra : đó là Chơn Giải-thoát, Niết-bàn. 2) Dứt hết các sự ngăn ngại của lòng nghi. Đó là được quả Đại Bồ-đề.

THẮNG QUÂN (*VƯƠNG*) 勝軍(王) Prasenajit (scr.). Tiếng

Phạn : *Ba-tư-Nặc* (Prasenajit), vị vua ở thành Xá-vệ (Srâvasti), đồng thời với Phật Thích-Ca. Chữ Ba-tư-Nặc dịch ra những nghĩa nầy: *Hòa-Duyệt, Nguyệt-Quang, Thắng-Quân, Thắng-Niên, Thắng-Quang*. (Xem : *Ba tư-Nặc Vương*.)

THẮNG-SĨ 勝士 Bực tu học cao trổi. Tiếng tôn xưng để gọi người tu trì Giới-luật.

THẮNG-TÂM 勝心 Bực tâm-chí cao viễn. Tiếng gọi nhà tu-hành dõng-mãnh, làm đạo cao siêu, kiên cố.

THẮNG-THÂN CHÂU 勝身洲.— Purva Videha (scr.) : Châu ở phía Đông đối với núi Tu-di. Một châu trong *Tứ châu* trong Thiên-hạ. Cũng kêu : *Thắng-thần châu, Phất-bà-đề*. (Xem : *Đông Thắng-thân châu*.)

THẮNG-THẦN CHÂU 勝神洲.— Purva Videha (scr.) : Tức là *Thắng-thân châu* ở trên. Kêu là *Thắng - thân châu*, vì nhơn-dân ở châu ấy có hình-tướng đẹp đẽ hơn nhơn-dân trong ba châu. Còn kêu là *Thắng-thần châu* là vì nhơn-dân như chư thần, mạnh mẽ, đẹp đẽ, sống dai.

THẮNG-THỪA 勝乘 Thừa trổi thắng. Tức là Đại-thừa của các nhà tu-hành quyết đến ngôi Chánh-giác.

THÂN 身 Kâya (scr. , p.).— Corps (fr.) Mình, thân-thể. Đời, Pháp : Vie. *Thân* có hai nghĩa :

1°) *Thân* là *Ngũ uần* hiệp thành, tức là kể cả thân - thể và ý - thức. Ấy là *Thân-mạng*. Như : *Tiền thân* là những đời đã qua, *Kim thân*, đời nay, và *Hậu thân* là đời về sau của mình. Khi thọ *thân*, cần phải có ba điều kiện hòa - hiệp : 1.) Cha, 2.) Mẹ, 3.) Trung-âm (thần - hồn).

2o) *Thân* là thể xác hình-hài. Ấy là thân đối với tâm. Tức là cái thân do *Tứ đại* hiệp thành, *thân* tức là cái hình - hài có đủ 36 món (*tam thập lục vật*).

Thân lại có nghĩa : đời sống, tức là *thân-mạng* (Ba-Lỵ : Jiva,

Pháp : Vie). Như : tiền - thân, hiện - thân, lai thân (hậu - thân). Cũng viết : quá khứ thân, hiện tại thân, vị - lai thân. Đó kêu là Tam chủng thân.

Phật và các nhà đắc Đạo đều có Ba thân (*Tam thân*) :

1o) *Pháp - thân*, cái thể Chơn - như trường tồn.

2o) *Báo-thân*, hay Hiện - thân là cái thân đương thời chịu lấy các dư - nghiệp, chịu đủ các nỗi sanh, lão, bệnh tử.

3o) *Hóa - thân* hay Thần - thông biến hóa thân, rất tự - tại trong sự độ đời.

Cái *Pháp - thân* (Chơn - thân) có đủ năm phần : 1. Giới, 2. Định, 3. Huệ, 4. Giải - thoát, 5 Giải thoát tri - kiến.

Đức Phật có hai *thân* mà các đệ - tử phải cúng - dường :

1. *Sanh - thân* tức là cái thân thiệt của ngài.

2. *Diệt - thân* tức là xá - ly, hình tượng của ngài để thờ, và tháp miếu thờ ngài.

Khi tạo *thân Phật*, tượng Phật, không nên tạo tượng *bán thân. Thân Phật*, tượng Phật có đóng bụi dơ, thì phải lấy nước hương mà giội rửa.

(Xem : *Ngũ tướng thành thân, Thập thân*).

Theo **Vô-Lượng-Thọ Kinh**, ngài Pháp-Tạng Tỳ-kheo có phát 48 điều nguyện, điều thứ 33 có chép rằng : Nếu tôi được làm Phật, thì vô - lượng chúng - sanh trong các cõi thế - giái chư Phật Mười phương chẳng có thể suy-nghĩ bàn - bạc, đều nhờ ánh quang-minh của tôi chạm vào *thân* của họ, *thân tâm* họ trở nên nhu nhuyễn trồi hơn chư thiên và nhơn - loại. Nếu chẳng như vậy, xin chẳng giữ lấy ngôi Chánh-giác.

THÂN KIẾN 身 見. Ý-kiến chấp có thân mình. Một sở kiến trong *ngũ kiến, Thập kiến*. (Xem : *Kiến*.) Đối với thân mình, chấp cái tà-kiến thật ngã, chấp có mình (bổn-ngã), có cái của mình. Vì vậy mà khổ - não, luân-hồi.

THÂN-MẠNG 身 命 Jiva (scr.) — Vie (fr.) Thân và mạng, nghĩa là thân thể và thọ-mạng (tuổi sống) của mình vậy. Tiếng đôi để gọi đời sống của người-ta, của chúng-sanh.

Trong **Niết-bàn Kinh** có tích : Đức Phật Thích-Ca, thuở xưa làm một ông thầy tu núi, có nghe được nửa bài Kệ (hai hàng). Vì muốn nghe trọn nửa bài (hai hàng) nữa, bèn thệ nguyện xả *thân-mạng* cúng-dường cho thần La-sát sau khi nghe trọn bài Kệ.

THÂN-NGHIỆP 身 業 Hạnh-nghiệp bằng thân-thể, tay chơn. Các việc làm từ các đời trước cho tới đời nầy, bằng thân-thể, tay chơn, kêu chung là *Thân-nghiệp*. Ấy là một thứ trong *Tam nghiệp* : Thân-nghiệp, Khẩu-nghiệp, Ý-nghiệp.

Thân-nghiệp có hai thứ : 1) Thân ác-nghiệp, 2) Thân thiện-nghiệp.

Thân ác-nghiệp là : a) Sát-sanh, b) Du-đạo, c) Tà-dâm.

Thân thiện-nghiệp thì nghịch với thân ác-nghiệp. Ấy là : a) Hỷ xả, phóng sanh, b) bố-thí, c) Cung-kính.

THÂN NIỆM XỨ 身 念 處 Phép niệm-tưởng những chỗ trong thân. Phép đầu tiên trong *Tứ niệm-xứ*, và cũng là phép đầu tiên trong *Tam thập thất Đạo-phẩm*. Ấy là phép quán-tưởng quan trọng nhứt của nhà đạo muốn thoát khổ, dứt tríu mến, tham dục. Vì phép ấy dạy quán-tưởng mọi món trong thân (như : ruột, gan, phèo, phổi v.v.) và ngoài thân (như : da thịt, tay, chơn, mắt, mũi, tóc v.v.) đều là dơ dáy, bời rời, cho nên cũng kêu là *Thân bất-tịnh*.

Niết-bàn Kinh quyển 13 : Có khi Phật dạy nên quán phép *Thân niệm-xứ*. Như ai để tâm quán-tưởng, siêng năng tu tập phép *Thân niệm-xứ* ấy, ắt được thành bực Chánh-đẳng chánh-giác.

THÂN-QUANG 身 光 Ánh-sáng của thân-thể. Ấy là ánh-sáng, hào quang tự nhiên từ nơi thân thể của chư Phật, chư Bồ-tát, chư Thánh, chư Thiên chiếu ra. Ánh sáng ấy lúc nào cũng chiếu sáng, cho nên *Thân-quang* cũng kêu là *Thường - quang*, 常光. Đối với: *Trí-quang* 智光 là ánh sáng của Trí-huệ ở nơi Phật, Bồ-tát. (Xem : *Trí quang*.)

Chư Phật, chư Bồ-tát đều có cả hai thứ hào-quang: *Thân-quang* và *Trí-quang*.

Niết-bàn Kinh, quyển 38: Về thuở Kiếp sơ, các chúng-sanh đều có công-đức thượng diệu, *thân-quang* tự nhiên chiếu ra sáng suốt, chẳng cần ánh sáng của mặt trời, mặt trăng.

THÂN TÂM 身心 Thân và tâm. Trong ngũ uẩn, thì *sắc-uẩn* là *thân;* bốn uẩn: *thọ, tưởng, hành, thức* là *tâm*, đó là chánh-thể quả-báo của kẻ hữu tình vậy.

Thân tâm kể riêng, thì *thân* là thân thể, phần xác thịt; *tâm* là tâm-ý, phần tinh thần. Kể chung, thì *thân-tâm* tức là *Ngũ uẩn*, *thân-mạng*, đời sống của người ta.

THÂN 親 Cha mẹ, như: *song thân*, *thân-mẫu* (mẹ), *thân-sinh* (cha). — Bà-con họ hàng, như: *thân thuộc*, *thân-thích*, *thân-tộc*. Như *lục thân* (sáu bề thân) là: cha, mẹ, anh, em, vợ, con.— Thương mến, như: *thân-ái*.— Gần gũi, như: *thân-cận*, *thân-tín*. Như nhà học đạo nên *thân-cận* với thiện-hữu, thiện tri-thức.— Tự mình ra tay làm chớ không đợi người khác, như: *thân thủ biến bố-thí* (tự tay mình bố-thí cho khắp cả mọi người). — Về Nho-giáo, sách Đại-học, chữ *thân* đọc là *tân*: tại tân (親) dân.

THÂN CẬN 親近: Gần-gũi một cách thân-thích, vì lòng thân-ái cho nên gần-gũi.

Những người mới tu-học nên *thân-cận* với thầy hay, bạn giỏi. những trang hiền đức hơn mình.

Niết-bàn Kinh: Có lúc đức Phật dạy rằng: *thân-cận* thiện-hữu, đó tức là Đạo. Như Phật có phán với A-Nan rằng: « Như có ai *thân-cận* với trang thiện tri-thức, thì người ấy có đủ Tịnh-giái. Như có những chúng-sanh nào *thân cận* với ta, ắt họ sẽ phát tâm cầu quả Chánh-đẳng Chánh-giác.»

THÂN GIÁO-SƯ 親 教 師. Đọc theo Phạn: Ô - ba-đà-da (Upadhyaya), dịch nghia : Thân giáo-sư. Từ ngài Huyền-Trang về sau, người ta dịch là thân giáo-sư, bực thầy thương mến minh, hay gần gũi minh để dạy đạo-lý cho minh. Trước ngài Huyền Trang (thế kỷ thứ 7 Dương-lịch), người ta dịch là Hòa-thượng.— Kêu tắt : *Thân-giáo.*

(Xem : *Hòa-thượng.*)

THẦN 神 Chữ *thần* có nhiều nghĩa :

1) Một hạng trong sáu hạng chúng-sanh lưu chuyền trong *Lục đạo* : Thiên, *Thần,* Người, Hồn địa-ngục, Ma đói, Súc-sanh. Kêu theo Phạn : *A-tu-la* (Asûras), Pháp : Génies. Lại là một cảnh-giới trong *Thập giới* (Phật, Bồ-tát, Duyên-giác, La-hán và sáu hạng vừa kể trên). Có hạng *thần* hiền, cũng có hạng *thần* dữ. *Thần* hiền ham mộ giáo-pháp, *thần* dữ thì ưa uống huyết ăn thịt, thích phá hại người. Hạng *thần* rất có sức lực.

2) Rộng nghĩa hơn nữa, *thần* là bực mà người ta tôn kính, thờ trọng, tức *thiên-thần.* Cho nên người ta cũng gọi đức Phạm-thiên, đức Phật, đức Đế-Thích là *Thần.* Vì vậy nên những tôn-giáo thờ một vị *Thần* thì gọi là *Nhứt thần giáo,* thờ nhiều vị thì gọi là *Đa thần giáo,* không thờ vị nào hết thì gọi là *Vô thần giáo.*

3) *Thần* cũng có nghĩa : lạ lùng không như thế-tục, lượng xét không cùng tột, linh-diệu, oai-mãnh, thông-suốt không bị chướng ngại. Như : *thần-thông, thần-dược, thần-chú, thần-lực, thần-đồng.*

4) Những việc thuộc về tinh-thần, tâm, trí, linh-hồn cũng gọi là *thần.* Như : giáng *thần* mẫu-thai, *thần-giao, thần-bí, thần-linh, thần-hồn, thần-thức, thần-trí.*

THẦN ÁM 神 闇 : Tinh-thần si ám. Tiếng gọi kẻ bất-tin ; vì tâm thần mê tối cho nên chẳng tin Tam-Bảo, Chánh-pháp, Nhơn-quả.

THẦN-BÍ 神 秘 .— Mystique (fr.) : Có tánh-cách bí - mật

về thần-linh, thông-hiểu thiên-cơ cẩn-mật, chuyên tâm về Tôn-giáo mật ẩn một cách tinh-tế.

THẦN-BÍ CHỦ-NGHĨA 神秘主義.— Mysticisme (fr.) Chủ-nghĩa, học-thuyết của phái tôn-giáo hoặc phái triết-học chuyên nghiên cứu và công-nhận sự trực tiếp huyền bí giữa mình và Tiên Thánh Trời Phật.— Phái đọc-tụng kinh-điển hoặc xem qua hiện-tượng mà rõ thấu những sự linh-diệu, huyền-vi.

THẦN-BIẾN 神變.— Rddl (scr.). — Iddhi (p).— Pouvoir surnaturel (fr): *Thần-thông biến-hóa.* Ấy là phép làm cho biến mất hoặc hiện ra một cách thần-diệu, tự-tại, vô-ngại. Cũng kêu: *Thần-cảnh thông, Thần-cảnh trí chứng thông, Thần-thông, Thần-túc thông.* Ấy là một trong *Ngũ thông, Lục thông* của hàng Thánh-giả. Phép *Thần-biến* như thế nầy: Một mà biến ra nhiều, nhiều mà biến ra một, hoặc hiển hiện ra cho người ta thấy, hoặc ẩn khuất; đối với mọi vật ngăn ngại như vách tường, vách cây, nhà cửa, núi non, nước, lửa, không-khí (không-gian), cái thân đều vượt qua một cách mau lẹ, tự-tại.

Trong « **Diệu-pháp Liên-hoa Kinh** » phẩm 27 có biên những phép *thần-biến* của hai vị Pháp-vương tử Tịnh-Tạng và Tịnh Nhãn như thế nầy:

Hai ngài vượt lên hư-không, đi, đứng, ngồi, nằm ở trên đó. Khi thì cho phía trên mình túa ra một nguồn nước, phía dưới mình xông ra một đám lửa. Khi lại cho phía trên mình xông ra lửa và phía dưới mình túa ra nước. Có khi hiện cái thân hình ra lớn choán đầy hư-không; rồi lại hiện nhỏ bé. Hết hiện nhỏ bé thì hiện ra to lớn. Hai ngài lại biến mất trên hư-không, bỗng chui tuốt xuống đất, kế độn dưới nước, quanh đi lộn lại dưới mặt đất và dưới mặt nước như đi trên đất bằng. Những phép *thần-biến* ấy đắc được là nhờ công-phu tu-hành pháp-môn tịnh-lự, thiền-định.

THẦN-BIẾN THỊ ĐẠO 神變示導: Phép biến-hóa thần-thông để chỉ bảo và dắt dẫn người. Những nhà tu-hành đắc phép *thần-biến,* hoặc chư Bồ-tát, chư Phật Thập phương đủ các cách *thần-biến,* thỉnh thoảng tỏ ra cho người ta thấy biết đặng giáo-hóa họ, điều phục tâm ý họ, làm cho họ tùy thuận theo đạo lý. Ấy là một phương tiện rất hay để chỉ bảo và dắt dẫn chúng-sanh.

THẦN-CẢNH 神境. — Manifestation surnaturelle (fr.) Cảnh thần-thông, linh-diệu, việc biến hóa phi thường. *Thần-cảnh,* theo bộ *Câu-xá luận* quyển 27, có hai thứ ; đi (hành) và hóa.

a) *Đi* (hành) có ba phép :

1. *Vận thân* : Cái mình lướt lên hư-không, đi đứng trên ấy như loài chim.

2) *Thẳng giải* : Ấy là phương pháp rất mau chóng, quyết định chẳng mấy chốc thì cái thân hiện đến.

3) *Ý thế :* Phương pháp nầy lại còn mau lẹ hơn nữa, cái tâm ý rất có thế lực, tâm vừa mống tưởng thì cái thân liền tới chỗ. Như hồi Phật còn trụ thế, có nhiều người thỉnh Phật, lạy về hướng Phật chưa kịp cất đầu lên thì Phật đã hiện đến nơi.

Phép *Vận thân* và phép *Thẳng giải* thì hàng Nhị thừa (La-hán, Duyên-giác) đắc được. Còn phép *Ý thế* thì chỉ có Phật thấu đạt mà thôi.

b) *Hóa* có hai phép :

1. Biến hóa phép thần ở các cảnh trong cõi trời Sắc-giới.

2. Biến hóa phép thần ở các cảnh trong cõi trời Dục-giới, và trong cõi Người, cõi Địa-ngục, Ngạ-quỉ, Súc-sanh.

THẦN-CẢNH THÔNG 神境通 : Tức là phép *thần-biến* (thần thông biến hóa). Một trong *Ngũ thông, Lục thông.* Nhờ thiền-định mà thông suốt cái thuật biến hiện khắp nơi, tạo ra mọi cảnh vật theo ý muốn của mình. Lại cũng kêu là : *Như ý thông, Thần-cảnh trí, Thần-cảnh trí thông, Thần-cảnh trí chứng thông.*

THẦN-CẢNH TRÍ 神境智 : Cái trí-huệ có sức biến hóa

cảnh vật một cách phi thường. Theo trong « *Du già* » quyển 69, được *Thần-cảnh trí* do nơi hai nhơn-duyên :

1. Hoặc nhờ tu-hành mà được.

2. Hoặc tự nhiên khi sanh ra là có liền —

Tu-hành được *thần-cảnh trí* là những hạng : Hữu-học, tức là những vị tu đắc từng quả - vị trong hai thừa ; Vô-học, tức là những vị đắc quả La-hán, Duyên-giác, cao hơn nữa là Bồ-tát và Phật.

Sanh ra tự nhiên được *thần-cảnh trí* là chư Thiên ở cõi Sắc-giới, ở cõi Dục-giới, kế là chư quỉ-thần. Lại nữa, trong hàng nhơn-loại, trong chúng phi-cầm và trong loài dược-thảo, cũng có thứ được chút ít *thần-cảnh* trí. Sanh ra được *thần - cảnh trí*, ấy nhờ sức phước-đức.

Trong bộ « **Câu-xá luận** », quyển 27 có chép : Về loại *thần-cảnh trí*, tổng quát có năm thứ :

1.) Do tu-hành mà được.

2.) Tự nhiên sanh ra thì được.

3.) Nhờ sức thần-chú, ấn-quyết mà thành.

4.) Nhờ sức của những vị thuốc đặc biệt mà thành (Như có thứ thuốc làm cho người ta đi trên lửa than chẳng biết nóng, hoặc có thứ thuốc dùng đến thì kẻ khác chẳng thấy được mình v.v.)

5.) Do sức nghiệp-quả mà thành.

THẦN-CẢNH TRÍ THÔNG 神境智通 : *Thần-cảnh trí* cũng kêu là *Thần-cảnh trí thông*, sự thông suốt, thấu đạt cái trí thần-cảnh. Ấy là một thông trong *Ngũ thông*, *Lục thông* của các nhà tu - hành đắc đạo.

Trong bộ « **Dù-già** », quyển 37 có chép : *Thần - cảnh trí thông* của Phật và của Bồ-tát đại-lược có hai thứ :

1.) Sức *biến* thần-thông,

2.) Sức *hóa* thần-thông.

Do nơi hai thứ ấy, phát sanh ra chẳng biết bao nhiêu thứ thần-thông khác. Nhơn hai thứ biến và hóa của môn *thần-cảnh trí thông* của Phật và của Bồ-tát, ta có thể phân biệt ra hai việc :

1.) Chư Phật và chư Bồ-tát thị hiện rất nhiều phép thần-thông để *dẫn* chúng-sanh vào nền Tôn-giáo của Phật Thánh.

2.) Chư Phật và chư Bồ-tát thị hiện rất nhiều phép thần-thông để ra ơn cứu vớt cho vô-lượng chúng-sanh mắc phải vòng tai-ương, khổ-não, khiến cho họ được lợi ích, an-lạc.

THẦN-CẢNH TRÍ CHỨNG THÔNG 神境智證通 : Tức là *Thần-cảnh trí thông*. Sự chứng đắc cái thông-lực thần-cảnh trí. Kêu tắt : *Thần-cảnh*. Lại cũng kêu : *Thần-cảnh trí tác chứng thông*. Tuỳ ý biến, hiện ; bay đi đến đâu cũng tự-tại ; muốn làm mọi sự chi cũng không có sức gì ngăn ngại nổi.

THẦN-CĂN 神根.— L'esprit (fr.) : *Thần* tức là *Tinh thần*. *Tinh thần* là căn-bổn của thân thể (le corps), cho nên gọi là *thần-căn*.

THẦN-CHÚ 神咒.— Dhârani (scr.). — Formules magiques (fr.) : Những câu niệm bí-mật có sức linh ủng-hộ người tu-hành. Có *thần-chú* của Phật, của Bồ-tát, của chư Thiên, chư Thần. Ai đọc *thần-chú* của vị nào thì được sức gia-hộ của vị ấy, được thành-tựu dễ dàng trong mọi hành vi. Âm theo Phạn : *Đà-la-ni* (Dhârani). Dịch là : *Chơn-ngôn, Thần-chú, Chú, Tổng-trì*.

(Xem : *Chơn-ngôn, Chú*.)

THẦN-DIỆU 神妙.— Miraculeux (fr.) : Thần-thông biến-hóa không thể lường ; — bực Thánh thông suốt tất cả ; — nhờ đức tín, nhờ nương vào sức Phật mà được những kết quả một cách mạnh mẽ, mau mắn, linh-nghiệm theo ý muốn của mình.

THẦN-ĐẠO 神 道 : Tức là *A-tu-la* (Âsura) *đạo*, một nẻo luân-hồi trong *Lục đạo*. Người nào khi thác, sanh ra trong cảnh-giới quỉ-thần, thì cảnh-giới ấy kêu là *Thần-đạo*.—

Thủ-Lăng-nghiêm kinh, quyển sáu : Dầu có những kẻ đa trí, tu được phép thiền-định hiện ra trước, nhưng chẳng đoạn trừ sự giết hại, thì sẽ lạc vào *Thần-đạo* : bực trên làm đại-lực quỉ, bực giữa làm Dạ-xoa bay trên không, bực dưới làm La-sát đi trên mặt đất.

Lại có nghĩa : đạo-lý, pháp-môn chuyên dạy về thần-hồn, tâm-linh, Pháp : spiritualisme ; trái với triết-học vô-thần (Pháp : athéisme), trái với chủ-nghĩa duy vât (Pháp : matérialisme).

Lại có nghĩa : đạo thần-diệu. Như người đắc đạo tự mình được nhiều sự thần-diệu và đem các sự thần-diệu ra mà giúp đời, cho nên cũng gọi đạo Phật là *Thần-đạo*.—

Lại có nghĩa : đạo thờ quỉ-thần, thờ cúng những vong-linh của các nhà anh-hùng liệt-sĩ có công-trận với nước-nhà. Như : *Thần-đạo, Thần-giáo* (Shintoïsme) bên Nhựt-Bổn.

THẦN-GIAO 神 交.— Relation spirituelle ; télépathie (fr.) : Sự giao-thiệp bằng tinh-thần, đạo-lý giữa những người tu học. Tức là vì tinh-thần, vì đạo-lý mà làm bạn với nhau, chớ chẳng vì chỗ bà-con, hoặc vì danh, vì lợi.— Cũng có nghĩa dùng tinh-thần mà giao-thông với nhau trải qua không-gian. Tức là *Thần-giao cách cảm.*

THẦN-GIAO CÁCH-CẢM 神 交 隔 感.— Télépathie (fr.) : Sự giao-tiếp với nhau bằng thần-linh giữa hai người hoặc nhiều người trải qua không-gian : cùng cảm-xúc một mối, cùng hiểu biết một việc. Hiện nay, ở Tây-tạng, nhiều sư đạo Phật phái Lạt-ma giáo rất sở trường về môn *Thần-giao cách-cảm*. Về môn nầy, thường có một đàng phát ý và một đàng thâu ý. Ngày xưa chư Hiền Thánh thường hiểu biết nhau nhờ môn *Thần-giao* hay *Thần-giao cách-cảm.*

THẦN-HỌC 神 學.— Théologie (pr) : Môn-học nghiên-cứu chuyện-tích các Thánh-thần, nghiên cứu lịch sử tôn-giáo của mình và lịch-sử các nền tôn-giáo. Ở các chùa lớn bên Tây-Tạng và Ấn-Độ, có dạy về môn *Thần-học*. Bên Âu-châu, có những trường chuyên dạy về đạo, kêu là *Thần-học hiệu.*

THẦN-LINH 神 靈.— Esprit ; miraculeux (fr.) :

1. Thần-minh, tức là chư Thánh chư Thần trên cảnh Huyền-linh, ủng-hộ những người hiền-đức, ngăn trở những kẻ tà ác.

2. Cái tinh thần linh-diệu của mình, nó có thể ra khỏi xác-thân nầy mà đến những cảnh-giới khác.

3. Thần-thông linh-diệu, không như phàm-tình. Ấy là nói những vị Hiền Thánh giáng trần, những bực chơn-chúa ra đời vốn có cái linh-tánh biết rộng, thấy xa và tác dụng mầu-nhiệm.

THẦN-LINH HỌC 神 靈 學.— Spiritisme (fr.) Một môn học trong tôn-giáo, dùng các phương pháp mà giao tiếp với thần-linh : Thánh Thần Tiên Phật cùng là linh hồn của người thân-thuộc đã quá vãng.

THẦN-LỰC 神 力.— Force magique, Pouvoir surnaturel (fr.) Sức thần. *Thần* là mầu-nhiệm, phi-thường, tự-tại, thù thắng. *Lực* là sức dùng. *Thần-lực* là sức mạnh phi-thường của nhà tu-hành đắc Ngũ thông, Lục thông.

Thần-lực cũng là sức của *Thần-túc thông*, một phép trong Ngũ thông, Lục thông, do phương pháp tu thiền-định mà thành tựu.

Thần-lực cũng kêu là : *Thần-thông lực, oai-thần lực*. Như *Thần-lực* của bực Tiên-nhơn, bực Thiên, Thần, bực La-hán, Bồ-tát. Và mạnh nhứt là *Thần-lực* của bực Phật, Như-lai. *Thần-lực* nầy không thể nào suy nghĩ, bàn luận cho cùng.

Nhờ *thần-lực* của đức Như-lai, người con hiếu thảo, nhơn cuộc bố-thí, cúng-dường, có thể cầu cho cha mẹ quá vãng được siêu thăng. Nhờ *thần-lực* của đức Như-lai, các nhà tu-hành được mọi sự an ổn trên đường tu học. Nhờ *thần-lực* của đức Như-lai, chư Bồ-tát hiện các thân hình ra đi giáo - hóa chúng-sanh, khai mở đủ các phương-tiện độ đời.

THẦN-LỰC TỰ-TẠI 神 力 自 在 : Sức thần-thông tự-tại. Sức biến hóa của các nhà thành đạo, muốn dùng ra lúc nào cũng được và ở đâu cũng được. Sức ấy không bị một hoàn cảnh nào, một nhơn vật nào ngăn cản được.

THẦN-MINH 神明 : Đấng thần-minh. Tiếng gọi chung các vị thiên-thần, địa-kỳ : thần-tiên trên trời và quỉ-thần dưới đất. Ấy là những vị có sức biến hóa, tự-tại không thể lường, thiêng-liêng sáng-láng như gương; cho nên kêu là *thần-minh.*—

Lại có nghĩa : cái tinh thần của người ta ; vì cái tinh thần có sức chế-ngự thân thể, biết phân biệt việc thiện ác.

Cũng có nghĩa : cái thức-tánh của các chúng-sanh, vì các chúng-sanh vốn sẵn có cái tánh, cái thức linh-hoạt và sáng suốt.

Lại có nghĩa : linh-nghiệm phi thường. Như : thần-minh dược (thuốc trị bệnh công hiệu cấp kỳ).

THẦN-QUANG 神光 : Hào quang của Phật. Quang-minh của đức Phật phóng ra, có sức thần-thông biến hóa không thể lường, chiếu tới ai thì người ấy lấy làm an-lạc nơi thân-tâm, và chiếu tất cả mọi vật, không hề phân-biệt, cho nên kêu là *thần-quang.* *Thần-quang* lại là tên ngài Đệ-nhị Tổ ở Đông-độ, đệ-tử của ngài *Bồ-đề-đạt-ma* hồi thế-kỷ thứ sáu Dương-lịch. Khi chưa thọ Pháp nơi Bồ-đề-đạt-ma, Pháp-hiệu của ngài là *Thần-Quang.* Đến chừng đức Sơ-tổ truyền pháp, thì đổi tên Thần-Quang ra *Huệ-Khả.* (Xem : *Huệ.Khả Đại - sư.*)

THẦN-QUYỀN 神權.— Droit divin (fr.) : Quyền hành do Thần-minh. (Trời Phật) phú cho. Tức là cái quyền mà không một ai được xâm-phạm. Ở xã-hội xưa, các dân-tộc đều tôn-trọng *thần-quyền.* Như quyền cai-trị của ông vua. Mỗi khi một vị vua lên ngôi thì tuyên cáo với Trời Đất Thánh Thần, làm lễ nhận chức trước những nhà thay mặt Tôn-giáo, rồi thỉnh thoảng trong ít năm thì có lệ tế Trời. Như vậy tức là *Thần-quyền.*

Theo thuyết Nho-giáo, cái quyền mà Trời ban cho một ông vua, một dòng vua, cái quyền ấy chẳng có vĩnh viễn. Nếu cai-trị dở, để sanh ra những cuộc rối loạn, chẳng hạp lòng dân, tức nhiên chẳng thuận lòng Trời, thì Trời sẽ lấy lại mà trao cho một người khác làm vua.

Phật-giáo vẫn công nhận thuyết *thần-quyền* một cách rộng rãi : các vị vua theo đạo Phật, khi lên nắm chánh-quyền, thường có lệ thọ phép *quán đảnh* (rưới nước Thánh lên đầu) do giáo-hội Tăng-già ban cho. Được thọ phép ấy, tức được chư Phật, chư Thần công-nhận và hộ-trợ vậy. Ngoài ra, những vị Tể-tướng hay bá-quan khi tựu chức, cũng được xin thọ lễ ấy và nguyện trị dân theo công-lý. Như vậy tức là *thần-quyền*. Nhưng thuyết *thần-quyền* nầy hàm súc ý nghĩa từ-bi, chớ chẳng có nghĩa chuyên-chế, áp-chế.

THẦN-TÍCH 神迹. Chuyện tích linh-diệu của thần Tiên, của Phật. Đồng-nghĩa : *Phật-tích*. Cũng có nghĩa : Dấu tích của Tiên Thánh, Phật còn để lại trong xứ, trong các tháp-miếu.

Như những cây Bồ-đề hiện nay vẫn còn, những hột xá-ly thờ tại Tích-Lan, những bảng đá mà vua A-Dục đã dựng lên nhiều nơi trong cõi Thiên-Trước, là những *Thần tích* hay *Phật-tích*.

THẦN-TÚ 神秀 : Vị Đại-sư Trung-Hoa hồi thế-kỷ thứ bảy, nhà Đường. *Thần-Tú* là đệ-tử của ngài Ngũ-tổ Hoằng-Nhẫn, được Ngũ-tổ truyền Pháp làm Tổ-sư Bắc-tông. Thuở ấy, ngài Huệ-Năng được Ngũ tổ truyền Áo và Bát đặng làm Tổ-sư Nam-tông. *Thần-Tú* sở trường về môn *Tiệm-giáo*; tức là pháp-môn dạy người lần lượt tấn lên từ chỗ thấp đến chỗ cao. Còn Huệ-Năng sở trường về môn *Đốn-giáo*, tức là pháp-môn dạy người tỉnh-ngộ một cách cấp tốc Trong khi Huệ-Năng độ thế tại chùa Bảo-lâm nơi Tào-khê, thì *Thần-Tú* Đại-sư trụ tại chùa Ngọc-tuyền nơi Kinh-nam.

Thần-Tú được bà Võ-Tắc-Thiên Hoàng-hậu thỉnh về thủ-đô mà thuyết-pháp, được hưởng thọ quốc-ân với chức Quốc-sư. Huệ-Năng được sứ triệu nhiều lần, nhưng ngài chẳng lai Kinh, tuy vậy bà Võ-Tắc-Thiên Hoàng hậu vẫn sùng mộ ngài.

Đến nguyên-hiệu Thần long năm thứ hai, vào đầu thế kỷ thứ tám, *Thần-Tú* nhập tịch, được Triều đình sắc phong Thụy-hiệu là Đại-Thông Thiền-sư.

Huệ-Năng tịch sau *Thần-Tú* và cũng được vua Hiến-tông nhà Đường truy tặng Thụy-hiệu là Đại-Giám Thiền-sư,

THẦN-TÚC THÔNG 神 足 通.— Rddhipâda (scr.) Iddhi-vidha (p.). Pouvoir de se déplacer à travers l'Espace (fr.): Chơn bước thần-thông. Một phép trong *Ngũ thông, Lục thông*. Nhà tu-hành ngồi thiền trên núi hoặc nơi tịnh-thất, đắc phép nầy thì có cái thông lực đi đâu cũng được mà khỏi cần xe cộ, tàu bè, đi ngang không gian, nước, lửa, đá, đất gì cũng chẳng bị trở ngại. Cũng kêu: *Như ý túc*, tức là đi đến đâu cũng được như ý.

Phép nầy có ba thế:

1.) *Vận thân thông*: Chuyển vận cái mình đi trên không, tợ như chim bay.

2) *Thắng giải thông*: Dầu cho chỗ xa thế mấy mà trong ý muốn tới thì liền tới ngay. Thế nầy trồi hơn «vận thân thông».

3.) *Ý thế thông*: Dầu cho xa thế mấy mà nhờ sức của Tâm, trong tâm vừa nghĩ đi tới thì cái thân liền tới Thế nầy lại trồi hơn «Thắng giải thông». *Thần-túc thông* cũng gọi là: *Thần-cảnh trí chứng thông, Thần-cảnh thông* tức là có sức biến hiện đến các cảnh không thể suy-nghĩ bàn-luận, *Thân như ý thông* hay *Thân-thông* tức là có cái thông-lực tự mình biến mất hay hiện ra một cách tự-tại.

THẦN-THÁC 神 託.— Oracle (fr.)

1) Sấm Thần, những điều mách bảo của Thần. Trong các tôn giáo, kể cả đạo Phật Lạt-ma-giáo ở Tây-Tạng, thỉnh thoảng Phật Thánh có ban ra những lời sấm truyền về hậu-vận. Về sau, những việc xảy ra đều đúng theo đó. Những điềm mách bảo ấy, kêu là *Thần-thác*.

2) Cốt Thần, xác Thần. Một thiện-nam, một tín-nữ, một vị sư đặc-biệt làm thể-xác để cho vị Thần-linh nương dựa mà mách việc «tiên-tri», cũng kêu là *Thần-thác*.

3) Người tài trí nói ra thì linh-hiển, làm ra thì linh-nghiệm, cũng kêu là *Thần-thác*.

4) Những lời quyết-đoán của bực thông minh trí-huệ, những điều luận biện không trật, cũng kêu là *Thần-thác.*

THẦN THOẠI 神 話.— Mythologie (fr.) : Chuyện cổ tích Thần-tiên. Trong sách sử, có những chuyện tích về việc khai thiên lập địa, cùng là gốc tích của mỗi nền tôn-giáo, mỗi dân-tộc, phần nhiều là những chuyện Thần tiên, không có chứng-cứ đích-xác, những chuyện ấy kêu là *Thần thoại.*

Bên lề tôn-giáo, thường có những chuyện Thần tiên, tuy không thuộc về tôn-giáo chánh-thống, chớ cũng được dân-chúng nhắc-nhở và ca-tụng, những chuyện anh-dõng, huyền-linh, bí mật ấy cũng kêu là *Thần thoại.*

THẦN - THÔNG 神 通.— Rddi (scr.).— Iddhi (p.).— Pouvoirs surnaturels (Jr.)

Thần : Linh-diệu, bất trắc, không thể liệu lường :

Thông : Vô ngại, không chi ngăn trở nổi, lưu thông tự-tại.

1) *Thần-thông* tức là *Thần-túc thông* (p : Iddhividdha), phép bay đi xa trong nháy mắt ; cũng kêu là : *Thần-biến, Thần-thông biến-hóa,* phép biến mất hoặc hiện ra một cách tự-tại, vô-ngại. Ấy là một phép trong Ngũ thông, Lục thông. Trong **Niết-bàn Kinh**, quyển 24, Phật có dạy rằng *Thần-thông biến-hóa* của hàng Nhị Thừa (La-hán và Duyên-giác) chẳng bằng của Phật. Là vì hàng Nhị thừa chỉ dùng một tâm-thức mà biến-hóa ra một hình-thể mà thôi. Còn bực Bồ-tát và Phật thì dùng một tâm-thức mà biến-hóa ra vô-số hình-thể trong Ngũ thú (cảnh Tiên, cảnh Người, cảnh Địa-ngục, cảnh Ngạ-qui, cảnh Súc-sanh).

2) *Thần-thông* là tiếng nói chung để gọi *Ngũ thần-thông* của Tiên-nhơn, *Lục thần-thông* của La-hán, của Duyên-giác, của Phật, mà người-ta gọi tắt là *Ngũ thông, Lục thông.*

THẦN-THÔNG DẪN NHIẾP 神 通 引 攝 : Phép thần-thông dắt dẫn và thâu nhiếp chúng-sanh. Trong « **Du-già** » quyển 37 có chép rằng : Những nhà có đủ phép thần thông, vì lòng thương xót chúng-sanh, muốn cho họ tăng thêm cái ý vui vẻ và thanh-tịnh, hoặc muốn cho họ tăng thêm cái sức tu-hành thanh-tịnh, nên thị hiện ra rất nhiều phép thần thông biến hóa. Họ thấy được rồi, họ nghe được rồi, đối với nền tôn-giáo của Phật-Thánh, họ bèn tăng trưởng cái ý vui vẻ và thanh-tịnh, họ nảy nở thêm sức tu hành chơn chánh. Như thế, phép *Thần thông dắc dẫn và thâu nhiếp họ* vậy.

THẦN-THÔNG HẠNH 神通行: Sự thi-hành các phép thần thông. Ấy là nói chung sự thị-hiện tất cả sáu phép thần-thông (Lục thông). Những nhà thành Đạo đều muốn dắt dẫn và thâu nhiếp chúng-sanh, nên thi-hành các phép thần thông, khiến cho họ sanh lòng cung kính và bước vào nền Thánh-đạo.

THẦN THÔNG NHƯ Ý 神通如意: Phép thần thông tùy theo ý mình mà thị hiện ra. Cũng kêu: *Như ý thông*, *Thần-thông tự-tại*. Ấy là phép biến hóa tùy ý, phi hành vô ngại của chư Phật, chư Thánh. Tức là phép *Thần-túc thông* trong *Lục thông*.

Trong **Quán Vô-Lượng-Thọ Phật Kinh** có chép: Đức Phật A Di-Đà *thần thông như ý*, ở các nước Mười phương biến hiện tự-tại, hoặc hiện thân lớn choán đầy hư-không, hoặc hiện nhỏ một trượng sáu, tám thước.

THẦN THÔNG OAI-LỰC 神通威力: Sức mạnh đáng kính, đáng sợ của các phép Thần thông, Lục Thần thông. Như: *Thần thông oai-lực* của Phật, của Bồ-tát, của Tam-Bảo.

Cũng kêu: *Oai-thần lực*, *Thần-thông lực*, *Thần-lực*.

THẦN-THÔNG THẾ TỐC 神通勢速: Thế-lực mau chóng của phép Thần-túc thông (Thần-thông biến-hóa). Những nhà đắc Đạo có thể thị-hiện phép thần-thông một cách mau chóng.

Như về phép chuyển vận cái thân và những phép biến-hóa, thì các ngài thị hiện ra trong phút chốc. Như vậy, ở bực La-hán thì phép *thần thông thế tốc* có chậm hơn ở bực Duyên-giác, bực nầy lại kém hơn bực Bồ tát và bực Phật. Phép *thần thông thế tốc* của Phật thị hiện trong nháy mắt.

Thần-thông thế tốc tức là ba phép : Vận thân, Thắng giải, Ý thế đã giải nơi chữ *Thần-cảnh.*

THẦN-THỨC 神 識.-L'âme (fr.) Phần hồn. Con người đại để có hai phần : phần xác và phần hồn.

Bởi phần hồn linh-hoạt mầu-nhiệm không thể bàn-luận xét-nét cho cùng, cho nên kêu là *thần-thức.*

Qui nguyên trực chỉ : Tới chừng đức Di-Lặc giáng sanh và thành Phật, người ta sống đời tám muôn tuổi. Mỗi người khi thấy mình sắp thác, bèn đi đến nơi mồ mả mà bỏ thân xác tại đó. *Thần-thức* liền sanh lên cõi Trời, chẳng đọa lạc chốn ác. (*Thần-thức* sanh Thiên; bất đọa Ác-thú.)

Những nhà luyện đạo phái *Duy-thức* (*Du-già*) có thể nhập thiền-định mà đưa *thần-thức* mình đến các cảnh-giới. *Thần-thức* cũng kêu là *thức, tâm-thức, hồn, thần-hồn* (*hồn-thần.*)

THẦN TRÍ 神 智 : Trí-huệ thần-diệu. Ấy là cái trí-huệ sáng suốt, thấy rõ sự và lý một cách triệt-để và tự-tại.

THẬP ÁC 十 惡 Dix actes coupables (fr.) Mười nghiệp dữ mười tội ác. Cũng viết : *Thập ác-nghiệp, Thập bất-thiện pháp.* Đối với : *Thập thiện.* Làm ngược trở lại, *Thập ác* trở thành *Thập thiện.* Trong *Thập ác,* có ba tội về thân, bốn tội về ngữ và ba tội về ý.

Thân:
1. Sát sanh (Sát hại), Ba-ly : Pânâtipâto.
2. Du đạo, Ba-ly : Âdinnâdânạm.
3. Tà-dâm (Dâm-dục), Ba-ly : Kamesumicchâcâro

Ngữ:
4. Vọng-ngữ, Ba-ly : Musâvâdo.
5. Ỷ ngữ (nói nhơ nhớp), Vô nghĩa ngữ, Ba-ly : Sambhâppalâpo
6. Lưỡng thiệt, Ba-ly : Pisunâvâcâ
7. Ác-khẩu, Ba-ly : Pharusavâcâ

Ý:
8. Tham, Ba-ly : Abhijjhâ
9. Sân (Não-hại), Ba-ly : Byâpâto.
10. Si (Tà-kiến), Ba-ly : Micchâditthị.

Mười nghiệp dữ, mười tội ác mà chúng-sanh đã phạm, phân ra làm ba bực : nặng, vừa-vừa, nhẹ và đọa vào ba nẻo. Đó kêu là *Tam phẩm thập ác* :

1. *Thượng phẩm thập ác* : Phạm mười nghiệp dữ bực cao, hạng nặng, thì đọa vào *nẻo Địa-ngục.*

2. *Trung phẩm thập ác* : Phạm mười nghiệp dữ bực vừa vừa, thì đọa vào *nẻo Súc-sanh.*

3. *Hạ phẩm Thập ác* : Phạm mười nghiệp dữ bực nhẹ, thì đọa vào *nẻo Ngạ-quỉ.*

THẬP BA-LA-MẬT 十波羅蜜 Dasaparamita (scr.) Dix vertus cardinales (fr.) Mười đại-hạnh của Bồ-tát, có giải rõ ở phẩm Ba-la-mật trong Kinh Đại-thừa bổn-sanh Tâm-Địa quán.

1. *Bố-thí Ba-la-mật* (Danaparamita) : Cho của cải, thân mạng và thí pháp xuất thế.

2. *Trì-giới Ba-la-mật* (Silaparamita) : Giữ giới, không hại sanh-mạng, không tiếc mình vì giữ giới, khuyên người phát tâm Vô-thượng Bồ-đề.

3. *Nhẫn-nhục Ba-la-mật* (Ksantiparamita): Dứt giận hờn, được từ tâm Tam-muội, không hủy nhục chúng-sanh. Khuyên người, phát tâm Bồ-đề.

4. *Tinh-tấn Ba-la-mật* (Viryaparamita) : Tấn tới chẳng ngừng, liều bỏ thân-mạng vì Đạo, nói Pháp tối thắng, khiến người nghe được tới cõi Chánh-giác.

5. *Thiền-định Ba-la-mật* (Dhyânaparamita) : Giữ chánh-định giáo-hóa chúng-sanh, nhập Chơn Pháp-giới, chẳng tiếc thân-mạng, thuyết pháp vi-diệu khiến chúng-sanh tới Vô-thượng Bồ-đề.

6. Bát-nhã Ba-la-mật (Prajnaparamita) : Hiểu rõ Chơn-lý, không tiếc thân-mạng để cầu Pháp ; quán thấu Diệu-lý bình-đẳng.

7. *Phương tiện thiện-xảo Ba-la-mật* (Upayaparamita) : Hiểu

rõ cách giúp ích cho chúng-sanh. Không tiếc thân-mạng, coi chúng-sanh bình đẳng, nói pháp vi-diệu độ chúng-sanh đến bờ Giác.

8.) *Nguyện Ba-la-mật* (Pranidanaparamita) : Quán Trung - đạo, tu từ bi để hóa độ chúng-sanh, nói pháp vi-diệu, biện-tài vô ngại khiến chúng-sanh không thối chuyển với quả Phật.

9.) *Lực Ba-la-mật* (Balaparamita) : Dùng sức Trí-huệ làm cho chúng-sanh đắc nhập pháp Đại-thừa : bỏ thân mạng để làm lợi ích cho chúng-sanh, khiến bọn tà-kiến theo về Niết-bàn.

10.) *Trí Ba-la-mật* (Jnânaparamita) : Hiểu rõ các pháp, giữ vững Trung-đạo : Không chán Sanh-tử, không ham Niết-bàn, có đại xả-tâm, thương xót chúng-sanh, nói pháp Nhứt thừa, khiến chúng-sanh đắc Phật-đạo.

THẬP BÁT BẤT CỤ PHÁP 十 八 不 具 法 Cũng kêu : *Thập bát bất cọng pháp*. Phật có 18 món công đức, chẳng chung cùng với hai Thừa (Thinh - văn và Duyên - giác) cho nên kêu là *Bất cọng Pháp*.

Lại cả ba Thừa, Thinh-văn, Duyên-giác và Bồ-tát đều chẳng có đủ 18 công-đức ấy, cho nên kêu là *Bất cụ*.

18 Pháp ấy là :

1. Thân vô thất (Thân không lỗi),
2. Khẩu vô thất (Miệng không lỗi).
3. Niệm vô thất (Ý tưởng không lỗi).
4. Vô dị tưởng (Không có tưởng khác).
5. Vô bất định tâm (Cái tâm không phải không định).
6. Vô bất tri dĩ xả (Chẳng phải không biết chuyện đã bỏ).
7. Dục vô diệt (Sự dục không diệt).
8. Tinh-tấn vô diệt (Sự tinh-tấn không diệt).
9. Niệm vô diệt (Ý tưởng không diệt).

10. Huệ vô diệt (Trí-huệ không diệt).

11. Giải thoát vô diệt (Giải thoát không diệt).

12. Giải thoát tri-kiến vô diệt (Giải thoát tri-kiến không diệt).

13. Nhứt thiết thân-nghiệp tùy trí-huệ hành (Hết thảy nghiệp của thân tùy theo trí-huệ mà thi-hành).

14. Nhứt thiết khẩu-nghiệp tùy trí-huệ hành (Hết thảy nghiệp của miệng tùy theo trí-huệ mà thi-hành).

15. Nhứt thiết ý-nghiệp tùy trí-huệ hành (Hết thảy nghiệp của ý tùy theo trí-huệ mà thi-hành).

16. Trí-huệ tri quá-khứ thế vô ngại (Trí-huệ biết đời quá-khứ không ngại).

17. Trí-huệ tri vị-lai thế vô ngại (Trí-huệ biết đời vị-lại không ngại).

18. Trí-huệ tri hiện-tại thế vô ngại (Trí huệ biết đời hiện-tại không ngại).

Bực Phật Như-lai có đủ : Ba mươi hai tướng chánh (Tam thập nhị tướng), Tám mươi tướng phụ (Bát thập tùy hảo), Mười tám pháp chẳng đồng với hai thừa (*Thập bát bất cụ pháp* hay *Thập bát bất cọng pháp*), Thọ-mạng vô lượng.

THẬP BÁT ĐỊA-NGỤC 十八地獄 Dix huit enfers (fr.) : Mười tám cảnh địa-ngục :

1) *Quang-tựu-cư* 光就居. Những người ở địa-ngục nầy, mỗi khi họ thấy nhau, liền muốn đánh nhau. Họ có sẵn đồ binh-khí để giết hại nhau. Họ là những kẻ cao mình lớn vóc. Lấy số 3.750 tuổi của nhơn-gian làm một ngày của họ, họ sống một muôn tuổi mới chết. Tức đời họ dài bằng 135 ức tuổi dương-gian.

2.) *Cư-hư thối-lược* 居虛倅略 Người ở địa-ngục nầy mỗi lần chịu khổ, nặng bằng hai chục lần khổ trước. Họ vào trong lửa ; khi họ trở ra, mình họ đỏ lòm, rồi họ đánh lộn nhau. Một ngày của họ dài bằng 7.500 năm ở dương gian. Họ sống ở địa-ngục ấy 20.000 tuổi (Từ đây sắp xuống, số ngày chịu khồ và số tuồi thọ tăng gấp bội, đều chiếu theo lệ trên đây.)

3. *Tang-cư đô* 桑居都. Những người ở địa-ngục nầy thường bị lửa thiêu.

4. *Lâu* 樓. Địa-ngục nầy là cảnh của những người ở trong thành bằng sắt, có lửa lớn thiêu.

5. *Phòng-tốt* 房卒. Địa-ngục nầy là cảnh của những tội-nhơn ở dưới hang sâu rộng, lửa đốt chung quanh họ, mà họ chẳng chết.

6. *Thảo-ô-ty-thứ* 草烏卑次. Địa-ngục nầy là cái thành lửa cao 2.000 dặm, rộng 4.000 dặm, lửa thiêu những tội-nhơn, nhưng họ không chết.

7. *Đô-lư-nan-đán* 都盧難旦. Ở địa-ngục nầy, những tội-nhơn bị cây sắt lửa lớn đâm suốt người họ.

8. *Bất-lư-bán-hô* 不盧半呼. Ở địa-ngục nầy, người ta bị lửa nướng cháy.

9. *Ô-cánh-đô* 烏竟都. Ở địa-ngục nầy, người ta thường bị giá lạnh buốt minh.

10 *Nê-lư-đô* 泥盧都.

11. *Ô-lược* 烏略.

12. *Ô-mãn* 烏滿.

13. *Ô-tịch* 烏藉.

14. *Ô-hô* 烏呼.

15. *Tu-kiện-cư* 須健居.

16. *Mạt-đô-càn-trực-hô* 末都乾直呼.

17 *Khu-bô-đô* 區逋途.

18 *Trần-mạc* 陳莫.

THẬP BÁT GIỚI 十 八 界 Dix huit localités (fr.) Mười tám cảnh : Sáu căn là sáu cảnh ở trong (*lục căn* nội-giới), sáu trần là sáu cảnh ở ngoài (*lục trần* ngoại-giới), sáu thức là sáu cảnh ở khoảng giữa (*lục thức* trung-giới).

Lục căn nội-giới : nhãn, nhĩ, tỵ, thiệt, thân, ý.

Lục trần ngoại-giới : sắc, thinh, hương, vị, xúc, pháp.

Lục thức trung-giới : nhãn thức, nhĩ thức, tỷ-thức, thiệt thức thân thức, ý thức.

Đại Niết-bàn Kinh, quyển 36 : Nếu người có nhiều *Trước Ngã*, Thiện-hữu sẽ phân tách cho nghe *Thập bát giới*.

THẬP BÁT KHÔNG 十 八 空 Mười tám cái không. Tại *thập nhứt không* đã có 10 cái : 1) Nội không, 2) Ngoại không, 3) Nội ngoại không, 4) Không không, 5) Đại không, 6) Đệ nhứt nghĩa không 7) Hữu-vi không, 8) Vô-vi không, 9) Vô-thỉ không, 10) Tánh không. (Xem : *Thập nhứt không*.) Thêm tám cái Không dưới đây :

11. *Tất cảnh không* (tất cả là không), 12. *Tán không* (tan ra thành không 13. *Tự tánh không* (cái tánh chẳng biến chẳng đổi là không) 14. *Chư pháp không* (các pháp đều không : hết thảy các pháp đều do nhơn-duyên mà sanh ra, chớ không có tánh thiệt, tức là không-đế vậy). 15. *Bất khả đắc không* (chẳng có thể được là không, các pháp đều không, chẳng có cái gì là thiệt được.) 16. *Vô pháp không* (chỗ không có pháp là không). 17. *Hữu pháp không* (chỗ có pháp là không) 18. *Vô pháp hữu pháp không* (tất cả chỗ không pháp và chỗ có pháp đều là không).

THẬP BẤT NHỊ MÔN 十 不 二 門 Mười môn chẳng phải hai, như nhau, đồng thể. Kinh-Khê Đại-sư, nhơn giải - thích Pháp-hoa huyền nghĩa, có phát minh mười diệu-lý của bổn tích-bèn lập ra *Thập bất nhị môn* :

1. *Sắc tâm bất nhị môn* : Hình - sắc và tâm-thức chẳng phải hai. Sắc tức là tâm, Tâm tức là sắc. Thể chất do tâm-thức tạo ra vậy. Tâm-thức tốt tạo ra thể-chất tốt, tâm-thức xấu tạo ra thể chất xấu.

2.) *Nội ngoại bất nhị môn* : Trong và ngoài chẳng phải hai, Cái thân-tâm của Phật và của chúng-sanh. kêu là *Nội*. Cái y-báo tức sự vật ngoài thân tâm của Phật và của chúng-sanh, kêu là *ngoại*. *Ngoại* do *Nội* hiền phát, *Nội* chứng-minh cho ngoại, nên kêu là *Nội ngoại bất nhị môn*.

3. *Tu tánh bất nhị môn* : Tu-trị tạo-tác và bổn-tánh chẳng phải hai. Sửa-trị, tạo tác kêu là *Tu*. Cái bổn-tánh tự-nhiên, không biến đổi, kêu là *Tánh*. Do cái tâm tánh lành, người ta mới tu các pháp lành, cho nên nói *Tu tánh bất nhị môn*. Do sự tu mà hòa hợp với *tánh*, mà trở về Chơn-tánh, mà thấy Phật-tánh cho nên gọi là *bất nhị*.

4. *Nhơn quả bất nhị môn* : Nhơn và quả chẳng phải hai Quả-báo lành là do nhơn-duyên lành, quả báo dữ là do nhơn-duyên dữ. Tỷ như gieo giống ngọt và thì sanh trái ngọt, gieo giống đắng thì sanh trái. đắng. Cho nên kêu là *Nhơn quả bất nhị môn*.

5. *Nhiễm tịnh bất nhị môn* Nhuốm-dơ và tinh-sạch chẳng phải hai. Chúng - sanh vốn có tâm trong sạch, nhưng vì vọng, niệm mà bị nhiễm dơ. Chừng hết vọng-niệm, hết tham sân si thì tâm-thể trở lại thanh-tịnh, tinh sạch như xưa. Cho nên nói *Nhiễm tịnh bất nhị môn*. Cũng như nói : Vô - minh Pháp-tánh bất nhị môn, Phiền-não Niết-bàn nhị môn.

6. *Y Chánh bất nhị môn*: Y-báo và Chánh-báo chẳng phải hai. *Chánh-báo* là cái thân-tâm do quả-báo mà có, tức là cái quả-báo chánh của Phật và của chúng-sanh. *Y-báo* là quả-báo nương theo cái Chánh-báo là thân-tâm, tức là những sự vật do Nghiệp thiện hoặc Nghiệp ác tạo ra. Như *Chánh-báo* của Phật là cái thân đủ 32 tướng chánh và 80 tướng phụ tốt đẹp. *Y-báo* của Phật là y thực thanh-tịnh, cõi đất trang-nghiêm, đệ-tử Thánh-giả v.v... Còn về *Chánh-báo* và *Y-báo* của chúng-sanh thì tốt xấu xen lộn nhau, vì hạnh-nghiệp của chúng - sanh có thiện và có ác. Vậy nên nói là *Y Chánh bất nhị môn*.

7. *Tự tha bất nhị môn* : Tự mình và người khác chẳng

phải hai, mình đây với chúng-sanh và Phật cũng như nhau. Pháp của Phật và Pháp của chúng-sanh, kêu là *Tha* (người khác). Pháp của tâm mình, kêu là *Tự*. Hai thứ ấy *tự* và *tha* đều như nhau, nên kêu là *Tự tha bất nhị môn*. Vả lại, mình với chúng-sanh cũng như Phật, thảy đều có Phật-tánh, nên kêu là *Tự tha bất nhị môn*.

8) *Tam nghiệp bất nhị môn* : Ba nghiệp (Ý-nghiệp, Khẩu-nghiệp, Thân-nghiệp) vốn chẳng khác nhau. Do tâm-ý tốt, thì miệng nói lời tốt, thân làm việc tốt. Do tâm-ý xấu, miệng nói lời xấu, thân làm việc xấu. Cho nên nói là *Tam nghiệp bất nhị môn*.

9) *Quyền thật bất nhị môn* : Pháp quyền (tạm thời, phương-tiện) và pháp tròn đủ chẳng phải hai. Như trong *Thập giới*, mười cảnh-giới, chín cảnh-giới đầu, từ cảnh - giới Súc-sanh lên đến cảnh-giái Bồ-tát, kêu là *quyền*. Cảnh-giới thứ mười, cảnh-giới Phật, kêu là *Thật*. Nhưng mười cảnh-giới ấy đều là cảnh-giới của Phật, cho nên kêu là *quyền thật bất nhị môn*. Như tam thừa, ba giáo-pháp : Thinh-văn thừa, Duyên-giác thừa, Bồ-tát thừa là *quyền phương-tiện*. Phật - thừa, Nhứt - thừa mới là *thật*. Nhưng quyền-thừa hay thật-thừa đều là thừa của Phật ; chẳng qua là phương tiện đề đưa tới quả Phật, cho nên kêu là *Quyền thật bất nhị môn*.

10) *Thọ nhuận bất nhị môn* : Thọ lãnh riêng hay thấm nhuần chung đều như nhau, chẳng phải hai. Mặc dầu Phật truyền pháp chung như trời mưa thấm nhuần đại-địa, hay truyền pháp riêng cho từng người, thì ảnh hưởng cũng như nhau. Cho nên kêu là *Thọ nhuận bất nhị môn*.

THẬP-CẢNH 十境 Mười cảnh, mười cõi : 1) Cõi âm (năm âm trong người) 2) Cõi phiền-não, 3) Cõi bịnh hoạn, 4) Cõi nghiệp-tướng, 5) Cõi chuyện ma. (Ma sự cảnh), 6) Cõi thiền-định, 7) Cõi chư kiến (cõi các ý-kiến tà khúc), 8) Cõi mạn, 9) Cõi nhị thừa, 10) Cõi Bồ-tát.

THẬP CHỦNG GIÁO THỂ 十種教體 Mười môn thể dạy : 1) *Âm thinh ngữ ngôn thề*, Thề tiếng - âm lời nói

2) *Danh cú văn ngôn thể*, Thể tên câu lời văn, 3) *Thông thủ tứ pháp thể*, Thể thông lấy bốn pháp, 4) *Thông thích sở thuyên thể*, Thể thông giảng thích chơn-lý, 5) *Chư pháp hiển nghĩa thể*, Thể nghĩa rõ-ràng của các phép, 6) *Nhiếp để duy tâm thể*, Thể nhiếp để duy tâm, 7.) *Hội duyên nhập thật thể*, Thể hội duyên vào thiệt, 8.) *Sự lý vô ngại thể*, Thể sự và lý không ngại, 9.) *Sự sự vô ngại thể*, Thể mọi việc không ngại, 10.) *Hải - ấn bỉnh hiện thể*, Thể hải-ấn hiện ra rõ-rệt. *Hải-ấn* là cái tên Tam-muội của Phật ngài tu được, như trong biển cả in được tượng hết thảy sự vật. Cái biển trí của Phật tỏ ra bộ trong sáng, in hiện được hết thảy các pháp.

THẬP CHỦNG Y QUẢ 十種依果 Mười món quả nương dựa. Bồ-tát nương theo Bồ-tát thừa mà tu hành, công-đức của mình tu được mười món quả : 1) *Bồ - đề tâm y quả*, Quả nương dựa tâm Bồ-đề, vì cớ rốt cuộc chẳng quên mất Đại-thừa. 2) *Thiện tri-thức y quả*, Quả nương dựa người thiện tri-thức, vì cớ tùy thuận mà hòa-hiệp. 3) *Thiện-căn y quả*, Quả nương dựa căn lành, vì cớ nuôi lớn căn lành. 4) *Chư Ba-la-mật y quả*, Quả nương-dựa các hạnh Ba-la-mật, vì cớ tu-hành trọn hết. 5) *Nhứt thiết pháp y quả*, Quả nương-dựa hết thảy các pháp, vì cớ ra khỏi cõi sống thác. 6) *Chư nguyện y quả*, Quả nương-dựa các nguyện, vì cớ nuôi lớn tâm Bồ-đề. 7) *Chư hạnh y quả*, Quả nương-dựa các hạnh, vì cớ rộng đường tu tập. 8) *Bồ-tát y quả*, Quả nương-dựa Bồ-tát, vì cớ sẽ được bổ sanh làm Phật. 9) *Cúng dường Phật y quả*, Quả nương-dựa cúng dường Phật, vì cớ địa-vị của tâm chẳng hoại. 10) *Nhứt thiết Như-lai y quả*, Quả nương-dựa hết thảy đức Như-lai, vì cớ chánh-giáo khỏi chuyển đảo.

THẬP CHỦNG NHỤC 十種肉 Mười thứ thịt : 1) Thịt người, 2) Thịt rắn, 3) Thịt voi, 4) Thịt ngựa, 5) Thịt lừa, 6) Thịt chó, 7) Thịt sư-tử, 8) Thịt heo, 9) Thịt chồn, 10) Thịt khỉ.

THẬP CHỦNG QUẢNG-ĐẠI TRÍ 十種廣大智 Mười món trí rộng lớn :

1.) *Tri nhứt thiết chúng.sanh tâm-hạnh trí :* Trí biết hết thảy tâm-hạnh của chúng-sanh.

2.) *Trí nhứt thiết chúng-sanh nghiệp-báo trí* : Trí biết hết thảy nghiệp-báo của chúng-sanh.

3.) *Trí nhứt thiết Phật-pháp trí* : Trí biết hết thảy pháp của Phật.

4.) *Trí nhứt thiết Phật-pháp thâm-diệu lý-thú trí* : Trí biết lý-thú sâu-xa huyền-diệu trong các pháp của Phật.

5.) *Trí nhứt thiết Đà-la-ni môn trí* : Trí biết hết thảy các môn Đà-la-ni.

6.) *Trí nhứt thiết văn-tự biện-tài trí* : Trí biết biện-tài về hết thảy văn-tự.

7.) *Trí nhứt thiết chúng-sanh ngữ-ngôn âm-thinh từ-biện thiện-xảo trí* : Trí khéo-léo biết hết thảy ngôn-ngữ, thinh-âm, từ biện của chúng-sanh.

8.) *Ư nhứt thiết thế-giới trung, phổ hiện ảnh-tượng trí* : Trí hiện thân hình khắp cả trong hết thảy các thế-giái.

9.) *Ư nhứt thiết chúng hội trung, phổ-hiện ảnh-tượng trí* : Trí hiện tượng-ảnh thân-hình khắp cả trong hết thảy chúng hội.

10.) *Ư nhứt thiết thọ sanh xứ trung, cụ nhứt thiết trí* : Có đủ tất cả trí (có cái trí biết tất cả) trong khi thọ sanh ở hết thảy các chỗ.

THẬP CHỦNG THIỆN-XẢO TRÍ 十種善巧智 Mười món trí thiên-xảo (khéo-léo) :

1.) *Liễu đạt Phật-pháp thậm-thâm thiện-xảo trí* : Trí thiện-xảo hiểu thấu rất sâu-xa về pháp Phật.

2.) *Xuất sanh quảng-đại Phật-pháp thiện-xảo trí* : Trí thiện-xảo xuất sanh Phật-pháp quảng-đại.

3.) *Tuyên thuyết chủng chủng Phật-pháp thiện-xảo trí* : Trí thiện-xảo tuyên thuyết các pháp Phật.

4.) *Chứng nhập bình đẳng Phật-pháp thiện-xảo trí* : Trí thiện-xảo chứng nhập các pháp của Phật là bình đẳng.

5.) *Minh liễu sai biệt Phật-pháp thiện-xảo trí* : Trí thiện-xảo rõ hết chỗ khác nhau của các pháp Phật.

6.) *Giải ngộ vô sai biệt Phật-pháp thiện-xảo trí* : Trí thiện-xảo tỏ ngộ chỗ không khác nhau của các pháp Phật.

7.) *Thâm nhập trang-nghiêm Phật-pháp thiện-xảo trí* : Trí thiện-xảo vào sâu tới Phật-pháp trang nghiêm.

8.) *Nhứt phương-tiện nhập Phật-pháp thiện-xảo trí* : Trí thiện-xảo dùng một phương-tiện vào trong Phật-pháp.

9.) *Vô-lượng phương-tiện nhập Phật-pháp thiện-xảo trí* : Trí thiện-xảo dùng vô-lượng phương-tiện vào trong Phật-pháp.

10.) *Vô biên Phật-pháp sai biệt thiện-xảo trí* : Trí thiện-xảo biết rõ chỗ khác nhau giữa vô-lượng vô-biên pháp Phật.

THẬP CHỦNG TRI MINH 十種智明 Mười thứ trí sáng. *Trí sáng* là trí-huệ sáng láu vậy. Bồ-tát dùng mười thứ trí sáng thiện-xảo tỏ láu thông suốt hết thảy cảnh-giới chúng-sanh đề giáo-hóa điều phục, ra khỏi biển khổ sanh-tử mà thành Chánh-giác. Có hai món : Một là phẩm *Thập minh* trong kinh *Hoa-Nghiêm thuyết* :

1.) Cái trí sáng khéo biết tâm của kẻ khác ;

2.) Cái trí sáng Thiên-nhãn không ngại ;

3.) Cái trí sáng rõ thấu không ngại các đời quá khứ ;

4.) Cái trí sáng rõ thấu các đời vị-lai ;

5.) Cái trí sáng không ngại của Thiên-nhĩ thanh-tịnh ;

6.) Cái trí sáng yên trụ thần-lực không sợ ;

7.) Cái trí sáng phân biệt hết thảy tiếng nói ;

8.) Cái trí sáng xuất-sanh vô-lượng vô-số sắc-thân trang-nghiêm ;

9.) Cái trí sáng biết được hết thảy mọi pháp chơn thật ;

10.) Cái trí sáng biết được hết thảy mọi pháp diệt-định.

Hai là phẩm *Ly Thế-gian* :

1.) Cái trí sáng biết nghiệp - báo hết thảy các cảnh - giới, 2.) Cái trí sáng biết tịch diệu diệt của hết thảy các cảnh-giới, 3.) Cái trí sáng biết tướng duy nhứt của hết thảy các duyên, 4.) Cái trí sáng có thể đem diệu - âm cho nghe ra khắp Mười phương, 5.) Cái trí sáng hoại khắp cả lòng nhiễm-trước, 6.) Cái trí sáng có thể đem phương-tiện thọ sanh, 7.) Cái trí sáng bỏ lìa cảnh - giới tưởng thọ, 8.) Cái trí sáng biết hết thảy các pháp không tướng, không tánh, 9.) Cái trí sáng biết duyên khởi chúng-sanh vốn không có sanh, 10.) Cái trí sáng đem tâm vô-trước tế độ chúng-sanh.

THẬP CỬU GIÁI (*GIỚI*) 十九界 Mười chín cảnh, tức là cảnh thứ mười chín. Trong Phật-pháp, có nói *thập -bát giới* (mười tám cảnh), chớ không có cảnh thứ mười chín. Vậy *thập cửu giới* là tiếng dùng để chỉ việc vô lý, chuyện chẳng có thể xảy ra, cũng như nói : trần thứ bảy (*thất trần*), lông rùa (*qui mao*), sừng thỏ (*thỏ dác*).

THẬP ĐẠI ĐỆ-TỬ 十大弟子 Dix grands Disciples du Bouddha (fr.) Đức Phật Thích - Ca có mười vị Đại Đệ-tử, mỗi vị đệ nhứt về một môn :

1. Xá-ly-Phất, *Trí-huệ* đệ nhứt.
2. Mục-kiện-Liên, *Thần-thông* đệ nhứt.
3. Ma-ha Ca-Diếp, Đầu-đà đệ nhứt.
4. A-na-Luật, *Thiên-nhãn* đệ nhứt.
5. Tu-bồ-Đề, *Giải Không* đệ nhứt.
6. Phú-lâu-Na, *Thuyết pháp* đệ nhứt.
7. Ca-chiên-Diên, *Luận nghĩa* đệ nhứt.
8. Ưu-ba-Ly, *Trì Luật* đệ nhứt.
9. La-hầu-La, *Mật-hạnh* đệ nhứt.
10. A-nan-Đà, đa văn đệ nhứt.

Theo trong **Duy-Ma-Cật Kinh**, Phật có phái mỗi vị trong *Thập Đại Đệ tử* cầm đầu Đại-chúng đặng đến thăm ông cư-sĩ Duy-Ma-Cật đương thọ bệnh. Nhưng lần lượt mỗi vị đều từ chối, tự nhận rằng mình không kham luận-biện với ông Duy-Ma-Cật. Kế Phật phái các vị Bồ-tát Bất-thối-chuyển như Di-Lặc, Đồng-tử Quang-Nghiêm v.v, nhưng những vị nầy cũng tự-nhận rằng mình không kham. Sau rốt, Phật phái ngài Văn-Thù-Sư-Ly Pháp-vương tử, thì ngài Văn-Thù mới nhận lãnh cầm đầu phái đoàn đến viếng bệnh-nhơn là ông Duy-Ma-Cật.

Ngoài *Thập Đại Đệ-tử* ấy, mỗi vị có một hạnh cao trổi nhứt, đức Phật còn công nhận Ma-ha Câu-hy-La là Tứ Vô-ngại đệ nhứt.

(Xem : *Tên từng vị.*)

THẬP ĐỊA 十地 Dasabhûmi (scr.). — Jûji (jap.). — Dix terres (fr.) Kêu là *Thập địa*, có những loại như vầy :

Số 1. *Tam-thừa Thập địa*, cứ theo lời Trí-độ luận, thì ba thừa : Thinh-văn, Duyên-giác, Bồ-tát, đều lập ra mười địa cả thảy. Thiên-Thai tông nhơn đó lập ra địa vị thông-giáo trong tứ giáo là : 1.) Càn-huệ địa, 2.) Tánh địa, 3.) Nhập nhơn địa, 4.) Kiến-địa, 5.) Bạc-địa, 6.) Ly-dục địa, 7.) Dĩ biện địa, 8.) Chi-Phật địa, 9.) Bồ-tát-địa, 10.) Phật-địa. —

Số 2. *Đại-thừa Bồ-tát Thập địa*, ấy là mười địa vị Đại-thừa Bồ-tát trong các Kinh Đại-thừa của những Hoa-nghiêm, Nhơn-vương vậy : 1.) Hoan-hỷ địa, 2.) Ly-cấu địa, 3.) Phát quang địa, 4.) Diễm-huệ địa, 5.) Cực nan thắng địa, 6.) Hiện-tiền địa, 7.) Viễn-hành địa, 8.) Bất-động địa, 9.) Thiện-huệ địa, 10.) Pháp-vân địa. —

Số 3. *Tứ thừa Thập địa*, cứ theo thuyết trong Kinh Đại-thừa Đồng-tánh thì bốn thừa đều có mười địa-vị :

Giáp = Mười địa-vị của Thinh-văn thừa : 1.) Thọ tam qui địa, 2.) Tín - địa, 3.) Tín - pháp địa, 4.) Nội phàm - phu địa 5.) Học-tín-giới địa, 6.) Nhập-nhơn địa, 7.) Tu-đà-huờn-địa, 8.) Tư-đà-hàm-địa, 9.) A-na-hàm địa, 10.) A-la-hán địa.

Ất = Mười địa-vị của Duyên-giác thừa : 1.) Khổ-hạnh cụ-túc địa, 2.) Tự-giác thậm-thâm thập nhị nhơn-duyên địa, 3.) Giác liễu Tứ Thánh-đế địa, 4.) Thậm thâm lợi-trí địa, 5.) Cửu Thánh-đạo địa 6.) Giác liễu Pháp-giới, Hư-Không giới, Chúng-sanh giới địa, 7.) Chứng tịch-diệt địa, 8.) Lục thông địa, 9.) Triệt hòa-mật địa, 10.) Tập khí tiệm bạc địa.

Bính = Mười địa-vị Bồ-tát thừa, đồng với mười địa vị Đại-thừa Bồ-tát (số 2).

Đinh = Mười địa vị Phật-thừa: 1.) Thậm thâm nan tri quảng minh trí-huệ địa, 2.) Than-tịnh tự phân oai-nghiêm bất tư-nghị minh-đức địa, 3.) Thiện-minh nhật-tràng thật-tướng hải-tạng địa, 4.) Tinh-diệu kim-quang công chư thần-thông trí-đức địa 5.) Đại-luân oai-tạng minh-đức địa, 6.) Hư-Không nội thanh-tịnh vô-cấu viêm-quang khai tướng địa, 7.) Quảng-thắng pháp-giới tạng minh-giới địa, 8.) Phổ-thông trí-tạng năng tịnh vô-cấu biên vô ngại trí-thông địa, 9.) Vô-biên đức trang-nghiêm hồi-hướng năng chiếu minh địa, 10.) Tỳ-lư-xá-Na Trí-hải tạng địa.

Ngoài đó, còn có những: Chơn-ngôn Thập địa, Mật-giáo Thập địa.

(Về Thập địa của Bồ-tát, nên xem: *Ngũ nhẫn.*)

THẬP-ĐỊA LUẬN 十地論 Dasabhûmi-çastra (scr.).— Jûjiron (jap.) một bộ Luận về Đại-thừa, giảng về mười địa-vị tu chứng. Phái Pháp-tướng tông thường tham cứu bộ Luận nầy.

Thập-địa luận do ngài Huệ-Quang dịch ra chữ Hán ở thành Lạc-Dương, hồi đời Bắc-Tề (cuối thế-kỷ thứ năm đầu thế-kỷ thứ sáu Dương-lịch.) Nhơn đó, người-ta gọi ngài Huệ-Quang là Ty-tổ *Thập-địa tông* hay *Địa-luận tông.*

THẬP-GIỚI 十界 (Giới) Dix mondes (fr.) Cũng viết: *Thập loại, Thập Pháp-giới.* Ấy là mười cảnh-giới, mười bực chúng-sanh: 1) Phật, 2) Bồ-tát, 3) Duyên-giác, 4) Thinh-văn, 5) Thiên, 6) Nhơn, 7) A-tu-la (Thần), 8) Địa-ngục, 9) Ngạ-quỉ (Ma-quỉ đói), 10) Súc-sanh. Trong *Thập giới*, bốn bực chúng-sanh trên thì được giải-thoát, tự-tại nên kêu là *Tứ Thánh*, Còn sáu bực dưới chưa giác-ngộ, còn luân-chuyền mãi mãi trong Sáu cảnh-giới luân-hồi ấy, nên kêu là *Lục Phàm.* Riêng trong Lục Đạo, Lục Phàm, chúng-sanh ở ba cảnh Thiên, Nhơn A-tu-la, trước có làm lành và hiện thời có thể tu thiện, nên người ta gọi ba cảnh ấy là *Tam thiện Đạo.* Còn chúng-sanh ở ba cảnh chót: Địa-Ngục, Ngạ-quỉ, Súc-sanh, trước đã phạm nhiều tội nặng về Thập ác, Ngũ nghịch, nay phải chịu hình phạt, và hiện thời khó tu các sự lành, nên người-ta kêu ba cảnh ấy là *Tam ác Đạo.*

«**Hoa-Nghiêm Kinh**»: Một câu văn có thể gồm *Thập Giới* cho chí mức Vô-biên; một mảy lông có thể chứa vô-số cõi thế như vi-trần mà chẳng chật. (Nhứt cú chi nội, bao *thập Giới* dĩ Vô-biên; nhứt hào chi trung, tri trần sát nhi phi ải.)

THẬP GIỚI (*GIÁI*) 十 戒 Dasa-sila (scr).— Dix règles (fr.) Mười điều răn cấm: 1) Chẳng giết mạng sống, 2) Chẳng trộm cắp, 3) Chẳng dâm-dục, 4) Chẳng nói bậy, 5) Chẳng uống rượu, 6) Chẳng sửa tóc đẹp, chẳng dùng hường tốt thoa mình, 7) Chẳng đóng vai trò múa hát, cũng chẳng tới xem, nghe, 8) Chẳng được ngồi trên giường lớn, cao, rộng, 9) Chẳng được ăn thức trái bữa (quá ngọ), 10) Chẳng được chứa tiền và vàng, bạc, đồ báu.

Đối với mười điều răn, chẳng những là chính mình không phạm, mà ngay trong tâm chẳng có ý phạm, và cũng chẳng xúi giục cho người ta phạm.

Thập giới tức là giới-cấm của hàng xuất-gia còn làm *Sa-di* (Sramanera).

THẬP HẠNH 十 行 Mười nết-hạnh. Bồ-tát trong khi tu hành, kiêm cả việc tự-lợi (lợi cho mình) và lợi tha (lợi cho kẻ khác, cho chúng-sanh), Về việc tự-lợi, thì tu Mười lòng tin (Thập tín), Mười nơi trụ (Thập trụ). Về việc lợi tha, cần phải tu mười nết hạnh nầy:

1) *Hoan-hỷ hạnh* (Nết-hạnh hoan-hỷ). Con nhà Phật và Bồ tát đem cái diệu-đức của Như-lai tùy thuận Mười phương,

2) *Nhiêu ích hạnh* (Nết-hạnh nhiêu ích). Thường làm việc lợi-ích cho tất cả chúng-sanh.

3) *Vô sân hận hạnh* (Nết-hạnh không hờn giận). Tự giác-ngộ lấy mình, giác-ngộ cho người chẳng trái nghịch vậy.

4) *Vô tận hạnh* (Nết - hạnh không hết). Tùy cơ - loại của chúng-sanh mà hiện cái thân mình, tam thế (quá khứ, hiện-tại, vị-lai) bình - đẳng, thông đạt Mười phương, cái nết-hạnh lợi-tha không hết.

5) *Ly si loạn hạnh* (Nết-hạnh lìa khỏi tánh ngu si, rối loạn). Tuy có rất nhiều pháp - môn chẳng đồng nhau, nhưng Bồ-tát khéo hiệp đồng hết thảy, không hề sai lầm.

6) *Thiện hiện hạnh* (Nết-hạnh khéo hiện). Nhờ rời khỏi tánh ngu si, rối loạn, cho nên có thể hiện ra tướng khác ở trong đồng loại ; ở trong tướng khác, hiện ra đồng tướng, đó kêu là đồng dị viên dung (đồng và khác đều tròn-trịa, dung-thông).

7) *Vô trước hạnh* (Nết-hạnh không chấp trước). Trong chốn Hư-không Mười phương đầy những hột bụi nhỏ rứt, ở trong mỗi hột bụi nhỏ rứt, hiện ra Mười phương, nghĩa là ở cõi trần chẳng bị cản trở vậy.

8) *Tôn-trọng hạnh* (Nết-hạnh tôn-trọng), cũng kêu : *Nan đắc hạnh* (Nết-hạnh khó được). Các món trước hiện ra trước làm cái lực quán chiếu Bát - nhã, cho nên trong Lục độ, riêng tôn-trọng độ Bát-nhã.

9) *Thiện-pháp hạnh* (Nết-hạnh phép lành). Ấy là cái đức viên-dung để làm thành qui tắc của chư Phật Thập phương.

10) *Chơn-thật hạnh* (Nết-hạnh chơn-thật). Các đức-tướng viên-dung trước thảy đều thanh-tịnh, vô lậu, ấy là cái tánh chơn-thật, hoàn-toàn, vô-vi, kêu là bổn lai Thường-hằng (thuở nay vốn sẵn có).

Thập hạnh có giải rõ ở Thủ-lăng-Nghiêm Kinh, quyển tám.

THẬP HIỆU 十號 Dix appellations du Bouddha (fr.) Đức Phật có đủ *Mười danh - hiệu*. Chư tín-đồ muốn cữ tên ngài, chỉ đọc một hiệu trong Mười hiệu cũng đủ hiểu là ngài :

1. *Như lai* (Phạn : Đa đà-a-già-đà, Tathàgata), tức là bực an-nhiên tự-tại hoàn toàn đắc quả Chơn-như.

2. *Ứng-cúng* (Phạn : A-la-ha, Arhat), Bực đáng chịu sự cúng-dường của Người và Tiên, vì dứt hết Phiền-não.

3. *Chánh-biến-tri* (Phạn : Tam-miệu Tam-Phật-đà, Samyaksamboud-dha), Bực thấu rõ một cách lành tất cả các pháp. Bực có cái chánh-trí Biết hết tất cả.

4. *Minh hạnh túc* (Phạn : Vi-đa-thứ-la-na-tam-bát-nạ, Vidyàcarana-sampanna), Bực có đủ trí-huệ và hạnh-đức.

5. *Thiện-thệ* (Phạn : Tu-già-đà, Sugata), Bực đi luôn đến nẻo lành, ngài dùng tất cả Trí mà làm thành một cỗ xe lớn, đi trên đường Bát-chánh để đến Niết-bàn. *Thiện-thệ* lại có nghĩa : đã làm xong các sự lành, không trở lại nữa.

6. *Thế-gian-giải* (Phạn : Lộ-ca-phại, Lokavid), Bực có thể hiểu rõ các lý và sự của các bực có tình và không tình (hữu tình, phi tình) trong thế gian.

7. *Vô-thượng sĩ điều ngự trượng - phu* (Phạn : A-nậu-đa-la-phú-lâu-sa đàm-miệu bà-la-đề, Anuttara-Purusa-damya-sàrathi), Bực cao hơn hết trong các hạng chúng sanh thống trị lấy mình và chúng-sanh cũng như bực trượng-phu cầm cương ngựa hầu có đi vào đường lành.

8. *Thiên nhơn sư* (Phạn : Xá-đa đề-bà ma-nao-xá-nam. Sàstà--dêvamànusyànàm), Bực Đạo-sư của hàng Người và hàng Tiên, dạy cho sự nào nên làm và sự nào chẳng nên làm.

9. *Phật* (Phạn : Phật-đà, Bouddha), tức là Bực Giác-ngộ hoàn-toàn.

10. *Thế-tôn* (Phạn : Lộ-ca-na-tha, Lokanàtha hoặc Bà-già-bà (Bhagavat),Bực cao hơn hết trong cõi thế, được tất cả cõi thế, tất cả chúng-sanh tôn trọng.

Thập hiệu có giải rộng trong Đại Bát-Niết-bàn Kinh quyển 17 và 18.

THẬP HỒI-HƯỚNG 十 迴 向 Mười sự hồi-hướng. *Hồi-hướng* là đem công-đức tu - hành của mình mà xây về cho chúng-sanh, xây về quả Phật v.v.

Thập hồi-hướng cũng kêu: *Thập Hướng.*

1 Cứu hộ chúng-sanh, ly chúng-sanh tướng hồi-hướng (Hồi-hướng. cứu hộ chúng-sanh, trong khi ấy lìa khỏi tướng chúng-sanh).

2. Bất hoại hồi-hướng (Hội-hướng chẳng hoại).

3 Đẳng nhứt thiết chư Phật hồi-hướng (Hồi-hướng bằng hết thảy chư Phật).

4. Chí nhứt thiết xứ hồi-hướng (Hồi-hướng tới hết thảy mọi nơi).

5. Vô-tận công-đức tạng hồi-hướng (Hồi-hướng kho công-đức vô-tận).

6. Tùy thuận bình đẳng thiện-căn hồi-hướng (Hồi-hướng tùy thuận căn lành bình đẳng).

7) Tùy thuận đẳng quán nhứt thiết chúng-sanh hồi-hướng (Hồi-hướng tùy thuận quán tất cả chúng-sanh như nhau).

8. Chơn-như tướng hồi-hướng (Hồi-hướng tướng Chơn-như).

9. Vô phược giải thoát hồi-hướng (Hồi hướng giải-thoát không bị buộc, không dính khẳn).

10. Pháp-giới vô-lượng hồi-hướng (Hồi-hướng nhập vào cõi Pháp vô-lượng).

Mười đức Hồi-hướng trên có giảng ở Thủ - lăng-nghiêm Kinh, quyền 8.

THẬP KIẾN 十 見 Mười ý kiến thiên, tà của người còn mê, chấp, chưa đắc Đạo :

1) Thân-kiến, 2) Biên-kiến, 3) Tà-kiến, 4) Giới cấm thủ kiến, 5) Kiến thủ kiến. (Xem rõ ở : *Ngũ kiến.*) 6) Tham-kiến (ý-kiến ham muốn, tham lam), 7) Nhuế-kiến (ý-kiến giận hờn), 8) Mạn-

kiến (ý kiến ngạo nghễ), 9) Vô-minh kiến (ý-kiến còn ngu tối), 10) Nghi-kiến (ý kiến ngờ vực, chẳng tin lời Phật, chẳng tin Tam-Bảo).

THẬP KHỔ 十 苦 Mười sự khổ : 1) *Sanh khổ*, Sự khổ về nỗi *sanh*, 2) *Lão khổ*, Sự khổ về nỗi *già*, 3) *Bịnh khổ*, Sự khổ về nỗi *bịnh*, 4) *Tử khổ*, Sự khổ về nỗi *chết*, 5) *Sầu khổ*, Sự khổ về nỗi *sầu*, 6) *Oán khổ*, Sự khổ về nỗi *oán*, 7) *Thọ khổ*, Sự khổ về nỗi phải *chịu* (chịu lấy cái hoàn-cảnh nó đụng đến mình), 8) *Ưu khổ*, Sự khổ về nỗi phải *lo*, 9) *Bịnh-não khổ*, Sự khổ về nỗi *bịnh-não*, 10) *Lưu chuyển đại khổ*, Sự khổ lớn về nỗi *lưu chuyển* (luân-hồi sáu nẻo).

THẬP KIM CANG TÂM 十 金 剛 心 Mười lòng kim-cang :

1. *Giác liễu pháp-tánh* (lòng giác ngộ hết pháp-tánh). Bồ-tát phát tâm đại-nguyện, thệ muốn hiểu rõ hết thảy pháp-môn mầu-nhiệm vô-lượng, vô biên, chẳng thể cùng tận, mà chẳng để cho có chỗ thừa sót, cho nên kêu là *Giác liễu pháp-tánh* (chư pháp).

2. *Hóa độ chúng-sanh* (lòng hóa độ chúng-sanh). Bồ-tát đem cái đạo Niết-bàn vô-thượng độ thoát hết thảy chúng-sanh vô-lượng, vô-biên ở Mười phương, khiến cho đều ra khỏi các cảnh-thú, cho nên kêu là *Hóa độ chúng-sanh*.

3. *Trang-nghiêm thế-giới* (lòng sửa soạn cõi thế), Bồ tát nói : Các cõi thế Mười phương, vô-lượng, vô-biên, chẳng có thể cùng tận, ta nên đem các món sửa-soạn rất cao của cõi nước chư Phật đặng sửa-soạn cho hết thảy, cho nên kêu là *Trang-nghiêm thế-giới*.

4. *Thiện-căn hồi-hướng* (căn lành hồi-hướng). Bồ-tát đem căn lành của tất cả các món tu-hành, hồi-hướng về Phật-quả Bồ-đề vô-thượng và hồi-hướng cho chúng-sanh trong Pháp-giới, cho nên kêu là *Thiện-căn hồi-hướng*.

5. *Phụng sự Đại-sư* (lòng phụng thờ đấng Đại-sư). Bồ-tát đem công-đức căn-lành của mình tu mà phụng-thờ, cúng-dường hết thảy chư Phật vô-lượng, vô biên, đều khiến cho châu-toàn khắp cả, không thiếu thốn món gì, cho nên kêu là *Phụng sự Đại-sư*.

6. *Thật chứng chư pháp* (thật chứng các pháp). Cái lý thật-tướng của các pháp Bồ tát, chẳng phải thật, chẳng phải hư, chẳng phải có, chẳng phải không, hết thảy đều chơn-thật chứng tri, cho nên kêu là *Thật chứng chư pháp*.

7. *Quảng hành nhẫn-nhục* (rộng làm nhẫn-nhục). Bồ-tát hoặc bị chúng-sanh quát mắng, hoặc bị chúng - sanh đánh - đập, hoặc bị chặt tay, chơn, hoặc bị cắt tai, mũi, như vậy đều chịu nhịn được hết thảy, không hờn giận, cho nên kêu là *Quảng hành nhẫn-nhục*.

8. *Trường-thời tu hành* (tu-hành thời kỳ dài). Bồ tát bảo: Ở các kiếp vị-lai vô-lượng, vô-biên, không thể cùng tận, ta sẽ làm đạo Bồ-tát, giáo-hóa chúng-sanh, hoài hoài chẳng mỏi-mệt, cho nên kêu là *Trường-thời tu hành*.

9. *Tự hạnh mãn-túc* (đức hạnh của mình đầy-đủ). Bồ-tát dựng nên đức-hạnh mầu nhiệm, lấy tâm làm chủ, thể tâm tịch-tĩnh, thì viên-mãn được hết thảy căn lành công-đức, đủ hết Đạo Đại Bồ-đề Vô-thượng, cho nên kêu là *Tự hạnh mãn-túc*.

10. *Linh tha nguyện mãn* (khiến cho kẻ khác mãn nguyện). Bồ-tát đã mãn đức hạnh của mình rồi, cái lòng từ-bi lại càng thêm lên, cho nên vì kẻ cầu Giải thoát, dạy cho đạo Niết-bàn; vì kẻ cầu Phật-pháp, dạy cho phép Đại-thừa, khiến cho lòng nguyện của họ được mãn-túc hết thảy, cho nên kêu là *Linh tha nguyện mãn*.

THẬP LỤC ÁC LUẬT-NGHI 十六惡律儀 Mười sáu luật-nghi dữ. Cũng kêu: Thập lục ác-nghiệp (mười sáu nghề-nghiệp dữ).

Đại Niết-bàn Kinh, quyển 29: Người tu Giới, chẳng làm *Thập lục ác luật-nghi*:

1) Vì lợi, nuôi dưỡng dê và dê con, khi chúng-nó mập mạp thì đem đi bán.

2) Vì lợi, mua dê và dê con mà làm thịt.

3) Vì lợi, nuôi dưỡng heo và heo con, khi chúng-nó mập mạp thì đem đi bán.

4) Vì lợi, mua heo và heo con mà làm thịt.

5) Vì lợi, nuôi dưỡng bò và bò con, khi chúng-nó mập mạp thì đem đi bán.

6) Vì lợi, mua bò và bò con mà làm thịt.

7) Vì lợi, nuôi gà cho mập, khi chúng-nó mập mạp thì đem đi bán.

8) Vì lợi, mua gà mà làm thịt.

9) Câu cá.

10) Săn thú.

11) Cướp giựt.

12) Làm kẻ hàng thịt (đứng chặt thịt bán).

13) Giăng lưới bắt chim.

14) Nói đâm thọc.

15) Ngục tốt.

16) Chú long (chuyên bùa chú thư ếm để hại người mà thủ lợi.)

THẬP LỤC DU TĂNG ĐỊA-NGỤC 十六遊增地獄 Seize Enfers (fr.). Mười sáu cảnh Địa-ngục : Mỗi ngục có bốn cửa, mỗi cửa lại có bốn ngục, chúng-sanh mắc tội phải đi lần đủ 16 cảnh Địa-ngục, sự khổ càng tăng thêm mãi : 1. Hắc sa Địa-ngục (Cát đen), 2. Phị niệu Địa-ngục (Nước đái trào lên), 3. Thiết đinh Địa-ngục (đinh sắt), 4. Cơ ngạ Địa-ngục (Đói khổ), 5. Khát Địa-ngục, 6. Nhứt đồng hoạch Địa-ngục (Một vạc đồng), 7. Đa đồng hoạch Địa-ngục (nhiều vạc đồng), 8. Thạch ma Địa-ngục (Cối xay), 9. Nung huyết Địa-ngục (mủ máu), 10. Lượng hỏa Địa-ngục (Đo lửa), 11. Hôi hà Địa-ngục (Sông bằng tro), 12. Thiết hoàn Địa-ngục (Viên tròn bằng sắt), 13. Câu, phủ Địa - ngục (Búa, rìu), 14. Sài, lang Địa-ngục (Chó rừng, chó sói), 15. Kiếm thọ Địa-ngục (Cây mọc lên bằng gươm), 16. Hàn băng Địa-ngục (Giá lạnh).

THẬP LỤC ĐẠI LỰC 十 六 大 力 Mười sáu sức lớn : 1.) *Chí-lực* (sức chí), 2.) *Ý lực* (sức ý) 3.) *Hạnh-lực* (sức hạnh), 4.) *Tàm-lực* (sức thẹn-thùa), 5.) *Cường-lực* (sức mạnh-mẽ), 6) *Trì-lực* (sức tu trì), 7.) *Huệ-lực* (sức trí-huệ), 8.) *Đức-lực* (sức công-đức), 9) *Biện lực* (sức tài biện), 10.) *Sắc lực* (sức sắc), 11.) *Thân lực* (sức thân), 12.) *Tài lực* (sức của). 13.) *Tâm lực* (sức tâm), 14.) *Thần-túc lực* (sức thần - thông), 15.) *Hoằng-pháp lực* (sức hoằng pháp), 16.) *Hàng ma lực* (sức hàng ma phục quỉ).

THẬP LỤC ĐẠI-QUỐC VƯƠNG 十 六 大 國 王 Mười sáu vị vua trong mười sáu nước lớn ở Ấn-Độ. Hồi đức Phật Thích-Ca thuyết **Bồ-tát-giới Kinh** (Phạm-võng Kinh), có 16 vị vua trong 16 nước lớn dự nghe và thọ trì.

16 nước ấy là :

1. Sử-già, 2. Ma-Kiệt-đề; 3. Ca-thi, 4. Câu-tát-la, 5. Bạc-Kỳ, 6. Mạc-la, 7. Chi-đề, 8. Bạc-sa, 9. Ni-lầu, 10. Bàn-xà-la, 11. A-thấp-bà, 12. Bà-ta, 13. Tô-la, 14. Càn-đà-la, 15. Kiếm-phù sa, 16. A-bàn-đề.

Ngoài ra, trong cõi Ấn-Độ, còn nhiều nước nhỏ nữa. Trong 16 nước lớn ấy, có 6 đô-thành lớn hơn hết. (Xem : *Lục đại-thành*, Ấn-Độ.)

THẬP LỤC HẠNH 十 六 行 Mười sáu phép Tu-hành ; mười sáu cách hành đạo của cái Trí quán-sát. Cũng viết : *Thập lục Hạnh-tướng*.

Người tu Tứ Thánh-Đế, nương theo mỗi Đế mà khởi ra bốn Hạnh ; tất cả là *Thập lục Hạnh* :

I.— Nương theo *Khổ-đế*, nhà đạo khởi ra bốn Hạnh : 1. Phi-thường (Vô-thường), 2. Khổ, 3. Không, 4. Phi-ngã (Vô-ngã).

II.— Nương theo *Tập - đế*, nhà đạo khởi ra bốn Hạnh : 1. Nhơn, 2. Tập, 3. Sanh, 4. Duyên.

III. – Nương theo *Diệt-đế*, nhà đạo khởi ra bốn Hạnh : 1. Diệt, 2. Tĩnh, 3. Diệu, 4. Ly.

IV.— Nương theo *Đạo - đế*, nhà đạo khởi ra bốn Hạnh : 1. Đạo, 2. Như, 3. Hành, 4. Xuất.

Vậy lược giải như dưới đây :

Về Khổ-đế,

1. Vì phải đợi duyên (chờ cơ hội), cho nên kêu là *Phi-thường*.

2. Vì có tánh-cách bức-bách, cho nên kêu là *Khổ*.

3. Vì trái với chỗ mình thấy biết, cho nên kêu là *Không*.

4. Vì trái với kiến thức chấp có mình (sự thấy biết chẳng kể mình), cho nên kêu là *Phi-ngã*.

Về Tập-đế,

1. Cái lý cớ chánh mà mình gieo trồng, kêu là *Nhơn*.

2. Các lý cớ cùng hiện lại, kêu là *Tập*.

3. Các lý cớ tiếp tục với nhau, kêu là *Sanh*.

4. Lý cớ thành-biện, kêu là *Duyên*.

Về Diệt-đế,

1. Dứt hết Ngũ Uẩn (Sắc, Thọ, Tưởng, Hạnh, Thức), kêu là *Diệt*.

2. Tam hỏa (Ba Lửa : Tham, Sân, Si) đều lặng, kêu là *Tĩnh*.

3. Chẳng có các mối hoạn họa, kêu là *Diệu*.

4. Thoát khỏi các môn tai hại, kêu là *Ly*.

Về Đạo-đế.

1. Nghĩa được thông-hành, kêu là *Đạo*.

2. Khế-hiệp với Chánh-lý, kêu là *Như*.

3. Đi theo chỗ chánh, kêu là *Hành*.

4. Có thể siêu thoát một cách vĩnh viễn, - kêu là *Xuất*.

THẬP LỤC PHẬT 十六佛 Seize Bouddhas de différentes régions (fr.) Mười sáu đức Phật. Trong Kinh Pháp-Hoa, đức Phật Thích-Ca có nhắc tích nầy: Thuở kia, hồi Phật Đại-Thông Trí Thắng Như-lai còn ở tại gia, ngài có 16 người con trai. Chừng ngài đi tu và thành Phật, thì 16 vị vương-tử ấy cũng xuất gia tu hành.

Đến nay, 16 vị vương-tử ấy đều thành Phật hết, tức là đức Thích-Ca với mười lăm vị nữa:

Phương Đông:	1. A-Sơ Phật,
	2. Tu Di-Đảnh Phật.
Phương Đông-Nam	3. Sư-tử Âm Phật,
	4. Sư-tử Căn Phật.
Phương Nam	5. Hư-không Trụ Phật,
	6. Thường-Diệt Phật.
Phương Tây-Nam :	7. Đế-Tướng Phật,
	8. Phạm-Tướng Phật.
Phương Tây :	9. A-Di-Đà Phật,
	10. Độ nhứt thiết thế-gian khổ-não Phật.
Phương Tây-Bắc :	11. Đa-ma-la-bạt chiên-đàn hương Phật,
	12. Tu-di Tướng Phật.
Phương Bắc :	13. Vân Tự-tại Phật.
	14. Vân Tự-tại vương Phật.

Phương Đông-Bắc : 15. Hoại nhứt thiết thế gian bố húy Phật.
Trung-ương cõi Ta-Ba : 16. Thích-Ca Mâu-Ni Phật

THẬP LỤC QUÁN 十六觀 Mười sáu cách quán-tưởng đặng thấy cõi Cực-lạc của Phật A-Di-Đà hầu có vãng sanh về đó. Ấy là mười sáu phép mà Phật Thích Ca truyền dạy theo lời cầu thỉnh của bà hoàng thái-hậu Vi-đề-Hy :

1. Quán tưởng thấy mặt trời sắp lặn.

2. Quán tưởng thấy nước lẳng trong.

3. Quán tưởng thấy đất, thấy sơ Cõi đất Cực-lạc.

4. Quán tưởng thấy cây báu (bảo-thọ).

5. Quán tưởng thấy nước tám công-đức.

6. Tổng quán tưởng : thấy sơ các cảnh : cây báu, đất báu, ao báu nơi thế-giới Cực-lạc.

7. Quán tưởng thấy tòa hoa.

8. Quán tưởng hình Phật, thấy Phật A-Di-Đà ngồi trên tòa hoa, Bồ-tát Quan-thế-Âm ngồi trên tòa phía tả, Bồ-tát Đại-thế-Cha ngồi trên tòa phía hữu.

9. Quán tưởng thấy tỏ rõ chơn-thân của Phật A-Di-Đà.

10. Quán tưởng thấy tỏ rõ sắc-thân của Bồ-tát Quan-thế-Âm.

11. Quán tưởng thấy tỏ rõ sắc thân của Bồ-tát Đại-thế-Chí.

12. Quán tưởng thấy rõ ba vị A-Di-Đà, Quan-thế-Âm và Đại-thế-Chí đầy khắp cả hư-không.

13. Quán tưởng tạp, khi thì quán tưởng A-Di-Đà, khi thì quán tưởng Quan-thế-Âm, khi thì quán tưởng Đại-thế-Chí.

14. Quán tưởng Thượng bối sanh (Thượng phẩm thượng sanh, Thượng phẩm trung sanh, Thượng phẩm hạ sanh).

15. Quán tưởng Trung bối sanh (Trung phẩm thượng sanh, Trung phẩm trung sanh, Trung phẩm hạ sanh).

16. Quán tưởng Hạ bối sanh (Hạ phẩm thượng sanh, Hạ phẩm trung sanh, Hạ phẩm hạ sanh).

THẬP LỤC QUÁN KINH 十六觀經 : Tức là quyển *Quán Vô-Lượng-Thọ Kinh* (Amitayus — dhyàna-sûtra). Vì Kinh ấy dạy 16 cách quán-tưởng để thấy cõi Cực-lạc của Phật A-Di-Đà đặng sanh về đó, cho nên người ta thường gọi là *Thập lục Quán Kinh.*

THẬP LỤC TÂM 十六心. Mười sáu mối lòng. Tức là tám Nhẫn và tám Trí. Người mới vào địa-vị *Kiến Đạo* (Thấy Đạo) nhờ quán Tứ Thánh-Đế (Khổ, Tập, Diệt, Đạo) mà sanh ra *thập lục tâm* hiệp lại bởi tám Pháp-nhẫn vô-lậu và tám Pháp-trí vô-lậu : 1. Khổ pháp nhẫn, 2. Khổ pháp trí, 3. Khổ loại nhẫn, 4. Khổ loại trí, 5. Tập pháp nhẫn, 6. Tập pháp trí, 7. Tập loại nhẫn, 8. Tập loại trí, 9. Diệt pháp nhẫn, 10. Diệt pháp trí, 11. Diệt loại nhẫn, 12. Diệt loại trí, 13. Đạo pháp nhẫn, 14. Đạo pháp trí, 15. Đạo loại nhẫn, 16. Đạo loại trí.

Đại Niết-bàn Kinh, quyển 24 : Lại nữa, thiện nam-tử ! Bồ-tát lại có chỗ biết khác lạ hơn Thinh-văn : Trong một tâm niệm, Bồ-tát Ma-ha-tát biết được tâm của người Tu-đà-hoàn, từ Sơ-tâm cho đến lần lượt đủ *Thập lục tâm.*

THẬP LỰC 十力. Dasa-balà (scr.).— Dix Forces (fr.) Mười Sức-lực Trí-huệ. Về *Tướng*, đức Phật có 32 tướng tốt chánh, 80 tướng tốt phụ và sức mạnh không ai đương. Về *Trí*, ngài có *Thập lực* :

1. *Tri thị xứ phi xứ Trí lực* : Trí-lực biết sự, lý là đúng hay chẳng đúng, Lực biết đoán rằng việc nào tốt có quả tốt và việc nào xấu có quả xấu.

2. *Tri tam thế Nghiệp-báo Trí-lực* : Trí-lực đoán biết Nhơn-quả của chúng-sanh trong ba đời : quá khứ, hiện tại và vị-lai.

3. *Tri chư Thiền Giải thoát Tam-muội Trí-lực* : Trí-lực biết các cỡ tu-hành của chúng-sanh, biết sức thắng tinh dục bằng sự tham-thiền tịnh-lự của họ.

4. *Tri chúng-sanh tâm-tánh Tri-lực :* Trí-lực biết tâm-tánh của đệ-tử, của tín-đồ và của tất cả chúng-sanh, cao hoặc thấp.

5. *Tri chủng chủng giải Tri-lực :* Trí-lực biết chúng-sanh hiểu đạo tới đâu, biết rõ các lối nhận-hiểu của thế gian và xuất thế-gian.

6. *Tri chủng chủng giới Tri-lực :* Trí-lực biết hết các cảnh-giới giống nhau hoặc khác nhau, các cảnh-giới trong Mười phương, biết đường đi bất luận đến kết quả nào.

7. *Tri nhứt thiết sở đạo Tri lực :* Trí-lực biết hết phần hành hữu-lậu của Lục đạo đến đâu và phần hành Niết-bàn vô-lậu đến đâu, tức biết hết các đường đạo mà chúng-sanh noi theo để được giải thoát.

8. *Tri Thiên-nhãn vô-ngại Tri-lực :* Trí-lực thấy biết mọi việc của chúng-sanh trong vô-lượng thế-giới, thấy biết thông suốt chẳng bị ngăn ngại ; thấy biết cuộc Sanh-tử và việc thiện ác của họ.

9. *Tri túc-mạng vô-lậu Tri-lực :* Trí-lực biết các đời trước rất xa của chúng-sanh.

10. *Tri vĩnh-đoạn tập-khí Tri-lực :* Trí-lực biết đoạn hẳn các tập-khí, làm cho các sự quen tánh đều dứt tuyệt.

Phật từng giảng giải *Thập Lực* ấy để độ chư Đệ-tử.

Niết-bàn Kinh, quyển hai : Chừng *Thập lực Huệ-nhựt* (Mặt trời Huệ có đủ Mười Sức-lực) lặn mất đi rồi, các ngươi sẽ bị màn Vô-minh che án.

THẬP-LỰC CA-DIẾP 十力迦葉 Dasabala-Kaçyapa (scr.) Một vị Tỳ-kheo, Đệ-tự La-hán của đức Phật.

Ông là một vị trong hàng *Ngũ Tỳ-Kheo*, trước đã hầu theo đức Sa-môn Cồ-Đàm mà tu học. Tới chừng Sa-môn Cồ-Đàm thành Phật Thích-Ca, ngài đến Ba-la-nại (Bénarès), vào Vườn Lộc mà độ Năm vị Tỳ-kheo ấy trước nhứt.

(Xem : *Ngũ Tỳ-kheo.*)

THẬP NÃO-LOẠN 十惱亂 Mười món não-loạn làm cho tức giận, buồn bực. Kẻ tu hạnh an-lạc nên lìa khỏi mười món phiền-não rối-loạn nầy :

1. *Hào-thế,* là thế-lực của bọn quốc-vương, vương-tử.

2. *Tà-nhơn pháp,* là pháp của ngoại-đạo.

3. *Hung-hý,* là những trò giỡn hung-ác.

4. *Chiên-đà-la,* là bọn chuyên nghề làm thịt súc-vật.

5. *Nhị thừa,* là người tu sở hành theo tiểu-tâm.

6. *Bất-nam,* là năm giống người chẳng đúng là trai, tức là người chẳng đầy đủ cơ thể nam-nhi vậy.

7. *Dục-tưởng,* là tư-tưởng tình dâm-dục.

8. *Nguy-hại,* là một mình xông vô nhà người khác.

9. *Cơ-hiềm,* là chê hiềm việc làm của người khác.

10. *Súc-dưỡng,* là nuôi nấng chó mèo thuộc về tám giống chẳng tịnh (bát bất-tịnh).

THẬP NIỆM 十念 Mười niệm. Nghĩa là đối với Thập cảnh (Mười cảnh) của Phật, khởi tu Mười niệm, thâu nhiếp lòng loạn, đừng để cho động bậy, thì chánh-niệm hiện ra ở trước, có thể trông tới đạo Phật : 1. *Niệm Phật.* 2. *Niệm Pháp.* 3. *Niệm Tăng.* 4. *Niệm Giái,* (*Giái cấm*) 5. *Niệm Thí* (*Bố-Thí*) 6. *Niệm Thiên* (*Niệm Trời*) nghĩa là tự mình nghĩ cũng nên tu nghiệp lành trông được phước cảm-báo của Trời vậy. 7. *Niệm hữu tức* (*Niệm ngưng nghỉ*), nghĩa là buộc lòng phải tưởng rằng mỗi lúc đều chẳng quên chỗ tịch-tịnh là nơi tu tập Chánh-Đạo. 8. *Niệm an-bát. An-bát* dịch là *khiến lại, khiến qua,* nghĩa là thở ra, thở vô. 9. *Niệm thân,* nghĩa là nghĩ cái thân mình là do nhơn-duyên hòa-hiệp, rốt cuộc chẳng có thiệt vậy. *10. Niệm tử* (*chết*), nghĩa là nghĩ các căn chẳng lâu, rồi rốt lại phải tan nát vậy.

Thập niệm lại có nghĩa là : Xưng niệm luôn Mười lần câu «*Nam-mô-A-Di-Đà Phật*». Theo quyển **Quán Vô-Lượng - Thọ**

Phật Kinh, như kẻ phàm-phu ác-nghiệp mà khi sắp lâm chung, còn niệm được Mười lần danh hiệu Phật A-Di-Đà, thì liền được vãng sanh cõi Cực-Lạc. Ấy là *Thập niệm vãng sanh.*

THẬP NIỆM XỨ 十 念 處 Mười cảnh niệm. Bồ-tát thường quán niệm Mười cảnh như : 1. *Thân niệm xứ (niệm nơi thân)*, 2. *Thọ niệm xứ (niệm nơi thọ cảm)*, 3. *Tâm niệm xứ (niệm nơi tâm)*, 4 *Pháp niệm xứ (niệm nơi pháp)*, 5. *Cảnh - giới niệm xứ (niệm nơi cảnh - giới)*, 6. *A-lan-nhã niệm xứ (niệm nơi A-lan-nhã, tức là niệm nơi chỗ tu-hành vắng vẻ)*, 7. *Đô ấp niệm xứ (niệm nơi đô-thị thành ấp)*, 8. *Danh-văn lợi-dưỡng niệm xứ (niệm nơi danh-văn lợi-dưỡng)*, 9. *Như-lai -học-vấn niệm xứ (niệm nơi học-vấn* của đức Như-lai), 10. *Đoạn chư phiền-não niệm xứ (niệm chỗ dứt các căn phiền-não).*

THẬP NGUYỆN 十 願 Mười sở nguyện. Ấy là Mười điều đại-nguyện của ngài *Phổ-Hiền Bồ-Tát.* Trong kinh Tam-Bảo đề là *Thập giả Kinh* :

1. Nhứt giả Lễ kính chư Phật ;
2. Nhị giả Xưng tán Như-lai ;
3. Tam giả Quảng tu cúng-dường ;
4. Tứ giả Sám-hối nghiệp chướng ;
5. Ngũ giả Tùy hỷ công-năng (công đức) ;
6. Lục giả thỉnh chuyền Pháp-luân ;
7. Thất giả Thỉnh Phật trụ thế ;
8. Bát giả Thường tùy Phật-học ;
9. Cửu giả Hằng thuận chúng-sanh ;
10. Thập giả Phổ giai hồi-hướng.

THẬP NHÃN 十 眼 Mười thứ mắt, mười sự thấy.

1. *Nhục-nhãn* (con mắt thịt), thấy được hết thảy các màu sắc vật chất ;

2. *Thiên - nhãn* (con mắt Trời), thấy được hết thảy lòng-dạ của chúng-sanh ;

3. *Huệ - nhãn* (con mắt Huệ), thấy được hết thảy cảnh-giới các căn của chúng - sanh ;

4. *Pháp-nhãn* (con mắt pháp), thấy được tướng thiệt của hết thảy các pháp ;

5. *Phật-nhãn* (con mắt Phật), thấy được Mười lực (*Thập Lực*) của Như-lai ;

6. *Trí-nhãn* (con mắt Trí), thấy được các pháp ;

7. *Quang-minh nhãn* (con mắt quang-minh), thấy được quang-minh của Phật ;

8. *Xuất sanh-tử nhãn* (con mắt ra khỏi sống-thác), thấy được Niết bàn ;

9. *Vô ngại nhãn* (con mắt không ngại), chỗ mình thấy không ngại ;

10. *Nhứt thiết trí nhãn* (con mắt trí thấy biết tất cả). Cũng kêu là Phổ-nhãn, thấy được Pháp-giới của Phổ-môn. Đó kêu là Mười thứ mắt.

THẬP NHẪN 十 忍 Dix patiences (fr.) Mười sở tâm về đức *Nhẫn*. *Nhẩn* tức là nhịn, an lòng đối với cảnh chẳng thuận. *Nhẩn* có cônghiệu trừ sân, hận.

1. Âm thinh nhẫn, 2. Thuận nhận, 3. Vô sanh nhẫn, 4. Như ảo nhẫn, 5. Như diệm nhẫn, 6. Như mộng nhẫn, 7. Như hưởng nhẫn, 8 Như ảnh nhẫn, 9. Như hóa nhẫn, 10. Như không nhẫn.

Lại có mười sở tâm khác về đức Nhẫn như dưới đây :

1. Giới nhẫn 2. Trí-kiến nhẫn. 3. Định nhẫn, 4. Huệ nhẫn, Giải-thoát nhẫn, 6. Không nhẫn, 7. Vô nguyện nhẫn, 8. Vô tướng nhẫn, 9. Vô thường nhẫn, 10. Vô sanh nhẫn.

Lại trong Giới Đại-thừa, có *Mười đức nhẫn* (Đại - thừa giải *Thập nhẫn*) :

1. Cát nhục tự ưng : Cắt thịt cho chim ưng ăn.

2. Đầu thân ngạ hổ : Ném mình cho cọp đói.

3. Chước đầu hải thiên : Chém đầu cho vị Thiên thần ngoài biển.

4. Chiết cốt xuất tủy : Bẻ gãy xương cho ra tủy.

5. Khiêu thân thiên đăng : Khoét thân làm ngàn ngọn đèn.

6. Khiêu nhãn bố thí : Móc mắt mà bố thí.

7. Bác bì thơ Kinh : Lột da chép Kinh.

8. Thích tâm quyết chí : Đâm vào trái tim đặng quyết chí.

9. Thiêu thân cúng Phật : Đốt mình cúng Phật.

10. Thích huyết sái địa : Đâm mình cho chảy máu mà rảy xuống đất.

Mười đức nhẫn ấy, đức Phật Thích - Ca đã từng thi thố trong những đời trước, hồi ngài làm hạnh Bồ-tát.

THẬP NHỊ BỘ KINH 十二部經 Douze sûtras (du Grand Véhicule) (fr). Tức *Thập nhị Đại-thừa Kinh.* Trọn đời, Phật thuyết vô-số Kinh, các Kinh ấy phân ra 12 bộ, tức 12 loại, 12 phần. (Xem : *Thập nhị Đại thừa Kinh.*)

Phật nương theo ba lẽ mà thuyết *Thập nhị bộ Kinh* :

1. Có khi Phật nương theo ý mình mà thuyết.

2. Có khi Phật nương theo ý người ta mà thuyết.

3. Có khi Phật nương theo ý mình và ý người ta mà thuyết.

Trong Đại Bát Niết-bàn Kinh, quyển 15, có giải đủ *Thập nhị bộ Kinh.*

THẬP NHỊ CHƠN-NHƯ 十 二 真 如 Mười hai điều Chơn-như, cũng kêu là *Mười hai điều vô-vi*, hay là *Mười hai điều Không*.

1.) *Chơn-như* (Lìa khỏi cái thể tánh hư-vọng của các pháp, thường trụ mà chẳng biến chẳng đổi).

2.) *Pháp-giới* (Cõi pháp), là chỗ các pháp nương dựa vô đó.

3.) *Pháp-tánh* (Tánh của pháp), là cái thể-tánh của các pháp.

4.) *Bất hư-vọng thuyết* (*Thuyết chẳng hư-vọng*), là nói đối với cái tánh hư bậy của các pháp hữu-vi.

5.) *Bất biến dị tánh* (*Tánh chẳng biến đổi*), là nói đối với các pháp sanh, diệt, biến đổi.

6.) *Bình-đẳng tánh* (*Tánh bình-đẳng*), là nói đối với các pháp xê-xích khác nhau chẳng đồng.

7.) *Ly sanh tánh* (*Tánh ly sanh*), nghĩa là Lìa khỏi sanh diệt.

8.) *Pháp định*, nghĩa là Tánh của pháp thường định trụ.

9.) *Pháp trụ*, nghĩa là các pháp trụ nơi chỗ Chơn-như.

10.) *Thật-tế*, nghĩa là cái chỗ rất chơn-thật của của tánh các pháp.

11.) *Hư-không giới* (*Cõi hư-không*), tỷ dụ về Cõi pháp khắp suốt mọi lý-thể.

12.) *Bất tư nghị giới* (*Cõi chẳng tư-nghị*), dứt cái lý-thể bàn-nói, suy nghĩ.

THẬP NHỊ ĐẠI-THỪA KINH 十 二 大 乘 經 Douze sùtras du Grand Véhiucle (fr.) Mười hai bộ Kinh Đại-thừa, biên đủ giáo-lý đạo Phật, tức là *Tam-Tạng Kinh*, gồm đủ hết các kinh Phật. Cũng kêu : *Thập nhị bộ Kinh*,

1. Tu-đa-la (Sùtra), : dịch Khế-kinh, Pháp-bổn, tức kinh trường hàng.

2. Kỳ-dạ (Geya), dịch : Ứng tụng hay Trùng tụng.

3. Hoà-ca-la-na (Vyakarana), dịch : Thọ-ký.

4. Già-đà (Gàthà), dịch : Phúng tụng, Cô-khởi tụng.

5. Ưu-đà-na (Udana), dịch : Tự-thuyết.

6. Ni-đà-na (Nidàna), dịch : Nhơn-duyên.

7. A-ba-đà-na (Avadàna), dịch : Thí-dụ.

8. Y-đế-mục-đa-già (Itivrtaka), dịch : Bổn-sự.

9. Xà-đà-già (Jàtaka), dịch : Bổn-sanh.

10. Tỳ-Phật-lược (Vaipulya), dịch : Phương-quảng.

11. A-Phù-đà-đạt-ma (Adbhutahdarma), dịch : Vị-tằng-hữu.

12. Ưu-ba-đề-xá (Upadêsa) dịch : Luận nghị, thuyết về lý luận.

Quán-Vô Lượng-Thọ Kinh : Như có chúng-sanh làm các việc ác, nhưng chẳng gièm pha các kinh-điển Phật, như người ngu ấy tạo ra nhiều pháp dữ, không biết hổ thẹn; mà lúc mạng sắp chung, gặp bực thiện tri thức thuyết cho nghe danh-tự đầu đề *Mười hai bộ Kinh Đại-thừa.* Nhờ được nghe tên các Kinh ấy, trừ hết nghiệp dữ rất nặng trong ngàn Kiếp.—

(Xem riêng từng chữ, từ *Tu-đa-la...* đến *Ưu-ba-đề-xá.*)

Trong Chín bộ kinh (Cửu bộ kinh), chẳng có ba bộ : Ni-đà-na (Nhơn-duyên), A-ba-đà-na (Thí-dụ), Ưu-ba-đề-xá (Luận-nghị).

THẬP NHỊ MÔN LUẬN 十二門論 Dvâdaça-nikaya-çâstra (scr.) Một bộ Kinh trong ba bộ Kinh căn-bổn của Tam-luận-tông : 1. Trung-luận, 2. Bá-luận, 3. *Thập nhị môn luận.*

Bộ *Thập-nhị môn luận* do ngài Long-Thọ soạn, ngài Cưu-ma-la thập dịch ra chữ Hán. Bởi chỗ minh-giải pháp-môn ra mười hai đoạn, nên kêu là *Thập nhị môn luận.* Bộ Kinh này phá sự mê chấp của Đại-thừa Trung-đạo.

THẬP NHỊ NGUYỆN VƯƠNG 十二願王 Douze grands Vœux (fr.) Mười hai Nguyện lớn của đức Phật Dược-Sư Lưu-Ly-Quang (Bheshajyaguru).

Hồi còn làm Bồ-tát, ngài có phát *mười hai điều Nguyện lớn* để khi thành Phật, cứu độ chúng-sanh. (Xem : Dược-Sự Phật.)

THẬP NHỊ NHẬP 十二入 Ayatna (scr.),— Mười hai cái can-thiệp vô với nhau. Như sáu căn (nhãn, nhĩ, tỷ, thiệt, thân, ý) nhập với sáu trần (sắc, thinh, hương, vị, xúc, pháp), và sáu trần nhập với sáu căn, ấy là *thập nhị nhập.*

Nhãn nhập với sắc, kêu là *nhãn nhập* ; sắc lại nhập với nhãn, thì kêu là *sắc nhập ;* hai cái đối nhập với nhau, thành ra thay.

Nhĩ nhập với thinh, kêu là *nhĩ nhập ;* thinh lại nhập với nhĩ, thì kêu là *thinh nhập* ; hai cái đối nhập với nhau, thành ra nghe v. v.

Sáu căn, sáu trần nhập lẫn với nhau như vậy, thành ra *thập nhị nhập.*

Nhập, âm theo Phạn : A-dã-đát-na (*Ayatna*), tức là vào. Cũng dịch là *xứ* : chỗ, nơi. Cho nên bản xưa theo Tàu gọi là *Thập nhị nhập* ; còn bản nay (từ ngài Huyền Trang) thì gọi là *Thập nhị xứ.*

THẬP NHỊ NHƠN-DUYÊN 十二因緣 Pratityasamûtpada (scr.).— Paticcasamuppâda (p.) Douze causes, Douze Nidânas (fr.)

Mười hai cái Nhơn-duyên. Cũng viết : *Thập nhị duyên khởi.*

Chính *Mười hai cái nhơn-duyên* nầy níu kéo nhau từ đời vô-thủy đến nay và mãi về sau, nên con người ta những luân-hồi mãi trong Sáu nẻo, có vui, có buồn, có khổ, có sướng lẫn lộn nhau, nhưng sự buồn khổ đau đớn thì có phần lấn hơn.

Về đời đã qua
1. Vô-minh (Tức vì không hiểu đạo nên mới ham tríu, tham mê, Pháp : Ignorance).
2. Hành (Những hành động từ trong tâm kết thành nghiệp, Pháp : Impression).

Về đời hiện tại
3. Thức (Biết, Pháp : Connaissance).
4. Danh-sắc (Tiếng gọi để chỉ ý nghĩa, thân sắc tức là ngũ uẩn, Pháp : Nom et forme).
5. Lục nhập (Lục căn với lục trần, Pháp : Six sens).
6. Xúc (Chạm nhau, Pháp : Contact).
7. Thọ (Chịu mối cảm, Pháp : Sensation).
8. Ái (Yêu mến, Pháp : Désir).
9. Thủ (Giữ lấy, mê, tham, Pháp : Attachenment).
10. Hữu (Sống, Pháp : Existence).

Về đời tới
11. Sanh (Pháp : Naissance).
12. Tử (Chết, khổ, già cả, tật bệnh, Pháp : Mort, Souffrance).

Nhà đạo tham-thiền mà diệt sạch *Mười hai cái nhơn-duyên* ấy, thì đắc Đạo, dứt đường Sanh-tử, Luân-hồi.

Về cách phát-khởi và diệt tận *12 cái nhơn-duyên*, thấy trong nhiều quyển kinh có luận như vầy :

1. *Vô minh* : Từ những Kiếp trước mê muội, tối tăm, nên tính sai.

2. *Hành* : Bèn gây nên tội. (Tới đây là nhơn-duyên đời đã qua).

3. *Thức* : Biết rằng trí mình hiểu là đúng, nên đầu thai vào bụng mẹ.

4. *Danh-sắc* : Có tượng hình trong thai bào.

5. *Lục nhập* : Kế đủ mắt, tai, mũi, miệng lưỡi, thân thể, trí ý.

6. *Xúc* : Sau khi ra khỏi lòng mẹ, gặp việc nầy việc kia, biết bú, ăn uống, cho tới ba bốn tuổi.

7. *Thọ* : Tới trọng biết đủ thất tình (mừng, giận, buồn, vui, thương, ghét, muốn), từ 5 tuổi tới 13 tuổi.

8. *Ái* : Biết thương yêu nhau, mơ ước tình dục, từ 14 tới 19 tuổi.

9. *Thủ* : Có vợ chồng thì cứ mê theo tình-dục.

10. *Hữu* : Coi sự có là chắc, là bền, sanh con đẻ cháu. (Tới đây là nhơn-duyên đời hiện tại.)

11. *Sanh* : Muốn sanh ra nữa đặng có hưởng sự mê-dục, khoái lạc nữa.

12. *Lão tử* : Rồi thì già cả và chết, kế bị luân-hồi trở lại nữa. (Tới đây là nhơn-duyên đời tới.)

Nhà học đạo phải tham-thiền mà trừ những nhơn-duyên ấy bắt từ cái Vô-minh cho tới cái Lão tử :

1. Diệt cái *Vô-minh*, mê muội.

2. Thời diệt được cái *Hành*, làm dữ từ trong lòng, gây nên tội.

3. Thời diệt được cái *Thức*, không nhận rằng đi đầu thai là sướng.

4. Thời diệt được cái *Danh-sắc*, khỏi nhập vào bụng mẹ mà tượng hình.

5. Thời diệt được *Lục nhập*, khỏi sanh ra Lục căn.

6. Thời diệt được cái *Xúc*, không còn cảm động, đòi bồng, đòi bú.

7. Thời diệt được cái *Thọ*, không còn thất tình, không muốn ăn ngon mặc tốt.

8. Thời diệt được cái *Ái*, không còn yêu mến, mơ tưởng sự vợ chồng.

9. Thời diệt được cái *Thủ*, không còn ham mê tình dục, tài vật.

10. Thời diệt được cái *Hữu,* không còn cho sự sống là bền.

11. Thời diệt được cái *Sanh,* không còn muốn sanh ra nữa mà chịu khổ.

12. Thời diệt được cái *Lão tử,* khỏi lo già yếu, chết khổ, khỏi luân-hồi.

Diệt xong *Mười hai cái Nhơn-duyên,* liền trở nên Minh, Giác, đắc Đạo. Pháp *Thập nhị Nhơn-duyên* do Phật thuyết tức là pháp của bực Bích-chi-Phật thừa. Diệt tận 12 Nhơn-duyên, thì thành Phật Bích-chi (Duyên-giác, Độc-giác).

Nhưng pháp *Thập nhị Nhơn-duyên* cũng là pháp tu chung của bốn hạng, bốn Thừa trong đạo Phật :

Hạng thấp, bực Thinh-văn thừa, nhờ quán *Thập nhị Nhơn-duyên* mà đắc quả A-la-hán. Nhưng hàng đắc Đạo nầy chưa thấy Phật-tánh.

Hạng vừa vừa, bực Duyên-giác thừa, nhờ quán *Thập nhị Nhơn-duyên* mà đắc quả Duyên-giác (Bích-chi-Phật). Hàng đắc đạo nầy cũng chưa thấy Phật-tánh.

Hạng cao, bực Bồ-tát thừa, nhờ quán *Thập nhị Nhơn-duyên* mà đắc quả Thập Trụ Bồ-tát. Hàng đắc đạo nầy thấy Phật-tánh nơi mình, nhưng thấy chưa tỏ-rõ.

Hạng cao hơn hết, bực Nhứt thừa (Tối-thượng thừa) nhờ quán *Thập nhị Nhơn-duyên* mà đắc quả Chánh-giác, quả Phật. Hàng đắc đạo nầy mới thấy Phật-tánh một cách tỏ rõ, hoàn-toàn.

Ấy vì lý *Thập nhị Nhơn-duyên* rất sâu xa, mầu nhiệm ; lên tới bực Thượng thượng thì thấy rằng mình vốn chẳng trừ diệt một Nhơn-duyên nào trong *Thập nhị Nhơn-duyên.* Thật ra, *Thập nhị Nhơn-duyên* là chẳng sanh chẳng diệt, chẳng thường chẳng đoạn, chẳng một chẳng hai, chẳng lại chẳng đi, chẳng phải nhơn chẳng phải quả.

Trong **Đại Bát Niết-bàn Kinh,** quyển 27 có giải *Thập nhị Nhơn-duyên* như dưới đây :

1. Phiền-não đời quá khứ, kêu là *Vô-minh.*

2. Nghiệp đời quá khứ, kêu là *Hành* (Hạnh).

3. Mới vừa thọ thai trong đời hiện tại, kêu là *Thức.*

4. Vào thai năm phần, bốn căn chưa đủ, kêu là *Danh-Sắc.*

5. Bốn căn trọn đủ, trong khi chưa kêu là Xúc, đó kêu là *Sáu Nhập* (Lục nhập).

6. Chưa phân biệt Khổ và Lạc, đó kêu là *Xúc.*

7. Nhiễm quen một Ái, đó kêu là *Thọ.*

8. Quen gần Năm Dục, đó kêu là *Ái.*

9. Tham cầu trong và ngoài, đó kêu là *Thủ.*

10. Vì việc trong và việc ngoài, khởi Thân-nghiệp, Khẩu-nghiệp và Ý-nghiệp, đó kêu là *Hữu.*

11. Cái Thức đời hiện tại, kêu là cái *Sanh* đời vị-lai.

12. Những cái : Danh-Sắc, Sáu Nhập, Xúc, Thọ đời hiện tại, kêu là *Lão Bệnh Tử* đời vị-lai.

THẬP NHỊ PHẨM SANH TỬ 十二品生死 Mười hai phẩm sống thác :

1. *Vô dư tử* (thác thì hết luân-hồi) là phẩm A-la-hán vậy.

2. *Độ ư tử* (qua khỏi cảnh thác) là phẩm A-na-hàm qua khỏi sự sống thác nơi Dục-giới vậy.

3. *Hữu dư tử* (thác còn sanh lại) là phẩm Tư-đà-hàm còn qua lại ở cõi Nhơn Thiên nơi Dục-giới vậy.

4. *Học độ tử* (tu học đề qua khỏi cuộc sống thác) là phẩm Tu-đà-huờn thấy Đạo-đế vậy.

5. *Vô số tử* (thác không kẻ số), là phẩm người bát nhẫn, bát trí vậy.

6. *Hoan-hỷ tử* (thác vui mừng), là phẩm người học Thiền nhứt tâm vậy (người nhứt tâm niệm Phật cũng vậy).

7. *Số-số tử* (thác nhiều lần) là phẩm người giới-luật tà ác vậy.

8. *Hối tử* (ăn năn thác), là phẩm phàm-phu vậy.

9. *Hoạnh tử* (chết ngang) là phẩm người cô-độc cùng-khổ vậy.

10. *Phược khổ tử* (bị trói khổ mà chết) là phẩm súc-sanh vậy.

11. *Thiêu lạn tử* (chết cháy sém) là phẩm địa-ngục vậy.

12. *Cơ khát tử* (chết đói khát) là phẩm ngạ-quỉ vậy.

THẬP NHỊ XỨ 十二處 Mười hai chỗ : *Sáu căn*: nhãn, nhĩ, tỷ, thiệt, thân, ý và sáu cảnh tức là *sáu trần*, : sắc, thinh, hương, vị, xúc, pháp. Nghĩa cũ kêu là *Lục nhập*, lấy nghĩa là sáu căn, sáu cảnh thiệp vô với nhau mà sanh ra sáu thức. Nghĩa mới kêu là *Lục xứ*, lấy nghĩa là sáu căn nương vào sáu cảnh là chỗ sanh ra sáu thức.

Lục căn hiệp với lục cảnh tức là *Thập nhị Nhập* (mười hai cái thiệp vô với nhau) hay là *Thập nhị xứ* (mười hai chỗ nương-dựa) vậy. (*Xem : Thập nhị nhập.*)

THẬP NHƠN (*NHÂN*) 十因 Dix causes (fr.) : Mười nhơn, mười duyên-cớ chánh : 1. *Tùy thuyết nhơn* 隨說因, 2. *Quán đãi nhơn* 觀待因, 3. *Khiên dẫn nhơn* 牽引因, 4. *Sanh khởi nhơn* 生起因, 5. *Nhiếp thọ nhơn* 攝受因, 6. *Dẫn phát nhơn* 引發因, 7. *Định dị nhơn* 定異因, 8. *Đồng-sự nhơn* 同事因, 9. *Tương-vi nhơn* 相違因, 10. *Bất tương-vi nhơn* 不相違因.

Mười nhơn trên đây có nói rõ ở Du-già-luận, V.

THẬP NHƠN THẬP QUẢ 十因十果 Dix causes, dix effets (fr.) Tức là mười nhơn-duyên làm ác sanh ra mười quả-báo đọa lạc.

Nhơn	*Quả*
1. Dâm-tập nhơn (nhơn thói quen dâm-loạn).	1. Giường sắt, cột đồng, tám địa-ngục nóng.
2. Tham-tập nhơn (nhơn thói quen tham-dục).	2. Địa-ngục giá lạnh.
3. Mạn-tập nhơn (nhơn thói quen ngạo-mạn).	3. Sông máu, nước biển độc rót vô cho uống.
4. Sân-tập nhơn (nhơn thói quen giận hờn).	4. Thiến, cắt, chém, chặt.
5. Trá-tập nhơn (nhơn thói quen trá ngụy).	5. Gông, cùm, roi, gậy.
6. Cuống-tập nhơn (nhơn thói quen lường gạt).	6. Tung, liệng, bay, rớt, trôi nổi, chìm đắm.
7. Oan-tập nhơn (nhơn thói quen vu oan).	7. Ném, liệng, đánh, bắn.
8. Kiến-tập nhơn (nhơn thói quen tà-kiến).	8. Xét hỏi, quyền trá, khảo tấn, đòi tra.
9. Uổng-tập nhơn (nhơn thói quen cong-vạy).	9. Giam cầm, bắt bớ, đánh đấm, co rút cái mình, chích lược máu huyết.
10. Tụng-tập nhơn (nhơn thói quen kiện cáo).	10. Soi vào tấm kính của hỏa-châu, thấy hiện ra các việc ác của mình đời trước đặng đối nghiệm.

THẬP NHỨT KHỔ PHÁP 十 一 苦 法 Mười một pháp tu khổ-hạnh : 1. *A-lan-nhã* (Ở chỗ xa xôi, hiu-quạnh). 2. *Khất thực* (Đi xin ăn), 3. *Nhứt xứ tọa* (Ngồi một chỗ), 4. *Nhứt thời thực* (Ăn một bữa), 5. *Chánh trung thực* (Ăn giữa trưa), 6. *Bất trạch gia thực* (Xin ăn chẳng lựa nhà nào), 7. *Thủ Tam y* (Giữ bộ áo ba cái), 8. *Tọa thọ hạ* (Ngồi dưới cây), 9. *Lộ tọa nhàn tĩnh xứ* (Ngồi chỗ đồng trống nhàn tĩnh), 10. *Trước bồ nạp y* (Mặc áo nhiều miếng vải đâu lại), 11. *Tại trủng gian* (Ở nơi mồ-mả.) Nếu người nào học pháp khổ ấy trong 11 năm, liền hiện thân thành A-na-hàm, chuyển thân thành A-la-hán. (Xem : Đầu-đà.)

THẬP NHỨT KHÔNG 十 一 空 Mười một cảnh Không, mười một lẽ Không. Các pháp đều do nhơn-duyên hòa-hiệp mà sanh ra, vốn chẳng có cái thể thiệt, cho nên kêu là *Không*.

1. *Nội Không* : Trong là không. Sáu căn ở nơi mình là Không, cái thân mình là không thiệt.

2. *Ngoại Không*: Ngoài là Không. Sáu trần ở ngoài mình là Không, mọi vật ở ngoài cái thân đều là không thiệt.

3. *Nội ngoại Không*: Trong và ngoài đều Không, sáu căn trong và sáu trần ngoài đều không có cái thể thiệt.

4. *Hữu-vi Không*: Sự cố ý làm, các việc có tướng là Không, vì do nhơn-duyên tạm hiệp mà thôi.

5. *Vô vi Không*: Việc làm không dụng-ý, việc làm chẳng do nhơn-duyên vẫn là Không, chẳng có cái thể thiệt.

6. *Vô-thủy Không*: Cái nhơn-duyên không biết đâu là trước hết vốn là Không.

7. *Tánh Không*: Tánh là Không.

8. *Vô sở hữu Không*: Không có gì hết là Không.

9. *Đệ nhứt nghĩa Không*: Nghĩa Niết-bàn Giải-thoát của Đại-thừa vẫn là Chơn-Không, Trung-đạo, chẳng thấy không mà cũng chẳng thấy có.

10. *Không Không*: Không là Không. Hết thảy các pháp đều là Không. Cái Không ấy cũng là Không.

11. *Đại-Không*: Đối Tiểu-thừa là Thiên-Không, Đại-thừa cứu-cánh là Không-tịch, cũng là Không, nên kêu là *Đại Không*. Mười phương trong Không-gian, to lớn vô tận, cũng là Không, nên kêu là *Đại-Không*. —

Trong Đại Niết-bàn Kinh, quyển 16, có giải đủ *Thập nhứt Không*.

Đại Niết-bàn Kinh quyển 25: Nghe Pháp, tức là nghe giảng về *Thập nhứt Không*. Mình nương theo 11 lẽ Không ấy, đối với tất cả các pháp, mình chẳng tạo ra tướng-mạo (mình chẳng kể là có tướng thiệt).

THẬP NHỨT SANH LOẠI 十一生類 Mười một loại sanh :

1. *Noãn sanh* (sanh bằng trứng, như các loài chim nương vào vỏ trứng mà thành hình).

2. *Thai sanh* (sanh bằng thai, như người ta và các loài thú ở trong dạ mẹ kết thai đủ cả hình-thể mà sanh ra.)

3. *Thấp sanh* (do khí ẩm, nước ướt mà sanh ra, như loài muỗi).

4. *Hóa sanh* (đương không mà hóa sanh ra có, như chư thiên, những kẻ đọa địa ngục và chúng-sanh sâu bọ lộn hình).

5. *Hữu sắc sanh* (có sắc sanh ra, các giống hữu tình nơi Dục-giới và Sắc-giới, lấy hình sắc làm thân).

6. *Vô sắc sanh* (sanh ra không có hình-sắc).

7. *Hữu tưởng sanh* (sanh ra có tâm tưởng).

8. *Vô tưởng sanh* (sanh ra không tâm tưởng).

9. *Phi hữu tưởng sanh* (sanh ra chẳng phải có tâm tưởng).

10. *Phi vô tưởng sanh* (sanh ra chẳng phải không tâm tưởng).

11. *Phi hữu tưởng phi vô tưởng sanh* (sanh ra chẳng phải có tâm tưởng cũng chẳng phải không tâm tưởng).

THẬP NHỨT TƯỞNG 十 一 想 Mười một lòng tưởng. Thầy Tỳ-kheo nên đem *Thập nhứt tưởng* mà nghĩ nhớ đức Như-lai :

1. *Giới ý thanh-tịnh* : Cái ý giới răn cho trong sạch.

2. *Oai-nghi cụ-túc* : Giữ nết đi, đứng, ngồi, nằm cho nghiêm-chỉnh đầy đủ.

3. *Chư căn bất thác* : Các căn (sáu căn) trong người đừng cho sái lộn.

4. *Tín ý bất loạn* : Ý tin, tín-ngưỡng đừng cho tán loạn.

5, *Thường hữu dõng kiện ý* : Thường có ý chí mạnh mẽ.

6. *Khổ lạc bất dĩ vi ý* : Chẳng đề ý đến sự buồn-khổ hoặc sự vui sướng.

7. *Ý bất vong thất* : Cái ý chẳng thất lạc.

8. *Chỉ-quán tại tiền* : Phép Thiền-định hiện ra trước.

9. *Tam-muội ý vô hưu tức* : Ý Thiền-định (Định-ý) không ngừng nghỉ.

10. *Trí-huệ ý vô-lượng* : Ý trí-huệ rộng lớn vô-lượng.

11. *Quán Phật vô yếm tức* : Quán tưởng Phật không biết chán.

THẬP NHỨT-THIẾT XỨ 十 一 切 處 Mười chỗ, mười cảnh tất cả. Ấy là: 1. Xanh, 2. Vàng, 3. Đỏ, 4. Trắng, 5. Đất, 6. Nước, 7. Lửa, 8. Gió, 9. Không, 10. Thức. — Lại là : 1. Xanh, 2. Vàng, 3. Đỏ, 4. Trắng, 5. Đất, 6. Nước, 7. Gió, 8. Không, 9. Thức, 10. Vô sở hữu.

Cũng kêu : **Thập biến xứ**. 十 徧 處, vì mười pháp ấy biến khắp mọi nơi, ở chỗ nào cũng có mười chất đó.

Lại kêu : **Thập nhứt-thiết nhập** 十 一 切 入, là vì thân-thể mình và tâm trí mình thiệp nhập với tất cả mười pháp ấy, và mười pháp ấy cũng thiệp nhập với sáu căn của mình.

THẬP NHỨT-THIẾT XỨ TAM-MUỘI 十 一 切 處 三 昧 Mười phép Tam-muội, mỗi phép chứng đắc một cảnh, một chất trong mười cảnh (mười chất ở khắp Tam Giới).

Niết-bàn kinh quyển 31 có biên *Thập nhứt-thiết xứ Tam-muội* theo thứ-tự dưới đây :

1. *Địa nhứt-thiết xứ Tam-muội* : Phép Thiền-định của nhà Đạo quán tưởng chất Đất ở khắp nơi.

2. *Thủy nhứt-thiết xứ Tam-muội* : Phép Thiền-định của nhà Đạo quán tưởng chất Nước ở khắp nơi.

3. *Phong nhứt - thiết xứ Tam-muội* : Phép Thiền-định của nhà Đạo quán tưởng chất Gió ở khắp nơi.

4. *Thanh nhứt-thiết xứ Tam-muội* : Phép Thiền-định của nhà Đạo quán tưởng màu Xanh ở khắp nơi.

5. *Hoàng nhứt-thiết xứ Tam-muội* : Phép Thiền-định của nhà Đạo quán tưởng màu Vàng ở khắp nơi.

6. *Xích nhứt-thiết xứ Tam-muội* : Phép Thiền-định của nhà Đạo quán tưởng màu Đỏ ở khắp nơi.

7. *Bạch nhứt-thiết xứ Tam-muội* : Phép Thiền-định của nhà Đạo quán tưởng màu Trắng ở khắp nơi.

8. *Không nhứt-thiết xứ Tam-muội* : Phép Thiền-định của nhà Đạo quán tưởng chất Không (Hư-không) ở khắp nơi.

9. *Thức nhứt-thiết xứ Tam-muội* : Phép Thiền-định của nhà Đạo quán tưởng chất Thức ở khắp nơi.

10. *Vô sở hữu nhứt-thiết xứ Tam-muội* : Phép Thiền-định của nhà Đạo quán tưởng chất Vô sở hữu (không có ở đâu hết) ở khắp nơi.

THẬP PHÁP 十法 Mười pháp, mười đức-hạnh : 1. Thiểu-dục (lòng muốn ít), 2. Tri-túc (lòng biết đủ, có ít cũng chẳng buồn), 3. Tịch-tĩnh (lòng yên lặng), 4. Tinh-tấn. 5. Chánh niệm, 6. Chánh-định, 7. Chánh huệ, 8. Giải thoát (Tự mình giải thoát), 9. Tán thán Giải-thoát (khen ngợi đức Giải-thoát), 10. Đem lý Đại Niết-bàn mà giáo-hóa cho chúng-sanh.

Bồ-tát nếu thành tựu trọn vẹn *Thập pháp*, Mười đức-hạnh ấy, thì có thể thấy Phật-tánh, nhưng thấy chưa thật tỏ-rõ.

THẬP PHÁP-GIỚI 十法界 Dix mondes De la Doctrine (fr.) Kêu tắt là *Thập giới* 十界 Mười cảnh-giới của Phật-pháp : 1. Phật, 2. Bồ-tát 3. Duyên-giác, 4, Thinh-văn. Bốn cảnh trên đây là cảnh của các bực Giải thoát.

5. Thiên, 6. Nhơn, 7. A-tu-la (Thần.) 8. Quỉ, 9. Súc-sanh,

10. Địa-ngục. Sáu cảnh dưới là các bực còn lăn lộn trong Vòng Luân-hồi, hoặc hưởng phước-báo hoặc chịu tội báo.

Tuy vậy, Phật cũng cho rằng Mười cảnh giới ấy là Pháp-giới, Phật-giới, vì chúng-sanh ở mỗi cảnh đều có tâm Phật ; nếu họ tinh-tấn tu hành, thì rốt cuộc sẽ thành Phật.

THẬP PHÁT THÚ TÂM 十發趣心 Mười lòng phát thú-hướng :

1. *Xả-tâm* (lòng thí xả), 2. *Giới-tâm* (lòng trì giới), 3. *Nhẫn-tâm* (lòng nhẫn-nhục), 4. *Tấn-tâm* (lòng tinh-tấn), 5. *Định-tâm* (lòng thiền-định), 6. *Huệ tâm* (lòng trí-huệ), 7. *Nguyện-tâm* (lòng cầu nguyện), 8. *Hộ-tâm* (lòng hộ trợ), 9. *Hỷ-tâm* (lòng hoan hỷ), 10. *Đỉnh-tâm* (lòng đỉnh lễ). Do *Thập phát thú tâm* (Mười lòng phát thú-hướng), Bồ-tát vào trong Pháp-nhẫn một cách kiên-cố.

THẬP PHƯƠNG 十方 Dix régions de l'Espace (fr.) Mười cõi trong Không-gian : Đông, Tây, Nam, Bắc, Tứ duy (Đông-nam, Tây-nam, Đông - bắc, Tây-bắc), Thượng, Hạ.

Thập phương là tiếng để chỉ khắp các nơi, các cõi thế vô-lượng, vô-biên trong Không gian. Như : *Thập phương* chư Phật..., *Thập phương* thế-giới.

THẬP SỬ 十使 Mười mối sai khiến. Phiền-não có sức sai khiến chúng-sanh toan-tính và hành động bậy bạ, cho nên gọi là *Sử*. *Thập sử* cũng kêu là : *Thập phiền-não, Thập hoặc, Thập tùy miên*.

Thập sử là : 1. Tham-dục (Tham), 2. Sân-nhuế (Sân), 3. Vô-minh (Si, Ngu-si), 4. Mạn (Kiêu mạn), 5. Nghi, 6. Thân-kiến (Ngã-kiến), 7. Biên-kiến, 8. Tà-kiến, 9. Kiến thủ kiến, 10. Giới thủ kiến.

Trong các mối sai khiến chúng-sanh lưu chuyển trong sự khổ-não, luân-hồi, thì *Thập sử* là cội rễ.

THẬP TAM LỰC 十三力 Mười ba lực (sức mạnh) : 1. *Nhơn lực*, là cái lực căn lành đời trước ; 2 *Duyên lực*, là cái lực giáo-hối của người thiện tri-thức. Nhơn và duyên hòa hiệp khởi ra được hạnh. 3. *Ý lực*, là cái lực của ý tạo-tác ; 4. *Nguyện lực*, là cái lực cầu đạo Chánh-giác (Bồ-đề) ; 5 *Phương-tiện lực*, là cái lực y theo Pháp mà tu xảo-diệu ; 6. *Thường lực*, là cái lực y theo pháp thường mà tu ; 7. *Thiện-lực*, là cái lực căn lành chánh tu ; 8. *Định-lực*, là cái lực tu nhứt tâm mà thành-tựu ; 9. *Huệ lực*, là cái lực nhờ tu quán mà thành tựu ; 10. *Đa văn lực*, là cái lực nhiều nghe và tin Chánh-pháp ;11. *Bố-thí Trì giới, nhẫn-nhục, tinh-tấn, thiền-định lực*, là cái lực thành tựu do năm độ hiệp lại ; 12. *Chánh niệm chánh quán chư thông minh lực*, là cái lực thành tựu chánh niệm, chánh quán, lục thông, tam minh ; 13. *Như pháp điều phục chư chúng-sanh lực*, là cái lực theo như pháp mà điều phục chúng-sanh cang-cường.

THẬP TÂM 十心 Mười tâm.

A.— Thuận lưu thập tâm (Mười thứ tâm thuận theo lưu-tục).

1. *Vô-minh hôn-ám* (tâm tăm-tối không chất sáng).

2. *Ngoại gia ác hữu* (tâm ý của bạn dữ ở ngoài đôn thêm cái tâm dữ của mình).

3. *Thiện bất tùy tùng* (tâm chẳng thuận theo điều lành).

4. *Tam nghiệp tạo ác tâm* (tâm do Ba điều thân, khẩu, ý tạo ác).

5. *Ác-tâm biến bố* (lòng dữ bày ra khắp cả).

6. *Ác-tâm tương tục* (tấm lòng dữ nối nhau).

7 *Phú quý quá thất tâm* (tâm che giấu sự lầm lỗi).

8. Bất úy *ác-đạo* (lòng chẳng sợ nẻo dữ).

9. *Vô tàm vô quí* (tâm không biết thẹn không biết hổ).

10. *Xả vô nhơn quả* (tâm bỏ đi mà cho là không có nhơn quả).

B.— Nghịch lưu thập tâm (Mười thứ tâm nghịch với lựu-tục).

1. *Thâm tín nhơn quả* (Lòng tín sâu lẽ nhơn quả).
2. *Sanh trọng tàm quí* (Tâm sanh trọng biết hổ thẹn).
3. *Sanh đại bố úy* (Tâm sanh điều sợ sệt lớn).
4. *Phát lộ sám-hối* (Tâm phát lộ sám-hối).
5. *Đoạn tương tục tâm* (Tâm dứt lòng nối nhau).
6. *Phát Bồ-đề tâm* (Tâm quyết thành Phật).
7. *Đoán thiện ác tu* (Tâm tu phán đoán lành dữ).
8. *Thủ hộ Chánh-pháp* (Tâm thủ hộ Pháp chánh).
9. *Niệm Thập phương Phật* (Tâm niệm Phật Mười phương).
10. *Quán tội tánh không* (Tâm quán chiếu thấy tội có tánh không).

C. — Thập tâm của Bồ-tát có chép ở Thủ-lăng-nghiêm Kinh, quyển tám :

1. *Tín tâm trụ* (Tâm trụ ở đức Tín thuần chơn, dứt các vọng-tưởng).
2. *Niệm tâm trụ* (tâm trụ ở chỗ niệm tưởng, không bị ngăn ngại bởi Âm, Xứ, Giới).
3. *Tinh-tấn tâm* (lòng tấn tới, trong sạch, sáng suốt).
4. *Huệ-tâm trụ* (lòng trí-huệ).
5. *Định tâm trụ* (lòng Định lặng lẽ, mầu nhiệm).
6. *Bất thối tâm* (lòng không thối lui, nhờ ánh-sáng của Định).
7. *Hộ pháp tâm* (lòng hộ pháp).
8. *Hồi-hướng tâm* (lòng hồi-hướng, quay về Phật-đạo).
9. *Giới tâm trụ* (tâm giữ gìn, an trụ chỗ vô-vi).
10. *Nguyện tâm* (lòng Nguyện, do nơi lòng ấy mà du hành khắp Mười phương).

THẬP TÍN 十信 Mười đức tu-hành, mà Tín-tâm là đức đứng đầu, nên kêu là *Thập Tín*. Trong hàng 52 địa-vị tu-hành của Bồ-tát, mười địa-vị hàng thứ nhứt kêu là *Thập Tín*, là vì muốn vào Giáo-pháp của Phật, trước hết phải có lòng Tin :

1. *Tín-tâm* (Lòng Tin) : Diệt hết tất cả các mối vọng-tưởng, ấy là Trung-đạo thuần chơn.

2. *Niệm-tâm* (Lòng Niệm) : Lòng Chơn-tín đã tỏ rõ rồi, tất cả viên thông, trải qua bao nhiêu cuộc sống-thác, chẳng sót quên cái tập-khí hiện-tiền vậy.

3 *Tinh-tấn tâm* (Lòng Tinh-tấn) : Diệu viên thuần chơn, đem sự tinh-minh mà tấn thú đến cõi Chơn-tịnh vậy.

4. *Huệ-tâm* (Lòng Trí-huệ) : Lòng Tinh-tấn đã hiện ra, thì Trí-huệ thuần-chơn tự nhiên phát khởi.

5. *Định-tâm* (Lòng Thiền-định) : Chấp trì Trí sáng, thì lòng tịch-tĩnh trong sáng bủa khắp cả, thường chú tâm vào một cảnh vậy.

6. *Bất-thối tâm* (Lòng Chẳng thối chuyển) : Định-quang phát minh, thì tánh sáng càng vô sâu, chỉ tấn mà chẳng biết lui vậy.

7. *Hộ Pháp tâm* (Lòng Hộ Pháp) : Lòng tấn tới một cách an-nhiên, thì bảo trì được tất cả Phật-Pháp mà chẳng bỏ rơi ; chư Phật Như-lai Mười phương đều truyền cho mình phần khí giao-thiệp vậy.

8 *Hồi-hướng tâm* (Lòng Hồi-hướng) : Giác và Minh đã được bảo trì, mình có thể đem diệu-lực cảm được hào-quang của Phật chiếu lại, lại quay về Phật mà an-trụ vậy.

9. *Giới-tâm* (Lòng trì Giái hạnh) : Ánh-sáng quay lại trong lòng, mình an-trụ trong cảnh vô-vi mà chẳng sai sót vậy.

10. *Nguyện-tâm* (Lòng Nguyện) : Trụ ở Giới-hạnh, thì được tự-tại, mình có thể đi khắp Mười phương, làm mọi công việc tùy theo sức Nguyện của mình vậy.

THẬP TỨ BIẾN-HÓA 十四變化 Mười bốn cách biến hóa.

Thứ nhứt, *Sơ-thiện thiên* có hai cách biến hóa: 1) Sơ-thiền Sơ-thiền hóa, 2) Sơ-thiền Dục-giới hóa. —

Thứ nhì, *Nhị-thiền thiên* có ba cách biến-hóa: 1) Nhị-thiền Nhị-thiền hóa, 2) Nhị-thiền Sơ-thiền hóa, 3) Nhị-thiền Dục-giới hóa.

Thứ ba, *Tam-thiền thiên* có bốn cách biến hóa: 1) Tam-thiền Tam-thiền hóa, 2) Tam-thiền Nhị-thiền hóa, 3) Tam thiền Sơ-thiện hóa, 4) Tam-thiền Dục-giới hóa.

Thứ tư, *Tứ-thiền* có năm cách biến-hóa: 1. Tứ-thiền Tứ-thiền hóa, 2. Tứ-thiền Tam-thiền hóa, 3. Tứ-thiền Nhị-thiền hóa 4. Tứ-thiền Sơ-thiền hóa, 5. Tứ-thiền Dục-giới hóa. (Trí-Độ luận chương thứ 6.)

THẬP TƯỚNG 十相 *Mười tướng trạng*: 1. Sanh, 2. Lão, 3, Bệnh, 4. Tử, 5. Sắc, 6. Thinh, 7. Hương, 8. Vị, 9. Xúc, 10. Vô-thường.

Mười tướng-trạng lại là: 1. Sanh, 2. Trụ, 3. Hoại, 4. Sắc, 5. Thinh, 6. Hương, 7. Vị, 8. Xúc, 9. Nam' 10. Nữ. (Niết-bàn Kinh, quyển 31.) Hễ mình chẳng nhìn nhận, chẳng cố các tướng ấy, thì kêu là *Vô-tướng*.

Đó là *Thập-tướng* của cảnh Luân-hồi, của Tam-Giới, chớ ở cảnh Niết-bàn của Phật, Bồ-tát, chẳng có *Thập-tướng* ấy.

Niết-bàn Kinh, quyển 27: Lìa xa *Thập tướng*, kêu là Đại Niết-bàn.

Niết-bàn Kinh, quyển 30: Vì chẳng có *Thập tướng*, cho nên kêu là Không.

THẬP TƯỞNG 十想 Mười tư tưởng, Mười phép quán-tưởng liên tiếp:

1. Vô-*thường Tưởng*: Cái Tư tưởng cho rằng chúng-sanh và các pháp đều là vô-thường, biến đổi, chẳng bền.

2. Khổ-Tưởng : Cái Tư tưởng cho rằng các pháp hữu-vi đều khổ, chứa sự khổ.

3. *Vô-ngã Tưởng* : Cái Tư tưởng cho rằng các pháp hữu-vi đều là vô-ngã, chẳng có cái thật thể, thật-tánh.

4. *Yếm ly thực tưởng* : Cái Tư tưởng chán và lìa các thức ăn uống.

5. *Nhứt thiết thế gian bất khả lạc Tưởng* : Cái Tư tưởng không vui thích mọi việc ở thế gian.

6. *Tử tưởng* : Cái Tư tưởng xét đến chỗ chết : mạng người chỉ là một hơi thở mà thôi.

7. *Đa quá tội Tưởng* : Cái Tư-tưởng thấy là nhiều tội lỗi ở trong Tam giới.

8. *Ly-tưởng* : Cái Tư tưởng lìa khỏi, tức lìa xa Tam giới.

6. *Diệt-Tưởng* : Cái Tư tưởng dứt đi, tức dứt trừ Tam giới.

10. Vô *Ái Tưởng* : Cái Tư tưởng không có lòng tríu-mến.

Thập tưởng ấy có biên và giải rõ ở **Niết bàn Kinh**, quyển 38. Ai tu Bồ-tát hạnh, dầu Tỳ-kheo, Tỳ-kheo-ni, Ưu-bà-tắc hay Ưu-bà-di mà tu *Thập Tưởng*, thì người ấy có thể đắc Niết-bàn.

THẬP THÁNH 十 聖 *Mười bực thánh.* Ấy là Mười địa vị từ Sơ-địa đến Thập địa Đại-thừa : 1. Hoan-hỷ địa, 2. Ly-cấu địa, 3. Phát-quang địa, 4. Diễm-huệ-địa, 5. Cực-nan thắng địa, 6. Hiện-tiền địa, 7. Viễn-hành địa, 8. Bất-động địa, 9. Thiện-huệ địa, 10. Pháp-vân địa.

Đó là các địa-vị Thánh về Địa-thừa. Còn về Tiểu-thừa, thì có *Tứ Thánh* : Tu-đà-huờn, Tư-đà-hàm, A-na-hàm, A-la-hán.

THẬP THÂN 十 身 *Mười thân.* Có hai loại : một là Mười thân dung thông Ba thế-gian ; hai là Mười thân mà Phật có đủ.

Mười thân dung thông Ba thế-gian là : 1. *Thân chúng-sanh,* là chúng-sanh sáu nẻo vậy ; 2. *Thân quốc-độ,* là chỗ nương-dựa của chúng-sanh sáu nẻo vậy ; 3. *Thân nghiệp-báo,* là cái nghiệp-nhơn sanh ra hai thân trên đây vậy ; 4. *Thân Thinh văn* ; 5. *Thân Độc giác* : 6. *Thân Bồ-tát* : 7. *Thân Như-lai* ; 8. *Thân Trí*, là *Thân đức Phật có đủ*, chứng được cái Thật-Trí 9. *Thân Pháp*, là thân mà đức Phật có đủ, chứng được cái Chơn-lý ; 10. *Thân Hư-không*, là cái thân lìa khỏi cái tướng có hai phần nhiễm và tịnh, nhưng mà làm theo hai phần nhiễm và tịnh ấy, bèn biến ra khắp Pháp-giới, là cái Thật-thể vô-hình hư vậy.—

Mười thân mà Phật có đủ là : *Thân Bồ-đề*, 2. *Thân Nguyện*, 3. *Thân Hóa*, 4. *Thân Trụ-trì*, 5. *Thân Tướng Hảo trang-nghiêm*, 6. *Thân Thế lực*, 7. *Thân Như-ý* 8. *Thân Phước đức*, 9. *Thân Trí*, 10. *Thân Pháp*.

THẬP THẤT CHỦNG-TỊNH ĐỘ 十 七 種 淨 土 Mười bảy thứ Tịnh-độ. Đức Phật ngài ở vườn Úm-ma-la nơi nước Tỳ-na-ly, đối với Bảo-Tích đồng-tử, thuyết mười bảy thứ Tịnh-độ : 1. Lòng trực, 2. Lòng thâm, 3. Lòng đại-thừa, 4. Lòng bố-thí, 5, Lòng trì giái, 6. Lòng nhẫn-nhục, 7. Lòng tinh-tấn, 8. Lòng thiền-định. 9. Lòng trí-huệ, 10. *Tứ vô-lượng tâm* (bốn tâm vô-lượng), 11. *Tứ nhiếp pháp* (bốn phép nhiếp tâm), 12. Lòng phương tiện, 13. Ba mươi bảy phẩm (tức là 37 đạo - phẩm) 14. Lòng hồi-hướng, 15. Kẻ trừ tám nạn, 16. Kẻ giữ giới-hạnh 17. Mười điều lành. Đó là Tịnh-độ của Bồ-tát vậy.—

THẬP THẾ-GIỚI HẢI 十 世 界 海 Mười cảnh-giới rộng lớn như Biển cả, nhiều như nước Biển cả :

1. *Thế-giới Hải* (Các cõi thế-giới nhiều như nước Biển).

2. *Chúng-sanh Hải* (Các loại chúng-sanh nhiều như nước Biển).

3. *Pháp-giới an-lập Hải* (Cõi Pháp an-lập rộng như nước Biển).

4. *Phật-Hải* (Chư Phật số nhiều như các giọt nước Biển).

5. *Phật Ba la-mật Hải* (Đức độ thế của Phật sâu rộng như Biển).

6. *Phật Giải thoát Hải* (Đức Giải thoát của Phật sâu rộng như Biển).

7. *Phật Biến-hóa Hải* (Sức Thần-thông biến hóa của Phật to lớn hơn Biển, nhiều như nước Biển).

8. *Phật diễn-thuyết Hải* (Các pháp-môn do Phật nói ra, nhiều như nước Biển, sâu rộng như Biển).

9. *Phật Danh-hiệu Hải* (Các danh-hiệu của Phật nhiều như Biển, bí thẳm như Biển).

10. *Phật Thọ-lượng Hải* (Đời sống của đức Như-lai dài vô số kể, tỷ như các giọt nước dưới Biển).

THẬP-THIỆN 十善 Dix actes méritoires (fr) Mười điều lành. Cũng viết : *Thập thiện nghiệp, Thập thiện giới, Thập thiện pháp*. Người đạo Phật tại-gia hay xuất-gia đều phải giữ thân thể, lời nói và ý thức đừng cho phạm mười việc quấy ác :

1. Sát-sanh, 2. Du-đạo, 3. Tà-dâm. Đó là 3 thân-nghiệp.

4. Vọng-ngữ, 5. Ỷ-ngữ, 6. Lưỡng-thiệt, 7 Ác-khẩu. Đó là 4 khẩu-nghiệp.

8. Tham, 9. Sân, 10. Si (Tà-kiến). Đó là 3 Ý-nghiệp.

Nếu phạm mười việc ác ấy, kêu là hành *Thập ác*. Còn tránh được mười việc ác ấy và làm ngược trở lại, kêu là hành *Thập thiện*. Với cái thân thể,

1. Chẳng những không giết hại sanh-mạng, mà còn phải tha thứ, phóng sanh.

2. Chẳng những không ăn trộm, ăn cướp tài vật của người ta, mà còn phải làm việc bố-thí.

3. Chẳng những không dâm bậy với vợ người, với con người, mà còn phải cung-kính hàng phụ-nữ,

Với lời ăn tiếng nói,

4. Chẳng những không nói láo xược, mà phải ăn nói thành thật, ngay thẳng luôn.

5. Chẳng những không nói trau chuốt, thô tục, sái đạo-nghĩa, mà cần phải nói việc có nhơn-nghĩa, hữu ích cho người luôn.

6. Chẳng những không nói dâm thọc, làm cho người ta xa lìa nhau, thù hận nhau, mà phải nói cho người ta hòa hiệp nhau, thương yêu nhau.

7. Chẳng những không nói lời độc ác, nguyền rủa người, mắng chưởi người, mà phải nói lời ôn-hậu, nhu thuận, hiền lành.

Với tâm-ý,

8. Chẳng những không tham lam, xảo quyệt, mà cần phải suy xét cho rằng mọi vật ở đời vốn chẳng tinh-sạch, lục trần đều là giả dối, dơ dáy, vô-thường

9. Chẳng những không giận hờn, không thù hận ai, mà cần phải có lòng từ-bi thương xót, nhẫn-nhục đối với cảnh-vật và đối với chúng-sanh,

10. Chẳng những không mê muội, không có ý-kiến tà, mà cần phải có lòng chánh-đạo, tâm sanh Trí-huệ. Bỏ *Tà-tkiến*, tức hành Chánh-kiến.

Quán Di-Lặc Thượng-sanh Đâu-suất Thiên Kinh : Dầu nhà tại-gia giữ Ngũ giới, Bát giới dầu nhà xuất-gia giữ Cụ-túc giới, ai tu hành phép Thập thiện và thường nhớ tưởng đến cảnh Đâu-suất (Tusbita), thì khi mạng chung, được vãng sanh về cảnh Đâu-suất mà làm đệ-tử của đức Di-Lặc (Maitreya) và hưởng các cuộc khoái lạc ở cảnh Trời ấy.—

Quán Vô-Lượng Thọ Kinh :

Muốn sanh về cõi Cực-lạc của Phật A-Di-Đà, cần phải tu ba phước :

Phước thứ nhứt : Hiếu dưỡng cha mẹ, phụng sự sư-trưởng, có lòng lành chẳng giết sanh-mạng, tu Mười nghiệp lành (*Thập thiện nghiệp*).

Phước thứ nhì : Thọ trì Tam qui, đủ hết các giới, chẳng phạm oai-nghi.

Phước thứ ba: Phát tâm Bồ-đề, tin sâu Nhơn-quả, đọc tụng Kinh Đại-thừa, khuyến tấn các nhà tu hành.

THẬP THÔNG 十 通 Mười điều thông: 1. *Túc-mạng thông* (biết thông cả những việc do thân nầy và thân trước, thân sau làm ra); 2. *Thiên nhĩ thông* (đem tai trời và cái trí-huệ ứng nhau chứng biết hết thảy các tiếng, thông đạt không ngại); 3. *Tha-tâm thông* (biết suốt thảy các việc lành, dữ ở trong tâm người khác); 4. *Thiên-nhãn thông* (đem mắt trời chiếu thấy suốt thảy hình-sắc sanh, tử, khổ, lạc ở thế gian); 5. *Hiện thần-lực* (đem thần-lực hiện ra ở thế gian); 6. *Hiện đa thân* (hiện ra nhiều mình); 7. *Vãng lai tốc* (qua lại mau lẹ); 8. *Năng trang-nghiêm sát độ* (sửa soạn được cõi nước cho trang-nghiêm); 9. *Hiện hóa thân* (hiện ra thân hóa); 10. *Lậu tận thông* (trí thông chứng được cảnh Niết-bàn vô-ngại tự-tại).

Lại Thập thông: là 1. *Tha tâm-thông*; 2. *Thiên nhãn tự-tai thanh-tịnh thông*; 3. *Túc-trụ trí-thông* (cái trí biết suốt thảy túc-mạng đời quá-khứ); 4. *Tri kiếp thông* (biết suốt thảy việc các kiếp); 5. *Thiên nhĩ trí thông*; 6. *Vô thể tránh trí thông* (thông đạt cái lý các pháp không có tánh, biến hiện tự-tại, lợi rộng cho quần sanh); 7 *Thiện phân-biệt ngô-ngữ thông* (thông đạt được hết thảy các tiếng nói); 8. *Sắc thân trí thông* (có thể không sắc hiện ra sắc mà không lưu ngại); 9. *Nhứt thiết pháp thông* (đối với sự-lý của hết thảy các pháp, thông đạt không chi chẳng biết); 10. *Diệt định trí thông* (trong đại tịch định, hiện ra được các oai-nghi, không tán-ngại).

THẬP TRAI NHỰT 十 齋 日 Dix jours de jeune (fr.) Mười ngày chay trong tháng. Phẩm Như-lai tán-thán trong kinh *Địa-tạng Bổn-nguyện* nói rằng: Hằng tháng nhằm những ngày: *mùng một, mùng tám, mười bốn, mười lăm, mười tám, hai mươi ba, hai mươi bốn, hai mươi tám, hai mươi chín* cho chí *ba mươi* (1) là những ngày các tội kết tập, định phần nặng, nhẹ. Nếu chúng-sanh đời vị-lai về mười ngày chay ấy đối với các tượng chư Phật, Bồ-tát, các vị Hiền-thánh mà đọc Kinh nầy (Địa-Tạng

(1) Nếu nhằm tháng thiếu, không có ngày 30. thì nên ăn chay ngày 27, 28, 29.

Kinh) một lượt, thì trong bốn cửa Đông, Tây, Nam, Bắc cách khoảng trăm do-tuần, không có các tai nạn. Lại cả nhà từ lớn tới nhỏ, trong cả trăm năm, đều tránh khỏi ba nẻo ác : Địa-ngục, Ngạ-quỉ, Súc-sanh. Trong lúc sống, khỏi các bệnh tật, lại được ăn, mặc no đủ.

THẬP TRAI NHỰT PHẬT 十 齋 日 佛 Mười ngày chay của mười vị Phật.— Trong hằng tháng :

Ngày mùng một, vị Định-Quang Phật.

Ngày mùng tám, vị Dược-Sư Như-lai.

Ngày mười bốn, vị Phổ-Hiền Bồ-tát.

Ngày mười lăm, vị A-Di-Đà Như-lai.

Ngày mười tám, vị Quan-Âm Bồ-tát.

Ngày hai mươi ba, vị Thế-Chí Bồ-tát.

Ngày hai mươi bốn, vị Địa-Tạng Bồ-tát.

Ngày hai mươi tám, vị Tỳ-Lư-Già-Na Phật.

Ngày hai mươi chín, vị Dược-Vương Bồ-tát.

Ngày ba mươi, vị Thích-Ca Như-lai.

THẬP TRÍ 十 智 Mười trí : 1. *Thế-tục trí* (trí khôn của kẻ phàm-phu, hay là trí khôn do tục-sự ở thế gian) ; 2. *Pháp trí* (trí khôn quán-tưởng bốn đế nơi Dục - giới) 3. *Loại - trí* (trí khôn quán-tưởng bốn đế về hai giới trên, biết nầy, kia đồng loại) ; 4. *Khổ trí* (lúc dứt kiến-hoặc trong Tam giới, quán tưởng Khổ-đế nơi Dục-giới mà dứt đi, nghĩa là cái trí về đạo Giải-thoát vậy) ; 5. *Tập trí* (cái trí giải-thoát được nghiệp khổ-báo Tam giới, Lục thú nhóm lại) ; 6. *Diệt-trí* (cái trí chiếu rõ cái lý Diệt-đế nơi Dục-giới mà giải-thoát đi) ; 7. *Đạo - trí* (cái trí chứng được lý Đạo-đế) ; 8. *Tha tâm trí* (cái trí biết tâm-niệm của người khác) ; 9. *Tận trí* (tức Lậu-tận trí. cái trí dứt các phiền-não ; 10. *Vô sanh trí* (cái trí chứng được lý Vô sanh của Đại-thừa Bồ-tát). Đó là Tiểu-thừa lập ra đặng thâu nhiếp hết thảy các trí.

Lại Đại-thừa thuyết Mười trí mà đức Như-lai có đủ : 1. *Tam thế trí* (cái trí thông đạt ba đời) ; 2. *Phật pháp trí* (cái trí thông đạt Pháp Phật) ; 3. *Pháp-giới vô-ngại trí* (cái trí chứng được lý vô-ngại của các pháp) ; 4. *Pháp-giới vô-biên trí* (cái trí rộng bao-quát tất cả các pháp vô cùng tận) ; 5. *Sung mãn nhứt thiết thế-giới trí* (cái trí đầy khắp cả hết thảy các thế-giới ; 6. *Phổ chiếu nhứt thiết thế gian trí* (cái trí chiếu khắp hết thảy thế-gian) ; 7. *Trụ trì nhứt thiết thế-giới trí* (cái trí trụ trì hết thảy các thế-giới) ; 8. *Trí nhứt thiết chúng-sanh trí* (cái trí biết hết thảy chúng-sanh) ; 9 *Tri Thứt thiết pháp trí* (cái trí biết hết thảy các pháp) , 10. *Tri vô-biện chư Phật trí* (cái trí biết cả vô-biên chư Phật).

THẬP TRIỀN 十纏 Mười món trói buộc. Có mười món quấy-bậy lầm-lộn trói-buộc chúng-sanh chẳng đặng ra khỏi vòng sanh tử, mà chứng Niết-bàn : 1. *Vô tàm* (không biết thẹn), 2. *Vô quí* (không biết hổ), 3. *Tật* (ganh-ghét), 4. *Khan* (keo-xẻn), 5. *Sân* (hờn), 6. *Thụy miên* (ham ngủ), 7. *Trạo cử* (lòng nhấp nhảy chẳng an - tịnh), 8. *Hôn-trầm* (tối - tăm chim-đắm), 9. *Sân-nhuế* (giận-giữ). 10. *Phúc* (tráo-trở).

THẬP-TRỤ 十住 I. Mười trụ-vị, mười địa vị an-trụ của Bồ-tát Đại-thừa.

II. Bồ-tát chứng được trụ-vị thứ mười là địa-vị cao nhứt, tức *Thập trụ Bồ-tát Ma-ha-tát.— Thập trụ* có giải rõ ở Thủ-Lăng-Nghiêm Kinh, quyển 8.

Mười trụ-vị là :

1. *Phát tâm-trụ* 發心住 : Đem cái phương-tiện chơn-thật mà phát khởi Mười mối lòng trụ, thiệp vào chỗ dụng của Mười lòng tín (Thập tín), viên thành địa vị Nhứt tâm vậy.

2. *Trì địa trụ* : 治 地 住 : Tâm sáng trong, như trong kính pha-lê hiện ra chất tinh-kim, đem cái tâm mầu-nhiệm trước mà quản trị nó, cho nên kêu là Trì địa (Trị địa).

3. *Tu hành trụ* 修 行 住 : Nhờ đã trải qua địa-vị trước, sự biết trở nên minh-bạch hiểu-liễu, bèn du-lịch Mười phương mà chẳng lưu ngại.

4. *Sanh quí trụ* 生 貴 住 : Nhân lấy phần phí - lực của Phật, thông bề nầy tỏ bề kia, bèn nhập dòng-giống Như - lai.

5. *Phương-tiện cụ-túc trụ* 方 便 俱 足 住 : Tự lợi và lợi tha phương-tiện đều đủ, tướng-mạo chẳng khuyến-lậu.

6. *Chánh-tâm trụ* 正 心 住 : Chẳng những tướng - mạo, tâm tướng cũng đồng với Phật.

7. *Bất-thối trụ* 不 退 住 : Thân tâm hiệp thành, càng ngày càng tăng-trưởng, không còn lui bước đối với quả Phật.

8. *Đồng-chơn trụ* 童 真 住 : Cái tướng thiêng liêng của Mười thân (Thập thân) Phật, đồng thời đủ hết.

9. *Pháp vương tử trũ* : 法 王 子 住 : Bồ-tát thành bực Pháp vương tử (*K*umara), con tinh-thần của bục Pháp-vương, làm tiếp công-việc với bực Pháp-vương, làm nổi Phật-sự.

Từ trụ-vị thứ nhứt là Phát - tâm trụ đến trụ-vị thứ tư là Sanh quí trụ, kêu là Nhập Thánh-thai.

Từ trụ - vị thứ năm là Phương-tiện cụ-túc trụ đến trụ-vị thứ tám là Đồng-chơn trụ. kêu là Trưởng-dưỡng Thánh-thai.

Còn ở trụ-vì thứ chín nầy, có hình-tướng đều đủ, thì kêu Xuất Thánh-thai.

10. *Quán-đỉnh trụ* 灌 頂 住 : Bồ-tát đã thành Pháp-vương tử, làm nổi Phật-sự, Phật bèn đem nước Trí-huệ mà rưới lên đảnh đầu. Đó cũng như vị vương-tử dòng Sát-ly, khi lên ngôi Quốc-vương, thì thọ lễ quán-đỉnh nơi tay một vị Sư Bà-la môn vậy.

Niết-bàn Kinh, quyển 27: Bực Bồ-tát còn trụ *Thập-trụ* (Trụ-vị thứ mười), cho nên chẳng thấy tỏ rõ Phật-tánh. Bực Phật Thế tôn bực Như-lai vốn là *Bất trụ bất khứ* (chẳng ở cũng chẳng đi), cho nên thấy tỏ rõ Phật-tánh.

THẬP-TRỤ BỒ-TÁT 十住菩薩 Tức là: *Thập-trụ Bồ-tát Ma-ha-tát*, bực Bồ-tát chứng đắc Trụ-vị thứ mười. *Quán đảnh trụ*, là Trụ-vị cao hơn hết. Cũng viết: *Hậu-thân Bồ-tát*.

Như khi đức Thích-Ca đắc quả Phật Như-lai, thì đức Di-Lặc ở hàng *Thập-trụ Bồ-tát*, hay *Hậu-thân Bồ-tát*.

THẬP TRƯỞNG DƯỠNG TÂM 十長養心 Mười lòng nuôi lớn. Phẩm Tâm-địa trong Kinh Phạm-võng nói rằng: Mười lòng nuôi lớn hướng vào Phật-quả; 1. *Từ-tâm* (lòng hiền-từ), 2. *Bi-tâm* (lòng thương xót) 3. *Hỷ tâm* (lòng mầng), 4. *Xả tâm* (lòng thí xả), 5. *Thí-tâm* (lòng bố-thí, 6. *Hảo ngữ tâm* (lòng nói sự tốt, 7. *Ích-tâm* (lòng lợi-ích) 8. *Đồng tâm* (lòng chung-cùng), 9. *Định-tâm* (lòng yên định), 10. *Huệ-tâm* (lòng trí-huệ).

Do Mười lòng nuôi lớn ấy, Bồ-tát vô trong Nhẫn kiên tụ.

THẬP VƯƠNG 十王 Dix rois (fr.) *Mười vị vua*. Ấy là Mười vị vua ở cảnh Âm:

1. Tần-Quảng Vương 秦廣王
2. Sơ-Giang vương 初江王
3. Tống-đế vương 宋帝王
4. Ngũ-Quan vương 伍官王
5. Diêm-la vương 閻羅王
6. Biến-Thành vương 變成王
7. Thái-sơn vương 泰山王
8. Bình-đẳng vương 平等王
9. Đô-thị vương 都市王
10. Chuyển-luân vương 轉輪王

Mười vị vua ấy ở cảnh Âm, mỗi vị ngồi nơi điện mình mà phê các việc tội phước của những hồn dã từng sống ở Dương-gian, các ngài hoặc ra lệnh hành tội, ra lệnh thả, hoặc cho đi luân-hồi tùy theo tội phước của mỗi mạng.

Ở nhiều chùa, thường có vẽ hình *Thập vương* và Thập điện, cốt ý răn đời.

THẤT BẢO (*BỬU*) 七寶 Saptaratna (scr.).— Sept joyaux (fr.) Bảy món báu. Đối với người, hễ cảnh nào có hình sắc thì *bảy món báu* là quí nhứt. Xem : *Bảo.*

Trong quyển **A-Di-Đà Kinh**, đức Phật phán với Xá-ly-Phất rằng : « Nơi cõi Cực-lạc, phía trên những ao *thất bảo*, thì có lầu các cũng đều bằng *thất bảo* hiệp thành : 1. kim, 2. ngân 3. lưu-ly, 4. pha-lê, 5. xa-cừ, 6. xích-châu 7. mã-não. Thật rất đẹp-đẽ nghiêm-trang.

Trong **Diệu-Pháp-Liên-Hoa Kinh**, đức Di-Lặc có bạch với Văn-Thù rằng : « Tôi ngồi đây mà thấy ra các cõi thế với các chúng-sanh trong Mười phương. Tôi thấy chư Bồ-tát vì cầu Phật-đạo mà bố-thí : 1. kim, 2. ngân, 3. san-hô, 4. chơn-châu ma-ni, 5. xa-cừ, 6. mã-não, 7. Kim-cang chư trân-châu. »

Trong **Diệu-Pháp-Liên-Hoa Kinh**, phẩm Phổ-môn, đức Phật có giảng rằng : « Nếu có những chúng-sanh vì cầu : 1. kim ngân, 2. lưu-ly, 3. xa-cừ, 4. mã-não, 5. san-hô, 6. hổ-phách, 7. trân-châu mà lướt vào đại-hải, kế thuyền trôi dạt vào nơi xứ của bọn La-sát, nếu trong bọn chỉ có một người niệm lên danh hiệu ngài Quan-thế-Âm, thì tất cả đều được giải thoát khỏi nạn quỉ La-sát.. »

Trong **Vô-Lượng-Thọ Kinh**, Ở cõi nước của Phật A-Di-Đà, tự nhiên *thất bảo* : 1. kim, 2. ngân, 3.- lưu-ly, 4. san-hô, 5. hổ-phách, 6. xa-cừ. 7. mã-não hiệp thành làm đất.—

Trong **Pháp-bảo-đàn Kinh**, đức Huệ-Năng có giảng rằng : *Thất bảo* ở cõi Cực-lạc tức là Bảy món của cải Thánh (Thất Thánh-tài) của nhà tu niệm : Kim (Giới), Ngân (Tín), Lưu-ly (Văn), Pha-lê (Tàm), Xa-cừ (Tấn), Xích-châu (Huệ), Mã-não (Xả).

Cho nên nhà tu-niệm nên đắc bảy món Thánh ấy còn hơn có được bảy món báu thế-gian.

Thất-bảo lại là bảy nhơn vật quí vô-giá của vị *Chuyển-luân Thánh-vương* : 1. Xe báu dùng đi hàng phục thiên-hạ 2. voi báu, 3. ngựa báu, 4. châu báu, 5. bà vợ đẹp đẽ và hiền đức hơn hết 6. vị quan giữ kho tàng, 7. vị quan giữ binh-quyền. (Âm theo Hán : 1. Luân bảo, 2. Tượng bảo, 3. Mã bảo 4. Ma-ni-châu, 5. Nữ bảo, 6. Chủ tạng thần, 7. Chủ binh thần.— Xem rõ chỗ giải riêng từng món.) Vị *Chuyển luân Thánh-vương* mỗi khi ra đi thâu phục một quốc-độ, đều đó đem theo *Thất bảo* ấy và binh-tướng tùy-tùng. *Thất bảo* của vị Chuyển-luân Thánh-vương có tả rõ trong Đại-Bát Niết-bàn Kinh, quyển 12.

THẤT BẤT KHẢ TỴ 七不可避 Bảy sự chẳng tránh được : 1. *Sanh chẳng tránh được,* y theo nghiệp-nhơn lành, dữ mà cái Kiếp sanh khổ, lạc chẳng tránh được ; 2. *Già chẳng tránh được,* tuổi lần lần già chẳng có thể tránh được ; 3. *Bệnh chẳng tránh được* ; 4. *Chết chẳng tránh được* ; 5. *Tội chẳng tránh được,* cái khổ-quả tội-nghiệp ác-đạo chẳng tránh được ; 6. *Phước chẳng tránh được,* cái khổ - quả thiện-nghiệp lạc-đạo chẳng tránh được ; 7. *Nhơn-duyên chẳng tránh được,* nhơn như vậy, duyên như vậy, hòa hiệp mà sanh ra lành, dữ, họa, phước, nghèo, giàu, thọ, yểu, đó là đạo-lý của Pháp, chẳng tránh được vậy.

THẤT BỒ-ĐỀ PHẦN 七菩提分 Saptabodhyanga (scr.) — Sept États d' Esprit constitutifs de l' Éveil (fr.) Cũng viết : Thất giác ý. (Xem : *Thất-giác ý.*)

THẤT CHƠN-NHƯ 七眞如 Bảy cái chơn-như :

1. *Lưu-chuyển chơn-như* (cái chơn-như lưu-chuyển), là cái tánh thật lưu-chuyển của pháp hữu-vi.

2. *Thật-tướng chơn-như* (cái chơn-như tướng thiệt), là cái tướng thiệt hiền ra hai cái vô-ngã.

3. *Duy-thức chơn-như* (cái chơn-như chỉ có tâm minh biết

mà phân biệt các pháp), là cái tánh thiệt duy-thức nhiễm lấy pháp tịnh.

4. *An-lập chơn-như* (cái chơn-như an trí kiến lập) là cái tánh thiệt của Khổ-đế.

5. *Tà-hạnh chơn-như* (cái chơn-như nết cong vạy), là cái tánh thiệt của Tập-đế.

6. *Thanh tịnh chơn-như* (cái chơn-như thanh-tịnh), là cái tánh thiệt của Diệt-đế.

7. *Chánh-hạnh chơn-như* (cái chơn-như nết ngay thẳng), là cái tánh thiệt của Đạo-đế vậy,

THẤT-CHÚNG 七 眾 Bảy chúng : 1. Chúng Tỳ-kheo, 2 Chúng Tỳ-kheo-ni, đó là bọn người nam, nữ thọ cụ-túc-giới, 3. Chúng Thức-xoa-ma-na đó là bọn người học sáu pháp Sa-di-ni. 4. Chúng Sa-di 5. Chúng Sa-di-ni, đó là bọn người thọ tiểu-giới, nam nữ, 6. Chúng Ưu-bà-tắc, 7. Chúng Ưu-bà-di, đó là bọn người thọ năm giới, nam nữ,

Trong *Thất chúng* đó, năm chúng trên là bạn người xuất-gia ; hai chúng dưới là bọn người tại-gia.

THẤT CHỦNG BẤT TỊNH 七 種 不 淨 Bảy món chẳng sạch :

1. *Chủng-tử bất tịnh* (*Hột giống chẳng sạch*) : Cái nghiệp-nhơn phiền-não là giống trong, cái thể xác của cha mẹ là giống ngoài, đều là chẳng sạch.

2. *Thọ sanh bất tịnh* (*Thọ sanh chẳng sạch*) : Cha mẹ giao-cấu, huyết đỏ, huyết trắng hòa hiệp chẳng sạch.

3 *Trụ xứ bất tịnh* (*Nơi đậu chẳng sạch*) : Mười tháng trong thai đậu ở thể mẹ chẳng sạch.

4. *Thực hám bất tịnh* (*Ăn uống chẳng sạch*) : Ăn uống cái chất chẳng sạch của huyết mẹ ở trong thai.

5. *Sơ sanh bất tịnh* (*Lúc mới sanh chẳng sạch* : Mười tháng đã mãn, cái chất hôi tanh dơ dáy lúc mới sanh bề-bộn.

6. *Cử thể bất tịnh* (*Tất cả thân thể chẳng sạch*): Phía trong lớp da mỏng đều là vật dơ.

7. *Cứu-cánh bất tịnh* (*Rốt cuộc chẳng sạch*): Nghiệp hết, báo trọn, bỏ xác ra đám mồ, vật chẳng sạch trôi đầy vậy.

THẤT CHỦNG BIỆN 七種辯 Bảy món tài biện. Bồ-tát có bảy món tài biện luận:

1. *Tiệp-tất biện* (tài biện mau lẹ): Đối với hết thảy các pháp, không ngần-ngại vậy.

2. *Lợi biện* (tài biện tiện-lợi): Có người biện được mau-lẹ, mà chẳng vô được sâu, Bồ-tát thì khiến cho vô sâu được.

3. *Bất tận biện* (tài biện chẳng hết): Đem cái tài biện tiện-lợi đó thuyết tướng thiệt các pháp, không cùng không hết vậy.

4. *Bất khả đoạn biện* (tài biện chẳng có thể dứt được): Trong Bát-nhã không có những câu bàn chơi giỡn, cò thể hỏi vặn cho ra lẽ mà chẳng ly-gián.

5. *Tùy ứng biện* (tài biện tùy ứng): Đoán ra pháp-ái, tùy theo chiều ứng của chúng-sanh mà thuyết ra.

6. *Nghĩa biện* (tài biện nghĩa-lý): Thuyết cho người ta nghe những việc lợi ích của Niết-bàn.

7. *Nhứt thiết thế gian tối thượng biện* (tài biện việc trên hết cả thế gian): Thuyết ra hết thảy những việc thứ nhứt trong thế gian, đó kể là bực Đại-thừa vậy.

THẤT CHỦNG BỐ-THÍ 七種布施 Bảy món bố-thí: 1. Bố-thí cho người khách, 2. Bố-thí cho người đi đường, 3. Bố-thí cho người bịnh, 4. Bố-thí cho người hầu bịnh, 5. Bố-thí vườn tược, 6. Bố-thí đồ ăn thường ngày, 7. Tùy lúc bố-thí.

THẤT CHỦNG NGỮ 七種語 Lời nói có bảy cách, bảy cách nói. Đức Phật thuyết pháp với chúng-sanh, Ngày có bảy cách nói (*Thất chủng ngữ*):

1. *Nhơn-ngữ* (lời nói về Nhơn-duyên) : Do theo cái Nhơn hiện-tại, cho biết cái Quả vị lai. Tỷ như thấy kẻ ưa Sát sanh cho tới Tà-kiến (tức những kẻ phạm Thập ác), thì nói cho họ nghe quả Địa-ngục Thấy những kẻ chẳng phạm Sát sanh cho tới chẳng có Tà-kiến, thì nói cho họ nghe cái quả sanh Thiên-thượng.

2. *Quả-ngữ* (lời nói về Quả-báo) : Đối với cái Quả hiện tại của chúng-sanh, cho họ biết cái Nhơn quá khứ. Như thấy những kẻ nghèo hèn, tướng mạo xấu xa, chẳng được tự-tại. thì nên chỉ cho họ biết chỗ Nhơn là những việc : phá giới, tật-đố, sân-hận, chẳng biết chán thẹn. Như thấy những người giàu to, các căn trọn đủ, oai đức tự-tại. ta nên cho họ biết rằng đó là do chỗ Nhơn là những việc : Trì giới, Tinh-cần, chán thẹn, chẳng có tật-đố, chẳng có sân hận.

3. *Nhơn Quả ngữ* (lời nói về Nhơn-duyên và Quả-báo) : Đối với một việc, bèn nói ra cái Nhơn của nó và cái Quả của nó.

Như nói : *Lục nhập* là Nhơn của chúng-sanh hiện tại, mà cũng là Quả của chúng-sanh quá khứ. (Trong vòng Luân-hồi, những cái Nhơn thành ra những cái Quả, rồi những cái Quả trở thành những cái Nhơn, cứ như vậy mãi chẳng dứt.)

4. *Du-ngữ* (Lời nói thí dụ). Tỷ như nói rằng Phật tức là : Đại-tượng vương, Đại-long vương, Thuyền-sư, Đạo-sư, Ngưu-vương v.v.

5. *Bất ưng thuyết ngữ* (Lời nói ra những việc chẳng ưng-nghiệm) : Muốn cho người đời sợ sệt hoặc cảm động mà tỉnh-ngộ, Phật nói ra những việc chẳng ưng-nghiệm. Tỷ như Phật nói với vua Ba-Tư-Nặc rằng : Từ Bốn phương, các hòn núi kéo nhau đến. Hoặc nói rằng :

Bồ-tát ở Trụ-vị thứ mười (Thập-trụ) còn có thể thối bước, chớ Như-lai chẳng nói hai lời !

6. *Thế lưu-bố ngữ* (Lời nói thông thường ở đời) : Như nói : nam nữ, đại tiểu, khứ lai, tọa ngọc, xa thặng, phòng xá v.v.

7. *Như ý ngữ* (Lời nói ra để đạt ý-chí của mình). Như Phật quở trách những kẻ phá giới, là để cho họ tự trách lấy đặng hộ trì cấm-giới. Như Phật khen bực Tu-đà-hoàn, là cố ý khiến cho kẻ phàm-phu

phát sanh Thiện-tâm. Phật khen bực Bồ-tát, là cố ý làm cho chúng-sanh phát Bồ-đề tâm. Phật dạy rằng tất cả chúng-sanh đều có Phật-tánh, là cố ý khiến cho ai nấy đều bỏ nết phóng-dật.

THẤT CHỦNG QUẢ 七種果 Bảy thứ kết quả, quả-báo. *Quả* sanh ra là do nơi *Nhơn*. Trong **Niết-bàn Kinh** quyển 36, có chép rằng, trong thế-gian, tất cả có *thất chủng quả* :

1. *Phương-tiện quả.*— Như người đời, trong khi thâu lúa thóc, thì nói rằng : tôi được *Phương tiện* quả. *Phương tiện* quả cũng kêu là *Nghiệp-hạnh quả*. Quả ấy do hai thứ nhơn : nhơn gần là hột giống ; nhơn xa là nước, phân, nhơn-công.

2. *Báo-ân quả.*— Như cha mẹ được đứa con có hiếu, biết phụng-dưỡng mình, thì nói rằng : chúng tôi được *Báo-ân quả* (Ân-dưỡng quả). Quả đó, tức là người con biết báo-ân. Quả ấy do hai nhơn : nhơn gần là cái nghiệp lành đời trước của cha mẹ ; nhơn xa là sanh được trang hiếu-tử.

3. *Thân-cận quả.*— Tỷ như một người, nhờ gần gũi bực Thiện-hữu mà đắc từ quả Tu-đà-hoàn cho đến quả A-la-hán. Bèn nói rằng : Tôi được cái *Thân-cận quả*. Quả ấy do hai nhơn : nhơn gần là Lòng Tin ; nhơn xa là bực Thiện-hữu.

4. *Dư-tàn quả.*— Tỷ như người kia nhờ chẳng sát sanh, cho nên được cái thân-mạng trường-thọ. Đó kêu là *Dư-tàn quả*. Quả ấy do hai nhơn : nhơn gần là Ba nghiệp (Thân, Khẩu, Ý) đều trong sạch ; nhơn xa là sự sống dai.

5. *Bình-đẳng quả.*— Đó là nói về thế-giới khí, tức là mọi vật vô-tình trong thế-gian, phát hiện ra do lòng thiện hoặc lòng ác của chúng-sanh. Quả nầy do hai nhơn : nhơn gần là sự tu Thập Thiện của chúng-sanh ; nhơn xa là Tam Tai.

6. *Quả-báo quả.*— Tỷ như người kia, khi được cái thân thanh-tịnh rồi bèn tu Ba nghiệp thanh-tịnh về Thân, Khẩu, Ý. Bèn nói rằng : Tôi được *Quả-báo*. Quả ấy do hai nhơn : nhơn gần là Thân-Khẩu-Ý ở đời nầy được trong sạch ; nhơn xa là trong các đời đã qua, Thân-Khẩu-Ý đã được trong sạch.

7. *Viễn-ly quả.*— Tức là Niết-bàn, đó là nhờ rời xa mọi phiền-não, làm xong các thiện-nghiệp. Quả ấy do hai nhơn : nhơn gần là Tam Giải-thoát môn (ba phép tu : Không, Vô-tướng . Vô-tác) ; nhơn xa là trong các đời vô-lượng, tự mình đã tu Thiện-pháp.

THẤT CHỦNG TAM MUỘI 七 種 三 昧 Bảy phép Thiền-định, Quán-tưởng.

a) Bảy phép tu cho đắc bảy phần hiệp thành quả Bồ-đề (Xem : *Thất giác-phần Tam-muội.*)

b) Bảy pháp-môn thiền-định của các hàng đắc Đạo, bắt từ dưới kể lên :

1. Tu-đà-hoàn Tam-muội, 2. Tư-đà-hàm Tam-muội, 3. A-na-hàm Tam-muội, 4 A-la-hán Tam-muội, 5. Bích-chi-Phật Tam-muội, 6. Bồ-tát Tam-muội, 7. Như-lai Giác-tri Tam-muội.

THẤT DIỆT TRÁNH (*PHÁP*) 七 滅 諍 (法) Adhikaranasamadha (scr.). Bảy phép để giải hòa khi có sự cãi lẫy giữa chư Tỳ-kheo hoặc Tỳ-kheo-ni nơi giáo-hội Tăng-già.

Trong 250 giới Tỳ-kheo và trong 348 giới Tỳ-kheo-ni, *Ba-la-di pháp* là khoản đầu, còn *Thất Diệt tránh pháp* là khoản chót.

Khi có những sự xích-mích, cãi lẫy, bất hòa, thì Giáo-hội nên xử cho êm thấm bằng *Thất Diệt tránh pháp* :

1. Dùng cách tự thuận,

2. Hoặc nói quyết rằng quên.

3. Hoặc có cớ chứng rằng mình không biết, hay đã làm mà không cố ý.

4. Hoặc là xin lỗi một cách thành thật, ăn năn rằng mình lỡ đã phạm

5. Hoặc chuyển việc ấy lên Giáo-hội xem xét một cách công-bình.

6. Hoặc giao cho một vị sư quảng đại quyết định cho.

7. Hoặc cùng nhau niệm Phật mà khỏa lấp, cũng như cỏ mọc phủ đất,

THẤT ĐẠI 七大 Bảy chất lớn. Trong bảy chất lớn ấy, mỗi chất đều phổ biến cõi Pháp-giới, cho nên kêu là *Đại*.

Ấy là : 1. Địa (Đất), 2 Thủy (Nước), 3. Hỏa (Lửa), 4. Phong (Gió), 5. Không (Hư-không), 6. Kiến (Sự Thấy), 7. Thức (cái Tâm-thức).

THẤT GIÀ TỘI 七遮罪 Bảy tội ngăn bít. Kêu tắt : *Thất già*. Cũng kêu : *Thất nghịch tội.*

Theo Đại-thừa, kẻ nào trong đời mình đã phạm một tội trong bảy tội ấy, thì bị ngăn bít chẳng được dự thọ Bồ-tát giới, vì vậy nên kêu là *Thất già tội.*

Ông Thầy thế độ phải xét coi đệ-tử mình có phạm tội ấy chăng, nếu chẳng phạm mới được truyền Giới. (Điều 40, 41 Khinh-giới trong Bồ-tát giới Kinh).

(Xem đủ các tội ở chữ *Thất nghịch tội*).

THẤT GIÁC 七覺 Saptabodhyanga (scr).-Sep états d'Esprit constitutifs de l'Éveil (fr.) Bảy phần giác-ngộ, bảy đức giác-ngộ.

Cũng viết : *Thất giác chi, Thất giác ý*, Thất *Bồ-đề phần*. (Xem rõ bảy đức giác ở chữ : *Thất giác ý*),

Bảy đức giác-ngộ : 1. Ý, (niệm), 2. Phân-biệt (Trạch pháp), 3 Tinh-tấn 4. Khỉ (*Hỷ*), 5. Y (Khinh-an, Trừ), 6 Định, 7. Hộ (Hành. xả) hiệp lại thành quả Bồ-đề. Như quả Bồ-đề của Thinh văn (La-hán) quả Bồ-đề của Duyên-giác, quả Bồ-đề của Bồ-tát, quả Bồ-đề của Phật. Mỗi quả Bồ-đề đều có đủ bảy đức ấy, nhưng lớn nhỏ khác nhau.

Như trong **Niết-bàn Kinh** quyển 23 có chép : Sông cả ở thế gian (thế gian Đại-hà), nhằm lúc Kiếp tận có bảy mặt trời chiếu xuống một lượt, làm cho sông khô khan. Còn Sông cả Phiền-não (Phiền-não Đại hà) thì chẳng như vậy ; bực Thinh-văn và bực Dnyên-giác tuy tu *Thất giác*, nhưng chẳng có thể làm khô cạn Sông cả phiền-não !

THẤT GIÁC-CHI 七覺支 Saptapodhyanga (scr).-Sep états d'Esprit constitutifs de l'Éveil (fr) Bảy phần giác-ngộ. Cũng viết : *Thất giác ý, Thất Bồ-đề phần, Thất giác phần*. Kêu tắt : *Thất giác. (Thất giác ý*.-)

THAT GIÁC-Y 七覺意 Saptabodhyanga (scr.) Sept états constitutifs de l'Éveit (fr.) Cũng viết : *Thất Bồ-đề phần,* Thất giác phần, Thất giác chi, Giác-chi, Giác-ý, Bồ-đề phần , âm theo Phạn : Bodhyanga- âm theo Ba-Ly : Bojjhanga. Ấy là bảy cái Giác, bảy phần để hiệp thành quả Bồ-đề :

Ý (Phạn : Smrti, ba - ly : Sati), cái niệm - lực nơi mình, (Cũng viết : *Niệm.*)

2. Phân-*biệt* (Phạn : Dharma - vicaya, ba-Ly : Dhamma - vicaya), phân-biệt pháp-lý nơi mình. (Cũng viết : *Trạch pháp.*)

3. Tinh-tấn (Phạn : Vîrya, Ba - Ly : Viriya), dõng - lực nơi mình.

4. Khả (Phạn : Prîti, Ba-Ly : Pîti); hỷ lạc nơi mình. (Cũng viết *Hỷ*)

5. Y (Phạn : Praçrabhi, Ba-Ly : Passadhi), yên tĩnh nơi mình (Cũng viết : *Khinh-an, Trừ.*)

6. Định (Phạn : Samâdhi, Ba-Ly : Samàdhi), cái thiền - định nơi mình.

7. Hộ (Phạn : Ukeksâ, Ba-Ly : Upekkha), sự lặng - lẽ nghiêm-chỉnh nơi mình. (Cũng viết : *Hành xả.*)

Thất - giác ý ở trong Chánh - niệm (Chánh - niệm thuộc về Bát Chánh-đạo, Bát Chánh-đạo là đế thứ tư trong Tứ Diệu-đế)

Nhà đạo nhập phép Chánh-niệm, biết rằng trong bảy phần đức ấy, mình có những phần nào và thiếu những phần nào. Và người biết rằng chúng-nó sanh nảy ra làm sao và cho đến lúc toàn vẹn, đều đủ ra làm sao,

THẤT GIÁC-PHẦN 七覺分 Saptabodhyanga(scr.). -- Sept états d'esprit constitutifs de l'Éveil (fr.) Bảy phần của cái tánh Giác (Bồ-đề). Cũng kêu : *Thất Bồ-đề phần, Thất Giác-ý, Thất Giác-chi.* Ấy là bảy phần hiệp lại thành quả Bồ-đề, mà đức Phật đã giảng giải với chư Đệ-tử.

Trong *Niết - bàn Ninh* quyển 31 biên là : 1. Niệm Giác - phần, 2. Trạch phàp Giác-phần,, 3. Tinh-tấn Giác-phần, 4. Hỷ Giác-phần, 5. Trừ Giác-phần, 6. Định Giác-phần .7. Xả Giác-phần.— Nhờ tu *Thất Giác phần*, người-ta được gần Đại Bát Niết-bàn.

(Xem : *Thất Giác-ý.*)

THẤT GIÁC-PHẦN TAM-MUỘI 七覺分三昧— Saptabodhyanga-Samâdhi (scr.)'— Extase (Médidation) sur les Sept États d'Esprit constitutifs de l'Éveil (fr.) : Phép Tam - muội quán tưởng lần lượt cho đắc đủ Bảy phần hiệp thành quả Bồ-đề. Cũng viết : *Thất chủng Tam-muội*

1. *Niệm-xứ Giác-phần Tam-muội* (Scr : Smrti-Bodhyanga-Samâdhi) : Nhập định qnán-tưởng về ý-niệm, sức niệm nơi mình.

2. *Trạch pháp Giác-phần Tam-muội* (Scr : Dharma - Vicaya - Bo--dhyanga-Samâdhi) : Nhập định quán-tưởng sự phân-biệt pháp-lý.

3. *Tinh-tấn Giác-phần Tam-muội* (Scr : Virya-Bodhyanga-Samâ--dhi) : Nhập định quán-tưởng Dõng-lực nơi mình.

4. *Hỷ Giác-phần Tam-muội* (Scr : Priti-Bodhyanga - Samâdhi) : Nhập định quán-tưởng cho đắc sự Hỷ-lạc nơi mình.

5. *Trừ Giác-phần Tam-muội* (Scr : Praçrabhi-Bodhyanga-Samâdhi): Nhập định quán - tưởng đặng cho thân tâm trở nên nhẹ - nhàng yên-tĩnh.

6. *Định Giác-phần Tam-muội* (Scr : Samâdhi-Bodhyanga-Samâ--dhi) : Nhập định phép Chánh-Định.

7. *Xả Giác-phần Tam muội* (Scr : Upêksâ-Bodhyanga-Samâdhi) : Nhập định quán-tưởng cho đắc lẽ Xả, bấy giờ tâm bình đẳng, không tranh đua, đắc Bồ-đề, thấy Phật-tánh,

THẤT HỮU 七有 *Hữu* : Có, Cảnh có, việc có, chẳng phải không. *Thất hữu* là bảy cảnh có, bảy việc có :

2. *Địa-ngục hữu :* Có cảnh Địa-ngục, có chúng-sanh đọa Địa-ngục.

2. *Bàng-sanh hữu* hay *Súc-sanh hữu* : Có cảnh Súc-sanh, có chúng-sanh đọa-lạc làm súc-vật.

3. *Ngạ-quỉ hữu* : Có cảnh Ma đói, có chúng-sanh đọa làm Ma Quỉ đói khát.

4. *Thiên-hữu* : Có cảnh Thiên-đường, Thiên-thượng, Cảnh Tiên. Có chúng-sanh sanh lên cảnh Tiên.

5. *Nhơn-hữu* : Có cảnh Nhơn-loại, Nhơn-gian, cảnh Người, Có chúng-sanh sanh ra ở cảnh Người.

6. *Nghiệp-hữu* : Có Nghiệp. Nghiệp-nhơn (Nhơn-duyên) và Nghiệp-quả (Nghiệp-báo) vẫn có, không thể phủ nhận.

7. *Trung-hữu* : Có cảnh Trung-âm, có những chúng-sanh ở cảnh giữa chừng, họ ở cảnh Người mà thác, nhưng chưa đầu thai, họ chẳng phải ở cảnh Tiên, cũng chẳng phải ở cảnh Địa-ngục hoặc ở cảnh Ngạ-quỉ,

THẤT KHÔNG 七空 Bảy cái Không : 1. *Tướng Không*, cầu tướng sanh chẳng thể được, ấy là Không. 2. Tánh *Tự tánh Không*, là tánh tự nó không vậy. 3. *Hành Không*, là việc làm của ba nghiệp chẳng thể được vậy. 4. *Vô hành Không*, là cái tự tánh của duyên khởi vốn Không, cho nên làm tức là không làm. 5. *Nhứt thiết pháp ly ngôn thuyết Không*, là hết thảy các pháp chẳng có thể lấy lời nói mà nói ra được vậy, 6. *Đệ nhứt nghĩa Thánh-trí Đại Không*, là Phật không có kiến tư, mà cái trí cũng là Không, đó là cái Không cứu-cánh, tức là Đại Không vậy. 7. *Bỉ bỉ Không*, đó là cái không giả, món kia thể nọ đều Không vậy.

Lại Trí-độ luận có bảy cái Không. Nói nghĩa rộng thì là mười tám cái Không. Nói nghĩa lược thì có bảy cái Không : 1. Cái Không của tánh, 2. Cái không của tướng mình, 3. Cái Không của các Pháp, 4. Chẳng thể được là Không (Bất khả đắc Không), 5. Không có pháp là Không (Vô pháp Không) 6. Cái có pháp là Không (Hữu pháp Không) 7. Có pháp không pháp là Không (Vô pháp hữu pháp Không).

THẤT-LA-PHIỆT 室 羅 伐 Çrâvasti ou Sravasti (scr.) Cũng kêu là Xá-Vệ. (Xem : *Xá-Vệ*).

THẤT NGHỊCH (*TỘI*) 七 逆 (罪) Bảy tội bội nghịch :

1. Xuất Phật thân huyết (Làm cho thân Phật ra máu, như chém, đánh, ném đá v.v.).

2. Thí phụ (giết cha).

3. Thí mẫu (giết mẹ).

4. Thí Hòa-thượng (Giết ông Thầy đỡ đầu cho mình nhập Đạo)

5. Thí A-xà-lê (Giết ông Thầy dạy đạo).

6, Phá Kiết-ma chuyền Pháp-luân Tăng (Khuấy rối chư Tăng Kiết-ma chuyền Bánh xẹ Pháp, kêu tắt là Phá Tăng).

Thí Thánh-nhơn (Giết bực Thánh, như La-hán).

Đối với bảy bậc ân-đức ấy, chẳng những không báo đáp, lại còn nghịch hại, thì tội rất lớn, đọa vô số Kiếp.

Theo trong **Bồ-tát Giái Kinh**, ai phạm một trong bảy tội nghịch ấy, thì chẳng được pháp-sư truyền Bồ-tát giới.

(So sánh với *Ngũ nghịch tội*)

THẤT PHẬT 七 佛 Sept Bouddhas (fr.) Bảy đức Phật lần lượt đã ra đời trước đây, Kể luôn đức Phật bổn-sư của chúng-ta :

1. Tỳ-bà-Thi (Vipasyin), đức Phật 998 về Trang nghiêm Kiếp.

2. Thi-Khí (Çikhin) đức Phật 999 về Trang nghiêm Kiếp.

3. Tỳ-xá-Phù (Visvabhù), đức Phật 1.000 về Trang nghiêm Kiếp.

4. Ca-la-ca-tôn-Đại (Krakucchanda), đức Phật thứ nhứt về Hiền kiếp

5. Câu-na-hàm-mâu-Ni (Kanakamouni), đức Phật thứ nhì về Hiền-Kiếp.

6. Ca-Diếp (Kaçyapa), đức Phật thứ ba về Hiền-Kiếp.

7. Thích-Ca-Mâu-ni (Sakyamonni), đức Phật thứ tư về Hiền-Kiếp.

Và đức Di-Lặc (Mâitreya) sẽ thành Phật kế tiếp đức Thích Ca, ngài sẽ là đức Phật thứ năm trong Hiền-Kiếp nầy

THẤT TẠI NẠN 七 災 難 Bảy sự tai nạn : 1. Nạn mặt trời, mặt trăng lỗi độ ; 2. Nạn các vì sao lỗi độ ; 3. Nạn lửa cháy ; 4. Nạn nước mưa xảy biến lạ ; 5. Nạn gió dữ ; 6. Nạn khí dương quá thạnh ; 7. Nạn giặc dữ.

THẤT THÁNH-GIÁC 七 聖 覺 Saptabodhyanga (scr.). — Sept états d'Esprit constitutifs de L'Éveil (fr.) Bảy đức giác-ngộ của bực Thánh. Cũng kêu là *Thất giác-ý, Thất giác-chi, Thất Bồ-đề phần* (Xem : *Thất giác-ý.*)

Niết-bàn Kinh : Bực Phật, Bồ-tát có đủ *Thất Thánh - giác,* nên người-ta xưng các ngài là *Thánh-nhơn.*

THẤT THÁNH-TÀI 七 聖 財 Bảy món của-cải về tinh-thần của hàng Thính-giả :

1. Tín (Đức tin, lòng Chánh-tín),

2. Giới (Giới-hạnh trong sạch),

3. Tàm (Lòng hổ thẹn),

4. Quí (Lòng ố chán, quá thẹn),

5. Đa văn (Nghe nhiều, biết rộng),

6. Trí-huệ,

7. Xả-ly (Xả bỏ, rời khỏi các sự tríu mến).

Niết-bàn Kinh : Bực Phật, Bồ-tát có đủ *Thất Thánh-tài* là : Tín, Giới, Tàm, Quí, Đa văn, Trí-huệ, Xả-ly, cho nên được xưng là Thánh-nhơn.

THẤT THÙ-THẮNG CĂN 七 殊 勝 根 Sept Centres de force dans l' Homme (fr.)

1. *Chỗ hậu môn* nơi cuối xương sống (Chakra central) Bắt

từ đây, con hỏa-hầu (Feu serpent) đi tuốt lên làm thông mấy cái thù-thắng căn trên.

2. *Chỗ lá lách* (Chakra de la rate). Lúc chỗ nầy vừa mở thông, thì người ta nhớ nằm mộng có bay đi các nơi. Trong khi ngủ, người ta bay đi trong cõi « plan astral »,

3. *Chỗ cái bụng* (Chakra ombilical). Người ta thọ cảm, biết rằng ai thương, ai ghét mình, nơi nào họ thích hoặc không thích mình.

4. *Chỗ cái tâm* (Chakra du cœur). Biết sự vui hay buồn của người và thấu sự cực khổ về xác-thân của người.

5. *Chỗ cuống họng* (Chakra de la gorge). Nghe các thứ tiếng, cũng như nghe tiếng nhạc. Đây là Thiên-nhĩ-thông trong hai cảnh-giới planr éthérique và plan astral.

6. *Chỗ cái trán* (Chakra du front). Căn của Thiên-nhãn thông

7. *Chỗ cái đảnh đầu* (Chakra du sommet de la tête). Ở đây gồm các sự thông của Phật Thánh. Lúc chỗ nầy phát thông, người ta xuất thần và nhập thể lúc nào cũng được.

THẤT TÌNH 七情 Sept sentiments (fr.) Bảy thứ tình cảm của người : Hỷ (mầng), nộ (giận), ai (đau đớn), cụ (sợ sệt), ái (yêu), ố (ghét), dục (muốn). Nhà tu niệm phải thống trị thất tình. Lại còn thống trị luôn lục dục : danh vị, tài lợi, sắc, tư vị (égoïsme), hư-vọng, tật đố.

Phải coi chừng mà chế ngự 13 con ma ấy ở trong người

Thất tình cũng có chỗ viết là : Hỷ (mầng), nộ (giận), ưu (lo), tư (nghĩ), bi (thương xót), khủng (sợ), kinh (hãi).

THẤT TRẦN 七塵 Bảy cảnh trần, tức là cảnh trần thứ bảy. Trong Phật-pháp, có nói *Lục trần*, chớ chẳng có nói đến cảnh trần thứ bảy. Vậy *Thất trần* là tiếng chỉ việc vô-lý, chuyện chẳng có thể xảy ra, cũng như nói :

Thập cửu giới (cảnh giới thứ mười chín), qui mao (lông rùa), thỏ giác (sừng thỏ).

THẬT (*THIỆT, THỰC*) 實 Vrai, Réel; complet, définitif (fr.) Chơn thật, thật thà, phải; đầy đủ.

Đối-nghĩa : *Hư, vọng,* giả, quyền (tạm), dị (khác).

Thật cũng có nghĩa : trái, hột, tức *quả thật,* Pháp : Fruit, Graine.

THẬT-BÁO 實 報. Sự báo-ứng đến thời kỳ sanh trái, cuộc báo-ứng thật-sự. Cũng viết : *Quả-báo, Chánh-báo.* Đối-nghĩa : *Hoa-báo,* sự báo-ứng trong thời-kỳ sanh hoa, sự báo-ứng tạm thời trong đời nầy.

Người làm thiện hoặc làm ác, ngay trong đời nầy, tạm hưởng phước hoặc mang họa, đó là *Hoa-báo.* (Tỷ như người trồng cây, thấy cây trổ hoa).

Người làm thiện hoặc làm ác, sau khi thác sẽ lại sanh tùy theo phước, tội của mình, đó là *Thật-báo* (Tỷ như người trồng cây, thấy cây trổ trái).

THẬT-BỔN 實 本 : Nguồn gốc thật, gốc tích thật. *Thật-bổn* là tiếng dùng để xưng *Giáo-pháp Nhứt thừa* của Kinh pháp-Hoa, vì Kinh ấy chứa đủ Giáo-pháp trọn vẹn, chắc thật. Đối với *Quyền-tích* là tiếng dùng để gọi các Giáo-pháp Tam thừa mà Phật đã thuyết trước khi thuyết Kinh Pháp-Hoa.

THẬT-ĐẠO 實 道 : chơn-thật, Chánh đạo. Đạo-lý

THẬT-ĐẾ 實 諦 : Lý Thật, lẽ chơn. Đồng-nghĩa : *Chơn-đế, Thánh đế.* Đối nghĩa : *Giả-đế Tục-đế.*

Những pháp-giáo chơn chánh, không điên đảo, không hư-vọng, kêu là *Thật-đế.* Lý Đại-thừa cũng kêu là *Thật-đế.*

Những lẽ mà Phật thuyết, chớ chẳng phải Ma thuyết, thì kêu là *Thật-đế,*

Những pháp một bề thanh tịnh, thì kêu là *Thật-đế.*

Trong *Tứ Diệu-đế* mỗi-đế (mỗi chơn-lý, mỗi vấn đề) đều là *Thật-đế.*

Những lý Thường, Lạc, Ngã, Tịnh của Đại Niết-bàn, cũng kêu là *Thật-đế.*

THẬT-GIÁO 實 教 : Giáo-lý chơn thật, nền Đạo chơn thật. *Thật-giáo* tức là giáo-lý đầy đủ, vững chắc Nhứt thừa, Phật-thừa. Đối với *Quyền-giáo* là giáo-lý tạm dạy chúng-sanh Ba Thừa : Thinh-văn thừa, Duyên-giác thừa, Bồ-tát thừa.

THẬT HÓA 實 化 : Sự giáo hóa chắc chắn đầy đủ. Đối nghĩa *Quyền-hóa*, sự giáo-hóa tạm.

Trong đời thuyết-pháp giáo-hóa của đức Thích-tôn, từ khi hóa đạo ở thành Ba-la-nại cho đến lúc thuyết Kinh Pháp-Hoa, bấy giờ ngài lần lượt giảng giải Ba Thừa. Sự giáo-hóa ấy kêu là *Quyền hóa.* Tới chừng ngài thuyết Kinh Pháp-Hoa, từ đó tới sau ngài gom ba Thừa thành Nhứt-thừa, dạy cho ai nấy đều thành Phật. Sự giáo-hóa ấy kêu là *Thật-hóa.*

Lại nữa, trong khi Phật hiện ra thân Phật đủ 32 tướng chánh và 80 tướng phụ mà thuyết pháp giáo-hóa, thì cuộc giáo-hóa đúng lẽ, hoàn toàn ấy kêu là *Thật-hóa.* Còn những khi Phật thị hiện ra thân chúng-sanh, thân người thường mà thuyết pháp giáo - hóa, thì sự giáo-hóa tạm thời ấy kêu là *Quyền-hóa.*

THẬT-KHÔNG 實 空 : Thật là Không, lẽ *Không* chắc thật, không sai chạy. Các pháp đều có nhơn-duyên mà sanh ra, thảy đều chẳng có tự-tánh, chẳng chắc chắn, chẳng trường-tồn, nên kêu là *Thật-Không.*

THẬT-KINH 實 經 : Kinh luận chắc thật, hoàn - toàn, đầy-đủ nghĩa-lý. Những Kinh-luận của Nhứt - thừa thì kêu là *Thật-Kinh.* Những Kinh - luận tạm thời của Tam thừa, kêu là *Quyền-Kinh.*

THẬT-NGỮ 實 語 : Lời nói chắc thật ; có, thì nói có ; không, thì nói không ; chẳng bày điều mà nói ; chẳng phải nay nói vầy, mai nói khác.

Như nói : các lời giảng giải của Phật đều là *Thật-ngữ.*— Đối-nghĩa : *Hư-ngữ, vọng-ngữ.*

Phái Hiền-giáo cho rằng lời nói phải là *Thật-ngữ*; lời nói phù hạp với việc làm, lời dạy tương ứng với nết-hạnh là *Thật-ngữ*.

Phái Mật-giáo cho rằng lời nói có nghĩa Chơn-như là *Thật ngữ*.

THẬT-NHÃN 實 眼 : Mắt thật ; sự chiếu vật mà thấy tướng thật, lẽ thật. Lại nữa, trong Ngũ nhãn của Phật và Bồ - tát, *Thật-nhãn* tức là Phật-nhãn.

THẬT SẮC-THÂN 實 色 身 : Cái sắc-thân chơn-thật, đầy đủ, hoàn toàn. *Thật sắc-thân* là hình-thể của Phật, có 32 tướng quí chánh và 80 tướng quí phụ thuộc. Nhờ cái nhơn tu vô-lượng- đức, nên cảm được cái quả là cái *Thật sắc-thân* ấy.

THẬT-TÁNH 實 性 : Cái Tánh tự nhiên chơn-thật, không giả dối, không tà ác, không có đối-đích. Cũng viết : *Chơn-tánh, Chơn-như bổn-tánh, Chơn-như Phật-tánh* (Xem : *Chơn-như*.)

Niết-bàn Kinh, quyển 8 : Nếu ai nói lẽ : Mười thiện, Mười ác,— Nên làm, Chẳng nên làm,— Đường lành, Đường dữ,— Pháp trắng, Pháp đen, kẻ phàm-phu sẽ bảo rằng đó là hai pháp. Hàng trí-giả hiểu rằng cái Tánh chẳng phải hai. Cái tánh chẳng phải hai tức là *Thật tánh*.

THẬT-TẾ 實 際 : Cũng viết : *Chơn-tế, Chơn thật tế*. Chỗ chơn thật ; lý thú chí cực, hoàn toàn ; phương - diện tuyệt - đích.

Thật-tế cũng là : *Chơn-như, Thật-tướng*.

THẬT-TẾ LÝ ĐỊA 實 際 理 地 : Xét theo cảnh-giới Chơn-như vô-tướng, xét theo lẽ phải tuyệt-đích.

Như nói : Lấy theo *Thật-tế lý địa*, thì không có một mảy trần nào mà mình thọ lấy, cho đến không có chư Phật đâu mà niệm, không có Tịnh-độ đâu mà vãng sanh.

THẬT-TƯỚNG 實 相 : Tướng-trạng chơn-thật, thể-tướng

tự nhiên, không sai chạy, không dời đổi. Cũng viết : *Chơn-thật tướng.*

Thật-tướng tức là *Không-tướng*. Nghĩa là cái tướng của các pháp vốn không ; không có cái gì là ta, không có cái gì là của ta. Cái *thật-tướng* của các pháp tỷ như Hư-không, tuy có mà không, tuy không mà có. Cái *thật-tướng* của Tam giới là không sanh, không diệt, không có, không không, không thật, không giả, không như thế nầy, không như thế khác.

Đồng-nghĩa : *Bổn-thể. Pháp-thân, Pháp-tánh, Chơn-như, Chơn-không, Vô-vi, Niết-bàn, Thật-tế, Pháp-giới.*

Phổ-Hiền quán Kinh : Nhứt thiết nghiệp-chướng hải,
Giai tùng vọng-tưởng sanh ;
Nhược dục sám-hối giả,
Đoan-tọa niệm Thật-tướng.

Niết-bàn Kinh, quyển 25• : Như-lai là Thường trụ, chẳng hề biến đổi. Như-lai tức là *Thật-tướng.*

THẬT-TƯỚNG ẤN 實相印 : Ấn-chứng thật-tướng. Đó là nói nhà tu-hành được sự ấn-chứng Thật-tướng, do đó dung-mạo có vẻ tự-nhiên, thành thật, giải-thoát.

THẬT-TƯỚNG HUỆ 實相慧 : Cái Trí-huệ thật-tướng. Đó là nói nhà tu-hành chứng được cái Trí-huệ thấu lẽ Thật-tướng : Chơn-không, Vô vi, Chơn-như.

THẬT-TƯỚNG PHÁP-GIỚI 實相法界 : Tướng Chơn Thật và cõi Pháp Hai danh từ khác nhau, nhưng đồng nghĩa. Kinh Pháp-hoa gọi là *Thật-tướng*. Kinh Hoa-nghiêm kêu là *Pháp-giới.*

THẬT-TƯỚNG TAM-MUỘI 實相三昧 : Phép suy xét phép thiền-định về lẽ Thật-tướng. Tức là ba phép Tam-muội liên quan với nhau : Không, Vô-tướng, Vô-tác. (Xem *Tam Tam-muội.*)

THẬT-TRÍ 實智 : Trí-huệ chơn-thật ; sự hiểu biết đầy-đủ, chắc chắn, đúng lý tuyệt đích. Đồng-nghĩa : *Chơn-trí, Chánh-trí, Như-lý trí, Căn-bổn trí, Chánh-thể trí, Vô phân-biệt trí.* Đối-nghĩa : *Quyền-trí, Tục-trí, Phân biệt trí.*

THÂU 偷 Adinnâdânạm (pr.) Vol (fr) Ăn cắp, ăn trộm. (Xem : *Du.*)

THẾ 世 Đời. Theo văn-minh Tàu ngày xưa, một *thế* (đời) là một khoảng ba mươi năm. Theo văn-minh Âu-châu,, một *thế* là một khoảng trăm năm, tức *thế kỷ.* – Đời của một ông vua từ khi lấy hiệu lên ngôi cho đến thác, kêu là một thế.— Ông cha, con cháu kế nghiệp nhau, mỗi đời sống kêu là một thế. Năm (tuế) cũng kêu tăng là *thế.*— *Thế* cũng có nghĩa : đời xưa, thuở xưa.

Riêng về Phật-pháp, *thế* tức là *thế tục* (thói đời). *Thói đời* ấy thường có nhiều thứ chẳng tốt, mà nhà tu-hành cần hủy bỏ. *Thói đời* thì sa vào vòng Luân-hồi, hay chuyền biến, tức là khi vầy khi khác. *Thế* ấy có : quá khứ, hiện tại, vị-lai, kêu chung là *Tam thế* (Ba đời). *Thế* lại là tiếng nói tắt để chỉ *thế gian.*

THẾ-ANH 世 英 Bực tốt nhứt, tài năng nhứt trong cõi thế, trong đời. Tiếng tôn xưng Phật. Trong các cõi thế-gian, Phật là bực anh-thắng nhứt, vì ngài đã tầm ra cái thắng-đạo, Vô-thượng Bồ-đề.

Ngoài ra tiếng *Thế-anh,* có những tiếng nầy để chỉ Phật :

Thế-nhãn : Mắt của cõi thế.

Thế hùng : Bực hùng mãnh nhứt trong các cõi đời.

Thế-tôn : Bực đáng tôn trọng hơn hết trong các chúng-sanh ở các cõi thế.

Vô-Lượng-Thọ Kinh : Hôm nay, đức *thế-anh* trụ vào cái Đạo tối thắng.

THẾ-ĐẾ 世 諦 Tức là : *thế-gian đế, thế-tục đế.* Chơn-lý của người đời hạp với trí-thức của phàm-phu ; chơn-lý chưa trọn vẹn, chỉ phải có một bề thôi Cũng kêu : *Tục-đế*. Đối với : *Chơn đế, Đệ-nhứt nghĩa đế, Thắng nghĩa đế.*

Niết-bàn Kinh : Những lẽ mà người xuất-thế biết được, kêu là *Đệ-nhứt nghĩa đế*. Những lẽ mà người thế-tục biết được, kêu là *Thế-đế*. Như Ngũ âm hòa-hiệp (mà thành ra người), người ta bèn gọi là tên Mỗ, tên Giáp. Những chúng-sanh phàm-phu cứ theo đó mà gọi, như vậy kêu là *Thế-đế*. Bực người xuất-thế, giải-thoát ra khỏi Ngũ âm ; đối với người ấy, chẳng có tên Mỗ, tên Giáp. Bực ấy đã rời khỏi Ngũ âm ; đối với họ, chẳng có tên Mỗ, tên Giáp. Hiểu ra tánh tướng như vậy, kêu là *Đệ-nhứt nghĩa-đế*.

Lại nữa, những pháp có tên và có thật, thì kêu là *Đệ-nhứt nghĩa-đế* : còn những pháp có tên mà không thật thì kêu là *Thế-đế*. Tỷ như : ngã (ta, bản-thể chủ-tể), chúng-sanh, thọ-mạng, tri-kiến, cúng-dường, kẻ làm, người chịu, ánh lửa nháng, thành-trì trong tuồng hát, lông rùa, sừng thỏ... đều là *Thế-đế*. Còn như những chơn-lý về Khổ, Tập, Diệt, Đạo đều là *Đệ-Nhứt nghĩa-đế*.

Nhưng, đứng trên lập-trường Đại-thừa, xét theo lẽ Tuyệt-đối. *Thế-đế* tức là *Đệ-nhứt nghĩa đế*. Là vì, khi mình hiểu chỗ chơn-thật của *Thế-pháp Thế-đế*, khi sự hiểu của mình lướt lên trên sự hiểu của kẻ phàm-phu điên-đảo, mê chấp, thì *Thế-đế* chuyển thành *Đệ-nhứt nghĩa-đế*. Tỷ như những lẽ : ngã (ta), nhơn (người), chúng-sanh, thọ-mạng (đời sống). Kẻ thế-tục hiểu một cách có giới-hạn, cố-chấp, chẳng hoàn toàn, nên đối với họ, những lẽ ấy là *Thế-đế*. Còn người xuất-thế hiểu tới chỗ chơn-thật, thường hằng, tuyệt đối của những lẽ ấy ; đối với hạng người nầy, *Thế-đế* tức là *Đệ-nhứt nghĩa-đế*.

Tài thuyết pháp của Phật thật là cao diệu. Ngài vì chúng-sanh, đem cái *Đệ nhứt nghĩa đế* thuyết thành *Thế-đế*, và đem cái *Thế đế* thuyết thành *Đệ nhứt nghĩa đế*.

THẾ ĐỆ-NHỨT PHÁP 世第一法 Tức là : *Thế gian Đệ-nhứt pháp* ; viết tắt : *Đệ-nhứt pháp*. Cái pháp bực nhứt ở thế gian. Ấy là cái pháp cao nhứt trong bốn pháp tu chứng :

1. Noãn-pháp (cái pháp ấm áp, vừa nóng).

2. Đỉnh-pháp (cái pháp trên cao, cao hơn Noãn-pháp).

3. Nhẫn-pháp (pháp Nhẫn-nhục).

4. *Thế Đệ-nhứt pháp.*

Người-tu hành đắc *Thế Đệ-nhứt pháp,* thì lìa xa Phiền - não, nhưng chưa được Giải-thoát. Người ấy, như tu Tứ Chơn-đế, có thể thiền-định đến phép Tứ-thiền và đắc quả A-na-hàm. Vì đắc Tứ-thiền và đắc quả A-na-hàm, nhưng chưa tới quả A-la-hán là quả Giải-thoát, cho nên mới gọi là *Thế Đệ-nhứt pháp.* Ấy là cảnh cao rốt của Trí Hữu-lậu.

Đắc từ Noãn-pháp, Đỉnh-pháp, Nhẫn-pháp cho tới *Thế Đệ-nhứt pháp,* thì còn ở địa-vị Hiền, chưa lên địa-vị Thánh.

THẾ-GIỚI 世 界 Toka (scr.). — Monde (fr.) Cõi đất chỗ người ở. võ-rụ, hoàn-cầu *Thế* : đời, *giới* : cõi ; *thế* thì dời đổi, có : quá khứ, hiện tại, vị-lai ; *giới* là phương vị, hiệp lại các hướng : Đông, Tây, Nam, Bắc, Đông-Nam, Tây-Nam, Đông-Bắc Tây-Bắc, Thượng, Hạ. *Thế giới* lớn, như cõi Ta-bà thế-giới thì hiệp lại là Tam Thiên đại-thiên thế-giới. (Xem : *Tam thiên đại-thiên thế-giới.*)

Còn *thế giới* nhỏ thì có : 1 Tu-di sơn, 1 mặt trời, 1 mặt trăng, 1 tứ thiên-hạ chung-quanh núi Tu-di, 1 Tứ thiên vương ở lưng chừng núi Tu-di, 1 Đao-ly thiên, 1 Dạ-ma thiên, 1 Đâu-suất thiên, 1 Hóa-lạc-thiên, 1 Tha-hóa-thiên, 1 Sơ thiền thiên.

1.000 ngàn thế-giới nhỏ hiệp thành Tiểu thiên thế-giới.

Mỗi *thế-giới* đều trải qua bốn thời-kỳ : thành, trụ, hoại, không. Bốn thời-kỳ ấy kêu là bốn Kiếp (Trung-kiếp), hiệp thành một Kiếp lớn (Đại-kiếp).

Thế-giới có cõi nghiêm tịnh, có cõi ác trược. Như cõi Cực lạc của Phật A-Di-Đà, cõi Tịnh-lưu-ly của Phật Dược-Sư, nơi ấy chẳng có các hàng địa-ngục, ngạ-quỉ, súc-sanh, không có hàng phụ-nữ, chúng-sanh vui-sướng luôn luôn, cõi đất và mọi vật toàn là thất-bảo. Ấy là cõi thế-giới nghiêm-tịnh. — Như cõi Ta-bà của Phật Thích-Ca là cõi thế giới ác-trược, nơi ấy có đủ các hạng chúng-sanh, có đủ các sự tội lỗi ; ai chí-tâm, nhẫn nhục lắm mới tu-hành được. Nhưng ở cõi thế-giái ác-trược mà tu hành được, thì công-đức rất lớn.

THẾ-GIỚI KHÍ 世界器 : Cũng viết : Khí Thế-giới, Khí-giới, Khí Thế gian. (Xem : *Khí.*)

THẾ-GIAN 世間 Monde (fr.) Khoảng đời. *Thế* nghĩa là chuyền dời ; *gian* nghĩa là cách khoảng. Những sự vật ở trong Ba cõi đời (*Tam giới*) kêu là *Thế-gian*. Thế - gian có hai nghĩa : 1. *Hữu-tình thế gian* (khoảng đời có tình), tức là chúng-sanh vậy. 2. *Khí thế gian* (khoảng đời đồ dùng), tức là cõi đất nước vậy.

Thế-gian đối với *xuất thế gian*. Người phàm nhận rằng : Thế-gian là mọi chúng-sanh và mọi vật ở nơi mặt đất (trái đất) nầy. Người đạo Phật thì nhận rằng thế-gian là tất cả mọi chúng-sanh và mọi vật xoay vần trong *Tam giới*, từ Dục-giới, Sắc-giới tới Vô-sắc giới. Còn nếu chẳng vướng vào Tam giới, thì kêu là *Xuất thế gian*. Vậy *thế*-gian là sự vật hữu-tình và vô tình trong một cõi *Thế-giới Tam thiên Đại-thiên*.

THẾ GIAN BẤT KHẢ LẠC TƯỞNG 世間不可樂想 Cái tư tưởng cho rằng không nên vui thích đối với thế gian, ở thế gian chẳng có sự vật gì mà mình vui thích được. Ấy là một phép tu của Phật-tử, một phép tưởng trong *Thập tưởng*.

Trí-giả nên xét rằng : Ở thế-gian, không một chúng-sanh nào chẳng khổ về Sanh, Lão, Bệnh, Tử. Như cái thân mình đây, chẳng có chỗ nào mà mình chẳng sanh ra. Ở trong thế-gian, nếu chẳng có chỗ nào mà mình lìa khỏi Sanh, Lão, Bệnh, Tử, thì mình còn vui gì với thế gian ?

Ở thế gian, không có chi tấn đắc mãi mà chẳng thối thất, cho nên thế gian hẳn là Vô-thường. Đã là Vô-thường, thì bực Trí-nhơn còn vui gì với thế gian ?

Mỗi một chúng-sanh lần lượt trải qua khắp các cảnh thế-gian, khổ có, sướng có. Nhưng dầu cho sanh được ở cảnh Phạm-thiên, lần lên cho tới cảnh Phi tưởng phi phi tưởng Thiên, cuối đời cũng trở lại đọa lạc nơi Tam ác-đạo !

Dầu cho làm vị Tứ-thiên Vương, lần lên cho tới vị Tha-hóa-tự tại Thiên, cơn mạng chung, cũng sanh vào loại Súc-sanh ! Lại như vị Chuyền-luân Thánh-vương, thống nhiếp bốn cõi Thiên-hạ, hào quí và tự-tại bực nhứt, chừng hết phước cũng mang thân bần cùng, thiếu ăn thiếu mặc ! Quán-tưởng như vậy, Trí-giả còn vui thích thế gian làm chi ?

Lại trong thế gian, có các món, như : nhà cửa, áo quần, đồ ăn uống, đồ nằm ngồi, thuốc thang, hương hoa, anh-lạc, kỹ-nhạc, bảo-hóa tài-vật ; thảy đều là những món làm cho mình khổ, mà mình cần phải lìa. Vậy còn luyến ái gì thế gian ?

Tỷ như người đương lâm bệnh, dầu có mọi món kỹ-nhạc, hương hoa, vòng vàng chuỗi ngọc, cũng chẳng vui. Người ta đương khổ, há nên vui với mọi sự vật ở thế gian sao ?

Thế-gian tức là hắc-ám, xuất thế tức là quang-minh ; thế-gian tức là sự trói - buộc (hệ-phược) ; xuất-thế tức là cảnh-Giải thoát.

Cho nên bực Trí-giả phải xét sâu, nên có cái *Thế-gian bất khả lạc tưởng.*

THẾ-GIAN GIẢI 世 間 解 Lokavit (scr.) Đấng hiểu rõ tất cả thế-gian từ loại hữu tình đến loại vô-tình. Nguyên tiếng Phạn là *Lộ-ca-phại* 路 迦 憊 Lộ-ca (Loca) : thế-gian, Phại (Vit) Giải, Tri. Một hiệu trong *Thập hiệu* của Phật. Đức Phật hiểu rõ suốt cả ba món của thế-gian : 1. *Khí* (Khoảng đời, cõi đất nước), 2. *Chúng-sanh,* 3. *Trí Chánh-giác,* hiểu rành sự và lý, cho nên xưng hiệu như vậy. *Thế-gian-giải* cũng viết : *Thế-gian tri* 世 間 知.

THẾ-GIAN PHÁP 世 間 法 Phép của thế-gian, Phép đời. Những vật hữu tình, phi tình trong Tam giới đều do nhơn-duyên của nghiệp lầm (hoặc - nghiệp) mà sanh ra, thảy đều có lậu (phiền-não), vô-thường, tức là hai đế : *Khổ, Tập* trong *Tứ đế* vậy. Kêu tắt : *Thế-pháp.* Tiếng gọi chung những sự vật ở trong đời, có quan thiệp với thế-tục, không có tánh-cách giải-thoát. Đối-nghĩa : *Xuất thế pháp* : pháp ra ngoài thế gian, pháp giải thoát.

THẾ-GIAN THIÊN 世 間 天 Tiên (Thiên) ở thế-gian. Tiếng xưng các vị vua. Kêu tắt : *Thế-Thiên.* Ấy là một hạng trong *Tứ chủng Thiên.*

Những vị quốc vương thì hình-sắc đẹp đẽ, tươi nhuận, sáng chói, có đủ oai-quyền, tự-tại, rộng hưởng phước trời, cho nên kêu là *Thế gian Thiên.*

Niết-bàn Kinh, quyển 22 : Phật chẳng phải là *Thế-gian Thiên*, ngài cũng chẳng phải là không phải *Thế-gian Thiên.*

Trong vô-lượng Kiếp, Như-lai đã từ bỏ ngôi vua, cho nên Ngài chẳng phải là *Thế gian Thiên*, chẳng phải là vua. Nhưng Ngài sanh vào nhà vua Tịnh - Phạn, ở thành Ca-tỳ-la, cho nên Ngài cũng chẳng phải là không phải *Thế gian Thiên* vậy.

THẾ-GIAN THỪA (*THẶNG*) 世 間 乘 Cỗ xe của thế gian, Giáo-pháp thế-tục. Đối với : *Xuất thế-gian thừa* : Cỗ xe ra khỏi thế gian, Giáo-pháp thoát khổ, lìa phiền-não. Thế gian thừa có : *Nhơn-thừa* (cỗ xe của người), *Thiên-thừa* (cỗ xe của Trời, của hàng Tiên trên Trời). *Thế gian thừa* là giáo-pháp dạy thiện-quả ở thế gian, cho nên kêu tên vậy.

THẾ-HÙNG 世 雄 Le Héros du Monde (fr.) Bậc Thế-hùng. Hiệu riêng của Phật. Phật là bậc hùng-mạnh nhứt trong cõi thế, chế phục được chúng ma, cho nên kêu là *Thế-hùng.* Cũng kêu : *Giác-hùng.*

Vô-Lượng-Thọ Kinh : Hôm nay đức *Thế-hùng* trụ vào nơi chư Phật trụ.

THẾ - NHÃN 世 眼 Con mắt của cõi thế, của người đời. Đó là hiệu riêng của Phật, nghĩa là : Phật là con mắt của người đời, chỉ dẫn đường ngay cho chúng-sanh vậy.

Vô-Lượng Thọ Kinh : Hôm nay, đức *Thế-nhãn* trụ vào cái hạnh của bực Đạo-sư (bực Thầy hướng-đạo cho chúng-sanh).

THẾ-PHÁP 世 法 Tức là : *thế gian pháp, thế-tục pháp.* Nghĩa là : Pháp *thế-đế*, pháp-giáo (giáo-lý) của người thế-tục, cái pháp có quan-thiệp với Tam giới ; pháp-giáo, công-việc do nhơn-duyên sanh ra, có thể biến cải, có thể bị phá hủy vậy.

Thế-pháp đối với *Xuất-thế pháp, Đệ nhứt nghĩa pháp* là pháp-giáo, công-việc của hàng tu-hành xuất-gia, của hàng Thánh-giả.

Niết-bàn Kinh : *Thế-pháp* có thể hư hoại, tiêu diệt ; còn *Đệ nhứt nghĩa pháp* thì chẳng hề hư-hoại, tiêu diệt.

THẾ-TÔN 世 尊 Lokanatha, Bhagavat (scr.) Le Bienheureux (fr.) Hiệu của Phật. Vì ngài có đủ vạn đức, cho nên được tất cả thế-giái (thượng, trung, hạ) từ chư Thánh, Tiên, Thần cho đến loài Người, Yêu-quỉ, Địa-ngục, Súc-sanh thảy đều tôn-trọng. Lại ngài là đáng tôn-trọng hơn hết trong các bực chúng-sanh, cho nên gọi ngài là *Thế-tôn*.

Thế-tôn tức là dịch nghĩa chữ Phạn Bạc-già-phạm, Bà-già-bà (Bhagavat), hoặc chữ Lô-ca-na-tha. (Lokanàtha). Nhưng chữ sau thì đúng hơn, vì *Loka* có nghĩa : thế, thế-giới ; *nàtha* : được tôn trọng.

Thế-tôn là hiệu thứ mười trong mười hiệu của Phật : 1. Như - lai, 2. Ứng - cúng, 3. Chánh biến tri, 4. Minh-hạnh-túc, 5. Thiện-thệ, 6. Thế-gian giải, 7. Vô-thượng-sĩ điều ngự trượng-phu, 8. Nhơn Thiên Sư 9. Phật, 10. *Thế-tôn.*

Như hiện nay đức Thích-Ca Mâu-Ni là Phật *Thế-tôn* ở cõi Ta-bà nầy. Ngài bỏ ngôi vua mà đi tu hồi 29 tuổi, trải qua sáu năm khổ-hạnh, thành Phật *Thế-tôn* hồi 35 tuổi. Từ đó, ngài ra đi độ thế cho đến năm 84 tuổi thì nhập Niết-bàn. Đức *Thế-tôn* có những đức lành và tướng quí nầy : sáu Ba-la-mật, Từ Bi Hỷ Xả, Ba mươi hai tướng chánh, 80 tướng phụ, một vòng hào-quang màu vàng ròng, Bốn điều chẳng sợ (Tứ vô sở úy), Bốn điều nhiếp pháp, 18 phép thần-thông (thập bát bất cộng thần-thông đạo - lực).

Quan-Âm thị Kính : *Độ trì nhờ đức* **Thế**-tôn,

Lỡ làng thuở trước, vuông tròn mai sau.

THẾ-TỤC TRÍ 世 俗 智 Trí của thế-tục. Cái trí của kẻ phàm-phu trong thế-tục kêu là *Thế-tục trí*. Đối với *Thánh-trí* là trí của bực tu-hành, đắc đạo, cái trí không dùng vào việc lợi danh ở đời.

Lại nhơn cái trí dùng về việc tục trong thế gian, cũng kêu là Thế-tục trí. Nghĩa nầy thông cả Phàm và Thánh. Tức : *Thế-trí*.

THẾ-TỰ-TẠI-VƯƠNG ***PHẬT*** 世 自 在 王 佛 Lokisvara-Boud--dha (scr.) Một đức Phật đời quá-khứ. Cũng kêu tắt là : *Tự-Tại-Vương Phật*.

Trong *Kinh* Vô-Lượng-Thọ có ghi rằng : Hồi thuở quá-khứ, có đức *Thế-Tự-Tại-Vương Như-lai* ra đời. Nhơn thấy ông Tỳ-kheo Pháp-Tạng đến trước Ngài mà phát nguyện Đạo Vô-thượng, Đức *Phật-Thế-Tự-Tại-Vương* biết rằng ông Tỳ-kheo Pháp-Tạng có trí-thức cao-minh, tâm nguyện quảng đại. Lại nhơn ông nầy có phát đủ 48 điều nguyện lớn, ngài bèn thọ-ký cho, dạy rằng về sau ông Tỳ-kheo Pháp-Tạng sẽ thành Phật ở cõi Cực-lạc thế-giái hiệu là A-Di-Đà.

Trong khi thuyết Kinh-pháp độ ông Tỳ-kheo Pháp-Tạng, đức Phật Thế-Tự-Tại Vương có phán rằng : Ví như biển cả, một người kia lấy đấu mà lường, trải bao Kiếp-số, còn có thể cùng tới đáy, lượm được của báu tốt thay ! Huống chi người-ta có chí-tâm tinh-tấn, cầu Đạo chẳng thôi, rồi sẽ nên được Quả, nguyện gì là chẳng đặng ?

THẾ-THÂN 世 親 Vasubandhu (scr.) Cũng viết : *Thiên-Thân*. Âm theo Phạn : *Phạt-tô-bàn-độ, Bà-tu-bàn-đầu*. Tổ-sư đời 21 trong hàng 28 Tổ-sư Phật-giáo ở Ấn-Độ, em của ngài Vô-Trước Bồ-tát. (Xem : *Phạt-tô-bàn-độ*.)

THẾ-THẾ SANH-SANH 世 世 生 生 Đời đời thuở thuở. Nghĩa là luân-hồi trong Sáu nẻo (Lục đạo) trải qua nhiều đời nhiều thuở vậy. Hết đời nầy, rồi sanh ra đời khác, cứ tiếp tục sanh đi sanh lại mãi không dứt. Cũng như nói : *Sanh sanh thọ sanh* 生 生 受 生 (Đời đời thọ sanh).

THẾ-THIÊN 世 天 : Tức là *Thế-gian Thiên* (vị Tiên ở thế-gian). Tiếng xưng những vị vua ở nhơn-gian. Ấy là một hạng trong *Tứ chủng Thiên*. (Xem : *Thế gian Thiên*.)

THẾ-TRÍ 世 智 Tức là : *Thế gian Trí-giả,* các hàng Trí-giả ở trong đời. *Trí-giả* tức là *Thánh-giả. Thế-Trí* là Phật, Bồ-tát và các vị Thánh-nhơn.

Niết bàn Kinh, quyển 36 : Hễ *Thế-Trí* nói Có, thì ta (Phật) cũng nói Có. Hễ *Thế-Trí* nói Không, ta cũng nói Không.

Thế-trí cũng có nghĩa : cái trí dùng về việc đời, tức *Thế-tục trí,* thông cả Phàm và Thánh.

THẾ TRÍ-BIỆN THÔNG 世 智 辯 聰 : Có trí biện-luận một cách lầu thông các việc thế-gian. Ấy là nạn thứ bảy trong Tám nạn (*Bát nạn*). Hạng người *thế trí-biện thông* chỉ lo coi các sách sử về thế gian, rất rành việc đời, ỷ mình thông-minh mà chẳng lo tu pháp xuất thế gian, cho nên chẳng được giải-thoát.

THẾ-CHÍ (BỒ-TÁT) 勢 至 (菩 薩) Mâhasthâma, Mahasthâ--maprapta (scr.) Tức là ngài *Đại-Thế-Chí Bồ-tát.* Kêu tắt là *Thế-Chí.* Cũng như ngài Quan-Thế-Âm, kêu tắt là Quan-Âm.

Vì ngài có oai-thần thế lực rất to lớn, nên gọi là *Đại-Thế-Chí, Đắc-Đại-Thế.*

(Xem : *Đại-Thế-Chí Bồ-tát.*)

THẾ PHÁT 剃 髮 Mundana (scr.).— Teihatsu (jap.).-- Tonsure (fr.) Lễ cắt tóc, Cắt tóc, Cạo tóc. Cũng gọi : *Thế trừ tu phát.*

THẾ TRỪ TU PHÁT 剃 除 鬚 髮 Cắt tóc cạo râu, cạo bỏ râu tóc. Theo nghi-thức nhà Phật, vị đệ-tử Phật mà thọ giới xuất-gia thì cắt bỏ râu tóc mình và đắp tịnh-y màu vàng. Cắt bỏ râu tóc và mặc tịnh-y, tức là bỏ hết ngôi vị của mình ở thế-gian, bỏ các sự ỷ-lại và kiêu-mạn vì chức phận của mình. Và cũng là đề phân biệt với hạng xuất-gia ngoại-đạo họ vẫn còn để tóc và mặc sắc phục trắng.

Trong quyển **Nhơn-quả Kinh**, phần thứ hai có chép rằng : Lúc ấy Thái-tử (đức Thích-Ca) dùng dao bén mà *cắt tóc* mình bèn phát nguyện rằng : Cũng như nay râu tóc ta đều xuống hết, ta nguyện cho các phiền - não, tập - chướng ta đều đoạn trừ.

THỆ ĐA LÂM 逝多林 Jetavana (scr.) Rừng cây của ông hoàng tử Thệ Đa (Jeta) hỷ cúng cho Giáo Hội do đức Phật đứng đầu, để xây cất thành Tịnh-xá. Cũng viết : *Kỳ đà Tinh-xá, Kỳ-đà lâm, Kỳ-hoàn tinh-xá, Kỳ-thọ Cấp-cô-độc viên, Kỳ-viên.*

(Xem : *Kỳ-thọ Cấp-cô-độc viên.*)

THỆ - NGUYỆN 誓願 Prani, Pranidhâna (scr). — Vœux (fr.)

Thệ : Thề ; đem tấm lòng chí thành, cầu Phật chứng minh, quyết đuổi theo mục-đích không hề thối bước.

Nguyện : Tùy theo tâm mà mong cầu cho đạt những chỗ quyết định của mình vì chúng-sanh.

Ai muốn tu cho tinh-tấn, cần phải *thệ - nguyện.* Từ khi lập *thệ - nguyện,* hãy mạnh dạn mà đuổi theo mục-đích của mình. Chư Phật, chư Bồ-tát, các nhà tu học Đại-thừa, đều có lập hai bồn *thệ - nguyện* : tổng và biệt.

Tổng thệ-nguyện : Thệ-nguyện chung mà mỗi nhà tu học Đại-thừa cần phải thi hành, như *Tứ hoằng thệ - nguyện.*

Biệt thệ - nguyện : Tức là *bồn - nguyện,* thệ-nguyện riêng của mỗi vị để tế độ chúng-sanh, như 48 điều *thệ - nguyện* của đức A-Di-Đà-Phật, 12 điều *thệ-nguyện* của đức Dược-Sư Phật, 10 điều *thệ-nguyện* của ngài Phổ - Hiền Bồ - tát, 12 điều *thệ nguyện* của ngài Quan-Âm Như-lai.

Trong **Địa - Tạng Kinh,** Phật Thích-Ca có khen sức *thệ-nguyện* của Địa-Tạng Bồ tát : Văn-Thù-Sư-Ly ! Thử Bồ-tát oai thần *thệ-nguyện* bất khả tư nghị ! (Văn-Thù-Sư-Ly ơi ! Oai-thần *thệ-nguyện* của vị Bồ-tát ấy chẳng có thể nghĩ-bàn cho xiết !)

THI BA-LA-MẬT 尸波羅蜜 Sila-paramita (scr.).— L'observation des Règles, Vertu cardinale (fr.) Tức là : *Thi-la Ba la-mật* (Sila-paramita), tiếng Phạn, nghĩa là : *Giới-độ* 戒度. Một Đại-hạnh trong Sáu Đại-hạnh của Bồ-tát. (Xem : *Giới Ba-la-mật.*)

THI-BÀ PHÚ-LA (*THÀNH*) 尸婆富羅(城) Một Kinh-đô ở Ấn-Độ, hồi Phật Thích-Ca ra đời. Thành *Thi-bà-phú-la* là kinh-đô của nước *Ca-thi*. Phật có du hóa đến đó. Dân chúng ở thành *Thi-bà-phú-la* đã nghe rằng Phật từng giáo-hóa ở các đô-thị, họ lấy lám khát ngưỡng, mong cho Phật bước chơn đến xứ họ mà thuyết pháp độ họ.

Đại Bát-Niết-bàn Kinh, quyển 33 : Phật phán :

Thiện nam-tử ! có một lúc, ta ở tại thành *Thi-bà-phú-la*, nước Ca-thi ; Thiện-Tinh Tỳ-kheo làm kẻ cấp-sử cho ta. Lúc ấy, ta muốn vào thành ấy mà khất thực. Vô-lượng chúng-sanh ở đó, trọn lòng khát ngưỡng, muốn thấy dấu chơn ta...

THI-CA-LA-VIỆT 尸迦羅越 Sigalavada (scr.) Một bực Bồ-tát tại gia. Chính ông *Thi-Ca-La-Việt* phát khởi cho Phật thuyết bài Kinh khuyên kẻ tu tại gia nên giữ các phận-sự đối với cha mẹ, thầy dạy học, vợ chồng, bằng-hữu, tôi tớ, thầy dạy đạo-lý. Kinh ấy là *Thi-Ca-La-Việt Kinh* (scr : Sigalavada sûtra,-P : Sigâlovâda-sutta).

Thi-Ca-La-Việt là một thanh-niên dòng Bà-la-môn, con nhà sang trọng ở thành Vương-xá (Rajagrha). Vì nghe theo lời cha trối dặn, nên mỗi buổi sáng, chàng làm lễ Lục phương mà không hiểu ý-nghĩa. Phật bèn giảng cho biết làm lễ Lục phương tức là tôn trọng sáu cái phận-sự đối với : *cha mẹ, thầy dạy học, vợ chồng, bằng-hữu, tôi-tớ, thầy dạy đạo-lý*.

Được Phật khai ngộ, *Thi-Ca-La-Việt* bèn thọ Tam-qui và trì Ngũ giới. *Thi-Ca-La-Việt* là tiếng Phạn, dịch nghĩa : *Thiện-Sanh* 善生.

THI-CA-LA-VIỆT KINH 尸迦羅越經 Sigalavada-sûtra(scr).-sigâlövâda-sutta (p.) Kinh giới đề cho hàng tu tại-gia, do Phật thuyết với ông *Thi-Ca-La-Việt* (Sigalavada).

Trong Kinh ấy, Phật khuyên dứt bỏ những cái dơ bẩn : sát sanh, trộm đạo, tà-dâm, vọng-ngữ, những cái sở dục : Tư-vị, giận-hờn, vô-minh, sợ-sệt. Phật cũng khuyên đừng : chơi bạn xấu, cờ bạc, đi đêm, biếng nhác. Phật giảng với ông *Thi-Ca-La-Việt* là người ưa lễ bái *Lục Phương* 六方 rằng : Phương Đông tức là cha mẹ, Phương Nam là Thầy, Phương Tây là vợ chồng, Phương Bắc là bạn, Phương Hạ là tôi tớ,.

Phương Thượng là thầy dạy đạo. Lễ bái Lục Phương tức là giữ các phận sự đối với Sáu bực ấy cho vuông tròn. Rồi phải hành luôn Lục độ 六 度 cho đầy đủ Bồ-tát hạnh để mau thành Phật.

THI-KHÍ 尸 棄 Çikhin (scr.)

1. Một đức Phật đời quá khứ. Ngài *Thi-Khí* là đức Phật thứ 999 trong 1.000 đức Phật về cái Kiếp đã qua, *Trang-nghiêm Kiếp* (Phạn : Vyûha-Kalpa).

Trong Kinh Trường-A-hàm có chép rằng : Thuở người-ta hưởng thọ bảy mươi tuổi, đức Phật *Thi-Khí* ra đời. Ngài là dòng Sát-ly, họ Câu-ly-nhã. Cha tên là Minh-Tướng, mẹ là Quang-Diệu. Ở thành Quang-Tướng, ngài ngồi dưới cây Phân-đà-ly mà thuyết pháp, độ được 250.000 người. Đệ-tử thị-giả của ngài là Nhẫn-Hạnh-tử Vô-lượng (Sai-Ma-Ca-La).

Phật *Thi-Khí* có để lại bài Kệ nầy :

Khởi chư thiện-pháp, bổn thị huyễn ;
Tạo chư ác-nghiệp, diệc thị huyễn.
Thân như tụ mạt, tâm như phong,
Huyễn xuất vô căn, vô thật tánh.

Diễn nôm : Pháp lành khởi, vốn xưa là huyễn ;
Nghiệp dữ gây, cũng huyễn mà ra.
Mình bọt đậu, lòng gió qua,
Không căn, không thật, tánh là huyễn thôi.

2. *Thi Khí* (Çikhin) lại là tên một vị Đại - Phạm (Mahà-Brahma), một vị Đại-Tiên ở cảnh Sơ thiền-Thiên cõi Trời Sắc-giới. Hồi Phật Thích-Ca giảng Kinh Diệu-pháp Liên-hoa tại núi Kỳ-xà-quật, ngài Phạm-Thiên-Vương (Brahmà), chủ Ta-bà thế-giới có hiện lại với một vạn hai ngàn vị Thiên-tử mà dự nghe. Dẫn đầu một vạn hai ngàn vị Thiên-tử ấy, có hai ngài : *Thi-Khí Đại-Phạm* và Quang-minh Đại-phạm (Brahmà Djyôtichprabha).

Và đến khi Phật nhập Niết-bàn tại rừng cây Ta-la, ngài *Thi-Khí* Đại-Phạm Thiên-vương, chúa tể cõi Ta-bà thế-giới, có hiện lại với chư Tiên, tỏ lời ưu bi, thương tiếc đức Phật.

THI LA 尸 羅 Sila (scr.).— Règles, Discipline (fr) : Chữ Phạn, có nghĩa : *Giới, Giới-cấm*. (Xem : *Giới* 戒.)

THI-LA BA-LA-MẬT 尸羅波羅蜜.— Sila-paramita (scr.).— La Moralité parfaite (L'observation des Règles), Vertu cardinale (fr.) : Tiếng Phạn, dịch nghĩa là Giới Ba-la-mật, Giới Ba-la-mật, Giới-độ. Ấy là nền Hạnh thứ nhì trong sáu nền Đại-hạnh (*Lục độ*) của Bồ-tát, của người tu Đại-thừa quyết thành Phật.

(Xem : *Giới Ba-la-mật*.)

THI-LA-BI-ĐÀ-LA 尸羅跋陀羅 Silabhadra (scr.) Tức *Giới-Hiền* Luận-sư, một vị Cao-Tăng Ấn-độ hồi thế-kỷ thứ bảy Dương-lịch. (Xem : *Giới Hiền Luận-sư*.)

THÍ 施 Dâna (scr.). — Générosité, don, donner (fr.) Tức là *bố-thí*, đem tiền của hoặc Pháp-lý mà cho người-ta, vì họ đương cần dùng. Như nói : *Thí tài, Thí Pháp* (hoặc : Tài-thí, Pháp-thí.).— Cũng có nghĩa : Cung phụng cho bực trên. Đồng-nghĩa : *Cúng, cúng-dường*. Như nói : *Thí* Phật cập Tăng. Lại có nghĩa : Bỏ ta cho rảnh rang, cho khỏi bị ràng buộc nữa. Như nói : *Thí* rả thành ấp, thê tử, nhập sơn học Đạo.

Thí, Bố-thí là nền Hạnh đầu tiên trong *Lục độ* : Những ai muốn tu học đạo Phật Đại-thừa, trước hết phải hành *Thí* cho triệt-để. (Xem : *Nhị Thí, Tam Thí, Tứ chủng thí, Ngũ sự thí*.)

Niết-bàn Kinh : Có khi Phật dạy rằng : *Thí* tức là Đạo. Như có lần Phật phán với vua Ba-tư-Nặc rằng : « Đại-vương ! thuở xưa, tôi đã từng làm huệ *thí* ; nhờ nhơn-duyên ấy ngày nay tôi mới được quả-vị Chánh-đẳng Chánh-giác.

THÍ BA-LA-MẬT 施波羅蜜. Dâna-paramita (scr.) .— La Générosité, Vertu cardinale (fr.) : Cũng viết : *Thí-độ*. Đọc theo Phạn : *Đàn Ba-la-mật, Đàn-na Ba-la-mật*. Ấy là hạnh Bố-thí thành-thật, trong sạch của bực Bồ-tát. (Xem : *Đàn Ba-la-mật*.)

THÍ-CHỦ 施主. — Dânapati (scr.).— Seshu (jap.).— Donateur (fr.) : Những vị cư-sĩ lập nguyện bố-thí cho chư Tăng, cung cấp cho nhà Chùa ; người tự mình đứng làm chủ hội bố-thí, trai-tăng.. Cũng kêu theo Phạn : *Đàn-việt* (Dânapati). *Thí-chủ* là người tu hạnh Bố-thí. Còn *Đại Thí-chủ* là bực Phật, Bồ-tát ta làm xong *Thí Ba-la-mật* đối với tất cả chúng-sanh.

THÍ-ĐỘ 施 度.— Dâna-paramita (scr.) La Générosité, Vertu cardinale (fr.) Tức là *Thí Ba-la-mật*, Đàn Ba-la-mật. Hạnh đầu tay trong *Lục độ* (*Lục Ba-la-mật*) của Bồ-tát.

Có hai lần bố-thí mà công-đức bằng nhau, làm cho người thí-chủ đắc thành cái *Thí-độ* (Đàn Ba-la-mật). Lần thứ nhứt. Thí-chủ là cô thôn-nữ Tu-xà-Đa (Soujâta) thí sữa cho đức Thích-Ca. Ăn xong món sữa nấu với bột, ngài đến ngồi nơi cội Bồ-đề và thành Phật. Lần thứ hai, người thí là ông thợ rèn Thuần-Đà. Ăn bữa cơm ấy xong, đức Phật nhập Niết-bàn.

THÍ THỰC 施 食 Bố thí đồ ăn. Những đồ ăn bố thí cho ma đói vậy.— Lại nghĩa : đem đồ chay cúng dường cho Tăng ăn, cũng kêu là *thí thực*.

Nhưng tiếng *thí thực* là thường dùng để chỉ sự cúng thí đồ ăn cho những ma đói (ngạ-quỉ), những hồn vơ-vẩn ở không-trung, chẳng có bà-con cúng-kiến (cô-hồn).

Đức Phật có truyền cho ông A-Nan pháp-môn *thí thực* như dưới đây :

Trước hết đem đồ ăn dọn lên bàn, rồi đọc câu chú « Nhứt thiết đức quang vô-lượng oai-lực » : *Nam-mô tát phạ đác tha, nga đa phạ lồ chỉ đế, án tam bạc ra, tam bạc ra hồng.*

Đọc chú ấy 21 lần, rồi niệm bốn danh hiệu Phật dưới đây :

1. Nam-mô Đa-Bảo Như-lai.

2. Nam-mô Quảng-Bác-Thân Như-lai.

3. Nam-mô Diệu-Sắc-thân Như-lai.

4. Nam-mô Ly-Bố-Úy Như-lai.

Niệm xong, búng móng tay bảy lần, rồi đem đồ ăn rải khắp tứ hướng. Tức thì đồ ăn biến ra vô-lượng, vô biên, các quỉ đói, ma đói (*ngạ quỉ*), cô-hồn đều hưởng được no đủ cả, lại mau thoát thân *ngạ-quỉ* mà sanh lên cõi Người. cõi Tiên.

Về nghĩa *thí thực* : cúng-dường đồ ăn cho Phật, Tăng, đức Phật có giảng với ông Thuần-Đà trong Niết-bàn kinh quyển hai rằng : Có hai lần *thí thực* mà quả-báo bằng nhau. Lần đầu, ta ăn rồi thì thành Phật. Lần thứ hai, ăn rồi thì ta vào Niết-bàn. Quả-báo ấy là như vầy : người cúng-dường được hoàn thành nền Thí-độ.

THÍ-VÔ-ÚY 施 無 畏 Abhayàmdâna (scr.) Bố-thí cho cái chẳng sợ. Ấy là một danh-hiệu của ngài Quan-Thế-Âm Bồ-tát.

Ở cõi Ta-bà nầy, chúng-sanh tặng cho ngài cái danh-hiệu ấy, vì ngài độ cho chúng-sanh được an ổn, chẳng sợ. Có nghe tên ngài, thấy hình tượng ngài, thì được sức Thần - Thông của ngài độ cho khỏi các nỗi tai nạn, gian nguy, trở nên vui vẻ, an ổn, khỏi sự rầu lo.

Theo **Diệu - Pháp Liên - Hoa Kinh**, ngài Quan-Thế-Âm Bồ-tát bố-thí cho chúng-sanh mười bốn phép *vô-úy* :

1. Ai mắc sự khổ não, thì Ngài độ cho giải khỏi.

2. Ai té vào lửa nguy, thì Ngài cứu cho khỏi bị đốt.

3. Ai chìm đắm nơi sông biển, thì ngài cứu cho tới chỗ cạn.

4. Ai lạc vào xứ của bọn quỉ, thì ngài cứu cho khỏi quỉ hại

5. Ai bị đâm chém, thì ngài cứu cho khỏi lằn dao.

6. Ai bị quỉ bắt, thì ngài cứu cho khỏi hại.

7. Ai bị gông, xiềng, thì ngài cứu cho khỏi nạn.

8. Ai đi đến chỗ hiểm nguy, thì ngài cứu cho khỏi hại.

9. Ai nhiều dâm dục, thì ngài độ cho dứt tật.

10. Ai hay sân hận, thì ngài độ cho hết giận hờn.

11. Ai nhiều ngu si, thì ngài độ cho hết ngu.

12. Ai cầu con trai, thì ngài độ cho được như nguyện.

13. Ai cầu con gái, thì ngài ban cho cái phước sanh ra gái đẹp.

14 Ai xưng danh-hiệu ngài, thì ngài ban bố cho nhiều sự lợi ích

THÍ-DỤ 譬 喻 Avadàna (scr.).— Apadana (p.). – Exemple, Comparaison, Parabole (fr.) *Thí-dụ* là tiếng dịch nghĩa chữ Phạn *A-ba-đà-na*. Ấy là những tích xưa có thật, hoặc đặt ra, cũng là những thể so-sánh mà Phật thuật ra để giúp cho người ta dễ hiểu Đạo-lý chỗ cao-siêu, hoặc để cho những người mới tu-tập tỉnh-ngộ mà làm lành.

Thí-dụ kinh là một thể thuyết-pháp trong mười hai thể thuyết-pháp của Phật, một bộ trong *Thập nhị Bộ Kinh*. (Xem : *A-ba-đà-na*.)

Thí-dụ cũng viết là : *Dụ*. (Xem : *Bát chủng dụ*.)

THỊ 示 Montrer, Manifester, Démontrer (fr.) Chỉ ra ; bày ra cho người-ta xem. Dặn, bảo cho người ta biết. Như : Thị đạo, thị giáo. thị hiện, thị tịch.

THỊ ĐẠO 示 導 : Chỉ bảo và dắt dẫn. Ấy là nói Phật, Bồ-tát đứng ra chỉ đường dắt nẻo cho chúng sanh, đưa họ từ chỗ khổ đến chỗ sướng, từ cảnh mê đến cảnh tỉnh, từ Luân-hồi đến Niết-bàn.

Đối với chúng-sanh khổ-não, Bồ-tát có ba cách chỉ dẫn, *Tam chủng thị đạo* :

1. *Thần-biến thị đạo* : Hiệu Sức Thần-thông mà cứu tế họ, đem họ ra khỏi Tâm độc hoặc đưa họ ra khỏi cơn tai-biến. Ấy là dùng Thân-nghiệp.

2. *Ký-thuyết thị đạo* Lúc nào cũng ghi nhớ trong lòng việc thuyết pháp độ thế, tầm đủ phương-tiện mà giảng giải cho chúng-sanh thoát khổ. Ấy là dùng Ý-nghiệp.

3. *Giáo-giới thị đạo* : Dùng lời nói mà khuyên bảo họ, hăm

he họ đặng cứu tế họ khỏi vòng khổ não. Ấy là dùng Khẩu-nghiệp.

THỊ GIÁO 示 教 : Chỉ dạy. Chỉ ra điều thiện, điều ác một cách rành rẽ mà giáo độ chúng-sanh, khiến họ bỏ điều ác mà theo điều thiện. Như chỉ cho những việc luận-hồi, nhơn-quả.

THỊ HIỆN 示 現 : Bày ra, hiện ra. Như Phật, Bồ-tát vì lòng từ-bi độ-thế, *thị hiện* biết bao thân hình : như hiện làm Phật, làm Bồ-tát, làm Duyên giác, làm Thinh-văn, làm chư thiên, chư thần, làm người, đờn ông, đờn bà, vua, quan, cư-sĩ.. *Thị hiện* ra đủ hạng chúng-sanh, đủ cách tu hành, luyện đạo, thành đạo, đặng giục lòng chúng-sanh hướng thiện.

THỊ TỊCH 示 寂 : Thị hiện Niết-bàn. *Tịch* : Viên tịch, tịch diệt. Ấy là tiếng để chỉ chư Phật, chư Bồ-tát và các nhà đạo-đức bỏ lại cái xác-thân lúc thác.

THỊ-GIẢ 侍 者 Vị Đệ-tử theo hầu. Cũng viết : *Cấp-thị Đệ-tử, Cấp-sử tả hữu, Thị-sử nhơn.* Mỗi đức Phật trong khi đi chỗ nầy chỗ kia hóa độ, thường có một vị Đệ-tử, một bực Bồ-tát theo hầu. Được nhơn-duyên phước-đức nhiều lắm, đã từng có liên-quan với một đức Phật trong nhiều tiền-thân lắm, mới được cái hân-hạnh làm *Thị-giả* của đức Phật ấy. Như ông A-Nan là *Thị-giả* của đức Phật Thích-Ca, ông Thiện-Hữu-Tử-Tập-Quân là *Thị-giả* của Phật Ca-Diếp, ông An-Hòa-Tử Đạo-Sư là *Thị-giả* của Phật Câu-Na-Hàm-Mâu-Ni v.v.

Nhờ làm *Thị-giả*, tức là được gần Phật nhiều hơn ai hết, nên ông A-Nan mới được nghe giảng Kinh nhiều hơn các Đệ-tử khác. Nhờ vậy mà sau khi Phật tịch, Giáo-hội hội họp kỳ Kết-tập cử ông A-Nan đọc lại trọn Tạng Kinh là phần đại-khái hơn hết trong Tam Tạng.

Theo quyển « **Bồ-tát tùng Đâu-suất hạ sanh Kinh** », bực *Thị-giả* có đủ tám pháp :

1. Tín-căn kiên-cố : Lòng tin (Gốc tin) được bền vững.

2. Kỳ tâm mịch tấn : Tâm tầm cầu cho tấn tới.

3. Thân vô bệnh : Thân thể không có bệnh tật.

4. Tinh-tấn : Tấn tới trong việc tu hành.

5. Cụ niệm tâm : Đủ lòng Chánh-niệm.

6. Tâm bất kiêu-mạn : Lòng chẳng tự cao, kiêu ngạo.

7. Năng thành Định-ý : Có thể thành-tựu cái ý Định.

8. Cụ túc văn trí : Cái trí nghe pháp và hiểu, nhớ được đầy đủ.

Trong **Niết-bàn Kinh**, quyển 40, có chép :

Đức Thích-Ca thành Phật đã 30 năm, ngài có ý chọn ông A-Nan làm *Thị-giả* (Cấp-sử tả hữu). A-Nan đưa ra ba điều thỉnh cầu, nếu Phật chấp nhận, ông sẽ làm *Thị-giả*.

1. Nếu Phật đem áo cũ của mình mà ban cho A-Nan, thì A-Nan chẳng nhận.

2. Nếu Phật được người đàn-việt thỉnh riêng, thì A-Nan chẳng đi theo.

3. Phật phải để cho A-Nan được quyền vào ra nơi phòng của Phật bất kỳ giờ nào.

Đức Phật ưng thuận và khen rằng ông A-Nan là người có trí-huệ, dự thấy những chỗ hiềm-nghi của những kẻ khác.

Nếu A-Nan nhận áo cũ của Phật và nhận đi theo Phật trong khi Phật được thỉnh riêng, người-ta sẽ chê A-Nan vì sự ăn và sự mặc mà làm *Thị-giả*. Nếu A-Nan chỉ vào ra nơi phòng Phật trong những giờ nhứt định mà thôi, thì không có thể rộng làm lợi-ích cho Tứ bộ : Tỳ-kheo, Tỳ-kheo-ni, Ưu-bà-tắc, Ưu-bà-di.

(Xem : *Bát Bất khả tư nghị.*)

Cũng trong **Niết-bàn Kinh**, quyển 40, Phật có phán với Văn-Thù Sư-Lỵ, nhắc sơ những Thị-giả Đệ-tử của chư Phật đã liên tiếp ra đời trước Ngài.

Hồi đời Phật Tỳ-Bà-Thi, Thị-giả Đệ-tử của ngài tên là *A-Thúc-Ca*

Đến đời đức Thi-Khí Như-lai, Thị-giả đệ-tử của ngài tên là *Sai-Ma-Ca-La.*

Qua đời Phật Tỳ-Xá-Phù, Thị-giả Đệ-tử của ngài tên là *Ưu-Bà-Phiến-Đà.*

Tới đời Phật Cạ-La-Cưu-Thôn-Đại, Thị-giả Đệ-tử của ngài tên là *Bạt-Đề.*

Về đời Phật Ca-Na-Mâu-Ni, Thị-giả Đệ-tử của ngài tên là *Tô-Trì.*

Hồi đời Phật Ca-Diếp, Thị-giả Đệ-tử của ngài tên là *Diếp-Bà-Mật-Đa.*

Đến đời ta (Thích-Ca-Mâu-Ni-Phật), Thị-giả đệ-tử của ta là *A-Nan.*

THỊ XỨ PHI XỨ LỰC 是處非處力 Lực biết chỗ phải, chỗ quấy. Đó là Lực thứ nhứt trong *Mười Lực* của Phật, là cái Sức phân-biệt sự lý phải quấy vậy.

Xem : *Thập Lực.*

THÍCH 释 Çakya (scr.) Tiếng nói tắt để gọi đức Phật *Thích-Ca Mâu-Ni* (Çakyamouni).

Tiếng nói tắt chữ *Thích - Ca*, như *Thích-chủng* (họ Thích-Ca, Pháp : Race des Çakyas).

Cũng có nghĩa : Đạo Phật, Pháp : Bouddhisme. Như : *Thích-giáo, Thích-gia, Thích-môn, Thích-thị*, tức là *Đạo Phật Thích-Ca.* Như nói : Nho, *Thích*, Đạo (Đạo Nho, Đạo Phật, Đạo Lão.)

Thường thường, các đệ-tử xuất-gia trong đạo Phật, hay để chữ *Thích* trước Pháp-danh mình, tức là *Thích-tử*, Đệ-tử Phật Thích-Ca. Như : *Thích Huệ-Nhựt.*

Người đạo Phật, tại-gia hay xuất-gia, đều được tự xưng là *Thích-tử*, tức Phật-tử.

THÍCH-CA MÂU-NI (*PHẬT*) 釋迦牟尼 (佛) Çakya-Mouni (scr.) : Đức Phật đương kim của chúng-ta. Tên ngài có nghĩa : Bực tịch-tĩnh trong họ Thích-Ca, Pháp : l'ascète des Çakyas. Người-ta cũng dịch tên Ngài là *Năng-nhơn*. *Thích-Ca* : Năng, Năng-lực, Pháp : héros. *Mâu-Ni* : Nhơn, nhơn-từ, Pháp : Vertueux. Lại cũng dịch là : *Năng-mãn*, Pháp : le Parfait de la Race des Héros.

Ngài giáng sanh lối 563 trước Dương-lịch. 29 tuổi đi tu. Sáu năm khổ hạnh, 35 tuổi thành Đạo. Thuyết pháp truyền đạo trong 49 năm, 84 tuổi nhập Niết-bàn (479 trước Dương-lịch). Những ngày đản-sanh (mồng tám tháng tư), xuất-gia (mồng tám tháng hai), đắc Đạo (mồng tám tháng chạp) và nhập diệt (rằm tháng hai) đều là những ngày vía lớn mà các nhà chùa và thiện-nam tín-nữ đều cúng-dường. Cha Ngài là vua Tịnh-Phạn, Phạn : Souddhodana, trị nước ngự tại thành Ca-tỳ-la-vệ (Capilavastou). Hoàng-hậu là bà Ma-Da (Mâya), sanh Ngài được bảy ngày thì du tiên. Bà dì là Ba-xà-ba-đề (Prajapati), cũng là một bà phi của vua Tịnh-Phạn, trông nom và nuôi nấng Ngài. Đến lớn, có vợ là bà công-chúa Da-du-đà-la (Yasôdhara), con gái của Thiện-giác-vương (Souprabouddha). Ở với công-chúa có một con trai là La-hầu-la (Rahoula), Ngài bèn xuất-gia mà tu hành cho đến đắc Đạo thành Phật. Đến năm 84 tuổi, du hành đến xứ Câu-thi-na (Kusinagara), Ngài tịch tại hai cây song-thọ nhằm ngày rằm tháng hai.

Ngài là đức Phật thứ tư trong cái Hiền-Kiếp (Bhadrakalpa) nầy. Vì trước Ngài, trong cái Hiền-kiếp nầy, đã có ba vị Phật ra đời : Ca-La-Ca-Tôn-Đại, Câu-Na-Hàm-Mâu-Ni, Ca-Diếp.

Đó là sự tích ứng-hóa thân của Ngài. Chớ về môn Phương-tiện tu hành và độ đời của Phật theo bộ Diệu-pháp Liên-hoa Kinh, thì đời thật của Phật nói không cùng. Đức Như-lai thành Phật đã biết bao Kiếp rồi, song Ngài chuyền cái phương-tiện giáng thế và tu hành để độ chúng-sanh. Và Phật giả ra nhập Niết-bàn đặng chúng-sanh đem lòng hoài bão đối với Phật, ráng lo tu học. Chớ thật ra, Phật không có nhập Niết-bàn : lúc nào Ngài cũng quanh quẩn theo ta để dìu dắt ta, giáo hóa ta.

Vì chính Ngài có nói rằng : «Cho đến nay ta thành Phật, mà cái hạnh Bồ-tát ta làm cũng chưa xong. Ta còn phải làm cái hạnh ấy nữa trong vô-lượng vô-số Kiếp.»,

Thường muốn cữ tên Ngài, người-ta gọi Ngài là :

1. *Đức Phật-tổ*, vì Ngài là Bổn-sư của các nhà tu niệm xuất-gia và tại-gia.

2. *Đức Thế-tôn*, vì ở cõi thế, Ngài được tôn trọng nhứt trong các hạng chúng-sanh.

3. *Đức Như-lai*, vì Ngài đã đắc quả Phật thì vào cảnh an-nhiên, tự-tại, vô cùng vô-tận, ở khắp nơi, không từ đâu mà đến và không đi đâu.

Ngoài ra tên *Thích-Ca Mâu-Ni*; vì tôn-kính, người-ta còn gọi Ngài bằng mấy tên dưới đây : Nhứt-thiết nghĩa thành, Viên-mãn nguyệt, Sư-tử hống, Đệ-thất Tiên, Cồ-đàm thị, Đại Sa-môn, Đạo-sư, v.v.

Hồi đức Phật Thích-Ca Mâu-Ni ra đời, con người hưởng thọ một trăm tuổi. Trước ngài, ở cõi nầy, đức Phật Ca-Diếp (Kaçyapa) đã ra đời, lúc ấy con người sống 20 ngàn tuổi. Và sau ngài, đức Phật Di-Lặc (Maitreya) sẽ ra đời, bấy giờ con người sẽ sống đời 80 ngàn tuổi.

THÍCH-CA-MÂU NI (*CỔ PHẬT*) 釋迦牟尼 (古佛) Çakyamouni (scr.) Một đức Phật đời quá-khứ, tên là *Thích-Ca Mâu-Ni*.

Chẳng những *Thích-Ca Mâu-Ni* là tên đức Bổn-sư của các nhà học Phật, mà về thời xưa, cách nay vô-lượng vô-biên Na-do-tha Kiếp, đã có một đức Phật ra đời, cũng tên là *Thích-Ca Mâu Ni*, và cõi thế của ngài cũng kêu là Ta-bà.

Thuở ấy, đức Bổn-sư của chúng ta là một người nghèo. Người ấy đến nhà bạn lành, nghe tiếng đồn rằng đức Phật *Thích-Ca Mâu Ni* đương giảng Kinh Niết-bàn với Đại-chúng. Nghe được tin ấy, người lấy làm vui mừng, muốn sắp đặt cuộc cúng-dường Phật. Nhưng phận nghèo, chẳng có món chi để cúng, người định bán mình. Nhưng bạc phước thay, chẳng có ai chịu mua. Người bèn đi về nhà. Dọc đường, gặp một người kia, bần-nhơn bèn nói rằng « Tôi muốn bán mình, ông có thể mua chăng ? » Người kia đáp : « Nhà tôi có việc, nhưng chẳng ai làm nồi. Như chú làm được, thì tôi mua thân chú.»

— Việc chi mà chẳng ai làm nồi ?

— Số là tôi có bệnh dữ, lương-y cho thuốc, dạy phải ăn mỗi ngày ba lượng thịt người. Như chú có thể mỗi ngày đem ba lượng thịt nơi thân chú mà cấp cho tôi,. thì tôi sẽ trả cho chú năm thẻ tiền vàng.

Bần-nhơn nghe xong, lấy làm vui vẻ, thưa rằng : « Ông cho tiền đi, tôi hẹn trong bảy ngày đặng sắp đặt công việc cho xong, tôi sẽ lại hầu ông. »

Người kia đáp : « Bảy ngày thì không được. Chú liệu như tiện, tôi hẹn cho chú một ngày.»

Lúc ấy, đức Bổn-sư của chúng ta lãnh tiền, đi đến chỗ đức cổ Phật *Thích-Ca Mâu-Ni*, lấy đầu và mặt làm lễ nơi chơn Phật; và có bao nhiêu của, người đem ra phụng hiến tất cả. Rồi người thành tâm ngồi lại nghe giảng Niết-bàn Kinh. Nhưng vì tâm tánh ám độn, tuy nghe giảng Kinh, mà chỉ nhớ có một bài kệ nầy :

Như-lai chứng Niết-bàn,
Dứt trọn vòng Sanh-tử ;
Như ai chí tâm nghe,
Thường được vô-lượng lạc.

Nghe được bài kệ rồi, người quay về nhà bệnh-nhơn. Mỗi ngày, người thẻo ba lượng thịt mình mà cho bệnh-nhơn ăn. Nhờ sức bài kệ, người chẳng thấy đau đớn chi cả. Như vậy cho đến trọn tháng. Người bệnh mạnh. Mà thân-thể của bần-nhơn cũng lành, chẳng có một vết thẹo. Thấy thân mình hoàn toàn, bần-nhơn bèn nguyện cầu thành Phật : « Ta nguyện rằng về sau, chừng thành Phật, ta cũng tên là Thích-Ca Mâu-Ni, và cõi thế-giới của ta cũng kêu là Ta-bà. »

Vậy thì đức Thích Ca Mâu-Ni Phật, Bổn-sư của chúng ta thuở xưa là đệ-tử của đức *Thích-Ca Mâu Ni cổ Phật*. (Tích nầy có chép ở Niết-bàn Kinh, quyền 22.)

THÍCH-CHỦNG 釋 種 Race des Çakyas. Cánh họ Thích-Ca. *Thích-Ca* nghĩa là : *Năng, Năng-lực.* Cánh họ nầy về dòng Sát-đế-ly (Kshatriya), tức là dòng nhà vua nhà tướng, thuộc về dân-tộc A-lê-da (Aryas, Aryens) là một dân tộc da trắng từ xưa ở cõi trên kéo xuống chiếm và cai trị Ấn-Độ. Họ Thích-Ca ở về phía Bắc cõi Ấn-Độ, kinh-đô là thành Ca-tỳ-la-vệ (Ka--pilavastou), dựa bờ sông Bhâgirathi. Hồi đức Phật ra đời, ngài giáng sanh vào họ Thích, cha ngài là vua Tịnh-Phạn (Souddho--dana).

Sau khi Phật tịch, xứ Ca-tỳ-la-vệ bị vua nước Câu-tát-la (Kosala) chiếm đoạt và sát hại. Những người họ Thích còn sống sót phải trốn lên miền trên xứ Nê-bạc-nhi (Népal).

THÍCH HUỆ-NHỰT 釋 慧 日 Một vị Cao-tăng người Trung-Hoa, đời Đường, có đi Thiên-Trước năm 719. (Xem : *Huệ-Nhựt.*)

THÍCH MA-NAM 釋 摩 男 Một vị Tỳ-kheo, trong số năm vị Tỳ-kheo qui y trước nhứt nơi Phật, ở tại Vườn Lộc, gần thành Ba-la-nại (Bénarès). Cũng viết : *Ma-ha-nam* (Mahânama), Ma-Nam-Câu-ly (Mahânama-Kulika). Kêu là *Thích Ma-Nam,* vì ông là người họ *Thích-Ca,* một họ với Phật.

(Xem : *Ngũ Tỳ-kheo, Ma-ha-nam.*)

THÍCH-TỬ 釋 子 Fils de Çakya, adepte de Çakya-Bouddha (fr., scr.) Con nhà Phật, đệ-tử Phật Thích-Ca. Hồi đức Thích-tôn ra đi hoằng-hóa, những người qui-y theo Phật, cùng xuất gia theo ngài, phần đông là người quí-phái họ Thích. Cho nên người ta gọi mấy vị Tỳ-kheo ấy là *Thích-tử.*

Sau khi Phật tịch, những người xuất-gia tu theo đạo Phật cũng nhận mình là Tỳ-kheo *Thích-tử* ; ấy là hạng đệ-tử thi hành theo giáo-lý của đức Bổn-sư Phật-Thích-Ca.

Và tiếng ấy trở nên thông dụng, những tín-đồ đạo Phật dầu tại-gia hay xuất-gia, đều có thể tự xưng là *Thích-tử.*

Đồng-nghĩa : *Phật-tử, Phật đệ-tử.*

THÍCH-THỊ 釋氏 Họ Phật, tức là đạo Phật. Cũng viết : Thích-giáo, Phật-gia.

Thích-thị là tiếng mà người ngoại-đạo, nhứt là nhà Nho, dùng để gọi Phật, đạo Phật.

« **Qui-nguyên trực-chỉ** », quyển ba : *Thích-thị* có nói việc đầu thai thác sanh và có nói việc luân chuyển lên xuống.

THÍCH 釋 Çakra (scr.) *Thích*, viết trọn theo Phạn : *Thích-Ca* (Çakra), dịch nghĩa : *Năng*, có sức làm. Tức là đức *Đế-Thích*. Như : *Thích Phạm, Thích-thân.*

THÍCH ĐỀ-HOÀN NHƠN 釋提桓因 Çakra Dêvas Indrâ (scr.).— Çakra, l' Indrâ des Dêvas (Scr. et Fr.) : Danh-hiệu đức *Đế-Thích*, vua Ba mươi ba cảnh Tiên (Đạo-ly thiên) ở cõi Dục-giới. Quyền-hạn của ngài là thống-trị từ miền Đao ly thiên cho đến cõi Nhơn-gian nầy.

Thích Đề-hoàn Nhơn viết trọn theo Phạn : *Thích-Ca* (Çakra) *Đề-hoàn* (Dêvas) *Nhơn-đà-la* (Indra). Dịch nghĩa : *Năng Thiên-chủ*. *Thích* : Năng, Có sức làm; *Đề-hoàn* (Dêvas) : chư Thiên, các vị Tiên ở các từng trời; *Nhân* (Indrâ) : Chủ, Đế, Vua.

(Xem : *Đế-Thích.*)

Thích, Phạm 釋梵.— Çakra Brâhma (scr.) : Đức Đế-Thích và đức Phạm-thiên vương (Đại Phạm-thiên Vương). Ấy là hai vị vua ở cõi Trời, đức Đế-Thích thì chức-vị nhỏ thấp hơn. *Thích* là Vua Tam thập Tam thiên ở cõi Dục-giới; *Phạm* là vua cảnh Phạm ở cõi Sắc-giới.

(Xem riêng : *Đế-Thích, Phạm-thiên vương.*)

THÍCH PHẠM HỘ THẾ 釋梵護世 : Đức Đế-Thích (Çakra) và đức Phạm-thiên (Brâhma) là hai vị Hộ thế. Đối trước đức Phật, hai vị Vua Trời ấy có phát nguyện ủng-hộ Pháp Phật và các nhà tu Phật trong thế-giới, chẳng những trong đời Phật, mà trong các đời sau. Vì vậy cho nên trong xã-hội tu Phật, người ta xưng hai vị ấy là *Thích Phạm Hộ thế.*

THÍCH-THÂN 釋身 : Thân hình đức Đế-Thích. Đức Phật có khi hiện ra *Thích-thân* để tiện độ các người Ngoại-đạo, đương khi họ lập đàn cầu thỉnh đức Đế-Thích. — Những vị Tiên-nhơn trong đạo Bà-la-môn, khi tu đắc Ngũ thông, có thể biến hoá ra *Thích-thân*.

THIỆM-BỘ CHÂU 贍部洲 Jambudvipa (scr.) Quả địa-cầu của chúng-ta. Vì nó ở về phương Nam đối với núi Tu-di, nên người-ta thường gọi là *Nam Thiệm-Bộ Châu*. Cũng kêu : *Diêm-phù-đề, Nam Diêm-phù-đề.*

Thiệm-bộ hay *Diêm-phù* đều âm theo chữ *Jambud*, là một cây đại-thọ mọc ở trung-tâm châu ấy. Cây *Thiệm-bộ* thân cao, tàn lớn, trái tốt và ngọt. Chính dưới bóng cây ấy, Thái-tử Thích-Ca ngồi tham-thiền trong khi người ta cày ruộng. Người ta lấy tên cây ấy mà đặt cho quả địa cầu của chúng ta, cho nên kêu là *Thiệm-bộ châu* hay *Diêm-phù đề.* —

Về sau nầy, đức Bồ-tát Di-Lặc cũng sẽ giáng sanh làm Phật ở cõi *Thiệm-Bộ Châu* (*Di-Lặc hạ sanh Thành Phật Kinh*). Chung quanh núi Tu-Di (Sumérou) có bốn cõi thiên-hạ (*Tứ châu*) :

1. Bắc, Cu-lư châu (Uttarakuru),

2. Nam, *Thiệm-Bộ Châu* (Jambudvipa),

3. Tây, Ngưu-hóa châu (Godana),

4. Đông, Thắng-thần châu (Purva-videha).

Thiệm-bộ châu cũng là tiếng dùng để gọi cõi Thiên-Trước (Ấn-Độ). (Xem : *Diêm-phu-đề.*)

THIÊN 天 Chữ *Thiên* ta thường dịch nôm là *Trời*. *Thiên* có những nghĩa như dưới đây :

1) Vị Tiên trên Trời. Viết theo Phạn : *Đề-bà* (Dêva), nghĩa là : quang-minh, tự nhiên, thanh-tịnh, tự - tại, tối thâm (sâu nhẹm bí mật). Đó là hạng chúng-sanh thọ những quả-báo tốt

lành, tức là những phước đức đã tạo hồi ở nhơn-gian. *Thiên* có hai bực : bực gần thì ở theo núi Tu-di, còn bực xa thì ở miền Hư-không, từ cõi Dục-giới, Sắc-giới, đến Vô-sắc giới. *Thiên* là một hạng trong sáu hạng chúng-sanh luân-hồi trong Tam giới : *Thiên*, thần, người, địa-ngục, ngạ-quỉ, súc-sanh. (Xem : *Tứ chủng Thiên*.)

2) *Thiên* cũng là tiếng xưng tặng để gọi hàng quỉ-thần biết kính điều thiện. Như gọi vị Quỉ-tử mẫu thần, bà La-sát Ha-ly-đế (Hariti) là *Qui-tử mẫu thiên*.

3) Đối với người, vật tài-cán, tốt đẹp nhứt, người ta cũng gọi là *thiên*. Như : *thiên-hoa, thiên-hương* quốc sắc.

4) Cảnh-giới tốt-đẹp, trong-sạch, sáng lạn của chư Tiên, cũng gọi là *Thiên*. Như : Đâu-suất *thiên*, Sơ thiền *thiên*.

5) Khoảng Không-gian vô-biên bao bọc trên đầu ta, trong khoảng ấy xoay vần các tinh-tú, ta cũng gọi là *Thiên*. Đối với *Địa* là mặt đất mà ta đương ở, tuy quả đất vẫn xoay trong Không-gian.

6) Sự vật sanh khởi hoặc kết-cuộc một cách *tự-nhiên*, không thể dùng sức người mà làm được, cũng gọi là *thiên*. Như : *thiên*-nhiên.

7) Chúa tể vạn vật. Chữ *Thiên* nầy đồng-nghĩa với chữ Pháp (Dharma) trong đạo Phật. Kẻ tôn thần-quyền thì hiểu đó là một Đấng có quyền sanh diệt. Người trọng Pháp thì hiểu rằng *Thiên* tức là Pháp, cái Luật bao-quát Vũ-trụ, do nơi đó, mọi vật sanh ra, và vạn vật chung qui vào đó.

8) Một ngày cũng gọi là *thiên*. Như kim *thiên* (ngày nay), minh *thiên* (ngày mai).

9) Thời tiết, khí hậu cũng gọi là *thiên*. Như nhiệt *thiên* (trời nóng nực), lãnh *thiên* (trời lạnh lẽo).

10) Ngày xưa, người ta dùng chữ Thiên để gọi vị vua Chúa tể (Empereur). Như : *Thiên-binh, Thiên-tử*.

11) Cái chi phải có chớ chẳng không, thì gọi là *thiên*: Như: Vương-giả dĩ dân vi *thiên*: dân dĩ thực vi *thiên*. (Bực vương-giả coi dân như trời; còn dân chúng thì coi món ăn như trời.)

Trong **Niết-bàn Kinh** quyển 22, có biên bốn thứ thiên:

1. *Thế gian Thiên* hay *Thế-thiên*: tức là các vị vua chúa.

2. *Sanh-thiên*: Những vị Tiên trên Trời, từ cảnh Tứ thiên vương lần lên cho chí cảnh Phi-hữu Tưởng Phi vô Tưởng.

3. *Tịnh-thiên*: Những nhà tu hành đắc quả-vị từ Tu-đà-hoàn lần lên cho tới Bích-chi Phật.

4. *Nghĩa-thiên*: Các hàng Bồ-tát Ma-ha-tát trong Mười trụ, hiểu rành nghĩa các pháp, thấy các pháp là Không-nghĩa.

THIÊN-BỘ 天部 Bộ loại chư Thiên, tiếng gọi chung các hàng Tiên trong ba cõi Dục-giới, Sắc-giới và Vô-sắc giới. Ấy là một bộ trong *Bát bộ chúng* thường dự nghe Phật thuyết diễn Kinh Đại-thừa.

THIÊN CỔ 天鼓: Trống Tiên, Trống Trời. Trống mà chư Thiên-thần đánh trong những dịp lớn, như: đưa Phật, rước Phật, hội quần Tiên dự nghe thuyết pháp.— Lại cũng gọi cái đống lớn tại trước Thiện-pháp đường nơi cảnh trời Đao-ly của đức Đế-Thích. Ấy là món đồ kỹ-nhạc ở cõi Trời, không đánh mà tự nó kêu được.

THIÊN-CƠ 天機: Máy trời. Tức là thiên-ý, — Thiên-tánh, — sự sắp đặt trước của Tiên Phật, của Định-mạng (Nghiệp-báo) một cách bí-mật về việc công như chánh-trị, quân-sự, hoặc về việc tư như vận-mạng của một người. Như: *Thiên-cơ* bất khả lậu.

Lục-vân-Tiên: *Máy trời* chẳng dám nói ra,

Xui thầy thương tớ xót xa trong lòng.

THIÊN-CUNG BẢO-TẠNG 天宮寶藏: Tức là Tàng

thơ-viện Kinh-điển ở cung Đâu-suất thiên của ngài Di-Lặc Bồ-tát, vì nơi ấy chứa trữ tất cả các Kinh-điển. *Thiên-cung* là Đâu-suất Thiên-cung. *Bảo-tạng* là thơ-viện trữ Kinh Phật.

THIÊN-CHƠN 天 眞 : Chơn-lý thiên nhiên, không phải do sức tạo-tác của loài người. – Cái tánh chơn-thật, từ thiện tự nhiên sẵn có của người đời. Như : Phản kỳ *Thiên-chơn* (Trở về nguồn Thiên-chơn). Đồng-nghĩa : *Phật-tánh, Chơn-như, Pháp-thân.* Nhơn đó, cái Pháp-thân của Phật cũng kêu là *Thiên-chơn Phật.* Chẳng những đức Như-lai có cái *Thiên-chơn Phật,* mà tất cả các chúng-sanh đều sẵn có cái lý-tánh toàn thiện toàn mỹ ấy nơi mình.

THIÊN-CHỦ (*CHÚA*) 天 主: Vị Tiên (Thiên) làm chúa tể một từng Trời, một cảnh Thiên-đường. Đồng-nghĩa : *Thiên-đế, Thiên-vương.* Như ngài Thích-đề-hoàn-nhân là *Thiên-chủ* 33 từng trời ở cảnh Đao-ly thiên ; ngài Di-Lặc hiện thời là *Thiên-chủ* Đâu-suất thiên.

Đạo Phật và đạo Bà-la-môn phân thế-giới chư-thiên ra làm Ba cõi (*Tam giới*), ở mỗi cõi có nhiều cảnh trời, mỗi cảnh trời quản-trị bởi một vị *Thiên-chủ.*

Đạo Cơ-đốc (Christianisme) là Nhứt-thần giáo, chỉ nhận có một vị Trời quyền hạn vô-cực mà họ gọi là *Thiên-chúa* (Dieu).

THIÊN-ĐÀI TÔNG 天 台 宗. – Tendai shu(jap.) Một tông phái đạo Phật bên Nhựt. Sáng lập bởi Truyền-Giáo Đại-sư, người Nhựt hồi thế-kỷ thứ chín.

Đại-sư trước ở tu tại núi Tỷ-vệ, sau được hoàng-đế Nhựt-Bổn phái qua Tàu mà tu học. Đại-sư được thọ chơn truyền giáo lý *Thiên-thai tông.* Trở về Nhựt, Đại-sư lên ngồi thiền trên núi Tỷ-vệ, đắc Đạo, bèn phổ truyền giáo-lý *Thiên-thai tông* mà bên Nhựt người ta gọi là *Thiên-đài tông.*

Giáo-lý *Thiên-đài tông* tức là giáo-lý bộ Diệu-Pháp Liên hoa Kinh : *Vạn vật đều có Phật-tánh. Nếu tinh-tấn mà tu hành để mở thông cái Phật-tánh ấy, thì được thành Phật.*

Chư tín-đồ *Thiên-đài tông* rất chuyên cần tu học. Ngoài ra bộ Diệu-pháp Liên-hoa Kinh là Kinh căn-bổn, người-ta còn trì tụng những bộ nầy : Kim-quang-minh Kinh (Suvarna-Prabâsa-sûtra), Niết-bàn Kinh (Nirvâna-sûtra), Đại-Nhựt Kinh (Mâha — vairocana-bhisambodhi-sûtra), Kim-cang đỉnh Kinh (Vajrasekharatantraya – sûtra), Bồ-đề-tâm luận (Bodhihrdayaçastra).

THIÊN ĐẠI-TƯỚNG QUÂN 天 大 將 軍 : Vị tướng-quân thị-vệ hàng chư Thiên. Ấy là những vị đại-tướng cầm binh-khí hộ vệ những vị Thiên-chủ hoặc những hàng Tiên-trưởng.— Những vị đại-tướng dùng quân-lực mà ủng hộ nhà Chùa cơn hữu sự, cũng được xưng là *Thiên đại-tướng. quân.*

THIÊN-ĐẠO 天 道. — Dêva-giti (scr.). — Le monde des Dieux (fr.) : Đường Trời. Ấy là một đường trong *Lục đạo* Luân-hồi Cũng kêu : *Thiên-thú* (Nẻo Trời). *Thiên-đạo* là sáu cảnh Tiên Dục-giới, các cảnh trong cõi Sắc-giới và trong cõi Vô-sắc giới. (Xem : *Tam giới.*) Những chúng sanh trước có bố-thí, trì giới, tu Định thì khi thác, sanh lên miền *Thiên-đạo.*—

Thiên-Đạo (Dêvasôpâna) lại là tên cõi thế-giới của đức Phật Thiên-Vương (Dêvaradja), hậu-thân của Đề-bà-đạt-Đa.

Thiên-đạo (Đạo Trời) cũng có nghĩa thiên-lý, lẽ công-bình thiên nhiên. Như : làm lành thì được phước, làm dữ sẽ mang họa, đó là *Thiên-đạo.*

THIÊN-ĐẾ 天 帝 : Tức là đức *Đế-Thích.* Vì ngài là vua trong hàng chư Thiên (l'Indra des Dêvas) ở cảnh Đao-ly-thiên, cảnh nầy có tất cả 33 cung trời, cho nên gọi ngài là *Thiên-đế.* Danh-hiệu ngài viết trọn là : Thích-Ca (Çakra) Đề-hoàn (Dê-vas) Nhân-đà-la (Indra). Viết tắt là : Thích Đề-hoàn Nhân, Đế-Thích, *Thiên-đế.* (Xem : *Đế-Thích.*)

THIÊN-ĐƯỜNG 天 堂.— Dêvakhan (scr.). — Paradis (fr.) : Cảnh Tiên, lâu-đài cung-điện thắng diệu nơi miền Thượng-thiên. Đối với *Địa-ngục.* Những ai làm lành, tu niệm, chừng thác sanh lên *Thiên-đường,* hưởng mọi sự khoái lạc, tự-tại. Những ai làm dữ, bội nghịch, chừng thác đọa xuống Địa-ngục, chịu các sự khổ-não, trừng phạt.

Qui-nguyên trực chỉ :

Thiên-đường Địa-ngục môn tương đối,
Nhậm quân ná vãng nhứt điều hành.
(*Thiên-đường* và Địa-ngục đâu cửa với nhau,
Mặc tình ngươi muốn vào cửa nào thì vào.)

Tuy cảnh *Thiên-đường* là sướng thật, nhưng người đạo Phật chẳng cho là chốn cứu-cánh ; vì Tiên hưởng hết phước, sẽ luân-hồi, trở vào vòng khổ-não. Vậy người đạo Phật quyết diệt luân-hồi khổ-não, hướng về cảnh Niết-bàn của Phật.

THIÊN-HẠ 天 下.— Ici-bas, L'Empire (fr.) :

A) Nghĩa theo Phật : Thế-giới loài người ở dưới thế-giới của chư Tiên, cho nên kêu là *Thiên-hạ* ; còn thế-giới Thần-tiên ở trên, cho nên kêu là *Thiên-thượng*. Như lời đức Phật lúc giáng sanh :

Thiên-thượng *Thiên-hạ*, duy ngã độc tôn.

B) Nghĩa theo Nho : 1. Thế-giới của chúng ta, Mặt đất ở phía dưới vòm trời, cho nên gọi cõi nầy là *Thiên-hạ*.

2. Thuở xưa, đường giao thông chẳng tiện, không thể đi khắp các nước, người Trung-Quốc xưng cõi Trung-Hoa là *Thiên-hạ* (L'Empire), tức là cõi do vị vua Thiên-tử thống trị.

THIÊN-HOA 天 華 : Hoa mầu nhiệm, tươi tốt trên cảnh Tiên.— Trong cảnh người, những hoa đẹp và thơm như hoa Tiên, cũng kêu là *Thiên-hoa*.

THIÊN-HƯƠNG 天 香 : Hương trời. Mùi thơm trên cảnh Thượng-thiên. Lại những hương thơm thắng diệu ở cảnh nhơn-gian, cũng kêu là *thiên-hương*. Như nói : đem *thiên-hoa, thiên-hương* mà cúng-dường Phật.

Thiên-hương quốc-sắc (hương trời sắc nước) là tiếng gọi người phụ-nữ đẹp nhứt trong nước.

THIÊN-Y 天衣 : Áo Tiên. Áo mà các vị Thiên-nhơn mặc. Áo rất đẹp, rất mịn và rất nhẹ, càng nhẹ thì càng quí. Như áo của *Tứ thiên vương* cân nổi nửa lượng, áo của hàng *Đao lỵ thiên* là sáu thù, áo của hàng *Tu diễm - ma thiên* là ba thù, áo của hàng *Đâu-suất-thiên* là hai thù, áo của hàng *Hóa-lạc thiên* là một thù, áo của hàng *Tha-hóa tự-tại thiên* là nửa thù (24 thù bằng một lượng.). Đó là cân-lượng *thiên-y* của sáu hàng chư-thiên trong cõi Dục-giới.

THIÊN LONG 天龍.— Dêva, Nâga (scr.).— Dieux et Dragons (fr.) : *Thiên* là các hàng Tiên ở các cảnh trong Ba cõi Dục-giới, Sắc-giới và Vô-sắc giới. *Long* là loài rồng. *Thiên long* là tiếng gọi chung các chúng-sanh chẳng phải loài người, hiện đến nghe Phật thuyết pháp, tức là chư thiên, chư long, chư thần, chư qui. Tức là *Thiên long bát bộ*.— *Thiên long* cũng có nghĩa : hạng rồng ở cảnh Tiên, giữ gìn cung-điện ở Thiên-đường ; kêu trọn : *Thủ Thiên-cung long*.

THIÊN LONG BÁT BỘ 天龍八部 : Thiên-chúng, long chúng... tất cả là tám bộ, tám chúng. *Thiên long bát bộ* là tiếng nói tắt đề gọi Tám bộ chúng-sanh chẳng phải là loài người, hiện đến chầu Phật và nghe Phật thuyết Kinh Đại-thừa. Dự nghe Phật thuyết Kinh, tổng số có hai hạng : hạng người (nhơn) và hạng chẳng phải người (phi nhơn). Hạng người có bốn bộ : Tỳ-kheo, Tỳ-kheo-ni, Ưu-bà-tắc, Ưu-bà-di. Hạng chẳng phải người có tám bộ, tức là *Thiên Long bát bộ* :

1. *Thiên* : Chư Thiên-vương, Thiên-nhơn, Thiên-tử ở các cảnh trời trong cõi Dục-giới, trong cõi Sắc-giới, trong cõi Vô-sắc giới.

2. *Long* : Các vị long-vương và long-chúng.

3. *Dạ-xoa* : Tuy ở trong loài ác-quỉ, nhưng có lòng mộ ngôi Tam-bảo.

4. *Càn-thát-bà* : Thần âm nhạc, ca rất hay.

5. A-tu-la : Chư Thần ở theo núi và ở dáy biển.

6. Ca-lâu-la : Thần chim cánh vàng, chim đại-bàng.

7. *Khẩn-na-la* : Nửa giống người, nửa giống thần, có tài trồi nhạc Pháp.

8. *Ma-hầu-la-già* : Thần rắn lớn.

THIÊN-MA 天魔 : Ma ở cõi Thượng-thiên. Tức là Ma-la 魔羅 (Mâra), Ma-vương, vốn là vị Thiên-chủ ở cảnh trời *Tha-hóa tự-tại thiên*, là cảnh trời thứ sáu, cao nhứt trong cõi Dục-giới. Hồi đức Phật ra đời, vị *Thiên-ma* ấy từng xuống thử ý đức Phật. *Thiên-ma* cũng là tiếng chung để gọi loài Ma trên cõi Thượng-thiên : Ma-vương và Ma-chúng ; tức là hạng Thiên-thần hay dùng sức biến hóa tự-tại mà ngăn trở cái Huệ-mạng của bực Hiền Thánh. (Xem : *Ma.*)

Trong **Bồ-Tát Giới Kinh** (Phạm-võng Kinh), điều 48, nhơn cấm Phật-tử phá Pháp, đức Phật phán : Tự Phật-tử phá Phật-pháp, chớ chẳng phải kẻ ngoại-đạo hay *Thiên-ma* nào phá được.

THIÊN-NHẠC 天樂 Nhạc thần-tiên, âm-nhạc trên thiên-cung. Ấy là lối âm nhạc tận-thiện tận-mỹ, rất xuất sắc về Đạo-lý. Như *Thiên-nhạc* ở cung đức Đế-Thích. Trong đời Phật, thường khi chư Thần, chư Tiên hiện đến tấu *Thiên-nhạc* mà cúng-dường Phật.

THIÊN-NHÃN 天眼 Oeil (vue) céleste : Mắt trời, mắt thần-tiên, sự thấy thần-thông. Một thứ nhãn trong ngũ nhãn : nhục-nhãn, *thiên-nhãn,* huệ-nhãn, pháp-nhãn, *Phật-nhãn.* Với *Thiên-nhãn,* người ta có thể thấy mọi vật, các chúng-sanh trong sáu đường luân-hồi : địa-ngục, ngạ-quỉ, súc-sanh, nhơn-loại, thần, tiên. Mắt ấy thấy từ chỗ xa xôi ngàn dặm, cho nên cũng kêu là *Thiên lý nhãn* 千里眼. Thấy từ những vật to lớn cho tới những vật vi tế, như vi-trùng mà nhục-nhãn (mắt thịt) không có thể thấy. Thấy những cảnh trước mặt cho đến các cảnh sau lưng và hai bên với dưới phía trên, phía dưới, mà khỏi cần quay đầu. Dầu ban ngày hay ban đêm, chỗ sáng hay chỗ tối, vẫn thấy như nhau. Đắc *thiên-nhãn* có hai cách :

1) Do sự tu hành. Như các nhà tu tịnh-lự nhờ giữ Giới-Định-Huệ mà được.

2) Do sự quả-báo, do sự tự-nhiên mà có. Như những chúng-sanh hóa sanh nơi cõi Thần, cõi Tiên, liền được *Thiên-nhãn*. Hoặc cũng có người nhờ Nghiệp thanh-tịnh, tuy sanh ở cõi nhơn-gian, mà tự-nhiên có *thiên-nhãn*.

THIÊN-NHÃN-THÔNG 天眼通. — Dibba-Cakkhu (p.).— Pouvoir de l'Oeil céleste (fr.) : Sức thần-thông, phép thông-đạt của người đắc thiên-nhãn. Ấy là một trong *Ngũ thông, Lục thông*. Thường phải lên non mà tu thiền-định, thì mới đắc *thiên-nhãn thông*. Thỉnh thoảng, cũng có người nhờ nghiệp-quả thanh-tịnh mà tự-nhiên được *thiên - nhãn thông*, khỏi cần tu tập. Người ta nhờ *thiên-nhãn thông* mà thấy biết nhiều hơn sức thấy biết của mắt thịt (nhục-nhãn) : như thấy xa xôi ngàn dặm, thấy cảnh vui sướng ở Thiên-đường, thấy cảnh khổ não ở Địa-ngục, thấy trong đêm tối, thấy vật vi-tế.

THIÊN-NHÃN TRÍ CHỨNG THÔNG 天眼智證通 : Sự thần-thông trí chứng của người đắc thiên-nhãn. Tức là *Thiên-nhãn thông*. Ấy là nói nhà tu-hành nương theo cái thiên-nhãn phổ cập vào cái nhục-nhãn, bèn có cái trí-huệ chứng tri những cảnh vật một cách thông-đạt, vô-ngại. Ấy là một trong *Ngũ thông, Lục thông* của nhà tu luyện đắc đạo.

THIÊN-NHĨ 天耳.— Oreille céleste, ouïe transcendante (fr.) : Lỗ tai thần-thông, sự nghe thông suốt hơn sức nghe thường. Đắc *Thiên-nhĩ* là nhờ tu thiền-định, hoặc nhờ sanh lên cảnh Thần Tiên. Bực đắc *thiên-nhĩ* ngồi một chỗ mà nghe được những âm thinh ở xa. Những thứ tiếng ở sáu cảnh : Tiên, Thần, Người, Địa-ngục, Ngạ-quỉ, Súc- sanh, dầu tiếng to hay tiếng nhỏ, tiếng vui-sướng hay tiếng sầu-khổ cùng là các thứ tiếng vái van cầu nguyện, đều lọt vào tai của bực đắc *thiên-nhĩ*.

Trong Vô Lượng-Thọ Kinh, về điều nguyện thứ bảy của Pháp-Tạng Tỳ-kheo, tiền-thân của Phật A-Di-Đà, có chép :

Nếu tôi được làm Phật, mà thiên, nhơn trong nước tôi chẳng được *thiên-nhĩ*, trở xuống nghe tiếng trăm ngàn ức Na-do-tha chư Phật thuyết pháp mà chẳng thọ trì tất cả đó, xin chẳng giữ lấy ngôi Chánh-giác.

THIÊN-NHĨ THÔNG 天耳通.— Dibbasota (p.) Pouvoir de l'Oreille céleste (fr.) : Một phép thần-thông trong *Ngũ thông, Lục thông*. Một phép thần-thông ở căn tai thanh-tịnh, do thiền-định mà được, hoặc nhờ sanh ra ở cõi Thần-Tiên.

Cũng kêu : *Thiên-nhĩ trí, Thiên-nhĩ trí chứng thông.*

THIÊN-NHĨ TRÍ CHỨNG THÔNG 天耳智證通 Một phép trong *Ngũ thông, Lục thông*, do nơi sự tu hành mà được sức trí-huệ, nghe những tiếng phát ra ở các nơi trong *Lục đạo*, dầu xa, dầu gần, dầu lớn, dầu nhỏ. Sức nghe ấy không hề bị chướng-ngại. Ấy là sức nghe thần-thông phổ cập vào sức nghe bằng căn tai, bèn có cái trí-huệ thông-đạt đối với các loại âm-thinh trong các cảnh-giới.

THIÊN NHƠN 天人 Về Phật-học, *Thiên nhơn* có hai nghĩa :

1. Thiên-thần và nhơn-loại, tức thiên-thượng và nhơn-gian.
2. Người ở cảnh Tiên, hình sắc đẹp đẽ, trí-huệ to lớn, hưởng mọi sự sung sướng, tự-tại.—

Thiên nhơn lại có những nghĩa nầy : người có đạo-đức; người có tài học xuất chúng: hàng phụ-nữ mỹ-lệ.

THIÊN-NHƠN NGŨ SUY 天人五衰 : Năm tướng suy nhược, buồn rầu ở các cảnh trên Thiên-đường. Khi hưởng gần hết phước-đức ở cảnh Tiên, các vị *Thiên-nhơn* bèn phát hiện ra năm tướng lụn bại nầy :

1. Quần áo thường dơ dáy,

2. Trên đầu, tóc rối nhầu như cành hoa tàn tạ,

3. Thân thể hôi-hám và nhơ-nhớp,

4. Dưới nách thường ra mồ hôi,

5. Không thích ngôi vị của mình nữa.

(Xem : *Ngũ suy tướng.*)

THIÊN NHƠN SƯ 天人師.— Sàstà-dêva-mànusyà--nàm (scr.).— Précepteur des dieux et des hommes (fr.) : Một tôn hiệu trong Thập hiệu của Phật. Tàu âm theo Phạn : Xá-đa đề-bà ma-nao-xá-nam.

Trong **Trí-Độ Luận** có giải như vầy : *Xá-đa* (*Sàstà*) : *Sư*, Giáo-sư. *Đề-bà* (Dêva) : chư Thiên. *Ma-nao-xá-nam* (mànusyànam) : nhơn, loài người. Phật là *Thiên nhơn sư*, vì ngài là bực thầy dạy cho tất cả chúng-sanh từ Thiên-Thần đến Nhơn-loại, bảo cho biết điều thiện nên làm và điều bất-thiện nên tránh. Chư thiên và loài người cứ y theo lời Phật dạy, thì thoát khỏi các sự phiền-não, khổ-lụy.

THIÊN-NỮ 天女.— Dêvi (scr.).— Déesse (fr.) : Hàng phụ-nữ ở Thiên-thượng. Về cảnh Tiên, ở sáu cảnh trong cõi Dục-giới, như : Tứ thiên vương thiên, Đao-ly thiên, Tô-dạ-ma thiên, Đâu-suất thiên, Hóa-lạc-thiên, Tha-hóa tự-tại thiên, thì mỗi cảnh đều có *thiên-nữ* (dêvi). Từ các cảnh ở cõi Sắc-giới và ở cõi Vô-sắc giới, tức là từ cảnh Phạm-thân Thiên (Phạm-thiên) trở lên, thì chẳng có hàng phụ-nữ làm Tiên, chỉ có thiên-nhơn, Thiên-tử (dêva) thôi.

Hàng phụ nữ ở nhơn-gian nhờ tu-hành, nhờ phước-đức, sanh lên các cảnh Tiên trong cõi Dục-giới, vẫn giữ nữ-thân, tức làm *thiên-nữ*.

Nếu sanh lên các cảnh ở cõi Sắc-giới, ở cõi Vô-sắc giới, hoặc vãng-sanh về Tịnh-độ của chư Phật, thì chuyển hóa làm thân nam, tức là chư Thiên.

Theo quyển **Quán Di-Lặc thượng-sanh Đâu-suất thiên Kinh**, chư *Thiên-nữ* ở cảnh Đâu-suất hễ nghe tiếng Thiên-nhạc, thì tự-nhiên đứng dậy ca múa ; tiếng vịnh ca đều diễn thuyết về Mười điều lành, Bốn điều thệ-nguyện lớn. Chư Thiên nghe được, thảy đều phát tâm cầu quả Phật... Như ai vãng sanh nơi cảnh Đâu-suất, tự nhiên được chư *thiên-nữ* hầu hạ.

THIÊN-TÔN 天尊 Tiếng xưng đức Phật. *Thiên* là đấng sáng láng, tự mình phóng ra hào-quang, có sức thần-thông và tự-tại. Trong hàng Thiên-thần, Phật là bực tối tôn tối trọng, cho nên gọi ngài là *Thiên-tôn*.

THIÊN-TỪ 天祠 : *Thiên* : chư Thiên (dêvas), các vị Tiên trên Thiên-thượng. *Từ* : miếu, đền thờ, nhà thờ. *Thiên-từ* là đền thờ chư Thiên trong đạo Bà-la-môn.

« **Niết-bàn Kinh** » : Khi Phật (mới giáng-sanh) bước vào *Thiên-từ*, các hàng Chư-thiên như ngài Ma-hê-thủ la, ngài Đại-Phạm Thiên-vương, ngài Thích-đề-hoàn-nhân v.v. đều chấp tay kính lễ trên chơn Phật.

THIÊN-TỬ 天子 : Bực Tiên nam-tử ;— bực Vua cả, quốc-vương.

1. Ở mỗi cảnh Tiên trong Tam-giới, có một vị Tiên trưởng quản trị, kêu là *Thiên-chủ, Thiên-vương* ; tùng theo ngài có chư *Thiên-nhơn, Thiên-tử* (Dêvas). Riêng về Lục dục thiên trong cõi Dục-giới, có cả *Thiên-nữ* (Dêvis) là hàng Tiên phụ-nữ.

Như : Phạm-thiên vương và chư *Thiên-tử*.

2. Người nào đời trước đã tu thập thiện, đời nầy được quả-báo sanh làm Vua cả hay Quốc-vương trong cõi người, trong khi trị nước được các vị Thiên, Thần hộ-trì, coi như hàng con em (đệ-tử) của bực Thiên-chủ, cho nên kêu là *Thiên-tử*.—

Theo văn-minh Trung-Hoa, bực quân-tử cai trị thiên hạ, kêu là *Thiên-tử* (Pháp : Empereur.). Đối với bực Vua cả trong Thiên-hạ, Trời (Càn) là cha, Đất (Khôn) là mẹ, tự mình xưng là *Thiên-*

tử. Thuở xưa, vị Vua cả cai trị toàn cõi Trung-Hoa kêu là *Thiên-tử* ; cõi của ngài kêu là *thiên-hạ ;* còn những vị vua cai-trị từng nước trong cõi Trung-Hoa, kêu là *công, hầu, bá, tử, nam* ; nước của mỗi vị kêu là *quốc*.

THIÊN-TỬU 天酒.— Amrta (scr.).— Élixir des dieux (fr.) : Rượu tiên Kinh Phật thường gọi là *Cam-lộ*. Âm theo Phạn : A-mật-rí-đa (Amrta).

Ấy là chất nước vừa thơm tho, vừa dịu ngọt, uống vào thì được bổ khỏe và sống lâu, rưới lên mình thì trừ được mọi thứ bệnh tật. Cũng kêu : *mỹ-lộ trường-sanh tửu, Bất-tử tửu* .(Xem : *Cam-lộ*.)

THIÊN-THAI ĐẠI-SƯ 天台大師 : Tức là ngài *Thiên-thai Trí-Giả, Trí-Khải Đại-sư*. Vì ngài tu đắc Đạo ở núi Thiên-thai bên Tàu, vào thế-kỷ thứ sáu Dương-lịch, đề xướng việc tu Pháp-hoa Kinh là Kinh chánh của *Thiên-thai tông*, cho nên người đạo Phật ở Đông-độ xưng ngài là *Thiên-thai Đại sư* (Xem : *Trí-Khải*.)

THIÊN-THAI TÔNG 天台宗.— T'ien-t'ai-tsoung (ch.).— Tendai-shu (jap.) : Một tông-phái đạo Phật, sáng lập bởi ngài *Trí Khải Đại-sư* ở núi Thiên-thai bên Tàu, hồi thế-kỷ thứ sáu Dương-lịch. Vì Đại-sư tu ở núi Thiên-thai, trì Kinh Diệu-pháp Liên-hoa cho đến đắc Pháp-hoa Tam-muội, bèn đem giáo-lý Kinh ấy mà truyền bá, cho nên người ta lấy tên núi Thiên-thai mà đặt tên tông phái của ngài.

Giáo-lý Kinh Pháp-hoa tức là học-thuyết *Thiên-thai tông* là như vầy : Vạn vật đều có Phật-tánh, đều có thể thành Phật : người, thú, cỏ, hoa, vật mọn đều có một ngày giải thoát hoàn toàn.

Trong các Kinh mà đức Phật thuyết diễn, Kinh Pháp-hoa là rốt ráo, có đủ tánh cách Đại-thừa, Nhứt-thừa, tức là cỗ xe duy nhứt đưa đến cảnh Vô-thượng Bồ-đề.

Đến đầu thế-kỷ thứ chín, vào năm 803, ngài Truyền-giáo đại-sư bên Nhựt sang Tàu học giáo-lý *Thiên-thai tông* do một vị Tổ tông nầy truyền cho. Năm 804, Truyền-giáo Đại-sư trở về nước, ở tu tại núi Tỷ-vệ, đắc đạo và phổ truyền *Thiên thai tông*. Bên Nhựt, người ta gọi tông này là *Thiên-đài tông* 天 台 宗.

Bộ Kinh căn-bổn của *Thiên-thai tông* (Thiên-đài tông) là Diệu-pháp Liên-hoa Kinh. Có những bộ dưới đây là Kinh phụ-thuộc : Kim quang-minh Kinh (Suvarna-prabhâsa-sûtra), Niết bàn Kinh (Nirvâna-sûtra), Đại-Nhựt Kinh (Mâhavairocanabhisambodhi-sûtra), Kim-cang đỉnh Kinh (Vajrasekhara-tantraya-sûtra), Bồ-đề tâm luận (Bodhihrdaya-çastra).

Vì cái chủ nghĩa rất từ-bi-hỷ-xả : Vạn vật đều có Phật-tánh và sẽ thành Phật, — trước đây *Thiên-thai tông* rất thạnh hành. Nhưng sau nầy nhuờng sức ảnh-hưởng lại cho Tịnh-độ tông và Tịnh-độ chơn-tông, vì học-thuyết của hai tông nầy rất dễ tu : ai tin nơi sức cứu vớt của đức Phật A-Di-Đà thì sẽ được vãng sanh về cõi Cực lạc.

THIÊN-THAI TRÍ GIẢ 天 台 智 者 : Ngài Trí-Giả (Trí-Khải) Đại-sư, tu ở núi Thiên-thai bên Trung-Hoa, đắc Pháp-Hoa Tam-muội, người ta gọi ngài là *Thiên-thai Trí-Giả*. Ngài sống ở thế-kỷ thứ sáu, rất có công trong việc truyền bá giáo-lý *Thiên thai tông*. (Xem : *Trí-Khải.*)

THIÊN-THÂN 天 親. — Vasubandhu (scr.) : Cũng viết : *Thế Thân*. Một vị Bồ-tát, một nhà Phật-học đại-danh hồi thế kỷ thứ năm Dương-lịch. Ngài là người Thiên-Trước, Tổ-sư đời 21 trong hàng 28 vị Tổ-sư Tây-thiên. Tên ngài cũng viết theo Phạn : *Phạt-tô-bàn-độ, Bà-tu bàn-đầu.* (Xem : *Phạt tô bàn-độ.*)

THIÊN THẦN 天 神 : Tiếng xưng Thần linh, Thánh linh trên Thượng-thiên, mà người đời thờ kính, như các vị Phạm-thiên, Đế-Thích và chư Thiên khác.

Lại là tiếng gọi chư thiên (dêvas) và chư thần (Âsuras), chư qui. Theo thứ-tự trong Tam Giới, chư thần và chư qui thì ở miền Địa-cư (Bhauma) và miền Hư-Không cư (Antariksavàsina); trên nữa, từ Tứ thiên-vương thiên ở cõi Dục-giới cho chí Phi-tưởng phi phi tưởng xứ ở cõi Vô-sắc giới là miền của chư thiên.

THIÊN THẦN ĐỊA KỲ 天神地祇: Tiếng gọi chung tất cả các hàng Tiên Thánh Quỉ Thần từ những vị cao viễn cho đến những vị thấp thường. Ấy là chư Thiên trong Tam giái, chư qui-thần, các vị thần đất đai trong nước cho đến trong làng, trong vườn tược, nhà cửa.

Cũng có nghĩa: các vị Thần-linh Thánh-linh trên Thiên-đình, ở trong Tam giới, cùng là chư thần qui trên mặt đất.

THIÊN-THỌ VƯƠNG 天樹王: Cây trên Thiên-đường là vua trong loài cây cối. Ấy là cây *Bạ-lỵ-chất-đa-la* ở trong vườn Hoan-hỷ, nơi cảnh Thiên-đường của đức Đế-Thích. Cây ấy trổ hoa, mùi thơm xông ra chung quanh đến năm chục do-tuần. Đức Phật Thích-Ca từng ngự lên cảnh Thiên đường của đức Đế-Thích, ngồi nơi cội *Thiên-thọ vương* mà thuyết pháp độ các hàng chư Thiên.

THIÊN THỰC THÌ 天食時: Buổi ăn của chư Thiên. Trong Kinh-Luật có biên bốn buổi ăn (*Tứ thực thì*):

1. *Thiên thực thì*: Buổi ăn của chư Thiên. Các hàng Tiên ở Thiên-thượng ăn vào buổi sớm mai.

2. *Pháp thực thì*: Buổi ăn theo Pháp. Phật và chư đệ-tử giữ hạnh Đầu-đà, ăn đúng giờ ngọ.

3. *Súc-sanh thực thì*: Buổi ăn của súc-sanh Ấy là lúc mặt trời lặn.

4. *Qui-thần thực thì*: Buổi ăn của qui-thần. Ấy là lúc đêm hôm.

THIÊN-THỪA (*THẶNG*) 天乘. — Dêvayana (scr.). — Véhi-cule des dieux (fr.): Cỗ xe của chư Thiên, tức là Giác-pháp tu hành để lên địa-vị chư Thiên. Cũng như người ta ngồi trên cỗ xe để đi đến đích, người ta tu hành theo giáo-pháp để đạt tới cảnh Tiên, cảnh Phật, cho nên gọi Giáo-pháp là Thừa (Thặng). *Thiên-thừa* là Giáo-pháp đưa đến ngôi vị chư Thiên :

1. Nương theo pháp *Thập thiện* mà tu hành, thì khi lâm chung, sẽ sanh lên một cảnh trong sáu cảnh Tiên ở cõi Dục-giái.

2. Nương theo phép *Thiền-định* mà tu hành, ắt sẽ vãng sanh nơi một cảnh trong nhiều cảnh Tiên ở cõi Sắc giới và cõi Vô-sắc giới.

THIÊN-THƯỢNG 天 上 Dêvakhan, Svarga (scr.).— Monde des dieux, Paradis (fr.) : Thế-giới của Tiên, tức là sáu cảnh trong cõi Dục-giới, hai mươi cảnh trong cõi Sắc-giới, bốn cảnh trong cõi Vô-sắc giới. (Xem : *Tam Giới*)

Đối với *Thiên-hạ* là thế-giới loài người.

THIÊN TRUNG THIÊN 天 中 天 : Một tôn-hiệu của Phật. Phật là một vị Thiên, chẳng những được loài người lễ bái, lại còn được chư Thiên tôn trọng hơn hết, nên gọi ngài là *Thiên Trung Thiên.* Lại trong các hàng chư Thiên, Phật là bực *Đệ-nhứt nghĩa Thiên* tức là bực Tiên đắc nghĩa lý thâm diệu hơn hết. Ngài là bực Tiên chí cực, cho nên gọi ngài là *Thiên trung Thiên.* Vả lại *Thiên trung Thiên* là một tên riêng (Tiểu-tự) của đức Phật Thích-tôn vậy.

THIÊN-TRƯỚC (*TRÚC*) 天 竺 .— Ten-jiku (jap.).— Inde (fr.) : Tức là cõi *Ấn-Độ* (Inde). Ngày xưa, nước Tàu và những nước theo văn-hóa Tàu, gọi Ấn-Độ là *Thiên-Trước. Thiên-Trước* nghĩa là *Mặt trăng* (Nguyệt). Hiện nay, những nhà tu Phật vẫn quen gọi là *Thiên-Trước.* Người ta cũng kêu : *Tây-vực, Tây-Thiên, Tây-Trước,* hoặc gọi tắt là *Trước* (như *Trước* Pháp-Lan, tức là đại-sư Pháp-Lan (Dharma àranya) người Thiên-Trước.

Nhơn *Thiên-Trước* là nơi đức Phật giáng sanh và là nơi phát-tích đạo Phật, người ta thường dùng danh hiệu ấy mà đặt tên cho Chùa.

(Xem : *Ấn-độ.*)

THIÊN-VƯƠNG 天王.— Dêvarâdja (scr.): Vị Tiên-trưởng cai quản một từng trời, một cảnh Thiên-đường. Đồng-nghĩa: *Thiên-đế, Thiên-chủ.*

Trong *Tam Giới*, từ cảnh Tứ thiên-vương thiên sắp lên, mỗi cảnh Thiên-đường đều có một vị *Thiên-vương.*

THIÊN-VƯƠNG (*NHƯ-LAI*) 天王 (如來).— Dêvarâdja (scr.): Một đức Phật vị-lai, hậu-thân của Đề-bà-đạt-đa (Dêvadatta). Trong *Kinh Diệu-pháp Liên-hoa* phẩm 12, đức Phật có thọ-ký cho Đề-bà-đạt-đa, phán rằng trong vô-lượng Kiếp tới, Đề-bà-đạt-đa sẽ thành Phật, hiệu là *Thiên-Vương Như lai*. Cõi thế-giới của đức Phật ấy sẽ gọi là Thiên-đạo (Dêvasôppâna).

THIÊN NHỊ BÁ NGŨ THẬP NHƠN 千二百五十人. Mille deux cent cinquante personnes (fr.) Một ngàn hai trăm năm mươi người Đệ-tử, Đại-Tỳ-kheo, Đại La-hán của Phật:

500 người, thầy trò của Ưu-lâu-tần-loa Ca-Diếp.

250 người, thầy trò của Na-đề Ca-Diếp.

250 người, thầy trò của Già-da Ca-Diếp.

(Ưu-lâu-tần-loa Ca-Diếp, Na-đề Ca-Diếp và Già-da Ca-Diếp là ba anh em ruột, trước theo ngoại-đạo, sau theo Phật và đưa tất cả môn-đồ vào làm Tỳ-kheo, vừa thầy vừa trò là 1.000 người.)

250 người, thầy trò của Xá-Lỵ-Phất và Mục-Kiện-Liên.

1250 người trong bốn nhóm tu-hành. Khi thọ giới làm Tỳ-kheo, 1250 vị ấy đều đắc quả La-hán. Đó là số chẵn, chớ Phật còn có nhiều vị Đệ-tử Đại La-hán nữa, như: năm vị Đệ-tử ban sơ ở thành Ba-la-nại, năm anh em bạn ông Da-Xá, những người trong họ Thích-Ca ở thành Ca-tỳ-la-vệ... Lại có những vị Tỳ-kheo-ni, những bà sư đắc quả A-la-hán nữa.

Mỗi khi Phật ngự tới đâu, thuyết pháp tại đâu, thường có 1.250 vị Đại Tỳ-Kheo ấy hầu theo. Trong các Kinh, ở bài đầu, thường có biên *thiên nhi bá ngũ thập nhơn* đều dự nghe.

THIÊN PHẬT 千佛 Mille Bouddhas (fr.) Một ngàn đức Phật. Tức là một ngàn đức Phật lần lượt ra đời ở trong Hiền-Kiếp nầy. Hiền-Kiếp là một Đại-Kiếp; trong Đại-Kiếp ấy, có bốn Kiếp : Thành-Kiếp, Trụ-Kiếp, Hoại-Kiếp, Không-Kiếp

Trụ-Kiếp có 20 Tiểu-Kiếp. Ở Trụ-Kiếp, về Tiểu-Kiếp thứ chín, từ thuở đời người là 84.000 tuổi giảm lần đến thuở đời người là 60.000 tuổi, bấy giờ *Phật Câu-lưu-tôn* ra đời. Từ thuở đời người là 60.000 tuổi giảm lần đến thuở đời người là 40.000 tuổi, bấy giờ Phật Câu-Na-Hàm-Mâu-Ni ra đời Từ thuở đời người là 40.000 tuổi giảm lần tới thuở đời người là 20.000 tuổi, bấy giờ *Phật Ca-Diếp* ra đời. Từ thuở đời người là 20.000 tuổi giảm lần tới thuở đời người là một trăm tuổi, bấy giờ *Phật Thích-Ca. Mâu-Ni* ra đời. Trong Tiểu-Kiếp thứ mười, từ thuở đời người là 84.000 tuổi giảm lần tới thuở đời người là 80.000 tuổi, bấy giờ *Phật Di Lặc* sẽ ra đời. Đến Tiểu-Kiếp thứ mười lăm, sẽ có 994 *đức Phật* liên tiếp nhau ra đời trong Tiểu-Kiếp ấy. Đến Tiểu-Kiếp thứ hai mươi, từ thuở đời người là 10 tuổi tăng lần tới thuở đời người là 84.000 tuổi, lúc ấy thì đủ cái Trụ-Kiếp nầy, bấy giờ *Phật Lâu-Chí* sẽ ra đời.

Như vậy là một ngàn đức Phật.

THIÊN PHÚC LUÂN TƯỚNG 千輻輪相 Cái tướng hình bánh xe có một ngàn cây căm ở dưới bàn chơn của Phật, Bồ-tát ; những chỉ dưới bàn chơn xoay tròn, mới trông qua như là dấu in một ngàn cây căm của một cái bánh xe. Trong hai bàn chơn, mỗi bàn đều có hình ấy. Ấy là tướng thứ nhì trong *Tam thập nhị tướng* của Phật, Bồ-tát. Tướng qui ấy chứng tỏ bực Pháp-Vương, giá-ngự, điều khiển và thống trị tất cả chúng-sanh.

«**Quán Vô-Lượng Thọ - Kinh**» : Khi đức Bồ-tát Quan Thế-Âm cất chơn lên, dưới chơn có *Thiên phúc luân tướng*, tự nhiên hóa thành năm trăm ức đài quang-minh.

Niết-bàn Kinh, quyển 42 : Khi đức Phật Thích-Ca tịch diệt, đã liệm ngài vào bảo-quan. Nhưng ngài còn từ-bi, thị hiện hai bàn chơn ra khỏi quan tài, hướng về phía ông Ca-Diếp vừa mới tới. Mỗi bàn chơn đều có *Thiên phúc luân tướng*. Từ nơi *Thiên phúc luân tướng*, phóng ra một ngàn tia quang-minh, chiếu khắp các cõi thế giái trong Mười phương, tức là từ nơi mỗi cây căm của hình Bánh xe ấy, phóng ra một tia hào quang.

Thấy sự lạ lùng huyền-bí ấy, ông Ca-Diếp và các đệ-tử của ông liền đỉnh lễ hai bàn chơn có *Thiên phúc luân tướng*. Lễ xong, hai bàn chơn tự nhiên rút vào quan-tài, và cái bảo-quan tự nhiên kín mít như trước.

THIỀN 禪 Dhyana (scr.).— Méditation, méditer (fr.) *Thiền* là tiếng Phạn, kêu trọn chữ : *Thiền-na* (Dhyana). Cũng kêu theo nghĩa : *thiền-định, tham-thiền, tư-duy*. Tiếng ấy có thể dùng về danh-từ (nom) và động-từ (verbe)

Thiền là sự suy xét, thầm nghĩ về đạo-lý. *Thiền* cho lâu dài, cao viễn kêu là *Nhập-định, Đại-định* (Phạn : Samâdhi, Pháp : Contemplation).

Thiền là một cõi đạo nói không cùng, biên ra không xiết. Ấy là môn giải thoát. Những nhà học đạo, giữ giới cần phải thiền-định. Nhờ thiền-định mới đắc Trí-huệ, giải-thoát khỏi các sự phiền-não : tham, sân, si.

Các nhà tu học có thiền-định thì xét nét và thi-hành theo *Tứ diệu-đế* : 1. Khổ, 2. Tập (nguyên-nhơn và nguồn-gốc sự khổ), 3. Diệt (Diệt khổ), 4. Đạo (Phương pháp để diệt các mối khổ.) Nhứt là đối với đế thứ tư, Đạo, thì *nhà thiền* lúc nào cũng phải chiêm nghiệm mãi. Đạo có tám lối chánh : 1. Chánh-kiến, 2. Chánh tư-duy, 3. Chánh-ngữ, 4. Chánh-nghiệp, 5. Chánh-mạng, 6. Chánh tinh-tấn, 7. Chánh-niệm, 8. Chánh-định.

Những bực dõng-mãnh trên đường tu học, thường hay *thiền-định* về Chánh-mạng, Chánh-tinh-tấn, Chánh-niệm, Chánh-định một cách ráo riết.

Bực tu học cần-mẫn mỗi ngày phải để riêng những thời nhứt định mà tọa *thiền*. Ngoài ra, trong những khi đi, đứng nằm, ngồi, nhà đạo cũng không để trí rời ra khỏi cơn *thiền*, tức là lúc nào cũng ức niệm Phật, Pháp luôn.

Bực xuất-gia dõng-mãnh nhờ *thiền* mà đắc lần các quả đạo-đức : Tu-đà-huờn, Tư-đà-hàm, A-na-hàm, A-la-hán.

Nhà *thiền* trong sạch thoát khỏi mười bực mê lầm : 1. mê lầm cái bổn-ngã, 2. nghi-não, 3. mộ nghi lễ, cúng kiến, 4. Tham dục, 5. sân hận, 6. ham cảnh sắc-giới, 7. ham cảnh vô-sắc giới, 8. Tự cao, 9. xao-động (trạo), 10. vô-minh.

Bực ấy bèn đắc đủ sáu phép thần-thông :

1. Thần-túc thông, 2. Thiên-nhĩ thông, 3. Tha tâm thông 4. Túc-mạng thông, 5. Thiên-nhãn thông, 6. Lậu-tận thông.

Thiền là một nền hạnh trong sáu nền hạnh (*Lục độ*) mà một nhà tu-trì thi-hành từ đời nầy đến đời kia để đắc quả Phật Như-lai. Trong « *Trí-độ-luận* » có chép một tích của đức Phật Thích-Ca ngồi *Thiền* rất có công cán. Thuở ấy, ngài làm một bực tu tiên trên non, hiệu là Loả-kế, tên là Thượng-xà-lê. Ngài thường nhập định *Tứ thiền* tại gốc một cái cây. Ngồi lâu cho đến đỗi chim tưởng ngài là cái cây, bèn chui vào đầu tóc ngài mà đẻ trứng. Chừng đức Bồ-tát tỉnh cơn *thiền*, ngài biết rằng trên đầu ngài có trứng chim. Ngài bèn nghĩ rằng : « Nếu ta đứng dậy thì chim chẳng dám lại đây nữa, mà mấy cái trứng kia bể hết ! » Rồi ngài nhập *định* trở lại. Cho đến khi chim trở về ấp thành con và chim con bay đi được, bấy giờ ngài mới ra khỏi cơn *thiền* và đứng dậy đi.

Thiền Ba-la-mật 禪波羅蜜 : Trọn chữ theo Phạn : *Thiền-na Ba-la-mật-đa* (Dhyana-paramita) (Pháp : La Méditation, Vertu cardinale). Kêu theo nghĩa : *Thiền-độ*. Ấy là hạnh tu tịnh-lự đưa đến Bờ bên kia, cảnh Niết-bàn của Phật. Ấy là một độ trong *Lục độ* của Bồ-tát. Bực tu *Thiền Ba-la-mật* thường ở trong núi, trong rừng, bỏ hết trần-thế danh-lợi, ngồi ngày nầy qua ngày kia, tháng nầy qua năm nọ, tinh-thần chú tập vào một trạng-thái, phăng được mối nầy thì bắt qua mối khác.

THIỀN-BỆNH 禪 病 : Tĩnh-lự sái cách. Trong khi ngồi tĩnh, nhà tu-hành đeo đuổi theo vọng-niệm, bèn thấy những hiện-tượng tà quái, chẳng hạp với chánh-pháp. Tức là kẻ theo Ma mà bỏ Phật. Muốn dứt *thiền-bệnh*, cần phải hỏi ý-kiến chơn-sư. Trong quyền «*Thiền-bệnh* bí yếu pháp» có chỉ rõ những bệnh - tướng và phương-pháp trị bệnh.

THIỀN-DUYỆT 禪 悅 : Khoái lạc về lý thiền; trong cơn thiền-định, tâm thần lấy làm khoái-lạc.

Hoa-nghiêm-Kinh : Nhược phạn thực thời, đương nguyện chúng-sanh *thiền-duyệt* vi thực, pháp-hỷ sung mãn. (Thầy Tỳ-kheo khi ăn cơm, nên nguyện cho chúng-sanh lấy sự khoái-lạc về lý thiền làm món ăn, và nguyện cho họ có đủ lòng vui sướng về pháp - lý, lòng vui sướng về pháp - lý cũng là món ăn tinh-thần)

THIỀN-DUYỆT THỰC 禪 悅 食 : Món ăn bằng sự khoái-lạc về lý thiền. Những thức ăn thường, như cơm, nước, bánh, trái bồ dưỡng cái xác-thân. Ngoài ra, có những thứ khác như: 1. pháp-hỷ thực, 2. *thiền-duyệt thực* có sức bồ-dưỡng cái pháp-thân và các căn. Cho nên nhà tu-hành có khi chẳng ăn uống trong nhiều ngày, mà vẫn mạnh khỏe, ấy nhờ sự vui sướng về pháp lý làm cho mình mạnh (pháp-hỷ thực) và sự khoái lạc về lý thiền làm cho mình khỏe (*thiền-duyệt thực*).

THIỀN-ĐỊNH 禪 定.— Dhyana-samadhi (scr.).— Méditation-contemplation (fr.): Tham thiền và nhập định.

Thiền là chữ Phạn Thiền-na (Dhyana) viết tắt, dịch nghĩa: tư-duy tu, tĩnh-lự. Tư-duy tu nghĩa là đối cảnh mà suy nghĩ, xét nét, nghiên-cứu, tu tập cho chí cùng. Tĩnh-lự là tâm-thể tịch tĩnh (yên lặng), như vậy mới có thể thầm xét.

Định tức chữ Phạn Tam-muội (Samadhi) dịch nghĩa: tâm định chỉ vào một cảnh, bèn rời khỏi các sự phân-tán, lay động. Nói tóm, một lòng khảo cứu sự lý, kêu là *Thiền*; tĩnh niệm vào một cảnh, kêu là *định*. Nhà tu-hành lúc mới ngồi trầm tư mặc tưởng, thì ở cảnh thiền, tới chừng tâm trí tập trung lại một cảnh cao viễn, thì vào cảnh định. Như vậy kêu là *thiền-định*, tức là tiếng hiệp chung hai trạng thái liên tiếp nhau. Đắc phép *thiền-định* là người tu rất cao. Hành-giả khi ngồi kiết-già mà đắc phép thiền, thì tinh-thần vượt khỏi cõi Dục-giới tức là cõi Người và cõi Tiên còn ưa muốn, bèn lên một từng trong bốn từng trời Sắc-giới: 1. Sơ-thiền, 2. Nhị-thiền, 3. Tam-thiền, 4. Tứ-thiền. Nếu hành-giả đắc luôn phép định, tinh-thần bèn vượt cõi Sắc-giới mà lên đến một từng trong bốn từng trời Vô-sắc giới: 1. Không vô biên xứ, 2. Thức vô-biên xứ, 3. Vô sở hữu xứ, 4. Phi tưởng phi phi tưởng xứ. Hành-giả đắc bốn phép thiền và bốn phép định ấy, nhưng chưa ra khỏi, thì kêu là *thiền-định hữu lậu*, được Ngũ thông (năm phép thần-thông) là cùng. Nếu ra khỏi tức là đạt tới phép Diệt tận định, thì được giải thoát hoàn toàn, kêu là *thiền-định vô-lậu*, bèn đắc Lục thông, thành La-hán hoặc Phật

Cách nhập *thiền-định* và cách xuất *thiền-định* của bực La-hán, bực Phật đại để như vầy: các ngài dùng tinh-thần mà lần lượt trải qua bốn cảnh thiền, bốn cảnh định và cảnh Diệt tận-định. Rồi các ngài từ cảnh Diệt-tận định mà lần lần trở xuống bốn cảnh định và bốn cảnh thiền. Chừng xuống tới cảnh Sơ-thiền, các ngài mới ra khỏi cảnh ấy mà mở mắt và đứng dậy khỏi bồ-đoàn (ngồi tham-thiền).

THIỀN-ĐỊNH THẬP CHỦNG LỢI-ÍCH 禪定十種利益 Mười thứ lợi ích của sự thiền-định. Người tu hạnh Bồ-tát, nếu khéo tu tập thiền-định, thì các duyên đều dứt, cái định tánh lại, cho nên được mười thứ lợi-ích: 1. An-trụ trong nghi-thức, 2. Đi vào trong cảnh-giới từ, 3. Không phiền-não (mê-dục) 4. Thủ hộ các căn, 5. Chẳng ham vui sướng, 6. Rời xa sự trìu-mến, tham-dục, 7. Tu tập lấy cái Chơn-như của Phật, 8. Thoát khỏi lưới ma, 9. An trụ vào cảnh Phật, 10. Giải thoát thành thục.

THIỀN-ĐỘ 禪度 Dhyana-paramita (Scr.): Hạnh tu Thiền đưa đến Bờ bên kia, Bờ giác. *Thiền*: Tĩnh-lự, tư duy. *Độ*:

dịch nghĩa chữ Ba-la-mật : đưa đến Bờ bên kia. Cũng kêu : *Thiền Ba-la-mật, Thiền-định Ba-la-mật.* Một độ trong *Lục độ* mà Bồ-tát phải thi-hành đề mau thành Phật.

Trong «Tam-tạng Pháp-số» có chép : *Thiền-độ* có ba thứ :

1. *An trụ tĩnh-lự* : các mối loạn-tưởng chẳng khởi lên, vào sâu trong phép thiền-định.

2. *Dẫn phát tĩnh-lự* : Cái trí-huệ phát hiện ra nơi mình nhờ tĩnh-lự, sanh ra các công-đức.

3. *Biện sự tĩnh-lự* : Công-hạnh thành tựu tròn trịa, bèn dùng thiền-định mà làm lợi ích cho chúng-sanh.

Ấy là *thiền-độ* tam hạnh (ba hạnh thiền-định Ba-la-mật) của Bồ-tát.

Trong « Bảo-vân Kinh » có chép: Bồ-tát có mười pháp, kêu là có đủ *Thiền Ba-la-mật* (*Thiền-độ*) : 1. Tu tập được nhiều phước đức. 2. Rất chán ghét mọi sự xấu (ác). 3. Siêng năng cần cù đối với đức Tinh-tấn. 4. Có đủ cái đức Đa-văn (Nghe nhiều, học nhiều). 5. Không giải việc đảo ngược lộn lạo. 6 Giải ra pháp-lý thì thi-hành theo pháp-lý (giải pháp hướng pháp). 7. Căn-tánh sắc sảo thông minh. 8. Lòng lành thuần nhứt. 9. Có thể giải cái Trí Định. 10. Chẳng tham - trước tướng thiền (ngồi thiền mà thấy sắc-tướng tinh diệu thì không ham theo).

THIỀN-ĐƯỜNG 禪堂 : Nhà thiền. Chỗ tu thiền ; tăng phòng ; nhà chùa, phòng khách của nhà chùa ; chỗ chính-đường nơi ấy chư tăng hội hiệp ; tăng-phòng của nhà sư thiền-tông ; phòng tham-thiền của các vị sư.

THIỀN GIÁO 禪教 : Có hai nghĩa : 1. Giáo-pháp của Thiền-tông. 2. Thiền và giáo. Thiền là pháp-môn đặc biệt của nhà Thiền, không đồ theo Kinh-điển, chỉ truyền thọ bằng tâm-ấn giữa thầy và trò. Giáo là pháp-môn thông thường đã diễn giải trong Tam Tạng.

THIỀN-HÀ 禪 河 : Sông thiền. Lời ví dụ. Cũng như nước làm tắt lửa, nước sông thiền tưới tắt lửa phiền-não (tham, sân, si). Chính nhờ thiền-định, người ta làm nguội lạnh các mối mê-dục đương thiêu đốt các chúng-sanh.

THIỀN-HẠNH 禪 行 : Những việc hành pháp khi ngồi thiền ; nết-hạnh, nghi-thức của nhà thiền, của người tu Thiền-tông.

THIỀN-HÓA 禪 化 : Sự giáo-hóa, sự dìu dắt của phép thiền, của người tu thiền-định.

THIỀN-HỌC 禪 學 : Học thiền. Học tập phép thiền-định : Xem Kinh-điền, suy xét nghĩa-lý và tham-thiền cho thông-đạt. Học cách tham-thiền do nhà sư minh-chánh chỉ dẫn. Thọ lấy phép « Kiến tánh thành Phật » của Thiền-môn.

THIỀN HUỆ 禪 慧 Dhyana-Prajnâ (scr.) Méditation et Sagesse : Thiền-định và Trí-huệ. Đó là sở học thứ nhì và thứ ba trong *Tam* học. Lại là độ thứ năm và thứ sáu trong *Lục độ*. *Thiền* trừ tán loạn, yên định tâm trí. *Huệ* trừ ngu si, làm cho người-ta trở nên minh-đạt. Hai sở học ấy, hai sở hành ấy liên quan với nhau rất mật thiết. Người tu hành được trí-huệ lớn hay nhỏ tùy nơi công-phu thiền-định của mình nhiều hay ít vậy.

THIỀN-LẠC 禪 樂 : Sự an lạc của người tu thiền, lòng vui sướng trong sạch trong khi ngồi thiền. Ấy là một cảnh trong tam lạc : Thiên-lạc, *Thiền-lạc*, Niết-bàn lạc. Người tu-hành nhập các phép thiền-định, thì một lòng thanh-tịnh, muôn mối lo lắng đều bặt, tự-nhiên thấy mình vui sướng một cách vi-diệu. Cho đến khi ra khỏi cơn thiền, trong những lúc đi đứng nằm ngồi, lúc nào cũng lấy làm vui-sướng an-nhàn.

(Xem : *Lạc*.)

THIỀN-LÂM 禪 林 : Rừng thiền. Cảnh vườn, rừng có chùa tháp, nơi ấy các vị Thiền-sư. — hay nói chung các vị tăng-đồ hòa lạc với nhau mà tu học và hoằng-hóa đạo-lý. Kêu là *Thiền-lâm*, là vì Chùa thường cất giữa một cảnh rừng, vườn cây ; lại vì các sư đông đảo như cây trên rừng.

Cũng là tiếng gọi chung các sư xuất-gia ở chùa. Đồng-nghĩa : thiền-viện, tòng-lâm. (Xem : *Tòng-lâm.*)

THIỀN-LỮ 禪 侶 : Bạn tu thiền, người đồng đạo tu thiền. Tiếng gọi những tăng-đồ tu theo Thiền-tông ; cũng gọi những thầy tăng tu học nơi chùa, tức là *tăng-lữ*.

THIỀN-MÔN 禪 門 : Cửa thiền. Pháp-môn thiền-định ; — một môn học trong ba môn học : giới-học, định-học (*thiền học*) và huệ-học ; một độ trong Lục độ : Bố-thí, trì giới, nhẫn-nhục, tinh-tấn, *thiền-định*, trí-huệ ; — nhà chùa ; — pháp-môn thiền-tông. Pháp-môn thiền-na, tức thiền-tông hay Phật-tâm tông do ngài Đạt-ma tổ-sư truyền qua Đông-độ. Cách truyền rất đặc-biệt, bằng tâm-ấn ; người trong Đạo hiểu Lý bằng lối trực-giác (intuiton), chớ chẳng do theo Kinh điển.—

Quan-Âm thị Kính : Có khi dốc chí tu-hành.
Lánh mình trần tục, nương mình *thiền-môn*.

THIỀN-MÔN NGŨ TÔNG 禪 門 五 宗 : Năm tông-phái của Thiền-môn. Ngài Bồ-đề đạt-ma (Đạt-ma tổ-sư) là Tổ đời thứ 28 trong đạo Phật ở Ấn-Độ, qua Trung Quốc hồi thế kỷ thứ sáu. Ngài truyền pháp môn Thiền-định. tức Thiền môn và được tôn là Sơ-tổ (Tổ đầu tiên) ở Đông-độ. Đến đời ngài Lục-tổ, Thiền-môn vẫn có một mối. Sau ngài Lục-tổ Huệ-Năng, Thiền-môn chia ra làm năm tông-phái : 1. Lâm-tế, 2. Vĩ-ngưỡng, 3 Pháp-nhãn, 4. Tào-động. 5. Vân-môn. Trong năm tông-phái ấy, ngày nay ba tông Lâm-tế, Tào-động và Vân-môn thì tồn tại; hai tông Vĩ-ngưỡng và Pháp-nhãn đã bặt dấu.

THIỀN-NA 禪 那. Dhyana (scr.).— Méditation (fr.) : Âm theo Phạn, dịch nghĩa : tư-duy tu, tĩnh-lự. (Xem : *Thiền.*)

THIỀN NIỆM 禪念 : Niệm tưởng về phép thiền. Nhà tu hành ưa ngồi thiền nhập định, hằng tưởng nhớ đến sự tu thiền ; trong các cử-chỉ, hành-vi, lòng thiền chẳng hề xao lãng, nhàm chán với những cuộc phiền-lụy, giả dối của người đời.

THIỀN PHẠM-THIÊN 禪梵天 : Ngồi thiền thấu cảnh Phạm-thiên, sanh lên cảnh ấy nhờ tu thiền. Cũng kêu : Sơ-thiền thiên (Cảnh Trời của những người đắc phép thiền đầu tiên.) *Thiền Phạm thiên* hay Sơ-thiền thiên thuộc về cõi Sắc-giới. Cõi nầy có bốn cảnh, bắt từ dưới kể lên :

1. Sơ thiền thiên, 2. Nhị thiền thiên, 3. Tam thiền thiên, 4. Tứ thiền thiên và Tịnh-phạm địa.

Riêng về *Thiền Phạm-thiên* (Sơ thiền thiên) có bốn từng trời : 1. Phạm-thân thiên (Brahma-kayia), 2. Phạm-chúng-thiên (Brahma--parsadya), 3. Phạm-phụ thiên (Brahmapurohita), 4. Đại-phạm-thiên (Mahâbrahma). Bốn từng trời ấy do ngài Đại-phạm-thiên vương cai-quản. Ai ngồi thiền chứng phép Sơ-thiền thì thần-thức thông lên tới đó, và khi thác có thể sanh về đó ; vì vậy nên kêu là *Thiền Phạm thiên.*

(Xem : *Sơ-thiền thiên, Tam giới.*)

THIỀN PHÁP 禪法 : Phép thiền. *Thiền pháp* có hai thứ : Như-lai thiền và Tổ-sư thiền.

Như-lai thiền là phép thiền có chỉ trong các kinh luận của đạo Phật. Tổ-sư thiền là phép thiền không nương theo Kinh-luận, Do ngài Đạt-ma sơ-tổ truyền, rồi các tổ mới lần lượt truyền nối cho nhau bằng tâm-ấn.- *Thiền-pháp* lại có nghĩa : phép thiền mà chư vị thiền-sư trong Phật-tâm tông truyền cho nhau, khởi sự từ đức Phật Thích-Ca. Gốc-tích như vầy : Trong Pháp-hội tại núi Linh-sơn, đức Phật cầm trong tay đóa sen vàng mà chỉ cho Tứ chúng, vừa mỉm cười.

Vô-số các hàng Thiên, Nhơn chẳng hiểu ý của Phật. Duy có một mình ngài Ma-ha Ca Diếp khám phá được vẻ mỉm cười và ý chỉ của Phật. Nhơn đó, Phật phán với Ma-ha Ca-Diếp rằng :

«Ta giao phó cho ngươi cái tâm vi-diệu Niết-bàn.» Đó là gốc-tích của *Thiền-pháp*. Cho nên người ta thường hiểu chữ *Thiền-pháp* là phép mầu-nhiệm truyền nhau bằng tâm-ý giữa các nhà sư Phật-tâm tông (Thiền-tông).

THIỀN-PHONG 禪風 : Phong-nghi, lễ độ nhà thiền. Người mỗi tôn-giáo, mỗi tông-phái đều có cách nói năng, cử động, lễ-độ theo tông-giáo mình, theo tông-phái mình. Riêng người tu Thiền-tông, cái phong-nghi có vẻ đặc-sắc hơn hết. Như vì mộ việc tham-thiền mà người ít nói năng, ít hoạt bát. Người rất trầm tĩnh, rất đơn sơ trong sự ăn, mặc và ở.

THIỀN-PHÒNG 禪房 : Phòng tu thiền. Phòng xá của nhà tu-hành thiền-định. Đồng-nghĩa : Tịnh-thất. Người ta cũng gọi phòng thất của thầy tăng là *thiền-phòng*.

THIỀN QUÁN 禪觀 : Tham-thiền và quán-tưởng. Ngồi thiền mà quan-sát chơn-lý, hoặc quán-tưởng cho thấy Phật, cảnh Phật.

THIỀN - SƯ 禪師 : Vị sư tu thiền-định ; thầy tu phái thiền-tông ; tiếng tôn xưng một ông thầy tu đạo Phật.

THIỀN TAM-MUỘI 禪三昧.- Dhyana Samadhi (scr.) -Méditation-contemplation : Thiền-na và Tam-muội, Tức : Thiền-định. Hành-giả khi ngồi tu, ban đầu vào cảnh Thiền, thấu đạt cõi Sắc-giới, kế vào cảnh Tam-muội, thấu đạt cõi Vô-sắc giới. Cho nên kêu chung là *Thiền Tam-muội*. (Xem : *Thiền-Định*.)

THIỀN TĂNG 禪僧 : Thầy tu chánh-thức ở chùa, theo phái Thiền-tông. Thầy tu ở chùa sở trường về môn thiền-định.

THIỀN TỊCH 禪寂 Ngồi thiền một cách yên lặng. Nhà tu thiền lựa chỗ vắng lặng mà an trụ, và khi ngồi thiền thì thân thể và ý-tứ đều yên lặng, chỉ tham-tưởng một vấn-đề, một lý thuyết mà thôi.

THIỀN TĨNH 禪靜 : Tham-thiền và yên tĩnh.

Nhà tu hành nhờ tham-thiền mà trừ các mối loạn-tưởng, vọng-động, tâm-trí trở nên an-lạc. *Thiền* là sở tu, *tĩnh* và huệ là sở đắc

THIỀN-TOẠ 禪 坐 : Sự ngồi thiền. Ấy là cách ngồi xếp hai bàn chân lên bắp vế (Kiết-già phu tọa) của người tu thiền-định.

THIỀN-TÔNG 禪 宗.— Zen-shu (jap.).— Tch'an-tsoung (ch.). Mysticisme contemplatif (fr.) : Phái nhà Thiền. Phái chuyên môn tham-thiền nhập-định đề đắc Phật-tánh, Phật-tâm. Cho nên cũng kêu là *Phật-tâm tông*. Phái nầy chẳng lập văn-tự, thầy trò hiểu nhau bằng cách chuyền di tư-tưởng, bằng sự truyền tâm-ấn. Phát nguyên từ khi đức Phật Thích-Ca truyền phó cái diệu tâm Niết-bàn cho ngài Ca-Diếp Sơ-tổ. Ngài Ca-Diếp truyền cho ngài Nhị-tổ A-Nan, lần-lượt cho đến vị Tổ đời 28 là Bồ-đề đạt-ma (Bodhidharma). Ngài Bồ-đề-đạt-ma sau sáu mươi năm giáo đạo ở Thiên-Trước, bèn qua Đông-độ, đến Quảng-Đông năm 520. Ngài truyền bá giáo-lý tham-thiền cho đến giác-ngộ, chớ không khuyên tụng đọc Kinh-điển, không nương dựa vào Kinh. Ở Tây-Thiên, ngài là Tổ đời 28 ; ở Đông-độ, ngài là Tổ thứ nhứt (Sơ-tổ). Ở Trung-Quốc, *Thiền tông* truyền nối do chư Tổ như dưới đây : 1. Bồ-đề-đạt-ma, 2. Huệ-Khả, 3. Tăng-Xán, 4. Đạo-Tín, 5; Hoằng-Nhẫn, 6. Huệ-Năng. Sáu vị Tổ ấy còn dùng lối cổ-truyền Y bát (Áo và bình bát) mà làm biểu-hiệu truyền mối Đạo. Hết đời ngài Lục-tổ Huệ-Năng, thì hết lệ ban y bát, thầy trò chỉ truyền thọ tâm-ấn mà thôi. Và bắt từ đời Huệ-Năng, *Thiền-tông* chia ra hai phái : phái miền Nam và phái miền Bắc. Phái miền Nam thạnh hành hơn và dường như có chánh-truyền gốc của Tổ-sư Bồ-đề-đạt-ma, nên cũng kêu là **Tổ-sư thiền**. *Thiền-tông* miền Nam lại phân ra làm năm chi-phái : 1. Lâm-tế, 2. Vi-ngưỡng, 3. Tào-động, 4. Vân-môn, 5. Pháp-nhãn. Còn phái miền Bắc thì do Thần - Tú, đồng thời với Huệ-Năng truyền ra, phái nầy cũng kêu là **Như-Lai thiền**.

Thiền-tông truyền qua Nhựt trong hai lượt, truyền vào miền Bắc nước Nhựt hồi thế-kỷ thứ tám và truyền vào miền Nam nước Nhựt hồi thế-kỷ thứ mười hai.

Thiền-tông có hai bộ Kinh căn-bổn : Thiền-tông trứ thuật,

Thiền-tông ngữ lục. Hai bộ Kinh ấy rất có ích cho những nhà tu học đạo Thiền.

Thiền-tông rất hạp với hàng thượng-lưu trí-thức ở Đông-Á. Và nó dung-hòa một cách thuần-túy với tinh-thần thượng-võ : chê bỏ vật chất, sống đơn giản, giữ tâm trong trẻo, dạn dĩ như nhiên mà trông ra thời-cuộc, dẫy đầy sự hùng-tráng và kiên nhẫn ở tinh thần.

Thiền-tông cũng có nghĩa rộng là : đạo Phật (Phật-giáo, Phật-pháp). Như trong « Qui-nguyên trực-chỉ » có bài Nho-tông tham cứu *Thiền-tông*, tức là : người đạo Nho tu học đạo Phật.

THIỀN-TÔNG NGỮ LỤC 禪宗語錄 Tch'an.- tsoung-u-lou (ch.) : Bồn Kinh căn-bồn của phái Thiền-tông. Phái nầy có hai bộ kinh căn-bồn đề dìu-dắt tín-đồ trên đường tu học. Ấy « Thiền-tông trứ-thuật » và « Thiền-tông ngữ lục » do chư tồ-sư và đại-đức Trung-Hoa biên tập. Quyền *Thiền-tông ngữ lục* có hàng mấy trăm tư-tưởng và lời truyền-khẩu do chư vị Thánh-triết trong Thiền-lâm thồ-lộ ra. Những tư-tưởng và lời truyền-khẩu về đạo-lý ấy gom góp trong nhiều thời-đại từ nhà Tống (960-1279), nhà Nguyên (1280-1367), nhà Minh(1368-1643), cho đến nhà Thanh (1644-1912).

THIỀN-TÔNG TRỨ-THUẬT 禪宗著述 Tch'an-tsoung-tchou-chou (ch.) : Một trong hai bộ Kinh-căn-bồn của Thiền-tông. Hai bộ *Thiền-tông trứ-thuật* và Thiền-tông ngữ-lục do chư tồ-sư và đại-đức Trung-Hoa biên tập. Riêng bộ *Thiền-tông trứ-thuật* có nhiều bài chỉ dẫn về đạo-lý mật ẩn rất cao vi.

THIỀN-THIÊN 禪天 : Từng trời thiền. Tức là bốn từng trời ở cõi Sắc-giới 1. Sơ thiền thiên, 2. Nhị thiền thiên, 3. Tam thiền thiên, 4. Tứ thiền thiên kề luôn cả Tịnh-phạm địa.

Muốn sanh lên làm Tiên trong bốn từng Trời ấy, ngoài phước-đức, phải tu thiền mới được. Nếu tu phước mà chẳng tu thiền thì chỉ sanh lên cõi Dục-giới mà thôi. Vì vậy cho nên gọi bốn từng trời trong cõi Sắc-giới là Thiền-thiên.

THIỀN TRÍ 禪智.-Dhyana-Prajnâ (scr.).- Méditation et Sagesse : *Thiền-định và Trí-huệ.*

Ấy là hai sở học có liên quan với nhau trong *tam học*, hai độ liên tiếp trong *lục độ*. Có thiền-định mới sanh ra trí-huệ.

Thiền-định có công hiệu trừ tán-loạn, trí-huệ có công hiệu trừ ngu-si. Tức nhờ thiền-định, người ta trở nên an ổn tâm thần ; nhơn đó trí-huệ phát sanh ; nhờ trí-huệ, nhà đạo trở nên minh-đạt, giác-ngộ, giải thoát.

Cho nên hai món *thiền trí* đi cặp với nhau không rời.

(Xem : *Thiền Huệ.*)

THIỀN-TRƯỢNG 禪杖 : *Gậy thiền.* Ấy là cây gậy tích-trượng của vị sư tu thiền-định ; cây gậy của nhà sư Thiền-tông lữ hành.

THIỀN-VỊ 禪味 : *Mùi thiền,* thú-vị đạo Thiền. Nhà tu-hành nhập thiền-định lấy làm sung sướng mà thấy thân thể và tinh thần mình được nhẹ nhàng, khỏe khoắn, yên ổn, lặng lẽ một cách thâm thúy, vi diệu. Chẳng những người trong cuộc, mà khách Thập phương khi đến cửa thiền, cũng hưởng được mùi vị ấy một cách thỏa thích.

Kim-Vân-Kiều : *Mùi thiền* đã bén muối dưa,

Màu thiền, ăn mặc đã ưa nâu-sồng.

THIỆN 善 Bon, Bien (fr.) Lành ; tốt : phải thế ; thuận theo đạo lý ; có ích cho mình và cho người. Trái với : *Ác, bất-thiện.*

Du-già Kinh, quyển 5 có giải : *Thiện* nghĩa là : Có sức chiêu cảm cái quả-báo vui sướng sẽ tới ; lại có nghĩa : trừ tuyệt những mối khổ của phiền-não đã phát sanh, đương phát sanh hoặc sẽ phát sanh.

Thiện tức là vô tội, không lỗi lầm. Các điều *thiện* đều do nơi thân thể, lời nói và tâm-ý, nhứt là tâm-ý là chánh gốc vậy.

Về *thân* thể thì : 1. không sát sanh, lại còn cứu vớt người và vật ; 2. không du đạo, lại còn bố-thí cho người ; 3. không dâm loạn, tự mình giữ cho trong sạch, lại khuyên người khỏi phạm việc tà-dâm độc hại.

Về *lời nói* thì: 4. chẳng dâm thọc, lại dùng lời hòa nhã mà làm cho người-ta thương yêu nhau; 5. chẳng nói ác, thường ăn nói dịu ngọt, ôn hậu, 6. chẳng nói láo, ưa sự thật tình, 7. chẳng trau chuốt, chẳng nói trây, mà nói việc thanh-cao, đạo đức.

Về *tâm ý* thì: 8. không tham-dục, không mong cầu quá, bậy; 9. không giận hờn, lúc nào cũng an-lạc thân-tâm; 10. không si mê, không theo tà-giáo, lúc nào tâm-tánh cũng sáng suốt, theo về với chánh-pháp luôn.

Ấy là *thập thiện* vậy.

Trong **Tứ thập nhị chương Kinh** có nói: Vùa giúp đãi đằng một người thiện, cái công-đức còn nhiều hơn vùa giúp đãi đằng một trăm kẻ ác.

Tôn-chỉ đạo Phật gom vào hai câu nầy:

Chư *ác* mạc tác.

Chúng *thiện* phụng hành.

Bởi lấy sự *thiện* làm căn-bổn, nên lúc nào các lời giảng của Phật cũng đủ vẻ hòa nhã, khiêm nhượng, êm dịu, thanh khiết.

Trong mỗi thời thuyết pháp của Phật, từ đoạn đầu, đoạn giữa cho tới đoạn cuối cùng đều toàn là *thiện* (lành) (Thế-tôn diễn thuyết chánh-pháp, sơ *thiện*, trung *thiện*, hậu *thiện*.)

THIỆN ÁC 善 惡 Samjnâ (scr.).-Bien et mal (fr.): điều lành, điều dữ; điều tốt, điều xấu. Hai thứ ấy hằng xen lẫn nhau. Con người ta ở đời làm lành có, làm dữ có, ở phải có, ở quấy có, có làm ra phước đức, mà cũng có gây nên tội lỗi. Cho nên trong đời có khi sướng, có lúc khổ, có hồi thong dong, có cơn hoạn nạn, lắm khi được may mắn, mà lắm lúc bị rủi ro. Ấy là do những nhơn-duyên *thiện ác* xen nhau nên chiêu cảm những quả-bảo *lạc khổ* liên tiếp nhau vậy.

Vô-Lượng-Thọ Kinh: Dùng điều thiện mà công phá điều ác, nhổ bỏ sự khổ trong vòng sanh tử.

THIỆN-BỔN 善本 : Cội lành. Cũng gọi : *thiện-căn* (rễ lành), *Đức-bổn* (cội đức). *Thiện-bổn* là cái căn-tánh lành của người đã từng làm ơn từ thiện, tu tập theo ba nghiệp lành về thân, ngữ, ý từ những đời trước cho tới đời nầy. Người có *thiện-bổn* thì tâm-trí sáng suốt, không thác loạn, không mê hoặc, ăn nói ôn hòa, cử chỉ hiền hậu, không sa đắm trong ngũ dục, có thể thọ lấy cái chánh-giáo của Phật. Người ấy luân chuyển trong các đường lành, chớ không sa vào *tam ác-đạo*.

THIỆN CĂN 善根 : Căn lành, gốc rễ lành.

Ấy là ba món *thân, khẩu, ý*, ba nghiệp căn-bổn đều trở nên từ thiện, chơn-chánh một cách kiên-cố, chẳng vì nghịch-cảnh, nghịch duyên mà suy nhược, thối thất.

Lại ba căn lành ấy hay sanh ra diệu-quả là những phước-lạc ở cảnh Người, cảnh Tiên, cảnh Phật, và hay sanh ra những pháp lành khác nữa, cho nên kêu là *Thiện-căn*.

Nói về *thiện-căn*, người ta hiểu là ba nghiệp lành của thân, khẩu, ý, nhưng trong đó cái ý-nghiệp có sức mạnh hơn hết, quan trọng hơn hết.

Đó là ba *thiện-căn* chánh gốc. Nhưng mà, tỷ như một cái cây có rất nhiều rễ ăn tua xuống đất, một nhà tu-hành, một bực thành Đạo có vô-số, vô-lượng *thiện-căn*. Vì mỗi pháp lành, mỗi đức lành mà mình tu tập được, từ đời quá khứ cho tới đời hiện tại, đều trở nên một *thiện-căn* vậy.

Và trong vô-lượng *thiện-căn* của các hàng Thinh-văn, Duyên-giác, Bồ-tát, Phật, thì lòng Từ là căn bổn.

Kim-Vân-Kiều : *Thiện-căn* ở tại lòng ta.

Chữ tâm kia mới bằng ba chữ tài.

Đại Niết Bàn Kinh : *Thiện-căn* có nội, có ngoại, có hữu lậu, có vô lậu, có thường, có vô thường. Còn *Phật-tánh* thì không nội không ngoại, không hữu lậu, không vô-lậu, không thường, không vô-thường.

Diệu-Pháp Liên Hoa-Kinh Phẩm 27 : Như có hàng thiện nam-tử thiện-nữ nhơn gieo trồng *thiện-căn* thì đời nào sanh ra cũng gặp bực Thiện tri-thức. Bực thiện tri-thức nầy làm nồi Phật-sự, chỉ dạy cho mình những điều lợi ích, vui vẻ, khiến cho mình vào Phật-quả.

(Xem : *Tam thiện-căn.*)

THIỆN-DUYÊN 善 緣 : Duyên lành. Ấy là những pháp lành nương dựa với đạo Phật, có dính dấp với Tam-bảo, có quan-thiệp với đường tu học của mình. Như người tại thế mà hưởng ứng với công-cuộc lập chùa, in Kinh, sùng tu chùa miễu, ấy là kết thiện-duyên. Lại như người dốc chí tu hành mà gặp chùa chiền nghiêm-trang, nhà sư thanh bạch, thầy hay bạn giỏi, ấy *Thiện-duyên.*

Thiện-duyên trái với *ác-duyên* là những người, những cảnh những dịp, những pháp khiến cho mình thối thất đối với đạo đức

THIỆN-ĐẠO 善 道 : Đường tốt, nẻo lành, cảnh-thú tốt đẹp nơi ấy chúng-sanh sanh ra và hưởng mọi sự an-vui do phước lực của mình. Cũng viết : *Thiện-thú.* Trái với : *Ác-đạo, ác-thú.*

Trong Lục đạo, Ba chốn Địa-ngục, Ngạ-quỉ, Súc-sanh, kêu là *ác-đạo* ; tức nhiên Ba chốn Nhơn-loại, chư Thần, chư Thiên kêu là *thiện-đạo.*

Thiện-đạo lại là tiếng chỉ riêng cảnh Thiên đường, vì nơi ấy chư Thiên hưởng mọi sự an-lạc : mắt thấy sắc tốt, tai nghe tiếng tốt, mũi ngửi mùi tốt, miệng nếm vị tốt, thân dụng vật tốt, ý nghĩ đều tốt.

THIỆN-GIÁC VƯƠNG 善 覺 王.— Soupra-Bouddha (scr.) : Một vị vương họ Thích, ở tại thành Ca-tỳ-la-vệ (Kapilavastou), cha của nàng Da-du-đà-la (Yasôdhara). Ngài gả con cho thái-tử Tất-đạt-đa (Siddharta) sau một cuộc tranh tài về nghề văn và nghiệp võ, bấy giờ Thái-tử ăn đứt các trang thanh niên quí phái đến đấu sức với mình.

THIỆN-HẠNH 善行 : Nết-hạnh lành. Ấy là sự quen làm những việc có tánh cách hữu-lậu, sẽ đem lại phước-lạc cho mình ở cõi nầy hoặc ở cõi Tiên, như : bố-thí, cúng dường, trì giới và mọi sự lành khác.

THIỆN-HIỀN 善賢 .— Subhadra : Tên một vị Tỳ-kheo, đệ-tử cuối cùng của Phật. Âm theo Phạn : Tu-bạt-đà-la, Tô-bạt-đà la (Subhadra). Ấy là một vị Phạm-chí (thầy tu xuất-gia đạo Bà-la-môn) tuổi đến 120, ở gần thành Câu-thi-na, tu đắc phép Ngũ thông. Ông nghe tin Phật sắp vào cảnh Niết-bàn vô dư, bèn mau chơn tới qui-y thọ giới Cụ-túc. Ông liền đắc quả A-la-hán và vào Niết-bàn trước Phật. (Xem : *Tu-bạt-đà-la.*)

THIỆN-HUỆ (*ĐỊA*) 善慧 (地) : Ấy là địa-vị thứ chín trong *Thập địa* của Bồ-tát. Bực Bồ-tát lần lượt chứng đủ mười địa-vị thì thành Phật. Lên *Thiện-Huệ địa,* Bồ-tát có bốn cái trí biện vô-ngại (*Tứ vô ngại trí*), ra đi diễn giải tất cả pháp với tất cả chúng-sanh trong Mười phương,

Thiện-Huệ địa cũng kêu là *Thiện-Huệ Bồ-tát.* Như đức Thích-Ca trước khi giáng sanh nơi hông bà Ma-da phu-nhơn, thì ngài còn ở trong cảnh *Thiện-Huệ địa,* người-ta gọi ngài là *Thiện-Huệ Bồ tát,* ngài từng giảng pháp giáo-hóa các chúng sanh.

THIỆN-HUỆ (*TIÊN-NHƠN*) 善慧 (仙人) Soumedha (scr, p.) hay Soujnàna : Ông Tiên Thiện-Huệ, Tiền-thân của đức Phật Thích-Ca. Hay *Thiện-Huệ Bồ-tát.* Thuở xưa, cách nay không biết bao nhiêu lâu mà kể, đức Bồ-tát ra đời, sanh vào nhà vua Đăng-Chiếu, tên đặt là Phổ-Quang (Samantaprabhàsa). Thái-tử Phổ-Quang xin được phép cha mẹ, lên núi tu hành, bèn lấy hiệu là *Thiện-Huệ.* Ngài đã từng tu học nơi các vị đại-sư trong các tông phái chốn cao-sơn, nhưng chưa thỏa dạ với vị nào hết.

Nhơn gặp Phật Nhiên-Đăng (Dipankara), ngài có dâng năm hoa sen cúng dường đức Phật ấy. Lễ xong, đem tung ra thì năm đóa hoa sen hóa làm năm cảnh điện-đài bằng hoa, lơ lửng nơi không-trung. Đức Phật Nhiên-Đăng bèn thọ-ký cho, mách rằng: «Về sau, ngươi sẽ thành Phật, hiệu là Thích-Ca Mâu-Ni.» Lúc bấy giờ, thấy đất ướt, ngài *Thiện-Huệ* cởi áo da hươu ra trải trên mặt đất và xả tóc ra che lấp chỗ bùn lầy đặng cho đức Phật Nhiên-Đăng đi qua.

Thấy lòng thành kính như vậy, Phật Nhiên-Đăng phán rằng: «Đời sau ngươi thành Phật, sẽ ở vào cõi ngũ-trược ác-thế mà độ cho các hàng Tiên, Người.»

Nhơn dịp ấy, đức *Thiện-Huệ* thọ giới cụ-túc do Phật truyền cho, tu hành tinh-tấn và chừng thác thì sanh lên cảnh trời Đâu-Suất làm Bồ-tát hiệu là Hộ-Minh. Chừng đáo xuống trần thế, ngài tu thành Phật hiệu là Thích-Ca Mâu-Ni.

THIỆN-HỮU 善友: Bạn lành. Ấy là người bạn vui mà thấy mình làm lành, và tùy dịp mà khuyên lơn mình, nông sức mình, tiếp giúp mình, trên đường tu học. Đồng-nghĩa: *Thiện tri-thức*. Trái với: ác-hữu. *Thiện-Hữu* lại là tên một vị thái-tử tiền-thân của Phật Thích-Ca. Ngài có chịu khó đi xuống Long-cung mà tầm ngọc như-ý về để ban ra các sự phước-lạc cho chúng dân.

THIỆN-KIẾN 善見: *Thiện-Kiến thái-tử* hay *Thiện-Kiến vương* là một danh-hiệu của *A-xà-Thế* (Ajatasatrou).

Khi vua Tần-bà-sa-la sanh thái-tử, các nhà tướng-sư gọi thái-tử là A-xà-Thế (Vị sanh oán), người có oán-thù với cha từ khi chưa sanh ra. Nhơn đó, người ngoài đều gọi là A-xà-Thế (Vị-sanh oán). Còn người trong dòng họ, muốn hồi hộ cái tâm lành cho thái-tử, đều gọi người là *Thiện-Kiến*. (Xem: *A-xà-Thế*.)

THIỆN-KIẾN THÀNH 善見城: Đền-đài cung-điện của đức Đế-Thích ở trên cảnh trời Đạo-ly, nơi ngự của đức Đế-Thích, ở về cõi Dục-giới. Cũng kêu: *Hỷ-Kiến thành*.

THIỆN-KIẾN THIÊN 善見天 : Cảnh trời Thiện-kiến, ở về cõi Sắc-giới, Tứ-thiền-thiên, miền Tịnh-phạm địa. Phạn : *Sudarsana*. Vì sức định của chư thiên ở cảnh trời nầy rất trong trẻo, thanh tịnh, cho nên các ngài thấy rõ tất cả trong Thập-phương. Vì vậy nên gọi là *Thiện - kiến thiên*. Lại nữa, hình-mạo của các ngài rất diệu-hảo, ai trông qua cũng thích nhìn, nên kêu là *Thiện-kiến thiên*. Vã lại, các ngài thấy biết rõ rệt về Tứ diệu-đế (khổ, tập, diệt, đạo), lìa khỏi mọi sự cấu trược, tâm trở nên trong sạch, sáng láng, vì vậy nên kêu là *Thiện - kiến thiên*. (Xem : *Tam giới*.)

THIỆN LAI 善來 : Sự đến lành (bienvenue), người đến lành (bienvenu). Bên Ấn-Độ, mỗi khi có hàng tu-học ở xa đi đến chùa mình, tịnh-thất của mình, thì chư Tỳ-kheo hoan nghênh mà hô lên rằng : *Thiện lai*.

Hồi Phật còn tại thế, mỗi khi vừa truyền giới xuất-gia cho ai, vừa cạo đầu và ban cà-sa, bình bát cho người ấy rồi, thì Phật phán : *Thiện lai* (*Thiện lai giả*). Tức là người mới sanh vào trong cõi Thánh, bước vào trong khu vực của Phật-Thánh.

THIỆN LỢI 善利 : I.- Sự lợi-ích phải thế, mối lợi phải dịp. Đó là những việc mà người đời làm thì có lợi, mà bỏ qua thì mất lợi.

Địa-Tạng Kinh phẩm bảy : Địa-Tạng Bồ-tát bạch với Phật rằng : Thế-tôn ! tôi xem thấy chúng-sanh trong cõi Diêm-phù-đề nầy vừa cất chơn, vừa dấy niệm, thì đã phạm tội rồi. Nếu gặp điều *thiện-lợi*, thì nhiều người thối bước đối với Tấm lòng trước (Sơ-tâm) ; còn như gặp phải ác-duyên, thì lòng ác của họ càng lúc càng thêm !

II.— *Thiện-lợi* lại có nghĩa : điều lợi-ích lành, những điều có lợi-ích đối với việc tu-hành và việc đắc Đạo

Như ... A-Nan Tỳ-kheo, vừa là người đủ sức thọ trì Thập nhị

Bộ Kinh vừa là người hầu hạ cung cấp mọi sự cần dùng cho Phật, mà cũng chẳng để mất mọi sự *Thiện-lợi* của mình.

THIỆN-MÔN 善 門 : Cửa lành.

I. — Thế-tục gọi những nhà từ-thiện là *Thiện-môn*.

II.— Người-ta cũng gọi tôn-giáo, phái đạo là *Thiện-môn*. Như nói : Nhập *Thiện-môn*, tức là vào cửa đạo-đức, thọ phép nhà đạo.

THIỆN-NAM 善 男 : Trai lành. Ấy là người đờn-ông con trai mộ đạo, nhưng ở tại nhà vừa làm ăn vựa tu học, thỉnh thoảng đến chùa mà chiêm lễ. Kêu theo Phạn : *Ưu-bà-tắc* (Upâ--saka). Cũng kêu : *thiện-túc nam, cận-sự nam, thanh tín sĩ, cư-sĩ.*

Còn người đờn-bà con gái còn ở tại nhà mà tu-niệm, vẫn giữ việc thờ cha, kính mẹ hoặc giúp chồng, nuôi con, thì kêu là *tín-nữ*, Phạn: *Ưu-bà-di* (Upâsikâ).—

Trong bốn hàng đệ-tử (*tứ chúng*) của Phật, *thiện-nam, tín-nữ* là người nam và nữ tu hạnh tại-gia, Tỳ-kheo và Tỳ-kheo-ni là ông sư và bà vãi tu hạnh xuất-gia.—

Quan - Âm Thị Kính : *Thiện-nam,* tín-nữ, lão bà
Đều rằng tu thế mới là chơn tu.

THIỆN NAM TỬ 善 男 子 Fils de Bonne Famille, Homme Vertueux, croyant (fr.) : Tiếng tốt đẹp mà Phật dùng để gọi người nam-nhơn tin Phật, nghe Pháp, chẳng hạn là người tại-gia hoặc xuất-gia. Cho đến đối với bực Bồ-tát lớn, Phật cũng gọi là *Thiện nam-tử*. Còn người đờn-bà con gái, dầu tại-gia hay xuất-gia mà đến chiêm lễ Phật và mộ nghe Phật thuyết pháp, thì Ngài gọi là *Thiện nữ-nhơn*. *Thiện nam-tử* nghĩa là: Người đờn-ông con trai thuộc về gia-đình hiền-đức, hoặc ở trong Đại gia đình của chư Phật.

THIỆN - NGHIỆP 善 業 : Việc lành. Ấy là những việc lành bằng thân-thể, bằng lời nói, bằng tâm-ý. Những việc ấy không do nơi tham, sân, si, mà do nơi lòng lành muốn tế độ chúng-sanh. Các việc lành của thân, ngữ, ý từ những đời trước hiệp thành *thiện-nghiệp*, chiêu cảm những phước-lạc cho mình và nâng đỡ mình lên cảnh Thần-tiên và cảnh Niết-bàn.

Trái với *ác-nghiệp* là ngũ nghịch, thập ác, những điều lầm lỗi, tội phạm bằng thân, ngữ, ý chúng-nó chiêu cảm những quả khổ-não đến cho mình và làm cho mình đọa-lạc nơi những cảnh xấu là địa-ngục, ngạ-quỉ, súc-sanh.

THIỆN - NGÔN 善 言 : Lời lành. Tùy dịp mà nói ra khiến người bỏ tà mà theo chánh, nói ra để khuyến khích người ta tu-học, lời nói làm cho người được lợi-ích, an-lạc, lời chơn thật, xảo diệu, diễn-giảng pháp-giáo với người. Trái với : *ác-ngôn*. Cũng gọi là : *thiện-ngữ*, *thiện - thuyết*.

THIỆN-NHƠN 善 人 Homme de bien, homme vertueux (fr.) Người hiền lành, từ thiện, nhơn-đức. Trái với *ác-nhơn* là người hung dữ. *Thiện-nhơn* là người tin tưởng lý Nhơn-quả và làm những việc từ-thiện giúp đời. Ấy là người chí-ý chú trọng việc từ-thiện, không nói và không làm việc chi tồn hại kẻ khác. Con nhà hiền-đức, quen ăn ở theo sự hiền lành, hay thương người xót vật, cũng là *thiện-nhơn*.

THIỆN-PHÁP 善 法 : Pháp lành (lý lành, sự lành). *Thiện-pháp* có hai thứ : *thiện-pháp* thế-gian và *thiện-pháp* xuất thế-gian. *Thiện-pháp* thế-gian là Ngũ giới và Thập thiện. *Thiện - pháp* xuất thế-gian là Tam học và Lục độ. *Thiện-pháp* thế gian thì cạn, *thiện pháp* xuất thế-gian thì sâu, song đều thuận theo Đạo lý và có lợi ích cho mình, cho người.

Du-già, quyển 66 : Bởi hai cái nhơn-duyên cho nên hết thảy những *thiện-pháp* được gọi là thiện : Một là tự-tánh chúng nó chẳng điên-đảo, lại gặp pháp điên-đảo thì chế trị được. Hai là an-ổn. Các *thiện-pháp* tự-tánh chẳng điên-đảo là vì gặp cơ-duyên thì tùy chuyển; còn gặp pháp ô-nhiễm thì trừng trị; an ổn, là vì có sức đưa đến cõi lành cũng là chứng Niết-bàn.

Trái lại, *bất-thiện pháp* (ác-pháp) là những pháp tự tánh điên đảo, ô-nhiễm và chẳng được an-ổn.

THIỆN-PHÁP ĐƯỜNG 善法堂: Tên nhà giảng đạo thuyết pháp ở cảnh trời của đức Đế-Thích. Nhà giảng ấy ở về phía Tây-Nam đối với Hỷ-Kiến Thành. Nơi ấy, chư Thiên thường luận biện những sự thiện ác ở cõi Người, ở cõi Trời, cho nên kêu là *Thiện-pháp đường*. Thỉnh-thoảng chư Bồ-tát cũng có hiện lại đó mà thuyết pháp giáo-hóa chư Thiên ở cung trời Đao-ly. Chính đức Phật Thích-tôn có hiện lên cung trời Đao-ly, nơi *Thiện-pháp đường* mà thuyết pháp độ cho Phật-mẫu và chư Thiên. Ở đó, ngài thuyết Địa-Tạng-Kinh.—

Lại nữa, nhà thuyết-pháp ở cảnh trời Đâu-suất của đức Di-Lặc (Maitreya) cũng kêu là *Thiện-pháp đường*. Ngài thường ngự lại đó mà giảng kinh, thuyết pháp, khuyến thiện với chư Bồ tát và chư Thiên. Vả lại, ở cảnh Thiên-đường ấy, chư Thiên (Tiên) hằng hội lại mà giảng thuyết những pháp lành, như Thập Thiện, Tứ hoằng thệ-nguyện, Lục độ v.v..., nên kêu là *Thiện-pháp đường*.

THIỆN-PHÁP MẠ 善法罵: Mắng chưởi người ta bằng pháp lành. Tức là mượn điều lành mà hủy nhục người. Giả như nói: Bộ ngươi là Đại-Thánh hay sao? Ngươi là Ngọc hoàng thượng-đế mới như vậy..

Trái với *ác-pháp mạ* là mượn điều ác mà xúc phạm người ta. Giả như nói: Đồ súc-sanh! Đồ hạ-tiện!

THIỆN-QUYỀN 善權: Quyền-mưu khéo léo, tốt, lành. Phương pháp tùy dùng tạm thời một cách thiện-xảo để cứu giúp người. Đồng nghĩa với: phương-tiện. Đó là tài năng của chư Phật, chư Bồ-tát.

THIỆN-SANH 善生.-Soujâta (scr.). Tên cô gái cúng sữa và đồ ăn cho đức Thích-Ca khi ngài sắp thành Phật. Cũng đọc theo Phạn:

Tu xà-đa. Cô *Thiện-Sanh* là con gái của vị thôn-chủ ở làng Nan-đà (Nanda) thuộc về xứ Ưu-lâu-tần-loa (Ourouvilva).

Đức Thích-Ca sau sáu năm khổ hạnh, thấy thân thể càng ngày càng gầy ốm, sức lực càng kiệt-quệ, mà chưa đắc Đạo, ngài định ăn lại cho có sức khỏe mà tu định. Nhờ cô *Thiện-Sanh* đem sữa và thức ăn lại cúng, ngài ăn vào, thấy trong mình khỏe lại. Ngài xuống tắm nơi rạch Ni-liên-thiền (Nairânjanâ) và vào rừng, ngồi nơi cội Bồ-đề mà nhập định bốn mươi chín ngày. Sau cơn ấy, ngài đắc quả Chánh-đẳng chánh-giác, thành Phật Như-lai.

Thiện-Sanh lại là tiếng dịch nghĩa *Thi-ca-la-việt* (Sigalavada).

THIỆN-SĨ 善 士 - Người từ-tâm, có đạo-hạnh. Tiếng xưng tặng những nhà tu-học có đủ giới-hạnh, đạo-đức, trí huệ, lìa xa sự lỗi lầm, thành-tựu những pháp lành, đáng làm bực thầy chỉ dẫn cho thiên-hạ.

Người ta cũng gọi chư La-hán, chư Bồ-tát, chư Phật là *Thiện-sĩ*. Những bực *Thiện-sĩ* nầy, ta nên thân cận, phụng sự, cung kính, cúng dường.

THIỆN TAI 善 哉 : Lành thay, tốt thay, phải thay. Đó là lời Phật khen Thinh-văn hoặc Bồ-tát khi có một vị nào đề xướng một ý-kiến lành, có lợi-ích cho chư thiên và nhơn-loại trong đời hiện-tại và trong các đời sau. Cũng là lời mà chư Thánh-hiền khen nhau về đạo-hạnh, về công-trình trước-tác phiên-dịch Kinh-luận.

THIỆN-TÁNH 善 性 : Tánh-chất lành.

Tức là tâm-tính từ-thiện, ý kiến ôn-hòa sẵn có ở nơi mình. Do đó mà phát lộ ra lời nói phải thế, việc làm chơn chánh. Cái *thiện-tánh* ấy hoặc tự nhiên mà có từ khi sanh ra, hoặc nhờ tu tập mà được.

Chúng-sanh có ba tánh :

1. *Ác-tánh* khiến cho mình tưởng bậy, nói bậy làm bậy mà sa đọa vào Ba chốn ác (Địa-ngục, Ngạ-quỉ, Súc-sanh) chịu cực-khổ.

2. *Thiện-tánh* khiến cho mình tưởng lành, nói lành, làm lành, nhờ vậy mà sẽ được lên ba chốn lành (làm Người, làm Thần, làm Tiên), hưởng các phước-lạc.

3. *Vô ký tánh* là cái bổn-tánh trung-đạo, ấy là cái chơn-như, chẳng thiện, chẳng ác, chẳng vướng quả-báo. Cái tánh nầy đưa mình lên quả Thánh, quả Phật.

THIỆN-TINH 善星 Tức *Thiện-Tinh* Tỳ-kheo vốn là một vị hoàng-tử họ Thích. Lúc Phật thành Đạo, ông Thiện-Tinh xin thọ giới xuất-gia, giỏi về Mười hai bộ Kinh (*Thập nhị Bộ kinh*) diệt các phiền-não về cõi Dục-giới, đắc phép *Tứ-thiền*, sắp chứng Niết-bàn. Nhưng vì thân-cận với bạn xấu, bèn thối thất đối với cảnh Giải-thoát, chấp trước chỗ không, nói rằng không có Phật, không có Niết-bàn, phát sanh tà-kiến không tin nhơn-quả, khởi ác-tâm đối với Phật. Chừng thác bị đọa nơi *Vô-gián Địa-ngục*, dầu rằng ông đã theo Phật trong hai mươi năm.- vì ông không tin Niết-bàn, chẳng chịu nhập Niết-bàn, nên người-ta gọi là *xiển-đề Tỳ-kheo*. Lại vì ông được phép *Tứ-thiền* mà còn thối thất, nên người-ta gọi ông là *Tứ-thiền Tỳ-kheo*.

THIỆN - TỊNH 善淨 Viết theo Phạn : *Tu-phạm-Ma*.

Cha của đức Di-Lặc, người Bà-la-môn quí phái và cao học, làm chức Quốc-sư triều vua Hướng-Khư. Vợ là Tịnh - Diệu (Phạm-Ma Bạt-Đề) là một bà phu-nhơn đẹp đẽ nhứt và có đức-hạnh nhứt trong nước. Thuở ấy, đời sống người ta là 80.000 tuổi, ông bà sẽ sanh ra đức Di Lặc, ngồi nơi cội cây Long-hoa mà thành Phật và thuyết pháp độ chúng-sanh.

THIỆN THỆ 善逝 :-Sugata (scr.) : Một hiệu trong *Thập hiệu* của Phật. Đọc theo theo Phạn : *Tu-già-đà* (Sugata).

Thiện : Tốt lành, phải thế.

Thệ : Đi luôn không trở lại, đi tới nơi tới chốn. Cũng nói là : *Hảo khứ*, Diệu trụ. *Thiện-thệ* tức là bực đi tới Bờ bên kia, Niết-bàn, bực đã làm xong những sự phải làm, như : tế độ chúng-sanh, trọn vẹn hạnh nguyện, và không còn trở lại cõi thế, không còn đáo lại vòng Sanh-tử, biển Luân-hồi.

Trí-độ-luận : Đức Phật dùng cái Nhứt thiết trí của Ngài làm cỗ xe lớn, ngồi trên cỗ xe ấy mà đi trên đường Bát-chánh đạo, đi luôn cho đến cảnh Niết-bàn. Như vậy kêu là *Hảo-khứ* (*Thiện thệ*).

Niết-bàn Kinh, Quyển 14 : Đại-Tiên ! Trong đời vị-lại, nếu người ấy làm bậc *Thiện-thệ*, ắt vô-lượng phiền-não Lửa hồng của chúng ta sẽ tiêu diệt.

(Xem : *Thập hiệu*.)

THIỆN TRI - THỨC 善 知 識 Ami vertueux, Homme vertueux et inteligent (fr.) Bạn lành, bạn về đạo-lý. Cũng kêu là *Thiện tri thức*, *Hảo bằng-hữu*, *Thiện-hữu*. Đối-nghĩa : Ác tri thức Ác-hữu.

Thiện : Lành, Tốt, Khéo.

Tri : Tri tâm, biết tâm tánh, tình ý mình.

Tri danh, biết tên tuổi mình, xứ sở mình.

Thức : Thức mạo, biết hình-tướng mình, sức lực mình.

Thiện tri thức tức là người tốt lành quen biết mình, hiểu rõ tánh-tình, chí-hướng của mình.

Bực *thiện-tri thức* nhờ có tâm lành và hiểu biết mình nên dễ bề giúp cho mình, chỉ đường lành, dắt nẻo tốt cho mình, độ cho mình đến mé lành, Niết-bàn.—

Sách **Minh-thích-thù hoàn** có phân ra thiện tri-thức với thiện hộ-trợ :

Thiện tri-thức là bực thầy (sư).

Thiện hộ trợ là bực bạn (hữu).—

Nhà tu-hành có ba hạng *thiện tri-thức* :

1. *Giáo-thọ thiện-tri thức* : Bực thầy giáo hóa.

2. *Đồng-hành thiện tri-thức*: Bạn tu hành thường khuyên mình làm điều lành, tránh điều ác.

3. *Ngoại-hộ thiện tri-thức*: Ấy là hạng *đàn-việt*, hạng tu tại-gia ủng hộ mình, cung cấp tư-liệu cho mình đặng tiện bề tu học.—

Thiện tri-thức cũng là người hiền lành tín mộ Chánh-pháp và có trí thức.— Lại, Phật, Bồ-tát, Duyên-giác, La-hán là *thiện tri thức* của chúng-sanh.—

Bực *thiện tri-thức* thấy kẻ mê lạc đường trong rừng sâu, đầy thú dữ, thì động lòng từ-bi, đem ra nơi đường bằng thẳng sáng suốt. (**Pháp-Hoa Kinh.**)

Nhờ bốn pháp, bốn nhơn-duyên, người ta mau đắc Đại Niết-bàn. Bốn pháp ấy là: 1. Thân-cận *thiện tri-thức* (thiện-hữu), 2. Chuyên tâm nghe Pháp, 3. Dốc lòng suy xét (Hệ niệm tư duy), 4. Như Pháp tu-hành. (**Niết-bàn Kinh**, quyền 25)

Bực *thiện tri-thức* thấy kẻ đội nặng, vác nặng mà sa lầy, bèn đội, vác bớt cho và chỉ đường cho lên khỏi lầy, lại dặn đừng có lầm-lạc vào đó nữa. (**Địa-Tạng Kinh.**)

Nên lựa người lành mà theo, hãy tránh xa người chẳng lành. Từ Vô-lượng Kiếp tới nay, ta thường thân-cận với *thiện tri-thức*, nay được thành Phật. (**Thi-Ca-La-Việt Kinh.**)

THIỆN-VÔ-UÝ 善無畏.— Subhakara (scr.): Một nhà sư đại-danh người Thiên-Trước, đến Kinh-đô Trường-An (Tàu) năm 716. Ngài sở trường về Mật-giáo với những Pháp-Ấn, Chú. Ngài có tiếp sức một cách hiệu-lực với ngài Kim-Cang-Trí (Vajrabod--dhi), cũng một nhà sư Ấn-Độ đặng truyền bá Chơn-ngôn tông.

THIỆN-XỨ 善處: Chỗ tốt, nơi lành.

Ấy là cảnh Người, cảnh Tiên và cảnh Tịnh-độ của chư Phật. Vì ở những cảnh đó, có những sự sung sướng, có những trang hiền-đức, mình dễ mà tu học và tấn-hóa. Trái với *ác - xứ* là những cảnh Địa-ngục, Ngạ-quỉ, Súc-sanh.

THIẾT-VI SƠN 鐵圍山 Ca-Kravada (scr.).— *Thiết* : Bằng sắt. *Vi* : Bao quanh.

Núi bằng sắt bao quanh một cảnh biển nước mặn chia biệt ra một cõi Tiểu thế-giới. Cũng kêu : *Đại Thiết-vi sơn.*

Cảnh thế như vầy : Trung-tâm mỗi cõi Tiểu thế-giới, tức là trung-tâm *Tứ châu*, có núi Tu-di. Ngoài núi Tu-di, có tám cảnh biển và bảy cảnh núi. Cảnh biển thứ tám, nước mặn, sâu, rộng vô cùng. Cảnh biển ấy có một cảnh núi bằng sắt bao quanh, tức là *Thiết-vi sơn.*

Theo trong các Kinh Phật, trong *núi Thiết-vi*, có nhiều cảnh *Địa-ngục* hắc-ám, lớn có, nhỏ có. Những kẻ làm ác ở thế-gian, khi thác thì thần hồn bị sức Nghiệp-quả lôi tới Địa-ngục trong núi Thiết-vi mà chịu lấy các sự khổ.
Núi Thiết-vi đen đúa tối tăm, vì ánh mặt trời và mặt trăng chẳng chiếu tới. Các tội báo ở đó nói không cùng, đều do cơ cảm của chúng-sanh mà hiện ra vậy.

THIỆT 實 Xem : *thật.*

THIỆT-CĂN 舌根 Langue (fr.) Căn lưỡi, Cái lưỡi. Đó là một căn trong *Lục căn*, lưỡi là cái cội rễ biết mùi và phát ra tiếng nói, cho nên kêu là *Thiệt-căn.*

THIẾU-LÂM-TỰ 少林寺 Chùa Thiếu-Lâm. Ngôi chùa ở trong núi Tung, nơi ấy ngài Sư-tổ Bồ-đề Đạt-ma ngồi thiền-định chín năm, quay mặt vào vách. Tại *chùa Thiếu-Lâm*, ngài Bồ-đề Đạt-ma có truyền Đạo, phó Y Bát cho sư Thần-Quang. Sư nầy bèn đổi pháp-danh là Huệ-Khả và làm Nhị-tổ. (Xem : *Đạt-ma đại-sư, Huệ-Khả đại-sư.*)

THIỂU-DỤC 少欲 Ít ham muốn, lòng chẳng tham cầu lợi dưỡng, chỉ cần những món hữu-ích về Đạo-đức mà thôi. Đó là một đức rất cần cho người học đạo. Đối với *đa dục*. Ai *thiểu-dục* thì được sự *tri-túc* (biết là đủ), đối với người ấy, có ít cũng coi là đủ. Còn hơn kẻ đa dục, có được bao nhiêu cũng thấy mình chẳng đủ, mong cầu thêm mãi, không bao giờ vừa ý.

Trong quyển «**Phật Di-Giáo Kinh**» có khuyên rằng : Phải biết rằng người nhiều ham muốn, vì cầu lợi cho nhiều, cho nên khổ-não cũng nhiều. Còn người *thiểu dục* thì không cầu, không muốn, ắt không có nỗi lo khổ ấy. *Sự thiểu dục* lại nảy sanh ra các công-đức khác nữa. Người thiểu-dục không có ý bợ đỡ cong vạy để cầu lấy ý người ta, cũng lại chẳng bị các căn (lục-căn) lôi kéo. Ai thiệt hành tánh *thiểu-dục* thì lòng dạ khoan-khoái, không lo sợ điều chi, đụng chạm đến việc gì cũng có bề dư giả, không bao giờ thấy mình túng thiếu. Hễ *thiểu dục* thì có cảnh Niết-bàn.

«**Niết-bàn kinh**» : *Thiểu dục* thì hạp với Đạo-lý ; *đa dục* chẳng hạp với Đạo-lý. (*Thiểu dục* thị Đạo, đa dục phi Đạo.)...

Người *Thiểu-dục* chẳng hề bị hại vì Tâm dục : Ác-dục, Đại-dục, Dục-dục.

Chẳng bị hại vì Ác-dục, đó là người chẳng có ý muốn cầm đầu Tứ chúng đặng hưởng mọi sự cung kính và cúng dường thắng diệu. Chẳng bị hại vì Đại-dục, đó là người chẳng muốn khoe với ai rằng mình đắc Đạo-quả đặng cho người ta tôn trọng cúng dường. Chẳng bị hại vì Dục-dục, đó là người chẳng muốn sanh ra đời sau ở cảnh Tiên hoặc ở cảnh người sang trọng.

Đối với cuộc đời thể-xác, nên giữ đức *Thiểu-dục* và *Tri-túc*. Nhưng đối với đời Tinh-thần, đời Đạo-lý, nếu giữ tánh *Thiểu-dục* và *Tri-túc*, thì đó là hạnh Tiểu-thừa. Vì hạng Tiểu-thừa khi đắc những quả Tu-đà-hoàn, Tư-đà-hàm, A-na-hàm, A-la-hán hoặc Bích-chi-Phật, thì không còn muốn chi hơn nữa, tự cho là đủ. Còn hạng Đại-thừa Bồ-Tát thì chẳng *Thiểu-dục* và chẳng *Tri-túc*, quyết tu hành thêm mãi cho tới đắc quả Phật.

THIỂU-QUANG THIÊN 少 光 天 Parittabha (scr.) Từng trời

Thiểu-quang, đó là tên từng trời thứ nhứt trong cõi trời nhị-thiền nơi Sắc-giới.

(Xem : *Tam giới.*)

THIỂU-TỊNH THIÊN 少 淨 天 Parittasubha (scr.) Từng trời Thiểu-tịnh. Tên từng trời thứ nhứt trong đệ tam thiền nơi Sắc-giái. Ý thức thọ lấy sự vui tịnh-diệu, cho nên kêu là *Tịnh;* ở trong cõi trời đệ tam thiền, thì từng trời nầy là rất ít,. cho nên kêu là *Thiểu-tịnh.*(Xem : *Tam giới.*)

THINH (*THANH*) 聲 Voix, Son (fr.) Tiếng phát ra, tiếng nói ra. Ấy là tiếng phát lộ của vật hữu-tình và vô-tình.

a) Tiếng của vật vô-tình thì không có ý-nghĩa : như tiếng gió, tiếng mưa, tiếng sấm.

b) Tiếng của vật hữu-tình thì có ý-vị, có nghĩa-thú. Tiếng của vật hữu-tình phân làm hai loại :

1. *thế-tục* : như những tiếng luận đàm về văn-chương, âm-nhạc, lịch-sử v.v.

2. *xuất-thế* : những thời kinh giảng dạy đạo-lý giải-thoát, khiến cho người nghe mà tỉnh-ngộ.

Thinh, thinh-trần là một trần trong *Lục trần.* Chính tiếng nói đi vào căn tai làm cho người-ta cảm-động, sa mê, như tiếng ca-hát, tiếng đờn, tiếng nhạc. Bực hành đạo chơn-chánh, đối với tiếng êm tai, hay đối với tiếng chát chúa, đối với tiếng dua-bợ hay đối với tiếng nhục-mạ, đều chẳng cảm-động, tự nhiên như không, ấy là diệt được cái *thinh-trần.* Còn ai diệt được tất cả lục trần : sắc, thinh, hương, vị, xúc, pháp, đối với thế-cuộc, đối với các cảnh như không, thì có thể thành đạo vậy.

THINH-VĂN 聲 聞 Shravaka (scr.).-Auditeurs (fr.) Âm theo Phạn: *Xá-la-bà-ca* (Shravaka). Bực nghe pháp. Những vị đệ-tử của Phật tu hạnh xuất-gia thường hầu theo Phật mà *nghe pháp,* nhứt là nghe pháp Tứ đế : khổ, tập diệt, đạo. Những vị ấy bèn tham-thiền mà đoạn phiền-não, bèn đắc hoặc quả Tu-đà-hoàn (Srotapanna), hoặc quả Tư-đà-hàm (Sakrdagamin), hoặc quả A-na-hàm (Anagamin), hoặc quả A-la-hán. (Arhat). Đắc quả A-la-hán thì nhập Niết-bàn.

Quả-vị cao trổi hơn hết của hàng *Thinh văn* là quả A-la-hán. Thấp hơn, nhỏ hơn quả-vị của hàng *Duyên-giác, Độc-giác* (Bích-chi Phật) và của hàng Bồ-tát, Phật.

Hàng *Thinh-văn* đắc quả A-la-hán, nhập Niết-bàn. Nhưng về sau còn đáo lại cõi thế mà tu hạnh Đại-thừa để thành Bồ-tát và cuối cùng thì thành Phật. Tất có cả bốn bực Thinh-văn :

1. *Thâu tịch Thinh-văn* : Bực nghe Pháp, rồi đến chỗ vắng lặng mà thầm xét, bèn thành La-hán, nhập Niết-bàn.

2. *Thối Bồ-đề tâm Thinh-văn* : Ban đầu tu theo hạnh Bồ-tát kế trở lại tu Tứ đế nhập diệt.

3. *Ứng-hóa Thinh-văn* : Vốn là Bồ-tát lớn hoặc Phật xưa, nhưng hóa thân lại làm Thinh-văn để ủng hộ đức Phật hiện thời tuyên truyền Phật-Pháp.

Như đức Phật Thích-Ca nói rằng : Chớ coi đệ-tử của Ta toàn là hạng *Thinh-văn.* Chính là những vị Bồ-tát lớn, vì sức thệ-nguyện nên sanh ra nhập hàng *Thinh-văn* trong Giáo-hội của Ta.

4. *Tăng thượng mạn Thinh-văn* : Bực tu hành tuy có được phép thần-thông, nhưng chưa đắc quả La-hán, mà cũng tự xưng mình là Thinh-văn La-hán,

THINH-VĂN THỪA (*THẶNG*) 聲聞乘.— Sravaka - Yana (scr.). — Véhicule des Auditeurs (fr.) : Cỗ xe, tức là Giáo-pháp dạy về Tứ-đế, độ người nghe Pháp mà tu học cho đến đắc quả La-hán. Ấy là một thừa trong *Tam thừa* : Thinh-văn thừa, Duyên-giác thừa đều là *Tiểu-thừa,* đối với Bồ-tát thừa là *Đại-thừa. Thinh-văn thừa* thì *bất-liễu nghĩa* ; *Đại-thừa* vì chứa trọn cái Tạng thâm mật của Như-lai, kêu là *Liễu-nghĩa.*

Trong « **Niết-bàn-Kinh** », Phật so sánh như vầy : hàng *Thinh-văn thừa* như đứa trẻ con chưa biết gì hết ; hàng *Đại-thừa* như người lớn tuổi có Đại-trí biết tất cả. Hàng *Thinh-văn thừa* tỷ như người mới vừa gieo giống, trồng cây ; hàng *Đại-thừa* hẳn là người góp lúa, hái quả. *Thinh-văn* thừa tỷ như con một người Trưởng-giả, còn nhỏ, mới tập viết, tập đọc. *Đại-thừa* tỷ như người lớn đã đọc qua các kinh-điển cao siêu, thâm mật.

THINH-VĂN THỪA THẬP ĐỊA 聲聞乘十地 : Mười địa-vị tu chứng của người tu học theo Thinh-văn thừa. 1. Thọ Tam qui địa, 2. Tín địa. 3. Tín-pháp địa, 4. Nội phàm-phu địa, 5. Học tín giới địa, 6. Nhập nhơn địa, 7. Tu-đà-huờn địa. 8. Tư-đà-hàm địa, 9. A-na-hàm-địa, 10. A-la-hán địa.

THÍNH 聽

1. Nghe, tức cảm-giác bằng hai lỗ tai.

Đồng-nghĩa : *Văn* 聞. Như nói : *Thính giáo, Thính* pháp.

2. Thọ lấy, nhận chịu,

3. Tùy thuận, hứa chịu, bằng lòng.

4. Xét đoán.

5. Đảm nhiệm trách-vụ.

THÍNH-GIÁO 聽教 1. Nghe theo lời dạy. 2. Nghe giáo-pháp, nghe thuyết giáo.

THÍNH PHÁP 聽法 : Nghe Pháp, tức nghe Phật thuyết Pháp, hoặc nghe Thầy thuyết Pháp.

Muốn mau thành Phật, đắc Đại Niết-đàn, cần có đủ bốn pháp : 1. Thân cận thiện hữu, 2. Chuyên tâm *thính Pháp,* 3. Hệ niệm tư duy (hằng đem lòng suy-xét Đạo-lý), 4. Như Pháp tu hành.

Niết - bàn Kinh, quyển 25 : Nhờ thân - cận thiện - hữu mới nghe được Nghĩa-lý sâu xa của Thập nhị bộ Kinh. Nghe được Nghĩa lý sâu xa của Thập nhị Bộ Kinh, đó kêu là *Thính*

Pháp. Lại nghe được Nghĩa-lý sâu rộng của các Kinh Đại-thừa, mới thật là *thính Pháp*. Chuyên tâm nghe giảng Bát Thánh-đạo để trừ Tham, Sân, Si, đó cũng là *thính Pháp*. Nghe giảng về Thập nhứt Không, đối với các pháp, mình chẳng nhìn nhận tướng mạo, đó cũng kêu là *thính Pháp*.

Từ kẻ mới phát tâm cho đến người đắc tâm Chánh-giác, đắc quả Như-lai, thảy đều là hạng người *thính Pháp*,

Nhưng *thính Pháp* cũng chưa đủ, cần phải suy xét cái pháp mình đã nghe, những lý mình đã nhận, mới có thể trừ diệt phiền-não. Lại cần phải như Pháp tu hành mới đắc Niết-bàn.

THỌ 受 (*THỤ*) Védana (scr.,p.).-Sensation (fr.) Được; Thừa nhận; giữ lấy cái người ta cho mình, dung-nạp; thọ-cảm, cảm-động mà nhận lấy.

Thọ (Thọ-cảm, cảm-động mà nhận lấy), Phạn : *védana*, Pháp : sensation, giải rộng như vầy : Do *lục căn* đụng chạm *lục trần*, do *lục trần* đụng chạm *lục căn*, người-ta cảm-động mà nhận ra là vui hay buồn, sướng hoặc khổ.

Thọ là một uẩn trong *Ngũ uẩn*, tức là uẩn thứ nhì.— *Thọ* là một Nhơn-duyên trong *Thập nhị Nhơn-duyên*, tức là Nhơn duyên thứ bảy.

Thọ có : *Ngũ thọ*, Tam Thọ, Lục Thọ.

Trong Thập nhị Nhơn-duyên, tuy *Thọ* là một Nhơn-duyên, nhưng cũng vừa là Nhơn, vừa là Quả : *Thọ* là Nhơn của *Ái*, vì có thọ-cảm mới có tríu mến (Ái). *Thọ* là quả của *xúc*, vì có đụng chạm (lục trần đụng chạm với lục căn) nên mới có thọ-cảm.

Vì *Thọ* cho nên chúng-sanh chấp lẽ có Mình, có cái của Mình (Ngã, Ngã sở), do đó tâm-tánh, ý-tưởng và kiến-thức của họ trở nên điên đảo, tà loạn. Các mối tríu mến (*ái*) và khổ sở đều do nơi *Thọ*. Vậy muốn dứt *Ái*, trước phải quán sát lẽ *Thọ*.

Những quả-báo xấu do *Thọ* gây ra là : vì *Thọ* cho nên nhận lấy những sự vui sướng vô-thường, bất-tịnh. Vì *Thọ*, người ta làm nhiều việc bất-thiện, dứt các thiện-căn của mình. Vì *Thọ*, người-ta đọa Địa-ngục, Ngạ-quỉ, Súc-sanh, cho đến chịu vô-lượng khổ não trong Tam-giái.

THỌ BÁO 受 報: Chịu lấy sự báo-ứng do việc mình đã làm Cũng viết: *Thọ quả*. Đối-nghĩa: Tác Nghiệp. Hễ có *tác Nghiệp*, thì có *thọ Báo*: tác Nghiệp lành thì *thọ Báo* lành (phước lạc); tác Nghiệp dữ thì thọ Báo dữ (nạn khổ), (Xem: *Tác nghiệp. Báo*).

THỌ CỤ 受 具: Tức là: *Thọ cụ-túc giới*, thọ đủ tất cả giới hạnh. Ông Tỳ-kheo thọ 250 giới, bà Tỳ-kheo-ni thọ thọ 348 giới, tức là thọ đủ hết giới-hạnh, kêu tắt là *Thọ cụ*.

THỌ-DỤNG ĐỘ (*THỔ*) 受 用 土: Cõi thọ thọ dụng. Ấy là một cảnh-giới trong ba cảnh-giới của Phật. Trong **Duy-thức Luận** có nói rằng Phật có ba Thân: Tự-tánh (Phật-tánh) thân, Thọ-dụng thân. Biến-hóa thân. Mỗi thân đều có đủ quyền hoạt-động trên cảnh đất của mình, ấy là: Tự-tánh (Pháp-tánh) độ, *Thọ-dụng-độ*, Biến hóa độ.

THỌ-DUNG THÂN 受 用 身: Thân thọ dụng của Phật. Ấy là một thân trong ba thân của Phật, mà trong **Duy-thức Luận** có nói rõ: Tự-tánh (Pháp-tánh) Thân, *Thọ dụng thân*, Biến-hóa thân.

THỌ-GIẢ 受 者: Người chịu, người nhận.

Đối với *Tác-giả*, kẻ làm. Trong việc tác Nghiệp và thọ Báo, kẻ làm kêu là *Tác-giả*; người chịu kêu là *Thọ-giả*. Trong việc Bố-thí, cúng-dường, kẻ cho kêu là *Thí-giả* hay *Tác-giả*, người nhận kêu là *Thọ-giả*. Nếu muốn tu vô-lậu Đạo, muốn đắc Thánh-đạo, thì phải quán tưởng lẽ Không: không có *tác-giả*, cũng không có *thọ-giả*. Như vậy mới dứt Hữu-lậu nghiệp, dứt Luân-hồi.

THỌ GIỚI 受 戒: Thọ trì Giới-luật. Thường kẻ xuất-gia làm Tăng hoặc làm Ni, thì kêu là *Thọ Giới*. Nhưng người tại-gia thọ Tam qui và Ngũ giới, cũng kêu là *Thọ Giới*.

(Xem : *Thọ Giới* 授 戒.)

THỌ - KÝ 受 記. — Vyakarana (scr.). — Prédiction concernant l'État de Bouddha (fr.) : *Thọ* : Nhận lấy. *Ký* : ghi nhớ, *ghi chứng*. Viết trọn chữ : *Thọ* A-nậu-đa-la Tam-miệu Tam-bồ-đề *Ký*. Viết tắt là *Thọ ký*. Cũng viết : 授 記 (*Thọ - ký* : Trao cho sự ký-chứng ; 受 莂 *Thọ biệt*. Khi một đức Phật phán tiên-tri rằng về sau một vị tu-hành nào đó sẽ thành Phật, đó kêu là *Thọ-ký*. Tỷ như đức Phật Nhiên-Đăng đã *Thọ-ký* cho đức Thích-Ca Như-lai vậy.

Thường thường là *Thọ-ký* quả Phật Thế-tôn (Như-lai). Nhưng có khi cũng *Thọ-ký* quả Bích-chi Phật (Duyên-giác).

Trong **Địa-Tạng Kinh**, có chép : Thuở xưa, có đức Phật ra đời, hiệu là Sư-tử Hống Như-lai. Như có nam-tử, nữ-nhơn nghe tên đức Phật ấy, trong phút chốc liền qui-y, thì hạng người ấy sẽ được vô-số Phật *xoa đầu* Thọ-ký (Ma đỉnh Thọ-ký).

Trong **Hội Pháp-Hoa**, đức Thích-tôn có *thọ-ký* quả Phật cho 1.250 vị đệ-tử La-hán, mà ngài cũng có *Thọ-ký* cho tất cả Pháp-hội *Tứ chúng, Bát bộ*.—

Thọ-ký, âm theo Phạn : *Hòa-ca-la-na* (Vyakarana) là một thể thuyết pháp, một thể Kinh trong *Thập nhị bộ Kinh*.

THỌ QUYẾT 受 决 : Tức là : *Thọ-ký*. *Thọ quyết*, viết trọn là : Thọ quyết-định chi ký-biệt. Nghĩa là : được Phật chứng chắc rằng mình sẽ thành Phật.

THỌ SANH 受 生 : Thọ lấy cái sanh-mạng, ra đời làm thân chúng-sanh.

Niết-bàn Kinh, quyển 37 : Bực Trí-giả quán Nghiệp và quán Phiền-não, kế quán Quả-báo do hai thứ ấy gây ra : cả hai thứ Quả-báo đều là khổ. Đã biết là khổ, Trí-giả có thể rời bỏ các cuộc *thọ sanh*.

Lại chư Bồ-tát, vì cái nguyện *Thọ sanh*, cho nên vãng sanh nơi *Lục đạo* mà giáo hóa chúng-sanh, làm mọi sự nhiêu-ích cho chúng-sanh.

Thọ sanh cũng có nghĩa: Bẩm-tánh, cái tánh vốn sẵn từ lúc mới sanh ra cho tới trọn đời. Như trong **Lương-Võ Đế-Sát** có câu: *Thọ sanh* bất ẩm tửu; *Thọ sanh* bất háo âm-thinh (Ta bẩm-tánh chẳng uống rượu, bẩm-tánh chẳng ưa ca nhạc.)

THỌ TUẾ 受歲 : Lãnh tuổi. Những vị xuất-gia nam và nữ (Tỳ-kheo và Tỳ-kheo ni), mỗi năm nhập Hạ ba tháng, từ 16 tháng tư đến rằm tháng 7. Hết kỳ nhập Hạ, ngày rằm tháng 7 là ngày *thọ tuế*, tức là lãnh thêm một pháp-lạp, một tuổi tu.

THỌ, TƯỞNG, HÀNH, THỨC 受想行識 : Đó là bốn uẩn trong *Ngũ uẩn*. Trong Ngũ uẩn, uẩn đầu, *Sắc* thuộc về Sắc ; Bốn uẩn sau : *Thọ, Tưởng, Hành, Thức* đều thuộc về Tâm (Phi sắc).

THỌ TRÌ 受持: Nhận lãnh và giữ lấy. *Thọ* là *lãnh thọ* (nhận lãnh), bởi có sức Tin. *Trì* là *ức trì* (nhớ mà giữ lấy), bởi có sức Niệm.

Thọ trì là một hạnh tu trong năm hạnh tu đối với Kinh-điển; là một hạng Pháp-sư trong năm hạng Pháp-sư. Như trong **Pháp-Hoa Kinh** có biên năm hạng Pháp-sư : 1. *Thọ trì Pháp-sư*, 2. Đọc Pháp-sư, 3. Tụng Pháp-sư, 4. Giải thuyết Pháp-sư, 5. Thơ tả Pháp-sư (bực Pháp-sư chép Kinh, dịch Kinh và in thành quyển).

Thọ trì là nhờ ở sự nghe. Như nghe Phật thuyết Pháp, nghe Thầy giảng Kinh, bèn đem lòng tin mà *thọ* lấy ; rồi niệm nhớ chẳng quên, cứ theo đó mà suy nghĩ, tu hành. Như *Thọ trì* Tam qui, *Thọ trì* Kinh Pháp, *Thọ trì* Danh-hiệu Phật. *Thọ trì* cũng kêu tắt là *Trì*.

Đức Phật Thích-Ca có giảng rằng : Nếu ai *thọ trì* danh-hiệu một đức Phật, thì ngay lúc ở đời, được mười thứ công-đức :

1. Ngày đêm, thường được Chư Thiên, các vị Đại-lực Thần-tướng và quyến thuộc ẩn hình thủ-hộ cho mình.

2. Thường được 25 vị Đại Bồ-tát như ngài Quan-Thế-Âm, cùng tất cả các vị Bồ-tát theo mà thủ-hộ cho.

3. Thường được chư Phật ngày đêm hộ-niệm cho. Đức Phật A-Di-Đà thường phóng hào-quang tiếp thọ người ấy.

4. Tất cả những ác-quỉ, dầu cho Dạ-xoa hay La-sát đều chẳng hại được. Tất cả những thứ rắn độc, rồng độc, thuốc độc chẳng hại được.

5. Khỏi chết bởi những nạn : lửa, nước, oán tặc, dao búa, cung tên, súng đạn, lao ngục, hoạnh-tử, uổng-tử.

6. Trước đã tạo tội, nay đều tiêu diệt. Nếu có cuộc tra xét mà giết người, cũng được giải-thoát, khỏi bị bắt mà chấp đối.

7. Đêm ngủ, thấy việc chánh-trực, hoặc là thấy sắc thân thắng diệu của Phật A-Di-Đà.

8. Lòng thường hoan-hỷ, nhan sắc sáng sủa trơn bóng, khí-lực mạnh-mẽ, làm việc chi cũng được lợi lành.

9. Thường được tất cả mọi người trong thế-gian cung kính, cúng dường, lễ bái cũng như kính Phật.

10. Đến khi mạng chung, không lo sợ, lòng chánh niệm hiện tiền, liền thấy Phật A-Di-Đà và chư Bồ-tát, Thánh-chúng đem đài kim-cang tiếp dẫn cho được vãng sanh Tây-phương Tịnh-độ. Từ đó tới sau, mãi mãi được hưởng các sự vui thắng diệu.

THỌ-UẨN 受蘊 .— Védana-Skanda (scr.).— Agrégat «Sensation» (fr.) : *Uẩn* nghĩa là kết hiệp lại. *Thọ-uẩn* là một món trong năm món kết-hiệp làm thân chúng-sanh. Kêu tắt : *Thọ* (đã giải ở trước).

(Xem : *Ngũ uẩn.*)

THỌ-ĐỀ 樹提 Tejas (scr.).— Feu (fr.) *Thọ-đề* (Tejas) là chữ âm theo Phạn (Sanscrit), dịch nghĩa : *Hỏa* (Lửa). (Xem : *Hỏa*.)

Tên một đứa trẻ sanh ra trong đám lửa. Hồi đức Thích-tôn trụ thế, vợ một người trưởng - giả có thai, khi sắp đẻ thì bị bọn ngoại-đạo thuốc chết. Người ta đem thây lên dàn hỏa mà thiêu. Trong khi lửa cháy làm nứt bụng người mẹ, đứa con sanh ra.

Phật khiến người vào đống lửa mà bồng trẻ ấy ra. Nhơn đó, Phật đặt tên trẻ ấy là *Thọ-Đề*. Trẻ ấy, sau có phước đức rất lớn.

THỌ-GIỚI 授戒 Admission dans l' Ordre (fr.) Ban Tăng-già tiếp truyền giới-luật cho đệ-tử. *Thọ-giới tại-gia* là truyền Tam qui Ngũ giới, Bát giới. *Thọ giới xuất gia* là thọ Sa-di giới, Tỳ-kheo giới về đờn-ông ; Sa-di-ni giới, Tỳ-kheo-ni giới về đờn-bà.

Ngoài ra, có sự thọ-truyền *Bồ-tát giới* mà những bực tâm-tánh dõng mãnh, từ-bi đều được thọ lãnh, chẳng phân biệt hàng tại-gia hay xuất-gia.

Đã thọ lãnh giới-thể thì phải ăn ở, giữ-gìn cho nghiêm-trang theo giới-hạnh. Như vậy mới được công-đức, giải-thoát khỏi các mối khổ.

Trong ba sự tu học : *Giới*, Định, Huệ, bực *thọ giới* phải trì Giới mới sanh Định, có Định mới phát Huệ. Ba sự tu học ấy đều có liên-quan với nhau, mà sự thọ Giới và trì Giới là đứng đầu vậy.

THỌ-VƯƠNG 樹王 Vua loài cây. Tiếng tôn xưng cây Bồ-đề. Nơi cội cây ấy, đức Thích-Ca ngồi thiền-định mà đắc Đạo, thành bực Pháp-vương, nên trong Kinh gọi cây ấy là *Thọ-vương*. (Xem : *Bồ-đề thọ*.)

THỎ DÁC 兎角 Sừng thỏ, tức là chuyện vô-lý. (Xem : *Qui mao*.)

THOẠI-ĐẦU 話頭 Đầu đề, mối đầu câu chuyện, tức là cái chìa khóa để mở thông một vấn-đề tham-thiền. Vì vấn-đề mà nhà thiền đương tham-cứu rất-rộng, người vừa tham-cứu vừa giữ vững cái *mối-đầu,* như vậy thì dễ đạt lý. Như đối với người tu Tịnh-độ mà tu luôn thiền-định, thì câu niệm « *Nam-mô A-Di-Đà-Phật* » đủ làm *thoại-đầu* trong mọi cơn thiền.

Các sư Thiền-tông có lệ ra *thoại-đầu* cho đệ-tử tham xét. Như hồi đời Tống (960-1279), Đại-Huệ Thiền-sư ra *thoại-đầu* « Cẩu-tử Phật-tánh » cho Hối-Am chiêm nghiệm. « Cẩu-tử Phật-tánh » (Con chó con là Phật-tánh), tiếng thoại-đầu ấy, Hối-Am xét rất lâu mà chưa ra lẽ. Tới chừng gặp ông Khai-Thiện-Khiêm Thiền-sư giúp cho ý kiến, Hối-Am suy xét thêm mới được tỏ ngộ,

THÔ 麁 (粗) Grossier (fr.) To-về kịch-cợm ; sơ suất, cạn hẹp, qua loa, chẳng sáng suốt, chẳng trong sạch, tích tụ, tướng tăng trưởng

Trái với : *Tinh, nhuyễn, tế.*

THÔ-NGỮ 麁語 : Lời nói cộc-cằn, quở trách. Cũng viết : *Ha trách* ngữ. Đối với : nhuyễn ngữ.

Thô-ngữ là một trong ba môn phương-tiện mà chư Phật và chư Bồ-tát dùng để hoá độ chúng-sanh : nhuyễn-ngữ, thô-ngữ, bất nhuyễn bất thô (hoặc : nhuyễn và thô.)

THÔ-NHƠN 麁人 Người thô thiển.

Thô-nhơn là tiếng dùng để gọi hàng tu học Tiểu-Thừa.

Còn *tế-nhơn* là tiếng dùng để gọi hàng tu học Đại-thừa.

Lại nữa, Thiên-thai tông có phân tách bốn Giáo Hóa Pháp :

1. Tam-tạng giáo : giáo-pháp trong Kinh, Luật, Luận.

2. Thông-giáo : giáo-pháp Không, Vô-sanh trong Tứ Đế thông đồng cho Ba thừa (Thinh-văn, Duyên-giác, Bồ-tát).

3. Biệt-giáo : giáo-pháp riêng của Tiểu-thừa, khác với giáo-pháp của Đại-thừa.

4. Viên-giáo : giáo pháp tròn trịa, hoàn toàn của Bồ-tát thượng-căn : sự lý viên thông, Trung-đạo Thật-tướng.

Ai trì và thông ba giáo trên, kêu là *thô-nhơn*. Ai trì và thông giáo-pháp thứ tư, Viên giáo, kêu là *Tế-nhơn*.

THÔ-TƯỞNG 粗 想 : Tư tưởng thô trọng ; sự tu thiền còn thô-kệch, chưa tinh-khiết. Đối-nghĩa : *Tế-tưởng*.

Người tu thiền, ban đầu suy xét về cõi Dục-giới, đắc nhập cõi Dục-giới của chư Thiên. Kế bỏ cõi Dục-giới. Tâm-tưởng lướt tới cõi Sắc-giới. Tâm-tưởng của người đắc nhập cõi Sắc-giới, kêu là *Tế-tưởng*. Tâm-tưởng của người đắc nhập cõi Dục-giới, kêu là *Thô-tưởng*.

Kế đó, nhà tu thiền bỏ cõi Sắc-giới, tâm-tưởng lướt tới cõi Vô-sắc giới, lên chí cảnh Phi tưởng. Khi tới cảnh nầy rồi, tâm tưởng kêu là *Tế-tưởng*. Còn tâm-tưởng của người đắc nhập hai cõi dưới (Dục-giới, Sắc-giới) kêu là *Thô-tưởng*.

Đến khi bỏ cảnh Phi tưởng phi phi tưởng, vào cảnh Niết-bàn, thì tâm-tưởng chẳng còn yêu thích, chẳng còn chấp trước *Thô-tưởng* và *Tế-tưởng* nữa.

THỐC CƯ-SĨ 禿 居 士 Kẻ tại-gia trọc đầu. Tiếng dùng để chê hàng xuất-gia phá Giới, chẳng thông Kinh-luật, chẳng ủng hộ Chánh-pháp, lại còn làm hại những nhà tu - hành thanh-tịnh. Tuy họ có thọ giới Tỳ-kheo mà chọ chẳng giữ, cho nên họ chỉ là « *thốc cư-sĩ* » mà thôi. Cũng gọi : *Thốc-nhơn* (người trọc đầu).

THỐC NHƠN 禿 人 Người trọc đầu, tức thầy tu phá Giới, dối thế. Họ cũng cạo trọc đầu, cũng đắp cà-sa, nhưng làm những việc trái với Luật đạo. Cũng kêu : *Thốc cư-sĩ*.

Niết-bàn Kinh, *quyển ba* : Thiện nam-tử ! sau khi tôi vào Niết-bàn, đến đời trược ác, đất-nước hoang-vu, loạn lạc, người ta sẽ cướp giựt nhau, nhơn-dân phải đói khó. Chừng ấy, sẽ có nhiều người vì nỗi đói khó, bèn phát tâm xuất gia. Những người như vậy đáng gọi là *thốc-nhơn*. Hạng *thốc-nhơn* ấy, hễ thấy người trì Giới, đầy đủ oai-nghi, Tỳ-kheo trong sạch, hộ trì Chánh-pháp, thì xô đuổi người ta, hoặc giết, hoặc hại.

THỐI (*THOÁI*) 退 Vaivarti (scr). Qui revient en arrière (fr.) Tức : *Thối chuyển*. Đọc theo Phạn : *Tỳ-bạt-trí* (Vaivarti). Thụt lui, quay trở lại. Chẳng tu tập thêm, – chẳng thấy sự lỗi lầm của mình. Vì ham danh-vị, tài-lợi, sắc-dục mà chán ngán đối với đường tu-học. Như đã phát nguyện trì *Ngũ giới*, hành *Thập thiện*, Trì *Cụ-túc giới*, hoặc hành *Lục độ*, rồi giữa chừng bỏ dở. Đối với *Tam học* : Giới, Định, Huệ, chẳng còn cần-mẫn như trước. Trái với : *Tấn*, *Kiên-cố*, *Bất-thối* (A-tỳ-bạt-trí, A-bệ-bạt-trí, Avaivarti).

Trong **Địa-Tạng Kinh** phẩm 13, đức Phật có phán với ngài Địa-Tạng Bồ-tát rằng : Chúng-sanh trong cõi Nam Diêm-phù-đề nầy chí-tánh không có quyết định. Họ quen làm ác đã nhiều rồi. Dẫu cho họ có phát lòng lành (thiện-tâm), trong phút chốc họ liền thối bước. Còn như họ gặp duyên ác, thì cùng lúc sự ác họ càng tăng trưởng thêm. Bởi vậy cho nên ta phân cái thân hình nầy ra làm trăm ngàn ức mà hóa độ, tùy theo căn-tánh của họ mà độ thoát họ vậy.

Niết-bàn Kinh, quyển 34 : Đối với hàng Tỳ-kheo biếng-nhác và chẳng ham tu Đạo, có năm việc làm cho họ *Thối* :

1. Ưa thích nhiều việc

2. Ưa thích thế-sự.

3. Ưa thích ngủ-nghê.

4. Ưa thích gần gũi với hàng tại-gia.

5. Ưa thích đi chơi chỗ nầy chỗ nọ.—

Lại có hai nhơn-duyên làm cho họ *Thối* :

1. Nội-nhơn (nhơn-duyên nơi mình) : tự mình chán ngán mà thối thất.

2. Ngoại-nhơn : Những duyên cớ ở ngoài, làm cho mình sanh Phiền-não mà trở lui.

THỐI CHUYỂN 退 轉 Vaivarti (scr.)— Qui revient en arrière (fr.). Đọc theo Phạn : *Tỳ-bạt-trí.* Trở lui. Quay trở lại, bỏ dở cái mục-đích tu-chứng của mình, làm cho chuyển biến cái địa-vị của mình. Đối với : *Bất thối chuyển* (A-tỳ-bạt-trí, A-bệ-bạt-trí, Avaivarti).

Như có hai hạng Bồ-tát : Một là *Thối chuyển.* Hai là *Bất thối chuyển. Thối chuyển Bồ-tát* là hạng Bồ-tát đã phát tâm tu hành quyết thành Phật, nhưng bị những nhơn-duyên làm trở ngại, bèn chán ngán mà bỏ dở, quay trở lại trong đường danh nẻo lợi, trong vòng ái-dục, trong cạm luân-hồi.

Niết-bàn Kinh, quyển 28 : Có mười ba cách, mỗi cách đều có thể làm cho Bồ-tát *thối chuyển* đối với quả Bồ-đề :

1. Lòng bất-tín.
2. Lòng chẳng tạo tác,
3. Lòng nghi.
4. Tham tiếc thân mạng và tài-vật.
5. Đối với Niết-bàn, sanh lòng quá sợ sệt : chẳng biết làm cách gì đặng khiến cho chúng-sanh diệt tận Phiền-não.
6. Lòng chẳng biết nhẫn,
7. Lòng chẳng điều-nhu.
8. Sầu-não.
9. Chẳng vui (*Bất lạc*).
10. Phóng dật,
11. Khinh lấy thân mình.
12. Tự thấy mình có Phiền-não mà chẳng có sức phá hoại Phiền-não.

13. Chẳng thích tấn tới giáo-pháp Bồ-đề.

THỐI ĐỊNH 退 定 : Thụt lui đối với phép tu định.

Định tức *Đại-định*, *Tam-muội*, *Tam-ma-địa* (Samâdhi). Trên đường tu-học, chẳng những là hàng sơ cơ thối thất thiện-tâm, cho đến hàng cao-viễn từng vô ra với phép Đại-định cũng còn gặp sự chướng-ngại mà lui bước nữa.

Những duyên-cớ *Thối định* là

1. *Y chỉ bất bình đẳng* : Do nơi sự tọa thiền nhập định chẳng đặng bình thường. Như bịnh-tật, tai nạn làm cho mình thối định.

2. *Cảnh giới thắng diệu* : Đối với cảnh cực kỳ vui sướng hiện lại cho mình. Như có người tu chứng tới phép định Phi tưởng phi tưởng xứ, nhưng vì có thân-hình thiếu-nữ cực đẹp chạm vào mình, sự ấy làm cho mình thối định.

3 Kính dưỡng : Vì sự cung kính, cúng dường. Như có người được chư-thiên hiện lại tôn trọng, cung kính, cúng dường bằng các món thắng-diệu, bèn thối định.

4. *Khinh-hủy* : Bị khinh khi, nói xấu. Như có người bị kẻ khác khinh mạ, hủy báng, bèn giận, dùng ác-thuật mà hại bèn thối định.

5. *Kiêu-mạn* : Tự cao, ỷ thị. Như có người tu tập đắc định, bèn sanh ra cống cao, khen mình, chê người, bèn thối định.

6. *Tăng thượng mạn* : Quá xấc xược. Như có người tu kém hơn người, mà cho rằng mình hơn người, bèn thối định.

7. *Bất tấc ý* : Chẳng làm đúng ý. Như có người trước đã theo những trạng tướng mà nhập các phép định, kế không suy nghĩ mà hành theo nữa, bèn thối định.

8. *Bất thuần thục* : Chưa quen thuộc. Như có người vì mới bắt đầu tu định, mới phát sanh thiện-phẩm, cho nên bối rối mà thối định.

9. *Tự phiền-não đa hiện tiền* : Vì nhiều phiền-não hiện ra phá-khuấy, hoặc là yêu mến phép tịnh-lự, hay là hồ nghi đối với phép tịnh-lự, bèn thối định.

10. *Thọ tận, phước - tận, nghiệp tận* : Mạng số sắp dứt, phước hết, nghiệp lành hết. Như có người mấy món ấy dứt, từ địa-vị trên mà sanh ra, lọt xuống địa-vị dưới, nên thối định. Nhứt là chư thiên trong mấy cảnh Dục-giới, Sắc-giới, Vô - sắc giới trong cơn thọ tận, phước tận, nghiệp tận, *ngũ suy tướng* hiện ra, bèn thối thất đối với phép thiền-định.

THỐI MỘT 退 沒 : Lui mất. *Một* : Chìm mất. Vì giải đ i, bỏ bê cuộc tu học, ham vui sướng mà mất quả-vị, địa-vị mình. Như từ địa-vị thầy tăng mà lui ra làm người thế-tục. Từ trong cảnh an-lạc mà lọt vào vòng khổ-não.

THỐI SƠ TÂM 退 初 心 : Thụt lui cái tâm-ý ban đầu. Ấy là cái tâm vừa phát khởi sự lành, vừa qui-ngưỡng theo Tam bảo, cái tâm ấy rất dễ bị cảnh-ngộ mà thối thất.

Như trong *Địa-Tạng kinh*, phẩm 7 :

Chúng-sanh trong cõi Diêm-phù nầy, mỗi cử-chỉ, mỗi động-niệm, đều gây nên tội. Nếu gặp việc phải thế, lợi-lộc, thì nhiều kẻ *thối sơ tâm*. Còn gặp phải ác-duyên, thì càng lúc tội ác họ càng tăng thêm mãi.

THỐI TÂM 退 心 : Lòng thụt lui. Đọc theo Phạn : *Tỳ-bạt-trì* (Vaivarti). Đối-nghĩa : *Bất thối tâm, Bất thối chuyển* (A-tỳ-bạt-trí, *A-bệ-bạt-trí*, Avaivarti).

Lòng thụt lui đối với mục-đích mà mình đương nhắm : sự Giải thoát, Thánh-quả, Phật-quả.

Về sự *Thối-tâm* đối với A-nậu-đa-la Tam-miệu Tam-Bồ-đề, tức đối với Phật-quả, trong **Niết-bàn-kinh** quyển 28, Phật có dạy : Thật chẳng có *Thối-tâm*. Nếu tâm có thối, thì người ta chẳng bao giờ đắc A-nậu-đa-la Tam-miệu Tam-bồ-đề. Chẳng qua người ta chậm trễ trong cuộc chứng đắc, nên mới gọi là *Thối-tâm*

THÔNG 通 Đạt tới chỗ mình muốn; suốt thông từ đầu tới cuối; khắp các nơi; bắt từ chỗ nầy đi lại chỗ kia một cách dễ dàng. Làm việc chi cũng được, cần sự chi cũng được, không hề bị trở ngại.

Đối với: *biệt* (riêng), *tắc* (lấp, bế).

Thông tức là *Thần túc thông, Thần-thông biến-hóa,* nghĩa là đi tới đâu cũng được, không bị thời-gian và không-gian làm trở ngại; biến hiện ra hình thể chi cũng được.

Thông cũng là *Ngũ thông* của Tiên-nhơn, của các nhà ngoại-đạo đắc quả tại thế; và cũng là *Lục thông* của La-hán, Duyên-giác, Bồ-tát, Phật.

Về *thông* (Thần-thông biến hóa hoặc Lục thông), thì La-hán và Duyên-giác kém Bồ-tát và Phật.

THÔNG BIỆT 通 別: Hai chữ đối nhau. *Thông* tức là *đồng,* nghĩa là: tất cả, chung cùng. *Biệt* tức là *Đặc biệt,* riêng ra. Như: *Thông-giáo* là pháp-môn chung cho cả ba Thừa, cho cả các hạng chúng-sanh. *Biệt-giáo* là pháp-môn riêng cho mỗi thừa, riêng cho một hạng người.

Lại như: *Thông-tự,* nghĩa là thông thuộc nhiều kinh-tự. *Biệt-tự,* nghĩa là chỉ chuyên thọ trì một thứ kinh mà thôi.

THÔNG ĐẠT TÂM 通 達 心 Tức là: *Thông đạt Bồ-đề-tâm,* thấu rõ Phật-tâm, nói tắt là *Thông đạt tâm.*

Ấy là một tướng, một điều kiện trong *Ngũ tướng thành thân.* Ấy là điều kiện ban sơ của người thấu rõ lẽ Bồ-đề. Chứng có đủ cả năm điều kiện thì thành Phật: 1. *Thông đạt Bồ đề tâm,* 2. Tu Bồ-đề tâm, 3. Thành Kim-cang tâm, 4. Chứng Kim-cang thân, 5. Phật thân viên-mãn.

THÔNG HÀNH 通 行: Tức là *Đạo.* Nghĩa là nhờ thông-đạt và thi-hành nên đến chỗ cứu-cánh là Niết-bàn.

THÔNG HÓA 通 化: Hoằng-thông và giáo-hóa. Như bực

Đại-trí dạy cho người đời thông hiểu; dạy cho người ta sửa nết, tu tập, đó là *thông - hóa.*

THÔNG-HOẶC 通 惑 Sự lầm chung; các mối phiền-não của kẻ phàm-phu và của người tu-học; các mối phiền-não chung cho các nhà học Phật trong Ba Thừa: Thinh-văn thừa, Duyên-giác thừa, Bồ-tát thừa. *Thông - hoặc* tức là *kiến tư hoặc* (sự lầm do lục căn mê chấp, tham trước).

Đối với *Biệt - hoặc* là sự lầm riêng của hạng Bồ-tát. Như *Trần-sa hoặc* và *Vô-minh hoặc* kêu là *Biệt-hoặc.*

THÔNG HỘI 通 會 : Cuộc dung-thông hòa-hội giữa các pháp-môn khác nhau. Cuộc nhóm-họp của các tông-phái, các giáo-pháp đạo-lý.

THÔNG HUỆ 通 慧

1. Các phép Thần-thông và Trí-huệ.

2. Các phép Thần-thông, như Ngũ Thông, Lục thông đều do nơi cái Trí-huệ sáng-suốt, trong sạch mà phát hiện, lấy Trí-huệ làm thể, nên kêu là *Thông Huệ. Thông* tức *Huệ.*

THÔNG LỢI 通 利 : Thông-suốt và bén nhọn; thông-minh và lẹ-làng. Đó là đức-tánh của bực thuần-thục, căn-cơ to lớn, nhặm lẹ, không bị trở ngại, tỷ như con dao bén và nhọn, đâm xuống thì thông suốt từ trên tới dưới.

THÔNG-LỰC 通 力 : Sức mầu-nhiệm của phép biến-hóa, hoặc của Ngũ thông, Lục thông. *Thông-lực* có hai thứ:

1. *Thông-lực* của những người nhờ tu-hành Giới-Định-Huệ mà có, như của các vị Tiên-nhơn ngoại-đạo, của chư La-hán, Duyên-giác, Bồ-tát, Phật. Cũng kêu là *Thần-thông* hay *Thần-thông lực*.

2. *Thông-lực* của những chúng-sanh nhờ Nghiệp-lực mà có, như của chư thần, chư qui, hồn ma, hồ-ly, rồng v.v... Cũng kêu: *Nghiệp-thông* hay *Nghiệp thông-lực.*

THÔNG MINH 通明 :

1. Thông suốt và hiểu rõ; trí-hóa thông-đạt, minh-mẫn.

2. *Lục thông* và *Tam minh* của những nhà tu hành đắc Đạo.

THÔNG-MINH THIỀN 通明禪

1. Nhập phép thiền-định chánh-thống, như Tứ thiền, Tứ Định, Diệt-tận định, bèn quán-tưởng ba việc : thân thể, hơi thở, tâm. Tu xong ba phép quán ấy thì thông hiểu một cách rõ ràng về thân-thể, hơi thở và tâm. Đó kêu là *Thông-minh Thiền.*

2. Tu thiền-định cho phát hiện Lục thông và Tam minh, phép tu thiền ấy cũng kêu là *Thông minh Thiền.*

THÚ-BÁC-CA 戍博迦 Svaka (scr.) Một vị trong 16 vị Đại La-hán đệ-tử của Phật, vâng sắc lịnh của Phật, ra đi truyền đạo các nước ngoài. (Xem đủ tên 16 vị nơi chữ *A la-hán.*)

THÚ-ĐÀ-LA (*CHỦNG*) 戍陀羅 (種) Sûdra (scr.) Chủng phái thứ tư ở Ấn-Độ, hạng người nầy lo việc làm ruộng và làm thợ thuyền. Cũng viết : *Thủ-đà.* Dịch nghĩa : *Cư-sĩ.*

Bên Ấn-Độ, có bốn chủng, ai sanh vào chủng-phái nào, thì phải sống theo phong-tục và kỷ-luật của chủng-phái ấy,

Bốn chủng-phái ấy là :

1. Bà-la-môn, hạng thầy tu.

2. Sát-đế-ly, hạng vua chúa và công hầu khanh tướng.

3. Phệ-xá, hạng thương mãi, cũng kêu là Trưởng giả.

4. *Thú-đà*-la, hạng làm ruộng và thợ thuyền, cũng kêu là *Cư sĩ*

THÙ 殊 Spécial, exceptionnel (fr) Hay, lạ hơn hết; quí-giá. vô cùng; trong đời ít có; siêu tuyệt hơn hết.

THÙ ĐẶC 殊特 : Khác đứt, không chi sánh bằng. Như trong **Vô-Lượng-Thọ Kinh**, Phật phán : Chư Bồ-tát ở cõi Phật

A-Di-Đà, muốn cúng-dường chư Phật Thập-phương, tùy theo ý muốn, các đồ cúng tự-nhiên hiện ra, như hoa, hương, kỹ-nhạc, áo, lọng, cờ, phướn..., ứng niệm liền đến, quí báu, mầu nhiệm, *khác đứt* (trân, diệu, *thù đặc*)...

THÙ-THẮNG 殊勝 : Hơn hết. Sự chi siêu tuyệt mà trong đời ít có, kêu là thù thắng. Để chỉ những sự cao trổi hơn hết của chư Phật, chư Bồ-tát. *Thù-thắng căn* là căn-cơ dõng mãnh, lanh lợi đặc-biệt của chư Phật, chư Bồ-tát. Căn cơ hoàn toàn, đẹp lạ mà trong đời chẳng ai có. Tức là *lục căn* siêu tuyệt. Lại có bảy căn thù-thắng giúp cho nhà tu luyện. Xem : *Thất thù-thắng căn.*

Thù-thắng hạnh là hạnh tu chẳng ai bằng. Trong sáu hạnh : Bố-thí, Trì giới, Nhẫn-nhục, Tinh-tấn, Thiền-Định, Trí-huệ, hạnh nào bực Phật cũng có trọn đủ, ăn đứt các hàng tu học, các bực chúng-sanh.

Thù thắng trí : Cái trí-huệ sáng suốt hơn hết, cương quyết hơn hết, thần-thông, tự-tại hơn hết, mà trong đời chẳng mấy ai có.—

Thủ-lăng nghiêm Kinh, quyển 6 : Ngài *Quan-Thế-Âm Bồ-tát* có hai đức Thù-thắng (*Nhị Thù-thắng*) : Từ, Bi.

1. Trên thì hiệp với cái Bổn diệu-giác Tâm của chư Phật Mười phương, đồng một sức *Từ* với Phật Như-lai.

2. Dưới thì hiệp với tâm của tất cả chúng-sanh trong Sáu nẻo, đồng một mối *Bi* với các chúng-sanh.

THỤ 受 Xem : *Thọ.*

THỦ 取 Upâdâna (scr.).— Appropriation (fr.) Nắm giữ, cố chấp, đối với cảnh giới mà khư khư chấp trước, không biết giải-thoát. *Thủ* là một nhơn-duyên trong *Thập nhị nhơn-duyên* : vô-minh, hành, thức, danh-sắc, lục nhập, xúc, thọ, ái, *thủ*, hữu, sanh, tử (khổ, lão, bệnh).

Thủ cũng có nghĩa : ái (yêu), phiền-não.

THỦ-BA-LA (*THÀNH*) 首 波 羅 (城) Một thành thị lớn ở cõi Thiên-Trước miền Nam. Hồi đức Thích-tôn ra đời, thành *Thủ-ba-la* do một vị trưởng-giả tên Lư-Chí làm đạo-chủ 導主 (có lẽ là một nước dân-chủ, Pháp : république). Từ vị đạo-chủ cho tới tất cả nhơn-dân đều tín phục phái ngoại-đạo *Ni-Kiền tử*. Phật thấy ông Lư-Chí là người đã từng vun trồng thiện-căn trong các đời Phật trước, ngài bèn ngự xuống miền Nam mà giáo-hóa cho ông.

Song bọn Ni-Kiền đốc ông Lư-Chí đốn phá các cây cối và làm ô uế các ao hồ ngoài thành, khiến ông bế thành và cắt binh-lính cố thủ. Nhưng Phật nhập định, túa lòng Từ ra, nhơn đó cây cối mọc lại y nguyên, ao hồ sông rạch trở nên trong sạch, cửa thành tự-nhiên mở ra, binh-khí đều hóa thành hoa ; ông Lư-Chí dòm suốt thấy Phật và Đại-chúng. Ông bèn đem nhơn-dân đến chầu Phật, nghe Pháp, tất cả đều phát nguyện cầu thành Phật-đạo.

THỦ-ĐÀ (*CHỦNG*) 首 陀 (種) Sûdra (scr.) Chủng-tánh Thủ-đà, Giai-cấp Thủ-đà. Lại có những tên : *Thủ-đà-La* 首 陀 羅, *Thú-đà-La* 戍 陀 羅. Đó là chủng-tánh thứ tư trong *Tứ chủng* lớn ở Thiên-Trước, ấy là chủng-tộc, giai cấp của dân làm ruộng làm rẫy, làm công-nghệ. Dịch nghĩa : *Cư-sĩ*.

Hồi Phật thành Đạo và đi hóa độ, ngài rộng lòng từ-bi hỷ xả, thâu vào hàng đệ-tử của ngài các chủng-tánh, giai cấp.

Như về chủng-tánh *Thủ-đà*, có ngài Ưu-ba-Ly đệ nhứt về sự trì Luật, hồi ở ngoài thế làm nghề cạo râu hớt tóc ở tại thành Ca-tỳ-la-vệ. (Xem : *Tứ chủng*.)

THỦ-ĐỒ-ĐÀ-NA 首 圖 馱 那 Souddhodana (scr.) Chữ Phạn, Tàu dịch : *Tịnh-Phạn* (vương).

Tịnh : Hiền-đức, trong sạch.

Phạn : Bố-thí, cúng dường, đãi cơm nước cho chư Tăng,

cho kẻ nghèo ăn uống. Ngài có vợ là bà Ma-Da (Mâyâ), sanh ra thái-tử đặt tên là Tất-đạt-Đa (Siddharta), thái-tử thị-hiện tu thành Phật hiệu là Thích-Ca-Mâu-Ni (Xem : *Tịnh-Phạn vương*).

THỦ-LĂNG-GIÀ-MA 首楞伽摩 Sûramgama (scr.) Cũng viết : *Thủ-lăng-nghiêm.* Dịch : Kiện-tướng, Kiện-hạnh, Nhứt thiết sự tất cánh.

(Xem : *Thủ-lăng-nghiêm.*)

THỦ-LĂNG-NGHIÊM 首楞嚴 Sûramgama (scr.) *Thủ-lăng-nghiêm* là tiếng Phạn, từ ngài Huyền-Trang sắp sau, những nhà dịch-giả cũng viết : *Thủ-lăng-già-ma* 首楞伽摩 (Sûramgama). *Thủ-lăng-nghiêm* hay *Thủ-lăng-già ma* là một phép thiền-định, dịch nghĩa : Kiện-tướng, Kiện-hạnh, Nhứt thiết sự tất cánh.

Kiện-tướng là nói tướng-trạng của Phật dõng-kiện và bền-vững, tỷ như những cây cờ của bực đại-thắng.

Kiện-hạnh là nói đức-hạnh của Phật dõng-kiện và bền vững, các loài Ma chẳng phá nổi.

Nhứt thiết sự tất cánh, nghĩa là : mọi việc đều xong xuôi lại được kiên-cố, đó là cái đức rốt ráo của Phật, vì Ngài đã làm xong tất cả rồi.

Thủ-lăng-nghiêm tức là cái thể thường định của Chơn-tâm.

THỦ-LĂNG-NGHIÊM ĐỊNH 首楞嚴定 Sûramgama — Samâdhi (scr.) : Cũng viết : *Thủ-lăng-nghiêm Tam-muội.* Phép đại-định rốt ráo, tên là *Thủ-lăng-nghiêm.* Nhập và đắc *Thủ-lăng-nghiêm Định,* bực Bồ-tát thấy tỏ rõ và hoàn-toàn cái Phật-tánh nơi mình, liền đó thành-tựu quả Phật Như-lai. (Xem : *Thủ-lăng-nghiêm Tam-muội.*)

THỦ-LĂNG-NGHIÊM KINH 首楞嚴經 Sûramgama — Sûtra (scr.) : Kinh dạy về phép Tam-muội rốt-ráo và kiên-cố của Phật, phép Thủ-lăng-nghiêm Tam-muội. *Thủ-lăng-nghiêm kinh,* viết trọn chữ : *Đại Phật đảnh Như-lai Mật-nhơn tu-chứng Liễu-nghĩa* *chư Bồ-tát vạn hạnh, Thủ-lăng-nghiêm kinh.* Cũng viết : ***Đại Phật-đỉnh** Thủ - lăng - nghiêm **kinh.*** Và cũng kêu vắn tắt : ***Lăng-nghiêm** kinh.*

Thủ-lăng-nghiêm kinh do Phật giảng tại thành Thất-la-phiệt (Xá-vệ), trong vườn Kỳ-thọ Cấp-cô-độc. Có đủ 1.250 vị Đại La-hán dự nghe, cũng có chư Bích-chi-Phật và chư Bồ-tát, cùng các hàng sơ-tâm.

Đến đời nhà Đường (620-906), có nhà sư Ấn-Độ tên Bát-lạt-mật-đế (Paramiti) dịch Kinh ấy từ chữ Phạn ra chữ Hán và truyền-bá ra nơi miền Đông-độ.

Ai thọ trì *Thủ-lăng-nghiêm kinh* và an-trụ nơi phép *Thủ-lăng-nghiêm Tam-muội,* thì đắc cái chơn-tâm, cái Phật-tánh và thành Phật.

THỦ LĂNG-NGHIÊM TAM-MUỘI 首 楞 嚴 三 昧.— Sûramgama — Samâdhi (scr.) : Tức là *Thủ-lăng-nghiêm Định.* Phép thiền-định, phép tu quán-tưởng rốt-ráo và kiên-cố, tên là *Thủ-lăng-nghiêm.* Phép Tam-muội ấy ngọt diệu và bổ khoẻ như chất đề-hồ (fromage) ; Nó là bà mẹ của tất cả chư Phật, vì do nơi đó mà Bồ-tát thành Phật. Phép ấy có tất cả năm tên : 1°) *Thủ-lăng-nghiêm Tam-muội,* 2°) Bát-nhã Ba-la-mật, 3°) Kim-cang Tam-muội, 4°) Sư-tử-hống Tam-muội, 5°) Phật-tánh.

Năm phép tu ấy dầu là khác tên, chớ nghĩa-lý và công-hiệu như nhau, thảy đều đưa lên ngôi vị của Như-lai.

Nhờ Sức của *Thủ-lăng-nghiêm Tam-muội,* Bồ-tát được bốn đức Thường, Lạc, Ngã, Tịnh của chư Phật. Tất cả chúng-sanh đều có sẵn nơi mình phép *Thủ-lăng-nghiêm Tam-muội.* Nhưng vì họ chẳng tu-hành, nên chẳng thấy phép ấy, cho nên họ chẳng có thể đắc thành quả Chánh-giác.

Niết-bàn kinh, quyển 30 : Với phép *Thủ-lăng-nghiêm Tam-muội,* nhà đạo biết tất cả các pháp, nhưng chẳng có một sở trước nào (tức chẳng dính, chẳng dựa, chẳng mắc một pháp nào).

Bởi chẳng có sở trước, nên kêu là Thủ-lăng-nghiêm. Đức Phật đắc trọn vẹn phép *Thủ-lăng-nghiêm Tam-muội.*

THỦ TƯỚNG 取 相 Ôm lấy tướng. Đó là điều lầm-quấy về sự ôm giữ lấy cái tướng sự-lý vậy.

THỦ UẨN 取 蘊 Ôm lấy ngũ uẩn (thân-tâm, bổn-ngã). Thủ tức là phiền-não, do phiền-não sanh ra chất uẩn, do năm uẩn (thân-tâm) sanh ra phiền-não, kêu là *thủ uẩn.*

THUẤN-NHÃ-ĐA 舜 若 多 Tiếng Phạn, dịch nghĩa : Hư-Không, cõi Hư-Không.

Thủ-lăng-nghiêm-kinh quyển ba : *Thuấn-nhã-đa* tánh khả tiêu vong, *Thước-ca-ra* tâm vô động chuyển. (*Cõi hư-không* có thể tiêu mất, nhưng lòng bền chắc của chúng tội chẳng dời đổi.)

THUẦN-ĐÀ 純 陀 : Cunda, Counda (scr.) Tàu dịch : *Giải diệu nghĩa* : Hiểu nghĩa-lý vi-diệu. Người thợ rèn ở tại xứ Pâvâ, trên con đường từ Duy-da-ly (Vaiçali) đến Câu-thi-na (Kouçinagara). Đức Phật từ thành Duy-da-ly định đi đến thành Câu-thi-na để nhập Niết-bàn. Tới xứ Pâvâ, Ngài và chư Đệ-tử được Thuần-Đà thỉnh vào nghỉ trong vườn. Qua hôm sau, người thợ rèn đãi cơm Phật và chư Đệ-tử.

Nhơn bữa cơm ấy, Phật có phán với A-Nan rằng : « Người thợ rèn ấy sẽ hưởng nhiều phần phước nhờ dâng cúng bữa cơm ấy. Trong đời ta, có hai người dâng cúng đồ ăn có phước nhiều hơn hết. Một là cô Tu-xà-Đa (Soujâta) cúng sữa hồi ta sắp thành Đạo, kế là *Thuần-Đà* dâng cơm trước khi ta nhập Niết-bàn ».

Trong **Niết-bàn Kinh**, Phật phán rằng : « Nầy *Thuần-Đà !* nhà ngươi nay đã thành-tựu đủ các hạnh của bực Bồ-tát Ma-ha-tát. Ngươi được trụ nơi Địa-vị cao nhứt, là Địa-vị thứ mười trong Thập-Địa, ngươi làm trọn vẹn đạo Bồ-tát rồi đó »

Khi hay rằng Phật sắp nhập diệt có vô-số các hạng chúng

sanh; chư Thiên, chư Thần, các nhà vua chúa đều muốn cúng-dường bữa cơm cuối cùng cho Phật. Nhưng Phật chẳng nhận, chỉ nhận sự phụng cúng của người thợ rèn Thuần-Đà thôi. Ấy vì nhơn-duyên từ xưa vậy. Thuở xưa, hồi đời Phật Ca-Diếp, nhơn Phật Ca-Diếp có thọ-ký rằng người thành Phật kế tiếp Ngài là Thích-Ca Như-lai, *Thuần-Đà* thuở ấy vốn là một Đệ-tử của Phật Ca-Diếp, liền phát nguyện rằng: «Chừng đức Thích-Ca Như-lai sắp vào Niết-bàn, tôi nguyện sẽ phụng thí ẩm-thực lần cuối cùng cho ngài!»

THUẬN-LƯU 順流: Thuận theo dòng nước, tức thuận theo dòng luân-hồi, ấy là hạng người tùy thuận thế sự, thế-tục. Đối-tự: *nghịch-lưu.*

Niết-bàn Kinh: *Thuận-lưu* là hạng người phàm-phu. Còn *Nghịch - lưu* là hàng Thánh - giả từ bực Tu - đà - hoàn tới bực Duyên-giác.

THUẬT-SĨ 術士 Magicien (fr.) Hạng thầy tu có thuật-pháp, chuyên học thuật-pháp.

Ở Tây-Tạng, có nhiều vị sư đạo Phật kiêm thuật-sĩ, các vị nầy biết làm mưa, làm sấm sét, biết thuật thôi-miên làm cho người ta xuất hồn, nhập xác, biết thỉnh tiên, cầu qui thần v.v..

Ở Ấn-Độ, có hạng thuật-sĩ Fakirs thuộc về đạo Bà-la-môn, biết thuật-pháp cũng khá. Nhơn hạng thuật-sĩ nầy, ông L.Jacolliot có chép ra mấy điều nầy:

1. Họ không có cần chỗ tựu hợp đông đảo hằng mấy trăm người, ai muốn quan sát pháp-thuật của họ cũng được.

2. Họ không có kẻ tùy tùng nào hết.

3. Họ vào nhà người ta, không mặc quần áo chi hết, chỉ có một tấm khố bằng bố che cho khỏi lộ thân thể mà thôi, vì họ là hạng thầy tu khổ-hạnh mình trần.

4. Họ không dùng hộp thiếc, bao, hộp hai mặt, bàn ghế sắm sẵn.

5. Họ chỉ có một cây gậy bảy mắt, cỡ bằng cây viết mà họ cầm nơi tay mặt và một cái tu-hít mà họ cột vào một chùm tóc, vì họ đâu có mặc quần áo hầu có túi.

6. Ai muốn cho họ thuật món gì thì họ thuật món ấy.

7. Nếu có cần người đề cho họ thuật, thì ai muốn vào cũng đặng hết.

8. Vả lại họ có cần món gì, thì họ bảo người đứng coi hoặc chủ nhà trao cho họ.

9. Ai muốn biểu họ thuật đi thuật lại mấy lần cũng được hết.

10. Không bao giờ họ đòi tiền, và ai cho bao nhiêu họ cũng thọ lãnh đặng đem về chùa.

THỤY-MIÊN 睡 眠 *Thinamiddha* (*scr.p.*).— *Sommeil, Torpeur* (*fr.*)

Âm theo Phạn : *Xà-dĩ-đa.* Ham ngủ, ngủ mê, tâm thức hôn trầm, mất sự giác-tri. Chỉ vào kẻ phàm phu, kẻ chẳng tinh-tấn, hay giải đãi, chỉ ưa phóng-túng và ngủ nghê thôi. Đối với *giác-ngộ* 覺 寤 (thức tỉnh). Kêu tắt : *Miên. Thụy - miên* là một sự che án trong năm sự che án (*ngũ cái*). Lại là một mối trói buộc trong mười mối trói buộc (thập triền). Trong quyền *Phật di-giáo kinh* có chép rằng : « Tỳ-kheo ban ngày thì tu thiền pháp. Lúc tối, lúc gần sáng cũng chẳng bỏ qua, còn lúc giữa đêm thì tụng kinh. Đừng vì cái nhơn-duyên *ngủ* (*thụy-miên*) mà bỏ qua một đời, không được cái gì vậy. Nên nghĩ rằng ngọn lửa vô-thường đốt các thế-gian, hãy sớm cầu độ lấy mình, chớ có *ham ngủ*...)

Nhà tu Phật, buổi sáng thức dậy, thường nguyện rằng : « *Thụy-miên* thì ngộ, đương nguyện chúng-sanh nhứt thiết trí giác châu cố Thập phương » Dịch nghĩa : Cũng như tôi tỉnh giấc đây, tôi nguyện cho chúng-sanh đều đặng trí-hóa sáng suốt tinh minh, rõ khắp Mười phương

THỦY 水 Apas (scr.).— Eau (fr.) Nước. Chất trong, lỏng, không sắc, không màu, do chất khinh-khí (hydrogène) và dưỡng-khí (oxygène) hóa-hiệp mà sanh ra. Ấy là một chất trọng-đại trong bốn chất (*Tứ đại*: địa, *thủy*, hỏa, phong) hợp thành cơ-thể loài người và chúng-sanh. *Thủy* đối với *lục* (đất liền), *thủy* tức là miền sông rạch biển giả. — Nạn thủy-tai cũng kêu là thủy.— Nạn áp-chế, sưu cao thuế nặng của nhà cầm-quyền, tỷ với thủy-tai, nên cũng kêu là *thủy*.

THỦY BA 水 波 : Nước và sóng. Hai hiện-tượng tuy khác nhau mà đồng một tánh-chất : *nước* (*thủy*) là chất lỏng, ướt, không xao-động ; chất ấy khi bị xao-động thì kêu là *sóng* (*ba*). Nước và sóng là hai, nhưng chẳng phải hai ; chẳng phải hai, nhưng là hai. Phật với chúng-sanh cũng như thế : đồng chung một thể-tánh ; thể-tánh ấy nếu nhiễm với trần-cảnh thì kêu là chúng-sanh ; còn không nhiễm thì kêu là Phật. Cho nên nói : *sóng* tức là *nước*, cũng như nói : *chúng-sanh* tức là *Phật*. Còn xao-động, ấy là *sóng*, hết xao-động, ấy là *nước* ; còn xao-động, ấy là *chúng-sanh*, hết xao-động, ấy là *Phật*.

THỦY ĐẠI 水 大.— Apas (scr.) : Chất nước. Ấy là một chất trọng-đại trong *Tứ đại*. Trong thân người, những món : đàm gan, đàm khạc, mủ, máu, mồ-hôi, nước mắt, chất nước trong máu, mũi dãi, chất trong sọ, nước bọt, nước tiểu và bao nhiêu những món có chất lỏng, đều thuộc về *thủy đại*.

(Xem : *Tứ đại*.)

THỦY-LUÂN 水 輪 : Vừng nước. Cõi thế-giới thành-lập bởi bốn vừng : 1. vừng Không-khí (Không-luân), 2. vừng Gió (Phong-luân), 3. *vừng Nước* (*Thủy-luân*), 4. vừng Vàng (Kim-luân).

Dưới hết là Không-luân ; trên vừng Không-luân là Phong-luân. Trời Quang-âm đổ mưa trên vừng Phong-luân, lâu đời thành mười một ức hai vạn từng nước, kêu là *Thủy-luân*. Trên vừng *Thủy-luân*, vàng kết khối với nhau, thành ra vừng Kim-luân. Chín Núi tám Biển đều đứng vững trên vừng Kim-luân vậy.

THỦY LỤC TRAI 水陸齋 : Hội chay cầu nguyện cho các vong-hồn ở dưới nước và trên mặt đất. Cũng kêu : *Thủy lục hội.* Kêu tắt *Thủy lục.* Tăng-đồ lễ chư Phật trong ba cõi, cầu nguyện phổ độ cho cõi u-minh từ dưới nước tới đất liền, tụng kinh sám và thí thực trong vòng 49 ngày : tất cả quỉ thần và vong-hồn đều nhờ sức cầu nguyện và cúng lễ mà được siêu độ.

THỦY-MẠT, BÀO, DIỆM 水沫泡焰 :

Thủy-mạt là bọt nước từ dưới đáy nước sủi lên mặt nước, rồi tan mất.

Thủy-bào hay *bào* là bọt đọng trên mặt nước, phút chốc lại tan. *Diệm* là ánh lửa vừa nháng ra rồi tắt. Đó là những vật không có một chút gì bền bỉ. Đời người-ta và mọi sự vật, mọi pháp hữu-vi cũng như thế, hư, giả, chẳng thật, nên kêu là thủy-mạt, bào, diệm.

THỦY NGUYỆT 水月 : Mặt trăng dưới nước. Lời tỷ-dụ dùng để chỉ những sự vật không có thật.

THỦY QUÁN 水觀 : Quán-tưởng chất nước. Cũng viết : *Thủy-tưởng.* Đó là một phép thiền-định của nhà tu Phật. *Thủy-quán* của đức Phật Thủy-Thiên, một đức Phật quá-khứ dạy như thế nầy : cái thế nước ở trong thân không cướp đoạt cái thế các chất khác. Bắt đầu từ nước mắt, nước mũi cho đến cùng tận, lần đến nước miếng, tinh huyết, nước đại, nước tiểu, vẫn là đồng tánh nước như nhau cả. Từ nước trong thân cho đến nước ở ngoài, nước thế-giới, nước cõi Phù-tràng-vương, nước thơm ở biển cũng đồng tánh, không khác chi hết. (Tức không có chi là : dơ, sạch, lớn, nhỏ v.v.)

THỦY SÁM PHÁP 水懺法 : Bộ Kinh ba quyển do ngài Ngộ-Đạt Pháp-sư hồi thế-kỷ thứ chín biên soạn, sau khi được lành bệnh độc nhờ dùng nước từ-bi và dùng phép tam-muội mà tẩy oan trái. Kêu trọn chữ: *Từ-bi thủy sám pháp.*

THỦY-TAI 水災 Tai nạn nước. Tai nạn nước hại mạng một người, kêu là *thủy-ách* (Pháp: noyade). Tai nạn nước sát hại cả một địa-phương, một quốc-thổ, một thế-giái, kêu là *thủy-tai* (Pháp: inondation).

Về thuở Đại-kiếp sắp tận, nạn *thủy-tai* khởi lên, làm cho trôi giạt, chìm đắm tất cả, từ mặt đất lên tới cảnh Trời Nhị thiền, trừ ra cảnh Trời Tam Thiền.

THỦY-TƯỞNG 水想 : Phép quán-tưởng nước. Cũng kêu *Thủy-quán.* Ấy là phép thứ hai trong *Thập lục quán,* có biên rõ trong quyển « Quán Vô Lượng-Thọ Phật Kinh ». Nhà đạo quán-tưởng cho thấy nước. Khi thấy nước rồi, quán tưởng thấy nước ấy thành giá (nước đặc). Kế quán tưởng thấy giá ấy thành lưu-ly, tức là đất lưu-ly bên cõi Tịnh-độ...

THỦY-THIÊN 水天 : Các vị thiên - thần, long - thần ở miền thủy-phủ. Quyền-hạn, sức lực tự-tại của các ngài là ở nơi sông rạch, ao hồ, biển cả. Các ngài cũng có quyền thưởng phạt đối với những người sống trên mặt nước, như kẻ đánh cá, khách thương hồ. Đạo Nho và đạo Lão gọi những vị ấy là *Thủy-Tiên,* ấy là đối với : Nhơn-Tiên, Địa-Tiên, Thiên-Tiên vậy

THỦY THƯỢNG BÀO 水上泡 : Bọt trên mặt nước. Phàm trên mặt nước, nổi lên những hòn bọt, phút chốc thì tan mất. *Thủy thượng bào* là tiếng tỷ-dụ để chỉ rằng đời người là vắn vỏi ; mọi sự, mọi vật đều biến chuyển, vô thường.

THỦY GIÁC 始覺 Mới tỉnh giác. Cái bổn tánh của hết thảy chúng-sanh sẵn có lòng thanh-tịnh tự-tánh, đủ cái đức vốn chiếu sáng tự thuở nay, đó kêu là *bổn giác* 本覺 (vốn tỉnh giác sẵn). Cái bổn-giác ấy do bề trong ung-đúc và nhờ cái duyên ngoài thầy dạy, mới khởi ra cái lòng chán chuyện tham cứu thuận theo bổn-giác. lần lần sanh ra có trí giác-ngộ, kêu là *Thủy giác* (sau mới tỉnh giác).

Bổn giác đó tức là bốn đức (thường, lạc, ngã, tịnh) vốn thành sẵn vậy. *Thủy-giác* là bốn đức mới thành ra sau nầy vậy,

THUYỀN 船 *Barque, Bateau (fr.)* Chiếc ghe, chiếc tàu. Lời tỷ-dụ để gọi *Pháp Phật.* Tỷ như người ta dùng ghe, tàu mà đưa hành khách qua sông, qua biển, Phật và Bồ-tát dùng các pháp-môn của nền Đạo-đức mà độ chúng-sanh khỏi sông sanh-tử, khỏi biển Luân-hồi khổ não, cho nên gọi Pháp Phật là *Thuyền.*

THUYỀN-SƯ 船 師 *Batelier (fr)* Vị thuyền trưởng rành các đường sông, đường biển, có thể đưa hành-khách tới nơi tới chốn một cách yên ổn. Tiếng tỷ-dụ để xưng Phật, Bồ-tát. Vì Phật, Bồ-tát dùng Pháp-thuyền mà đưa chúng sanh khỏi nguồn sanh-tử, đến bờ giải-thoát, cho nên người ta xưng là *Thuyền-sư.*

Người ta cũng gọi Phật là *Đại thuyền sư.*

THUYẾT 說 A.— Dùng về động-từ (verbe), nghĩa là : nói ; giải thích cho người-ta hiểu rõ ý chỉ của mình ; đàm-luận ; giảng-giải cho người-ta nghe theo ý mình. Như : *diễn thuyết, thuyết kinh,* năng *thuyết* năng *hành.*— *Thuyết* đối với mặc (lặng thinh).

Niết-bàn Kinh, quyển 35 : Thiện nam-tử ! như Mười hai bộ Kinh mà ta đã từng *thuyết,* có khi ta nương theo ý ta mà *thuyết,* có khi ta nương theo ý người mà *thuyết* ; lại có khi ta vừa nương theo ý ta và ý người mà *thuyết.*

B.— Dùng về danh-từ (nom), nghĩa là : lời nói, lời giải-thích, cuộc đàm-luận, đạo-lý, học-thuật. Như : *tà-thuyết, dị-thuyết, chánh-thuyết, lý-thuyết.*

THUYẾT KINH 說 經 : Giải-thuyết nghĩa-lý trong kinh-văn ; Giải rộng một vấn-đề lớn, một ý-chỉ cao, đặng người-ta chép lại mà làm thành Kinh sách cho những người đời nầy và đời sau thọ trì, tu tập. Như nói : Phật *thuyết* A-Di-Đà *kinh.*

THUYẾT MẶC 說 默 Nói và nín.

Thuyết: Thuyết pháp. Mặc: lặng thinh chẳng nói. Lúc có nhơn-duyên thì *thuyết*, lúc chẳng cần ích thì *mặc*; đó là hai việc thuộc về Thánh-hạnh của Phật, Bồ-tát.

THUYẾT PHÁP 說法 Sermon, Prononcer un sermon (fr.) Giảng giải nghĩa-lý, đạo-đức. Cuộc diễn-giảng về đạo-lý giữa công-chúng tứ-chúng. Hoặc giải bày *Giới-luật*, hoặc diễn giảng *Kinh-điển*, hoặc tuyên thuyết các bài *Luận* cao siêu. Dầu biện minh đạo-lý, giải bài chánh-pháp với một vài người, hay tuyên bố pháp-lý giữa một Pháp-hội, cũng đều gọi là *thuyết-pháp*. Đối với: *Văn pháp* (Nghe pháp). Đời đức Phật-tổ là một đời *thuyết pháp*, ngài chỉ nói ra mà giáo-độ cho người-ta, chớ chẳng viết kinh, soạn sách. Cuộc *thuyết-pháp* lần đầu, kêu là *Chuyển Pháp-luân*, khởi xướng gần thành Ba-la-nại, Phật độ cho năm vị Chơn-như đắc Đạo. Và cuộc *thuyết pháp* lần cuối cùng, trước giờ nhập Niết-bàn, ngài độ cho ông lão sư Tu-bạt-đa-La đắc Đạo.

Ngài tùy theo căn-tánh của chúng-sanh mà *thuyết pháp*. Đối với hạng *Độn-căn*, căn-tánh chậm lụt, Ngài thuyết cho cái *Tiểu-pháp*. Đối với hạng *Trung-căn*, căn-tánh vừa vừa, Ngài thuyết cho cái *Trung pháp*. Đối với hạng *Lợi-căn*, căn-tánh lanh-lợi, sáng-suốt, ngài thuyết cho cái *Đại-pháp*.

Tuy vậy, đứng về mức Trung-đạo, Phật phán rằng Ngài không có *thuyết pháp*, không có độ chúng-sanh. Vì xét theo Chơn-không, thì đâu có pháp mà thuyết, đâu có chúng-sanh mà độ! Chỉ tạm gọi là *thuyết pháp*, tạm gọi là độ chúng-sanh mà thôi.

Trong mỗi ngôi Tinh-xá, mỗi ngôi chùa lớn, đều có phòng *thuyết pháp*, kêu là *Giảng-đường*. Mỗi khi *thuyết pháp*, vị *pháp-sư* ngồi trên tòa cao hơn hết, còn các nhà dự-thính thì ngồi phía dưới mà nghe.—

Trong Cụ-túc Giới, Luật nhà sư, về khoản chín chục giới linh-tinh (Ba-dật-đề), có đoạn thứ 22 *thuyết pháp chí mộ giới*; theo giới nầy, mỗi khi có cuộc *thuyết pháp* cho các hàng nam, nữ dự nghe, thì không nên *thuyết pháp* đến chiều tối, vì chẳng tiện cho hàng phụ-nữ ra về.

Trong *Kinh Phạm - Võng*, phẩm *Bồ-tát Giới Kinh*, ở điều Khinh-Giới 46, có dạy phép Thuyết pháp như vầy: Như Phật-tử thường nên giáo-hóa, khởi lòng đại-bi. Nếu vào nhà người đàn-việt sang cả, thì hết thảy trong Chúng chẳng ai được đứng mà *thuyết pháp* cho người thế-tục nghe. Phải lên ngồi chỗ cao tại trước các người thế-tục. Pháp-sư Tỳ-kheo chẳng đặng đứng dưới đất mà *thuyết pháp* với Tứ chúng. Như lúc *thuyết pháp*, Pháp-sư ngồi chỗ cao, hương hoa cúng-dường. Kẻ nghe trong Tứ chúng ngồi chỗ thấp, dường như hiếu-thuận cha mẹ, kính thuận sư-giáo, như người đạo Bà-la-môn thờ Thần lửa.

Thuyết pháp có hai nhơn-duyên, hai cớ: 1°) *Vị lợi-dưỡng thuyết pháp*: Vì sự lợi dưỡng cho mình, vì danh-tiếng và lợi-lộc mà thuyết pháp. Đó chẳng phải là hạnh thuyết-pháp của Phật. 2°) *Vị chúng-sanh thuyết-pháp*: Vì cần giáo-hóa chúng-sanh nên mới thuyết pháp. Đó là sự thuyết pháp trong sạch, chơn-chánh theo Phật.

(Xem : *Bất-tịnh thuyết pháp*).

Phật có lòng thương-xót các chúng-sanh, và ngài biết rõ căn-lực của họ, cho nên đối với năm hạng chúng-sanh, ngài chẳng *thuyết pháp* năm việc :

1°) Đối với hạng bất-tín, ngài chẳng khen sự Chánh-tín.

2°) Đối với hạng phá giới, ngài chẳng khen sự Trì giới.

3°) Đối với hạng tham-lam, ngài chẳng khen sự Bố-thí.

4°) Đối với hạng biếng-nhác, ngài chẳng khen sự Đa-văn.

5°) Đối với hạng ngu - si, ngài chẳng khen sự Trí-huệ.

Tức là Phật *thuyết pháp* với ai, chẳng đánh đổ ngay chỗ dở của họ, e rằng họ đem lòng chẳng tin, lòng dữ, lòng giận đối với Pháp mà bị đọa.

Trong **Niết-bàn Kinh** quyển 33, có chép lời Phật phán với Xá-Ly-Phất rằng: « Trong khi *thuyết pháp*, đối với người lợi-căn, chớ có nói rộng-dài; đối với kẻ độn-căn, chớ có nói sơ-lược. »

Tức là đối với người khôn, mình chẳng cần nói nhiều; đối với kẻ dại, mình cần phải giảng giải một cách rành mạch.

Đức Phật thuyết pháp, là vì chúng-sanh, ngài có bảy cách nói: 1°) Nhơn ngữ, 2°) Quả ngữ, 3°) Nhơn Quả ngữ, 4°) Dụ ngữ, 5°) Bất ưng thuyết ngữ, 6°) Thế lưu bố ngữ, 7°) Như ý ngữ.

(Xem: *Thất chủng ngữ.*)

THUYẾT PHÁP ĐỆ NHỨT 說法第一.— Người thuyết pháp giỏi hơn hết. Cũng kêu là: *Thuyết pháp vô-thượng.* Trong 1.250 vị Đệ-tử xuất-gia của Phật, ông *Phú-lâu-na Di-đa-la-ni tử* là người có biện-tài hơn hết, ông nói năng không hề vấp vướng, tuyên thuyết những lẽ Khổ, Không, đạt sâu chỗ thật-tướng, chỉ rõ các pháp-môn bí-mật của chư Phật Như-lai cho Chúng-hội thấy biết. Vì vậy cho nên đức Phật Thích-Ca xưng ông *Phú-lâu-Na* là *Thuyết pháp đệ nhứt.* Phật có mười vị Đại Đệ-tử, tức mười vị có sở trường hơn tất cả Đệ-tử, mà Phú-lâu-Na sở trường về thuyết pháp, nên được gọi là *Thuyết pháp đệ nhứt.* (Xem: *Thập Đại Đệ-tử.*)

THUYẾT PHÁP SƯ 說法師 Bực thầy có tài giảng giải đạo lý, thường đem *biện-tài* của mình mà tuyên truyền pháp-lý giữa công-chúng. Kêu tắt là *pháp-sư* 法師

Có hai hạng *thuyết pháp sư*:

1. Hạng do nơi nghe thấy, học hỏi, bèn đem giáo-lý ra mà tuyên truyền.

2° Hạng do nơi sự chứng, đắc, bèn đem chỗ chứng, chỗ đắc của mình ra mà truyền bá cho đời.

Bực *thuyết pháp sư* cao trổi thì có đủ mười tướng:

1. Đối với nghĩa-lý của pháp, thì hiểu khéo léo, rành rẽ.

2. Có tài diễn rộng ra cho người ta nghe hiểu.

3. Có cái đức chẳng sợ, dầu cho bực vua-chúa, quan-chức dự nghe, cũng vẫn điềm-tỉnh, chẳng sợ sệt bối rối.

4. Lời lẽ khéo léo, đầy đủ.

5. Khéo dùng phương-tiện mà biện bạch.

6. Thành tựu đủ những cái pháp-tùy, pháp-hành : Tức nghe người ta nói ít mà biết nhiều thêm, thi-hành thêm ra một cách đúng-đắn.

7. Có đủ oai-nghi : Trong khi thuyết pháp, tay chơn chẳng loạn, đầu chẳng lay động, mặt chẳng biến đổi ; đi, đứng, lui, tới, qua, lại đều có đủ oai-nghi.

8. Dõng-mãnh tinh-tấn.

9 Không biết chán, mệt : trong khi thuyết pháp cho *Tứ chúng* nghe, thì tâm không chán, thân không mệt.

10. Có đủ sức nhẫn. Đối với ai chưởi mắng chê cười, chẳng có ý báo trở lại ; đối với ai khinh dể, chẳng hề hờn giận.

THỬ NGẠN 此岸 *Bờ bên nây*, đối với Bỉ *ngạn* 彼岸 (Bờ bên kia). Chúng-sanh ở *Bờ bên nây* (*Thử ngạn*) thì còn tham-lam, sân-hận, ngu-si, còn khổ-não và luân-hồi. Phải nương chiếc *Thuyền to* tức là *Pháp Phật*, thì mới lướt qua *Biển cả* tức là Biển luân-hồi, Biển ngu-si. *Trên* chiếc thuyền to ấy, vị *Thuyền-sư* tức là Phật, Bồ tát. Chừng qua tới *Bờ bên kia* (*Bỉ ngạn*), người-ta được an-lạc, đắc Niết-bàn, tức là thành Thánh, thành Phật. Một khi thành Thánh, thành Phật, người-ta sẽ trở lại *Bờ bên nây* (*Thử ngạn*) mà tế-độ chúng-sanh.

Niết-bàn Kinh : Tỷ như chiếc Thuyền to, từ *Bờ Biển bên nây* (Hải *thử ngạn*) lướt đến *Bờ bên kia* (*Bỉ ngạn*) ; rồi từ *Bờ bên kia* (Bỉ ngạn) trở lại *Bờ bên nây* (Thử ngạn). Đức Như-lai cũng như vậy đó, ngài ngồi trên chiếc Thuyền quí-báu (Bảo-thuyền) là Kinh Đại Niết-bàn của Đại-thừa, đi quanh trong Biển và đi qua đi lại mà tế-độ chúng-sanh.

Pháp bảo đàn Kinh, *phẩm Bát-nhã* : Mắc vào cảnh thì, sanh và diệt khởi lên, như nước có lằn sóng, tức kêu là *Bờ bên nây* (Thử ngạn). Lìa khỏi cảnh thì không có sanh và diệt, như nước thường thông lưu (mình đi qua được), tức kêu là *Bờ bên kia* (Bỉ ngạn).

Hán văn : Trước cảnh, sanh diệt khởi, như thủy hữu ba lãng, tức danh vi *Thử ngạn*. Ly cảnh, vô danh diệt, như thủy thường lưu thông, tức danh vi *Bỉ ngạn*.

THỪA (*THẶNG*) 乘. Yana (scr.).-Véhicule (fr.) Cỗ xe. Chánh chữ là *Thặng*, song nhiều khi người ta đọc là *Thừa*. Âm Phạn : Diễn-na (Yana)..

Phật ví đạo của ngài như cỗ xe, ngồi trên cỗ xe ấy thì đi lần đến cõi An-lạc, Niết-bàn.

Ai nương theo *tiểu-thừa*, học Pháp Thinh-văn La-hán, tức là đi trên cỗ xe nhỏ, ví như đi xe dê.

Ai nương theo *Trung-thừa*, học Pháp Phật Bích-chi (Duyên-giác), tức là đi trên cỗ xe vừa vừa, ví như đi xe lộc.

Ai nương theo *Đại-thừa*, học Pháp Bồ-tát để thành Phật Thế-tôn, tức là đi trên cỗ xe lớn, ví như đi xe bò.

Thinh-văn thừa (Tiểu-thừa) Duyên-giác thừa (Trung-thừa), kêu chung là *Nhị thừa* hay Tiểu-thừa. Thinh-văn thừa, Duyên-giác thừa, Bồ-tát thừa (Đại-thừa), kêu chung là *Tam thừa*.

Song *Tam thừa* đều là của Phật, Tiểu-thừa và Trung-thừa đều gom vào Đại-thừa mà thành *Nhứt-thừa*, tức là cỗ Xe duy nhứt vậy.

Ngoài ra *Tam thừa*, lại có *Ngũ thừa*.

Vì thấy căn cơ của chúng-sanh khác nhau, nên trong các cuộc thuyết pháp, Phật chỉ ra năm thừa đặng cho họ lần lượt mà tu học.

1. *Nhơn-thừa* : Tức là kẻ thọ *Tam qui* và *Ngũ giới*, ăn ở theo đó đặng đời sau sanh ra làm người phúc-hậu.

2. *Thiên-thừa* : Ăn ở theo *Thập thiện* (Mười điều lành), sẽ được sanh lên cõi trời mà hưởng các sự phúc, lạc.

3. *Thinh-văn thừa* : Thi hành theo *Tứ diệu-đế* để thành bực La-hán, thoát ra ngoài vòng luân-hồi.

4. *Duyên - giác thừa* (Trung - thừa) : Thi hành đạo-lý bằng cách diệt tận *Thập nhị nhơn - duyên* để thành Duyên - giác (Bích-Chi Phật).

5. *Bồ-tát thừa* (tức là Đại-Thừa) : Thi hành *Lục độ*, thành tựu đủ muôn hạnh muôn đức hầu có lên quả-vị Phật Thế-Tôn. Đức Phật từng dạy rằng : Vì căn-cơ của chúng-sanh khác nhau, nên Phật lập ra nhiều *thừa*, nhiều *pháp-môn* để tùy tiện mà độ họ. Chớ thật ra thì chư Phật đều dạy có một thừa, một pháp-môn mà thôi. Ấy là dùng pháp Phật làm cỗ xe mà đưa chúng-sanh vào cảnh Niết bàn trọn vẹn của Phật.

THỨC 識 *Vijnânâ* (scr.).— Conscience (fr.) Dùng về động-từ (verbe), *thức* nghĩa là : biết, hay, Pháp : Connaître. Như : *tri thức, thức túc mạng.* Dùng về danh-từ (nom), *thức* nghĩa là tâm-thức, tri-thức, cái tánh hay biết (Phạn : Vijnânâ, Pháp : Conscience). *Thức*, là một Uẩn trong *Ngũ Uẩn. Thức* là một Nhơn-duyên trong *Thập nhị Nhơn duyên*. chính cái *Thức* vào thai của bà mẹ, rồi lần lần mới có đủ đầy hình tượng của đứa hài-nhi.

Cũng có nghĩa : Sự hay biết, Tánh hay biết, Pháp : Connaissance. Như : *Lục thức* (Sáu thức). Trong *Lục thức* (sáu thức), *ý-thức* là *thức* chúa-tể. Trong *bát thức* (tám thức). *A-lại-da thức* là *thức* chúa-tể.

THỨC BIẾN 識 變 : Sự biến chuyển của tâm-thức, cái duy-thức biến ra tất cả. Tất cả các pháp, muôn vật muôn sự đều do cái thức biến ra. Đó là pháp-môn *Pháp-tướng tông* hay *Duy thức-tông.*

THỨC-CHỦ 識 主 : Thức chúa-tể. Người-ta có *bát thức*) (tám thức). Trong tám thức ấy, cái *A-lại-da thức* (Alaya-Vijnânâ là thức chúa-tể, nên người-ta gọi nó là *Thức-chủ.*

THỨC-GIỚI 識界 : Cảnh-giới của thức. Trong *thập bát giới, thức-giới* là sáu cảnh : nhãn-thức, nhĩ-thức, tỹ-thức, thiệt-thức, thân-thức, ý-thức.—

Thức-giới lại là một trong ba món :

1. Tâm-giới (cảnh-giới của tâm), ý-giới (cảnh-giới của ý), *thức-giới* (cảnh-giới của thức).

THỨC-HẢI 識海 : Tiếng tỷ-dụ để gọi cái Tạng-thức, cái Như-lai tạng-thức, tức là cái *A-lại-da thức.* Tỷ như Biển chứa tất cả các thứ nước, cái *A - lại - da thức* gồm vào nó tất cả các cái thức, nên kêu nó là *Thức - hải.* Lại tỷ như từ dưới biển vọt lên các lượn sóng, bao nhiêu những pháp khởi lên. đều do nơi cái *A-lại-da thức,* nên gọi nó là *Thức-hải.*

THỨC-HUYỂN 識幻 : Thức như trò ảo-thuật. Những sự thấy biết của người-ta đều chẳng thật, khi nhận ra thế nầy, lúc nhận ra thế khác, thoạt có, thoạt không, dường như trò ảo thuật nơi ngã tư đường, cho nên kêu là *thức-huyễn* (*thức-ảo*).

THỨC LÃNG 識浪 : Tiếng tỷ-dụ để gọi bảy cái thức tùng theo cái A-lại-da thức. Trong *bát thức,* cái A-lại-da thức kêu là *Thức-hải* ; còn bảy cái thức kia, từ nhãn-thức đến Mạt-na thức kêu là *thức-lãng,* tỷ như những lượn sóng khởi lên, nhưng chẳng qua từ nơi Biển mà khởi lên vậy thôi.

THỨC-TÂM 識心 : Cái thức tâm-vương, cái thức chủa tể. Về *lục thức,* cái ý-thức kêu là *thức-tâm.* Về *bát thức,* cái A-lại-da thức kêu là *thức-tâm.*

THỨC TÚC-MẠNG THÔNG 識宿命通 Pubbenivàsa-nussatinànà (p.).— Connaissance des vies antérieures (fr.) : Phép thần-thông biết được những đời trước của mình và của người. Cũng viết : *Tri túc-mạng thông.* Ấy là một phép trong *Ngũ thông, Lục thông.*

THỨC-THỰC 識食 : Cách ăn bằng thức-tâm, thức-tâm nuôi lấy mạng sống. Ấy là một cách ăn trong *Tứ thực.* Những chúng-sanh ở Địa-ngục, chư Thiên ở Vô-sắc giái chẳng dưỡng mạng sống bằng ba cách :

1. Đoạn thực hay Đoàn-thực (ăn từng món bằng miệng).

2. Xúc thực hay Lạc-thựa (vì cảm xúc sự vui mà đủ no).

3. Tư-thực hay Niệm-thực (vì hy-vọng món ăn mà sống).

Họ chỉ sống bằng cách thứ tư, *thức-thực* : cái thức-tâm làm cho họ đủ no, giữ lấy mạng sống của họ.

THỨC-UẨN 識 蘊 .— Vijnânâ-skanda (scr.).— La concience, un des cinq agrégats (fr.). – Một uẩn trong *ngũ uẩn* hiệp thành người. *Thức-uẩn* kêu tắt : *thức* : sự hiểu biết, sự phân biệt khi mình đối với cảnh.

THỨC VÔ-BIÊN XỨ 識 無 邊 處.— Vijnànànantyàyatana (scr.) : Cảnh Thức vô-biên. Ấy là cảnh thứ hai trong bốn cảnh ở cõi Vô-sắc giới. Chư Tiên (Thiên) ở cảnh nầy, chỉ còn giữ cái tâm-thức vô-biên mà thôi, không còn hình-sắc. Những nhà tu hành ở những cảnh dưới, từ nhơn-gian sắp lên, khi ngồi thiền vượt qua Tứ thiền thiên và Tịnh-phạm địa, kế vượt qua cảnh Không-vô-biên xứ-định, sau rốt tới *Thức vô-biên xứ-định.* Ai tu tới phép định nầy, khi thác thần-thức có thể sanh lên cảnh *Thức vô-biên xứ.*

THỨC XỨ 識 處 : Tức là *Thức vô-biên xứ,* tiếng kêu tắt. Cũng viết : *Thức-xứ thiên, Thức-xứ hữu.* Còn phép định tương ứng với cảnh nầy, thì kêu là *Thức - xứ định,* tức là *Thức vô-biên xứ định.*

Niết-bàn Kinh : Ai tu đắc phép Thường Tam-muội, thì đoạn-tuyệt được cảnh *Thức - xứ hữu,* chẳng mắc vào cảnh ấy.

THỨC-XOA-MA-NA (*NI*) 式 叉 摩 那 (尼) Cô vãi Thức-xoa-ma-na. Tiếng cũ dịch là *Học pháp nữ* (gái học pháp), tiếng mới dịch là *Chánh học nữ* (gái chánh-học). Bực Sa-di-ni sắp thọ giới cụ-túc. Xuất-gia từ 18 tuổi, tới năm 20 tuổi làm Sa-di-ni

Mãn hạn hai năm ấy, riêng học sáu pháp, nghiệm coi có thai-sản hay không, vả lại thử coi cái hạnh có chơn-chánh kiện-cố hay chăng, đó là *Thức-xoa-ma-na ni.*

Trong hàng Cửu chúng, *Thức-xoa-ma-na* ở trong địa-vị thứ ba, kế Tỳ-kheo và Tỳ-kheo-ni.

THỨC-XOA-NI 式 叉 尼 Tiếng gọi tắt *Thức-xoa-ma-na-ni* : Sư cô sắp thọ giới Tỳ-kheo-ni.

THỰC 實 Xem : *Thật.*

THỰC (*TỰ*) 食 Manger, Repas, Aliments (fr.) Ăn ; Đồ ăn, thức ăn ; bữa ăn. Dùng về động-từ (verbe), thì đọc : *thực,* đọc đúng theo Hán : *xực,* nghĩa là : ăn. Dùng về danh từ (nom), nên đọc : *tự* (nhưng người ta vẫn quen đọc : *thực*), nghĩa là : *đồ ăn, bữa ăn.*

Những nhà tu-hành tại-gia biết trọng Tam Bảo, hằng giữ *Ngũ Giới* cùng những vị xuất-gia tinh-tấn về *Tam học,* thì lúc nào đồ *ăn* và đồ mặc cũng đầy đủ, khỏi lo khiếm khuyết.

Thức ăn uống là một trong *Tứ sự cúng-dường* do tín-chủ cung phụng cho chư Tăng.

Ngoài ra những *món ăn* bằng vật chất, những món ăn bằng tinh-thần cũng có thể nuôi-dưỡng thân-tâm của nhà tu-hành thanh-tịnh. Món ăn bằng tinh-thần có hai thứ : 1. Pháp-hỷ thực, 2. Thiền-duyệt thực.

1. Pháp-hỷ thực 法 喜 食 : Trong khi mộ nghe Pháp, trong khi vui thích về cái Pháp-lý mình đương chiêm nghiệm, người ta có thể sống ngày nầy qua ngày kia mà không thấy đói.

2. *Thiền-duyệt thực* 禪 悅 食 : Trong cơn thỏa thích về thiền-định, nhà tu-hành ngồi trầm tư mặc tưởng trong một thời-kỳ dài dặc mà nhan-sắc vẫn tươi nhuận, không biết đói khát chi cả.

(Xem : *Tứ thực.*)

THỰC THÌ 食時 Giờ ăn hay là bữa ăn, tức là giờ ngọ trong ngày vậy. Tam thế chư Phật hễ quá giờ trưa (xế bóng), thì không ăn một chút đồ ăn gì.

Thực thì tức là *Pháp thực thì*, giờ ăn theo Đạo-pháp mà chư Tỳ-kheo phải giữ, đừng ăn quá ngọ. (*Xem : Tứ thực thì.*)

Kim-cang Kinh có chép : Lúc ấy, gần đến *giờ ăn* của đức Thế-tôn. Ngài mặc áo, ôm bát, vào thành Xá-vệ mà hóa trai. Ở trong thành ấy, Ngài cứ theo thứ tự từng nhà mà ghé. Xin xong, Ngài trở về chỗ trụ và dùng cơm.

Ăn xong, ngài dẹp cất áo cà-sa và bát. Kế rửa chơn xong, Ngài bèn ngự lên chỗ pháp-tòa đã don sẵn.

Trong quyển **Vô-Lượng-Thọ Kinh** có nói về bữa ăn của các hàng thiên, nhơn bên cõi Cực-lạc của đức Phật A-Di-Đà như vầy :

Hễ đến *giờ ăn* mà muốn ăn, thì bát bằng thất-bảo tự nhiên ở trước mặt. Những bát bằng vàng, bạc, lưu-ly, xa-cừ, mã-não, san-hô, hổ-phách và bằng minh-nguyệt chơn-châu tùy ý mình mà hiện tới. Trăm món đồ ăn, đồ uống tự nhiên đầy đủ. Tuy có các món ăn ấy mà kỳ thiệt không ăn gì hết. Chỉ thấy màu, ngửi mùi trong ý cho là ăn, tự-nhiên no đủ, thân tâm nhu nhuyễn, lưỡi không cần chạm đến vị gì. Xong chuyện rồi, thì đồ ăn uống và bát hóa đi hết ; tới bữa lại hiện ra nữa.

THƯỚC-CA-LA 爍迦羅 Tiếng Phạn, dịch nghĩa : *Bền chắc.*

Thủ Lăng-Nghiêm Kinh, quyển ba : Thuấn-nhã-đa tánh khả tiêu vong, *Thước-ca-la* tâm vô động chuyển (Dẫu cho cõi Hư-không có tiêu mất, nhưng lòng *bền chắc* của chúng tôi chẳng dời đổi.)

THƯƠNG-NA-HÒA-TU 商那和修 Çanavasa (scr.) Vị tổ thứ ba trong 28 vị tổ-sư tiếp truyền nhau mà nắm giữ nền Phật-pháp ở Thiên-Trước. Ngài *Thương-na-hòa-tu*, người nước Mađột-la (Mathura) kế tiếp ngài A-Nan ; ngài Ưu-ba-cúc-đa thì kế tiếp ngài *Thương-na-hòa-tu.*

Tục truyền ngài *Thương-na-hòa-tu* sanh ra đã có áo sẵn mặc theo thân, cái thân lần lần cao lớn, thì cái áo cũng rộng lớn theo vừa với mình. Đến khi ngài A-Nan độ cho ngài Thương-na-hòa-tu xuất gia, thì biến cái áo ấy ra làm Pháp-phục. Rồi đến khi ngài Thương-na hòa-tu thọ cụ-túc giới, thì cái áo pháp ấy biến ra áo Tăng-già-lê. Khi gần tịch diệt, Thương-na-hòa-tu nguyện lưu cái áo cà-sa ấy lại cho đến chừng nào đạo của đức Thích-Ca di truyền mà tận, thì cái áo ấy mới tiêu diệt.

THƯỜNG 常 Permanent, permanence (fr.) Hằng, lâu dài ; bình thường, tầm thường ;-lúc thường ;-đức-hạnh mà người-ta phải thường làm, chẳng đặng bỏ, như *Ngũ thường* trong Nho-giáo : Nhân, Nghĩa, Lễ, Trí, Tín.

Trong đạo Phật, *Thường, Thường trụ, Thường hằng* là một đức trong *Tứ đức Ba-la-mật* : *Thường,* Lạc, Ngã, Tịnh. *Thường* trái với : *Vô-thường, Đoạn. Thường* nghĩa là : Pháp-thân của Như-lai.

Như nói : Phật-tánh vốn không sanh, không diệt, không đi tới đâu, không từ đâu mà tới, không quá-khứ, không hiện-tại, không vị-lai, không do nhơn-duyên mà sanh ra, cho nên kêu là *Thường.* Còn các pháp hữu-vi đều do nhơn-duyên hòa hiệp-mà sanh ra, có sanh, có diệt, cho nên kêu là *Vô-thường.*

Niết-bàn Kinh : Vô-thường mà kể là *thường, thường* mà kể là vô-thường, đó là phép điên-đảo.

Thiện nam-tử : trong tất cả các pháp, duy trừ Phật-tánh và Niết-bàn, không có một pháp nào là *Thường.*

THƯỜNG BA-LA-MẬT 常波羅蜜 : Đức Thường đưa đến Bờ bên kia. Có bốn đức đưa đến cảnh Niết-bàn của Phật Như-lai : *Thường,* Lạc, Ngã, Tịnh.

Thường Ba-la-mật là cái Pháp-thân của Như-lai, nó vẫn thường trụ, không sanh không diệt, không hề biến đổi. Còn thân của chúng-sanh và các pháp hữu-vi đều là *vô-thường.*

(Xem : *Tứ Đức Ba-la-mật.*)

THƯỜNG-BẤT-KHINH (*BỒ-TÁT*) 常不輕 (菩薩) Sataparibhuta (scr.) Một vị Bồ-tát hồi đời quá-khứ. Thuở xưa, vào hồi Tượng pháp trong ba thời pháp (Chánh-pháp, Tượng Pháp, Mạt-pháp) của đức Phật Oai-âm-vương đầu tiên (vì kế đó có hai vạn ức đức Phật liên tiếp nhau ra đời đồng hiệu Oai âm-Vương), có một vị Bồ-tát Tỳ-kheo mà người ta đặt tên là *Thường-Bất-Khinh,* là vì vị nầy hễ gặp ai trong Tứ chúng: Tỳ-kheo, Tỳ-kheo-ni, Ưu-bà-tắc, Ưu-bà-di, thì xá bái và nói rằng « Tôi chẳng dám khinh khi ngài, vì ngài sẽ thành Phật.» Hàng Tứ chúng, những kẻ thượng-mạn lấy làm bất bình vì sự thọ-ký ấy, họ chưởi mắng ngài, đánh đập ngài. Song ngài nhẫn chịu với những sự ấy, mà miệng thì cứ nói : « Tôi chẳng dám khinh ngài, vì ngài sẽ thành Phật. »

Thường Bất - Khinh Bồ - tát nhờ nghe được Kinh Pháp-hoa giảng bởi vô số Phật, nên đắc quả Phật, tức là Phật *Thích-Ca-Mâu-Ni.* Còn những kẻ chưởi, đánh ngài *Thường-Bất-Khinh* thì hồi Phật Thích-Ca giáng thế, sanh ra làm Đệ-tử của Phật, chịu Phật giáo-hóa cho.

THƯỜNG-ĐỀ (*BỒ-TÁT*) 常啼 (菩薩) Một vị Bồ-tát thuở xưa. Ngài *Thường-Đề Bồ-Tát* ở tại Hương-thành mà học Bát-nhã. Đắc pháp rồi, người lấy làm ân-hận vì mình chẳng có món gì mà cúng đức Thế-tôn. Thình lình, ngài gặp một người trưởng-giả có bệnh, thầy thuốc dạy nên lấy tủy của người-ta, hòa với thuốc mà uống thì hết bệnh. Ngài *Thường-Đề* bèn đập xương mình mà lấy tủy, bán được tiền, liền mua các thứ hương hoa mà cúng-dường đức Phật.

THƯỜNG-KIẾN 常見 Ý-kiến chấp rằng thân tâm là thường trụ. Đối với *Đoạn-kiến* là ý-kiến chấp rằng thân tâm là đoạn diệt. Cả hai ý-kiến ấy đều là thiên-kiến, tà-kiến. Chỉ có cái ý-kiến mực trung là đúng : Không cố chấp rằng thân tâm là thường trụ, mà cũng không cố chấp là đoạn diệt, tức thấy rằng các pháp đều vô sanh vô diệt, phi hữu phi vô.

Thường-kiến thuộc về *Hữu-kiến* (ý-kiến tà thiên về Có).

Đoạn-kiến thuộc về *Vô kiến* (ý-kiến tà thiên về Không).

Thường kiến lại là cái ý-kiến của hàng tu-học Đại-thừa, hiểu lẽ thường-trụ của : Chơn-như, Phật-tánh, Niết-bàn, Như-lai. Đối với *Đoạn-kiến* là ý-kiến của hàng tu-học Tiểu-thừa chấp các pháp là vô-thường,

Niết-bàn Kinh : Nếu nói rằng các pháp đều không có cái ta (vô hữu ngã), đó là *đoạn-kiến* ; còn như nói rằng cái ta là thường trụ, đó là *thường-kiến.* Nếu nói rằng mọi sự hành-động đều là vô-thường, đó là *đoạn-kiến* ; còn như nói rằng các hạnh đều là thường hằng, đó là *thường-kiến.* Nếu nói khổ, tức là *đoạn-kiến* ; bằng nói lạc (vui), mới là *thường-kiến.*

THƯỜNG LẠC 常樂

1. Thường vui ; thường thấy mình yên ổn vui sướng. Trái với : *Thường khổ.*

Thường lạc là sự vui sướng chẳng hề biến đổi, sự vui sướng của chư Bồ - tát và chư Phật, chẳng hề có cái khổ xen vào, vì tự mình đã dứt cái vui sướng của phàm-phu. Tức là : *Đại lạc.*

Niết-bàn kinh :

Nhược năng ư chúng-sanh,	Như mình đối với chúng-sanh,
Trú dạ thường tu từ,	Ngày đêm thường giữ từ ái,
Nhơn thị đắc *thường lạc,*	Nhờ đó mà lòng *thường vui,*
Dĩ bất não tha cố.	Ấy vì mình không hại ai.

2. *Thường, Lạc* lại là hai đức trong Bốn đức Ba-la-mật : — *Thường, Lạc, Ngã, Tịnh.* (Xem : *Tứ đức Ba-la-mật.*)

THƯỜNG, LẠC, NGÃ, TỊNH 常樂我淨

1) Cũng kêu chung là *Tứ đức Ba-la-mật.* Chính là bốn đức của bực Như-lai, ai muốn thành Chánh-giác thì phải tu bốn đức ấy.

Thường : Thường biến đổi, không sanh cũng không diệt, không tạo tác cũng không thọ nhận, tức là cái *Pháp-thân của Như-lai* mà mọi người vẫn có.

Lạc : Yên vui tịch-diệt, thoát ra ngoài cảnh khổ-não, tức là *Niết-bàn*

Ngã : Cái bản-thể chơn-thật, tự tại, bao quát, minh-mông vô tận vô-biên, cái bản-thể chung của chúng-sanh, chớ chẳng phải cái bản-ngã duy kỷ, cống cao của từng người. Tức là *Phật*, *Như-lai*.

Tịnh : Sự trong sạch hoàn toàn, dầu ở trong đời ô-trược cũng chẳng nhiễm. Tức là nền Chánh-pháp của chư Phật và chư Bồ-tát. Bốn đức *Thường, Lạc, Ngã, Tịnh*, đối với bốn tánh *Vô-thường, Vô-lạc Vô-ngã, Vô tịnh*, (*Vô-thường, Khổ, Vô ngã, Bất-tịnh* hay : *Vô thường, Khổ, Không, Vô ngã*). Ai tu Vô thường, Khổ, Vô ngã, Bất tịnh, thì đắc quả La-hán, Duyên-giác. Ai tu *Thường, Lạc, Ngã, Tịnh*, thì đắc quả Phật Như-lai.

(Xem : *Tứ đức Ba-la-mật*.)

Niết-bàn kinh : Những pháp *Vô-thường, Vô-lạc, Vô ngã, Vô-tịnh* thì có thể hư-hoại, tiêu diệt. Còn những pháp *Thường, Lạc, Ngã, Tịnh* thì không hề hư hoại, không hề tiêu-diệt.

2) *Thường, Lạc, Ngã, Tịnh* lại kêu là *Tứ đảo* (bốn pháp, bốn tư-tưởng điên-đảo) của phàm-phu. Các pháp hữu-vi đều là vô-thường, vô-lạc, vô-ngã, vô-tịnh ; thế mà kẻ phàm-phu tham-trước, mê-hoặc, cho rằng các pháp ấy là *Thường, Lạc, Ngã, Tịnh*. Vì mê chấp một cách điên-đảo như vậy, cho nên họ khổ não.

Đối với hạng phàm-phu mê chấp ấy, bực pháp-sư nên dạy họ bốn lý Vô-thường, Vô-lạc, Vô-ngã, Vô-tịnh.

Họ nghe pháp, bèn suy xét và thiền-định, kế đắc bốn lý Vô-thường, Vô-lạc, Vô-ngã, Vô-tịnh. Bấy giờ, đối với họ, tất cả đều là Vô-thường, Vô-lạc, Vô-ngã, Vô-tịnh. Bốn lý nầy lại hóa thành *Tứ đảo* của Tiểu-thừa.

Bồ-tát nên dạy họ bốn lý *Thường, Lạc, Ngã, Tịnh* của Đại-thừa. Nghe được, họ tu tập bốn lý ấy, tức là tu *Tứ đức Ba-la-mật*.

THƯỜNG-QUANG 常光 Hào-quang lúc bình-thường của Phật. Hào-quang nầy, lúc nào Phật cũng có, có một cách tự-nhiên, không hề dứt. Hào-quang ấy từ nơi thân Phật, từ đầu chí chơn xẹt ra, cho nên cũng kêu là *Thân-quang* 身光 để chứng-minh phước-đức và trí-huệ của bực đắc Đạo.

Đối với *Phóng quang* 放光 là hào-quang mà Phật cố ý phóng ra trong cơn thiền-định, phóng đến một người nào, một cảnh nào, một cõi nào đó. Hào-quang nầy phóng ra từ nơi chòm lông trắng giữa hai vòng chơn-mày của Phật, do trí lực của Phật điều khiển, cho nên cũng kêu là *Trí quang* 智光.

Đại Niết-bàn Kinh, quyển 29. Nếu Bồ-tát Ma-ha-tát thường đem áo quần, đồ ăn vật uống, đồ nằm, thuốc thang, hương, hoa, đèn đuốc mà thí cho người; nhờ Nghiệp-duyên ấy, được tướng: thân màu vàng ròng, *thường-quang* sáng rực.

THƯỜNG-TINH-TẤN (*BỒ-TÁT*) 常精進(菩薩) Satasami-tâbhiyukta (scr.).— Joshôjin (Bosatsu) (jap.) Một bực Đại Bồ-tát. Ngài thường du-hành đến nghe Phật Thích-Ca giảng Kinh, nhứt là Kinh Đại-thừa, như A-Di-Đà Kinh, Diệu pháp-liên-hoa Kinh v.v.

Trong **Diệu-Pháp-liên-hoa Kinh** phẩm 19, ngài *Thường-Tinh-Tấn* được nghe Phật kêu đến mà giảng về công-đức của bực Pháp-sư thọ trì, đọc tụng giải thuyết, chép truyền Kinh Diệu Pháp liên-hoa, các công đức thanh-tịnh, vi-diệu của lục căn trở nên thần-thông.

THƯỜNG-TRỤ 常住 Permanence (fr.) Thường ở, hằng còn; lúc nào cũng như vậy, chẳng có sanh, chẳng có diệt, chẳng biến đổi, chẳng sai khác, chẳng gián đoạn.

Như: *Thường-trụ* nhứt tướng, *Thường-trụ* Tam-Bảo. Kêu tắt: *Thường*. Ấy là một trong *Tứ đức Ba-la mật*.

Thường-trụ là tiếng mà người ta thường dùng để xưng chung Tam Bảo, để xưng riêng đức Phật Như-lai.

Niết-bàn Kinh, quyển chín: Đức Như-lai, ở cõi Diêm-phù-đề nầy, dùng phương tiện mà bỏ thân mình, cũng như con rắn độc kia lột bỏ lớp da cũ vậy. Vì vậy nên gọi Như-lai là Thường-trụ.

Trong Đại Bát Niết-bàn Kinh, quyển chín, có trưng nhiều thí-dụ giải thích Như-lai là *Thường-trụ*.

THƯỜNG-TRỤ NHỨT TƯỚNG 常住一相: Một

tướng thường-trụ. Ấy là cái thiệt-tướng của các pháp, cái Chơn-như, cái Phật-tánh. Cái tướng ấy lúc nào cũng có ở chúng-sanh, vốn nó chẳng sanh, chẳng diệt.

THƯỜNG-TRỤ TAM-BẢO 常 住 三 寶 : Ba ngôi báu hằng có ở thế gian : Phật, Pháp, Tăng.

1. *Phật* vốn chẳng sanh chẳng diệt, sức lành của Phật ủng hộ chúng-sanh trong Thập phương, Tam thế ; nhưng lâu lâu ngài hiện ra đời bằng cái thân 32 tướng chánh với 80 tướng phụ, chớ thật ra lúc nào cũng có Phật, và ở đâu cũng có Phật. Vì vậy nên gọi : *Thường trụ Thập phương Phật,*— hoặc : Chư *Phật Thế-tôn thường - trụ* tại thế.

2. *Pháp,* Pháp của Phật lúc nào cũng có tại thế-gian, dầu Phật có ra đời hay chẳng có ra đời, thì cũng vẫn có nền Chánh-pháp luôn, cho nên kêu là *Thường trụ Pháp.*

3. *Tăng* cũng là thường - trụ, lúc nào cũng có những nhà xuất-gia tu hành chơn-chánh, làm gương-mẫu cho thế gian, cho nên kêu là *Thường-trụ Tăng.*

Lại ở đâu có nhà Chùa thì có nhà Tăng ở đó mà tu học, nên người ta gọi nhà Chùa với giáo-hội Tăng-già là *Thường-trụ.*

Địa-Tạng Kinh phẩm ba : Như có chúng sanh xâm chiếm, phá hại *Thường-trụ....,* phá đồ dùng của *Thường-trụ....,* ăn trộm ăn cắp đồ của *Thường-trụ...,* sẽ đọa ở Địa-ngục vô-gián.—

Chữ *Thường-trụ* tức là ngôi Tam-bảo (Phật-Pháp-Tăng) lúc nào cũng có tại thế gian.

Như trong **Kinh Niết-bàn** có chép : Có người chỉ nghe được hai tiếng *Thường-trụ* mà trong bảy Kiếp khỏi đọa ở Địa-ngục.

THƯỜNG - TRỤ TRỦNG GIAN 常 住 塚 間 : Thường ở theo lối mồ mả. Đó là hạnh đầu-đà của Tỳ-kheo. Bực Tỳ-kheo tinh-tấn tham-thiền, thường ở nơi vắng vẻ, ở khoảng mồ mà mà suy nghĩ về những lý giả dối, vô-thường của vạn vật, tống ra khỏi tâm những mối tríu mến.

THƯỢNG CĂN 上 根 Căn trên Đó là bậc có các căn (nhãn, nhĩ tỷ, thiệt, thân, ý) nhặm lẹ mau hiểu đạo-lý, tín thọ một cách mau chóng, không ngờ vực, không bị chướng ngại..

Dưới *thượng căn*, còn có *trung-căn* 中 根 và *hạ-căn* 下 根 là những kẻ căn-tánh vừa vừa, thấp thỏi.

THƯỢNG-CHÚNG 上 衆 Chúng tu-học bực trên. Ấy là những người tu-học thọ Giới trước mình, thọ Giới nhiều hơn mình. Đối với *Hạ-chúng* 下 衆.

Trong các hàng tu-học Phật-Pháp, có tất cả là chín chúng (*cửu chúng*), hạng dưới xưng hạng trên là *thượng-chúng*.

(Xem : *Hạ chúng, Chúng.*)

THƯỢNG-DIỄN 上 衍 Mahayâna (scr) Trọn chữ tiếng Phạn : *Ma-ha-diễn* (Mahayâna). *Thượng-diễn*, tức là *Thượng-thừa, Đại-thừa.* (Xem : *Đại-thừa*)

THƯỢNG-HẠNH (BỒ-TÁT) 上 行 菩 薩 Viçich'atchâritra (scr.) Cũng viết : Thượng-Hạnh Ý Bồ-tát. Tên một vị Bồ-tát. Đức Thích-tôn thuyết phẩm An-lạc hạnh trong Kinh Pháp-Hoa, lúc xong rồi, từ dưới đất hiện lên ngài *Thượng-Hạnh* Bồ-tát là một vị Bồ-tát dẫn đầu vô-số chư Bồ-tát. *Thượng - Hạnh Bồ-tát* đặng Phật phó-chúc cái Pháp bí mật, viên-thông, nhơn đó ngài *Thượng Hạnh* có nguyện ra sức tinh-tấn truyền bá Pháp Phật sau khi Phật tịch.

Hồi thế - kỷ thứ mười ba Dương - lịch, *Thượng - Hạnh Bồ - tát* có giáng sanh ở Nhựt - Bổn, lấy hiệu là *Nhựt - Liên Bồ-tát*, ngài giảng Kinh Pháp-Hoa và sáng lập Pháp-Hoa tông ở nước Nhựt.

THƯỢNG-Y 上衣 Áo lớp trên. Đó là một lớp áo trong ba lớp áo nhà Phật. Tức là *Đại y, Tồ-y,* áo hiệp lại từ chín miếng vải trở lên (9, 15, 25).

THƯỢNG NHƠN 上人 Shônin (jap.).— Surhomme (fr.) Thầy tu bực Thánh. Bên Nhựt, người-ta dùng hai chữ *Thượng-nhơn* mà chỉ bực tu hành đắc đạo.

Thượng-nhơn cũng là hạng người có đức cao thượng, có trí thâm thúy và giữ hạnh rất thanh bạch. Đối với người đời là bực cao thượng, nên kêu là *Thượng-nhơn.*

THƯỢNG-SANH 上生 Sanh lên. Ở cảnh-giới thấp mà sanh lên cảnh-giới cao, ở nẻo xấu mà sanh ra nơi nẻo tốt, kêu là *Thượng sanh.* Như chúng-sanh ở ba nẻo : Địa-ngục, Ngạ-quỉ, Súc-sanh mà sanh được làm Người, làm Thần, làm Tiên (Chư-Thiên), kêu là *Thượng-sanh.* Ở cõi Nhơn-gian mà sanh lên miền Thiên-thượng, Thiên-đường, cũng kêu là *Thượng sanh.* Trái lại, là *Hạ-sanh* 下生.

THƯỢNG-TỌA 上座 Người tu-hành ở ngôi trên. *Thượng-tọa* có ba bực : 1. hoặc lớn tuổi tu, tu lâu năm hơn mình ; 2 hoặc thọ Giới trước mình ; 2. hoặc phước-đức nhiều hơn mình.

Thường là vị đã truyền Giới tu-hành cho mình, và đã từng trao Giới cho nhiều người.

Trong *Bồ-tát giới Kinh,* ở giới khinh-cấu số một, có chép : Như Phật-tử, dầu là Quốc-vương, chuyển-luân-vương hay bá-quan, đã thọ Bồ-tát giới, thì đối với bực *Thượng-tọa* là Hòa-thượng và A xà lê, sư Đại-đức, người đồng-học, trang đồng-kiến, đồng-hành, nên đứng dậy tiếp rước, lễ bái, han hỏi.

Theo «*Pháp bảo-đàn Kinh*», ngài Ngũ-tổ sai các đệ-tử mỗi người phải làm một bài Kệ dâng lên. Ngài sẽ xem coi ai làm kệ thấy Phật-tánh, thì truyền Áo và Pháp cho người ấy. Nhưng các đệ-tử của Ngũ-tổ đã từng tôn Thần-Tú là bực *Thượng tọa,* thầy giáo-thọ, nên thảy nhường cho Thần-Tú trình bài kệ. Thần-Tú dâng lên bài kệ :

Thân thị Bồ-đề thọ,	Thân là cây Bồ-đề,
Tâm như minh-kính đài,	Tâm như cái gương tỏ,
Thì thì cần phất thức,	Thường khi lo phủi chùi,
Vật sử nhạ trần ai.	Đừng để đóng bụi lọ.

THƯỢNG THIỆN NHƠN 上善人 Người từ-thiện bực trên, tiếng xưng hàng Thánh-giả. Người lành ở thế-gian, kêu là *thiện-nhơn*, vì chẳng trọn lành. Còn hàng đắc Đạo, các vị ở cõi Tịnh-độ, thì từ-thiện một cách thuần-nhứt, không có vọng-tưởng, nên kêu là *Thượng-thiện nhơn*.

Theo trong **A-Di-Đà Kinh**, hễ mình vãng - sanh cõi Phật A-Di-Đà, thì mình được ở chung với các trang *Thượng-thiện nhơn*.

THƯỢNG-THỦ 上首 Ngôi đầu trên hết, là tiếng kêu ngôi chủ trong một tòa đại-chúng, hoặc cử một người, hoặc cử nhiều người trong đó làm thượng-thủ. *Thượng-thủ* tức là bực đứng ra dắt dẫn, chỉ dạy cho một đại-chúng.

Như trong **Dược-sư Kinh** có chép : Tại cõi Tịnh-lưu-ly của Phật Dược-Sư, có hai ngài Bồ-tát Ma-ha-tát : Nhựt-quang Biến-chiếu và Nguyệt-quang Biến-chiếu là bực *Thượng-thủ* trong vô-số chư Bồ-tát.

Trong hội thuyết **Kinh Quán-Vô-Lượng Thọ** gần thành Vương-xá, ngoài ra số 1.250 vị Đại Tỳ-kheo của Phật, có 32.000 vị Bồ-tát đến dự nghe, mà ngài Văn-Thù-Sư-Lỵ Pháp-vương-Tử là Bậc *Thượng-thủ*.

Lại, trong hội thuyết **Kinh Thủ-Lăng-Nghiêm** gần thành Xá-vệ, trong số 1.250 vị Đại Thinh-văn La-hán dự nghe, những vị có tên dưới đây là những bực *Thượng-thủ* : Đại-trí Xá-lỵ-Phất, Ma-ha Mục-kiện-Liên, Ma-ha Câu-hy-La, Phú-lâu-na Di-đa-la-ni-tử, Tu-bồ-Đề, Ưu-ba-ni-sa-đà.

THƯỢNG - THỪA 上乘 Bậc thượng-thừa, lại kêu là *Thượng-diễn* 上衍, do Phạn-ngữ *Ma-ha-diễn* 摩訶衍 dịch ra. *Thừa* (thặng) là nghĩa cỗ xe dùng để chở-chuyên, tỷ-dụ với giáo-pháp chở-chuyên đưa người ta tới quả-địa. *Thượng-thừa* là tên riêng *Đại-thừa*, tức là nghĩa Đại-giác. Quan-Âm thị Kính

Thượng-thừa là Phật là Tăng.

Xích-thằng đã ải, kim-thằng hẳn dai.

THỨU-PHONG SƠN 鷲峯山 Grudhakuta (scr.)- Mont des vautours (fr.) Cảnh núi mà trên đảnh giống hình chim ó. Kêu theo Phạn : *Kỳ-xà-quật sơn* (Grudhakuta). Ấy là cảnh núi ở gần thành Vương-xá (Rajagriha) bên Ấn-Độ. Hồi đức Phật Thích-tôn thành đạo, ngài từng ở núi Thứu-phong mà thuyết pháp độ chúng-sanh, thuở ấy vua nước Ma-kiệt-đề (Magadha) đóng đô ở thành Vương-xá, từng vào núi mà chiêm bái đức Phật.— Cũng kêu : Thứu-đầu-sơn. (Xem : *Kỳ-xà-quật sơn*.)

TRÀ-TỲ 荼毗 Tiếng Phạn, dịch là *Phần-hóa*, *Thiêu xác*. Lễ thiêu xác ra tro bên Tây-Thiên. Bên Đông-độ, người ta không có lệ thiêu xác người quá-vãng, nhưng người ta cũng gọi lễ hạ rộng la *trà-tỳ*.

Niết-bàn Kinh, quyển 41: Tất cả Thiên, Nhơn, vô-lượng đại-chúng nên đem chiên-đàn, trầm thủy, dầu thơm vi-diệu, *trà-tỳ* Như-lai, luyến mộ mà kêu tiếng bi ai. *Trà-tỳ* xong rồi, Thiên-Nhơn, Bốn chúng thâu lấy Xá-ly, đựng trong bình thất bảo. Ở nơi thành nội, tại ngã tư đường, người ta xây Tháp thất bảo, cúng dường Xá-ly, khiến chúng-sanh được công-đức lớn, lìa khổ Ba Cõi có, đến chốn khoái-lạc Niết-bàn.

TRAI 齋 Jeûne (fr.) Chay. Ấy là giữ tâm-ý cho trong-sạch, ăn-mặc cho tinh sạch hầu có cầu nguyện Thần minh, cúng lạy Phật Trời.— Cũng có nghĩa : cữ ăn những chất thịt, cá, cữ uống rượu, cữ ăn luôn năm món nồng : hành, tỏi, hẹ, kiệu, ngò,-Lại có nghĩa : cúng dường, đãi ăn nhà Tăng, như *Trai tăng* Tiền bạc, vật dụng dâng cho nhà sư để đền đáp công-đức tụng Kinh, cũng kêu là *trai*, như thọ *trai*.

TRAI-CHỦ 齋主 : Thí-chủ trong cuộc đãi chay. Như có một nhà thí-chủ thỉnh các nhà sư lại mà đãi chay, kêu là *trai chủ*. Đó là ngày xưa. Ngày nay, nhà thiện-tín hoặc làm Phật-sự cầu phước cho cha mẹ đã qua đời, cầu siêu cho tiêu-linh, thỉnh chư Tăng lại làm lễ cúng, kêu là *trai-chủ*.

TRAI CHÚC 齋 粥 : Bữa chay bữa cháo.

Nhà tu-hành đạo Phật hễ quá ngọ thì không ăn chi nữa. Sáng thì ăn cháo (chúc) lót lòng, đúng ngọ thì ăn cơm (trai). Rồi thì học Đạo, tụng Kinh, hoặc tham-thiền cho đến sáng bữa kế.

TRAI-ĐÀN 齋 壇 : Đàn chay. Chỗ nhiều nhà tu hành tựu lại đặng cúng Thần-minh, tụng Kinh cầu nguyện, nơi ấy những thiện-nam tín-nữ đến vái lạy đặng cầu phước-đức. Tiếng *trai-đàn* thông dụng trong Tam Giáo : Nho, Thích, Đạo.

TRAI GIỚI 齋 戒 : Ăn chay và giữ giới.

Tâm-ý trong sạch, ăn-mặc tinh-sạch, tránh rượu thịt, đó là *trai*. Thân-thể tránh việc ác, đó là *giới*.

Khi cầu Thần-minh trừ tai nạn, giáng điều lành, thì nên *trai giới*.

Kẻ tu - hành đạo Phật, cầu sanh về cõi Tịnh-độ, thì nên *trai giới*. Nhà tu trì muốn mau đắc Huệ, mau thành Đạo, thì nên *trai giới*. *Trai* thì có đoản trai, trường trai ; *giới* thì có giới tại-gia, giới xuất-gia.

TRAI-HỘI 齋 會 : Hội chay, cuộc làm chay.

Ấy là một cuộc cúng lớn, có chư Tăng hội họp tụng kinh, có đãi cơm chay, có bố-thí. *Trai-hội* do một nhà chùa khởi xướng, hoặc do một đại thí-chủ, hay do nhiều thiện-tín khởi ra.

TRAI-NHỰT 齋 日 : Ngày chay. Ấy là những ngày ăn chay giữ giới của nhà tu hành. Trong tháng, như ai ăn chay một ngày thì nhằm ngày mồng một hoặc ngày rằm.

Chay hai ngày thì nhằm ngày mồng một và rằm.

Năm ngày : 1, 8, 15, 23, 30 (tháng thiếu 29).

Sáu ngày : 1, 8, 14, 15, 23, 30 (« » 29).

Mười ngày : 1, 8, 14, 15, 18, 23, 24, 28, 29, 30 (tháng thiếu thì 27, 28, 29).

Đó là những ngày *đoản-trai*. Còn ai giữ *trường-trai* thì ngày nào cũng ăn chay.

TRAI-PHÁP 齋 法 : Phép ăn chay. Cũng kêu : *Trai-thời* (giờ ăn chay). Tức là quá ngọ thì không ăn nữa. Lại cũng kêu : *trai-thực* (bữa ăn chay). Ăn cách ấy là thuộc về hạnh tu của hàng Tỳ-kheo, Sa-di. Hoặc người tại-gia giữ Bát giới (Tám giới), cũng ăn theo phép ấy. Và trong những *pháp-hội, trai-hội, trai - đàn,* người ta cũng giữ theo phép ấy mà đãi cơm chay.

Trai-pháp lại có nghĩa : pháp tu - hành trong sạch, nghiêm chỉnh, Giáo-pháp của Phật.

TRAI TĂNG 齋 僧 : Cúng, đãi nhà Tăng. Đãi ăn, cúng dường, bố-thí cho thầy Tăng, gọi là *Trai tăng*.— Hoặc mở hội chay, thỉnh nhiều nhà sư đến mà tụng kinh, rồi đãi ăn, cúng dường một cách long trọng, cũng kêu là *Trai tăng.*

TRANG-NGHIÊM 莊 嚴 Vyûha (scr.).-Ornements, orner (fr.)
Trang : Dung mạo trang-trọng, đàng hoàng, khiến người yêu mến.

Nghiêm : Nghiêm-chánh, chỉnh tề, đủ oai-nghi, khiến người kính trọng.

1. Món làm cho trang-hoàng nghiêm-chỉnh (ornements). Như : *Nhị Trang-nghiêm* : Trí-huệ Trang-nghiêm, Phước-đức Trang-nghiêm.

2. Dùng những việc khéo léo, mỹ-miều mà tô-điểm (orner). Như : *Trang-nghiêm* quốc-độ. Dùng những công-đức, thiện-căn mà tô-điểm, mà trang sức. Như : *Trang-nghiêm* kỳ thân hay *Trang-nghiêm* Phật-quả.

Về sự *Trang-nghiêm quốc-độ*, cõi Tịnh-độ của Phật A-Di-Đà được *trang-nghiêm* hoàn-toàn bởi những món nầy : Bảy lớp lan-can (thất trùng lan-thuẫn), bảy lớp lưới bao-phủ (thất trùng la-võng), bảy hàng cây sống (thất trùng hàng thọ) toàn là bốn vật báu : vàng, bạc, lưu-ly, pha-lê, ao thất-bảo với nước tám công-đức, dưới đáy ao cát bằng vàng, bốn phía ao những bực thang xây đắp bằng bốn vật báu, phía trên ao là những lầu-các bằng thất bảo,-nhạc tiên thường trổi lên,-đất cõi Cực-lạc là vàng ròng, ngày đêm có hoa quí Mạn đà-la đổ xuống như mưa, vô số những loài chim tốt và lạ thường.

ca ngâm những bài pháp-lý giục người tu-niệm,-gió thổi trong những hàng cây báu rất êm diệu cũng khiến người nhớ tới sự niệm Phật, niệm Pháp, niệm Tăng. Đức Phật chánh-thức là Phật A Di-Đà sống đời vô-lượng và chiếu hào-quangvô lượng-Thinh-văn La-hán và chư Bồ-tát cõi Tịnh-độ ấy vô-số vô-lượng.

Lại như những sự cất tháp, lập chùa, thiết tượng, in kinh cúng dường cũng kêu là *trang-nghiêm Phật-độ.*

Nói chung, *trang-nghiêm quốc-độ, Phật độ,* có ba thứ nầy :

1. *Sự trang-nghiêm* : Dùng những sự-vật : sắc tốt, tiếng trong; hương thơm, vị đẹp.

2. *Pháp trang-nghiêm* : Dùng lời nói mà giảng đủ các pháp-lý, dạy sự tu hành.

3. *Nhơn trang-nghiêm* : Có những vị tu đắc quả, như : La-hán, Duyên-giác, Bồ-tát.

Còn như *trang-nghiêm cái thân* hay trang-nghiêm Phật-quả thì nên dùng Lục độ vạn hạnh với Giới-Định-Huệ mà trang-nghiêm.

Trong **Niết bàn Kinh** có chép hai thứ *Trang-nghiêm* : 1. Trí-huệ 2. Phước-đức. Nếu có bực Bồ-tát đủ hai thứ *Trang-nghiêm* ấy, thì biết Phật-tánh.— Bực Đại Bồ-tát, Bực Phật nhờ lâu đời hành đạo, đầy đủ thiện-căn, trí-huệ, phước-đức nên có cái thân-tướng *trang-nghiêm* bởi 32 tướng chánh và 80 tướng phụ.

TRANG-NGHIÊM KIẾP 莊嚴劫, Vyûha-kalpa (scr.) : Đại Kiếp tên là Trang-Nghiêm. Ấy là Kiếp quá khứ.Kế tiếp theo Trang-Nghiêm Kiếp là cái Hiền-Kiếp của chúng ta bây giờ. Hồi *Trang-Nghiêm Kiếp,* có một ngàn đức Phật liên tiếp nhau ra đời. Như, những ngài Tỳ-bà-Thi (Vipasyin) Phật, Thi-Khí (Çikhin) Phật, Tỳ-xá-Phù (Visvabhû) Phật là những vị Phật 998, 999, 1.000 trong *Trang-nghiêm-Kiếp*.

Đức Phật 998, ngài Tỳ-bà-Thi ra đời nhằm lúc con người hưởng thọ 80 ngàn tuổi.

Đức Phật 999, ngài Thi-Khí ra đời nhằm lúc con người hưởng thọ 70 ngàn tuổi.

Đức Phật 1000, đức Phật chót trong *Trang-nghiêm kiếp,* ngài Tỳ xá-Phù ra đời hồi thuở con người hưởng thọ 60 ngàn tuổi.

Tiếp theo *Trang-nghiêm Kiếp*, trong Hiền-Kiếp cũng sẽ có 1.000 đức Phật ra đời. Mà đã có bốn vị ra đời rồi; Câu-lưu-Tôn (Krakucchanda) Phật, Câu-na-hàm mâu-ni (Kanakamouni) Phật, Ca-Diếp (Kaçyapa) Phật, Thích-Ca-Mâu-Ni (Çakyamouni) Phật.

TRANG-NGHIÊM LUẬN 莊嚴論.— Mahâyâna-sûtra-lankara-çastra (scr.) :- Một bộ Luận Đại-thừa. Kêu trọn chữ : *Đại-thừa Trang-nghiêm luận.* Bộ Luận nầy do ngài Vô-Trứ (Asangha) Bồ-tát hồi thế-kỷ thứ năm soạn. Ngài Vô-trứ nhập định lên cung Đâu-suất, được nghe Bồ-tát Di-Lặc giảng bộ Luận nầy.

TRANG-NGHIÊM MÔN 莊嚴門 : Pháp-môn trang-nghiêm Ấy là dùng những phép *Lục độ :* Bố-thí, Trì Giới, Nhẫn-nhục, Tinh-tấn, Thiền-định, Trí-huệ,— *Tam học, Tam tu :* Giới, Định, Huệ mà trang-nghiêm thân-tâm mình, vừa trang nghiêm cõi Phật, cõi Pháp.

Nhưng đó chỉ là chấp tướng thôi. Như trong *Kim-cang Kinh* có chép rằng : Nầy Tu-Bồ-Đề ơi, Bồ-tát có làm cho trang-nghiêm xuê- lịch cõi Phật chăng ?— Bạch đức Thế-tôn, không. Tại làm sao ? Là vì làm cho trang-nghiêm xuê lịch cõi Phật, tức là không phải trang-nghiêm, chỉ tạm gọi là trang-nghiêm thôi...

Là vì, *tự-tánh* mình là *Phật-độ, Phật-quốc,* vốn đã đủ rồi ; có phải dùng sự trang-ngkiêm ở ngoài mà chỉnh-túc đâu. Lại cái tâm của mình thường thanh-tịnh, tuy không trang-sức mà vẫn nghiêm-chỉnh, như vậy mới thật là *trang-nghiêm.*

TRANG-NGHIÊM-VƯƠNG BỒ-TÁT 莊嚴王菩薩 Vyûharâdja-Bodhisattva (scr.) : Một vị Bồ-tát du hành. Hồi đức Phật Thích-Ca diễn kinh Pháp-Hoa, ngài *Trang-nghiệm vương Bồ-tát* có dự nghe một cách cung-kính. Ngài Diệu-Âm Bồ-tát ở bên thế-giới Tịnh-quang Trang-nghiêm của Phật Tịnh-Hoa Túc Vương Trí thấy đức Phật Thích-Ca bên cõi Ta-bà sắp diễn Kinh Pháp-Hoa, bèn bạch với Phật Tịnh-Hoa Túc Vương Trí để cho ngài đi qua cõi Ta-bà mà cúng dường đức Phật Thích-Ca Như-lai và nghe pháp. Luôn tiện, ngài sẽ viếng thăm chư đại Bồ-tát như những ngài Văn-Thù Sư-Ly, Dược-Vương, Dõng-Thí, Thượng-Hạnh Ý, *Trang-nghiêm Vương*, Dược-Thượng v.v.

TRÀNG (*CHÀNG*) 幢 Étendard (fr.) Cờ. Cây cờ nhà Phật như thế nầy: cây cán đưa lên cao, đầu cán có gắn bảo-châu, còn lá cờ thì hiệp lại bằng rất nhiều thứ lụa khác màu, có tua tuội trang-sức rất đẹp.

TRÀNG PHAN 幢 幡 (旛) Étendard et Oriflamme (fr.) Cờ phướn. Phướn là một bức lụa dài treo lòng thòng xuống, không có cán và không rộng như cờ.

Trên mặt phướn, thường thấy có đề mấy chữ «Nam-mô A-Di-Đà Phật». Người ta cũng gọi cờ là *tràng can* (cây cờ có cán), và phướn là *thùy tràng* (cây cờ tua dài xuống). Người ta dùng tràng, phan (cờ phướn) trong những cuộc lễ của đạo Phật, trong những cuộc thỉnh tượng Phật, tượng Bồ-tát, hoặc những cuộc đưa, rước một bực cao-tăng, đại-đức.

TRÀNG, PHAN, BẢO-CÁI 幢 幡 寳 蓋.-Étendard, oriflammes, parasol (fr): Cờ, phướn, lọng. Lọng (*Bảo-cái*) tức là Lọng trên Thiên-cung có gắn ngọc quí, chư Thiên tự cầm đến để che cho Phật, Bồ-tát.

Lại vì có tánh cách tôn-kính, nên cũng kêu là: *Bảo-cái. Tràng, phan, bảo-cái* là những món rất đặc biệt để đưa rước Phật trong khi ngài trụ thế, và để đưa rước tượng cốt Phật khi ngài diệt-độ.

Trong mỗi cuộc lễ đưa rước thì trước là *tràng* (cờ), *phan* (phướn), sau là *bảo-cái* (lọng quí) che cho Phật, Bồ-tát hoặc nhà đắc đạo.

Như trong Thập nhị nguyện của đức Quan-Âm có câu: Nam mô tiền *tràng pham* hậu *bảo-cái*, Quan-Âm Như-lai tiếp dẫn Tây phương nguyện.

Vậy thì những nhà được vãng-sanh về cõi Tịnh-độ của đức

Phật A-Di-Đà thì được ngài Quan-Âm ngự đến có *tràng phan* và *bảo-cái* che cho Ngài, Ngài tiếp dẫn linh hồn mình đi.

TRẠO 掉 Uddhata (scr.).— Uddhacca (p.) Agitation (fr.).— Lay động nơi tâm ý và thân-thể. Như:

Trạo cử 掉 舉 Sự xao-xuyến nổi lên (Pháp : exaltation).

Trạo hối 掉 悔 Sự xao-xuyến ăn-năn (Pháp : exaltation et remords).

TRẦM 沈 Submerger (fr.) Chìm, tức là xuống dưới mặt nước. Đồng-nghĩa : *Một* (lặn, xuống thấp). Đối-nghĩa : *Phù* (nổi), *Xuất* (ra khỏi). Nhận xuống, đè xuống, như : *Trăm-nịch.*— Sâu, như : *Tri thâm Dõng trầm.* Nặng, như : *trăm trọng.*— Ngấm-ngầm, như : *Trầm tư mặc tưởng.*

TRẦM-HƯƠNG 沈 香 : Cũng viết : *Trầm-thủy.* Một loại chiên-đàn, mùi rất thơm, quí, người ta dùng để tán ra làm nhang, hoặc người - ta chẻ ra, đốt mà cúng Phật. Người ta cũng dùng cây *trầm-hương* mà lên cốt Phật. Vì chất cây ấy nặng, bỏ xuống nước thì chìm, cho nên người ta gọi là *Trầm-hương, Trầm-thủy.* Kêu theo Phạn : *Già-la* 伽 羅

TRẦM-LUÂN 沈 淪 : Chìm-đắm, Chìm-đắm nơi. Biển khổ

TRẦM MINH 沈 冥 : Chìm-đắm và tối-tăm. *Trăm* : Chìm-đắm nơi Sanh-tử (Luân-hồi). ; *Minh* : Vô-minh (chẳng sáng).

TRẦM-MỘT 沈 沒 : Chìm-lặn, chìm-đắm. Đối-nghĩa : *xuất-ly* (ra khỏi).

Trăm-một có nhiều hạng :

1. Những kẻ Nhứt-xiển-đề (Bất-tin), Phỉ báng Tam-bảo, Phạm Tứ Trọng-cấm, phạm Ngũ Nghịch tội, thường *trầm-một* nơi A-tỳ Địa-ngục (Vô-gián Địa-ngục).

2. Những kẻ phạm Thập ác có thể *trăm-một* nơi ba cảnh : Địa-ngục, Ngạ-quỉ,. Súc-sanh.

3. Những kẻ tu-hành, mà mong tưởng những cảnh có; Bồ-

thì, Trì-giới, tu Thiện, Thiền-định một cách hữu-vi, thì *trầm-một* nơi Tam hữu : Dục-giới, Sắc-giới, Vô-sắc giới ; chớ chẳng được đến cảnh Giải-thoát là Niết-bàn.

TRẦM-NỊCH 沈 溺 : Đắm-đuối, bị lôi cuốn. Tức là chìm-đắm trong vòng Mê-dục, Phiền-não, trong Biển Luân-hồi. Như nói : *Trầm-nịch* chư chúng-sanh.

TRẦM-THỦY 沈 水. Một loài chiên-đàn. Cây *trầm-thủy* hay *Trầm-hương* là loại cây mùi rất thơm, mọc ở Ấn-Độ và ở miền nhiệt-đới. Cây ấy chắc và nặng, bỏ xuống nước thì chìm, nên kêu là *Trầm-thủy*. Người ta dùng làm nhang ; hoặc người ta chẻ nó ra, đốt mà cúng-dường Phật. Người-ta cũng dùng cây ấy mà lên cốt Phật và làm điện thờ.

TRẤN-ĐẦU-CA QUẢ 鎮 頭 迦 菓 Trái của cây *trấn-đầu-ca* bên Thiên-Trước. Kêu tắt : *Trấn-đầu quả*. Trái nầy thì hiền, ăn được, nhưng nó giống với trái *ca la-ca* là trái độc, ăn vào thì chết. Trong Kinh, Phật tỷ-dụ thầy tu hộ-trì chánh-pháp với *trái trấn-đầu-ca*, và ngài gọi thầy tu phá giới là *trái ca-la-ca*. (Xem : *Ca-la-ca quả*.)

TRẦN 塵

1. Bụi cát, như nói : *vi-trần, trần sa.*

2. *Cảnh*, đối với *căn.*

Tất cả những sự, những pháp trong thế gian có tánh-cách làm nhiễm dơ cái chơn-tánh, kêu là *trần.*

Tức là cảnh ngoài đối với sáu căn trong-Tất cả có *lục trần* : *sắc* (hình sắc) *thinh* (âm thinh), *hương* (mùi ngửi), *vị* (mùi nếm), *xúc* (*dụng chạm bằng thân thể*), *pháp* (ý-kiến ở ngoài), đối với **lục căn** : *nhãn, nhĩ, tỷ, thiệt, thân, ý.*

Nhà tu học cần giữ cửa nẻo của sáu căn ấy, không để cho nhập với sáu *trần*, e sanh ra ham tríu mà khó thoát khỏi vòng luân-hồi, khổ-não. Xem : *Thất trần.*

TRẦN-CẢNH 塵境 Cảnh trần, tức là những cảnh mắt thấy, tai nghe, mũi ngửi, lưỡi nếm, thân thể đụng chạm, ý tứ suy xét.

TRẦN-CẤU 塵垢 Cảnh trần nhiễm dơ. *Trần* nhập vào *căn* thì làm cho thâm-tâm dơ dáy. *Trần-cấu* tức là *phiền não* vậy. Cũng có nghĩa : bùn đất, bụi bặm đóng dơ. Ấy là nghĩa đen. Như nói : Đức Bồ tát ở trong các cảnh-thức, nhưng ngài chẳng sanh lòng luyến-ái, tỷ như hoa sen chẳng thọ *trần-cấu*.

TRẦN-DỤC 塵欲 Sự tham dục về lục trần. Vì trần-dục mà sanh khổ não, điêu đứng.

TRẦN-DUYÊN 塵緣 duyên trần, duyên với cảnh. Do sáu căn ở trong nương dựa, kéo níu với sáu trần ở ngoài mà sanh ra những phiền-não : tham, sân, si, làm cho ô-trược cái bổn-tâm, bổn-tánh.

Sáu căn làm *năng duyên*, sáu trần làm *sở duyên*. (Xem : *Tâm duyên*).

TRẦN-HƯƠNG 塵鄉 Làng xóm lục trần. Lấy trần-cảnh làm hương-lý, làm chỗ nương náu, vì vậy nên bị luân chuyển mãi trong vòng sanh-tử.

TRẦN-LAO 塵勞 Cảnh lao nhọc vì mê theo lục trần. Sáu căn mê tríu sáu trần, khiến cho thân tâm lao nhọc, khổ sở, dơ dáy. *Trần-lao* tức là phiền-não. Cũng có nghĩa : cảnh đời lao nhọc.

Thủ-lăng-nghiêm Kinh, Quyển sáu : Người tu Tam-muội là cốt ra khỏi *Trần-lao*. Nếu chẳng trừ bỏ lòng dâm, thì chẳng ra khỏi cảnh ấy.

TRẦN-LỤY 塵累 Sự bó buộc vào lục trần. Vì mê tríu mà bị buộc ràng ; chịu lấy ác-nghiệp, vướng các phiền-não mà lụy khổ thân-tâm, ấy vì sa đắm vào cảnh trần.

TRẦN SA 塵沙 Bụi cát. Nhiều như bụi cát, đếm không cùng.

TRẦN-SA HOẶC 塵沙惑 : Những sự lầm-lạc, các mối phiền-não của chúng-sanh nhiều vô-số, kể đếm không xiết, phân ra muôn hình vạn trạng, kêu là *trần-sa hoặc*.

Có ba thứ hoặc : 1. kiến tư hoặc, 2. *trần-sa hoặc*, 3. vô-minh hoặc

1. *Kiến tư hoặc* là các sự lầm do lục căn đối với lục trần mà chấp trước, mê sa.

2. *Trần-sa hoặc* là các sự lầm vô-số do nơi kiến tư hoặc mà ra Bồ-tát chuyên hóa độ chúng-sanh, nếu làm cho dứt kiến tư hoặc thì tự mình dứt *trần-sa hoặc*. *Trần-sa hoặc* là *biệt-hoặc*, sự lầm riêng của hạng Bồ-tát.

3. *Vô-minh hoặc* cũng là *biệt-hoặc* của Bồ-tát.

Ấy là cái bản-tánh, cái chủng-tử còn mê ; nhưng nhờ tu Phước tu Huệ mà hóa ra minh.

TRẦN-VỌNG 塵妄 Sự chẳng thật của trần. Cảnh trần thì dơ dáy, chẳng thật. Ấy là cảnh giới của tất cả các cuộc sanh-tử.

TRI 知 Nhận biết, hiểu rõ nhờ đã kinh-nghiệm hoặc bằng sự xét nét, bằng ý-thức. Như : *Tri-thức* (Pháp : connaissance, connaitre.) — Biết rõ mà phân-biệt ra. Như : *Tri-biệt* (Pháp : Distinction, Distinguer.) — Nhận biết rằng năm mối cảm-giác của : mắt, tai, mũi, lưỡi, tay chơn. Như : *Tri-giác.* (Pháp : Sensation, sentir), — Trí, Trí thức, Trí-huệ. Như : *Tri-kiến.* (Pháp : Intelligence.)

— Chủ một cơ sở, quản-lãnh một trách-nhiệm. Như : *Tri-khách*, *Tri-sự.* (Pháp : Chef, gérant.) Lại có nghĩa : giao thiệp với nhau ; mướn.

TRI BỔN-TẾ TRÍ 知本際智 .— Ajnâ (scr.) Cũng viết : *Liễu bổn-tế trí.* Đọc theo Phạn : *A-nhã*, *A-nhã-đa* (Ajnâ). Tức là cái trí biết được những hạnh-nghiệp từ xưa của mình.

Tri bổn-tế tri là một thiện-căn trong vô-lượng thiện-căn của các nhà đắc Đạo : Thinh-văn, Duyên-giác, Bồ-tát, Phật.

TRI CĂN VÔ SỞ ÚY 知根無所畏 : Một đức không sợ trong *Tứ vô úy* của Bồ-tát. Chư Bồ-tát vì biết rõ cơ căn của chúng-sanh, nên thuyết pháp với họ một cách trôi chảy.

Cũng viết : *Tận tri Pháp-dược cập tri chúng-sanh căn-dục, tánh-tâm ; thuyết-pháp vô úy.* (Xem : *Tứ vô úy* của Bồ-tát.)

TRI CƠ 知 機 : Biết trước máy huyền-vi, nhận ra các điều sẽ biến chuyển về sau, từ cá-nhơn đến xã-hội.— Biết căn tánh, sở dục, chỗ xét nghĩ, mưu sự của người.

TRI ĐẠO GIẢ 知 道 者 : Bực người hiểu rõ Đạo-lý chơn thật. Tiếng Phật tự xưng.

TRI-GIÁC 知 覺 .— (Pháp : Sensation). Cảm-giác mà biết. Như : Gần lửa thì thấy nóng, gần nước thì thấy lạnh. Nghe tiếng thì biết người lạ hay người quen, ngửi mùi hoa thì biết là hoa gì.— Lại như nhìn sắc tướng, nghe tiếng nói của một người, mà cảm-giác biết là người lành hay dữ, cũng kêu là *tri-giác ;* đồng nghĩa với trực-giác (pháp : Intuition.)

TRI-KIẾN 知 見 : Chỗ biết và chỗ thấy ; sự thấy biết. *Tri* là chỗ biết, sự biết bằng ý-thức ; *kiến* là chỗ thấy, sự thấy bằng con mắt. Sự *tri-kiến* cao thấp, rộng hẹp có khác nhau, tùy nơi phàm-phu và Trí-giả, Thánh-nhơn. Cho đến trong hàng đắc Đạo, chỗ *tri-kiến* cũng khác nhau : *tri-kiến* của Thinh-văn, *tri-kiến* của Duyên-giác, *tri-kiến* của Bồ-tát, *tri-kiến* của Phật.

Về cái *tri-kiến* bao-quát của Phật, *tri* là sự biết của cả *Tam trí* ; *kiến* là sự thấy của cả *Ngũ nhãn.*

Theo thuyết của **Diệu-pháp liên-hoa Kinh,** đức Phật giáng thế là để ban cái *tri - kiến* của Phật cho chúng-sanh. Ngài tùy tiện mà thuyết pháp, phân ra làm bốn thời-kỳ : ban đầu Ngài thuyết về lý của Thinh-văn, kế đó Ngài giảng về lý của Duyên-giác, sau nữa Ngài diễn về lý của Bồ-tát ; và sau rốt Ngài gom cả ba lý trên làm một lý chung, kêu là Nhứt-thừa, Phật-thừa : Ngài độ cho chư đệ-tử vào cái *Tri-kiến của Phật Như-lai* (cái Trí-huệ của Như-lai).

TRI-KIẾN BA-LA-MẬT 知 見 波 羅 蜜 : Tức là *Trí-huệ đáo Bỉ ngạn,* độ thứ sáu trong *Lục độ.* Trong mấy chữ *Tri-*

kiến Ba la-mật, *Tri kiến* là tiếng Đông-độ, Ba-la-mật là tiếng Phạn Tây-Thiên. Kêu trọn theo Phạn : *Bát-nhã Ba-la-mật-đa* (Prajnâparamitas).

TRI-KHÁCH 知客 : Trong Tăng - chúng ở một ngôi chùa, ở một hội Phật-học, vị nào có phận sự tiếp đãi các khách-khứa, thì kêu là *Tri khách*. Tiếng thường dùng nơi Thiền-lâm.

TRI KHỔ ĐOẠN TẬP 知苦斷集 : Biết ra lẽ khổ, bèn đoạn-trừ những nhơn-duyên tạo các mối khổ. Tức là muốn thi hành *Tứ diệu-đế*, trước nên *tri khổ đoạn tập*, kế mới thi-hành Diệt-đế và Đạo-đế.

TRI MẠNG 知命 : Biết được cái vận-mạng, cái số-mạng của mình hoặc của người, do Luật Nghiệp-quả, Luật Trời sắp đặt. Như trong sách Luận-ngữ, đức Khổng-tử nói rằng đến 50 tuổi, ngài hiểu cái chơn lý của Trời, cái Định-mạng của nhơn-vật. (Ngũ thập nhi tri Thiên-mạng.)

Còn đến như hiểu những đời trước của mình và của người, thì kêu là *Tri túc-mạng*.

TRI NHỨT THIẾT CHÚNG-SANH TRÍ 知一切衆生智 : Cái trí biết rõ tất cả chúng sanh. Một cái trí biết trong *Thập trí* của đức Như-lai. Ngài có trí biết chúng-sanh nào là thiện, chúng-sanh nào là ác, và nhơn-duyên của mỗi mạng chúng-sanh.

TRI NHỨT THIẾT PHÁP TRÍ 知一切法智 : Cái trí biết tất cả các pháp. Một cái trí biết trong *Thập trí* của đức Như-lai. Như Ngài biết rằng chúng sanh đã được giáo - hoá bằng pháp nào, chưa giáo-hoá bằng pháp nào.

TRI PHÁP 知法 : Biết Pháp-giáo, Đạo-lý. Có hai cách hiểu biết :

1. Hiểu biết về Hiển-giáo, tức là hiểu nghĩa-lý trong các kinh-điển.

2. Hiểu biết về Mật-giáo, tức là thông đạt các sự tướng bí-mật, thần-thông.

Ấy là hạng biết Pháp-giáo mặt ngoài và hạng biết Pháp-giáo mặt trong.

Lại cũng là hai hạng *tri pháp* :

1. Hạng hiểu biết và thi-hành những lý hữu lậu (hữu-vi).

2. Hạng hiểu biết và thi hành những lý vô-lậu (một bề trong sạch).

TRI-SỰ 知 事 : Vị sư có phận-sự lo liệu về tài-chánh và vật-dụng nơi một ban Tăng-già, một ngôi Tinh-xá. Tức là vị *sư quản-lý* vậy. Là vì theo Luật, chư Tỳ-kheo chẳng được giữ tiền bạc, của cải riêng, nên mỗi nhóm tu-hành phải cử lên một vị sư làm chức *Tri-sự* (Moine Gérant).

Hồi đức Phật còn trụ thế, khi Ngài ngự tại núi Kỳ-xà-quật gần thành Vương-xá. Ngài có phong cho một vị sư đắc quả La-hán tên Diễu-Bà Ma-la tử làm chức *Tri-sự*.

Nhơn ông Diễu-Bà rất có tài tổ-chức, nên được Phật khen là sư *Tri-sự* đệ nhất trong các sư *Tri sự* ở các nơi.—

Trong Giới-bổn, Tỳ-kheo, giới thứ 13 Ba-dật-đề là : Hiềm mạ *Tri-sự* giới. Ấy là cấm các sư chê bai hoặc nói xấu, xúc phạm đến vị sư *Tri-sự* trong Giáo-hội.

TRI-TÚC 知 足 : Tức là : *Tự-tri mãn-túc*, tự biết mình vừa đủ, không mong cầu thái quá. *Thiểu-dục, Tri túc* là hai đức mật-thiết với nhau. *Thiểu-dục* : ít ham muốn ; *tri túc* : có bao nhiêu cũng coi là đủ ; dẫu được ít, lòng cũng chẳng hối hận.

Niết-bàn Kinh : *Tri-túc* là : tự biết hạnh-đức mình, sở đắc của mình. Trái với : *Bất tri-túc* là chẳng biết liệu lượng sức mình. Người *tri-túc* chẳng dám nhận những sự khen tặng, cúng-dường, cung kính thái quá của người đời, một niềm phụng sự nết *tri-túc* của mình. Kẻ *bất tri-túc* (chẳng tri-túc), hạnh tu thì ít, mà ngỡ rằng mình có phước-đức lớn, đạo-quả cao, muốn cho người đời tôn-trọng mình. Bực Tỳ-kheo *bất tri-túc* như vậy, phạm tội nặng là tội Ba-la-di.

Phật di-giáo Kinh : Nếu muốn thoát khỏi mọi sự khổ não, nên quán tưởng lẽ *Tri-túc*. Cái phép *Tri-túc* là thấy mình giàu có, vui vẻ, an ổn. Người *tri-túc*, dầu nằm trên đất, cũng vẫn an vui. Kẻ *bất tri-túc*, dầu ở cảnh Thiên-đường, cũng chẳng vừa ý. Kẻ *bất tri-túc*, tuy giàu mà nghèo; người *Tri-túc*, tuy nghèo mà giàu. Kẻ *bất Tri-túc* thường bị năm mối tham dục (sắc, thinh, hương, vị, xúc) lôi kéo ; Người *Tri-túc* trông thấy mà thương xót giùm.

TRI TÚC-MẠNG 知宿命.— Pubbenivàsanussatinanà (p.).— Connaissance des vies antérieures (fr) : Biết những đời trước. Cũng kêu : *Túc-mạng thông*. Ấy là một phép trong *Ngũ thông*, *Lục thông*. Nhà đạo *tri túc-mạng* chẳng những là biết những việc đời trước của mình và của người, lại còn biết các việc đời nầy và các đời sau nữa. (Xem : *Túc-mạng thông*)

TRI-TÚC THIÊN 知足天.— Tushita (scr.) : Cung trời Tri-túc. Đọc theo Phạn : *Đâu-suất, Đâu-suất-đà Đô-sử-đa* (Tushita). Dịch nghĩa : *Tri-túc, Hỷ túc, Diệu-túc, Thượng-túc*. Cảnh Thượng-thiên nơi cõi Dục-giới. Hiện nay đức Bồ-tát Di-Lặc đương làm Thiên-chủ ở cung Tri-túc thiên.

TRI THA TÂM TRÍ 知他心智.— Parassa utspariññañàna (p.) : Cái trí biết lòng dạ, tư-tưởng của kẻ khác. Cũng viết : *Tha-tâm thông*. Ấy là một lực thần-thông trong Ngũ *thông*, *Lục thông* (Xem : *Tha tâm thông*.)

TRI THẾ-GIAN 知世間 Lokavit (scr.) : Biết rõ thế-gian. Cũng viết : *Thế-gian giải*. Âm theo Phạn : *Lô-ca phại* (Locavit). Một hiệu trong *Thập hiệu* của Phật. Đức Phật là Bực hiểu rõ các vật trong thế gian, từ hạng hữu - tình cho đến hạng phi-tình, cho nên người ta xưng ngài là *Tri thế - gian* (Thế-gian giải).

TRI-THỨC 知識 Connaissance (fr.) : Bằng-hữu, người quen biết. Tức là : *tri tâm thức mạo*. Ấy là người biết tên mình, biết mặt mình, biết tâm-ý mình, và đồng chí-hướng với mình

Cũng như nói : *Thiện tri-thức.*

TRI VÔ-BIÊN CHƯ PHẬT TRÍ 知無邊諸佛智 : Cái trí biết tất cả vô - lượng, vô-biên chư Phật. Một cái trí biết trong Thập trí của đức Như-lai. Một đức Như - lai ra đời, biết rõ tên tuổi và cách thuyết-pháp giáo-hóa của vô-biên chư Phật ở vô-biên thế-giới.

TRI 緇 Lụa, vải màu đen dùng làm áo của chư Tăng.—Tiếng gọi nhà sư đạo Phật.

TRI BẠCH 緇白 : Tức là Tri-y, Bạch-y.

Hàng xuất-gia và hàng tại-gia. Hàng xuất-gia mặc áo đen, nên kêu là *Tri.*

Hàng tại-gia thường mặc áo trắng, nên kêu là *bạch.*

TRI ĐIỀN 緇田 *Tri* : Tri-y. *Điền* : ruộng. Áo thầy tu do nhiều miếng vải đâu lại với nhau trông như những thửa ruộng Và cũng chính là ruộng phước, vì mặc áo thầy tu thì được cúng dường.

TRI Y 緇衣 Áo màu đen, Áo thầy tu ; thầy tu.

TRI LÂM 緇林 Tự viện. *Tri* : nhà sư mặc áo đen. *Lâm* : tòng-lâm, các sư tụ họp nhau như cây trong vườn, trong rừng. Nơi chùa chiền tinh-xá có các sư tụ họp để tu học.

TRI LƯU 緇流 Hạng người mặc áo đen, tức là thầy tu. Cũng viết : *Tăng-đồ tri-đồ.*

TRÍ 智 Prajnâ, — Vibhâsha. Djnâ (scr.) Sagesse, Intelligence (fr.) Tức là Trí-thức, Trí-huệ. Viết theo Phạn : *Bát-nhã* (Prajnâ), Tỳ bà-xá-na (Vibhâsha) *Xà-na* (Djnâ).

Trí nghĩa là : *năng tri*, có thể hiểu, biết sự và lý. Còn những điều mà mình biết, hoặc sự, hoặc lý, kêu là *sở tri. Trí* đồng-nghĩa với : *Thông, Minh, Huệ,* tức là dứt lầm-lạc mê-muội, phiền-não. Trái với : *Vô-tri, Vô minh, Ngu, Si, Ám, Phiền-não.*

Trí có hữu-lậu và vô-lậu. Cái *Trí* hữu-lậu là cái tâm tri còn luyến-ái, còn ưa ngôi-vị trong Tam Giới, cái tâm-trí chưa giải-thoát. Còn *Trí* vô-lậu là cái tâm trí dứt phiền-não, không luân-chuyền trong Tam Giới, cái tâm-trí của các hàng đắc Đạo như : La-hán, Duyên-giác, Bồ-tát, Phật.

Cái *Trí* của Phật là hoàn-toàn, cao trỗi hơn tất cả các cảnh trí. Cái *Trí* ấy kêu là *Nhứt thiết chủng Trí*, cao hơn *Nhứt thiết Trí* là cái trí của hàng Thinh-văn (La-hán) và hàng Duyên-giác, và cao hơn *Đạo chủng trí* là cái trí của hàng Bồ-tát.—

Trong **Niết-bàn Kinh**, có xưng Phật bằng mấy đức-hiệu nầy :

Tật-Trí (Bực Trí-thức lẹ làng), *Đại-Trí* (Bực Trí-thức to lớn), *Lợi-Trí* (Bực Trí-thức bén nhọn), *Thâm-Trí* (Bực Trí-thức sâu thẳm), *Giải-thoát Trí* (Bực Trí thức giải thoát), *Bất-cộng Trí* (Bực Trí-thức siêu-việt hơn hàng Tam thừa), *Quảng-phổ Trí* (Bực Trí-thức phổ cập tất cả), *Tất cánh Trí* (Bực Trí-thức rốt ráo), *Trí Bảo thành-tựu* (Bực Trí-thức trọn vẹn, tỷ như Bảo-châu vô-giá).

Đức Phật có phán trong Diệu-pháp Liên-hoa Kinh rằng : Những người có trí (chư hữu *trí* giả) đều nhờ những bài thí-dụ mà hiểu rõ nghĩa-lý sâu xa của Phật giảng.— Những ai hữu *trí* nghe thuyết pháp thì tin và hiểu ; những ai vô *trí* thì đem lòng nghi-hoặc, hối hận.

Cái *Trí* bao-quát của chư Phật, chư Bồ-tát kêu là *Đại-trí*. Ngài Văn-Thù (Mânjuri) Bồ-tát được Phật khen và ban cái danh-hiệu là *Đại-trí*, cũng như ngài Phổ-Hiền (Samantabhadra) được Phật gọi là Đại-hạnh và ngài Quan-Âm (Avalokitecvara) được Phật tặng cho hiệu là Đại-bi.—

Bồ-tát đương tu-tập, muốn mau thành Chánh-giác, : cần phải gia tăng hai mối tu nầy : *Trí* và *Bi*.

Trí là đoạn diệt các phiền - não nơi mình, trừ tuyệt các sở lầm.

Bi là đem lòng từ-bi mà làm việc lợi-ích, tế-độ cho chúng-sanh. Tăng *Trí* tức là tu *Huệ*; Tăng *Bi* tức là tu *Phước*; gia tăng cả hai mối tu hành ấy, kêu là: Phước Huệ song tu.

(Xem: *Tam Trí, Thập trí.*)

TRÍ ẤN 智 印.— Djnâmûdra (scr.) — Empreinte de la Sagesse (fr.): Sự ấn-chứng Trí-huệ. Nhà tu-hành được cái ấn-chứng Bát-nhã thì được vào cảnh Chơn-lý Thật-tướng, không còn lầm lạc, thối chuyển, mau đắc quả Viên-thông.— Lại nữa, đem cái Trí Chơn-như mà in vào tâm-trí của nhà đạo, thì nhà đạo làm một với cái Chơn-như Thật-tướng, được cái Trí bình-đẳng, trung-đạo, dứt tuyệt hai cảnh đối đích: Chơn và Vọng.— *Trí-ấn* lại là tên một phép thiền-định (Tam-muội) của ngài Bồ-tát Diệu-Âm (Gadgadasvara). Ngài tu đắc rất nhiều phép thiền-định, mà phép *Trí-ấn Tam-muội* là một.— *Trí-ấn Tam-muội* của bực Đại Bồ-tát cũng kêu là Hư-không Tam-muội, Quảng-đại Tam-muội.

TRÍ-BIỆN 智 辯.— Sagesse et Éloquence (fr.): Trí-huệ và tài biện thuyết. Có *trí* thì thông hiểu sự và lý, chiếu liễu chơn-lý. Có tài nói năng, phát khởi cái trí ấy mà diễn giảng cho người ta hiểu đạo-lý, ấy là *biện*, biện-tài. Bồ-tát nhờ có đủ *trí-biện* nên dễ giáo-độ chúng-sanh, đưa họ vào Phật-pháp, khiến cho họ tinh-tấn trên đường tu hành.

TRÍ-CẢNH 智 境: Cảnh trí. Cảnh ngộ, sự vật, pháp-lý chạm phải tâm-trí, cái tâm-trí đối cảnh bèn quan sát, đó là *trí-cảnh*. Cảnh có chơn-thật, có giả dối, có thanh-tịnh, có uế-trược, cái tâm trí cần phải suy biết mà dung-hợp hoặc dứt bỏ.

Bà Bang-Nhãn:

Cảnh trí nào hơn *cảnh trí* nầy,
Bồng-lai âu cũng hẳn là đây.
Núi chen sắc đá màu phơi gấm,
Chùa nực hơi hương khói lộn mây...

TRÍ CHỨNG 智 證: Cái Trí-huệ chứng, đắc. Nhà đạo khéo tu-hành, trì trai-giới, đọc tụng kinh điển, tham cứu, thiền định, bèn có cái Trí-huệ chứng ngộ, đắc nhập Chơn-lý, cái Chơn-lý đưa đến chỗ Giải-thoát hoàn toàn, Niết-bàn. Cái *trí chứng* có cao có thấp tùy theo người thượng-căn hoặc hạ-căn, tùy theo hạnh tu Đại-thừa hoặc Tiểu-thừa. Cho nên cái *trí chứng*, đắc của Phật, Bồ-tát là cao siêu hơn hết.

TRÍ-CỰ 智炬.— Djnânolka (scr.).— La torche de la Science (fr.) : **Ngọn đuốc Trí.** Cũng kêu : *Huệ - cự.* Cũng như trong khi đêm hôm, trong chỗ tăm tối, ánh sáng ngọn đuốc chói ra làm cho mình thấy chỗ nguy khốn mà tránh, thấy chỗ ngay thẳng mà đi, cũng như thế, ánh sáng của Trí-huệ chiếu ra cho mình thấy để lánh phiền-não, đau khổ, noi theo đường lành mà đến Niết-bàn, cho nên kêu là *Trí - cự.*— *Trí-cự* lại là tiếng xưng tặng cái Trí-huệ của chư Phật, Bồ-tát, vì các ngài đem cái Trí-huệ sáng suốt của mình mà soi tỏ cho chúng-sanh.

Trí-cự cũng kêu là : *Đại-trí cự, Đại-trí cự minh,* (Xem : *Đại-trí.*)

TRÍ DIỆU 智妙 : Sự mầu-nhiệm của Trí-huệ, sự mầu-nhiệm tinh-vi, thanh-tịnh, không thể nghĩ, không thể bàn, kêu là *diệu.*

Ấy là sự mầu-nhiệm của cái Trí-huệ đắc nhập cái chơn-lý thật-tướng, được quả vô-lậu. Cái *Trí diệu* của Phật rất thanh bạch, rất cao siêu, mở bày ra các môn phương tiện mà giáo độ chúng-sanh.

TRÍ ĐOẠN 智斷 : Trí - huệ đoạn tuyệt ; Trí-huệ, và đoạn tuyệt-Nhờ tu-học mà có Trí-huệ, nhà đạo-đức bèn dùng trí-huệ mà đoạn tuyệt các phiền - não, ấy là *trí đoạn.*- Lại nữa, *trí* và *đoạn* là hai cái đức của nhà đạo : *trí* là chiếu liễu chơn-lý, hiểu rõ sự và lý : *đoạn* là trừ diệt các phiền - não : tham luyến, sân hận, mê si. *Trí* tức là Bồ-đề, *Đoạn* tức là Niết-bàn, hai thể ấy liên-quan với nhau vậy.

TRÍ-ĐỘ 智度.- Prajnâparamitas (scr.) : Cũng kêu là : *Trí Ba-la-mật-đa, Huệ Ba-la mật, Bát-nhã Ba-la-mật-đa, Huệ-độ. Trí-độ* là nền trí-huệ đưa đến bờ Giác, đưa đến quả-vị Niết-bàn của Phật. Có tất cả sáu nền đại-hạnh cùng nhau đưa nhà tu-học từ bến Mê, đến bờ Giác. Trong sáu nền đại-hạnh đưa đến bờ Giác ấy (*Lục độ*), Trí-độ là nền thứ sáu, cao viễn hơn hết. Tức là nền hạnh rốt ráo. Nhà tu học từ đời nầy sang đời kia, từ kiếp nầy qua kiếp nọ, tinh-tấn và lần lượt tu tập đủ sáu nền đại-đức, đại-hạnh, đó kêu là tu Bồ-tát hạnh. Lại trong Lục độ, năm độ Bố - thí, Trì giới, Nhẫn-nhục, Tinh-tấn, Thiền-định chung hiệp với nhau mà lập thành cái độ thứ sáu là *độ Trí-huệ*. Bồ-tát có đủ cái *Trí-độ* tức là có đủ Diệu-trí, thì sắp lên quả-vị Phật. Cho nên *Trí-độ* là nền đại-hạnh rốt ráo của Bồ-tát sau khi đã tu qua năm nền đại-hạnh vậy.

TRÍ-ĐỘ LUẬN 智度論 : Bộ luận giải-thích về độ Trí-huệ (Bát-nhã Ba-la-mật-đa, Prajnâparamitas) do ngài *Long-Thọ Bồ-tát* soạn bằng chữ Phạn.

Ngài *Cưu ma-la-thập* dịch ra Hán-văn toàn bộ một trăm quyển Ấy là một bộ luận rất có danh trong các kinh-điển đạo Phật.

TRÍ-GIẢ 智者 : Người trí. Tiếng tôn xưng bực có trí-huệ, nhà đạo-đức chơn-chánh, thanh-tịnh, có sẵn Thiện-căn. Như Phật, chư Đệ-tử của Phật, các nhà tu tập Thánh-giáo, những vị thi-hành Tứ diệu-đế để rời bỏ các ái-dục, đều là *Trí-giả*. Đồng-nghĩa : *Thiện tri-thức*. Cũng viết : *Trí-nhơn*. Trái với : *Ngu giả*, *Ngu-nhơn* là những kẻ mê tối, ưa làm các việc ác, ưa theo bạn xấu, chẳng ham mộ đạo đức, chưa từng tu tập Thánh-giáo.—

Trí-Giả lại là danh hiệu một nhà cao-tăng người Tàu, sáng lập *Thiên-thai tông*, hồi thế kỷ thứ sáu Dương-lịch. Cũng kêu : *Trí-Khải* Đại-sư.

Trong « **Quán Vô-Lượng-Thọ Kinh** » có chép : Về bậc Hạ phẩm thượng sanh, hoặc có chúng-sanh làm mọi ác-nghiệp, dầu chẳng gièm-pha các Kinh-điển của Phật, như *người ngu* (*ngu-nhơn*) ấy tạo ra nhiều pháp dữ, không biết hổ thẹn. Lúc mạng sắp chung, gặp bực thiện tri-thức thuyết cho nghe danh-tự đầu đề Mười hai bộ Kinh Đại-thừa. Nhờ được nghe tên các Kinh ấy, trừ hết nghiệp dữ rất nặng trong ngàn Kiếp. Bực *Trí-giả* ấy lại dạy cho chắp tay xá chào, xưng tiếng « Nam-mô A-Di-Đà Phật ». Nhờ xưng tên Phật, trừ được những tội trong năm mươi ức Kiếp sanh-tử. Lúc ấy, đức Phật ấy liền sai các vị Hóa Phật, Hóa Quan-thế-Âm, Hóa Đại Thế-Chí đến trước người tu-hành khen rằng : « Thiện nam-tử, vì nhà ngươi xưng tên Phật, cho nên các tội đều tiêu diệt, ta lại rước nhà ngươi.»

TRÍ-HỎA 智 火 : Ngọn lửa Trí-huệ. Cũng như ngọn lửa có tánh cách đốt thiêu, cái đức Trí-huệ cũng như thế, nó đốt cháy tất cả những phiền-não, nên kêu là *Trí-hỏa*. Chính nhà đạo gom trí-huệ của mình lại, cũng như người ta dùng lửa mà đốt ; ngọn lửa Trí đốt cháy rụi Phiền-não là những món cỏ rác vô ích, độc hại.— *Trí-hỏa* cũng như *Trí-thủy, Trí-huệ thủy* là thứ nước tầy cho sạch các thứ phiền-não ô-trược.

Niết-bàn Kinh, quyển 37 : Kinh này tức là *Trí-hỏa*, đốt cháy củi Phiền-não.

TRÍ-HUỆ (*TUỆ*) 智 慧.— Prajnâ, Vibhàsha-Djnâ (scr.) Sagesse, Science (fr.) : Trí-thức của nhà thành Đạo, của bực học Đạo chơn-chánh. Trái với : *Ngu-si, Vô minh, Phiền-não*. Cũng kêu tắt : *Trí* hoặc *Huệ*.

Kêu theo Phạn : 1. *Bát-nhã* (Prajnâ), 2. *Tỳ-bà-xá-na* (Vibhâsha), 3. *Xá-na* (Djnâ), vì chữ Phạn có ba tiếng mà nghĩa tương tự, dịch là *Trí, Trí-huệ, Huệ*.

Trí là chiếu thấy, *Huệ* là hiểu rõ. *Trí-huệ* là sự thông minh, sáng suốt của Phật, Bồ-tát, chư Thánh và của các nhà tu-hành chơn chánh, trong sạch.

Trí-huệ và Phước đức là *Nhị Trang-nghiêm*, hai món làm cho xuê-lịch cái thân của Phật, của Bồ-tát.

Trí-huệ đối với *Phiền-não*. *Trí-huệ* tỷ như ánh đèn, *Phiền-não* tỷ như chỗ tối.

Hễ có *Trí-huệ*, thì chẳng có *Phiền-não*; hễ có *Phiền-não*, thì chẳng có Trí-huệ. Cũng như hễ có ánh đèn thì chẳng có chất tối; hễ có chất tối thì chẳng có ánh đèn. Cho nên nhà đạo chỉ tu Trí-huệ, thì Phiền-não tự nhiên dứt. *Trí-huệ* là một Độ trong *Lục độ*. Kêu theo Phạn là *Bát-nhã Ba-la-mật-đa*. Mà cái Độ *Trí-huệ* thì cao viễn hơn hết, bao gồm tất cả năm độ trước: Bố-thí, Trì giới, Nhẫn-nhục, Tinh-tấn, Thiền-định.

Trong **Phật Di-Giáo Kinh** có chép rằng: Nếu ai có *Trí-huệ* thì không có lòng tham trước, thường xem xét lấy mình, chẳng để lỡ mất. Vậy thì đối với Pháp Phật, có thể được sự giải-thoát. Nếu chẳng như vậy, đã chẳng phải là người tại-tục, chẳng kêu họ là gì được. *Trí-huệ* chơn-thiệt là chiếc ghe chắc chắn chở qua Biển Già, Bệnh, Chết vậy. Cũng là ngọn đèn rất tỏ soi chỗ tối đen u ám vậy. Ấy là thang thuốc lành trị các thứ bệnh vậy. Lại là cái rìu bén để đốn cây phiền-não. Bởi vậy cho nên các ngươi nên lấy sự nghe, sự nghĩ, sự tu đức *Trí-huệ* mà tăng ích lấy mình.

TRÍ-HUỆ BIỆN-TÀI 智 慧 辯 才 Sagesse et éloquence. Tức *Trí-biện*. Bực Bồ-tát lớn vừa có trí-huệ vừa có tài biện-thuyết, tùy cơ mà giáo-hóa chúng-sanh rất đắc lực, làm cho người ta mở mang, tinh-tấn trên đường tu học.

Theo **Vô Lượng Thọ Kinh**, trong 48 điều nguyện của ngài Pháp-Tạng Tỳ-kheo, điều thứ 30 có chép rằng: Nếu tôi được làm Phật, mà *Trí-huệ*, *Biện-tài* của Bồ-tát trong nước tôi còn có thể hạn lượng được, xin chẳng giữ lấy ngôi Chánh-giác.

TRÍ-HUỆ ĐĂNG 智 慧 燈: Ngọn đèn Trí-huệ. Lời tỷ-dụ để gọi: 1. Cái Trí-huệ của Phật, 2. Pháp-giáo của Phật thuyết ra và lưu-truyền.

Cái Trí-huệ hoàn-toàn sáng-suốt của Phật tỷ như ngọn đèn, soi tỏ cái trí-thức còn mê ám của chúng-sanh, cho nên kêu là *Trí-huệ đăng*.

Pháp-giáo mà đức Phật giảng thuyết trọn đời và lưu truyền

trong các Kinh-điển, Pháp-giáo ấy soi tỏ cho chúng-sanh được thấy biết, tỷ như ngọn đèn sáng, nên kêu là *Trí-huệ đăng*.

Niết-bàn Kinh: Như-lai là bực Đại-trí, ngài khéo dùng các phương tiện, đốt sáng ngọn *Trí-huệ đăng*, khiến cho chư Bồ-tát được thấy Niết-bàn và những đức của Niết-bàn là: Thường, Lạc, Ngã, Tịnh.

TRÍ-HUỆ HẢI 智慧海: Biển Trí-huệ. Ấy là cái *Trí-huệ* của bực Như-lai, nó sâu-xa, quảng đại như biển, không một bực chúng-sanh nào độ cho nồi, thấu cho cùng.

TRÍ-HUỆ KIẾM 智慧劍 Gươm trí-huệ. Bực tu-học đắc trí-huệ thì dùng cái trí-huệ mà cắt đứt các dây phiền-não trói buộc mình vào chốn luân-hồi, cắt bỏ các sự tríu-mến đối với Tam giới, Lục đạo.

Quan-Âm thị Kinh:

Nầy *gươm trí-huệ* mài đáy,
Bao nhiêu phiền-não cắt ngay cho rồi.

TRÍ-HUỆ QUÁN 智慧觀 Sự quan sát của trí-huệ, dùng trí-huệ mà soi xét. Tức là dùng cái trí-huệ chơn-thiệt mà quán-tưởng cái lý của thiệt-tướng. Như ngài Quan-Âm Bồ-tát có nhiều phép quán-tưởng: Chơn-quán, Thanh-tịnh quán, *Quảng-đại trí-huệ quán*, Bi-quán, Từ-quán v.v...

TRÍ-HUỆ QUANG 智慧光: Hào-quang của Trí-huệ. Chư Phật và chư Bồ-tát có trọn đủ sự thông-minh trí-huệ, nên trí-huệ ấy chiếu sáng ra rất xa. Như trong *Quán Vô-Lượng-Thọ Kinh* có nói: Ngài Đại-Thế-Chí (Mâhasthâmaprapta) Bồ-tát dùng *Trí-huệ quang* chiếu khắp tất cả, khiến cho chúng-sanh lìa khỏi Tam đồ (Địa-ngục, Ngạ-quỉ, Súc-sanh), được sức Vô-thượng.—

Trí-Huệ Quang lại cũng là một trong 13 danh hiệu của đức Phật A-Di-Đà (*A-Di-Đà Phật thập tam hiệu*).

Trí Huệ-Quang Phật (Phạn : A-Di-Đà Phật, Amitablá-Bouddha) là đức Phật mà hào quang Trí-huệ chiếu sáng tới Vô-lượng thế-giới, phá sự mê ám (Tham, Sân, Si) của chúng-sanh, phá màn Vô-minh của họ, làm cho họ trở nên minh-đạt, có trí-huệ.

TRÍ-HUỆ THỦY 智 慧 水 : Nước Trí-huệ. Tỷ như người ta dùng nước mà rửa sạch các món đã bị lấm-lem dơ dáy, cũng như thế, nhà đắc Đạo có đủ Trí sáng suốt, dùng cái Trí-huệ ấy mà tầy sạch các trần-cấu, các sự nhiễm ô của phiền-não, cho nên kêu là *Trí-huệ thủy*. Cũng kêu : *Huệ-thủy*.

TRÍ KÍNH 智 鏡 : Tấm kính (kiếng) trí-huệ.

Cũng như tấm kính sáng giúp cho mình thấy mặt dơ hay sạch, cái *tri-kinh* nó soi tỏ cho mình biết việc tà hay chánh, pháp giả dối hay pháp chơn thật.

Trí-kính là cái tâm trí sáng suốt của nhà đạo khéo tu *Tam học, Lục độ*, cái tâm-trí minh-mẫn, chiếu liễu của Phật, Bồ-tát.

TRÍ-KHẢI 智 顗.— Tcheu-K'ai (ch.) : Đại-sư người Tàu, nhà sáng-lập tông Thiên-Thai hồi thế-kỷ thứ sáu, sanh năm 531 và tịch năm 597 Dương-lịch, hưởng thọ 67 tuổi. Ngài tu ở núi Thiên-thai bên Tàu, trì *Kinh Pháp-Hoa* (Diệu-pháp Liên-Hoa Kinh) và nhập định đắc « Pháp-Hoa Tam-muội ». Ngài bèn đứng ra truyền bá chủ-nghĩa Kinh Pháp-Hoa : Tất cả chúng-sanh đều có Phật-tánh và sẽ thành Phật. Muốn kỷ-niệm cảnh núi nơi ấy ngài tu hành và đắc đạo, người-ta bèn gọi tông của ngài là *Thiên-thai tông*. Thầy của ngài là Huệ-Tư, tu đắc « An-lạc hạnh Tam-muội. » và truyền lý Kinh Pháp-Hoa cho ngài. Và tôn-sư của thầy của ngài Huệ-Văn cũng đã trì Kinh Pháp-Hoa rất có hạnh. Song *Trí-Khải* là người có công truyền-bá hơn hết, nên đời sau mới gọi ngài là Giáo-tổ Thiên-thai tông. Người-ta cũng gọi ngài *Trí-Khải* là *Thiên-thai Trí-Giả.*— Trong « *Lục-đạo tập* » có chép : Sư *Thiên-thai Trí-Giả* hằng ở trong rừng xanh, ngồi bên gốc cây mà nhập định, xét rõ nguồn Chơn, gạn trong biển Giác. Có khi năm ngày xuất định, có khi bảy ngày mới xuất định. Ngài chứng được *Pháp-hoa Tam-muội*. Khi ngài vào núi Ngọc-truyền mà tụng *kinh Pháp Hoa*, chợt thấy pháp-hội Linh-sơn uyển-chuyển hiện ra trước mắt.

TRÍ-LỰC 智 力 : Sức mạnh của trí-huệ, sức mạnh của tâm-trí sáng suốt, chơn-thật.

Cái chánh-trí có cái sức thủ-hộ lấy mình, và ủng-hộ, cứu trợ người, cái sức ấy đánh vỡ, phá hư các mối tà-ngụy, độc ác, nên kêu là *Trí lực*. Cũng kêu : *Huệ-lực*. Ấy là một sức trong *Ngũ lực* : Tín-lực, tinh-tấn lực, niệm-lực. định-lực, *huệ-lực*, (*trí-lực*).

Vô-Lượng Thọ Kinh : Đức Phật ngồi xếp bằng nơi cội Bồ-đề, tuông ra ánh đại quang-minh, khiến cho Ma nó biết. Ma-vương đem quan-thuộc bức hiếp thử chơi. Ngài chế-ngự bằng *Trí - lực*, khiến phải hàng-phục hết.

Đức Phật có Mười *Trí-lực*, thường kêu là *Thập lực*.

TRÍ-MÔN 智 門 : Pháp-môn trí-huệ.

Ấy là một môn trong hai môn mà chư Bồ-tát cần phải tu hành cả hai để mau thành Phật-đạo : Trí-môn và Bi-môn.

Tu cả hai pháp-môn ấy, kêu là : *Nhứt song chi pháp* hay là *Phước Huệ song tu*.

Trí-môn là Pháp - môn trừ diệt các phiền - não nơi mình, gồm cả các pháp tu có tánh-cách tự lợi.

Bi-môn là pháp-môn phước-đức, gồm tất cả những pháp tu có, tánh-cách lợi tha, bố thí, cứu đời, độ chúng-sanh.

TRÍ-NGUYỆT 智 月 Mặt trăng trí-huệ.

Lời thí-dụ. Cũng như ánh sáng mặt trăng soi tỏ cảnh đời, cũng như thế, quang minh trí-huệ của chư Phật, chư Bồ-tát phổ chiếu tất cả chúng-sanh, nên kêu là *Trí-nguyệt*.

TRÍ-NHÃN 智 眼 : Mắt trí-huệ. Trí-huệ tỷ như con mắt, nó có thể quan-sát sự vật và hiểu một cách rõ ràng, nên kêu là *Trí-nhãn*. Lại *trí-nhãn* cũng tức là *huệ - nhãn*, sự thấy biết do nơi tâm-trí sáng suốt, do nơi tánh trực-giác, sự thấy biết không bị trở ngại bởi thời gian và không gian. Trái với *nhục-nhãn* là sự thấy biết do nơi mắt thịt, sự thấy biết có chừng mực của phàm-phu.

TRÍ-QUẢ 智 果 Quả trí, kết quả là nền Trí-huệ. Đồng-nghĩa : Bồ-đề quả, Diệu-quả, Chánh-trí, Phật-trí, Phật-huệ. *Trí-quả* là do trí-nhơn mà thành, tức là do công-phu tu tập trong bao nhiêu đời, từ khi mới phát tâm cho đến ngày thành Chánh-quả. Đức Phật có hai quả hiệp nhau đưa ngài lên ngôi vị Thế-tôn : *Trí-quả* và *Phước-quả*.

Trí-quả do ở trí-nhơn, tức là do các sự tu có mục - đích tự lợi, như thi hành các nền : trì giới, nhẫn-nhục, tinh - tấn, thiền-định, trí-huệ đề diệt trừ các sự mê hoặc, ô-nhiễm nơi mình.

Phước-quả do phước-nhơn, tức là do nơi lòng từ - bi, thi-hành nền bố-thí, sự tu nầy có mục-đích lợi tha, cứu độ chúng-sanh.

Lại, *Trí-quả* là một quả trong hai quả của hàng Thánh-giả : *Trí-quả* và Đoạn-quả.

Trí-quả là Bồ-đề, nền Chánh-giác, Chánh-trí.

Đoạn-quả là Niết-bàn, sự đoạn tuyệt các phiền-não, luyến ái.

TRÍ-QUANG 智 光 : Ánh sáng của Trí-huệ ; Hào quang của Trí-huệ. Cũng kêu : *Trí-huệ quang, Huệ - quang*. Nhà tu học, bực đắc đạo dùng sự sáng suốt của trí-huệ mà soi xét, phá sự tăm tối của Vô-minh, của tánh mê muội, phân minh sự và lý, chiếu tới đâu thì chỗ đó trở nên tỏ rõ, chơn chánh, cho nên kêu là *Trí-quang*. Lại, *Trí-quang* là hào-quang từ nơi tâm-trí của chư Phật, chư Bồ-tát phóng ra, soi sáng cho chúng-sanh, những ai được hào-quang ấy chạm tới mình, thì thân-tâm lấy làm khoái-lạc, nhu nhuyễn. Chư Phật, chư Bồ-tát có hai thứ hào-quang (quang-minh) : *Trí-quang* và *Thân-quang*.

Trí-quang từ nơi giữa trán túa ra, để chứng tỏ cái Trí-huệ đầy đủ, chơn - thật, sự giác-ngộ hoàn toàn. Cũng kêu là : *Pháp-quang, Phóng-quang*.

Thân-quang từ trọn thân-thể túa ra, để chứng tỏ cho cái thân-thể hoàn toàn tinh-khiết, không nhiễm các sự ái-dục ở thế gian. Cũng kêu là : *Thường-quang*.

TRÍ-TẠNG 智藏 : Sự bao hàm của trí-huệ. Cái trí-huệ của chư Thánh, chư Phật quảng-đại mênh-mông, nó bao hàm tất cả các pháp-môn, các sự vật, bao-hàm cả các cõi thế-giới vô-lượng trong Mười Phương, cho nên kêu là *Trí-tạng.*

TRÍ-TÂM 智心 : Cái tâm của trí-huệ. Ấy là cái tâm-tánh từ, bi, hỷ, xả của nhà tu-hành giác-ngộ, được cái Chơn-trí, cái Chánh-trí. Cái tâm chẳng nhiễm dục, chẳng chấp-trước của hàng Thánh-giả.

TRÍ-TÍCH BỒ-TÁT 智積菩薩.— Prajnâkuta-Bodhisattva (scr.) : *Trí* : Trí-huệ, Bát-nhã. *Tích* : tàng tích, chứa trữ. Sự tàng tích, bao hàm của nền Trí-huệ. Ngài *Trí-Tích* là một vị Bồ-tát lớn ở cõi thế-giới cửa đức Phật Đa-Bảo (Prabhûtaratna) là một đức Phật hồi đời quá - khứ. Nhơn vì nguyện - lực xưa, Phật Đa-Bảo có hiện lại trong bảo - tháp mà nghe Phật Thích-Ca diễn Kinh **Diệu-Pháp Liên Hoa**. Ngài *Trí-Tích Bồ-tát* từ cõi Hạ-phương mà hiện lại, theo chầu Phật Đa-Bảo, và chực thỉnh Phật Đa-Bảo về.

TRÍ-TƯỚNG 智相 : Tướng-mạo của Trí-huệ. Tức là hào-quang (quang-minh) của Phật. Là vì hào quang của Phật chính là tướng-mạo của Trí-huệ, hào-quang ấy hiển dương, chứng tỏ cái Trí-huệ đầy đủ, cao siêu, nền trí-thức hoàn toàn, đức Giác-ngộ vô-thượng của Phật vậy.

TRÍ-THÀNH 智城 : Đô-thành của Trí-huệ. Lời thí-dụ để chỉ cái *Phật-quả,* Phật-vị. Cũng như kẻ lữ-hành quyết đến đô-thành để buôn bán, nghỉ ngơi và hưởng các sự vui sướng, vậy đô-thành là mục đích của họ ; cũng như thế, nhà tu học quyết thành Phật, nhập Niết-bàn, vào cảnh *Trí-thành.* Vậy *Trí-thành* là mục đích của nhà tu Phật.

TRÌ-CÚ 持句 Dhârâni (scr.) Câu trì. Chữ *Đà-la-ni* tiếng Phạn dịch ra tiếng Hán là Tổng-trì, *Trì.* *Trì-cú* là câu đà-la-ni, Chơn-ngôn, Thần-chú (Xem : *Đà-la-ni, Chơn-ngôn*).

TRÌ DANH 持名 Thọ trì tên, thọ trì và niệm tưởng tên

của đức Phật A-Di-Đà vậy. Cho nên người niệm Phật xưng là *Trì danh hành-giả* (người tu hành thọ trì tên của Phật). *Trì danh* tức là *Niệm Phật*. Cũng viết trọn : *Chấp trì danh hiệu* 执持名號, nắm giữ lấy danh hiệu của Phật trong tâm-trí mình.

TRÌ-ĐỊA (*BỒ-TÁT*) 持地 (菩薩) Dharanimdhara (scr.) Một bực Đại Bồ-tát du hành.

Trong hội *Pháp-hoa,* khi Phật giảng đạo hạnh của ngài Quan-Thế-Âm Bồ-tát xong, ngài *Trì-Địa Bồ-tát* bạch với Phật rằng : Về sau, ai được nghe phẩm Kinh về đức Quan-Thế-Âm Bồ-tát, sẽ là bực đắc nhiều công-đức vậy. Về *Trì-Địa Bồ-tát,* có tích như vầy : Hồi kiếp quá khứ, có đức Phật Tỳ-Xá-Phù (Visvabhù) ra đời mà giáo hóa chúng-sanh. Một bữa kia, Phật ngự vào thành, thấy một vị Tỳ-kheo đương ban đất cho bằng thẳng mà đón rước Ngài. Phật đến gần, đưa tay xoa đầu vị Tỳ-kheo và phán rằng : Nếu ngươi bình đặng cái tâm-địa của ngươi, thì cảnh đất liền trên cõi thế-giới sẽ được bình vậy. » Vị Tỳ-kheo nghe rồi, đắc bực « Vô sanh pháp nhẫn ». Phật liền ấn chứng cho tên là *Trì-Địa Bồ-tát.*

Trải qua vô-số đời đã qua, vô-lượng chư Phật đã ra đời, *Trì-Địa Bồ-tát* từng làm hạnh bồi bổ đường sá, đất đai, bờ bến, cầu kỳ, khiến cho người bộ hành được vững bước, xe cộ được lưu thông, ghe thuyền được qua lại dễ dàng. Ngài lại còn khuân vác đồ đạc của người ta ở những nơi chợ búa, thành phố mà chẳng thọ lãnh tiền công.

TRÌ GIỚI 持戒 Giữ Giới. Đó là độ thứ nhì trong *Lục độ,* là nghĩa thọ trì Giới-luật chẳng khuyết phạm vậy. *Trì Giới* để trừ *sự tà-ác.* Có *trì Giới* thì mới thanh-tịnh, dễ bề tu Định và phát Huệ. Trái với : *Phạm giới, Phá giới.*

Trì Giới có hai hạng :

1. hạng *Cứu cánh trì Giới,*

2. hạng *Bất Cứu-cánh trì Giới* (chưa thành Đạo, chưa thành Phật).

(Xem : *Nhị chủng Trì Giới.*)

Phật Di-Giáo Kinh : Con rắn độc phiền-não nó ngủ tại trong tâm của các ngươi, tỷ như con trăn đen (hắc nguyên) nằm tại trong nhà của các ngươi mà ngủ vậy. Phải dùng cái móc *trì Giới* sớm ruồng trừ nó.

Niết-bàn Kinh : Tuy là tất cả chúng-sanh đều có Phật-tánh, nhưng phải biết rằng nhờ có *trì Giới,* rồi mới thấy cái Phật-tánh. Nhơn thấy Phật-tánh, mới có thể đắc thành quả Phật.

(Xem : *Giới, Giới Ba-la-mật.*)

TRÌ GIỚI, PHÁ GIỚI 持戒破戒 Hạng Trì Giới-cấm và hạng Phá Giới-cấm. Thật khó mà phân biệt *Trì Giới, Phá Giới.* Vì cả hai hạng đều đắp y, khất thực, giữ oai-nghi của nhà tu-hành. Muốn phân-biệt, phải dùng hai cách : 1. Nhãn kiến. 2 Văn kiến.

1. *Nhãn kiến* là quan-sát tướng-mạo, hành-vi, cử-động của họ mà thấy biết.

2. *Văn kiến* là quan sát lời nói, lời giảng dạy, lời thuyết pháp của họ mà thấy biết.

Nếu dùng *Nhãn kiến* và *Văn kiến* mà chẳng phân biệt *Trì Giới* và *Phá Giới,* thì nên dùng thêm bốn cách : 1. Cọng trụ, 2. Cửu xử, 3. Trí-huệ, 4. Quan-sát.

1. *Cọng-trụ* : nên ở chung với họ.

2. *Cửu xử* : nếu ở chung với họ mà chẳng biết, thì nên ở cho lâu ngày chầy tháng với họ.

3 *Trí-huệ* : nếu ở lâu với họ mà chẳng biết, thì nên dùng trí-huệ mới biết.

4. *Quan sát* : nếu dùng trí-huệ mà chẳng biết, nên quan-sát cho sâu xa bằng mọi cách thế.

TRÌ NIỆM 持念 Giữ lòng niệm, là nghĩa thọ trì chánh-pháp, ghi nhớ mà chẳng quên mất vậy. Cũng có nghĩa: giữ gìn sự niệm Phật, chẳng xao lãng.

TRÌ, PHẠM 持 犯 Trì hay là phạm. Bảo-trì Giới-luật kêu là *trì*. *Phạm* là xâm-phạm Giới-luật. Giới-luật có hai môn: chỉ ác, tác thiện. Trì và phạm đều có hai thứ. Hai trì là:

1. *Chỉ trì* 止 持 là cái pháp *chỉ ác*, ngưng việc dữ, bảo trì ngũ Giới cho chí cụ-túc Giới, phòng chỉ ba nghiệp.

2. *Tác trì* 作 持 là cái pháp *tác thiện*, làm việc lành, là những điều: bảo trì, an cư, thuyết giới, sám hối, lễ-bái, răn tỉnh ba nghiệp.

Hai phạm là:

1. *Tác phạm* 作 犯 là động ba nghiệp, đụng tới cái phép *chỉ trì*, tức là do *tác* (làm) mà phạm.

2. *Chỉ phạm* 止 犯 là khi-lờn ba nghiệp, chẳng tu nghiệp lành tác trì, tức là do *chỉ* (ngưng, không làm) mà phạm.

Trong **Thủ-Lăng-Nghiêm Kinh** quyển sáu, đối trước Phật Thích-Ca, một vị Pháp-vương tử, Văn-Thù Sư-Lỵ bạch rằng:

Trì phạm đản thúc thân, Phi thân vô sở thúc. (*Trì phạm* chỉ buộc thân, không thân không chỗ buộc.)

TRÌ PHÁP 持 法 Drûma (scr.); Dharmadara (scr.) *Trì-Pháp* (Drûma) là một vị vua trong loài Khẩn-na-la (scr: kinnaras), tức là loài thần có tài tấu nhạc pháp.

Hồi Phật sắp diễn kinh Diệu-Pháp Liên-hoa tại núi Kỳ-xà-quật, *Trì-Pháp* Khẩn-na-la vương với ba vị vua khác trong loài Khẩn-na-la, mỗi vị có dắc theo rất nhiều quyến-thuộc, hiện đến mà nghe thuyết pháp

(Xem: *Khẩn na-la*).

Trì-Pháp (Dharmadara) là tên một đức Phật Như-lai, quốc-độ của ngài ở về phương Hạ đối với cõi Ta-bà.

Khi đức Phật Thích-Ca giảng kinh A-Di-Đà, Phật *Trì Pháp*

và vô-số chư Phật ở phương Hạ có tỏ lời khen Phật Thích-Ca và khuyên chúng-sanh nên tin Kinh A-Di-Đà là Kinh được sức hộ-niệm của chư Phật.

TRÌ-QUỐC (*THIÊN-VƯƠNG*). 持國(天王) Virûdhaka (scr.) Một vị trong bốn vị thiên-vương (*tứ thiên-vương*) hộ thế, cai trị bốn trời trong cõi Dục-giới, thấp hơn cảnh trời của đức Đế-Thích. Ngài *Trì-quốc thiên-vương* (cũng viết : *Trị-quốc thiên-vương*) coi về phương Đông.

Trong hội **Pháp-Hoa**, có chư thần Càn-thát-bà vây quanh theo, ngài *Trì-quốc thiên-vương* đến trước Phật, cầu Phật chứng-minh cho ngài truyền mấy câu thần-chú dưới đây để ủng-hộ vị Pháp-sư trì Kinh :

1. A-già-nễ (Ayani), 2. Già-nễ (Yani), 3. Cu-ly (Gaulê), 4. Càn-đà-ly (Gandhari), 5. Chiên-đà-ly (Tyadhari), 6. Ma-đắng-kỳ (Madân--gi), 7. Thường-cầu-ly (Touncôri), 8. Phú-lâm-sa-ní (Putlôçranî), 9. Át-đế (Akdê).

Ai trì mấy câu thần-chú ấy, được ngài *Trì-quốc thiên-vương* ủng hộ, chở che cho khỏi các sự phá hoại, tai nạn.

TRIỀN ĐÀ-LA-NI 旋陀羅尼 *Triền* : Xoay chuyền, quây chuyền, quây tròn. *Đà-la-ni* (Dhâranî) : Chơn-ngôn, thần chú, chú.

Triền Đà-la-ni là câu chơn-ngôn có sức tự-tại xoay chuyền pháp-môn để độ chúng-sanh.

Nhưng ông Burnouff dịch trong chữ Phạn (Sanscrit) ra, để câu thần-chú ấy tên là L'Accumulée (thâu trữ).

Trong **Diệu-Pháp Liên-Hoa Kinh**, phẩm 28 có chép : Khi Phật thuyết phẩm « Phổ-Hiền khuyến phát » xong, vô-lượng, vô-biên chư Bồ-tát đông như cát sông Hằng, đều đắc trăm ngàn vạn ức phép *Triền Đà-la-ni*.

TRIỀN HỎA LUÂN 旋 火 輪 *Triền*: Quây tròn. *Hỏa-luân*: Vòng lửa. Cái vòng xoay tròn bằng lửa. Khi ta cầm một ngọn lửa mà quây cho thiệt nhanh, thì ngọn lửa dường như một cái vòng lửa. Cái vòng lửa (hỏa-luân) ấy như có thật mà chẳng phải thật, vì nó chỉ là hình-tượng thôi, chớ chẳng phải là vòng lửa. Vả lại, khi ta ngừng tay, thì nó dứt, bấy giờ chỉ còn một ngọn lửa nơi tay ta mà thôi. Các pháp hữu-vi cũng như thế, coi dường như thật mà chẳng thật.

Lăng-già Kinh: Sanh tử tử sanh, sanh sanh tử tử tợ như *triền hỏa luân*, chưa có lúc ngừng nghỉ.— Ấy là nói, chúng-sanh vì mê-muội mà lăn đi lộn lại trong vòng sống-thác, luân-hồi, cũng như quây ngọn lửa thành cái vòng lửa. Nào họ có tỉnh ngộ mà biết cho cuộc luân-hồi là chẳng thật, cũng như vòng lửa quây chỉ là hình-tượng thôi, nếu mình muốn dứt vòng luân-hồi, thì tự nhiên nó dứt, cũng như mình muốn dứt vòng lửa quây, thì cứ ngừng tay.

TRIỂN-ĐỀ (*SIỀN-ĐỀ*) 闡 提 Atyantika (scr.) Cũng đọc: *Xiển-đề* 闡 提. Đọc trọn chữ: *Nhứt-Xiển-đề, A-xiển-đề, A-xiển-đề-ca* (Atyantika).

Hạng người tà-kiến, bất-tín, đề mất thiện-căn, Phật-tánh, Phật-chủng. (Xem: *Xiển-đề*.)

TRIỆU-CHÂU 趙 州 Một nhà Cao-tăng Trung-Hoa, đời Đường, thế-kỷ thứ tám, thứ chín.

Ở *Triệu-châu*, có ngôi Quan-âm viện. Ông Hác-thị ở đó mà hoằng Đạo nên đời gọi ông là *Triệu-Châu*. Ông gốc người xứ Tào-châu, đời nhà Đường, người họ Hác. Lúc bé thơ, ông đã cạo tóc. Khi chưa thọ Giới Cụ-túc, ông có đến xứ Nhữ-dương, viếng sư Nam-Tuyền và hỏi Đạo. Nghe xong, ông ngộ Lý. Ông mới lên đỉnh núi Tung, thọ Giới nơi đàn Lưu-Ly. Ông trở lại Nam-tuyền; chúng thỉnh ông đến trụ ở Quan-âm viện, xứ *Triệu-*

Châu. Hằng ngày, ông ở chái đông viện ấy mà hoằng-dương Phật-pháp, tham-thiền nhập định. Ông bỏ mọi sự giao-thiệp. Có khi vua đến viếng, ông mắc ngồi thiền nên chẳng ra tiếp rước.

Đến đời vua Chiêu-tông (889-904), năm thứ năm kỷ-nguyên Càn-ninh, *Triệu-Châu* viên tịch, hưởng thọ 120 tuổi. Triều-đình sắc phong thụy-hiệu cho ông là *Chơn-Tế Đại-sư.*

Trong « **Qui-nguyên trực-chi** », sau quyển ba, ở « Sơn cư bá vịnh », có bài :

Sơn cư, xử sự xuất tầm-thường,
Mạc sử thân tâm phận ngoại mang.
Tích nhựt, *Triệu-Châu* thủ ứng lại,
Vương lai, du bất há thiền-sàng.

Dịch nghĩa :

Ở núi, hành-vi khác thế thường,
Đừng cho tâm thể việc ngoài mang.
Triệu-Châu thuở trước quên thù tạc,
Vua đến, ngồi yên chỗ tịnh-sàng.

TRỌC (*TRƯỢC*) 濁 Impur, impureté (fr.) Dơ dáy, nhơ nhớp, cặn, đục, xấu xa, lộn xộn. Đối-nghĩa : *Thanh* (trong), *Tịnh* (sạch). (Xem : *Trược.*)

TRỌNG-CẤM 重 禁 Giới cấm nặng. Tức : *Tứ Trọng, Tứ Trọng Cấm, Tứ Ba-la-di.*

(Xem : *Tứ Ba-la-di.*)

TRỌNG-CHƯỚNG 重 障 Chướng-ngại nặng. Những cái làm chướng-ngại nặng trong Phật-đạo, đại-yếu có ba giống :

1 : hết thảy những phiền-não vô-minh kêu là *Hoặc-chướng* 惑 障 ; 2. những ngũ nghịch, thập ác kêu là *nghiệp-chướng* 業 障 ; 3. những tam đồ, bát nạn kêu là *Báo-chướng* 報 障. Chúng-sanh vì những chướng-ngại dường ấy, nên chẳng khai ngộ được Phật-đạo.

TRỌNG-TOÁN 仲 算 Chûzan (s.j.) Một nhà sư cao học người Nhựt hồi thế-kỷ thứ mười Dương-lịch.

TRỢ-DUYÊN 助 緣 Duyên-cớ phụ sức với duyên-cớ chánh, *chánh-nhơn* 正 因. Trong việc tạo ra sự vật, trong việc tu-hành cho thành công đắc quả, đều cần phải có *nhơn* và *duyên*, tức là một phần *chánh-nhơn* và nhiều phần *trợ-duyên*.

Như Tịnh-độ-tông cho rằng lòng tin niệm Phật cầu vãng sanh là chánh-nhơn, còn tôn-sùng Tam Bảo (lễ Phật-trọng Pháp· đọc tụng Kinh điển,— Kính Tăng) là *trợ-duyên*.

TRỢ ĐẠO 助 道 Đạo vùa-giúp. Các món đạo-phẩm có thể chỉ-quán, giúp ích cho nhau, kêu là *trợ đạo*.— Lại vùa giúp quả đức, cũng kêu là *trợ đạo*,— Lại các hạnh vùa giúp lẫn nhau, cũng kêu là *trợ đạo*.

TRỤ 住 Résider, Demeurer, Rester (fr.) Động-từ (verbe : ở yên, đứng, đứng lại, nương dựa vào. Danh-từ (nom) : Chỗ ở, trụ-vị (địa-vị ở yên). Như : Lúc ấy, đức Phật *trụ* (ở yên) tại trong núi Kỳ-xà quật, gần thành Vương-xá (**Vô-Lượng-Tho Kinh**).—

Có bốn chỗ ở (*Tứ trụ*) : 1. *Thiên-trụ* là cảnh Dục-giới ; ấy nhờ bố thí, Trì giới và Thiện-tâm. 2. *Phạm-trụ* là cảnh Sắc-giới, Vô-sắc giới ; ấy nhờ tu từ bi hỷ xả. 3. *Thánh-trụ* tức là chỗ ở của các hàng Tam thừa ; ấy nhờ tu Tam Tam-muội, 4. *Phật-trụ*, chỗ ở của chư Phật ; ấy nhớ tu Vô-lượng Tam-muội.—

Bồ-tát có rất nhiều hạng. Riêng về các hạng *trụ*, thì có *Thập trụ* (Mười Trụ-vị) : 1. Phát tâm trụ, 2. Trì địa trụ, 3. Tu-hành trụ, 4. Sanh quí trụ, 5. Phương-tiện cụ túc trụ, 6. Chánh-tâm trụ,

7. Bất thối trụ, 8. Đồng chơn trụ, 9. Pháp-vương tử trụ, 10. Quán đảnh trụ.

Trụ (đứng) là một tướng trong Tứ tướng :

Hành, *trụ*, tọa, ngọa. Nhà tu hành chẳng những là cơn nhập thiền, mà mỗi lúc : khi đi, lúc đứng, khi ngồi, lúc nằm, bao giờ cũng nhiếp tâm, không cho tán loạn.

Trong *Kim-cang Kinh*, Phật có phán rằng : Bồ-tát, nếu chẳng *trụ* (nương dựa vào) tướng mà Bố-thí, thì phước đức cũng như hư-không vô-biên, chẳng có thể suy nghĩ độ lượng.

Theo ý-nghĩa trong **Niết-bàn Kinh**, quyển 30, *Trụ* nghĩa là : nương dựa, mắc, vướng. Đối với : *Vô-trụ*, *Bất trụ*,

Trụ tức là vướng vào sắc, vướng vào Ngũ uẩn (Sắc, Thọ, Tưởng, Hành, Thức), bị Ngũ uẩn trói buộc.

Trụ tức là kiêu-mạn ; vì kiêu-mạn cho nên chẳng được giải thoát.
Trụ tức là Pháp Hữu-vi.

Trụ tức là Không, nghịch với bốn đức Thường, Lạc, Ngã, Tịnh của Như-lai.

Trụ tức là 25 cảnh luân-hồi trong Tam giới. *Trụ* tức là phàm-phu. Còn chư Thánh thì vô khứ, vô lai, vô trụ (chẳng đi, chẳng lại, chẳng ở).

(Xem : *Vô trụ.*)

TRỤ-TRÌ 住 持 Moine résident, Bonze chef (fr.) *Trụ* : ở. *Trì* : giữ gìn. Tiếng kêu thầy Tăng chủ nơi chùa, nghĩa là cư trụ trong chùa mà tổng-trì mọi sự-vụ trong chùa. Cũng kêu là *Chủ-tăng*, *Thượng-tọa*, *Thủ-tọa*.

TRÚC-LÂM 竹 林 Vénuvana (scr.).— (Le) Bois de Bambous (fr.) Rừng tre.— Tức là cảnh Trúc-viên. (Xem : *Trúc-viên*.)

TRÚC-VIÊN 竹 園 Vénuvana (scr.) (Le) Bois de Bambous (fr.)

Cũng kêu : *Trúc - lâm.* Cảnh vườn tre gần thành Vương-xá (Rajagriha) trong nước Ma-kiệt-đề (Magadha).

Hồi Phật Thích-Ca thành Đạo và ngự đến thành Vương-xá, vua Tần-bà-sa-la (Bimbâsâra) làm lễ qui-y Phật và dâng cúng cảnh *Trúc-viên* cho Phật và ngôi Tam-bảo, để Phật yên trụ nơi đó mà truyền bá đạo lý. Vua cất luôn nơi đó cảnh Tinh-xá rất trang-nghiêm, có đủ nhà giảng, tăng phòng và mọi đồ vật-dụng cho Giáo-hội.

Cũng kêu là vườn *Ca-lan-đà* (*Karanda*), để kỷ-niệm tên ông Ca-lan-đà, vì chính ông trưởng giả nầy đuổi bọn thầy ngoại-đạo Ni-kiền-tử ở *Trúc-viên* ra đặng thỉnh Phật vào dạy đạo nơi đó.

Tại cảnh *Trúc-viên,* Phật giáo đạo cho mấy vị đệ-tử đại danh đầu tiên : Xá-ly-Phất, Mục-kiện-Liên, Ma-ha Ca-Diếp v.v.

Cảnh *Trúc-viên* là ngôi Tinh-xá trước nhứt mà người-ta dâng cúng cho Giáo-hội nhà Phật vậy.

TRUYỀN 傳 Transmettre, transmission (fr.) Chuyền đi, trao cho. Ấy là nói món gì mình đã nhận giữ lấy, rồi đem chuyền đi, trao cho kẻ khác. Lại có nghĩa : Dạy bảo, giải thích. Như đạo-đức, pháp-giáo, Kinh-điển mình đã học hiểu, bèn đem dạy cho nhiều người khác đặng tường. *Truyền* đối với *thọ* (受) : nhận, lãnh, chịu.

TRYỀN ĐẠO 傳 道 : Đem đạo-lý mà dạy đệ-tử, khiến họ trở nên thuần-thục. Đó là nói chung các đạo-giáo. Học đạo thì phải có thầy truyền, mới mau thông hiểu và khỏi lạc lầm. Ấy là phù hạp với câu tục-ngữ : *Không thầy đố mầy làm nên.*

TRUYỀN ĐĂNG 傳 燈 : Mồi đèn. Tức là truyền pháp Đạo Phật sánh nền pháp-giáo với ngọn đèn. Một vị tổ-sư, trước khi tịch, chọn người đứng-đắn mà truyền mối đạo để người ấy kế tiếp cho mình, kêu là *truyền đăng.*

TRUYỀN ĐĂNG LỤC 傳 燈 錄 : Bộ sách chép các tích truyền pháp. Ấy là một bộ sách rất có danh của người Tàu Bộ « *Truyền đăng luc* » có ba phần :

Phần thứ nhứt chép tích bảy vị Phật truyền mối Đạo cho nhau, từ đức Phật Tỳ-bà-Thi đến đức Phật Thích-Ca Mâu-Ni.

Phần thứ nhì chép tích truyền pháp của đức Phật Thích-Ca-Mâu-Ni cho ngài Sơ-tổ Ca-Diếp, rồi chư Tổ lần lượt nhau nối truyền cho đến vị Tổ thứ 28 là ngài Đạt-ma tổ-sư.

Phần thứ ba chép tích ngài Đạt-ma tổ-sư trở nên vị Sơ-tổ bên Đông-độ, và chép các tích truyền đạo của chư Tổ-sư Hòa-thượng ở Trung-Hoa.

TRUYỀN GIỚI 傳戒 : Trao cho, dạy cho giới-hạnh. Đại đề có hai cuộc truyền giới : truyền-giái xuất gia và truyền giới tại-gia.

Giáo-hội chùa chiền hội họp các vị sư mới xuất-gia ở các nơi về một ngôi chùa, rồi do ban tăng-già đứng ra làm lễ *truyền giới*, ấy là cuộc truyền giới xuất-gia.

Còn cuộc truyền giới tại-gia là truyền ngũ-giới (sát, đạo, dâm, vọng, tửu) cho người thiện-nam tín-nữ ở nhà mà tu trì, giới-đàn có thể lập ở chùa hoặc ở nhà cũng được.

TRUYỀN GIÁO 傳教: Truyền bố chánh-giáo. Nhà tôn-giáo đem những điều phải lẽ hay của đạo mình mà truyền khắp cho dân-chúng đặng họ theo về, ấy là *truyền giáo*. Lại nhà tôn-giáo từ nước mình sang nước khác, giảng bày ý-thú của đạo mình ấy là những *nhà truyền-giáo*.

TRUYỀN-GIÁO ĐẠI-SƯ 傳教大師 Dengyô-Daishi (jap) Nhà sáng lập Thiên-đài-tông (tức Thiên-thai-tông) bên Nhựt. Đại sư sanh năm 767, tịch năm 822, hưởng thọ 56 tuổi. Trước ngài có tu học tại núi Tỷ-vệ (Hiéi) bên Nhựt. Kế Hoàng đế Nhựt phái ngài qua Trung-Hoa năm 802 mà học Đạo. Ngài có thọ giáo kinh Pháp-Hoa do một vị tổ Thiên-thai-tông ban truyền. Giáo-lý kinh Pháp-Hoa là : vạn vật đều có tánh Phật và sẽ thành Phật.

Ngài thỉnh những kinh của Thiên-thai-tông đem về Nhựt-

Ngài trở lên núi Tỷ-vệ, nơi ngôi chùa cũ của ngài mà tham-thiền và đắc đạo. Ngài rất có công truyền bá giáo-lý kinh Pháp-Hoa, tức là giáo-lý Thiên-thai-tông. Nhờ ngài mà tông Thiên-đài bắt đầu thạnh hành rất mau ở nước Nhựt.

TRUYỀN Y 傳 衣 : Truyền áo. Áo Cà-sa là biểu hiệu của nền Chánh-pháp, vậy truyền áo tức là truyền Pháp. Đức Phật Thích-Ca sau 49 năm hoằng hóa, bèn đem áo Cà-sa màu vàng truyền cho Ma-ha Ca-Diếp. Cho nên sau khi Phật tịch, đức Ca-Diếp cầm quyền Giáo-hội, làm Sơ-tổ. Ngài Ca-Diếp truyền áo cho ngài A-Nan làm Nhị Tổ. Truyền nối với nhau như vậy cho đến ngài Bồ-đề-đạt-ma là Tổ-sư đời 28.

Bồ-đề-đạt-ma qua Đông-độ làm Sơ-tổ, truyền y cho Nhị tổ, Ngài Huệ-khả. Áo pháp truyền nối cho đến Lục-tổ, ngài Huệ-Năng. Hết đời ngài Huệ-Năng, thì dứt lệ *truyền y, bát.*

TRUYỀN KINH 傳 經 : Truyền dạy ý-thú trong Kinh-điển. Nhà tôn-giáo, tinh-chuyên một bộ Kinh nào, thường đem nghĩa-lý cốt-yếu của Kinh ấy mà giảng dạy hàng đệ-tử, ấy là *truyền Kinh.*

Lại những vị tôn-sư có phước-huệ, biết rõ chí hướng của các đệ-tử mình, bèn tùy người mà dạy bảo nên trì Kinh nào, ắt mau phát huệ, như vậy cũng kêu là *Truyền Kinh.*

TRUYỀN PHÁP 傳 法 : Trao cho mối đạo, truyền dạy pháp lý. Ấy là nói bực tu-hành chứng-ngộ, đem chỗ chứng-ngộ của mình mà chỉ dạy cho những kẻ hữu duyên.

Như trong *Pháp bảo đàn Kinh* có bài Kệ của ngài Đạt-Ma sơ-tổ :

Ngô bổn lai tư độ,	Vốn ta lại đất ấy,
Truyền pháp cứu mê-tình ;	*Truyền pháp* cứu mê-tình ;
Nhứt hoa khai ngũ diệp,	Một hoa trổ năm cánh,
Kết quả tự nhiên thành.	Kết quả tự nhiên thành.

TRUYỀN TÂM 傳 心 : Truyền phó mối đạo. Bực tôn-sư

đem chỗ yếu-lý của Đạo từ tâm mình mà trao qua tâm của đệ-tử, ấy là *truyền tâm*. Tức là trao cho cái Phật-tâm, cái Bồ-đề-tâm, chỗ chí lý của Thượng-thừa.

TRUNG-ÂM 中陰 Cũng viết: *Trung hữu*. *Trung*: khoảng giữa. *Âm*: Ngũ-âm, thân-mạng. *Trung - âm* là thân-mạng ở khoảng giữa.

Người-ta sống rồi thác. Sau khi thác rồi mà chưa sanh lại, trong thời-gian ấy, ở âm-cảnh, người ta vẫn có đủ Ngũ âm (sắc, thọ, tưởng, hành, thức), tức có đủ thân-mạng, đó kêu là *Trụng-âm*. Cũng viết: *Âm Trung-âm, Ngũ âm Trung-âm*: Năm Âm cõi Trung-âm. Thân-mạng đời nầy, kêu là *Hiện-âm, Hiện-tại âm*. Thân-mạng sau khi thác, kêu là *Trung.âm*. Thân-mạng khi đầu thai trở lại, kêu là *Hậu-âm*.

Trong phái Tiểu-thừa, Câu-xá-tông nhận định có *Trung-âm*, Thành thiệt tông chẳng công nhận. Trong phái Đại-thừa, có tông nhận định là có, có tông nhận định là chẳng có Trung-âm.

Trong **Niết-bàn Kinh** quyển 29, về cái *Trung-âm*, có nói:

Nhục-nhãn chẳng thấy được *Trung-âm*; phải có Thiên-nhãn mới thấy được.

Cái *Trung-âm* có ba cách ăn:

1. *Tư-thực*: Suy nghĩ đến món ăn, tức là ăn no.

2. *Xúc-thực*: Đụng tới món ăn, tức là ăn no.

3. *Ý-thực*: Trong ý cho là thức ăn, tức là ăn no.

Trung-âm có hai hạng: hạng thiện nghiệp-quả và hạng ác nghiệp-quả. Hạng thiện-nghiệp-quả thì nhìn thấy điều lành việc tốt; hạng ác nghiệp quả chỉ nhìn thấy điều dữ việc xấu mà thôi.

Nương khi cha mẹ giao hội, cái *Trung-âm* thiệp vào, thế là nhập thai.

Chừng ấy, cái *Trung-âm* dứt, nhường chỗ cho cái *Hậu-âm*, tức là thân-mạng hậu lai.

Niết-bàn Kinh quyển 34 :

Bậc A-na-hàm (người đắc Thánh-quả thứ ba) có hai hạng : một hạng ngay đời nầy nhập Niết-bàn : một hạng nữa sau khi thác, thì thọ lấy *trung-âm*, rồi mới nhập Niết-bàn.—

Cái *Trung-âm* thân-căn được sáng-suốt thông-minh, là nhờ thuở làm người đã làm những hạnh-nghiệp trong sạch dường như bánh sữa đề-hồ.—

Cái *Trung-âm* của những chúng-sanh tệ ác, dường như cái áo cũ rách, thô, nhám của người đời. Cái *Trung-âm* của những chúng-sanh thuần thiện, dường như cái áo bằng hàng trắng tinh làm ở xứ Ba-la-nại.

Những chúng-sanh ở cõi Vô-sắc giới chẳng có cái *Trung-âm*.

TRUNG-CĂN 中根 Căn tánh bực giữa. Sáu căn lẹ hay là lụt có ba bậc : thượng (trên), trung (giữa), hạ (dưới). Bậc sáu căn chẳng lẹ, chẳng lụt, đó kêu là *trung-căn*.

TRUNG-ĐẠO 中道 Juste milieu, La Voie moyenne (fr.) Đạo trung-hòa. *Trung* nghĩa là hoà hiệp, chẳng phân hai ; ở chánh-trung, chẳng nghiêng, chẳng lệch, chẳng thái quá, chẳng bất cập.

Khi thành Đạo, Phật xuống thành Ba-la-nại (Bénarès), vào vườn Lộc, giảng lý *Trung-đạo* với năm vị Tỳ-kheo (*Ngũ Tỳ-kheo*). Ngài cũng giảng thêm đạo Bát chánh. Nghe xong, năm vị ấy đều đắc quả La-hán.

Tam luận tông cho tám điều « chẳng » là *Trung* đạo : 1. Chẳng sanh, 2. chẳng diệt, 3, chẳng đoạn, 4. chẳng thường, 5. chẳng một, 6. chẳng khác (hai), 7. chẳng lại 8. chẳng đi. Đem hòa hiệp lại thì là : 1. Chẳng một cũng chẳng hai, 2. chẳng thường cũng chẳng đoạn, 3. chẳng lại cũng chẳng đi, 4. chẳng sanh cũng chẳng diệt. Ấy kêu là *Trung-đạo*.

Niết-bàn kinh : Những phái ngoại-đạo, phái thì nói cái *ta* (*ngã*) là *thường*, phái thì nói cái *ta* là *đoạn*. Đức Như-lai chẳng như vậy, ngài cũng nói *hữu ngã* (có ta) mà cũng nói *vô ngã*. Ngài tùy theo trình độ và phương tiện, khi thì nói có ta, khi thì nói không ta. Đó kêu là *Trung*-đạo.

TRUNG-ĐỘ (*THỔ*) 中 土 Xứ trung-ương. Cũng kêu : *Trung-quốc* 中 國. Trong thế-giới, xứ nào có Phật giáng sanh, thành-đạo và giáo-hóa, thì xứ ấy được gọi là *Trung-độ*. Như xứ Ấn-Độ (Thiên-Trước).— Người-ta sanh ra làm người ở xứ mà Phật đương truyền đạo, thì gọi xứ ấy là *Trung-độ*.

Hễ sanh nơi *Trung-độ*, người-ta dễ tu hành và thành Đạo.

TRUNG-KIẾP 中 劫 Kalpa moyen (fr.) Thường thì kêu Kiếp, tức là *Trung-kiếp* (kiếp vừa vừa). Một Trung-kiếp có 20 Tiểu-kiếp, tính ra có 336.000.000 năm. Tính cho kỷ, một *Trung-kiếp* có 335.960.000 năm (xem cách tính ở chữ *Đại-kiếp*). Một *Trung-kiếp* là một phần của Đại-kiếp. Bốn thời-kỳ : thành, trụ, hoại, không tức là bốn *Trung-kiếp*, hiệp lại thành một Đại-kiếp.

TRUNG-LUẬN 中 論 Madhyâmika-çâstra (scr.) Cũng kêu là *Trung-bổn*. Một bộ trong ba bộ kinh luận căn-bổn của phái Tam-luận-tông : *Trung-luận*, Bá-luận, Thập-nhị môn luận. Bộ *Trung-luận* kêu trọn chữ là *Trung quán luận*, hiệp lại bốn quyển, minh ra cái lý chơn-thiệt của nền Trung-đạo Đại-thừa. Do ngài Long-Thọ Bồ-tát soạn hồi thế-kỷ thứ hai, ngài Thanh-Mục Bồ-tát thích và ngài Cưu-ma-la-thập dịch ra Hán-văn. Tất cả là 500 câu kệ (nhưng thiệt ra 496 câu), 27 phẩm : 25 phẩm đầu phá sự mê chấp của phái Đại-thừa, 2 phẩm sau phá sự mê chấp của phái Tiểu-thừa.

TRUNG-QUÁN LUẬN 中 觀 論 Madhyâmika-çâstra (scr.) Bộ luận rất có danh của Long-Thọ Bồ-tát, Tổ-sư đời thứ 14, hồi thế-kỷ thứ hai Dương-lịch, cốt yếu trưng lý Trung-đạo Đại-thừa và phá các sự mê chấp của Tiểu-thừa. Kêu tắt : *Trung-luận*.

(Xem : *Trung-luận*.)

TRUNG-QUỐC 中 國 Xứ trung-ương.

1. Về Địa-dư, người ta gọi nước Tàu là *Trung-Quốc*, vì từ đời thượng-cổ, nước ấy lập quốc tại lưu vực sông Hoàng-hà, bốn phương có bốn loại dân Man, Di, Nhung, Địch, còn nước Tàu thì ở giữa. Cũng kêu : *Trung-Hoa*.

2. Về Phật-học, *Trung-Quốc* là tiếng gọi xứ có Phật giáng-sanh, thành đạo và giáo-hóa. Tức là xứ có nền văn-hóa, đạo-đức cao hơn hết trong thế-giới. Người ở xứ ấy dễ tu hành và dễ thành đạo. Như xứ Ấn-Độ tức là *Trung-Quốc*. Cũng kêu : *Trung-độ*.—

Người nào sanh ra nhằm thời Phật, ở một xứ với Phật, thì gọi xứ ấy là *Trung-quốc*. Đối-nghĩa : *Biên-địa* 邊 地, miền ranh-giới, cảnh-giới một bên.

TRUNG THỪA (*THẶNG*) 中 乘 Madhyamayâna (scr.).— Véhicule moyen (fr.) Cỗ xe bực trung, cỗ xe ở cửa giữa. Nương theo cỗ xe ấy, nhà đạo đi lần đến cõi An-lạc.

Trung-thừa cũng kêu là Duyên-giác thừa, là một thừa trong ba thừa : Tiểu-thừa, Trung-thừa, Đại-thừa. Có nhiều người, vì muốn hiểu rằng vạn vật là giả dối, nát tan, vì muốn dứt bỏ những danh lợi và muốn cầu lấy sự thanh-tịnh, bèn tuân theo lời dạy của đức Như-lai mà tu học theo thuyết Thập nhị nhơn-duyên để được chắc ý rằng mình sẽ nhập Niết-bàn. Người ta có thể nói rằng những người nầy nương theo thừa của Duyên-giác (Pratyeka-Buddha) mà ra khỏi Tam giới. Ngoài ra, có những người nương theo Tiểu-thừa của Thinh-văn La-hán, hoặc Đại-thừa của Bồ-tát tức là Phật-thừa mà ra khỏi Tam giới.

Trung-thừa cũng có nghĩa khác, ấy là cỗ xe mực giữa dung-hòa Tiểu-thừa với Đại-thừa, Trung-thừa đây có tánh cách Đại-thừa. Ấy là phái đạo của Tam-luận tông, ấy là học-thuyết của bộ Trung-luận (Madhyamaka-çastra). Trung-thừa của Tam-luận-tông chuộng những lẽ phải trong hai phái Đại-thừa và Tiểu-thừa, phá những lý mê của mấy kẻ lầm, đưa bực Tiểu-thừa lên lần, dắc họ qua Đại-thừa cao-siêu, chơn-thật vậy.

TRÙNG CÁC GIẢNG-ĐƯỜNG 重閣講堂 Nhà giảng đạo nhiều từng gác. Nhà giảng nầy ở trong rừng lớn bên ao Di-hầu; nơi nước Tỳ-xá-ly, Trung Ấn-Độ, hồi đức Phật Thích-Ca ra đời.

TRÙNG-TỤNG (*KINH*) 重頌 (經) Geya (scr.) Đọc theo Phạn: *Kỳ-dạ* (Geya). Ấy là một thể thuyết-pháp của Phật; vì lặp lại bằng kệ-tụng (Pháp: vers), nên kêu *trùng-tụng*. Cũng viết: *Ứng-tụng*.

(Xem: *Kỳ-dạ*.)

TRỪ CẬN NAM 除饉男 Bhiksu (scr.,p.) Tiếng Phạn là *Tỳ-kheo* 比丘, dịch là *trừ cận nam*, nghĩa là Tỳ-kheo tu được cái nhơn phước đức, được hưởng cái quả cúng-dường, trừ dứt đi cái nhơn-quả đói thiếu. Tức là Tỳ-kheo nào giữ giới-hạnh, thì Tỳ-kheo ấy là một cảnh phước-điền, đi đến đâu chẳng sợ đói khó, đều có người ta cung phụng cho các vật dùng.

TRỪ CẬN NỮ 除饉女 Bhiksuni (scr.,p.) Tiếng Phạn là *Tỳ-kheo-ni* 比丘尼, dịch là *Trừ cận nữ*. (Xem: *Trừ cận nam*.)

TRỪ ĐOẠN 除斷 Trừ dứt. Trừ dứt cái lòng ngờ-vực, ăn-năn (nghi, hối) của chúng-sanh.

TRỪ GIÁC-CHI 除覺支 Giác-chi trừ dứt. *Giác* là cái sự giác-ngộ tỉnh-sát tâm thuật thiên hay là chánh; Giác chẳng phải toàn phần, kêu là *Chi*. *Giác-chi* bổn cũ dịch *Bồ-đề phần* 菩提分 (phần chánh-giác) *Trừ giác-chi* bổn cũ dịch là *khinh-an giác chi* 輕安覺支, nghĩa là trừ dứt hết thảy tâm-duyên mà thân tâm được nhẹ-nhàng yên-tĩnh.

Đó là một phần trong bảy giác-phần (Thất giác-phần 七覺分).

Xem: *Tam thất đạo phẩm, khinh an giác-chi, Thất giác phần.*

TRỰC 直 Direct (fr.) Ngay,—Thẳng,—Tắt. Chẳng cong quẹo. Chẳng a-dua, chẳng nịnh hót; chẳng tà khúc.

Nhằm lúc, nhằm chỗ.—Thuận chiều.— Phải thế, đúng cách.— Hầu cận.

Cũng đọc: *Trị*: giá trị, gặp gỡ.

TRỰC-ĐẠO 直道 Voie directe (fr.) 1. Đường ngay nẻo thẳng, đường tắt. 2. Đạo-lý, giáo-pháp chơn chánh, vắn tắt ; noi theo đó, người-ta mau giải-thoát, đắc Niết-bàn.

TRỰC-GIÁC 直覺.— Intuition (fr.) : Sự cảm biết bằng cái lương-tri (conscience). Khi tiếp xúc với nhơn vật, người ta nhờ có cái lương-tri mà biết ngay một cách mau lẹ, đúng đắn, chớ không cần đến sự suy-xét và sự kinh-nghiệm. Giả như đến gần người ác, thì tự-nhiên thấy nặng nề khó chịu ; gần người lành, tự-nhiên cảm-giác một cách thơ thái, nhẹ nhàng, mát diệu.— *Trực-giác* cũng là sự biết trước một việt sắp đến, biết bằng linh-tánh.

TRỰC-GIÁC CHỦ-NGHĨA 直覺主義 Intuitionisme (fr.) : Một chủ-nghĩa, một học-thuyết về Triết-học, về Thần-học, về Tôn-giáo, cho rằng người-ta có cái năng-lực đặc-biệt có thể trực-tiếp mà biết được sự, lý ; có thể biết trước bằng linh tánh những việt sắp xảy ra.

TRỰC-TÂM 直心 Franchise, sincérité (fr.) : Lòng ngay thẳng.

Đối-nghĩa : *Khúc-tâm.* Tức là : *chánh-thực tâm, chất-trực tâm.* Đối với : *Tà-khúc tâm, siểm-khúc tâm, điên-đảo tâm.* Nên biết rằng do *trực-tâm* (lòng dạ ngay thẳng) mà phát ra lời nói ngay thẳng và việc làm ngay thẳng.

Niết bàn Kinh, quyển 26 : *Trực-tâm* là gì ?

Bồ-tát đối với chúng-sanh, có lòng chánh-trực. Các chúng-sanh, khi gặp nhơn-duyên (cơ hội) thì sanh lòng siểm-khúc ; còn chư Bồ-tát thì chẳng như vậy, vì hiểu rằng các pháp đều do nhơn-duyên mà sanh ra.

Lại nữa, Bồ-tát tuy thấy chúng - sanh độc-ác lỗi-lầm, nhưng chẳng nói ra, vì e sanh điều phiền-não. Nếu sanh phiền-não, thì sẽ đọa chốn ác. Còn như khi thấy chúng - sanh có một mảy lành, liền khen tặng họ ngay. . .

Lại nữa, Bồ - tát thường chẳng có phạm ác : giả như có lỗi lầm, tức thì sám-hối ; đối trước thầy, bạn mà khai ra lỗi mình, lấy làm thẹn chán, quyết chẳng tái phạm. Bực ấy, dầu có phạm lỗi nhỏ, cũng tưởng cho là tội trọng.

Bực ấy lại tin rằng có Phật-tánh, cho nên chẳng hề ngã theo bọn Bất-tín là Nhứt-xiển-đề. Vì là *trực-tâm*, nên đáng gọi là đệ-tử của Phật.

Bực *trực-tâm* như thọ lãnh của chúng-sanh những y phục, đồ ăn uống, đồ nằm, thuốc thang, dầu cho thọ chẳng đủ, cũng coi là nhiều !

Thủ-Lăng-nghiêm Kinh, Quyển nhứt : Chư Phật Như-lai trong Mười Phương đều có một lối một mà thôi : muốn ra khỏi vòng sanh-tử, các ngài đều dùng *Trực-tâm*.

TRƯỚC 著 Adhérer, S'attacher (fr.) Dính khắn, mắc lấy, vướng phải, mang lấy, tâm tình quấn quít (triền miên) với sự-vật mà không thoát ra, không rời ra. *Trước* tức là lòng quay theo cảnh, lòng mến, tiếc, lòng khư khư chấp giữ, những mối lòng ấy khó mà tẩy trừ. *Trước* trái với : *Ly* (rời), *Xả* (bỏ). Đồng nghĩa : *Chấp* (nắm lấy), *Thủ* (Giữ lấy), *Trụ* (nương lấy), *Nhiễm* (nhuộm).

Trong **Diệu-Pháp Liên-hoa kinh** phẩm hai, đức Phật phán với ngài Xá-ly-Phất rằng : « Từ khi thành Phật tới nay, ta đã dùng biết bao nhơn-duyên, biết bao thí-dụ, diễn rộng ngôn-giáo và dùng vô-số phương-tiện mà dắt dẫn chúng-sanh, khiến cho họ rời khỏi các sở *trước*.»

Theo trong « **Du-Già** » quyển 28, nhà tu học nên rời xa bốn tướng : trầm-tướng, trạo-tướng, *trước-tướng* và loạn-tướng.

1. *Trầm-tướng* (tướng chìm xuống) : Do sáu trần chạm vào sáu thức, hoặc do nhơn-duyên, bèn khiến cho lòng dạ trở nên thấp hèn.

2. *Trạo-tướng* (tướng dậy lên) : Do sáu trần chạm vào sáu thức, hoặc do nhơn-duyên, bèn khiến cho lòng dạ cất lên cao, tự mình cống cao, ngạo mạn.

3. *Trước-tướng* (tướng nhiễm trước) : Do sáu trần chạm vào sáu thức, hoặc do nhơn-duyên, bèn khiến cho lòng dạ nhiễm với cảnh, mà sanh ra các phiền-não.

4. *Loạn tướng* (Tướng bối rối) : Do sáu trần chạm vào sáu thức, hoặc do nhơn-duyên, bèn khiến cho lòng dạ theo cảnh ngoài mà bôn ba, tán loạn, rối rắm, xao động.

TRƯỚC CẢNH 著境 : Vướng với cảnh, nhiễm với cảnh. Đối với cảnh-giới, đem lòng chấp-trước, sanh lòng luyến ái, mến tiếc, chẳng chịu thoát ly.— Như ; *mắt* chạm phải *sắc*, bèn chấp-trước, đem lòng yêu mến ; *tai* nghe *thinh-âm*, bèn chấp-trước, đem lòng ưa thích ; *mũi* ngửi phải *hương*, bèn chấp trước, vui sướng ; *miệng lưỡi* nếm tới *vị*, bèn chấp trước, ưa chịu ; *tay chơn, thân thể* cọ với *vật đụng chạm*, bèn chấp trước, say mê ; *ý* đối với *pháp*, bèn chấp trước, mơ tưởng, chẳng rời ; như vậy là *trước cảnh*.— *Trước cảnh* thì khổ, không *trước cảnh* thì dứt khổ.

TRƯỚC LẠC 著樂 : Chấp-trước, thích với cảnh vui-sướng. Tâm-ý mắc vào cảnh vui sướng, đeo theo cảnh sung-sướng mà chẳng dứt phiền-não, chẳng đắc Đạo. Như kẻ hành đạo cam chịu khổ ở đời nầy để mong về cảnh Tiên mà hưởng các sự sung-sướng, hoặc cầu vãng-sanh Tịnh-độ để hưởng mọi sự khoái-lạc, đó là *trước lạc*.

TRƯỚC NGÃ 著我. Chấp-trước cái bổn-ngã. Cái thân-mạng của chúng ta đây do *ngũ uẩn* giả hiệp mà thành, nó không thật có, thế mà biết bao kẻ cứ chấp trước cái thân-mạng mà cho là *hữu ngã* (có cái ta) ! Cho nên đem lòng mến tiếc một cách ích kỷ, do đó họ chịu các điều khổ não.- Còn như ai chẳng *trước ngã*, dùng cái Trí-huệ mà quán chiếu, thấy *Ngũ uẩn* đều không, thì người ấy thoát khỏi các mối khổ-não, tai ách.

TRƯỚC PHÁP 著法 : Chấp trước các pháp. *Pháp* nghĩa rất rộng : từ một ý-tưởng trong tâm, một nghĩa lý, một phép tắc, cho đến vạn sự, vạn vật, đều kêu chung là *pháp*. Các *pháp* đều do nhơn-duyên mà sanh ra, như ảo, như hóa, thoạt có, thoạt không, vốn chẳng thật. Thế mà người đời ngỡ là thật, khư khư chấp có, cho nên kêu là *Trước pháp*. *Trước ngã* và *Trước pháp* là hai mối chấp trước thông thường của phàm-phu.

Trước pháp lại là chấp-trước pháp lý trong kinh-điển, tức là chấp một mặt mà chẳng thông hiểu mặt khác.

Nhà biện-tài chơn chánh chẳng hề *trước pháp*, tùy căn-cơ của người nghe mà giảng giải pháp-lý, chớ không chấp một pháp nào, mà cũng chẳng bỏ một pháp nào.

TRƯỚC TÂM 著心 : Lòng dạ hay chấp trước. Ấy là nói về hạng người tâm-tánh cố chấp : Kẻ thì chấp sự mà bỏ lý ; người thì chấp lý mà bỏ sự ; vì chấp thiên lệch một bề mà bỏ các bề khác, cho nên chẳng liễu đạt Chơn-lý.

Về sự *Trước tâm*, có sáu mối, *Lục trước tâm* :

1. *Tham trước tâm* : Tấm lòng ôm giữ lấy tánh Tham.

2. *Ái trước tâm* : Tấm lòng ôm giữ lấy tánh Yêu.

3. *Sân trước tâm* : Tấm lòng ôm giữ lấy tánh Giận hờn.

4. *Nghi trước tâm* : Tấm lòng ôm giữ lấy tánh [illegible].

5. *Dục trước tâm* : Tấm lòng ôm giữ lấy tánh [illegible]

6. *Mạn trước tâm* : Tấm lòng ôm giữ lấy tánh Khi lờn.

TRƯỚC TƯỚNG 著相 Chấp trước tướng trạng ; mắc vào các tướng mà tự mình chẳng giải thoát được. *Trước tướng* tức là chấp trước mười tướng : 1. Sắc, 2. Thinh, 3 Hương. 4. Vị, 5. Xúc 6, Sanh, 7. [illegible]ru, 8. Diệt, 9. Nam, 10. Nữ.

Niết-bàn Kinh, quyển 31 : Hễ *trước tướng* thì sanh lòng si mê. Vì Si-mê nên Luyến-ái.

Vì Luyến-ái, nên bị Trói buộc. Vì bị Trói buộc, nên mới thọ sanh. Có sanh nên có Tử (Chết). Vì Chết nên Vô-thường.

Nếu *chẳng trước tưởng* thì chẳng sanh lòng Si-mê. Vì chẳng Si mê, nên chẳng Luyến-ái. Vì chẳng Luyến-ái, nên chẳng bị Trói buộc. Vì chẳng bị Trói buộc, nên chẳng có Sanh. Vì chẳng có Sanh, nên chẳng có Tử. Vì chẳng có Tử, cho nên Thường-trụ. Vậy là Niết-bàn.

TRƯỚC TƯỞNG 着 想: Tư-tưởng chấp-trước. Ấy là cái tư tưởng lầm-lạc, điên-đảo chấp-trước các sự vật.

Những kẻ phàm-phu, đối với những vật lưu-thông trong thế gian, như nam, nữ, nhà cửa, ngựa bò, xe cộ, ngày, đêm v.v., đều nhận và tưởng rằng đó là nam, nữ, nhà cửa, ngựa bò, xe cộ, ngày, đêm. Họ chỉ tưởng như vậy mà thôi. Đó kêu là *Trước-tưởng.*

Hàng Trí-giả tùy thuận theo thế gian mà gọi những vật lưu thông trong thế gian theo tên của chúng nó, nhưng các ngài chẳng có cái *Trước-tưởng*. Ấy vì chỗ giác quan của các ngài là lành, cho nên các ngài chẳng có cái tư tưởng cố chấp sự vật.

Tức nhiên, kẻ phàm-phu ác trược có đủ hai thứ Tưởng: 1. Thế lưu bố tưởng, 2. *Trước - tưởng.* Hàng Trí-giả trong sạch chỉ có cái Thế lưu bố tưởng, mà chẳng có cái *Trước-tưởng.*

TRƯỚC THAM 着 貪 Giữ lấy, mang lấy tánh Tham.

Pháp-uẩn túc Luận, quyển 8, trương 13 : Sao gọi là *Trước tham* ? Đối với của cải, vật liệu của mình cùng đối với những món mà mình giữ lấy, nhận được, khởi lòng tham, gìn giữ, che giấu, phòng hộ một cách chặt-chịa và ái nhiễm. Đó kêu là Trước Tham.

TRƯỢC (*TRỌC*) 濁 Impur, Impureté (fr.) Dơ dáy, nhơ nhớp cặn, đục, xấu xa, lộn xộn.

Đối-nghĩa : *thanh* (trọng), *tịnh* (sạch). Như uế trược, ác trược. *Trược* có hai tánh-cách : một là tự mình dơ dáy, nhơ nhớp, xấu xa, hèn hạ, hai là hay nhiễm (lây), làm cho vật khác, người khác cũng trở nên dơ dáy, nhơ nhớp, xấu xa, hèn hạ như mình. Trược có ba mối (*Tam trược*), năm mối (*Ngũ trược*).

Tam trược là: *thân trược, ngữ trược, ý trược.*

Thân làm chuyện xấu xa, độc ác, nhơ nhớp, như sát hại, trộm cướp, tà dâm phóng túng cho nên *trược.*

Ngôn ngữ thốt ra những điều chẳng thật, nhơ nhớp, đâm thọc, độc ác cho nên trược.

Ý tham lam, oán giận, mê sa lầm lạc cho nên *trược.*

Ngũ trược là:

1. *Kiếp trược* (Kỳ-kiếp, cõi thế đầy sự độc ác, dơ dáy).

2. *Kiến trược* (Ý kiến nhơ nhớp, không tin Chánh-pháp).

3. *Phiền-não trược* (các mối mê-dục trong tâm, hèn hạ ô trược, như tham, sân, si hay lấy cho kẻ khác).

4. *Chúng-sanh trược* (chúng-sanh ở cõi uế-trược thì xấu xa dơ dáy, sanh ra nơi chỗ nhơ-nhớp và sống ở chỗ đầy các mối ô-uế).

5. *Mạng trược* (Đời sống ô trược, làm những nghề độc ác, xấu xa, hèn hạ mà nuôi thân),

TRƯỢC ÁC THẾ 濁 惡 世: Đời trược-ác, thời kỳ uế-trược, độc-ác. Ấy là thời-kỳ mà năm mối trược (*ngũ trược*) và mười điều ác (*thập ác*) hừng lên rất mãnh liệt. Trong thời-kỳ ấy, rất nhiều người ác, rất ít người lành, kẻ tu hành chơn thật thì ít, kẻ xấu xa ngụy trá thì nhiều. *Trược ác thế* ở vào lúc một Kỳ-kiếp sắp tiêu diệt, sắp biến đổi, một cõi thế sắp tan rã. Lại thời kỳ giặc giả, loạn lạc, đói kém, thất mùa cũng kêu là *trược ác thế*, vì lúc ấy con người ta rất trụy lạc, rất giả dối, rất độc ác. —

TRƯỢC ÁC XỨ 濁 惡 處: Cõi ô-trược và độc-ác. Ấy là cõi Ta-bà thế-giái nầy, vì nơi đây có đủ năm mối trược và mười điều ác. *Trược-ác xứ* đối với *Thanh-tịnh độ, Tịnh-độ* là cõi trong sạch của chư Phật lập ra để rước những nhà tu hành tịnh-nghiệp cầu vãng sanh. Như cõi Cực-lạc thế-giới của đức Phật A-Di-Đà, cõi Tịnh-lưu-ly của Phật Dược-Sư.

TRƯỢC-KIẾP: 濁 劫: Kỳ-Kiếp ô trược. Cũng kêu: *Kiếp*

trược. Một mối trược trong *Ngũ trược*. Về thời-kỳ mạt thế, thời-tiết đảo ngược, khởi lên các tai nạn như : đói khó, thất mùa, bệnh tật, đao binh, đủ các tai trời ách nước. Ở trong các cảnh ngộ của thời kỳ ấy, con người rất trụy lạc, đê tiện, điên-đảo, chẳng mấy kẻ biết tu nghiệp lành.

TRƯỢC-NGHIỆP 濁 業 : Việc làm uế trược ; nhơn-quả ô trược. Cũng kêu : *khúc-nghiệp, uế-nghiệp*. Đối với : *Tịnh-nghiệp, Thanh-tịnh nghiệp*. Ấy là các việc hành-động ô-trược của thân thể, miệng lưỡi và tâm-ý.— Lại do các việc trược-ác của ba nghiệp. thân, ngữ, ý kết thành một *nghiệp-nhơn* từ các đời trước, qua đời nầy thành một *nghiệp-quả* uế-trược, kêu chung là *trược-nghiệp* (karma impur). Cái *trược-nghiệp* có thể che án, không để người ta thông đạt Nghĩa Chơn-như. Cái *trược-nghiệp* làm cho người ta chán ngán, sợ sệt Chánh-đạo, Chánh-pháp. Cái *trược-nghiệp* do nơi lòng tham-lam, luyến-ái mà thành vậy.

TRƯỜNG-DẠ 長 夜 Đêm dài vô tận. Đó là lời tỷ-dụ về kẻ phàm-phu phải lưu-chuyển mãi mãi trong vòng sanh-tử, không có chất sáng, như bị cảnh đêm tối bao phủ hoài hoài vậy.

TRƯỜNG-HÀNG 長 行 Sûtra (scr.) Đọc theo Phạn : *Tu-đa-la* (Sûtra). Ấy là thể tản-văn (văn xuôi, thông thường) mà đức Phật dùng để thuyết Khế-kinh. Cũng dịch : *Pháp-bổn*. Đức Phật dùng nhiều thể văn, dùng nhiều thuyết mà diễn giảng Pháp-nghĩa, mà lối *Trường-hàng* là đại-khái, thông thường.

Ấy là một bộ trong Chín bộ Pháp (*Cửu bộ Pháp*), một thứ Kinh trong Mười hai thứ Kinh Đại-thừa (*Thập nhị Đại-thừa Kinh*) mà Phật diễn giảng độ thế.

(Xem : *Cửu bộ Pháp,— Thập nhị Đại-thừa Kinh.*)

TRƯỜNG HƯƠNG 場 香 *Trường* Chỗ đất rộng rãi, bằng phẳng. *Hương* : Thơm.

Trường hương cũng kêu là *nhập hạ, kết hạ, an cư.*

Ấy là một Pháp-hội, chư tu hành tựu nhau lại trong ba tháng mưa mùa hạ (16 tháng tư đến 15 thàng 7) mà tham-cứu về ba sở Học: Giới, Định, Huệ, về ba Tạng: Kinh, Luật, Luận.

Cuộc hội họp nơi một ngôi Chùa lớn. Có những nhà thiện-tâm ủng hộ về *Tứ sự cúng-dường.* Trong Pháp-hội ấy, có ban Thập sư: 1 Hoà-thượng, 1 Kiết-ma, 1 Giáo-thọ, 7 Tôn-chứng, lo việc truyền Giới cho kẻ tu tại-gia và xuất-gia.

TRƯỜNG-KỲ 場 祈: *Trường*: Chỗ đất rộng rãi, bằng phẳng: chỗ nhiều người tựu tập. *Kỳ*: Cầu phước.

Trường-Kỳ là một cuộc Pháp-hội nơi một ngôi Chùa lớn, ở đó có các sư tham cứu, khảo-dượt về Tam Học: Giới, Định, Huệ, và có cuộc quy-y truyền thọ Giới-luật cho kẻ tu tại-gia và người tu xuất-gia.

Ngoài ra những cuộc cúng-dường, thuyết-pháp theo nghi-thức, chư sơn thiền-đức các nơi tựu tập rất đông, một cuộc *Trường-Kỳ* đúng đắn cần phải có đủ mười vị Sư: một Hòa-Thượng, một Kiết-ma, một Giáo-thọ và bảy vị Tôn-chứng.

Nhưng gặp chỗ biên-địa, hoặc ít thầy không đủ số Thập sư, thì *Trường-Kỳ* có thể do năm vị Sư truyền giới và chứng-minh: Một Hòa-thượng, một Kiết-ma, một Giáo-thọ và hai vị Tôn-chứng.

Nơi *Trường-kỳ, Hòa-thượng* là vị Tỳ-kheo tinh-nghiêm và thông-thuộc cả ba Tạng: Kinh, Luật, Luận, là bực đứng đầu, nên kêu là: Đường-đầu truyền Giới Hòa-thượng. Kế đó, *Kiết-ma* là vị Tỳ-kheo đức cao tuổi lớn, thông thuộc tinh tường về sự trì Luật.

Thứ đến, *Giáo-thọ* là vị Tỳ-kheo có đủ nghi-thức, pháp-tắc, hiểu biết Kinh-luật để dạy cho đệ-tử tu học.

Còn *Tôn-chứng* là những vị Tỳ-kheo có mặt để làm chứng cho đệ-tử thọ Giới.

Trên đó là ban truyền Gi i và chứng-minh. Còn dưới, *Giới-tử* là nhà tu hành thọ lấy Giới-luật để tu tại-gia hoặc xuất-gia, hay là Giới Bồ-tát mà kẻ tại-gia hay xuất-gia đều thọ trì được. Bồ-tát giới cũng kêu là *Đạo tục thông hành Giới.*

Lại trong *Trường-Kỳ*, Giới-tử chẳng những là những vị thọ Giới tại-gia, xuất-gia, Bồ-tát, mà còn là những vị thọ Pháp làm Giáo-thọ, Kiết-ma và Hòa-thượng nữa.

TRƯỜNG QUỊ 長跪 Quì dài. Nghĩa là dựng thẳng cái mình lên, khiến cho hai đầu gối bò sát xuống đất, hai bắp chơn ngước lên không, các đầu ngón hai bàn chơn cậm xuống đất vậy. Kinh-văn hoặc nói là *Hồ quị*, (quì theo lối người rợ Hồ). Phật sai bọn đờn ông hỗ quị (hai gối thay đổi nhau quì xuống đất), sai bọn bà vãi *trường quị*. Vì đờn bà thân thể yếu đuối, *trường quị* có bề dễ hơn hỗ quị vậy.

TRƯỜNG-THỌ-THIÊN 長壽天 Cõi trời Trường-thọ. Nghĩa là người trong cõi trời Sắc-giới và Vô sắc-giới có cái tuổi thọ lâu dài vậy. Ở cõi trời *Vô-tưởng* trong Đệ tứ thiền nơi Sắc-giới, kỳ thọ-mạng là năm trăm Kiếp lớn, đó là tuổi thọ trên hết của cõi trời Sắc-giới. Ở cõi trời *Phi-tưởng Phi-phi-tưởng* trong Đệ-tứ thiền nơi Vô-sắc gi i, người ta sống tám muôn kiếp, đó là tuổi thọ trên hết trong Tam giới.

TRƯỢNG-PHU 丈夫 Đấng trượng-phu, là tiếng kêu người dõng-kiện có sức mạnh tấn lên chánh-đạo, chẳng thối chuyển trên đường tu-hành vậy.

Hiệu Phật gọi là *Vô-thượng sĩ điều ngự trượng-phu*, tức là bực người cao không ai bằng, có tài thống trị lấy mình và điều phục chúng-sanh, tỷ như bực trượng-phu cầm cương ngựa.

Niết-bàn Kinh quyển 18 : Tất cả mọi người, dầu nam, dầu nữ, hễ ai có đủ bốn pháp thì đáng gọi là *Trượng-phu*. Bốn pháp gì ? Một là gần gũi với thiện-tri-thức (thầy hay bạn tốt), hai là nghe giảng Đạo-pháp, ba là suy xét nghĩa lý, bốn là theo như thuyết mà tu hành. Chớ như kẻ nam-tử mà chẳng có đủ bốn pháp ấy, cũng chẳng đáng gọi là Trượng-phu ! Tại sao vậy ? Là vì thân-phận họ dầu là *trượng-phu*, nhưng hành động của họ đồng với súc-sanh vậy.

TRƯỞNG-GIẢ 長者 Vaisya (scr.) Bourgeois (fr.) Người nhiều tuổi, người giàu có nhờ buôn bán trong xứ và ngoài xứ. Hạng trưởng-giả nhờ có sẵn gia-thế tài vật nên nhiều người mộ đạo lý, ưa bố-thí, cúng-dường. Như ông *trưởng-giả Cấp-cô-độc* từng bố-thí cho nhà nghèo và cúng-dường Tam-bảo.

Bên Ấn-Độ, *trưởng-giả* là chủng phái thứ ba trong bốn chủng phái nầy : Bà-la-môn (Brahmana), Sát-đế-lỵ (Kshatriya), *Trưởng-giả* (Phệ-xá, Vaisya), Cư-sĩ (Thủ-đà-la, Sûdras). Hạng *trưởng-giả* làm giàu nhờ đi buôn, hạng cư-sĩ làm giàu nhờ làm ruộng làm rẫy. Trên nữa, hạng Bà-la-môn là dòng tu hành, hạng Sát-đế-lỵ là vua quan, võ-sĩ.

Những vị nhờ buôn-bán mà làm giàu to, có thế-lực lớn, giao-thiệp với các nhà cai trị, các nhà chấp chưởng tôn-giáo, kêu là *Đại trưởng-giả*. Như tiền-thân ngài Địa-Tạng Bồ-tát là con của một vị *Đại trưởng-giả*, nhơn gặp Phật Sư-Tử-Phấn-Tấn-Cụ-Túc-Vạn-Hạnh, muốn được thân-tướng như Phật, bèn nguyện tu hạnh độ thoát chúng-sanh tội khổ trong sáu đường Luân-hồi.

TRƯỞNG-LÃO 長老 Sthavira (scr.).— Ancien, aîné (fr.) Bực Tỳ-kheo xuất gia tu học lâu năm, hạnh đức đều đủ, đáng kêu là bực Tôn-giả, như *Trưởng - lão Xá-lỵ-Phất, Trưởng-lão Tu-bồ-Đề.*

Trong Kinh thường gọi những Tỳ-kheo đắc quả La-hán, có thể tiếp dẫn đệ-tử là *Trưởng-lão.*

TRƯỞNG-TỬ 長子 Con lớn, tức là bực đệ-tử có trí-huệ lớn hơn hết trong các đệ-tử, thọ được Chánh-pháp của Thầy. Như Xá-lỵ-Phất là *Trưởng-tử* của đức Phật Thích-Ca. Ấy là người con rất yêu-dấu về Đạo-lý sanh ra từ nơi miệng Phật sanh ra từ nơi Pháp, hóa ra bởi Pháp, thọ hưởng cái Pháp, trở nên thuần nhã đúng-đắn nhờ Pháp. (Diệu-Pháp Liên-hoa Kinh.).—

Về sau, chư vị thượng-tọa ở mỗi ngôi chùa, mỗi vị đều có lập *Trưởng-tử* để chưởng quản ngôi chùa sau khi Thượng-tọa ấy tịch. Ấy là người con đích đáng hơn hết về đạo-lý, có sức đảm nhiệm và truyền bá Pháp-môn của vị Thượng-tọa sau khi ngài qua đời.

Lại trong Kinh Pháp-Hoa, ở Phẩm chín, nhơn thọ-ký quả Chánh-đẳng Chánh - giác cho La-hầu-La, đức Phật có phán rằng : Hồi ta chưa xuất-gia, La-hầu-La làm *trưởng-tử* của vị Thái tử ; đến khi ta thành Đạo, người làm *trưởng-tử* của Phật. Chẳng những thế mà thôi, sau nầy La-hầu-la sẽ làm *trưởng-tử* của vô-số chư Phật vị-lai. Ấy vì cái mật-hạnh, mật - nguyện của người vậy.

Trong Niết-bàn Kinh, quyển 11, Phật gọi Đại Ca-Diếp là *Trưởng-tử* của ngài, vì Phật truyền Pháp cho Đại Ca-Diếp làm Sơ Tổ. Còn Phật gọi A-Nan là Đa-văn Sĩ.

U

U 幽 Kín đáo, tỷ mỷ, sâu xa, đen, tối, cảnh âm. Trái với ; *Hiền* 顯, *Minh* 明. *U* là cảnh ngoài, cảnh âm, mà người thế-gian không thấy được với mắt thịt ; tiếng ở cảnh ấy, người thế-gian không nghe được với tai phàm ; sự sống ở cảnh ấy, người thế-gian không hiểu biết được với cái trí tầm thường...

U ÁM 幽 暗 : Tối tăm, mờ mịt. Nơi *u ám* là nơi tối tăm, chẳng có ánh-sáng chiếu tới, nơi đen đúa, ô trược, tức là cảnh Địa-ngục. Trí *u ám* là trí mờ tối, chôn chặt trong vòng tham, sân, si ; chẳng biết phân biệt việc chánh, tà ; chẳng thông hiểu đạo lý.—

Trước khi khai chuông, hành - giả thường nguyện câu Kệ nầy :

Nguyện thử chung thinh siêu Pháp-giới, Thiết-vi *u ám* tất giai văn, Văn-trần thanh-tịnh chứng viên-thông. Nhứt thiết chúng-sanh thành Chánh-giác. (Nguyện cho tiếng chuông nầy qua khắp cõi Pháp ; Các chúng-sanh bị đọa nơi Địa-ngục trong Núi bọc sắt đều được nghe ; Chỗ nghe được thanh-tịnh mà chứng lý tròn trịa, thông đạt ; Tất cả các chúng-sanh đều thành Phật !)

U ĐỒ 幽途 : Đường u-minh, bên kia thế gian. Con người ta sau khi thác, thần - thức đi đến cảnh *u-đồ*. Bấy giờ thần-hồn còn mơ mơ màng màng, đương chịu sự soi xét, đối chứng về tội phước của mình ; hễ tội nhiều thì sẽ đọa nơi những cảnh Địa-ngục, Ngạ-quỉ, Súc-sanh ; phước nhiều thì sẽ lên cảnh Thần-tiên ; còn tội ít thì sẽ được trở lại cảnh Nhơn-gian.— *U-đồ* cũng có nghĩa : đường hắc-ám, tối - tăm, tức là hai cảnh Địa-ngục, Ngạ-quỉ.

U HIỂN 幽顯 : U-ẩn và hiển-hiện, tối tăm và rõ-rệt. Tức là Âm-phủ và Dương-gian, Thiên-đạo và Nhơn-đạo, kẻ thác người sống, kẻ thần-hồn người thể-xác.

U HUYỀN 幽玄 : Kín đáo và huyền-vi, sâu thẳm khó hiểu rõ, u-ẩn và bí mật. Tức là cõi u-minh với chúng-sanh ở cõi ấy, vốn ở ngoài vòng nhận-thức của kẻ phàm trần.

U-LINH 幽靈 : Linh-hồn ở cảnh âm. Như chư Thiên (Tiên), Thần, Quỉ, Ma ở âm-cảnh mà mắt phàm không thấy được, gọi là *u-linh*. Lại những thần-hồn của người đã thác, đi đi lại lại trong không gian, nhưng mình không thấy được, cũng gọi là *u-linh*.

U MINH 幽明 : Tối tăm và sáng suốt. Hữu hình và vô hình. Cảnh tối và cảnh sáng,— Việc thần-linh và việc nhơn-loại,— Âm-cảnh với Dương-trần. Đồng nghĩa với *u hiển*.

U - MINH 幽冥 : Nơi sâu kín tối tăm, chốn u - u - minh minh, chốn *u-đồ*, miền âm-cảnh, nơi Địa-ngục, Ngạ-quỉ. Cũng kêu : *U-minh giới*. Như trong «*Địa-Tạng-Kinh*» gọi ngài Địa-Tạng Bồ-tát là *U-minh Giáo-chủ*. Trong « *Vô-Lượng Thọ Kinh* » có chép : Làm dữ mang tội, chịu tai vạ, cầu trông giải - thoát, khó được ra khỏi. Đời sau khi thác, càng sâu, càng dữ, vô chốn *u-minh*, chuyển cái thân nầy mà chịu cái thân khác. Cho nên có ba nẻo (Địa-ngục, Ngạ-quỉ, Súc-sanh) bán đổi cái mình, thay hình đổi nẻo.

U-NGHI 幽儀 : Nghi-dung, cốt cách của người ở âm-cảnh. Tức là *xuất linh u nghi*. Ấy là nói những kẻ thác, dùng cái linh-hồn mà đi đi lại lại trong cảnh u-minh.

UẨN 蘊 Skandas (scr.). — Agrégats (fr.) Viết theo Phạn : *Tắc-kiến-đà* (Skandas) 塞建陀. Cũng viết là Âm 陰. *Uẩn* là chứa lại, tựu lại. *Âm* là che khuất chơn-lý.

Uẩn tức là *ngũ uẩn* : sắc, thọ, tưởng, hành, thức. Năm món ấy hiệp lại làm hình thể và tinh-thần của con người. Năm món tích tập ấy vì mê nhiễm theo vật-dục, nên khiến người mê muội. Phải tham thiền mà thấy rằng ngũ uẩn là giả hiệp, là không không, mới dứt mê-hoặc. (Xem : *Ngũ uẩn.*)

UẤT-ĐA-LA-TĂNG 鬱多羅僧 Uttâra samgha (scr.) Cái áo giữa, áo thường của chư Tăng, vì chư Tăng có tam y : ngoài là áo tràng Tăng-già-lê (Samghati), giữa là áo Uất-đa-la-Tăng, trong là áo An-đà-hội (Antarvàsaka).

Áo *Uất-đa-la-tăng* hiệp lại là bảy miếng vải (thất điều).

Các nhà sư, khi mặc áo *Uất-đa-la-tăng*, thường chú nguyện câu nầy :

Thiện tai giải thoát phục, vô-thượng phước điền-y ; ngã kim đảnh đái thọ, thế thế thường đắc phi. ÁN ĐỘ BA ĐỘ BA TÁ HA !

UẤT-ĐÀ-GIÀ 鬱陀伽 Udraka, Roudraka (scr.) Cũng viết : *Uất-đà-La, Uất-đầu-lam-Phất*. Một vị đại Tiên-nhơn mà đức Thích-Ca mới gặp, khi ngài xuất-gia, lên non tu luyện.

(Xem : *Uất-đầu-lam-Phất.*)

UAT-ĐÀ-LA 鬱陀羅 Udraka, Roudraka (scr.) Cũng viết: *Uất-đà-Già, Uất-đầu-lam-Phất.* Một bực tu hành cao nhứt ở Ấn-độ mà đức Thích-Ca gặp gần thành Vương-xá (Râjagriha) sau khi ngài từ giã ông A-la-la (Arâta-Kâlâma).

(Xem : Uất-đầu-lam-Phất.)

UẤT-ĐAN-VIỆT *(CHÂU)* 鬱單越 (洲) Uttara-Kuru (scr.) Một cõi trong *Tứ châu,* ở về phương Bắc đối với núi Tu-di. Cũng viết: *Uất-đát-việt, Bắc Cu-lư, Bắc Cồ-lư.*

Đại Niết-bàn Kinh, quyển 26: Như người ở *Uất-đan-việt,* đời sống của họ là một ngàn tuổi. Khi gặp bệnh, dầu họ có được thầy hay, thuốc tốt và người săn sóc, hay là chẳng được, thì bệnh cũng vẫn lành. Tại sao vậy? Vì họ có định-mạng.

(Xem : *Tứ châu.*)

UẤT-ĐẦU-LAM-PHẤT 鬱頭藍弗 Udraka - Ramaputra (scr.), Roudraka (scr.) Cũng viết : *Uất-đà-la, Uất-đà-Già.* Ông tu theo học-phái Du-già, ở gần thành Vương-xá (Râjagriha) nước Ma-kiệt-đà (Magadha), con của ông Ra-ma (Rama) quá vãng. Ông là một ông thầy giỏi nhứt toàn xứ Ấn-Độ. Ông được cha truyền giáo cho. Ông giảng với Thái-tử Thích-Ca rằng: « Phàm người chấp nơi hình tướng, muôn sự muôn vật, hay nơi không hình tướng, đều là lầm lạc cả. Vậy nên cần suy xét cho chính chắn, chỉ lãnh thọ cái thể nhiệm-mầu của muôn sự muôn vật mà thôi. Như vậy mới chắc đặng quả Giải thoát cao nhứt và sanh về cõi trời Phi-tưởng phi-phi-tưởng. Tôi nay đương tu tập phép nhiệm-mầu ấy ».

Thái-tử nhập định một hồi đã chứng được định Phi-tưởng phi-phi-tưởng. Ngài trổi hơn *Uất-đầu-lam-Phất,* bèn từ giã mà đi nơi khác.

Khi đức Thích-Ca thành Phật nơi cội Bồ-đề, thì ông *Uất-đầu-lam-Phất* qui thăng.

Trong Kinh có chép rằng mặc dầu đắc phép Định Phi tưởng Phi phi tưởng thiên, nhưng vì một lúc chẳng kềm được vọng-tâm, mà thành ra sa ngã :

Uất-đầu-lam-Phất tu ngoại-định, đặng Ngũ thông, bay tới đền vua Tần-bà-sa-la (Bimbasâna) ở nước Ma-kiệt-đà. Vua mừng, làm lễ dưới chơn, cúng dường bá vị. Vua, có dặn phu-nhơn rằng : « Như ta đi khỏi mà Tiên-nhơn tới, khanh nên lễ kính và cúng-dường cũng như ta vậy » Phu-nhơn vâng mạng, lễ bái dưới chơn. Tiên-nhơn trông thấy phu-nhơn, sanh lòng tưởng quấy. Liền đó, mất phép thần-thông, phải đi bộ về núi.

Ngồi nhập định trên non, nghe chim thú kêu la ; xuống gần nước và tọa thiền, bị cá tôm làm rối ! Tâm thần bất định, nhơn đó phát quạu, bèn lỡ lời mà nguyện làm con Phi-ly (Chồn bay), trên giết bầy chim, dưới giết đoàn cá.

Sau đó tự mình ăn năn, lâu lắm mới lấy lại phép Phi-tưởng Phi-phi tưởng xứ Định. Ông thác, sanh lên cõi Trời Vô-sắc giới, Phi tưởng Phi-phi tưởng thiên.

Nhưng Phật nhìn thấy phần số ông : Tới chừng hưởng hết phước trời, ông sẽ đọa làm giống Phi-ly theo lời đã nguyện lỡ trong cơn buồn giận.

UẾ 穢 Tache, Impureté, Impur (fr.) Dơ, dơ dáy, nhơ nhớp, bần trược. Đối-nghĩa : *Tịnh* : 淨 Sạch. *Tham, sân, si* là ba sự *uế* khiến người gần điều ác mà xa điều lành.

Đối với nhà sư, *đờn-bà con-gái* là vật *uế* mà nhà sư cần phải tránh xa, e phải nhiễm nhơ.

UẾ-ĐỘ (*THỔ*) 穢 土.— Terre impure (fr.) Cõi nhơ nhớp. Đối với : *Tịnh-độ*. Như cõi Ta-bà của chúng ta là *uế-độ*, còn cõi Cực-lạc của đức Phật A-Di-Đà là tịnh-độ. Một cõi thế-giới kêu là *uế-độ*, vì nơi ấy có đủ năm thứ nhơ nhớp : kiếp trược, kiến trược, phiền-não trược, chúng-sanh trược, mạng trược. Nơi ấy chúng-sanh nhiều kẻ độc ác, và họ sanh ra bằng cách giao-hiệp giữa đờn-ông và đờn-bà, giữa giống đực và giống cái.

(Xem : *Tịnh-độ.*)

UẾ THÂN 穢 身 .— Corps impur (fr.) : Thân thể nhơ nhớp, chẳng sạch. Ấy là thân thể của kẻ phàm-phu còn nhiễm các mối tham dục, sân hận, ngu si. Đối với *tịnh-thân* là thân-thể tinh sạch chẳng nhiễm trần của hàng Thánh giả.

UY 威 Puissance, Dignité, Majesti, Sévériié (fr.) Thế-lực, Uy-danh, Uy-đức, Uy-nghi, Uy-nghiêm.

(Xem : *Oai.*)

ỨNG CÚNG 應 供 Arhat (scr.) Âm theo Phạn : *A-la-hà, A-la-hán* (Arhat). Đáng thọ lãnh sự cúng-dường, lễ bái. *Ứng cúng* là một hiệu trong *Thập hiệu* của đức Như-lai. Ấy là bực trí-huệ và đức-hạnh tròn trịa, đầy đủ, đáng thọ lãnh những sự cúng-dường của chư thiên và nhơn-loại. Ấy là bực phước-điền, bất cứ Tiên, phàm cúng-dường cho các ngài thì được phước-lợi lớn lao, sẽ hưởng đời nầy và các đời sau.

Ứng cúng cũng kêu tắt là *Ứng*. Như trong *Niết-bàn Kinh* có chép rằng : Tất cả loài người và chư Thiên đều nên đem mọi thứ hương hoa, anh-lạc, tràng phan, kỹ-nhạc mà cúng-dường cho đức Như-lai, cho nên gọi ngài là *Ứng*.

ỨNG-HÓA THÂN 應 化 身 Cũng viết tắt : *Ứng-thân, Hóa-thân*. Ấy là một thân trong ba thân của Phật. Đức Phật vì lòng từ-bi, tùy theo cơ-duyên của chúng-sanh mà hiện thân ra để giáo độ họ. Ấy là *Ứng-hóa thân*.

Ngoài ra sự hóa ra thân Phật, ngài cũng hiện ra các thân khác như : Bồ-tát, Thinh - văn, chư Thiên, Nhơn-loại v.v... Sự hóa hiện của ngài rất nhiệm mầu, không thể lường.

(Xem :. *Tam thân.*)

ỨNG-KHÍ 應 器 Tiếng dùng để chỉ cái *Bát* (Patra) của nhà sư khất thực. Cũng viết : *Ứng lượng khí* 應 量 器, nghĩa là : món đồ đựng vật thực ứng đối với Pháp để thọ nhận đồ ăn cúng-dường, vừa đủ cho một nhà sư dùng trong một bữa ăn giờ ngọ. (Xem : *Bát*.)

ỨNG-TỤNG (*KINH*) 應 頌 (經) Geya (scr.) Đọc theo Phạn : *Kỳ-dạ* (Geya). Một thể thuyết-pháp trong 12 thể thuyết-pháp của Phật, *Thập nhị bộ Kinh*. Phật đã giảng rồi một đoạn hoặc một bài Khế-Kinh. Thấy cần phải giảng lại bằng kệ cho Đại-chúng hiểu rõ hơn, thấy nên giảng lại bằng kệ cho mấy người mới tới sau được nghe, luôn tiện cho mấy người đã nghe rồi, nghe lại không chán, Phật bèn tùy bài đã giảng mà nói lại bằng Kệ tụng, cho nên kêu là *Ứng-tụng, Trùng-tụng*.

(Xem : *Kỳ-dạ* 祇 夜.)

ƯƠNG-QUẬT-MA-LA 央 掘 摩 羅 Angulimalaya (scr.) Cũng kêu tắt : *Ương-quật-Ma*. Biệt-hiệu của một người con trai dòng Bà-la-môn, tin theo tà-đạo, hồi đời Phật.

Ương-quật-ma-La, dịch nghĩa : *Chỉ-man* 指 鬘, tức là mái tóc kết bằng những ngón tay.

Gã Ba-la-môn ấy tên là *Bất-Hại*, ở tại thành Xá-vệ. Ban đầu tin theo tà-thuyết nói rằng hễ giết được 1.000 người, chặt lấy ngón tay mà xỏ xâu đội lên đầu lên cổ làm thành mái tóc, thì được sanh lên cảnh Trời cao. Va đã giết hại 999 người rồi, còn thiếu một ngón tay nữa thì đủ số 1.000, va định giết mẹ và rượt mẹ chạy.

Đức Phật đem lòng thương xót, muốn độ va, bèn hiện ra trước đường. Thấy Phật, va định giết Phật thay cho mẹ. Nhưng Phật dùng Thần thông và tài biện thuyết mà cảm-hóa va. Nhơn đó, va qui-y, thọ phép xuất-gia và đắc quả A-la-hán.

Vậy thì tiếng *Ương-quật-ma-La* (Chỉ-man) là biệt-hiệu mà

người đời dùng để gọi va, vì thấy va giết rất nhiều người và chặt ngón mà đeo thành xâu !

ƯU 憂 Tristesse, affliction, sollicitude (fr.) Lo, buồn rầu ; như ưu-bi, ưu-hoạn, ưu-sầu. Do ý đó, *Ưu* cũng có nghĩa : Tật bệnh ; — tang khó, cư tang. Đối-nghĩa : *Hỷ* 喜 : Mầng, Vui.

Quán Vô-lượng Thọ Phật Kinh : Thái-tử A-xà-thế cầm tù vua cha mà soán ngôi, lại giam mẹ một nơi khác, chẳng cho bà đến thăm chồng. Bà lấy làm *ưu-sầu* tiều tụy... — Đó là mối *Ưu*-sầu, *Ưu* khổ của kẻ phàm-phu còn kể thân mình. Còn mối *lo* (ưu) của hạng Hiền Thánh thì quên mình mà *lo* cho đời, như nói : *Ưu* thời mẫn thế.

ƯU-BI 憂 悲 : Sự lo buồn đau xót. Có hai cảnh : 1. Cảnh của hạng phàm-phu, hữu-lậu, từ nhơn-loại cho chí chư-thiên, luôn cả các chúng-sanh trong Tam giới, Lục đạo Lòng *ưu-bi* nầy là mũi tên độc đâm lấy mình. 2. Cảnh của hạng Thánh-nhơn, vô-lậu, tức là lòng *từ-bi* của chư Phật, Bồ-tát : tự mình dứt *ưu-bi* sầu khổ, nhưng *ưu-bi* cho chúng-sanh đương đau khổ, lầm lạc.

« **Niết-bàn Kinh** » : Nếu đức Như-lai chẳng có lòng *ưu-bi*, làm sao ngài coi tất cả chúng-sanh như con một của ngài là La-hầu-La ? Đức Như-lai, tùy thuận thế gian, thị hiện ra lòng *ưu-bi*.

ƯU-HẢI 憂 海 : Biển ưu-sầu. Lời thí-dụ : Lòng lo-lắng buồn-rầu của người ta thăm-thẳm như biển, nên kêu là *ưu-hải*.

ƯU HỎA 憂 火 : Lửa ưu-phiền. Những kẻ lo lắng buồn rầu thì nghe trong tim gan mình bức-rức nóng-nảy dường như bị lửa đốt, vì lẽ thí-dụ ấy nên gọi là *ưu-hỏa*.

ƯU-NGỤC 憂 獄 : Cảnh lao-ngục ưu-phiền, ưu sầu tức là lao-ngục. Khi người ta lo rầu thì thấy mình khổ não dường như mình bị nhốt ở khám-đường, cho nên kêu là *ưu-ngục*.

ƯU-THẾ 憂 世 : Cảnh đời buồn thảm. Ở cõi thế-giới

nầy, ở đời nầy, không ai là khỏi *tứ khổ, bát khổ* ; mỗi giờ mỗi phút, người ta đều lo sợ chẳng an. Vì vậy nên gọi cõi nầy, đời nầy là *ưu-thế*. Lại *ưu-thế* cũng có nghĩa : cảnh đời đáng buồn chán, vì nó chóng qua như mây nổi, vì nó không chắc chắn như đám lục-bình trôi.

ƯU-BA-CÚC-ĐA 優 波 毱 多 Upagupta (scr.). Cũng có chỗ viết : *Ưu-bà-quật-đa*. Tổ-sư thứ tư Tây-Thiên. (Xem : *Ưu-bà-quật-đa*.)

ƯU-BA-ĐỀ-XÁ (KINH) 優 波 提 舍 (經) Upadêsa (scr.) Chữ âm theo Phạn, dịch nghĩa : *Luận-nghị kinh. Ưu-ba-đề xá kinh* là một thể trong 12 thể thuyết pháp của Phật, một bộ-loại trong *Thập nhị bộ kinh*.

Trong đời thuyết pháp của Phật, có những khi Phật luận nghĩa, phân biệt, giảng rộng, nói rõ các tướng mạo. Các bài *Luận-nghị* như vậy trong kinh điển Phật-giáo, kêu chung là *Ưu-ba-đề-xá kinh*.

ƯU-BA-KIẾT 優 波 吉 Upakùta (scr.) Một vị tu - trì có đạo hạnh. Ông đứng ra lo liệu sự phân phát xá - lỵ của Phật sau khi thiêu xác thân của Phật. Lúc ấy, những vị đến để lãnh xá-lỵ ai cũng muốn được phần mình nhiều, nên cãi cọ cùng nhau. Ông *Ưu-ba-Kiết* bèn phân xá-lỵ ra làm ba phần bằng nhau : một phần phát ra cho chư Tiên (Thiên), một phần phát ra cho chư Long, và một phần phát ra cho tám vì vua trong cõi Thiên-Trước.

ƯU-BA-LY 優 波 離 Oapali (scr.) Một vị Đại La-hán, Đại Đệ-tử của Phật Thích-Ca. Cũng viết : *Ưu-bà-Ly* 優 婆 離. Tàu dịch : *Cận-thủ* 近 取, *Cận-chấp* 近 執 (Ở gần bên mà giữ lấy, mà nắm lấy). Ông vốn là một người thợ cạo của chư vị công-tử họ Thích ở thành Ca-tỳ-la-vệ (Kapilavatou). *Ưu-ba-ly* xuất-gia làm đệ-tử Phật, đắc quả La-hán và được Phật khen là *Trì Luật đệ nhứt*.

Một hôm, sáu ông hoàng họ Thích : A-na-luật, cũng có chỗ dịch A-nậu-lâu-đà (Anouroud dha), Bạc-đề (Bhadrika), Bhrigou, Kim tỳ-la (Kimbila), Đề-bà-đạt-đa (Devadatta) và A-nan-đà (Ananda) dắt nhau đi xuất gia, gặp người thợ cạo *Ưu-ba-ly*, bèn cởi đồ trang sức, tất cả châu báu mà cho. Người thợ cạo hỏi thăm, mới hay sáu ông ấy đến thọ giới nơi đức Phật. Nghĩ rằng người ta giàu sang đúng bực mà còn bỏ tất cả gia-thế, còn mình lại đi lãnh châu ngọc người ta thảy ra sao ? Lại còn giữ cái tiệm cạo râu mà làm gì ? *Ưu-ba-ly* liền treo châu báu trên cây, nguyện cho đồ ấy cho người nào gặp được ; rồi chạy theo sáu ông hoàng đề thọ Pháp xuất-gia. Sáu ông hoàng ưng đi cùng *Ưu-ba-ly* và giao rằng đến nơi sẽ đề cho *Ưu-ba-ly* thọ giới trước, sự ấy đề chứng tỏ rằng sáu ông sẵn lòng hủy bỏ sự phân chia giai-cấp.

Ưu-ba-ly rất tinh-tấn trong việc thiền-định, nên chẳng bao lâu thì đắc quả La-hán.

Trong **Soạn Tập Bá Duyên Kinh** (Một trăm bài Kinh Phật, Avadâna Çataka) nói rằng có năm trăm vị công-tử họ Thích xuất-gia đầu Phật, thấy ông La-hán *Ưu-ba-ly* thì chẳng lại chào, vì còn tự trọng rằng mình là người hoàng-tộc. Song đức Phật hội chư vị công-tử lại, sắc truyền lạy chào *Ưu-ba-ly*, vì trong Giáo-hội của Phật chỉ kể hạnh - đức chớ không kể tước-vị xã hội.

Đến chừng Phật tịch được tám tháng, đại-đức sơ-tồ Ca-Diếp nhóm chư Đệ-tử đắc quả La-hán 500 vị hội Kết - tập tại một cánh đồng gần thành Vương-xá (Raiagriha). A-Nan thì đọc lại những Kinh. Ca-Diếp đọc lại những bài Luận. Còn *Ưu-ba-ly* đọc lại những bài Luật. Như vậy là các ngài soạn thành ba Tạng: Kinh, Luật, Luận.

Tạng Luận mà *Ưu-ba-ly* đọc có ba phần :

1.) *Pâtimokka* (Ba-la-đề-mộc-xoa) giới-hạnh các sư,

2.) *Mahâvaggas* biên ra phép - tắc về cuộc nhập môn, xin tội, nhập hạ, việc cúng kiến trong các kỳ lễ và sự bố - thí thuốc men, y phục, với điều - luật và quyền hạn của Giáo-hội.

3.) *Cullavagga* là những điều luật về sự thưởng phạt, cách can ngăn sự lộn xộn, việc cất chùa xây tháp, phận-sự của bổn-đạo đối với Tăng-chúng.

ƯU-BA-NI-SA-ĐÀ 優波尼沙陀 Upanisad (scr.) Một bực đại A-la-hán, một trong 1.250 vị đệ-tử La-hán của đức Phật Thích-Ca.

Trong khi Phật giảng kinh Thủ-Lăng-Nghiêm (Suramgama) tại Kỳ-hoàn Tinh-xá ở thành Thất-la-Phiệt, *Ưu-ba-ni-sa-đà* với những vị dưới đây là những thượng - thủ trong hàng đệ-tử : Đại-Trí Xá-ly-Phất, Ma ha Mục-kiện-Liện, Ma-ha Câu-hy-La, Phú-lâu-na di-đa-la-ni-tử, Tu-bồ-đề.

Thủ-Lăng-Nghiêm Kinh, quyển 5 : Ông *Ưu-ba ni-sa-đà*, trong khi xuất-gia, nhờ quán tưởng cái thân-sắc bất-tịnh, quán-tưởng cái thể xác thành xương cốt rồi nát ra thành vi-trần. Ông nhờ chán lìa cái sắc-tướng mà đắc quả La-hán. Cho nên Phật ấn cho ông cái tên là *Ni-sa-đà* (Nisad), dịch nghĩa : *Sắc-tánh.*

ƯU BÀ-DI 優婆夷 Upasikâ (scr.).— Femme, fille laïque (fr.) Cũng kêu : *Tín-nữ.* 信女. Đờn-bà tu tại-gia, giữ ngũ giới hoặc Bát giới. Còn người đờn-ông tu tại-gia, thì kêu là *Ưu-bà-tắc* 優婆塞 Upâsaka, dịch nghĩa : *Thiện-nam, cư-sĩ.*

Theo lịch-sử đức Thích-tôn, mấy người *Ưu-bà-di* đầu tay là mẹ và vợ của chàng Da-Xá. Lúc ấy, vừa thành Đạo, đức Phật ngự đến vườn Lộc-dã (Parc aux gazelles) xứ Ba-la-nại mà thuyết pháp với năm vị chơn-nhơn, thì chàng Da-Xá đến nghe và mộ quá nên xin thọ Giới xuất-gia. Cha,mẹ và vợ của Da-Xá hay được, tính đến ngăn cản chàng, song lại cũng ái mộ quá, nên cũng xin thọ giới luôn, song thọ giới tu tại-gia.

(Xem : *Ưu-bà-tắc.*)

ƯU-BÀ-ĐÀ-DA 優婆駄耶 Upadhyaya (scr.) Chữ Phạn, cũng viết : *Ô-ba-đà-da*, dịch nghĩa : *Hòa--hượng Thân giáo-sư.*

(Xem : *Hòa-thượng.*)

ƯU-BÀ-QUẬT-ĐA 優 婆 掘 多 Upagupta (scr.) Cũng có chỗ viết : *Ưu-ba-cúc-da.* Con của Quật-đa (Gupta), Tổ-sư thứ tư trong hai mươi tám vị Tổ-sư nối Y Bát chấp chưởng đạo Phật ở Ấn-Độ. Đệ - tử của Thương-na-hoà-tu (Çanavasa), Tổ-sư thứ ba. Ngài gốc ở nước Trá-ly.

Sự thông-minh trên đường tu-học của ngài phát hiện ngay từ khi ngài còn mười hai tuổi. Sử còn ghi rằng ngài có một phương-pháp rất hay mà ngài tùy dùng từ lúc nhỏ để thống-trị tâm trí, kiềm-điểm đức-hạnh và trau giồi lương-tâm. Ngài lấy những viên đá trắng mà làm tư-tưởng tốt và dùng những viên đá đen mà làm tư-tưởng xấu. Mỗi ngày hễ tưởng việc xấu thì để qua đá đen, tưởng việc tốt thì để qua đá trắng. Lúc đầu, đá đen nhiều lắm, chính ngài kiểm điểm thấy tư-tưởng xấu rất nhiều. Lần lần về sau, đá đen một ngày một ít, đá trắng một ngày một nhiều. Cho đến khi lừa lọc chỉ còn đá trắng mà không có một viên đá đen, bấy giờ ngài đã vững lòng rồi. Từ đó ngài thành một nhà Đại - đức, đáng nối nghiệp Phật mà làm Tổ-sư.

Ưu-bà-quật-da vì rất tinh-tấn mà làm Phật-sự, cho nên người đồng thời xưng tặng ngài là đức Phật không có 32 tướng chánh và 80 tướng phụ (*Vô tướng-hảo Phật*).

ƯU-BÀ-TẮC 優 婆 塞 Upasaka (scr.). — Laïc (fr.) Người đờn-ông con-trai có lòng lành, qui y Tam Bảo, nhưng ở tại nhà mà tu học. Cũng gọi : *Thiện-nam, Cư-sĩ,* Tàu dịch : *Cận-sự nam.* Còn người đờn-bà con gái tu tại-gia, thì gọi là *Ưu-bà-di* (Upasika), *Tín-nữ, Cận-sự nữ. Ưu-bà-tắc, Ưu-bà-di* là chữ Phạn, có ý nghĩa nầy : Người nam, người nữ ở xa, nhưng hằng tưởng nhớ Tam Bảo.

Người ấy đáng gọi là *thiện - nam, tín-nữ,* tuy cái thân thì ở xa Tam Bảo, nhưng cái tâm chẳng lìa Tam Bảo (Phật, Pháp, Tăng).

Hồi đức Thích-tôn mới thành Đạo, hai vị *Ưu-bà-tắc* đầu tay của ngài là hai người thương-khách Bạc-lệ-ca (Bhallika) và

Đế-lê-phú-bà (Trapusha). Hai người nầy cúng dường cho Ngài hồi Ngài ngồi đại-định ở gốc cây Bồ-đề, trước khi ra đi truyền Đạo.

Người nam nào có thọ Tam qui (Qui-y Phật, Qui-y Pháp, Qui-y Tăng), có thể gọi là *Ưu-bà-tắc.*

Lại nữa, kêu là *Ưu-bà-tắc,* là *người thiện-nam* vừa tin cậy vào ngôi Tam-bảo, vừa giữ Một Giới sắp dẫn cho đến Năm Giới nầy:

1. Chẳng sát sanh,
2. Chẳng trộm đạo,
3. Chẳng tà dâm,
4. Chẳng vọng ngữ,
5. Chẳng ẩm tửu.

Giữ đủ Năm Giới, kêu là trì *Ngũ giới.* Ai dõng mãnh thì có thể nguyện trì *Bát giới,* tức là thêm ba giái nữa.

6. Chẳng dùng hoa, phấn, dầu,
7. Chẳng xem hát xướng, kỹ nhạc,
8. Chẳng nằm giường cao, nệm rộng.

Người *Ưu-bà-tắc* có lòng thành, nên tránh năm việc buôn bán nầy: 1. khí-giới, 2. người, 3. thịt, 4. rượu (nha-phiến), 5. thuốc độc.

Người *Ưu-bà-tắc* nên cúng-dường chư Tăng và hộ trợ Tam Bảo. Đó là một cách tu tạo phước đức vậy.

ƯU-BÁT-LA 優鉢羅 Utpala (scr.), Udambara (scr.) *Ưu-bát-la* (Utpala) : tên một vị Long - vương, cung điện nơi Biển cả.

Hồi đức Phật Thích-Ca diễn kinh Diệu-Pháp Liên-Hoa, *Ưu-bát-la Long-vương* với bảy vị Long-vương khác, mỗi vị đều có dắt theo rất nhiều quyến-thuộc loài rồng, hiện đến núi Kỳ-xà-quật mà nghe Phật thuyết pháp. (Xem : *Long-vương*). —

Ưu-bát-la (Udambara) tức là *Ưu-đàm-bát, Ưu-đàm,* dịch nghĩa : Linh-thụy, Khởi Không, Không Khởi là thứ hoa rất hiếm, chỉ nở ra khi có bực Luân-vương xuất thế hay có Phật ra đời mà thôi. (Xem : *Ưu-đàm-bát hoa.*) *Ưu-bát-la* là một loại hoa sen.

Niết-bàn Kinh : Tỷ như hoa *Ưu-bát-la,* hoa Bát-đầu-ma, hoa Câu-vật-đầu, hoa Phân-đà-ly là những thứ hoa tuy sanh ra nơi bùn lầy, nhưng chẳng hề bị bùn lầy làm ô-uế. Cũng như thế, những chúng-sanh tu hành theo « Đại Niết-bàn » là Kinh-điển vi-diệu nhứt, tuy là có phiền-não, nhưng chẳng hề bị phiền-não làm ô-uế. Tại-sao vậy ? Là vì họ hiểu biết Tánh, Tướng và Lực của đức Như-lai...

Tỷ như ánh sáng mặt trăng làm cho các hoa *Ưu-bát-la* đều nảy nở và trở nên tươi đẹp, sáng rỡ. Phép Nguyệt-ái tam-muội cũng như thế, nó làm cho lòng lành (thiện-tâm) của chúng-sanh nảy nở như hoa.

ƯU-BỔ-ĐÀ-BÀ 優補陀婆 Upovasatha (scr.) Viết tắt : *Bố-tát.* Dịch : *Thuyết giới, Tụng giới,* — Đoạn diệt điều ác, tăng trưởng điều thiện. (Xem : Bố-tát.)

ƯU-ĐÀ-DI 優陀夷 Oudâyin, Oudayi (scr.) Một vị Thinh-văn La-hán, đệ-tử của Phật Thích-Ca. *Ưu-đà-di* là người ở thành Ca-tỳ-la-vệ (Kapilavastou), quê-hương, nơi giáng-sanh của đức Phật. Ông là con của một người Bà-la-môn ở trào vua Tịnh-Phạn (Çouddhodana), cha của đức Phật. Lúc nhỏ, ông từng làm bạn với Thái-tử. Đến khi Thái-tử xuất-gia, ông làm quan nơi triều vua Tịnh-Phạn. Chừng Thái-tử thành Phật và đi hóa độ ở các nước, vua Tịnh-Phạn có phái ông đi sứ thỉnh Phật về thành Ca-tỳ-la-vệ, vì vua rất nhớ con. Khi thấy Phật, *Ưu-đà-di* bèn thụp lạy Phật và xin thọ Giới xuất-gia, làm đệ-tử. Sau khi ấy, ông đắc quả La-hán. Lúc Phật định trở về viếng vua cha, chính *Ưu-đà-di* dùng phép thần-thông, lướt mây đến báo tin ấy với vua.

Đến khi gần nhập Niết-bàn, nhơn thuyết Kinh Diệu-pháp Liên-hoa, đức Phật có thọ-ký quả Phật cho *Ưu-đà-di* một lượt với năm trăm vị Tỳ-kheo La-hán. Ngài phán rằng năm trăm vị ấy lần lượt sẽ thành Phật, đồng một hiệu là Phổ-Minh (Samantaprabhâsa) Như-lai.

ƯU-ĐÀ-DIÊN 優陀延 Udayana (scr.) Cũng viết : *Ưu-Điền*, vua xứ Câu-đàm-di (Kausambi). Vua *Ư-đà-diên* có qui-y thọ Giới nơi Phật Thích-Ca. Ông là người đồng-thời với Phật.

Nhơn đức Phật ngự đến nước Câu-đàm-di, vua *Ưu-đà-Diên* có qui-y và có cho con là hoàng-tử Râshtrâpala thọ Giới xuất-gia.

ƯU-ĐÀ-NA (*KINH*) 優陀那 (經) Udana (scr) *Ưu đà-na* là chữ âm Phạn, dịch nghĩa : *Tự-thuyết*. Ấy là một thể trong 12 thể thuyết pháp của Phật. 12 thể ấy kêu là *Thập nhị bộ Kinh*. Vì không có ai khải-thỉnh, mà tự-nhiên Phật thuyết pháp, cho nên kêu là *Ưu-đà-na*. Tất cả các bài như vậy trong Kinh-điển Phật, kêu chung là *Ưu-đà-na Kinh*.

Niết-bàn Kinh, quyển 15 : Sao kêu là *Ưu-đà-na Kinh* ? Như lối bốn năm giờ chiều, Phật nhập thiền-định và giảng rộng lẽ cốt-yếu của Pháp với chư Thiên. Lúc ấy, các vị Tỳ-kheo đều nghĩ rằng : «Hiện giờ, đức Như-lai làm việc chi đó vậy ?» Sáng ngày, Phật ra khỏi cơn Thiền-định. Chẳng ai hỏi ngài, nhưng ngài biết được tâm-ý của các vị Tỳ-kheo, liền đó ngài tự-nhiên phán rằng : «Nầy chư Tỳ-kheo ! nên biết rằng đời sống của chư Tiên rất dài...» Hoặc ngài phán rằng : «Nầy chư Tỳ-kheo ! Lành thay là sự vì người, sự chẳng cầu danh lợi cho mình ! Lành thay là lòng thiểu dục ! Lành thay là lòng tri-túc !... Lành thay là sự tịch-tĩnh !...» Những Kinh pháp như vậy, không ai hỏi mà Phật diễn giảng, kêu là *Ưu.đà-na Kinh*.

ƯU-ĐÀM-BA-LA 優曇波羅 Udambara (scr.) Cây Ưu-đàm-ba-la sanh hoa Ưu-đàm-ba-la, ba ngàn năm mới trổ một lần, nhằm kỳ có Luân-vương xuất thế hoặc có Phật ra đời. Cho nên kêu là Linh-thọ, Linh-thụy hoa.

Cũng viết : *Ưu-đàm-bát hoa, Linh-thụy hoa.*

ƯU-ĐÀM-BÁT HOA 優曇鉢華 Udambara (scr.) Kêu tắt : *Ưu-đàm hoa,* Cũng viết : *Ưu-đàm-ba-la hoa, Ưu-bát-hoa, Ưu-bát-hoa.* Dịch nghĩa : Linh-thụy hoa (Hoa điềm linh) ; cũng có nghĩa : Khởi Không, Không Khởi. Hoa của cây Ưu-đàm-ba-la. Cây linh nầy mấy ngàn năm mới trổ hoa ; khi hoa trổ, thì có bực Luân - Vương xuất thế, hoặc có Phật ra đời. Vì vậy nên gọi là Linh-thụy hoa (Udambara).

Trong **Kinh Pháp-Hoa**, Phật thường nói rằng : Thật khó mà gặp hoa *Ưu-đàm,* cũng như khó mà gặp Phật ra đời và khó mà nghe được Phật thuyết Kinh Đại-thừa đưa vào Phật-huệ.

Vô-Lượng-Thọ Kinh : Bồ-tát (Phật Di-Đà hồi còn làm Bồ-tát) hơi miệng thơm sạch như mùi *hoa Ưu-bát-la,* các lỗ chơn lông trong mình đưa ra mùi hương chiên-đàn, cái hơi thơm ấy xông khắp vô-lượng thế-giới.

ƯU-ĐIỀN (*VƯƠNG*) 優塡 (王) Udayana (scr.) Vua *Ưu-Điền* cai trị xứ Câu-đàm-di (Kausambi), hồi Phật Thích-Ca trụ thế. (Xem : *Ưu-đà-diên.*)

ƯU-LÂU-TẦN LOA CA-DIẾP 優樓頻螺迦葉 Uru--vilvâkâçyapa (scr.) Một vị Đại-Thinh-văn, Đại La-hán, Đệ-tử của đức Phật Thích-Ca, dòng Bà-la-môn, trước tu theo phái Hỏa-thần (thờ thần Lửa).

Ưu-lâu-tần-loa Ca-Diếp tu rất có hạnh tại xứ Ưu-lâu-tần-loa (Uruvilvâ) thuộc về nước Ma-Kiệt-đề (Magadha), cách thành Vương-xá (Rajagriha) chẳng bao xa. Ông là huynh-trưởng trong ba anh em Ca-Diếp. Hai em là : Na-đề Ca-Diếp (Nadikâçyapa) và Già-da Ca-Diếp (Gayakâçyapa), cả ba có đến một ngàn đệ-tử (của anh cả 500, của hai em 500).

Đức Phật dùng tài hùng biện mà thuyết pháp giáo hóa *Ưu-lâu-tần-loa Ca-Diếp* và chỉ chỗ mật ẩn về Đạo. *Ưu-lâu-tần-loa Ca-Diếp* bèn qui-y. Kế đó, hai em của ông và 1.000 đệ-tử của ba ông đều xin Phật ban truyền Giới-hạnh xuất-gia và đều đắc quả La-hán.

Trong **Niết-bàn Kinh**, có chép : Hồi đức Phật mới thành Đạo, ngài đi đến thành Vương-xá để độ vua Tần-bà-sa-la, theo lời hứa của ngài với vua ấy khi ngài chưa thành Đạo. Khi đi đến mé sông Y-liên-thiền, ngài gặp ông *Ca-Diếp* với 500 đệ-tử của ông ấy. Lúc ấy, ông Ca-Diếp già cả, đã được 120 tuôi.

Trong hội **Pháp-Hoa**, đức Phật có thọ ký cho năm trăm vị Thinh-văn La-hán, mách rằng *Ưu-lâu tần-loa Ca-Diếp* với hai em là Già-da Ca-Diếp, Na-đề Ca-Diếp và tất cả là 500 vị La-hán, sẽ lần lượt thành Phật hiệu là Phồ-Minh (Samantaprabhâ--sa) Như-lai.

ƯU-TẤT-XOA 憂畢叉 Upeksâ (scr.).— Upekkha (p.) Chữ Phạn, dịch nghĩa : *Xả, xả-tướng*. Cũng dịch : *Hành xả, Hộ*. *Ưu-tất-xoa* là phép tu thứ ba, trong ba phép tu có liên-quan với nhau : 1. Xa-ma-tha (Định), 2. Tỳ-bà-xá-na (Huệ), 3. *Ưu-tất-xoa* (Xả).

Ưu-tất-xoa (Xả) bao gồm bốn nghĩa : 1. Bình-đẳng, 2. Bất tránh (chẳng tranh cãi), 3. Bất quan (chẳng nhìn tới), 4. Bất hành (chẳng làm).

Ưu-tất-xoa (Xả, Hộ) là phần thứ bảy, phần rốt ráo trong bảy phần hiệp thành quả Bồ-đề (*Thất giác ý*, Thất giác phần).

(Xem : *Xả, xả-tướng*.)

V

VẠN 萬 Dix mille, Un grand nombre, Tous, Toutes (fr.) Vạn, Muôn, mười ngàn. Tiếng dùng để chỉ số rất nhiều người hoặc vật. Tất cả, hết thảy.

VẠN CẢNH 萬境 Tất cả các cảnh-giới. Như : *Vạn cảnh giui không* : Tất cả các cảnh-giới đều là không.

VẠN ĐỨC 萬德 Cả muôn đức lành, vô - số công-đức. Như danh-hiệu của Phật thật là to lớn, oai-thần, có cả muôn đức quí, vô-số công-đức, nên kêu là *Vạn đức Hồng-danh.* Lại nữa, ai xưng niệm danh-hiệu của Phật, cũng được cả muôn phước đức, vì danh-hiệu Phật có tất cả công-đức. Như nói : Chuyên tâm trì niệm A-Di-Đà Phật, *Vạn đức* Hồng-danh.

VẠN HẠNH 萬行 Tất cả các hạnh tu. Tất cả các hành động về Đạo Pháp. Như : *Vạn hạnh* của Bồ-tát.

Qui nguyên trực-chỉ : *Vạn hạnh* qui Không, thiên môn nhập thiện (Muôn hạnh tu đều về chỗ Không, ngàn pháp-môn đều vào nẻo Lành).

VẠN PHÁP 萬法 Muôn pháp. Tất cả các pháp, tất cả mọi sự mọi lý, tất cả mọi vật. Cũng có nghĩa : tự-thể, quĩ tắc.

VẠN PHÁP NHỨT NHƯ 萬法一如 Muôn pháp đều một bề như nhau. Các pháp đều do nhơn-duyên mà sanh ra, ấy là cái lẽ tự nhiên. Pháp đã do nhơn-duyên mà sanh ra, thì nó không có cái tự-tánh ; đã không có cái tự-tánh tức là Không, Tức là lấy cái Không mà làm tánh vậy. Vạn pháp đều có một tánh Không đó, nên đều như nhau, chẳng phải là hai, đều tương tợ với nhau hết.

VẠN PHÁP NHỨT TÂM 萬法一心 : Tất cả các pháp đều do nơi tâm tạo ra, sanh ra. Rời tâm thì chẳng có pháp, diệt cái tâm-thức đi thì các pháp đều diệt.

VẠN THIỆN 萬善 Tất cả các điều lành. Ý lành, lời lành, việc lành, do ba sự lành ấy mà nảy nở ra cả muôn việc lành, nên kêu là *vạn thiện.* Tất cả các điều lành là hạnh tu của Bồ-tát.

VẠN TỰ 萬字 — Svastika (scr.) : Chữ vạn 卍. Cũng kêu :

Kiết-tường. Ấy là một chữ linh bên Ấn-Độ, chữ ấy có sức đưa lại, nêu ra các điềm tốt, lành, vui vẻ, phước đức. Vì vậy nên gọi là : *Kiết tường, Vạn-tự, Đức-tự.* Sức lành của chữ 卍 sâu, rộng như biển, cao, lớn như mây.

Chư Phật Thế-tôn đều có hình chữ *Vạn* nổi nơi ngực. Ấy là một tướng quí của các Ngài. Và tóc của các Ngài cũng có hình chữ *Vạn* nữa.

Vì chữ *Vạn* tiêu biểu cho các điều may mắn, phước-đức, tốt lành, cho nên ở trước các ngôi Chùa Phật, người ta thường thấy vẽ hình chữ ấy.

Nên chú ý : Không nên viết chữ Vạn ngược. Vì các nhà học đạo cho là bốn cái đầu lửa, quay thuận chiều thì diệt sạch các phiền-não, đem lại sự an-lạc. Mà quay nghịch chiều thì thiêu hủy các công-đức, các thiện-căn, thật rất nguy hại !

VÃNG 往 Đi.— Đã qua (nhắc lại tích xưa).— Đã rồi (nhắc lại chuyện qua rồi).— Đi qua, đối với : *lai, hoàn* (lại, trở lại, trở về).

VÃNG HOÀN 往 還 : Sanh qua rồi sanh trở lại. Đó là chỗ hồi-hướng của người tu pháp-môn Tịnh-độ. Đem công-đức của mình hồi thí cho tất cả chúng-sanh, khiến cho tất cả đều được sanh qua cõi Tịnh-độ của đức Phật A-Di-Đà. Đó kêu là *vãng* tương hồi-hướng 往 相 回 向. Và nguyện cho cùng nhau khi được sanh qua cõi đó rồi, thành-tựu tất cả công - đức, bèn trở lại cõi nầy mà giáo-hóa cho tất cả chúng - sanh, khiến cho họ thoát khỏi biển sanh - tử. Đó kêu là *hoàn* tương hồi-hướng 還 相 回 向. Người tu Tịnh - độ phải có chí nguyện như vậy, đó kêu là *vãng hoàn* nhị hồi-hướng (hồi hướng sanh qua cõi Cực-lạc và sanh trở lại cõi Ta-bà)

VÃNG LAI 往 來 : Đi qua, đi lại. Phật và Bồ-tát có đủ thần-thông phương-tiện, cho nên sự đi, lại của các ngài rất dễ dàng, không hề bị trở ngại. Như đi qua tường bích, đi đến các cảnh Tiên, đi đến các cảnh-giới trong vũ-trụ, đi đến các thế-giới của chư Phật, rồi trở lại chỗ trụ của mình. Các ngài tự ý đi rồi lại, hoặc đi qua đi lại trong nháy mắt.

VÃNG SANH 往 生 : Sanh qua. Bỏ cõi thế - giới ác trược nầy (cõi Ta - bà) mà qua cõi thế - giới thanh - tịnh, yên vui của đức Phật A - Di - Đà. Đó kêu là *vãng*. Khi qua đó rồi, thì sanh vào hoa sen. Đó kêu là *sanh*.— Chẳng những chúng-sanh ở cõi Ta-bà của Phật Thích-Ca *vãng sanh* cõi Cực - Lạc của Phật A-Di-Đà, mà ở vô - số cõi thế - giới khác, những chúng-sanh nào quyết *vãng sanh* về đó, thì khi lâm chung được *vãng sanh* ngay.— Theo quyển « Quán Vô-Lượng-Thọ Phật Kinh », những nhà tu-hành khi được *vãng sanh*, thì phân nhau, tùy theo công-đức mình, mà ở trong chín phẩm đài sen. (Xem : *Cửu phẩm vãng sanh, Tứ chủng vãng sanh, Tam bối vãng sanh*). —

Lại nữa, những nhà tu-hành ở cõi Nam Diêm-phù-đề nầy hoặc chư Tiên trong các cõi Trời, khi mạng chung, được sanh về cảnh Đâu-suất cũng tương đương như ở cõi Cực-lạc, người ta rất thanh-nhàn, tự-tại, có cung điện bằng thất-bảo cho mình ở và được nghe thuyết pháp lành dễ bề tăng-trưởng tâm Bồ-đề.

VÃNG-SANH QUYẾT-ĐỊNH CHƠN-NGÔN 往 生 決 定 真 言 Câu thần-chú mà ai đọc thì thế nào cũng được vãng sanh, hoặc tụng cho vong hồn ông bà, thì vong - hồn ắt được vãng sanh. Kêu tắt :Vãng-sanh chơn-ngôn, Vãng sanh thần-chú, Vãng sanh chú.

Vãng-sanh quyết-định chơn-ngôn hiệp tất cả là 59 chữ :

Nam-mô A-Di-Đà-Bà-Dạ (Phạn : Namo Amitabhavyūha, dịch nghĩa : Qui kính đức Vô-Lượng-Thọ (Vô-lượng-Quang) tức là đức Phật A-Di-Đà),

Đa tha-già-đa-dạ (Phạn : Tathagata, dịch nghĩa : Như-lai),

Đa điệt dạ tha (Tàu : tức thuyết chú viết, bèn đọc bài chú dưới đây :)

A-di-rị đô-bà-tỳ, A-di-rị-đa, tất đam bà tỳ, A-di-rị-đa, Tỳ-ca-lan-đế, A-di-rị-đa, Tỳ-ca-lan đa, Già-di-nị, Già-già-na, Chỉ-đa-ca-lệ.

(10 câu trên đều là mật-ngữ, đại-ý có nghĩa là nhổ tận gốc các nghiệp-chướng).

Ta-bà-ha (là những chữ sau chót trong nhiều câu chú, Phạn : Swâha, có nghĩa : thành tựu, kiết tường ; tiêu tai tăng phước, viên tịch, vô trụ, kính Phật chứng-minh).

VĂN 聞. Nghe, nghe biết, như : *Văn* Phật thuyết pháp, *Văn* dĩ thọ trì (Nghe biết rồi thì thọ trì.— Hiểu biết, nghe nhiều biết rộng, như : Đa-*văn*. Ông A-Nan được Phật khen là *Đa-văn* đệ nhứt trong hàng Đệ-tử.— Mũi ngửi biết mùi, cũng kêu : *Văn*.— Danh-tiếng, danh-dự, như : *Thinh-văn, Danh-văn*.— *Văn* cũng là tiếng tắt, dùng thế cho chữ *Đa-văn*. Nhưng trong **Niết-bàn Kinh**, quyển 35 có chép : Đức Như-lai có thuyết đủ 12 bộ Kinh (**Thập Nhị Bộ Kinh**). Nhưng có những người chỉ tin có 6 bộ, còn 6 bộ thì họ chẳng tin. Vì vậy nên gọi là *Văn* bất cụ-túc (chẳng trọn vẹn hạnh Đa-văn).

VĂN DANH 聞 名 : Nghe Danh hiệu của Phật, của Bồ-tát. Như nói : Ai *nghe Danh-hiệu* của Phật A-Di-Đà thì được phước-đức vô-lượng, huống chi là tự mình trì niệm ?

Trong «**Phổ-môn phẩm, Diệu-pháp liên-hoa Kinh**» có chép : Ai *nghe Danh-hiệu* hoặc thấy thân hình của Bồ-tát Quan-Âm rồi tự xưng niệm, thì thoát khỏi mọi sự khổ.

VĂN DÀ-LA-NI 聞 陀 羅 尼 : Một phép trong bốn phép Đà-la-ni (Dhârani). Cũng viết : *Văn-trì Đà-la-ni, Văn-trì, Pháp Đà-la-ni*. Đối với những giáo-pháp của Phật, nghe rồi thì giữ gìn đều đủ, chẳng hề thất lạc, sai chạy, kêu là *Văn Đà-la-ni*. (Xem : *Đà-la-ni*.)

VĂN-HUỆ 聞 慧 : Cái Trí-huệ phát sanh do sự nghe Pháp, đọc Kinh. Ấy là một thứ Huệ trong *Tam Huệ* : *Văn-Huệ*, Tư-Huệ, Tu-huệ. (Xem : *Huệ*.)

VĂN-PHÁP 聞 法 : Sự vật mà mình nghe. Đối với : *Kiến pháp* (Sự vật mà mình thấy). Tỷ như mình nghe rằng :

Chư Thiên ở cõi Thượng-thiên, hình tướng cực đẹp, hưởng mọi sự khoái-lạc, tự-tại. Nhưng chừng *Ngũ suy tướng* hiện lại, thì chẳng khỏi cuộc Luân-hồi khổ não.

Về lúc Sơ Kiếp, người-ta có nhiều công-đức thượng diệu, thân hình sáng chói, chẳng cần mặt trời, mặt trăng. Nhưng họ chẳng tránh khỏi Sức Vô - thường, rồi ra ánh sáng họ tiêu diệt, mà phước-đức họ cũng tổn giảm.

Lại như bực Chuyển-luân Thánh-vương khi ra đời, có đủ Thất bảo và thống nhiếp bốn cõi Thiên-hạ, nhưng cũng chẳng tránh khỏi luật Vô-thường: suy-lão và tử.

Đến như thuở xưa, trên mặt đất nầy, chúng-sanh ăn ở một cách an vui, có đủ mọi thứ diệu-dược, hoa quả cho họ dùng. Nhưng vì chúng-sanh bạc phước, cho nên các thứ ấy hư hao lần hồi.

Đó tức là *Văn-pháp*. *Văn-pháp* phân ra hai thứ: nội-pháp (nội vật) tức là các vật hữu-tình, ngoại-pháp (ngoại-vật) tức là các vật phi-tình.

Bực Sơ phát tâm Bồ-tát nên quán-tưởng: Kiến-pháp là Vô-thường và *Văn-pháp* cũng là Vô-thường. (Xem : *Kiến-pháp*.)

VĂN TRÍ-HUỆ 聞智慧 : Tức là *Văn-huệ* đã giải ở trên. *Văn Trí-huệ* là một phương-pháp tu-hành trong sáu phương-pháp, *Lục Ba-la-mật*. Ấy là sự tu hành bằng cách nghe thuyết Pháp, đọc Kinh-điển.

Niết-bàn Kinh : Dầu người tu-hành 1. Bố-thí, 2. Trì giới, 3. Nhẫn-nhục, 4. Tinh-tấn, 5. Thiền-định hay 6. *Văn Trí-huệ*, thảy đều nhờ có lòng Tín mới mau tới cảnh Đại Niết-bàn.

VĂN-TRI 聞持 : Tức là *Văn Đà-la-ni* (đã giải ở trên). *Văn Đà-la-ni*, đọc và viết luôn theo Hán là : *Văn-trì*, vì *Đà-la-ni* là tiếng Phạn, dịch là : *Tổng-trì*, *Trì*. Nghe được Giáo-pháp của Phật, rồi giữ gìn trọn đủ, mãi mãi chẳng quên, kêu là *Văn-Trì* (*Văn đà-la-ni*).

VĂN-SỨC (*TÔN-GIẢ*) 文飾 (尊者) Kâtyana, Kâtyâyana (scr.) Ca-Chiên-Diên, Ma-ha Ca-Chiên-Diên. (Xem : *Ca-Chiên-Diên.*)

VĂN-THÙ (*BỒ-TÁT*) 文殊 (菩薩) Mânjuri (scr.).— Mondjou-bosatsu (jap.).— Jampeïan (Tib.). Cũng viết : *Văn-Thù-sư-ly, Mạn-thù-thất-ly.* Tên ngài thường có kèm theo mấy chữ : *Pháp-vương tử* (phạn : Kumâra ; pháp : Fils de la Loi), vì ngài ở trong Pháp mà ra, Trí-huệ bao quát tất cả. Văn-Thù, dịch ra nghĩa : Diệu-kiết-tường, Diệu-đức. Văn-thù : Diệu, Sư-ly : Kiết-tường, Đức. Như trong **Đại-nhựt Kinh** dịch tên ngài là *Diệu-Kiết-Tường* Bồ-tát. Còn trong **Vô-Lượng Thọ Kinh, Niết-bàn Kinh,** dịch là *Diệu-Đức* Bồ-tát. Lại trong **Vô-hạnh Kinh** dịch tên ngài là *Diệu-Thủ* Bồ-tát (Bực Bồ-tát huyền - diệu đứng đầu). Và trong **Đại Tịnh Pháp-môn Kinh** dịch là *Phổ - Thủ* Bồ-tát. Ngài *Văn-Thù* là một vị cổ Phật, thành Phật đã vô-số Kiếp rồi, song ngài tùy cơ ứng hóa mà cứu độ chúng-sanh và truyền bá đạo-lý. Về Kiếp quá-khứ, ngài làm Phật *Long-chưởng-thượng-tôn-vương Như-lai.* Về Kiếp vị-lai, ngài sẽ làm Phật *Phổ-Kiến Như-lai* (*Phổ-Hiện Như-lai*).

Hồi đức Thích-Ca ra đời, ngài *Văn-Thù* có hiện thân làm Bồ-tát hầu gần Phật đặng giúp đức Thích-Ca tuyên truyền Pháp-giáo. Các miền đạo Phật Đại-thừa đều có thờ đức *Văn-Thù,* tượng ngài vẽ ngồi trên lưng Sư-tử xanh. Bên Tây-Tạng, người ta cũng thờ đức *Văn-Thù.* Và người ta nói rằng đức Ban-thiền Lạt-ma (Taçilhumpo) là hiện-thân của đức Văn-Thù.

Đức *Văn-Thù* có 108 tên. Ngài đặc biệt về Trí-huệ, tiêu-biểu cho nền Trí-huệ, cho nên người-ta cũng gọi ngài là *Đại-Trí,* cũng như người ta gọi ngài Phổ-Hiền là Đại-Hạnh và ngài Quan-Âm là Đại-Bi. Chính ngài *Văn-Thù* khởi thỉnh đức Thích-Ca diễn giải về Phật Dược-Sư, cũng như đức Di-Lặc khởi thỉnh Phật-tổ giảng Kinh Diệu-Pháp Liên-hoa, cũng như đức Tu-bồ-Đề khởi thỉnh Phật diễn kinh Kim-cang.

Phái Mật-tông (Chơn-ngôn tông) thờ đức *Văn-Thù* làm một

vị Bồ-tát rất trọng yếu. Ngài có truyền ra câu thần-chú tám chữ rất anh-linh : ÚM ÁC VĨ RA HỒNG KHỨ TÁ LẠC.

Trong **Diệu-Pháp Liên-hoa Kinh**, ngài *Văn-Thù Bồ tát* có hỏi Phật Thích-Ca về cách thế giảng Kinh Pháp-Hoa ở các đời sau. Nhơn đó, Phật giảng với *Văn - Thù* phẩm « An-lạc hạnh ». Cũng trong **Diệu - pháp Liên - hoa Kinh**, phẩm Đề-bà-đạt-đa, ngài *Văn-Thù Sư-Ly* có xuống dưới biển, thuyết Kinh Pháp-Hoa mà độ cho vô-số chúng-sanh được đắc đạo. Trong số ấy, có cô con gái của Long-vương Ta-kiết-la mới tám tuổi mà được thành Phật.

Trong « **Thủ-lăng-Nghiêm Kinh** » quyền nhứt, Đức Phật Thích-Ca có đọc bài Thần-chú, dạy ngài *Văn-Thù Bồ-tát* đem Chú ấy đến nhà cô dâm-nữ Ma-đăng-Già mà giải thoát ông A-Nan khỏi tay dâm-nữ và bắt luôn nàng dâm-nữ ấy về chỗ Phật đương ngự với chư Đệ-tử.

VÂN-LÔI ÂM TÚC-VƯƠNG-HOA-TRÍ (*PHẬT*) 雲雷音宿王華智 (佛) Djaladhara gardjitaghôchàsusvara-nàkchatraràdja-samkusumitâdhibjna (scr.) Một đức Phật Như-lai hồi đời quá-khứ cách nay vô-lượng, vô-biên Kiếp. Hồi ngài thành Phật, cõi thế của ngài tên là Quang-minh trang-nghiêm (Vairôtchanaraçmi-pradi-mantita), Kỳ Kiếp của ngài tên là Hỷ-Kiến (Priyadarçana).

Hồi đức Phật *Vân-Lôi-Âm-Túc-Vương-Hoa-Trí* ra đời, có cả gia-quyến vua Diệu-Trang-Nghiêm (Çubhavyûha) xuất-gia đầu Phật : Vua Diệu-Trang-Nghiêm tức là Hoa - Đức Bồ-tát có nghe Pháp do đức Phật Thích - Ca thuyết ra. Hoàng hậu Tịnh - Đức (Vimaladattâ) tức là Quang-chiếu-trang-nghiêm-tướng Bồ-tát, hai hoàng tử Tịnh-Tạng (Vimalagarbha), Tịnh - Nhãn (Vimalanêtra) tức là Dược-Vương Bồ-tát, Dược-Thượng Bồ-tát, đều là Bồ-tát đại danh có dự nghe Phật Thích-Ca thuyết Kinh.

VÂN-LÔI-ÂM-VƯƠNG (*PHẬT*) 雲雷音王 (佛) Mêgha-dundubhisvararâdja (scr.) Một đức Phật Như-lai hồi đời quá-khứ, cách nay vô-lượng vô-biên Kiếp. Hồi ngài thành Phật, cõi thế của ngài tên là Hiện-nhứt-thiết-thế-gian (Sarvabuddhasāmdarçana). Kỳ-Kiếp của ngài tên là Hỷ-kiến (Priyadarçana).

VẬT-THÍ 物施 Thí vật. Bố thí bằng của-cải đồ-vật. Cũng kêu: *tài-thí* 財施, là một cách trong ba cách bố-thí. (*Tam. thí*): 1. Vật-thí (Tài-thí). 2. Pháp-thí, 3. Vô-úy thí.

Vật-thí (*Thí vật*) như thí đồ ăn, đồ mặc, đồ dùng, vàng, bạc, châu báu thì dễ; chớ thí pháp lý, đạo đức, thí lòng chẳng sợ thì khó, cần phải bực tu-học cao siêu mới được.

VỆ-THẾ-SƯ 衛世師 Vaiseshika (scr.) Một phái triết-học đạo đức thuở xưa ở Thiên-Trước, sáng lập bởi ông Ca-na-Đạt (Kanada). Hồi đức Phật thuyết Pháp giảng Kinh ở Thiên-Trước, thì ở đó đã có nhiều tín-đồ trong phái *Vệ-thế-sư*. Cũng viết: *Tỳ-thế-sư* 毗世師.

VỆ-THẾ-SƯ LUẬN 衛世師論: Kinh luận của phái ngoại-đạo *Vệ-thế-sư* (Vaiseshika). Hồi đức Phật hoằng hóa Đạo-lý ở Thiên-Trước, lần lượt diễn giảng Thập nhị bộ Kinh, thì ở đó đã có các Kinh-luận của nhiều phái ngoại-đạo, như Tứ Tỳ-đà-luận (Tứ Minh), Tỳ-già-la luận, *Vệ-thế-sư luận*, Ca-tỳ-la luận v.v.

VI 微: Mầu nhiệm, tinh-tế, không thể xét cho tận, bàn cho cùng.—

VI-DIỆU 微妙: Huyền-bí và tinh-tế. Cái pháp-thể sâu kín, ẩn nhẹm, thanh tịnh, ấy là *vi*.— Tinh-thông, khéo léo, đẹp đẽ tuyệt trần, không có thể dùng ý mà xét, dùng lời mà bàn, ấy là *diệu*.

Như: Pháp Phật là Pháp *vi-diệu*.

Cảnh Cực-lạc thế-giới là cảnh *vi-diệu*.

Phép thiền-định (Tam-muội) của Chư Thánh là phép *vi-diệu*.

VI-HÀNH 微 行 : Những phương pháp thi hành một cách vi-diệu ; những sự hành động tỷ-mỷ, sâu kín từ trong tâm-ý. Theo thế-thường, *vi-hành* cũng có nghĩa : Đường nhỏ, – sự đi đường kín đáo, không để cho người ta biết.

VI-MẬT 微 密 : Vi-diệu và bí mật. Những pháp kín đáo huyền-bí không có thể truyền cho kẻ phàm-tục, không để cho kẻ ngoại-đạo biết, vì họ không hiểu nổi, không thi-hành được mà thành ra có hại cho họ. Có những phép *vi-mật* mà giữa Phật với Phật biết với nhau, Bồ-tát với Bồ-tát hiểu với nhau, thầy trò đồng môn-phái truyền thọ cho nhau.

VI-TẾ 微 細 : Nhỏ mà mịn, khó mà phân tách ra. *Vi-tế* đối với *thô-trọng*. Như phiền-não có *vi-tế*, có thô-trọng. Những kẻ ngu đần, chậm lụt thì vướng các mối phiền-não thô-trọng. Còn những bực khôn lanh, sắc sảo thì còn nhiễm những mối phiền-não *vi-tế*. Cho đến các hàng Tiên ở cõi Sắc - giái và cõi Vô sắc giới, cũng còn phiền-não *vi-tế*.

VI TIỂU TỘI 微 小 罪 : Những sự khuyết phạm vụn vặt, nhỏ nhít. Trong *Cụ-túc giới* của Tỳ-kheo và Tỳ-kheo-ni, có một trăm điều phải cần học cho biết đặng giữ mình cho thanh-bạch, kêu là *Bá chúng học pháp* hay là *vi tiểu tội*. Nhà sư nào lỡ có phạm thì tự sửa lấy mình, ăn năn sám-hối nơi lòng là đủ, chớ khỏi ra trước ban Tăng-già mà cầu xin sám-hối. Vì là những sự khuyết phạm nhỏ vặt, chẳng hại giới-thể của nhà tu-hành, cho nên kêu là *vi tiểu tội*.

VI-TRẦN 微 塵 Grains de poussière infiniment petits : Những mảy bụi nhỏ rức. Sắc thể mà nghiền ra thành mảy mún nhỏ rức, những mảy mún nhỏ rức không thể phân-tách đó, kêu là *vi-trần*. Tiếng *vi-trần* nhà Phật nghĩa mường tượng như tiếng *nguyên-tử* (atome) của nhà Hóa học (Chimiste).—

Mỗi cõi thế-giới đều do Hằng-hà sa số, vô-lượng, vô - biên *vi-trần* hiệp lại mà thành. Chừng thế-giới tan rã, thì sắc - thể cũng lại tan biến ra *vi-trần*. Cho nên, theo con mắt nhà đạo đức quan sát, thì thế-giới chỉ là *vi-trần* thôi.

Thủ-lăng-nghiêm Kinh gọi món chi nhỏ hơn hết là *vi-trần.*

Chương sở tri-luận : Ngươi hãy xét qua tánh - chất của cõi đất, thô là cõi đại-địa, tế là hột *vi-trần.* — Bởi trong thế - giới có chẳng biết là bao nhiêu *vi-trần,* cho nên mỗi khi chỉ một số nhiều không thể kể, đếm thì người-ta gọi là *vi-trần số.* Như : *Vi-trần số* Bồ-tát, *vi-trần số thế-giới v.v...*

VI-ĐÀ 韋馱 Skanda (scr.). – Génie protecteur de la Doctrine (fr.) *Vi-đà* là thần Hộ-Pháp mà mình thấy tượng ở các chùa. Ngài là loại *thần chấp Kim-cang,* tay cầm cái cái chày bằng Kim-cang. Cũng kêu là : *Vi Côn,* vốn là bực Thiên-đại-tướng-quân của Tứ-thiên-vương, ngài thường vãng lai các chùa mà ủng hộ Phật-pháp — Ngài cũng là một vị Thiên-thần trong đạo Bà-la-môn, cũng hộ trì những người tu-hành Bà-la-môn giáo. Hồi mới giáng-sanh, đức Phật có vào đền thờ chư Thiên-thần Bà-la-môn mà viếng. Các vị Thần, như Đại-Tự-Tại Thiên, Phạm-Thiên, *Vi-Đà,* Ca-Chiên-Diên v.v., đều bước xuống ngôi-vị mà đảnh lễ đức Phật.

Muốn được thần *Vi-Đà* ủng hộ trong khi mình trì Kinh, nên niệm câu chú nầy :

Nẳng-mồ Tô-tất-đế, đa rị đa rị, Mạng-đa Mạng-đa, Ta-bà-ha.

Chớ lộn : *Vi-đà* là thần Hộ pháp, Phạn : Skanda.

Di-Đà là đức Phật giáo-chủ cõi Cực-lạc thế-giới, Phạn : Amitabhâ.

VI-ĐÀ (*LUẬN*) 韋陀 (圍陀) (論) Védas (scr.) Bốn bộ kinh-luận cốt-yếu của Bà-la-môn giáo bên Thiên-Trước. (Xem : *Phệ-đà.*)

VI-ĐÀ-LA 韋陀羅 Loài ác-qui *Vi-đà-la.* Cũng kêu : Tỳ-đà-la. Ấy là loài qui mặt đỏ sắc đỏ, ưa phá hại những người mới phát-tâm tu niệm, hay cản trở người ta cầu đảo.

Trong **Diệu-pháp Liên-hoa Kinh**, ngài Phổ-Hiền Bồ-tát có

nguyện với Phật rằng ngài sẽ ủng hộ những nhà trì Kinh Pháp-Hoa, không để cho loài *Vi-đà-la* và các ác-thần ác-quỉ tầm dịp phá hại nhà tu-hành.

VI-ĐỀ-HY 韋提希 Vâidêhî (scr.). Bà phu-nhơn *Vi-đề-Hy* là vợ vua Tần-bà-sa-la (Bimbisara) ở thành Vương-xá (Rajagrha), nước Ma-kiệt-đề (Magadha), đồng thời với Phật Thích-Ca và là đệ-tử tại-gia của Phật. Tên bà có nghĩa : *Tư duy* (Suy xét), *Tư thắng* (Suy xét cao trổi).

Bà khổ não vì nỗi chồng bà bị con là Hoàng-tử A-xà-Thế (Ajataçatrou) giết mà soán ngôi, và bà cũng chán cõi Ta-bà ác-trược, nên bà cầu Phật chỉ cho bà một Cõi Tịnh để sanh về đó. Phật bèn chỉ cõi Cực-lạc của đức Phật A-Di-Đà và chỉ phương-pháp quán-tưởng cho bà tu tập đặng vãng sanh về đó.

Đại-để phương-pháp ấy là :

1. Nuôi dưỡng cha mẹ, phụng sự thầy và giữ *thập thiện*.

2. Lập nguyện và trì giới.

3. Hết lòng tin luật Nghiệp-quả, tu học các pháp Đại - thừa và thường niệm danh-hiệu Phật A-Di-Đà với danh-hiệu hai vị Bồ-tát hầu theo Ngài là Quan-Thế-Âm và Đại-Thế-Chí.

Bà vâng lời Phật mà tu học nên bà và chồng là cựu-vương Tần-bà-sà-la đều được vãng sanh cõi Cực - lạc thế-giới của đức A-Di-Đà.

VI-NỮU (*THIÊN*) 韋紐 (天) Vishnou (scr.) Có nghĩa : *Biến tịnh*, người ta cũng đọc tên ngài là *Đại-Tự-tại thiên*.

Hồi kiếp ban sơ, ngài sanh ra nơi miền đại-thủy, ngài có một ngàn đầu, hai ngàn tay : từ chỗ rún của ngài, mọc lên một tòa sen lớn, trên tòa sen hóa sanh ra ngài Phạm-thiên vương.

Theo Kinh Phệ-đà (Védas), *Vi-nữu* là thần Bảo-tồn, hiện-thể của Thái-dương-tinh, truyền bá ra bởi đạo-sĩ Krichna, một nhà tu ở núi Hỷ-mã-lạp-sơn trước khi Phật Thích-Ca ra đời.

Bởi *Vi-nữu* là thần bảo-tồn, bảo-hộ, phái-đồ là hạng người yêu quí cõi đời, cho nên trong việc cúng Thần *Vi-nữu*, người ta có đặt ra một ban nhạc để múa hát cho vui, ban nhạc gồm có những đồng-nữ do đền thờ nuôi dạy, mỗi khi lễ thần *Vi-nữu* thì ban nữ-nhạc, múa hát cho vui và ca tụng công-đức đấng thần-minh.

VỊ 味 Mùi của vật đối với lưỡi, như *lục vị*.— Sự cảm-giác của miệng lưỡi mà nhận ra ngon hoặc dở, dịu hoặc thô.— Tiếng gọi mỗi món ăn như : *ngũ vị, ngũ chủng ngưu vị*.— Đồ ngon mà cái miệng thích ăn, như nói : tham trước ư *vị*. Ấy là một trần trong *lục trần*, một sở dục trong *ngũ dục*.—

Về nghĩa bóng, thì *vị* nghĩa là : Ý-thú. Như Phật nói : Tỷ như biển thì có một *vị* là vị mặn, Đạo ta cũng có một *vị* là *vị giải-thoát*.— Lại có nghĩa : sở thích. Như : *tam chủng vị* (xuất-gia vị, đọc tụng vị, tọa thiền vị), *Bát vị* của Đại-thừa, của Đại Niết-bàn.

Về *vị* là mùi vị, đồ ăn uống, thuốc thang, thì có hai thứ : thứ độc và thứ không độc. *Vị* độc thì người-ta không ưa, chỉ điều hòa mà làm thuốc thôi. Còn *vị* không độc mà ngon lành thì người-ta dùng mà trưởng-dưỡng thân thể.

VỊ-NHẬP 味 入 : Một sự thiệp nhập trong *Thập nhị nhập*. Thức ăn uống từ ngoài đưa vào miệng lưỡi, kêu là *vị nhập*. Còn miệng lưỡi thiệp nhập với món ăn uống, thì kêu là *Thiệt-nhập*. Do hai cái *vị-nhập* và *thiệt-nhập* mà người-ta nhận thấy ngon ngọt mà ưa thích.

VỊ-TRẦN 味 塵 : Một trần-cảnh trong *lục trần*. *Vị-trần* đối với *thiệt-căn* : ngoài là đồ ăn uống, kêu là *vị - trần* ; trong là cái lưỡi, kêu là *thiệt-căn*.

Những kẻ ham mê ăn uống, ưa rượu thịt, vì cái *vị - trần* mà trở nên u tối, để mất cái chơn-tánh. Nhà sư thanh bạch, không vướng vào cái *vị-trần*, cho nên ăn vừa đủ bổ thân thể, chọn những rau cải, trái cây, chỉ coi đồ ăn là món thuốc trị bệnh đói mà thôi. Ấy là hạng người biết diệt cái *vị-trần*.

VỊ-TRƯỚC 味著 : Tham-trước món ăn, ham ăn. Nhà tu-hành mà còn ham ăn cho ngon miệng, thì kêu là *vị trước*.

Vị 未 : *Chưa*, Pháp : Pas encore. Chưa có, chưa đến, về sau. Như : *Vị lai, Vị sanh.*

Không, Không có, Không hề, Pháp : Pas, Jamais. Như : *Vị tằng, Vị thường.*

VỊ-LAI 未來 Anâgata (scr.).— Mirai (jap.).— Futur (fr.) Chưa đến, về sau. Đối với *hiện-tại, quá-khứ*. Đức Di-Lặc là Phật *vị-lai*, đức Thích-Ca là Phật *hiện tại*, đức Ca-Diếp là Phật *quá khứ*. Đó là ba đức Phật vị-lai, hiện tại và quá khứ.

Còn về kỳ Kiếp (mỗi kỳ Kiếp có cả trăm vạn năm), Kiếp *vị-lai* là Tinh-tú Kiếp. Kiếp *hiện-tại* là Hiền-Kiếp. Ở Hiền-Kiếp, có 1.000 đức Phật ra đời, đức Thích-Ca là đức Phật thứ bảy. Kiếp *quá-khứ* là Trang-nghiêm Kiếp.

VỊ-SANH-OÁN 未生怨 Ajatasatrou (scr.) *Vị-sanh-Oán* là tiếng dịch nghĩa chữ *A-xà-Thế* (Ajatasatrou), nghĩa là : người chưa sanh ra mà đã có mối oán-thù với cha. (Xem : *A-xà-Thế.*)

VỊ-TẰNG-HỮU 未曾有 Adbhutadharma (scr.) *Vị-tằng-hữu* là tiếng dịch chữ Phạn *A-phù-đà-đạt-ma.*

Vị-tằng-hữu, Vị-tằng-hữu pháp là những phép, những chuyện chưa từng có, không hề thấy, vượt khỏi sức tin và sức nhận của người đời.

Trong các Kinh-điển do Phật thuyết, có những đoạn *vị-tằng-hữu pháp* như vậy. Tất cả những pháp *vị-tằng-hữu* trong Kinh-điển, kêu chung là *vị-tằng-hữu Kinh* ; ấy là một thể trong

Mười hai thể thuyết pháp của Phật, một bộ-loại trong *Thập nhị Đại-thừa Kinh.* (Xem : *A-phù-đà-đạt ma Kinh.*)

VIÊM-NHIỆT ĐỊA-NGỤC 炎 熱 地 獄 Địa - ngục Viêm-Nhiệt (nóng-nảy). Đó là tên một địa-ngục trong *Bát đại địa-ngục,* lại kêu là *Thiêu-chá địa-ngục* (địa-ngục thui-nướng). Địa-ngục nầy lấy sắt làm thành lửa nóng đốt dữ, trong ngoài thui-nướng, trong da cháy sém, đau khổ muôn bề, cho nên kêu là *Thiêu-chá.*

VIÊM-VƯƠNG-QUANG (*PHẬT*) 炎 王 光 (佛) Amitabhâ (scr.). Tức là *A-di-đà Phật. A-di-đà* (Amitabhâ) là chữ âm theo Phạn, có 13 nghĩa, mà *Viêm-vương-Quang* là một nghĩa, một danh-hiệu. *Viêm-vương Quang* nghĩa là : Hào-quang sáng chiếu như ánh lửa, chiếu ra rất xa, rất sáng, không thứ hào-quang nào bằng.

Viêm-vương-Quang Phật cũng viết : *Diệm* 燄 *Vương-Quang Phật.*

(Xem : *A-di-đà Phật* thập tam hiệu.)

VIÊN 園 Parc (fr.) Vườn cây, vườn hoa. Ấy là tiếng gọi các ngôi *tinh-xá,* chùa chiền thuở xưa, hồi đức Thích-tôn mới thành Đạo. Lúc bấy giờ, đi đến đâu thì ngài dắt chư đệ-tử vào ở trong một cảnh vườn gần thị-tứ, rồi mỗi buổi sáng hoặc ngài thuyết pháp cho công-chúng nghe, hoặc ngài đi hoằng hóa trong vùng. *Viên* tức là *thanh-tịnh viên.* Như :

Lộc-dã viên (Mrgadava, Parc aux gazelles), cảnh vườn nai ở gần thành Ba-la-nại (Bénarès) là chỗ đức Phật chuyển Pháp-luân, độ năm vị Chơn-nhơn và vô-lượng chúng-sanh.

Trúc-viên (Venuvana, le Bois de Bambous), cảnh vườn tre gần thành Vương-xá, trong nước Ma-Kiệt-đề (Magadha) do vua Tần-bà-sa-la (Bimbâsâra) dâng cúng cho Tam-bảo, có đức Phật chứng minh.

Cấp-cô-độc viên, cảnh vườn mà ông Trưởng-giả Cấp-cô-độc (Anatapindika) mua của ông hoàng Kỳ-đà (Jetrjeta) ở tại thành Xá-vệ (Sravasti) và trang-sức thành ngôi tinh-xá mà dâng cúng cho Phật-Pháp-Tăng. Đức Phật thường giáo - độ chúng - sanh ở cảnh vườn nầy.

VIÊN 圓 Rond, complet, parfait (fr.) Tròn, Tròn trịa, đầy đủ, hoàn toàn, bao bọc khắp cả. Viên là đức - tánh của Phật, của Pháp Phật, của Pháp-thân, của Niết-bàn.

VIÊN-ÂM 圓 音 : Tiếng nói tròn trịa, mầu nhiệm. Đó là chỉ tiếng nói, giọng nói của Phật, có đủ phước-đức và trí-huệ, nói ra thì khai ngộ cho người.

Hoa-nghiêm kinh : Nguyện Phật ai mẫn,

Tuyên thị *viên-âm.*

(Xin Phật thương xót, đem *viên-âm* mà tỏ bày).

Qui nguyên trực chỉ : Mỗi tiếng cất lên đều là *viên-âm*, mỗi việc làm ra đều là Phật-sự.

VIÊN-CƠ 圓 機 Cơ năng viên đốn, cơ tánh tròn trịa đầy đủ.

VIÊN-CỤ 圓 具 Tức *Cụ túc giới.* Là ý nói rằng hễ thọ Cụ-túc giới (Giới Tỳ-kheo, Tỳ-kheo-ni) thì gần với quả Niết-bàn viên-mãn, cho nên kêu là viên-cụ.

VIÊN DUNG 圓 融 Tròn trịa và dung-hòa, Tròn-trịa và thông-suốt. Ấy là ý-kiến, tâm-tánh của bực người không còn chấp sái; đối với sự và lý thì hiểu đều đủ, rõ ràng, thông suốt, vô ngại, và biết dung hòa, không phân rẽ quấy bậy. Giả như thấy nước và sóng thì coi như một, vì là một thể-chất ; lại nhận cho Phiền-não tức là Bồ-đề, Sanh-tử (Luân-hồi) tức là Niết-bàn, Chúng-sanh tức là Bổn-giác, cõi Ta-bà tức là cõi Tịnh-độ. Ấy vì có tâm viên-dung, nhìn thấy cái bổn-tánh của sự, lý.

VIÊN-ĐẠO 圓 道 Đạo-lý tròn trịa, đầy đủ. Bực có tâm viên-dung thì quán-tưởng ba cái chơn-lý của đạo mà dung-hòa nhau : Không, Giả và Trung. Như vậy mới là đều đủ. Trước nhận rằng vạn vật, vạn pháp đều Không. Kế nhận là Giả hiệp. Kế đó nhận cái lý Trung-đạo, không phải Không mà không phải. Giả. Nhận đủ ba thể ấy, kêu là Viên-đạo.

VIÊN-ĐỐN 圓 頓 Tròn trịa một cách mau lẹ. Ấy là giáo-lý tông Thiên-thai, dạy người gom ba thừa thành Nhứt-thừa (Viên-đốn Nhứt-thừa) cho mau thành-tựu quả Phật.

VIÊN ĐỐN GIÁO 圓 頓 教 hay *Viên-giáo* : Giáo-lý của tông Thiên-thai dạy cho đầy đủ một cách cấp tốc, dạy cho mau thành Phật, chớ không dạy lần lượt từ Tiểu-thừa rồi lên Đại-thừa. Giáo-lý truyền bá Phật-thừa.

VIÊN-GIÁC 圓 覺 Sự giác-ngộ tròn trịa, đầy đủ. Cái linh-giác viên-mãn. Tất cả các chúng-sanh đều sẵn có cái Bổn-giác chơn-tâm. Từ vô-thỉ cho đến nay, cái Bổn-giác ấy nó vẫn thường ở nơi mình, nó vẫn thanh-tịnh, chiếu liễu, nhưng mình không tự biết. Chừng tu thành Đạo thì cái Giác ấy nó trở lại với mình, tròn trịa, đầy đủ. Đối với bực ấy, cái thể gom vào sự *Nhứt-tâm*, cái nhơn thâu vào *Như-lai tạng* và cái quả tóm vào nền *Viên-giác*.

VIÊN-GIÁO 圓 教 : Giáo pháp tròn trịa, đầy đủ, thành thật, cao vót của Đại-thừa. Ngài Quang-Thống Luật-sư đời Hậu Ngụy, có lập ra ba giáo-pháp, mà giáo-pháp, thứ ba là Viên-giáo :

1. *Tiệm-giáo* : giáo-pháp dạy lần những người chưa thuần thục, trước thuyết Vô-thường, sau thuyết Thường ; trước thuyết Không, sau thuyết Bất Không.

2. *Đốn-giáo* : Giáo pháp dạy cho chứng ngộ liền, để dạy những bực đã thuần thục, thuyết ngay một lần những lý : Thường, Vô-thường, Không, Bất Không.

3. *Viên-giáo* : Giáo-pháp hoàn toàn thuyết cho những bực thượng đạt để đắc quả-hải sau rốt, cao viễn, tròn trịa. Tức là giáo-lý trong Hoa-nghiêm Kinh.

Kế đó, tông Thiên-thai có phân ra bốn bực giáo-lý, mà bực thứ tư là Viên-giáo :

1. *Tam tạng giáo* : Giáo-lý thông thường trong ba tạng : Kinh, Luật, Luận để dạy chư Thinh-văn, Duyên-giác và một phần Bồ-tát.

2. *Thông-giáo* : Giáo-lý dạy về những thuyết Không, Vô-sanh của Tứ-đế, để dạy các nhà tu học trong ba thừa.

3. *Biệt-giáo* : Giáo-lý đặc biệt về Đại-thừa dạy chư Bồ-tát.

4. *Viên-giáo* : Giáo-lý để dạy chư Bồ-tát căn cơ sáng suốt, mau lẹ, thuyết nền Trung-đạo thật-tướng mà sự và lý đều tròn trịa, dung hiệp.

Viên-giáo tức là giáo-lý của Thiên-thai tông, chứa trọn trong bộ Diệu-pháp liên-hoa Kinh.

VIÊN HẢI 圓 海 Quả vị tròn trịa, đầy đủ, bao quát, sâu, rộng như biển lớn. Ấy là quả-vị của bực Như-lai.

VIÊN HIỆP 圓 合 Tròn trịa và dung hiệp. Các pháp đều viên-mãn và dung hiệp.

VIÊN KHÔNG 圓 空 Tức là *Chơn không*. Cái Không nầy tròn trịa, hoàn toàn. Đối với *thiên không* là cái không lệch về một bên. Bực tu-hành chấp trước cái không ấy, kêu là thiên không.

VIÊN PHẬT 圓 佛 Tức là ngài Tỳ-lư-giá-na Phật. Pháp-thân, giáo-pháp của ngài bao quát Thập giới.

VIÊN QUẢ 圓 果 Tức là *Niết-bàn*. Quả-vị tròn trịa, đầy đủ. Nhờ cái nhơn tu hành được viên mãn, nên chứng được quả đức viên mãn.

VIÊN TÂM 圓 心 Tâm cầu quả-vị viên-mãn Niết-bàn.

VIÊN TỊCH 圓 寂 Các công-đức đều đầy đủ, tròn trịa ; các mối phiền-não đều tịch diệt. Tức là lìa khỏi vòng sanh-tử khổ não, hưởng được sự vui sướng tinh diệu *Viên tịch*, bổn cũ nói là *Niết-bàn*. Bổn mới nói là *Diệt độ*.—Tiếng chỉ các nhà thành đạo khi lìa xác-thân mà vào cảnh Niết-bàn vô dư.—Tiếng gọi các nhà tu-hành đạo Phật khi mạng chung.

VIÊN TU 圓 修 Tu cái *viên-đạo*. Tu tập quán-tưởng luôn ba phép : Không, Giả và Trung ; ấy là phép tu mau mắn, đầy đủ theo giáo-lý của tông Thiên-thai.—Lại có nghĩa : Tu muôn hạnh cho tròn trịa, đầy đủ, hoàn toàn, rốt cuộc thành Phật.

VIÊN TU TỊNH-ĐỘ 圓 修 淨 土 : Tu theo pháp-môn Tịnh-độ là phép tu trọn đủ.

Pháp-môn Tịnh-độ chứa đủ các pháp-môn của đạo Phật, nhà tu-hành tinh-tấn có thể ngay một đời nầy, thoát khỏi vòng luân-hồi khổ-não, về cõi Cực-lạc mà tu luôn cho tới quả-vị viên-mãn, thành Phật chẳng sai, cho nên kêu là *viên tu Tịnh-độ*.

VIÊN THÀNH 圓 成 Thành tựu viên mãn. Thành-tựu đủ hết các pháp công-đức, chứng được Niết-bàn.

VIÊN-THÔNG 圓 通 Cái lý chứng được cảnh diệu-trí. Cái tự-tánh biến khắp các nơi, ấy là *viên*.

Chỗ tác-dụng vi-diệu, không bị ngăn-ngại, ấy là *thông*. Như ngài Quan-Âm Bồ-tát kêu là Viên-thông Đại-sĩ.

Trong bài *Nguyện chuông*, có mấy câu kệ nầy :

Nguyện thử chung thinh siêu Pháp-giới,

Thiết vi u. ám tất giai văn;

Văn trần thanh-tịnh chứng *Viên-thông,*

Nhứt thiết chúng-sanh thành Chánh-giác!

(Nguyện cho tiếng chuông nầy vượt qua toàn cõi Pháp-giái, cho đến nơi u-ám là cõi Địa-ngục sắt cũng được nghe; nghe được thì thanh-tịnh chứng được cảnh trí Viên-thông, tất cả chúng-sanh đều thành Phật.)

VIÊN-THỪA 圓 乘 Thừa tròn trịa, đầy đủ.

Tức là *Phật-thừa, Nhứt thừa* là thừa đầy đủ hơn hết, gom trọn ba thừa: Thinh-văn thừa, Duyên-giác thừa, Bồ-tát thừa. Viên-thừa là cỗ xe đầy đủ, to lớn đưa đến cảnh - trí Như-lai, địa-vị Phật - tổ.

VIỄN 遠, Loin, Éloigné, Profond, S'éloigner (fr.) Xa. Đối với: *Cận* 近: Gần. Ngăn cách bởi khoảng lớn bằng không-gian hoặc bằng thời gian.— Sâu kín, cao xa, như: *chỉ viễn* (ý-chỉ sâu xa).— Tránh xa, lánh xa. Đối với: *Thân.* Như *viễn-ly* đối với *Thân-cận.*— Bỏ và ra đi.— Trừ bỏ, dời đi xa, như: Bất-nhân giả, viễn hỹ.

VIỄN-CÔNG 遠 公.— Zendô (jap.): Tức là ngài *Huệ-Viễn,* một vị Cao-tăng người Tàu hồi cuối đời nhà Tùy đầu đời nhà Đường, thế-kỷ thứ bảy Dương - lịch. Ngài ở tu tại núi Lư-sơn, chùa Đông-lâm.

Ngài rất có công trong việc tu trì pháp-môn Tịnh-độ, hằng chỉ dạy cho người-ta cách quán tưởng Phật và trì niệm danh hiệu của Phật A-Di-Đà. Ngài có soạn một bộ kinh bốn quyền diễn giải rõ ràng *Kinh Quán Vô-Lượng Thọ.* Ngài đứng ra kết thành một hội «Liên-xã» gồm 123 người đồng nguyện vãng sanh cõi Cực-lạc. Bởi những lẽ ấy, người ta xưng ngài là *Viễn-Công.*

Và bởi ngài *Viễn-Công* có công-lao nhứt trong việc truyền-bá Pháp-môn Tịnh-độ ở Tàu, cho nên người Tàu gọi ngài là Giáo-tổ sáng lập tông Tịnh-độ, tức *Viễn-Công Tổ-sư.*

VIỄN-HÀNH ĐỊA 遠行地 : Địa-vị đi xa, địa-vị tu hành cao xa. Ấy là Địa-vị thứ bảy trong *Thập Địa* của Bồ-tát Đại-thừa. Khi vào *Viễn-hành Địa,* Bồ-tát quán ròng lẽ Vô-tướng ; trí-huệ cao xa hơn những kẻ thế-gian hoặc những người trong Hai Thừa (Thinh-văn thừa và Duyên-giác thừa) chỉ tu hành lẽ Hữu-tướng.

VIỄN-LY 遠離 : Lánh xa, Rời khỏi. Như nói : *Viễn-ly ác-hữu, thân-cận thiện-hữu.*

Viễn-ly lại có nghĩa : Rời bỏ các việc, các tướng trói buộc. Đồng nghĩa : *Giải thoát.*

VIỄN-LY LẠC 遠離樂 : Sự khoái-lạc của phép Viễn-ly. *Viễn-ly lạc* là cảnh Khoái-lạc của *Nhị thiền thiên.* Người tu đắc phép *Nhị thiền,* thần-thức rời khỏi cõi Dục-giới, vượt lên tới cõi Sắc-giới. Trong khi trụ ở phép Thiền ấy, tự mình thọ cảm các mối khoái-lạc tuyệt vời, không có một mảy phiền-não xen vào. Cảnh Khoái-lạc trong sạch ấy, kêu là *Viễn-ly lạc.*

VIỄN-LY NGŨ SỰ 遠離五事 : Xa lánh, lìa khỏi năm việc. Ấy là rời khỏi *Ngũ kiến,* năm ý-kiến xấu : 1. Thân-kiến, 2. Biên-kiến, 3. Tà-kiến, 4. Giới-thủ kiến, 5. Kiến-thủ kiến.

Bực tu Đại-thừa nên xa lánh năm ý-kiến lầm lạc ấy cùng rất nhiều ý-kiến quấy bậy tùng theo năm ý-kiến ấy. Được vậy mới có thể rời khỏi vòng Sanh-tử Khổ-não.

VIỆT-NAN 越難 Vighna (scr) Một người nhà giàu lớn tại thành Ba-la-nại (Bénarès), song có tánh bỏn sẻn.

Người có một người con trai tên Chiên-đàn (Candana) cũng bỏn sẻn như người.

Việt-Nan thác và đầu thai vào lòng một người đờn bà ăn mày và đui mù. Ấy vì tội bỏn sẻn đời trước.

VIỆT-TAM-GIỚI (Bồ-tát) 越 三 界 (菩 薩) Siêu-việt khỏi Tam giới (Dục-giới, Sắc-giới, Vô-sắc giới). Tên một vị Đại Bồ-tát trong tám vạn vị Bồ-tát du hành, có hiện đến nghe Phật Thích-Ca giảng *Kinh Diệu-pháp Liên-hoa* tại núi Kỳ-xà-quật, gần thành Vương-xá

VÕ-ĐẾ 武 帝 Wou-ti(ch.) Vua nhà Lương bên Trung-Quốc. Chính ngài sáng-lập nhà Lương (502-556). Ngài ở ngôi từ năm 502 đến năm 549, hưởng thọ 86 tuổi. Ngài tên là Tiêu-Diễn, trước làm quan thứ-sử ở đất Ung-châu, kế được vua Tề truyền ngôi cho mà cải ra là nhà Lương.

Ngài là một bực ân-nhân của Phật-giáo, thường hộ-trợ Tam Bảo, cất nhiều Chùa-chiền.

Đức Bồ-Đề-Đạt-Ma, tổ thứ 28 ở Tây-vực, sang Tàu nhằm đời vua Võ-đế, có ghé viếng vua và giảng đạo-lý cho vua nghe.

Năm 517, vua Võ-đế qui-y Phật-pháp.

Năm 527, ngài vào ở Chùa. Các quan yêu cầu dữ lắm, ngài mới trở lại ngôi. Năm 529, ngài lại từ ngôi mà vào Chùa nữa.

Năm 538, có sứ đưa về nước xá-lỵ của Phật, vua dạy lập đền thờ. Trong dịp ấy, ngài bố-thí cho dân-chúng và ra lịnh thả các tội-nhơn bị cầm ngục.

Qua năm 547, ngài lại vào tu ở Chùa nữa.

Ngài băng năm 549, bị gian-thần soán ngôi.

Ngài được dân chúng và các nhà tu Phật tặng đức-hiệu là *Phật tâm Thiên-tử*. Ngài có thỉnh chư Tăng soạn thành bộ Kinh Sám-hối rất có danh, nhan đề *Lương-Hoàng-Sám* (Từ-bi *Đạo - Tràng Sám-pháp*). Bộ Kinh ấy vẫn còn truyền tụng.

VỌNG 妄 Mrsa (scr.).-Musâ (p.) Faux,Mensonger,Mensonge (fr.) Giả dối, láo xược, vậy bạ, trái với *Chơn* (Chân) 真 Thật, pháp: vrai. Như: *vọng-ngữ, vọng-nghiệp, vọng-tâm, vọng-tình, vọng-tưởng.*

VỌNG NGỮ 妄 語 Musâvâdo (fr.).-Mensonge (fr.) Cũng viết: *vọng-ngôn, hư-vọng.* Lời nói bậy; nói láo; chuyện không nói có, chuyện có nói không.

Tội thứ tư trong *Ngũ giới, Bát giới, Thập giới, Cụ-túc giới* và *Bồ-tát giới*; tội thứ sáu trong *thập thiện*,-phạm về miệng (khẩu)

Vọng-ngữ thì rất có hại, chẳng những về đời hiện tại mà về đời vị-lai nữa. Trong *Trí-độ luận* có nói rằng: Theo như lời Phật thuyết, kẻ *vọng-ngữ* có mười tội: 1. Hơi trong miệng bay ra có mùi thúi; 2. Chư thần hiền lánh xa, bọn tà quái ám nhập; 3. Dầu va có nói thiệt, người ta cũng chẳng tin; 4. Bực trí mưu-nghị việc chi, kẻ ấy chẳng được tham dự; 5. Thường bị người-ta phỉ-báng, tiếng xấu, ác đồn ra khắp thiên-hạ; 6. Người ta không kính yêu; dẫu va có chỉ bảo việc chi, người-ta cũng không vâng theo; 7. Thường hay buồn rầu; 8. Chính va trồng cái nhơn-duyên phỉ-báng; 9. Chừng cái thề tan nát và thác rồi, thì kẻ ấy bị đọa ở Địa-ngục; 10. Về sau chừng thoát cõi địa-ngục mà làm người, thì lại bị chúng phỉ-báng.-

Nhưng vì sự cần kíp cứu thoát mạng người, Phật và Bồ-tát tùy dùng *phương-tiện* nói khác ra mà không phạm tội *vọng-ngôn, hư-vọng.* Giả như vị Trưởng-giả thấy bầy con sắp bị lửa thiêu trong cảnh nhà đương cháy. Người bèn bày phương-tiện hô lên rằng: «Chúng bây hãy ra, ta sẽ cho ba thứ đồ chơi: xe dê, xe lộc, xe bò.» Bầy con rất mừng, đưa nhau chạy ra khỏi nơi *hỏa trạch* mà khỏi chết. Người Trưởng-giả bèn đem thứ xe bò lớn mà cho.

Dầu cho Người không đem xe mà cho, cũng không phạm tội nói láo, vì người dùng *phương tiện* mà cứu sống đoàn con.

VỌNG-TƯỞNG 妄 想 Tưởng bậy, nghĩ quấy, toan tính điều chẳng phải lẽ, nghĩ điều chẳng hạp với đạo-lý, với chánh-pháp.

Đại-thừa nghĩa chương : Kẻ phàm-phu tâm mê-tối đối với sự thật, bèn khởi ra các tướng của các pháp, chấp lấy tướng mà cho ra danh, y theo danh mà giữ lấy tướng, bởi chỗ giữ lấy chẳng chơn thật, nên kêu là *vọng-tưởng*.—Lại bồn thứ năm : Chấp một cách sai lạc việc chẳng chơn-thật, kêu là vọng. Đem cái vọng-tâm mà giữ lấy điều mình chấp, kêu là tưởng,

Bồ-đề tâm luận : Nầy, cái pháp của đường mê là từ nơi *vọng tưởng* mà sanh ra, nó lần lượt mà nảy nở ra cho đến thành vô-lượng. vô-biên các phiền-não.

Quán Vô-Lượng-Thọ-kinh : Trong các điều mà nhà tu-hành đã nghe, nên khiến cho hạp với Tu-đa-la (Sûtras, Kinh) ; nếu chẳng hạp thì kêu là *vọng-tưởng*.

Vọng-tưởng có năm thứ, tám thứ.

(Xem : *Ngũ vọng-tưởng*, *Bát vọng-tưởng*.)

VÕNG-MINH (*PHẬT*) 網明 (佛) Jaliniprabha (Bouddha) (scr.)

Một đức Phật Như-lai, quốc-độ của Ngài ở về phương Bắc đối với cõi Ta-bà.

Hồi đức Phật Thích-Ca giảng Kinh A-Di-Đà, Phật Võng-Minh và vô-số chư Phật ở phương Bắc có tỏ lời khen và khuyên chúng-sanh nên tin kinh A-Di-Đà.

VÔ 無 A, Abhâva (scr., p.).—In, im, ir ; inexistence (fr.) Vô (Phạn : *A*) là tiếng tiền-tiếp-tự (préfixe), có nghĩa : Không, Không xiết ; như : *Vô*-minh (Phạn : *A*vijja), *Vô*-số (Phạn : *A*samkhya, *A*-tăng-kỳ).

Vô (Phạn : Abhâva, Pháp : Inexistence), nghĩa là : Không, Không có.

Vô có hai nghĩa :

1. Thật không có. Tỷ như người không có vợ, con.

2. Có mà nhận là không có, như vậy để dứt mọi sự trìu mến, phiền-não. Tức là không thấy có; đối với chúng-sanh, đối với các pháp, mình thấy là *Vô*.

Vô lại có sáu nghĩa:

1. Rốt ráo là không, không có nhơn, không có quả, không có chi cả. Như: *Vô* ngã (không có Ta), *Vô* ngã sở (*không có* món gì của ta).

2. Tùy theo lúc mà không có, nhằm lúc không có. Như người đời nói: hà tri *vô* thủy (rạch, ao *không có* nước.)

3. Có ít, cũng kêu là *không* (*vô*). Như món ăn mà ít vị mặn, thì người ta nói là *không* mặn (*vô* hàm); nước ngọt mà ít ngọt, thì người ta nói là *không* ngọt (*vô* điềm).

4. Vì không thọ lãnh, cũng kêu là *không* (*vô*). Như bên Thiên-trước, người dòng Chiên-đà-la không có thế thọ pháp Bà-la-môn, nhơn đó người ta kêu là *Vô* Bà-la-môn.

5. Nhơn vì thọ lãnh phép xấu, phạm việc tà ác, người đời cũng gọi là *Vô*. Như vị Sa-môn hoặc vị Bà-la-môn thọ tà-pháp, làm sái đạo, người ta chê là: *Vô* Sa-môn, *Vô* Bà-la-môn.

6. Vì chỗ đối chiếu, người ta gọi là *Vô*. Như đối với món trắng, người ta gọi *Vô bạch* (*không* trắng) để chỉ món đen; đối với sự sáng láng tỏ rõ, người-ta gọi *Vô*-minh để chỉ món tối tăm, u ám.—

Về lẽ *Vô*, có hai thứ:

1. Cái *Vô* của hạng chấp trước.

2. Cái *Vô* của hạng không chấp trước (chơn-vô). Bực mới tu tỉnh, nhận ra rằng chư pháp, vạn vật đều là *Vô* (*Không*): Không có Trời, Đất, Thiên-đường, Địa-ngục, Không có Quả-báo chi cả. Chỉ là nhơn duyên kết cấu thôi, chỉ là Tứ đại, Lục đại giả hiệp thôi.— Ấy là họ chấp trước, sa vào tà-kiến, thiên-lệch. Đó là lẽ *Vô* của Tiểu-thừa.

Bực hiểu ra cái *Chơn-vô* (Chơn-không), thấu lẽ Trung-đạo, thì thấy rằng chẳng phải có, chẳng phải không (Phi hữu, Phi vô), tức là : Có mà chẳng phải có, không mà chẳng phải không. Đó mới là lẽ Vô của Đại-thừa.

Về cái *Vô* chơn-thật nầy, trong « **Tứ thập nhị chương kinh** », chương 18, có chép rằng : Ngô Pháp : niệm *Vô* niệm niệm, hành *vô* hành hành, ngôn *Vô* ngôn ngôn, tu *Vô* tu tu ; hội giả cận nhĩ, mê giả viễn hồ. (Cái Pháp của Ta là : nghĩ cái điều nghĩ không nghĩ, làm cái việc làm không làm, nói cái lời nói không nói, tu cái sự tu không tu. Ai tỉnh thì gần Nó ; ai mê thì xa Nó.)

VÔ-BIÊN 無邊 Anantat (scr.).-Sans limites, illimité (fr.) To, lớn, sâu, rộng, nhiều cho đến không có bờ bến. Tức là *vô biên-tế*. Đồng nghĩa với : *vô-cùng, vô-tận, vô-lượng*.

Như : Hư-không (l'Espace) là *vô-biên*, là vì ở đâu cũng có hư-không, mọi vật đều ở trong hư-không, không-gian ; nó không có bờ-cõi chi cả.

Lại, Pháp-giới (cõi Pháp) là *vô-biên*, cõi Pháp mênh-mông, quảng đại không có bờ bến. Các pháp (chư pháp là vô-cùng ; cho nên cõi Pháp (Pháp-giới) chứa lấy các pháp, cũng là *vô biên-tế*.

Lại, chúng-sanh cũng là *vô-biên*. Là vì ở khắp nơi, trong các cõi thế-giới, trải qua thời-gian và không-gian, đều có *chúng-sanh*, họ nhiều không cùng, không tận. Nhưng, lòng từ-bi của Bồ-tát quyết độ cho tất cả. Như trong Tứ *hoằng thệ-nguyện* có câu : chúng-sanh *vô biên*, thệ nguyện độ.

VÔ-BIÊN HẠNH (*BỒ-TÁT*) 無邊行 (菩薩).-Anantachâritra (scr.) : Một vị Bồ-tát Ma-ha-tát có hiện đến, dẫn đầu vô-số chư Bồ-tát, nghe Phật Thích-Ca giảng Kinh Pháp-Hoa. Ngài có nguyện sẽ truyền bá lý Kinh pháp-Hoa sau khi Phật diệt-độ.

Khi Phật giảng kinh Pháp-Hoa hết phẩm An-lạc hạnh, thì hiện lên bốn vị Bồ-tát Đạo-sư, mỗi vị dẫn đầu vô-số chư Bồ-tát. Bốn vị Bồ-tát ấy là Thượng-Hạnh (Viçichtatchâritra), *Vô biên-Hạnh* (Anantatchâritra), Tịnh-Hạnh (Viçuddratchâritha), An-lập-Hạnh (Supratichthitatchâritra).

VÔ-BIÊN HƯ-KHÔNG XỨ GIẢI-THOÁT 無邊虛空處解脫 Akàsanantyàyatana-samadhi (scr.) : *Vô-biên* : không bờ bến, vô cùng, vô tận. *Hư-không xứ* : Cõi không không, chẳng có hình sắc chi cả. Giải-thoát : Tam-muội, phép định cao siêu có tánh-cách giải-thoát.

Cũng kêu : *Vô-biên hư-không xứ định*, hoặc : *Không vô-biên xứ định* Ấy là phép thiền-định của hàng Thánh-giả, vượt khỏi cõi Dục-giới và cõi Sắc-giới, lên đến cõi Vô-sắc-giới.

-Phép định nầy cao hơn *Tứ thiền*, rất thanh-cao, tịch-tịnh. Ấy là một phép trong *Tứ định* của bực Thánh đệ-tử : 1. *Vô-biên hư-không xứ định* (Không vô-biên xứ định). 2. Vô-biên thức xứ định (Thức vô-biên xứ định), 3. Vô sở hữu xứ định, 4. Phi tưởng phi tưởng xứ định.-Ai đắc trọn và vượt qua bốn phép định ấy thì thành La-hán, Phật, có đủ sáu phép Thần-thông.

VÔ BIÊN QUANG PHẬT 無邊光佛 : Đức Phật tên là Vô-Biên-Quang (hào-quang không có hạn-lượng, chiếu tất cả mọi nơi một cách vô ngại). Ấy là một hiệu trong mười ba hiệu của Phật A-Di-Đà. Vì chữ A-Di-Đà Phật (Amitabhâ-Bouddha) là chữ Phạn (sanscrit) dịch ra mười ba nghĩa : 1. Vô-Lượng-Thọ Phật, 2. Vô Lượng-Quang Phật, 3. *Vô-Biên-Quang Thật*, 4. Vô-Ngại-Quang Phật, 5. Vô-Đối Quang Phật 6. Viêm-Vương-Quang Phật, 7. Thanh-Tịnh-Quang Phật, 8. Hoan-Hỷ-Quang Phật, 9. Trí-Huệ-Quang Phật, 10. Bất-Đoạn-Quang Phật, 11. Nan Tư-Quang Phật, 12. Vô-xưng-Quang Phật, 13. Siêu Nhựt-Nguyệt-Quang Phật.

VÔ-BIÊN THÂN 無邊身 : Tiếng dùng để xưng đức Như-lai. Vì ở trong Thập phương Tam giới, bất kỳ chỗ nào cũng có đức Phật thị hiện ra mà giáo hóa, cứu độ chúng-sanh.

Niết-bàn Kinh : Tỷ như một vị kim-sư, tức là một thợ kim-hoàn có tài, khi được món vàng thiệt và tốt, người bèn tùy ý làm ra mọi món đồ Đức Như-lai cũng như thế, ở trong Hai mươi lăm cảnh chúng-sanh (Tam giới), ngài có thể thị hiện ra vô-số sắc thân để hóa độ chúng-sanh, rút họ lên khỏi Luân-hồi. Vì vậy cho nên người ta cũng gọi Như-lai là *Vô-biện Thân*.

Vô-biên thân lại có nghĩa : cái thân đồng với cõi Hư-không vô-biên. Ấy là chỗ tu chứng của Bồ-tát thấy mình chẳng còn cái thân-thể riêng, cái thân mình làm một với cõi Hư-không vô-tận, cái thân mình có thể vào các quốc-độ nhiều như vi-trần mà làm rộng các Phật-sự, được đức tùy-thuận to lớn. Khi được cái *Vô-biên thân* thì không còn chấp, không còn kể cái thân tứ đại (do đất, nước, lửa, gió hiệp thành). Khi đắc cái *Vô-biên thân* thì được cái đức *Vô-sanh Nhẫn.*

Trong **Thủ-Lăng-Nghiêm Kinh** quyển 5, Hư-không Tạng Bồ-tát bạch với Phật : Hồi đời đức Phật Định-Quang, tôi và Như-lai (Phật Thích-Ca) đều được cái *Vô-biên thân.*

VÔ-BIÊN THÂN NHƯ-LAI 無邊身如來 : Đức Phật tên là *Vô-Biên Thân* (cái thân to lớn, không bờ bến) tức là cái Pháp-thân vô-cùng vô-tận. Ấy là một đức Phật đời quá-khứ.

Địa-Tạng Kinh : Thuở xưa, cách nay vô-lượng, vô-số Kiếp, có đức Phật ra đời, hiệu là *Vô-biên Thân Như-Lai.* Như có nam-tử, nữ-nhơn nghe danh hiệu đức Phật ấy, tạm sanh lòng cung-kính, liền thoát khỏi tội nặng trong bốn chục Kiếp sanh-tử. Huống chi là tô vẽ hình-tượng Ngài mà cúng-dường, tán thán ? Người ấy được phước vô-lượng, vô-biên.

VÔ-BIÊN THỨC XỨ GIẢI-THOÁT 無邊識處解脫 Vijnànànantyàyatana-Samàdhi (scr.) : Vô-biên : Không bờ bến, vô cùng, vô tận. *Thức-xứ* : Cảnh-giới của sự biết, của tâm-thức. *Giải-thoát* : Phép định cao. Cũng kêu là : *Vô-biên Thức xứ định, Thức vô-biên xứ định.* Ấy là phép Đại-định của bực Thánh đệ-tử, bực đắc *Ngũ thông* trong khi nhập định, vượt khỏi cõi Dục-giới với cõi Vô-sắc giới, qua khỏi cảnh Tứ-thiền, cảnh Không vô-biên xứ, trụ vào cảnh tâm-thức vô-biên, vô-tận.

Đã qua khỏi phép *Không vô biên xứ định,* đương trụ vào phép *Vô-biên thức xứ định* (Thức vô-biên xứ định), nhà Đạo còn tu hai phép nữa : *Vô sở hữu xứ định, Phi tưởng phi phi tưởng xứ định,* thì đắc Lục thông, thành La-hán hoặc thành Phật.

VÔ - CĂN TÍN 無根信 Đức Tin không căn. Những kẻ chưa từng có đức Tin, nay nhờ Phật-lực nên đem lòng tín-mộ Tam Bảo, cái đức Tin ấy kêu là *Vô căn Tín*. Hồi đời Phật Thích-Ca, có những kẻ chẳng hề biết tin Chánh - pháp ; kế nhờ nghe Phật thuyết pháp, liền đem lòng tin Phật, tin Pháp, lòng tin ấy kêu là *Vô-căn Tín*.

Niết-bàn kinh quyển 33 : Nghe đồn rằng còn ba tháng thì Phật nhập Niết-bàn, vua Thiện-Kiến (A-xà-Thế) liền đến chầu Phật. Phật thuyết pháp cho vua nghe, khiến tội nặng của vua trở thành tội nhẹ và làm cho vua thâu hoạch đức *Vô-căn Tín*.

VÔ - CẤU 無垢 Vimala (scr.).-Sans tache (fr.) Không đóng dơ, không nhuốm dơ. Tức là trong trẻo sạch sẽ (*thanh-tịnh*). Cũng viết : *vô-lậu*, *Tịnh*. Trái với : *cấu*, *nhiễm*, *lậu*, *phiền-não*.

VÔ-CẤU ĐỊA 無垢地 Địa-vị không đóng dơ. Có hai nghĩa :

1. Bực Đẳng-giác Bồ-tát kêu là *Vô-cấu địa* Bồ-tát hay là Vô-cấu Bồ-tát.

2. *Vô-cấu địa* tức là Ly-cấu địa, địa vị thứ hai trong mười địa vị của Bồ-tát Đại-thừa : 1. Hoan-hỷ địa, 2. *Ly cấu địa*, 3. Pháp-quang địa, 4. Diễm-huệ địa, 5. Cực nan thắng địa, 6. Hiện tiền địa, 7. Viễn hành địa, 8. Bất động-địa, 9. Thiện-huệ địa, 10. Pháp-vân địa.-Bồ-tát lần lượt chứng đủ mười địa vị ấy rồi, thì thành Phật Như-lai.

VÔ-CẤU Y 無垢衣 Áo không đóng dơ (nhiễm trược).

Tức là áo cà-sa. Mặc áo ấy thì chí quyết lìa khỏi các mối phiền-não, bỏ nẻo luân-hồi mà vào nơi thanh-tịnh của Niết-bàn.

VÔ-CẤU NHẪN 無垢忍 Đức nhẫn không dính dơ.

Ấy là đức Nhẫn của bực Vô-cấu Bồ-tát đoạn trừ sự lầm-lạc, ô-nhiễm của Vô-minh, tự-tánh thì thanh-tịnh, còn tâm-thể thì an trụ nơi địa-vị Bất-động.

VÔ-CẤU TAM-MUỘI 無垢三昧 Phép Tam-muội không nhiễm

trược. Ấy là phép thiền-định thanh-tịnh của Phật, Bồ-tát. *Vô-cấu Tam-muội* là một trong *Nhị thập ngũ Tam-muội* ; ai đắc *Vô-cấu Tam-muội* thì chẳng mắc vào Địa-ngục.

VÔ-CẤU THẾ-GIỚI 無垢世界 Thế-giới không dính dơ, hoàn toàn trong sạch. Ấy là cõi Phật-quốc nơi ấy bà Long-nữ, công-chúa con của Long-vương Tà-kiệt-La hóa thành Phật. Lúc ấy, công-chúa vừa nghe Phật giảng Kinh Pháp-hoa, nhưng lòng bà chí quyết thành Phật ngay lúc ấy, nên bà liền thành Phật, có đủ bảo-thọ, Tứ chúng, Bồ tát dự nghe, với cõi Tịnh-độ tên là Vô-cấu thế-giới.

VÔ DUYÊN 無緣 Không duyên. Trái với *Hữu duyên*. Không dính líu, không quan hệ, tức là không có cái tâm-thức nương chịu dính líu.

Không phân biệt, bình-đẳng, tự-nhiên, vô-tận, tức là : không trụ ở pháp-tướng, cũng không trụ ở chúng-sanh tướng.

Không có duyên với Phật, Pháp, Tăng ; không có thiện-duyên, thiện-căn.

Qui-nguyên trực chỉ quyển ba : Phật có thể biết tâm tánh của quần-sanh, rõ tột việc ức Kiếp đã qua hoặc sẽ tới. Nhưng ngài không giáo-hóa và không dắt-dẫn được những kẻ *vô-duyên*.

VÔ DUYÊN PHÁP-GIỚI 無緣法界 Cõi Pháp không duyên. Tức là sự dung thông của nền Pháp - giáo một cách bình - đẳng, không phân biệt, phổ cập ra đều hết trong các chúng-sanh, nhưng ai căn-tánh lanh lẹ thì hưởng nhiều, ai căn-tánh ngu độn thì hưởng ít. Như lòng từ bi của Phật phổ cập ra trong các chúng-sanh vô-biên, phổ cập một cách bình-đẳng, tự-nhiên vậy.

VÔ-DUYÊN TAM-MUỘI 無緣三昧 Phép đại-định không duyên. Cũng viết : *Vô-tận định*. Nhập phép Thiền-định nầy, thì diệt hết tâm-thức, không còn dính-thiệp với một cảnh nào, chỉ còn có một cái tâm-ý vô cùng vô tận, bao quát tất cả.

VÔ-DUYÊN TỪ 無 緣 慈 : Tức là : Vô *nhơn - duyên Từ*. Lòng Từ tự-nhiên, lúc nào cũng có, đối với tất cả chúng-sanh ; chẳng nương theo hoàn-cảnh, chẳng phân biệt kẻ thân người sơ, kẻ thích, người thù, chẳng phân - biệt chúng - sanh. Ấy là lòng *Đại-từ* của Phật, Bồ-tát ; ấy là Đệ nhứt nghĩa Từ, vượt lên khỏi thế-đế từ, phàm-phu từ ; lại còn cao hơn lòng từ của hai bực Thinh-văn và Duyên-giác.

VÔ-DUYÊN THỪA 無 緣 乘 Cỗ xe vô-duyên. Ấy là pháp-môn quán-tưởng *Tam giới* đều do tâm tạo, ngoài cái tâm không còn có cái duyên, cái pháp nào nữa. Nương đó mà tự mình tu hành cho đắc đạo Bồ-đề.

VÔ-DƯ NIẾT-BÀN 無 餘 涅 槃 Cảnh Niết-bàn rốt ráo, không còn để lại cái chi hết, tức là không còn Nghiệp-báo khổ-quả chi nữa.

Khi Phật, Thánh đắc Niết-bàn, nhưng còn trụ thế, còn trả những quả-báo còn dư từ những đời trước, còn chịu cái Nghiệp chung của chúng-sanh, kêu là *Hữu-dư Niết-bàn* 有 餘 涅 槃.

Khi đến thời-kỳ bỏ cái xác thân nầy, dứt hết tất cả, kêu là *Vô-dư Niết-bàn*.

Như nói : Phật nhập *Vô-dư Niết-bàn* tại rừng cây Ta-la, gần thành Câu-thi-na.

(Xem : *Niết-bàn, Hữu-dư Niết-bàn.*)

VÔ-DƯ NGHĨA 無 餘 義 Sens complet, absolu (fr.) Nghĩa-lý đầy đủ, hoàn-toàn. Cũng như : *Liễu-nghĩa*

Đối với : *Hữu-dư nghĩa, Bất liễu nghĩa.*

Lại nữa, *vô-dư nghĩa* đồng-nghĩa với danh từ triết-học *tuyệt-đích nghĩa* ; còn *hữu-dư nghĩa* thì đồng-nghĩa với *đối-đích nghĩa.*

Các bài thuyết pháp của Phật ghi trong các Kinh - điển, đều chứa cả *hữu-dư nghĩa* và *vô-dư nghĩa.*

VÔ ĐẲNG 無 等 Tôn hiệu của Phật. Phước-đức và trí-huệ của Phật thì cao hơn hết, không có một chúng-sanh nào sánh bằng, cho nên xưng Phật là *Vô đẳng.*

Vô đẳng đẳng : Bực không đẳng cấp, bực cao hơn hết trong các bực chúng-sanh, tức là Phật.

Vô Đẳng Giác : Cái Chánh - giác của bực Phật. Tu tới giác-ngộ vào hàng chư Phật Như-lai là cùng tột, không có quả Đạo nào cao hơn nữa.

VÔ-ĐỐI-QUANG (*PHẬT*) 無 對 光 (佛) Amitabhâ (scr.). Một danh-hiệu của Phật A-Di-Đà. A-Di-Đà (Amitabhâ) là chữ âm theo Phạn, có 13 nghĩa, mà *Vô-Đối-Quang* là một nghĩa, một danh-hiệu. *Vô-Đối-Quang* nghĩa là hào-quang trong sạch không hào-quang nào bằng, chiếu xa không hào-quang nào bằng.

(Xem : *A-Di-Đà Phật thập tam hiệu.*)

VÔ-GIÀ ĐẠI-HỘI (*VÔ-GIÀ HỘI*) 無 遮 大 會 (無 遮 會) Tức là *Đại thí hội* 大 施 會 *Vô già* : không che lợp, *Đại* : lớn. *Hội* : Hội bố thí và giảng pháp.

Ấy là hội bố-thí lớn lập ra ở một cánh đồng to, mỗi khi bố-thí thì có cả chục ngàn người ngồi dài nhau từng hàng, chờ đến phiên mình mà lãnh. (Xem : *Đại-thí hội.*)

Di-Lặc Hạ Sanh Thành Phật Kinh :

Bảo tràng tạo thành dĩ, — Vương phát đại xả tâm.

Thí dữ Bà-la-môn, — Đẳng thiết *Vô-già hội* !

(Tạo xong cờ báu một khi,

Phát tâm đại xả, vua thi hành liền.

Bà-la-môn hưởng đầu tiên,

Vô-già hội thí luân phiên mọi người.)

VÔ-GIÁN ĐỊA-NGỤC 無 間 地 獄.-Avichi (scr.) Enfer où

les damnés sont punis sans interruption (fr.) *Vô gián* là tiếng dịch nghĩa chữ Phạn *A-tỳ* 阿 鼻 Avîchi. *Vô-gián Địa-ngục* tức *A-tỳ Địa-ngục.*

Địa-ngục không có dứt đoạn : ở cảnh Địa-ngục nầy, tội-nhơn thấy mình bị hành phạt mãi mãi chẳng ngừng ; hết sống rồi chết, hết chết rồi sống, họ bị hành khổ mãi. Dầu họ có cầu cho thoát ra cũng không được, họ ở trong cảnh ấy trăm, ngàn, muôn Kiếp.

Trong *Kinh Địa-Tạng* có biên ra những kẻ phạm tội như dưới đây vào *Vô-gián Địa*-ngục :

Kẻ bất hiếu với cha mẹ, cho đến giết, hại cha mẹ.

Kẻ đâm chém Phật đổ máu, hủy báng Tam-bảo, chẳng kính tôn Kinh.

Kẻ xâm lấn tồn hại chùa chiền, làm ố uế tăng ni, hay ở trong nhà chùa mà dâm dục hoặc giết, hại nhơn vật.

Kẻ giả bộ thầy tu, chẳng có tâm thầy tu, dùng phá đồ vật của cải nhà chùa, lường gạt người tại-gia, làm trái giới luật, tạo ra rất nhiều tội ác.

Kẻ ăn trộm ăn cắp của cải, đồ đạc, lúa gạo, thức ăn uống, quần áo của nhà chùa, người ta không cho mà cũng lấy.

Trong quyền *A-xà-thế vấn ngũ nghịch kinh,* có ghi năm tội nghịch mà ai phạm thì sẽ đọa vào Địa-ngục Vô-gián : 1. Sát phụ, 2. Sát mẫu, 3. Hại A-la-hán, 4. Đấu loạn chúng tăng, 5. Khởi ác ý đối với sở hành của đức Như-lai.

Có Kinh khác, khoản tội nghịch thứ 5, thay vì đề : Khởi ác ý đối với sở hành của đức Như-lai, thì đề : *Đâm chém Phật chảy máu*.

Vô-gián Địa-ngục, thuở xưa người-ta cũng dịch là *Vô - trạch Địa-ngục* 無 擇 地 獄. Hễ tạo ra những tội vô-gián nghiệp tức là ngũ nghịch tội, thì chẳng đợi lựa chọn, phân biệt ai hết, quí tốt đều áp bắt vào Địa-ngục mà chịu các sự đau khổ không gián-đoạn.

(Xem : *Ngũ Vô-gián Địa-ngục.*)

VÔ HỌC 無學 Asekha (p.).-Qui n'a plus rien à apprendre (fr.) Không học, không còn phải tu học nữa. Ấy là những vị tu hành đắc quả thứ tư trong thừa Thinh-văn, quả A-la-hán. Đó là những vị học đạo đầy đủ, không còn phải tu học nữa.

Đối với *học*, *hữu học* là những vị còn phải học tập. Trong hàng đệ-tử của Phật, *học* hay *hữu-học* là những vị đương tu hành, hoặc là đắc những quả : Tu-đà-huờn, Tư-đà-hàm, A-na-hàm.

Còn *Vô-học* là hàng A-la-hán sáng suốt, dứt luân-hồi.

VÔ-HỌC ĐẠO 無學道 Tức là *A-la-hán đạo*. Quả vị của những người đã dứt xong các mối lầm (hoặc) trong *Tam giái*, đã chứng đủ hết cái lý chơn-đế, trí-huệ viên mãn, không cần ra công tu học nữa.

Ở Thinh-văn thừa, tu chứng *Vô-học Đạo* là mức rốt-ráo. Ở Bồ-tát thừa, khi đắc *Vô-học Đạo* rồi, người-ta còn phải tinh-tấn nữa cho tới Phật-Đạo (quả-vị Phật).

VÔ KIẾN ĐỈNH-TƯỚNG 無見頂相 Sahasrâra (scr.) — Chakra du sommet de la tête (fr.) Cái tướng trên đảnh đầu của Phật mà kẻ phàm-phu chẳng thấy được. Ấy là một tướng trong 80 tướng *tùy hình hảo* của Phật. Trên đảnh đầu, cái tướng *Nhục-kế* 肉髻 (khối thịt lồi lên như bới tóc) là tướng chánh trong *Tam thập nhị tướng*, còn *Vô kiến đảnh* là tướng tùy hình hảo. Cái tướng nầy nó chẳng hiển hiện ra nơi thề xác (corps physique), nên lấy mắt thịt mà dòm thì chẳng thấy. Nó ở nơi thề phách (double éthérique), cho nên chư thiên cùng nhà đạo-đức có mắt huệ mới thấy. Vì vậy nên kêu là *Vô kiến đảnh tướng*. Hình nó như cái bánh xe nhỏ có cả ngàn cây căm, người Ấn-Độ tỷ nó với một hoa sen có ngàn cánh. Tiếng Phạn gọi là Sahasrâra, Pháp dịch : chakra du sommet de la tête, Việt dịch : cái bánh xe trên đảnh đầu. Cái *Vô kiến đảnh-tướng* và cái *nhục-kế tướng* biểu lộ cái cực-quả của nhà tu hành, hiển-hiện cho ta biết là bực Phật, hoặc bực Bồ-tát sắp thành Phật. Cái *Vô kiến đảnh-tướng* chiếu ra rất sáng, nó chứng tỏ rằng nhà đạo-đức đủ đầy Trí-huệ.

VÔ LẬU 無漏 Anasvara (scr.),—Sans écoulement, sans passion (fr) Không lậu tiết, không lậu lạc; tức là không có các mối phiền-não. Trái với : *Lậu, Hữu-lậu.*

Con người-ta vì Phiền-não : Tham, Sân, Si, cho nên ngày đêm để cho sáu cơ-quan : Nhãn, Nhĩ, Tỷ, Thiệt Thân, Ý cứ lậu tiết, chảy ra, lưu thông mãi không ngừng. Ấy là *Lậu.*

Lại nữa, những mối Phiền-não : Tham, Sân, Si khiến cho người-ta lậư lạc, sa ngã vào trong ba nẻo ác-lụy (*Tam ác-đạo*) và sáu đường Luân-hồi (*Lục đạo*). Ấy là *Hữu lậu.*

Cho nên nói *Hữu-lậu* là những phàm-phu chưa dứt Phiền-não, còn lưu-luyến, còn sa ngã trong vòng luân-hồi khổ não.

Còn *Vô-lậu* là bực Thánh, dứt Phiền-não, thoát ra ngoài vòng Luân-hồi.

VÔ-LẬU CĂN 無漏根 : Căn-tánh, căn trí vô - lậu, vốn thanh-tịnh, không phiền-não.

VÔ-LẬU ĐẠO 無漏道 Đạo-lý không có phiền-não. Đối với hữu-lậu đạo. Tu theo hữu-lậu đạo là không đoạn những mối phiền-não, lại nuôi dưỡng cái lòng ham muốn, cầu cho hưởng thêm các sự phước-đức, tức là tụ tập thêm sự ô nhiễm, khổ não.

Còn tu theo vô-lậu đạo là tu hành pháp giáo trong Tứ diệu-đế của Phật, đoạn diệt các mối phiền-não, dứt tham-sân-si, không cầu lấy những phước-báo trong Tam giới.

VÔ-LẬU GIỚI 無漏界 Cảnh-giới không lậu, thanh-tịnh, không ô nhiễm vì phiền-não. Tức là Niết-bàn.

VÔ-LẬU HUỆ 無漏慧 Trí-huệ không lậu. Cái tánh chất rời khỏi các phiền - não tùy nhiễm, cái trí-huệ thuần - lương, tinh sạch, không có một chút bợn. Ấy là cái trí-huệ của các nhà đắc quả Thánh : La-hán, Duyên giác.

VÔ-LẬU NHƠN 無漏因 Nhơn-duyên không lậu, không

ô trược vì phiền-não. Ấy là những món Giới, Định, Huệ thanh-tịnh, nhờ đó mà nhà tu học chứng được cảnh-giới Niết-bàn. Trong Tứ diệu-đế, Bát chánh đạo của Đạo-đế tức là *Vô-lậu nhơn* của nhà hành đạo để đắc Vô-lậu quả, Thánh-quả vậy.

VÔ-LẬU PHÁP 無 漏 法 : Pháp-lý không phiền-não, thanh tịnh, dứt các mối ô trược, nhiễm trước. Như những pháp mà các vị La-hán, Duyên-giác do giới-định-huệ mà được, ấy là vô-lậu pháp. Lại pháp-lý về Niết-bàn cũng là vô-lậu pháp.

VÔ-LẬU PHÁP-TÁNH 無 漏 法 性 : Cái pháp-tánh không bị ô nhiễm. Tức là cái *Chơn-như thật-tướng* vậy. Ấy là cái thật-tánh của con người vốn thanh-tịnh, không mê-muội, không sanh không diệt.

VÔ-LẬU QUẢ 無 漏 果 Quả đức không có xen vào sự phiền-não. Tức là quả A-la-hán trong Thinh-văn thừa và quả Bích-chi Phật trong Bích-chi Phật thừa (Duyên-giác thừa).

Bực Thinh-văn thừa, muốn đắc *Vô-lậu quả*, thì tu Tứ diệu-đế, nhứt là Đạo-đế, đế thứ tư. Bực Duyên-giác thừa, muốn đắc *Vô-lậu quả*, phải tu Thập nhị nhơn-duyên.—

Trong bốn quả từ quả Tu-đà-hoàn cho tới quả A-la-hán, thảy đều kêu là *Vô-lậu quả*. Có những vị Tỳ-kheo dối trá : tự xưng với người cư-sĩ rằng mình đắc *Vô-lậu quả*, như nói rằng « Ta đắc quả , Tu-đà-hoàn.» Cho đến nói rằng : « Ta đắc quả A-la-hán.» Đó là họ cố ý muốn cho người tại-gia cúng-dường cho họ thật nhiều.

VÔ-LẬU THẬT-TƯỚNG 無 漏 實 相 : Cái tướng thật vốn thanh-tịnh, không bị cấu nhiễm. Ấy là cái lý-thể, cái thật-tướng của vạn vật, vạn pháp, nó vốn chơn-tịnh, an-nhiên. Cũng viết : *chơn-như thật-tướng, vô lậu pháp-tánh.*

VÔ-LẬU THÔNG 無 漏 通 : Phép thần-thông của bực dứt phiền-não. Vô-lậu thông là một phép trong *Lục thông*. Cũng viết : *Lậu-tận thông*. Năm phép trước : 1. Thiên nhãn thông, 2. Thiên nhĩ thông, 3. Túc-mạng thông, 4. Tha-tâm thông, 5. Thần-túc thông, đều là *hữu-lậu thông*. Vì những nhà tu học đắc năm phép ấy thì còn trìu mến, còn luân chuyền trong Tam giái, Lục đạo. Đến quả thứ sáu, *Vô-lậu thông* hay *Lậu tận thông* mới là quả rốt ráo của nhà tu-hành dứt phiền-não, dứt luân-hồi, thành La-hán, nhập Niết-bàn.

VÔ-LẬU TRÍ 無漏智 Tức là *Vô-lậu huệ*. Cái trí-huệ lìa khỏi các phiền-não ô nhiễm, thong-dong, tự-tại, cái trí-huệ của chư Thánh : La-hán, Duyên-giác, Phật.

VÔ-LƯỢNG 無量 Nhiều quá, lớn quá ; không thể đong lường, không thể đo lường, không thể kể đếm. Như : *Vô-lượng* nghĩa, *vô lượng* pháp-môn.

Vô-lượng lại là một con số lớn trong mười con số lớn theo trong Hoa-nghiêm-Kinh : 1. vô-số, 2. *vô-lượng*, 3. vô-biên, 4. vô-đẳng, 5. Bất khả sổ, 6. Bất khả xưng, 7. Bất khả tư, 8. Bất khả lượng, 9. Bất khả thuyết, 10. Bất khả thuyết bất khả thuyết.

Vô-lượng lại có nghĩa : lòng-dạ vô-lượng, tức *vô-lượng tâm* nói tắt, như : Tứ *vô-lượng*.

VÔ-LƯỢNG-LỰC (*BỒ-TÁT*) 無量力 (梵語 Anatavikramin (scr.) Một đức Bồ-tát Ma-ha-tát. Ngài có hiện lại nơi núi Kỳ xà-quật mà dự nghe đức Phật Thích-Ca diễn Kinh Diệu-Pháp Liên-hoa.

VÔ-LƯỢNG NGHĨA 無量義 Vô-lượng, vô-số nghĩa lý, gồm thâu tất cả các pháp, trọn đủ nghĩa lý, nghĩa lý giải thích chẳng cùng tận. Cũng gọi : *Thật-tướng*.

VÔ-LƯỢNG NGHĨA (KINH) 無量義 (經).— La Grande démonstration (fr) : Kinh có vô-số nghĩa, chứa đủ các pháp, chứa đủ nghĩa lý. *Kinh Đại-thừa Vô-lượng nghĩa* do Phật thuyết ra. Kinh nầy để giáo hóa chư Bồ-tát, mà tất cả chư Phật Thập phương, Tam thế đều hộ-niệm.

Mỗi đức Phật, khi gần tịch thì giảng *Vô-lượng nghĩa Kinh*. Kế nhập đại-định kêu là Vô-lượng nghĩa xứ Tam-muội.

Sau khi xuất định, Phật giảng Kinh Diệu-Pháp Liên-Hoa để chỉ dạy chư Bồ-tát, đưa vào Phật-huệ.

VÔ-LƯỢNG-NGHĨA-XỨ-TAM-MUỘI 無量義處三昧.— La Placede la Démonstration sans fin (fr.) : Phép đại-định vào nơi có đủ cả nghĩa-lý của nền Phật-đạo. Ngài Văn-Thù Sư-ly có giảng với ngài Di-Lặc Bồ-tát phép Tam-muội ấy như vầy : Đức Phật nhập phép Định ấy thì thân và tâm ngài không một mảy lay động. Ngài vừa nhập định, liền có một đám mưa lớn bằng hoa quí trên Thượng-Thiên đổ xuống. Ấy là những hoa : Man-đà-la, Ma-ha-man-đà-la, Man-thù sa, Ma-ha-Man- thù-sa. Hoa bao giăng theo Ngài và tất cả Đại-chúng. Vừa lúc ấy, quả địa-cầu chấn động sáu cách. Liền đó, một lằn hào-quang ở khoảng giữa hai vòng lông mày của đức Phật phóng ra. Hào-quang nầy chiếu qua một vạn tám ngàn thế-giới Phật ở về phương Đông. Tất cả những thế - giới nầy sáng ra. Người ta thấy tất cả các cảnh và các chúng-sanh trên mỗi cõi thế-giới, từ hạng ở Địa-ngục cho chí các hàng Tiên cao. Và người-ta thấy luôn các cách hành đạo của chư Bồ-tát : ông thì tu Bố-thí, ông thì tu Trì-Giới, ông thì tu Nhẫn-nhục, ông thì tu Tinh-tấn, ông thì tu Thiền-định, ông thì tu Trí-huệ...

Tới chừng hết nhập định, đức Phật bèn giảng Kinh Đại-thừa hiệu là Diệu-Pháp Liên-Hoa.—

Như vậy, *Vô-lượng nghĩa xứ Tam-muội* là phép Đại-định hoàn-toàn, bao hàm tất cả nghĩa lý của đạo Phật ; phải thành Phật, có trí-huệ của bực Phật mới nhập phép Đại-định ấy được.

VÔ-LƯỢNG-QUANG (*PHẬT*) 無量光(佛) Amitabhâ (scr.) *Vô-Lượng Quang* Phật, *Vô-Lượng-Quang* Như-lai tức là *A-Di-Đà* Phật. *A-Di-Đà* (Amitabhâ) là chữ âm theo Phạn, có nghĩa : *Vô-Lượng Thọ*, *Vô-Lượng-Quang*.

Kêu là *Vô-Lượng Quang* Phật, vì hào quang sáng suốt vô-lượng của ngài chiếu tới các cõi ở Thập phương mà không bị món gì che ngăn; ấy là những hào-quang của Trí-huệ, vô-lượng, vô-biên, từ nơi đức Phật ấy phóng tới các cõi thế-giới.

(Xem : *A-Di-Đà Phật, A-Di-Đà Phật Thập tam hiệu.*)

Vô-Lượng-Quang lại là tên một đức Phật hồi đời quá-khứ, cách nay Hằng-hà sa số Kiếp. (**Thủ-Lăng-Nghiêm Kinh**, quyển 5.)

VÔ-LƯỢNG QUANG (*THIÊN*) 無 量 光 (天) Apramànàbha (scr.) Đọc theo Phạn : A-ba-la-ma-na-a-bà (Apramànàbha). Từng trời thuộc về cảnh đệ nhị thiền, nơi miền Sắc-giới. Chư thiên ở từng trời nầy thanh-tịnh, sáng suốt vô-lượng, nên kêu là *Vô-lượng quang*. Ở cảnh đệ nhị thiền thiên có ba từng :

1. Thiểu quang thiên (Parittabha). 2. *Vô-lượng-quang thiên* (Apramànàbha), 3. Quang-âm thiên (Àbhàsvara). (Xem : *Tam giái.*)

VÔ-LƯỢNG TÂM 無 量 心 Mối lòng, nỗi lòng vô-lượng. Ấy là bốn đức *Đại-từ, Đại-bi, Đại-hỷ, Đại-xả* (kêu tắt : *Từ, Bi, Hỷ, Xả*) của Phật và Bồ-tát. Bốn mối lòng ấy to lớn *không thể hạn lượng*, phổ cập *vô-lượng* thế-giới, cho nên kêu là *Vô-lượng tâm*. Người tu học Đại-thừa cần phải luyện - tập bốn đức ấy.

(Xem : *Tứ vô-lượng.*)

VÔ-LƯỢNG TINH-TẤN (*PHẬT*) 無 量 精 進 (佛) Ananta-virya (Bouddha) (scr.) Một đức Phật Như-lai, quốc-độ của Ngài ở về phương Nam đối với thế-giới Ta-bà. Hồi đức Phật Thích-Ca giảng Kinh A-Di-Đà, Phật *Vô-Lượng Tinh-Tấn* và vô-số chư Phật ở phương Nam có tỏ lời khen tặng Phật Thích-Ca và khuyên chúng-sanh nên tin Kinh A-Di-Đà.

VÔ-LƯỢNG TƯỚNG (*PHẬT*) 無 量 相 (佛) Amitaskanda (Bouddha) (scr.) Một đức Phật Như-lai, quốc-độ của ngài ở về phương Tây đối với cõi thế-giới Ta-bà.

Hồi đức Phật Thích-Ca giảng Kinh A-Di-Đà, đức Phật Vô-*Lượng-Tướng* và vô-số chư Phật ở phương Tây có tỏ lời khen tặng và khuyên chúng-sanh nên tin Kinh A Di-Đà.

VÔ-LƯỢNG-THỌ KINH 無 量 壽 經 Amitabha-vyûha-sûtra ou Amitayus-sûtra (scr) Muryôjukyô (jap.) Một bộ Kinh chánh của Tịnh-độ tông. Tịnh-độ tông có ba bộ Kinh chánh : Vô-Lượng-Thọ Kinh, Quán-Vô-Lượng Thọ Kinh và A-Di-Đà Kinh. *Vô Lượng-Thọ Kinh* do ngài Khang-tăng-Khải (Samghavarman) một nhà sư Thiên-Trước dịch ra chữ Hán hồi thế-kỷ thứ ba (lối năm 252). Bộ *Vô-Lượng-Thọ Kinh* dịch ra trước hai bộ kia và là bộ to lớn hơn hết. Bộ ấy giải nguyên tích của đức Phật A-Di-Đà, chép từ những thuở trước kia mà Ngài mới vừa thấy mình có quả Phật, cho đến nay Ngài đương ngự bên phương Tây, nơi cõi Cực-lạc. Ngài hiện đương thâu rước mọi người. Các chúng-sanh khắp nơi, hễ ai thành tâm niệm danh hiệu của Ngài, thì được sáng suốt và được đưa về cõi của Ngài.

Đến thế kỷ thứ bảy, ngài Viễn-Công ở Trung-Hoa ra công cổ động, cho người-ta đọc tụng bộ *Vô-Lượng-Thọ Kinh* và niệm danh-hiệu đức A-Di-Đà. Ngài sáng lập Tịnh-độ tông ở Tàu. Qua thế-kỷ thứ mười hai, ngài Pháp-Nhiên, một nhà sư Nhựt, truyền mấy bộ kinh Tịnh-độ qua Nhựt và sáng lập Tịnh-độ tông ở Nhựt. Người phái Thiên-thai-tông, nhứt là người phái Tịnh-độ-tông cũng gọi bộ *Vô-Lượng-Thọ Kinh* là : *Đại-bổn, Đại A-Di-Đà Kinh, Đại Vô-Lượng-Thọ Kinh.*

VÔ-LƯỢNG-THỌ PHẬT 無 量 壽 佛 Amitabhâ (scr.). — Amita (jap.) Tức là đức A-Di-Đà Phật. Vì chữ A-Di-Đà vốn là chữ Phạn, có nghĩa là Vô-Lượng Thọ, sống lâu vô - lượng. (Xem : A-Di-Đà Phật.)

VÔ-LƯỢNG TRÀNG (*PHẬT*) 無 量 幢 佛 Amitadhvaga (Bouddha) (scr.) Một đức Phật Như-lai, quốc-độ của ngài ở về phương Tây đối với cõi Ta-bà. Hồi đức Phật Thích-Ca giảng Kinh A-Di-Đà, thì đức Phật Vô-Lượng-Tràng và vô-số chư Phật ở phương Tây có tỏ lời khen tặng và khuyên chúng-sanh nên tin Kinh A-Di-Đà.

VÔ-MINH 無 明 Avidyâ (scr).— Avijja (p.).— Inintelligence, Ignorance (fr.) Đọc theo Phạn : *A-vĩ-di* 阿 尾 彌 (Avidya) : Không sáng. Tâm-tánh ám độn ; Không hiểu rõ những pháp về *sự* và về lý.— Cũng gọi là Si. *Vô-minh* tức là tất cả phiền-não. *Đại thừa nghĩa chương* có nói : *Vô-minh* nghĩa là tâm si ám, không có cái huệ minh.

Trong *Thập nhị Nhơn-duyên*, cái *Vô-minh* là cái nhơn-duyên đầu tay ; vì *Vô-minh* (không hiểu đạo-lý, nhơn-quả), con người mê muội mà phạm rất nhiều tội ác, rồi chịu các sự khổ-não. Vì *Vô-minh* (phiền-não từ đời quá-khứ), sanh ra các nhơn-duyên khiến cho chúng-sanh luân-hồi khổ-não.

Tứ thập nhị chương Kinh có nói : Người ngó thấy Đạo cũng như kẻ cầm đuốc mà vô nhà tối. Tức thì cái tối liền tiêu mất, chỉ có cái sáng còn lại mà thôi. Học Đạo mà thấy Chơn-lý thì cái *Vô-minh* (u ám) liền tiêu diệt, chỉ còn cái sáng ở lại với mình thôi.

Phật-học giáo-khoa thơ có giải : *Vô-minh* nghĩa là không minh-bạch : 1. Không minh bạch rằng cái thân-thể không phải là mình (thân-thể phi ngã), 2. Không minh bạch rằng vạn vật đều không. 3. Không minh bạch rằng tất cả đều giả (không trường-tồn).

VÔ-MINH BỆNH 無 明 病 Sự mê-tối ngu-si tỷ như bệnh, nó làm cho người-ta đau-đớn, khổ sở.

VÔ-MINH HOẶC 無 明 惑 Sự lầm-lạc của cái tâm ngu-tối. Đối với Chơn-lý của nền Trung-đạo, không thông hiểu, vì nặng nghiệp-chướng, căn-bổn phiền-não ăn sâu. *Vô-minh hoặc* là một mối trong tam hoặc : kiến tư hoặc, trần sa hoặc, vô-minh hoặc. (Xem : *Hoặc.*) Lại là một mối trong *Thập sử* (Thập hoặc) mà bực La-hán phải diệt trừ để thành Đạo.

VÔ-MINH KẾT 無 明 結 Sự kết buộc của cái tâm mê tối. Cái tâm-tánh ngu-si nó trói buộc con người ở trong Tam-giái, trong vòng luân-hồi khổ-não. Vô-minh kết là một mối trong Cửu kết : 1. Ái, 2. Nhuế, 3. Mạn, 4. Vô-minh (si) 5. Nghi,

6. Kiến (Thân kiến), 7. Thủ kiến, Giới thủ kiến, 8. Kiên (Khan), 9. Tật (Tật đố, Ganh ghét).

VÔ-MINH KIẾN 無明見 Kiến thức của cái tâm mê tối. Ý-kiến tà vạy, không hiểu sự lý, chấp bậy. Vô-minh kiến là một trong Thập Kiến : 1. Thân kiến, 2. Biên kiến, 3. Tà kiến, 4. Giới cấm thủ kiến, 5. Kiến thủ kiến, 6. Tham kiến, 7. Nhuế kiến, 8. Mạn kiến, 9. *Vô-minh kiến*, 10. Nghi kiến. (Xem : *Kiến*.)

VÔ-MINH LẬU 無明漏 : Sự lậu-lạc của tánh-chất vô-minh. Vô-minh tức là Lậu (Phiền-não.) Vô-minh làm cho chúng-sanh lậu-lạc vào đường sanh-tử, mà chẳng ra khỏi, kêu là *Vô-minh lậu*. Chúng-sanh trong Ba cõi : Vô-sắc giới, Sắc-giới, Dục-giới, tức từ Tiên, Thần, Người, Thú, Âm-hồn đều là Vô-minh lậu-lạc, nên gọi Tam giới Vô-minh là Vô-minh lậu. Ấy là một trong Ba mối lậu (*Tam lậu*). Vô-minh lậu là mối lậu gốc, do nơi đó sanh ra các mối lậu, các phiền-não.

VÔ-MINH PHỤ 無明父 Cha là sự mê-tối. Lòng mê-tối và lòng tham-ái, hai món ấy hòa hiệp mà sanh ta ra. Cho nên kêu Vô-minh là cha, Tham ái là mẹ.

VÔ-MINH SỬ 無明使 Sự sai khiến của cái tâm mê-tối. Cái tâm ấy nó sai khiến, đuổi xô người ta, thúc đẩy họ, làm cho họ luân chuyển mãi trong Tam giới, trong vòng luân-hồi. Vô-minh sử là một mối trong *Thập sử*, tức là *Thập kiến*.

VÔ - NGÃ 無我 Anàtman (scr.).-- Non-moi (Fr.) Không có cái bổn-ngã, cái bổn-thể. Không thấy, không nhận rằng có một cái thể nhứt định, một cái tướng, một cái dụng chủ-tể. Như : *vô nhơn ngã, vô tự ngã, vô tha ngã, vô pháp ngã.*

Tức là đối với người, đối với mình, đối với mọi người mọi vật, không chấp có một cái thân thể thường tồn, nhứt định. Mà cho rằng chỉ là một cái thân do *ngũ uẩn* tạm thời hòa-hiệp mà thôi.

Còn đối với pháp thì cũng không chấp là có một cái thể

thường tồn, nhứt định. Mà cho rằng chỉ là những *nhơn-duyên* kết hợp cho nên sanh ra pháp mà thôi.

Vô ngã, cũng gọi : Phi ngã, tức là cái chơn-lý rốt ráo của mọi vật, mọi pháp.

Về bốn thứ *vô-ngã* trên, ta có thể dồn lại còn hai thứ (nhị vô ngã) : nhơn vô ngã và pháp vô ngã.

Nhơn vô ngã : tức là hiểu rằng không thật có người, không thật có mình, không thật có chúng-sanh. Chỉ là ngũ uẩn tạm hiệp mà thôi. Hiểu như vậy thì dứt *phiền-não chướng*, không còn mê tối vì các sự buồn, rầu, hờn giận.

Pháp vô ngã : Tức là hiểu rằng pháp do nhơn-duyên mà sanh ra, chớ chẳng thật có. Hiểu như vậy thì dứt *sở tri chướng*, trí-thức mình sẽ sáng ra, không còn mê tối.

Bực tu hành nhận thức rằng mình với chúng-sanh và mọi sự, mọi vật đều *vô-ngã*, không thật có, thì dứt mê, dứt tríu, dứt tham, sân, si, trở nên minh-mẫn, an-lạc.

Kim-cang Kinh, đoạn 28 : Như có một vị Bồ-tát đem ra mà bố-thí bảy món báu choán đầy các cõi thế-giới nhiều như số cát sông Hằng-hà. Lại như có một người biết rằng tất cả các pháp đều là *vô-ngã*, nhơn đó người nầy thành-tựu được đức Nhẫn-nhục, thì công-đức của người nầy còn nhiều hơn công-đức của vị Bồ-tát kia.

VÔ-NGÃ TƯỞNG 無我想 : Phép tưởng của người nhận thức rằng các chúng-sanh và các pháp đều không thật có, và không có món gì thuộc về của mình hoặc của người, của chúng-sanh, của pháp. Trái với : *Hữu ngã tưởng, ngã-tưởng.*

Trong **Niết-bàn Kinh**, có khuyên Phật-tử nên tu *Vô-ngã tưởng* theo lời Phật dạy : Nhứt thiết chư pháp, vô ngã, vô ngã sở. Ai tu tập xong phép tưởng ấy thì trừ được tánh ngã-mạn, mới có thể nhập Niết-bàn.

Và chẳng những Phật-tử muốn được giải-thoát phải tu *Vô-ngã tưởng* mà thôi, mà còn phải tu cả những phép tưởng nầy nữa : Vô-thường tưởng, Khổ-tưởng, Không-tưởng. Tu được bốn thứ tưởng ấy, ắt rời khỏi Tam giới Khổ-não.

Tấn lên một bực nữa, Phật-tử phải tu cái pháp «*Hữu ngã tưởng*» là cái tư-tưởng về bản-thể chơn-thật, thanh-tịnh, chẳng sanh diệt, tức là Phật, Như-lai.

VÔ-NGẠI 無礙 Không có sự ngăn trở, không bị cản trở, thông đạt và tự tại. Đối với *ngại*.— Vô - ngại cũng tức là *vô-trước*, không dính, không mắc.

Như khi Phật nhập định, ngài phóng hào-quang ra, thì hào quang ấy chiếu qua các cảnh, các cõi thế-giới một cách *vô ngại*. Lại như nói : đại-phong (bão to, gió lớn) là *vô-ngại*, vì không có cây cối, nhà cửa nào, không có sức ai cản nổi gió bạo ấy.

VÔ-NGẠI NHƠN 無礙人 Tiếng tôn xưng Phật. Đức Phật là bực chứng được đạo-lý *vô-ngại*, thông đạt mọi lẽ, an-lạc, tự-nhiên, không còn vướng vào một sở tríu mến nào hết.

VÔ-NGẠI-QUANG PHẬT 無礙光佛 : Một danh-hiệu của đức Phật A-Di-Đà (Amitabhâ). *A-Di-Đà* là chữ âm theo Phạn, có đủ 13 nghĩa mà *Vô Ngại Quang* là một nghĩa, một danh-hiệu. *Vô-Ngại-Quang* nghĩa là hào-quang trí-huệ chiếu khắp các cõi một cách vô-ngại, không chi ngăn cản ; tỷ như Hư-không, ở đâu cũng có. (Xem : *A-Di-Đà Phật thập tam hiệu.*)

VÔ NGẠI TRÍ 無礙智 Trí-huệ không bị ngăn trở của Phật Bồ-tát. Cái trí-huệ sáng suốt, thông rõ mọi lý, mọi sự, tự-tại, thần-thông và có tài biện thuyết lưu loát, hùng hồn. Cái trí-huệ ấy lại dứt tuyệt các sự thiên lệch, chấp trước.

Trong « **Địa-Tạng Kinh** », Văn-Thù Bồ-tát có bạch với Phật Thích-Ca rằng : Đã trải qua bao nhiêu Kiếp, tôi tu thiện-căn, chứng *Vô-ngại Trí*, nên mỗi khi nghe lời Phật dạy, thì tôi tin theo ngay. Chớ như những vị tiểu-quả Thinh-văn (La-hán) và chư thiên long bát bộ và các chúng-sanh trong đời vị-lai, dầu nghe được những lời thành-thật của đức Như-lai, tất còn mang lòng ngờ vực. Dẫu cho họ có lấy đầu vâng thọ, cũng chẳng khỏi chê bai.

Trong « Niết-bàn kinh » có giải *Vô-ngại Trí* như vầy : Tỷ như người bực hạ chỉ biết những pháp bực hạ mà thôi, chẳng biết nổi những pháp bực trung và bực thượng. Người bực trung chỉ biết những pháp bực trung, mà chẳng biết tới những pháp bực thượng. Còn người bực thượng thì biết cả những pháp bực thượng, bực trung và bực hạ. Cũng như thế, hạng Thinh-văn (người bực hạ) và hạng Duyên-giác (người bực trung) chỉ biết địa-vị mình mà thôi. Còn đức Như-lai (người bực thượng) chẳng như vậy, ngài biết tất cả từ địa vị mình cho đến địa vị của kẻ khác, cho nên người ta gọi Như-lai là *Vô-ngại Trí*.

VÔ-NGHĨA NGỮ 無義語 Sambhâppalâpo (p.).— Paroles inutiles, lascives (fr.) Lời nói vô nghĩa lý, vô lợi ích, trây trúa. Một tội trong *Thập ác*, thuộc về khẩu-nghiệp. Cũng viết : *Ỷ ngữ* (lời nói thêu dệt làm cho người-ta yêu mình) ; *Tạp uế ngữ* (lời nói trây trúa, thô tục).

Bực tu Đại-thừa, chẳng những tự mình rời khỏi *Vô-nghĩa ngữ*, lại còn cầu cho tất cả chúng-sanh đều được như mình. Nhờ vậy, ai nấy đều chẳng có khổ-não vì lời nói vô-nghĩa.

VÔ PHÂN-BIỆT TÂM 無分別心 Cái tâm-thức không phân-biệt. Cũng viết : Vô *phân-biệt Trí*.

(Xem : Vô *phân-biệt Trí*.)

VÔ PHÂN-BIỆT TRÍ 無分別智 Cái tâm-trí không phân-diệt. Đối nghĩa : *Phân-biệt Trí*. Cũng viết : *Vô phân-biệt Tâm*. Vô *phân-biệt Trí* là cái Trí của Phật hoặc của Bồ-tát đã chứng cái Đại Viên-giác ; cái Trí vô-lậu của hàng Thánh-giả chẳng phân-biệt Sự với Lý, Tướng nầy với Tướng kia.

Tuy vậy, cũng có cái Vô *phân-biệt Trí* của hàng Hữu lậu, tức là của hàng chưa đắc quả Thánh.

Qui-nguyên trực-chỉ, quyển 3 : Vậy nên Bồ-tát tu Sáu độ và Muôn hạnh, ở trong cái Vô *phân-biệt Trí*, soi tỏ cái Lý Chơn-như ; ở trong cái Đạo Kim-cang, dứt trọn hai mối chướng-ngại : Phiền-não, Sở tri...

VÔ PHIỀN THIÊN 無 煩 天 Atapa (scr.) Cảnh Tiên miền Sắc - giới (Rùpadhàtu), cao hơn cõi Tứ-thiền thiên. Vô-phiền thiên thuộc về Tịnh-phạm địa. (Xem : *Tam giới*.)

VÔ SANH (*SINH*) 無 生 Không sanh, không khởi. *Không sanh* ra thì không tiêu diệt, *không có sống* thì không có thác, *không khởi* thì không diệt, đó là chơn - lý của Niết - bàn, chơn-lý của nền Trung-đạo. – Ai quán-tưởng cho đắc nhập cái lý *Vô-sanh* thì phá vỡ các mối Phiền - não, các mối đau khổ dính với cuộc sanh-tử (luân-hồi), dính với các cuộc phát hiện và tiêu diệt.

Chư tu-hành đắc quả A-la-hán,— A-la-hán có nghĩa là *Vô-sanh, Bất-sanh,* thì đắc nhập Niết-bàn. Đối với những vị ấy, cuộc sanh-diệt, sanh-tử của mình đã dứt, bèn trông ra các pháp, cũng chẳng còn cái tâm sanh diệt. Thật là những vị hoàn-toàn đắc nhập cái chơn-lý *Vô-sanh*.

VÔ-SANH MÔN 無 生 門 : Pháp-môn Vô-sanh. Ấy là một pháp-môn tu học, nhà tu - hành chuyên cần quán-tưởng cái chơn-lý nầy : các pháp vốn không sanh thì không diệt.— Nhờ quán-tưởng mà được nền Trung-đạo, thấy rằng các pháp đều không tướng : không sanh không diệt, không dơ không sạch, không tăng không giảm. – *Vô-sanh môn* là một phương-pháp tu của các nhà học đạo Đại-thừa và Tiểu-thừa, của hàng Bồ-tát và hàng Thinh-văn. Bồ-tát thì được cái Bát-Nhã Ba-la-mật-đa, cái trí-huệ lớn đưa vào cảnh Niết-bàn của Phật. Còn Thinh-văn thì dứt trừ hết các phiền-não, vào cảnh Niết-bàn của La-hán.

VÔ SANH NHẪN 無生忍 : Đức nhẫn-nhục Vô sanh. Cũng kêu : *Vô sanh pháp nhẫn.* Ấy là đức Nhẫn của nhà tu học đắc nhập cái chơn-lý nầy : các pháp, vạn vật vốn không sanh thì tức nhiên là không diệt. Nhờ đắc cái lý thật vô sanh vô diệt ấy mà tự nhiên dứt các sự buồn, giận, dứt các mối ác-tâm, chịu được mọi nhơn-vật, mọi hoàn cảnh ; đối với tất cả, giữ được cái tánh tự-nhiên, như thường, nên kêu là *Vô sanh nhẫn.*

Trí-độ Luận : Đối với cái thật-tướng của các pháp là không sanh, không diệt, bèn tin lấy, thọ lấy, thông đạt, không bị ngăn ngại, không thối lui, ấy là *Vô sanh nhẫn.*— Mãi cho đến khi làm Phật, không hề sanh lòng tà ác, cho nên kêu là *Vô sanh nhẫn.*

VÔ SANH PHÁP 無生法 : Pháp không sanh, các pháp vốn không sanh. Ấy là cái lý Chơn-như Thật-tướng, cái thể Niết-bàn. Các pháp thật ra chẳng có sanh, chẳng có diệt. Chỉ có sự phát-hiện, do các nhơn-duyên hòa - hiệp hay ly-tán mà mình thấy có sanh, có diệt, có khởi, có dứt đó thôi.— Cũng có nghĩa : Không có chúng-sanh, không có các pháp.

VÔ SANH PHÁP NHẪN 無生法忍 : Cái đức nhẫn-nhục của nhà tu học đắc đạo nhập cái chơn lý : các pháp đều không sanh, không diệt. Bực tu hành nếu hiểu ra rằng các pháp vốn không sanh không diệt, tức là hiểu cái thật - tướng của các pháp, thì đâu còn rầu lo, buồn, giận, đâu còn phiền não đối với chúng-sanh, đối với sự vật ; được cái đức-tánh ấy kêu là *Vô sanh pháp nhẫn.* Cũng kêu : *Vô sanh nhẫn.*—

Nhờ xác nhận rằng chúng-sanh (hữu tình) và các pháp (phi-tình) vốn không sanh và không diệt, nhà đạo được đức Nhẫn-nhục đối với mọi chúng-sanh, đối với mọi sự-vật. Đức Nhẫn-nhục ấy kêu là *Vô sanh pháp nhẫn.*

« *Vô-Lượng-Thọ Kinh* », nguyện 34 của ngài Pháp-Tạng Tỳ-kheo : Nếu tôi được làm Phật, mà các loại chúng-sanh trong các thế-giái của chư Phật mười phương vô-lượng chẳng có thế suy nghĩ bàn bạc đều nghe danh-tự của tôi, nếu chẳng đặng đức *Vô sanh pháp nhẫn* và các phép Đà-la-ni của bực Bồ-tát, xin chẳng giữ lấy ngôi Chánh-giác.—

« *Quán Vô-Lượng-Thọ Kinh* » : Nhờ có Phật-lực nên được thấy cõi thanh-tịnh quốc-độ ấy, tỷ như cầm tấm kiến sáng soi thấy được bộ mặt của mình vậy. Thấy được việc rất diệu-lạc tại nơi quốc-độ ấy mà trong lòng hoan-hỷ, liền lúc đó được đức *Vô sanh pháp nhẫn*. Theo « *Du-già* » quyển 714, có ba cái tự-tánh kiến lập ra đức Vô *sanh pháp nhẫn* :

1. Do cái tự-tánh mình chấp, kể, tính mà lập ra cái bổn-tánh Vô sanh nhẫn.

2. Do cái tự-tánh mình nương với cảnh ngoài mà lập ra cái tự-nhiên Vô sanh nhẫn.

3. Do cái tự-tánh thành thật, tròn vẹn của mình mà lập ra cái Vô sanh nhẫn ; đối với các phiền-não, đau khổ, cấu nhiễm, tâm chịu được, giữ được an-nhiên.

Nên biết rằng cái đức Nhẫn ấy chẳng có thối chuyển, tức là ai được cái đức *Vô sanh pháp nhẫn*, thì sự tu hành tấn tới mãi cho tới ngày thành Phật.

Theo « *Đại-thừa nghĩa chương* » và « *Thiên-thai quán Kinh sớ* », nhà tu-hành Đại-thừa được Địa-vị ban sơ (Sơ-địa trong *Thập Địa* của Bồ-tát) trở lên, thì được đức Vô *sanh pháp nhẫn*.

VÔ-SANH THÂN 無生身 : Thân không sanh. Cũng kêu : *Pháp-thân, Chơn-thân, Phật-thân*. Cái thân không sanh, không diệt, không có lăn lộn trong vòng luân-hồi khổ-não, lúc nào cũng thanh tịnh, tự-nhiên. Đối với *sanh-thân* là cái thân do cha mẹ sanh ra có sanh ra tức nhiên có suy lụn và thác mất.

VÔ-SANH TRÍ 無生智 : Trí không sanh. Ấy là cái trí chứng ngộ cái lý « vạn vật vốn không sanh không diệt » của bực Bồ-tát Đại-thừa. Cái Vô *sanh trí* cũng là cái trí chứng ngộ của hàng Thinh-văn tu hành Tứ diệu-đế, đạt được cái lý bất sanh bất diệt mà thành La-hán.

VÔ-SẮC 無 色 Arûpa (scr.).— Sans-forme (fr.) Không có hình-sắc. Đối-nghĩa: *Hữu Sắc, Sắc* (Rûpa, Forme). Như: Vô-sắc giái.— *Vô-sắc* là tiếng tắt đề gọi *Vô-sắc giái.*

Lại như đối với những vật có hình-sắc, nhưng mình muốn bỏ sự chấp trước, bỏ lòng luyến ái, mình quán tưởng lẽ *Vô-sắc*, như vậy cũng kêu là *Vô-sắc.*

VÔ-SẮC ÁI 無 色 愛: Lòng ái-luyến đối với cõi Vô-sắc, đối với các chúng-sanh và đối với các sự khoái-lạc ở cõi ấy. Những vị tu-hành, trong cơn thiền-định, vượt tới cõi Vô-sắc, lấy làm luyến-ái đối với sự khoái-lạc ở cõi ấy, nhơn đó mà chẳng chứng đắc cao hơn nữa. Những ai, đối với bốn cảnh của *Vô - sắc giới* mà muốn sanh lại đó, muốn ở đó, thì tâm-tình ấy kêu là *Vô-sắc ái.* Cũng viết: *Vô-sắc tham.*

VÔ-SẮC GIÁI 無 色 界.— Arûpadhatu (scr.).— Monde sans forme (fr.): Một cõi trong *Tam giới,* bắt từ dưới kể lên là: Dục-giới, Sắc-giới, *Vô-sắc giới.* Ở cõi nầy, chư Tiên (Thiên) chỉ còn giữ cái tâm-thức, chớ không còn giữ hình-sắc. Ở *Vô-sắc giới,* có bốn từng trời, bốn cảnh trời, bắt từ dưới kể lên là:

1. Không Vô-biên Xứ (Phạn: Akàsànantyàyatana),

2. Thức Vô-biên Xứ (Phạn: Vijnànànantyàyatana),

3. Vô sở hữu Xứ (Phạn: Akincanyàyatana),

4, Phi tưởng phi phi tưởng Xứ (Phạn: Naisvasamjnàna-Samjnàyatana).

Bốn cảnh trời ấy thuộc về *Vô-sắc Giới,* cũng kêu là Tứ không Thiên (Phạn: Caturûpa-brahmaloka). (Xem: *Tam giới.*)

Chư Thiên ở *Vô-sắc giới* còn giữ bốn cái tâm-thức nầy: Thọ, Tưởng, Hành, Thức; chớ các ngài chẳng còn giữ hình-sắc.

VÔ-SẮC HỮU 無色有 : Một cõi trong Tam Hữu : Dục-Hữu, Sắc-Hữu, *Vô-sắc Hữu*. *Hữu* nghĩa là *Có*, có chúng-sanh và có cảnh-vật, có nghiệp-duyên và nghiệp-quả, có sanh và có tử. *Vô-sắc Hữu* tức là *Vô-sắc Giới*.

VÔ-SẮC THAM 無色貪 Lòng tham-hưởng sự khoái-lạc cực-diệu ở cõi Vô-sắc. Cũng viết : *Vô-sắc ái*, *Vô-sắc ái kết*, Ba-ly : Arûparâga. Ấy là một mối phiền-não trong *Ngũ thượng Kết*. Những nhà tu Phật, trong cơn thiền-định, đã đắc Tứ thiền rồi ; đến khi vượt lên Tứ định, tâm-thức vào cõi Vô-sắc, nhưng vì tham-hưởng sự khoái lạc cực-diệu ở cõi nầy, cho nên chẳng tấn lên nữa, chẳng đắc quả A-la-hán, quả Giải-thoát.

Niết-bàn kinh, quyển 38 : Giải-thoát Dục-Tham, tức là Niết-bàn. Giải-thoát Sắc-Tham và *Vô-sắc Tham*, tức là Niết-bàn.

VÔ-SỐ 無數 Asamkhya (scr.).— Innombrable (fr.) Rất nhiều, không thể đếm đặng biết số là bao nhiêu.

Vô-số lại là tiếng dịch nghĩa tiếng Phạn *A-tăng-kỳ* (Asamkhya), ấy là một đại-số, tức là con số 1 có theo sau 47 con số không (o), như nói : một *Vô-số kiếp* (một A-tăng-kỳ Kiếp). (Xem : *A-tăng-kỳ*.)

VÔ SỞ ĐẮC 無所得 Chẳng được chi hết, chẳng có chi mà được. Tự mình liễu đạt rằng các pháp vốn không, tất cả đều như Hư-không, cho nên không thấy rằng mình đắc, không thấy rằng mình có, không nhận rằng mình thấy, không nhận rằng mình biết. *Vô-sở đắc* cũng như : vô sở hữu, vô sở tri, vô sở kiến. Đối với : *Hữu sở đắc*.

Vô sở đắc là cảnh-giới của Phật, Bồ-tát. Các ngài đắc vô-lượng pháp-môn, vô-lượng trí-huệ, nhưng tự nhận rằng *vô sở đắc*.

Vô sở đắc tức là : Vô-ngại Trí (Tứ vô ngại Trí), Huệ, Đại Niết-bàn, Đại-thừa, Phương-đẳng Kinh, Hư-không, Thường-Lạc-Ngã-Tịnh, Đệ nhứt Nghĩa Không, Chánh-đẳng Chánh-giác.

Trái lại, *Hữu sở đắc* tức là : Chướng-ngại, Vô-minh, Nhị thập ngũ hữu (mắc vào 25 cảnh trong Tam giới), Tiểu-thừa Thinh-văn và Duyên-giác, Thập nhị bộ Kinh, Sanh-tử Luân (Vòng luân-hồi), Vô-thường, Vô-lạc, Vô-ngã, Vô-tịnh, Ngũ kiến, Thinh-văn Duyên-giác Bồ-đề (sự chứng đạo của hàng Thinh-văn và hàng Duyên-giác).

VÔ SỞ HỮU XỨ 無所有處 Akincanyàyatana (scr.) Cảnh thứ ba trong bốn cảnh ở cõi Vô-sắc giới. Chư Thiên ở cảnh nầy thấy không có chi cả (*Vô sở hữu*), không được chi cả (*Vô sở đắc*), không cần dùng chi cả (*Vô sở dụng*). Niết-bàn kinh gọi *Vô sở hữu xứ* là *Bất dụng xứ* 不用處.

VÔ SỞ HỮU XỨ ĐỊNH 無所有處定 Akincanyàyatana-Samadhi (scr.) : Phép nhập định đạt tới cảnh Trời *Vô sở hữu xứ*. Nhà tu-hành nhập định, thấu tới cõi Vô-sắc giái, bèn vào cảnh *Không vô-biên xứ*, kế bỏ cảnh Không vô-biên xứ mà vào cảnh *Thức vô-biên xứ*, lại bỏ cảnh Thức vô-biên xứ mà vào cảnh *Vô sở hữu xứ*. Tư-tưởng thấu đạt hoàn toàn cảnh nầy, kêu là *Vô sở hữu xứ định*. Ai nhập định đắc phép ấy, chừng mãn đời, thần-thức có thể sanh lên cảnh Tiên thứ ba ở cõi Vô-sắc giái, Vô sở hữu xứ.

VÔ SỞ ÚY 無所畏 Abhaya (scr.). — Sans crainte (fr). Chẳng sợ sệt chi cả. Tức là lòng chẳng sợ, đức dạn dĩ. Kêu tắt : *Vô úy* 無畏. (Xem : *Vô-úy*.)

VÔ SƯ 師無. Không thầy. Tiếng dùng để xưng Phật, vì Phật thông hiểu cao sâu quá, không ai dám tự nhận là thầy của Ngài. Ngài không tầm học với ai, chỉ tự mình thầm xét cho đắc lý mà thôi.

Như đức Phật Thích-Ca, hồi còn làm Thái-tử, Ngài không học với ai mà biết tất cả về : văn chương, thi-phú, các thứ chữ và các thứ tiếng, các môn võ-nghệ, âm nhạc. Đến khi xuất gia, trong sáu năm tu hành nơi rừng núi, không có ai là thầy của Ngài.

VÔ SƯ GIÁC 無 師 覺 : Bực Giác-ngộ không thầy, tức là Phật Thế-tôn. Vì muốn tu cho Giác-ngộ làm Phật, phải tự mình tu tập lấy mà thôi, không ai làm thầy mình được.

Niết Bàn Kinh Quyển 15 : Nguyện cho các chúng-sanh đều có đủ Ngũ nhãn, ngộ được tướng của các pháp, thành *Vô sư giác.*

VÔ SƯ TRÍ 無 師 智 : Cái trí-huệ của bực không thầy của người tự mình liễu ngộ. Tức là Phật-trí.

VÔ TÁC 無 作 Không làm ra, không tạo ra. Không có nhơn-duyên tạo-tác : không mưu cầu, không tầm thế mà tạo ra. Cũng như nói : *vô vi* 無 為.

Lại *vô-tác* là : không quan tâm, không cố ý tạo tác vật nầy vật nọ.— Không cố sức dùng thân-thề, lời nói, ý thức mà hành-động, tạo tạc, cứ đề cho các pháp tự nhiên nối tiếp. Nhà tu-hành nhờ sống một cách *vô* tác, vô vi mà không tạo ra nghiệp.

VÔ-TÁC GIẢI-THOÁT MÔN 無 作 解 脫 門 Pháp-môn giải-thoát bằng cách không tạo-tác. Ấy là một môn trong ba môn Giải-thoát : 1.) Không, 2.) Vô-tướng, 3.) *Vô-tác. Vô-tác Giải-thoát môn* cũng viết : Vô *nguyện Giải-thoát môn.* Vì đã quán-tưởng mà nhận ra rằng các pháp đều không và vô tướng, cho nên đối các cảnh trong Tam giới, không có sở ý nguyện cầu. Bởi không nguyện cầu cho nên không tạo tác ra cái Nghiệp Sanh-tử. Nhờ không có cái Nghiệp Sanh-tử cho nên không có cái quả-báo Khổ-não.– Bèn được sự tự-do, tự-tại. Vì thi-hành cái pháp Vô-tác mà được Giải - thoát, cho nên kêu là *Vô-tác Giải-thoát môn.* Pháp ấy cũng kêu là: Vô *tác Tam-muội.*

VÔ-TÁC TAM MUỘI 無 作 三 昧 Tức là *Vô-tác Giải-thoát môn, Vô-nguyện Giải-thoát môn* đã giải ở trên. *Vô-tác Tam-muội* là một phép Tam-muội trong *Tam Tam-muội. Vô-tác Tam-muội :* Phép suy xét, phép thiền-định của nhà đạo đã chứng nhận rằng các cảnh trong Tam giới đều là không, vô-tướng, bèn không tạo-tác cái ý mong cầu một cảnh nào trong các cảnh trong Tam giới. Khi đắc phép *Vô-tác Tam-muội*, nhà đạo chẳng còn mong mỏi sanh nơi cảnh nào nữa, dầu là cảnh Tiên cực kỳ sung sướng.

VÔ-TÁNH (*TÍNH*) 無性 Agotra (scr.) Không có cái *thề-tánh*. Tất cả vạn vật, tất cả các pháp đều không có cái tánh thật, cái thể thật, đều không thật có. Như: Các chúng-sanh do ngũ uẩn giả hiệp. Vạn pháp do nhơn-duyên hòa-hiệp. Vì vậy nên nói *vô-tánh*, tức là không có cái thề-tánh chắc chắn, vững bền.—

Vô tánh (Agotra) lại là tên của một đức Bồ-tát.

VÔ TÂM 無心 Không tâm-thức, cái chơn-tâm lìa khỏi các vọng-niệm.— Trong một lúc, liền dừng lại cái tâm-thức, khiến cho nó không sanh ra nữa. Đối với sáu cảnh trần: sắc, thinh, hương, vị, xúc, pháp,— mình không cảm-xúc, không mơ tưởng, ấy là *vô tâm*.

Vô-*tâm* là một đức-tánh của nhà tu học, tuy ở thế mà không nhiễm trược.

VÔ TÂM ĐẠO-NHƠN 無心道人 Vị đạo-nhơn chơn-chánh, không nhớ không tưởng tới các việc trần, chỉ còn cái chơn-tâm quay về Đạo-lý mà thôi. Bực hành đạo như vậy gọi là Vô-*tâm đạo-nhơn*.

VÔ-TÂM TAM-MUỘI 無心三昧 Phép thiền-định diệt hết các sự tưởng, nhớ. Cao hơn phép tứ-thiền định, phép *Vô-tâm tam-muội* lướt tới cảnh Vô-tưởng thiên (Avrha) ở cõi Sắc-giới, miền Tịnh-phạm-địa. (Xem : *Tam giới*.)— Chư vị ở cảnh Vô-tưởng thiên, trong khoảng 500 Đại-kiếp, trụ vào chỗ v*ô-tâm* (vô tưởng).

VÔ-TẬN 無盡 Akchaya (scr.) Đọc theo Phạn: A-khất-xoa-giả (Akchaya). *A*: *Vô* (Không) *Khất-xoa-giả*: *Tận* (Cùng, Hết). *Vô-tận*: Không cùng, không hết, không tột. Như: Phiền-não Vô-*tận*, Thập phương *Vô-tận*, Pháp-giới *Vô-tận*. Có pháp hữu-vi *vô-*

tận và pháp vô-vi *vô-tận*. Pháp hữu-vi *vô-tận* là do một tướng mà khởi ra nhiều tướng, cho đến vô cùng vô tận. Pháp vô-vi *vô-tận* là tướng lìa khỏi cuộc sanh diệt, dứt cuộc sống thác, cho nên là vô-cùng vô-tận.

Tứ hoằng thệ nguyện :

1. Chúng-sanh vô-biên thệ nguyện độ,

2. Phiền-não *vô-tận* thệ-nguyện đoạn,

3. Pháp-môn vô-lượng thệ-nguyện học,

4. Phật-đạo vô-thượng thệ-nguyện thành.

VÔ-TẬN HẢI 無盡海 : Biển không cùng tột. Tức ngôi Pháp-bảo, sâu và rộng như Biển cả, không ai thấu rõ đến cùng.

VÔ - TẬN ĐĂNG 無盡燈 : Ngọn đèn, ngọn đuốc không dứt. Tiếng gọi cái Pháp nối truyền mãi mãi. Cũng như một người kia đốt đèn lên, rồi những người khác xúm lại mồi, ngọn đèn lan truyền ra không dứt, soi sáng cho người ta và giúp cho họ trong việc nấu ăn-uống. Cũng như thế, đức Phật khai cái Đạo-pháp ra và dắt đường cho cả trăm ngàn người, những người nầy đi truyền cho cả trăm ngàn người khác, lần hồi hồi như vậy, ngọn đèn đạo-lý không dứt. Cho đến trải qua thời-gian vô-tận, Đạo-lý vẫn lưu truyền, cho nên gọi là *Vô-tận đăng*.

VÔ-TẬN-Ý (*BỒ-TÁT*) 無盡意 (菩薩) Akchayamati (scr.) Một bực đại Bồ-tát du hành. Trong hội *Pháp-hoa*, chính ngài *Vô-Tận-Ý* khải thỉnh Phật giảng về đạo hạnh của ngài Quan-Thế-Âm Bồ-tát, phép Tự-tại và những lực Thần-thông của ngài Quan-Thế-Âm. Nhơn đó, Phật thuyết « Quan-Thế-Âm Bồ-tát Phổ-môn » là phẩm 25 trong Kinh Pháp-Hoa.

Vô-Tận-Ý Bồ-tát là một trong chư vị Bồ-tát thường hầu quanh theo Phật Phổ-Hiền Như-lai. Đức Phật nầy ở cõi thế-giới cách cõi Ta-bà là mười Hằng hà sa vi-trần thế-giới.

Trong **Địa-Tạng Kinh**, phẩm thứ tư, có nói : Trong một đời trước, trước Phật Thích-Ca vô-lượng vô-biên Kiếp, ngài *Vô-Tận-Ý* Bồ-tát *đã tu đắc quả La-hán* và đã ra đi giáo-hóa chúng-sanh. Lúc ấy, ngài có độ cho một người con gái tên Quang-Mục phát Bồ-đề tâm. Cô Quang-Mục ấy tức là tiền-thân ngài Địa-Tạng Bồ-tát vậy.

VÔ-TƯỚNG 無相 Animitta (scr.) Không có tướng-mạo, hình-dạng, thái-độ. Tâm không chấp cảnh, không nhìn thấy chúng-sanh, không dính với các pháp, tuy rằng chúng-sanh và các pháp vẫn có. Tâm lìa khỏi các trạng - mạo từ trong cho đến ngoài. Đối với : *Tướng, Hữu tướng* (Có tướng).

Hễ có tướng tức là có hư-hoại, *Vô-tướng* thì không hư-hoại. Vậy Vô *tướng* tức là Thật-tướng, là Pháp-thân, là Chơn-như, là Như-lai, là Niết-bàn.

Vả lại, các chúng-sanh và các pháp vốn là *Vô-tướng* : chúng-sanh chỉ là Tứ đại giả hiệp mà thôi ; các pháp chỉ là Nhơn-duyên giả hiệp mà thôi. Cho nên bực tu hành quán thấy rằng thảy đều *Vô-tướng*.

Vô-tướng tức là Vô *sở trụ*. Tâm-thức không trụ vào một cảnh nào, một pháp nào ; không trụ vào : Sắc, Thinh, Hương, Vị, Xúc, Pháp. Vì trụ thì mắc, vướng ; còn không trụ thì chẳng mắc, chẳng vướng vào đâu.

Vô-tướng là chẳng có Thập-tướng, chẳng để ý tới Thập tướng : 1. Sắc, 2. Thinh, 3. Hương, 4. Vị, 5. Xúc, 6. Sanh, 7. Trụ, 8. Diệt (Hoại), 9. Nam, 10. Nữ.

Vô-tướng tức là *Bình - đẳng, không phân-biệt*, không thương không ghét, lúc nào tâm-ý cũng được an-nhiên, không xao-động.

Pháp bảo đàn Kinh, phẩm tư, *Định Huệ* : Nầy thiện tri-thức, pháp-môn của ta từ xưa tới nay, trước lấy Vô-niệm làm Tông, *Vô-tướng* làm Thể, Vô-trụ làm Gốc. *Vô-tướng* nghĩa là, ở nơi tướng mà lìa khỏi tướng...

Nầy thiện tri-thức! Ngoài thì lìa tất cả mọi tướng, kêu là *Vô-tướng*. Nếu mình có thể lìa khỏi tướng, thì Pháp-thể trở nên trong sạch. Ấy đó cho nên lấy *Vô-tướng* làm thể.

VÔ-TƯỚNG BỐ-THÍ 無相布施 : Bố-thí không tướng. Cho ra thì không nhìn cái món mình cho ; không phân-biệt kẻ nhận là đờn-ông hay đờn-bà ; chẳng chấp rằng mình là người cho, người-ta là kẻ nhận ; lại cũng chẳng để ý rằng sự bố-thí của mình sẽ kết quả, tạo phước. Như vậy là *Tịnh-thí* (hạnh Bố-thí trong sạch). *Vô-tướng Bố-thí* hay *Tịnh-thí* (*Thanh-tịnh Bố-thí*) sẽ đưa đến phước-đức vô-lượng, nhưng tự người bố-thí không hề nghĩ rằng mình sẽ được phước-đức vô-lượng.

Vô-tướng Bố-thí mới thật là *Đàn Ba-la-mật* ; người bố-thí như vậy mới đáng gọi là Bồ-tát. Còn *Hữu-tướng Bố-thí* thì chỉ là hạnh Bố-thí hữu-lậu của hạng phàm-phu mà thôi.

VÔ-TƯỚNG GIẢI-THOÁT-MÔN 無相解脫門 : Pháp-môn Giải thoát là Vô-tướng. Tức là môn Thiền-định về lẽ Vô-tướng. Vì *Giải thoát* là kết quả của Thiền-định, *Giải thoát* tức là Tự-tại. Ấy là một trong *Tam Giải thoát môn* : Không, *Vô-tướng*, Vô-tác. *Vô tướng Giải thoát môn* cũng kêu là *Vô-tướng Tam-muội*. Nhà Đạo nhờ quán-tưởng đủ ba môn Thiền-định ấy nên được Giải thoát, tự-tại. *Vô-tướng Giải thoát môn* cũng kêu là *Vô-tướng* Tam-muội, *Vô-tướng Định*.

VÔ TƯỚNG HẢO PHẬT 無相好佛 : Đức Phật Không tướng hảo. Tức là ngài Ưu-ba-cúc-Đa, Tổ đời thứ tư trong 28 đời Tổ ở Tây - Thiên. Ngài rất tinh-tấn mà làm Phật-sự. Ngài không có 32 tướng chánh (tướng) và 80 tướng phụ (hảo) như Phật. Người đồng thời gọi ngài là *Vô tướng hảo Phật*, nghĩa là đức Phật không có 32 tướng và 80 hảo.

Tâm-Địa quán Kinh, phẩm Chúc-lụy : Vị Pháp-sư thọ trì, đọc tập, giải thuyết, viết chép Kinh Tâm-Địa nầy, ở trong thời gian không có Phật, vì chúng-sanh tà-kiến trong đời ác-trược mà diễn nói ra Tâm - Địa Kinh vương rất sâu rộng nầy, khiến chúng-sanh bỏ ác-kiến, đi về Đạo Bồ-đề và tuyên truyền lưu bố rộng ra, làm cho giáo-pháp nầy được lâu bền tại thế gian. Như vị ấy đáng gọi là *Vô tướng hảo Phật* ; hết thảy Nhơn, Thiên đều nên cúng dường.

VÔ-TƯỚNG NIẾT-BÀN 無相涅槃 : Cảnh Niết-bàn không có tướng ; — Không có tướng, không nhìn nhận, không chấp tướng, tức là Niết-bàn. *Vô-tướng* nghĩa là : Không có Thập tướng 1. Sắc, 2. Thinh, 3. Hương, 4. Vị, 5. Xúc, 6. Sanh, 7. Trụ, 8. Diệt (Hoại), 9. Nam, 10. Nữ.

Niết-bàn Kinh, quyển 31 : Như có vị Bồ-tát nào tu đủ Tam Pháp tướng (Định, Huệ, Xả), thì đắc *Vô-tướng Niết-bàn*.

Lại như có vị Bồ-tát nào thành-tựu đủ Thập pháp thì thấy tỏ rõ *Vô-tướng Niết-bàn*. Thập pháp là : 1. Tín-tâm, 2. Tịnh-giới, 3. Gần gũi bực Thiện tri-thức, 4. Vui thích hạnh Tịch-tĩnh, 5. Tinh-tấn, 6. Niệm (tức : Lục niệm xứ), 7. Nhuyễn-ngữ (lời nói êm ái dịu dàng), 8. Hộ Pháp, 9. Tiếp giúp người đồng-học, đồng giái-hạnh, 10. Trí-huệ.

VÔ-TƯỚNG NHƯ-LAI 無相如來 : Đức Phật Như-lai tên là *Vô-tướng*. Đó là một đức Phật vị-lai. Trong hội thuyết *Địa-Tạng Kinh* tại Đao-ly Thiên-cung, đức Phật có thọ-ký cho ngài Chủ-Mạng Quỉ-vương, phán rằng : Vị Đại Quỉ-vương, chủ Thọ-mạng đây, đã từng trải qua trăm ngàn đời làm Quỉ - vương mà ủng-hộ chúng-sanh trong cơn sống thác. Như vị Đại-sĩ đây, vì Thệ-nguyện từ-bi, nên hiện ra thân Đại-quỉ, chớ thiệt chẳng phải là Quỉ. Sau đây, qua một trăm bảy chục Kiếp, người sẽ thành Phật, hiệu là *Vô-Tướng Như-lai* ; kiếp tên An-lạc ; Thế-giái tên là Tịnh-trụ. Đời sống của đức Phật ấy, chẳng có thể đếm được là bao nhiêu Kiếp.

VÔ-TƯỚNG PHƯỚC ĐIỀN Y 無相福田衣 : Áo ruộng phước không tướng. Tiếng xưng áo *Cà-sa*. *Vô-tướng* là vì rời khỏi các tướng hữu - vi, không nhiễm các cảnh Lục trần.

Phước-điền : ruộng phước, vì áo đâu lại như từng khoảnh ruộng ; và ai vì áo ấy mà cúng dường thì được phước. Chính người mặc áo ấy cũng được phước vô-lậu.

VÔ-TƯỚNG TAM - MUỘI 無 相 三 昧 : Một phép Tam-muội trong *Tam Tam-muội. Vô-tướng Tam-muội* cũng kêu là : Vô - *tướng Giải-thoát môn, Vô-tướng Định.*

Người tu đắc phép *Vô-tướng Tam-muội,* nhơn sự suy xét, nhơn sự thiền - định, bèn nhận rằng chẳng có tướng. Tức là chẳng còn nhận thấy mười tướng nầy : Sắc, Thinh, Hương, Vị, Xúc, Sanh, Trụ, Diệt, Nam, Nữ.

Vô-tướng Tam-muội là phép tu của các Phật - tử trong Ba Thừa : hạng Thinh-văn thừa nhờ đó mà đắc Tứ quả, hạng Duyên-giác thừa nhờ đó mà đắc Niết-bàn của Duyên - giác, hạng Bồ-tát thừa nhờ đó mà đắc lẽ Thường, Lạc, Ngã, Tịnh, Niết - bàn của Phật Như-lai.

VÔ-TƯỞNG ĐỊNH 無 想 定 Phép thiền - định Vô-tưởng. Nhà đạo vì muốn được giải-thoát, bèn xét như vầy : các mối tưởng tỷ như bệnh, như ghẻ độc, như những mũi tên. Chỉ có cảnh trời Vô-*tưởng thiên* là yên tĩnh, vi diệu. Trong khi thiền-định, tâm trí của nhà đạo ở trong trạng-thái không nghĩ tưởng điều chi cả. Khi nhập trọn phép Định ấy, Thần-trí vượt lên tới cảnh Vô-*tưởng thiên* (Vô *sở hữu xứ, Bất dụng xứ.*)

Đại Niết-bàn Kinh, quyển 28 : Theo ông A-ra-Ta, vị Tiên-nhơn Ngũ thông, ngài (Phật Thích-Ca) thọ phép Vô-*tưởng Định.* Thành-tựu phép ấy rồi, ngài lại nói ra chỗ lỗi lầm của phép ấy.

(Xem : Vô *sở hữu xứ.*)

VÔ-TƯỞNG THIÊN 無 想 天 1. a) Cảnh trời Vô-tưởng, không có tư-tưởng, ở cõi Sắc-giới, miền Tịnh-phạm địa, trên cảnh Quảng-quả Thiên, dưới cảnh Vô-phiền Thiên. b) Chư Tiên ở cảnh ấy cũng kêu là *Vô-tưởng Thiên.*

2. Cũng kêu: Vô-sở hữu xứ, ở cõi Vô-sắc giới, trên cảnh Thức Vô-biên xứ, dưới cảnh Phi-tưởng phi phi tưởng xứ. Nhà tu-hành đắc phép Vô-tưởng Định thì thần-thức vượt đến cảnh Vô-tưởng Thiên (Vô-sở hữu xứ).

Đại Niết-bàn kinh, quyển 8 : Thiện nam-tử! tỷ như chư vị ở cảnh *Vô-tưởng Thiên*, nghĩa là các vị Thiên-thần không có nghĩ tưởng. Nếu không có nghĩ tưởng, ắt không có mạng sống. Nếu không có mạng sống, làm sao có Âm, Giới, Nhập. Vì nghĩa ấy, cho nên về mạng sống của hàng *Vô-tưởng Thiên*, không thể nói là có chỗ ở nhứt định.

VÔ THỈ 無始 Sans commencement (fr.) Không có chỗ khởi đầu. Đời nầy có nhơn-duyên đời trước, đời trước có nhơn-duyên đời trước nữa. Cứ như vậy mà xét lần mãi trở về trước, không thế nào biết rằng cái nguyên-thỉ của chúng-sanh khởi từ đâu. Vì vậy nên kêu là *vô thỉ*. Chính cuộc sanh-tử của chúng-ta là *vô thỉ*, chúng-ta lăn lộn trong vòng luân-hồi, sống rồi chết biết bao nhiêu lần mà kể, dầu có tính giỏi thế mấy cũng không biết được lúc khởi đầu.

Rồi, nếu chúng-ta không tự tỉnh, không đoạn tuyệt các nhơn-duyên, các phiền-não: tham, sân, si, thì từ đây về sau, chúng-ta còn phải luân-hồi mãi mãi, không biết lúc nào sẽ dứt. Ấy kêu là *vô chung*: không có lúc cuối cùng.

VÔ THỈ KHÔNG 無始空 : Không có cái vô thỉ. Ấy là một phép quán-tưởng của Bồ-tát không muốn chấp-nệ sự vô thỉ sanh-tử, Là vì, đoạn cái vô thỉ thì đoạn cái vô-chung, cuộc luân-hồi sẽ bị đoạn tuyệt.-*Vô thỉ Không* là một lẽ Không trong *Thập bát Không* : trong không, ngoài không, trong ngoài đều không, không không, đại không, nghĩa đệ nhứt không, hữu vi không, vô vi không, tất cánh không, *vô thỉ không* tán (tan lìa) không, tánh không, tự tướng không, chư pháp không, bất khả đắc không, vô pháp không, hữu pháp không, vô pháp hữu pháp đều không.

VÔ-THƯỜNG 無常 Anitya (scr.). — Impermanence (fr.) Không thường, không chừng. Cũng kêu : *Phi thường, Đoạn.* Trái với : *Thường, Thường-tru, Phi-đoạn.* Kêu trọn chữ : *Vô-thường biến-dị.*

Lúc có lúc không, khi vầy khi khác, biến chuyển không chừng. Như mới sống thoạt chết, mới trẻ liền già, mới mạnh thoạt yếu, mới khoẻ liền đau. Trong thế-gian, tất cả các pháp hữu-vi đều sanh, diệt, biến đổi, lưu chuyển không một phút nào yên trụ, thảy đều là vô-thường.

Trong **Niết bàn kinh**, quyển 10, Văn-thù Sư-Ly Bồ-tát có bạch Phật rằng : « Như những vật ở thế gian, trước không nay có, có rồi trở lại không. Những vật như vậy, thảy đều là vô-thường. »

Trong **Nghi-thức Bồ-tát Giới Kinh** có câu : Nhơn-mạng *Vô-thường,* quá ư sơn thủy ; kim nhựt tuy tồn, minh nhựt nan bảo. (Mạng người *Vô-thường,* còn mau hơn nước chảy trên non ; hôm nay dầu còn, ngày mai khó giữ.)

Vô-thường có hai thứ, Nhị Vô-thường :

1. *Sát-na Vô-thường* : trong phút chốc trải qua bốn tướng : sanh, trụ, dị, diệt ; rồi cứ vậy mà biến hóa mãi mãi.

2. *Tương-tục Vô-thường* : trong một kỳ hạn, bốn tướng : sanh, trụ, dị, diệt nối tiếp nhau mà hiện ra.—

Từ những vật nhỏ vặt nhứt trong đời, như vi-trần ; từ những ý-tưởng trong tâm, cho đến những vật lớn như núi, biển, cõi Tam thiên đại-thiên thế-giới, thảy đều chịu cái luật *Vô-thường.* Thế mà kẻ phàm-phu vọng chấp là *thường,* cho nên sanh ra trìu mến, phiền khổ. Chỉ có cái *Chơn-như, Chơn-không* là thường thôi.— (Xem : *Tam chủng* Vô-thường.)

VÔ-THƯỜNG ĐẠI-QUỈ 無常大鬼 : Con quỉ cả tên là Vô-thường. Tiếng dùng để chỉ sự Chết. Những kẻ trọn đời thường làm ác, đến lúc lâm chung, cảm thấy có quỉ đến bắt mình đi. Vì vậy cho nên trong đời, người ta gọi sự Chết là : *Vô-thường, Vô-thường Đại-quỉ.*

Niết-bàn Kinh, quyền 41 : *Vô-thường đại-quỉ*, tình cầu nan thoát. (Khi con quỉ cả Vô-thường nó hiện đến, dầu người-ta có lấy tình mà cầu khẩn cho thế mấy, cũng chẳng thoát khỏi.)

VÔ-THƯỜNG, KHỔ, KHÔNG, VÔ-NGÃ 無常苦空無我 : Đó là bốn lý mà kẻ phàm-phu, người mới học đạo, hàng Thinh-văn phải tu tập cho nhập Diệu đề dứt phiền-não, tríu mến. Lúc ban sơ, đức Phật giảng *Vô-thường, Khổ, Không, Vô-ngã*, độ cho Đại-chúng tu đắc những quả : Tu-đà-hoàn, Tư-đà-hàm, A-na-hàm, A-lan hán. Đến khi đệ-tử đã thuần thục, hạp với lý Đại-thừa, chừng ấy Phật mới giảng *Thường, Lạc, Ngã, Tịnh*, đưa chúng-sanh vào Phật-huệ, vào quả-vị Như-lai.

Bốn đức *Vô-thường, Khổ, Không, Vô-ngã*, kêu chung là *Tứ Vô-thường.*

VÔ-THƯỜNG TƯỞNG 無常想 Cái tư-tưởng, phép tưởng nhận rằng vạn vật, các chúng-sanh và các pháp đều không chừng, không trường tồn, có đó mất đó. Chính là cái phép tưởng mà các đệ-tử Phật phải tu. Hễ tu *Vô-thường tưởng*, theo Niết-bàn Kinh, thì dứt khỏi sự tríu mến cõi Dục-giới, cõi Sắc-giới và cõi Vô-sắc giới, tức là thoát khỏi Tam giới. Cũng trừ luôn sự Vô-minh, lòng kiêu-mạn, và trừ luôn cái *Vô-thường tưởng*. Tỷ như trong các dấu chơn, dấu chơn voi là to hơn hết ; cũng như thế, trong các tư-tưởng mà Phật-tử phải tu, cái *Vô-thường tưởng* là trọng hơn hết.

Muốn được giải-thoát, chẳng những phải tu 1. *Vô-thường tưởng*, mà cũng tu luôn, 2. Khổ-tưởng, 3. Không-tưởng, 4. Vô-ngã tưởng nữa.

(Xem *Vô-thường tưởng* trong Đại Bát Niết-bàn Kinh, quyển 38.)

VÔ-THƯỜNG, VÔ-LẠC, VÔ-NGÃ, VÔ-TỊNH 無常無樂無我無淨 : Cũng viết : *Vô-thường, Khổ, Vô-ngã, Bất-tịnh.* Ấy là bốn đức tu-tập và đắc-nhập của hàng Thinh-văn thừa, Duyên-giác thừa. Ai đắc nhập bốn đức ấy, thì đắc quả La-hán, quả Duyên-giác.

Đối với *Thường, Lạc, Ngã, Tịnh* là bốn đức Ba-la-mật của Đại-thừa Ai tu tập và đắc nhập bốn đức nầy thì thành Bồ-tát, thành Phật.

Người tu *Vô-thường, Vô lạc, Vô-ngã, Vô-tịnh,* thì đắc Niết-bàn, chớ chẳng phải *Đại* Niết-bàn. Người tu *Thường, Lạc, Ngã, Tịnh* mới đắc Đại Niết-bàn, tức sẽ thành Phật.

(Xem : *Thường, Lạc, Ngã, Tịnh.*)

VÔ-THƯỢNG 無 上 Avatara, Anouttara (scr.).— Sans supérieur, supême (fr.) Cao hơn hết, không có chi trên nữa, không có ai hơn được. Đọc theo Phạn : *A-bạt-đa-la* (Avatara), *A-nậu-đa-la* (Anuttara).

Tiếng *Vô-thượng* thường dùng để chỉ Trí, Đức của Phật. Cũng dùng để chỉ đức-tánh của Niết-bàn, của Tam Bảo, của Đại-thừa.

VÔ-THƯỢNG BỒ-ĐỀ 無 上 菩 提: Quả Bồ-đề cao-hơn hết ; quả Đạo, sự Giác-ngộ cao hơn hết. Ấy là sự Giác-ngộ của bực Phật. Đối với hai sự Giác-ngộ của hai bực Thinh-văn và Duyên-giác, thì sự Giác-ngộ của Phật là cao nhứt.

Đại-Bát Niết-bàn Kinh, quyển 40 : Thiện-nam-tử ! Thật-tướng, Pháp-giới, Tất cánh Trí, Đệ-nhứt nghĩa Đế, Đệ-nhứt nghĩa Không, hàng Hạ trí quán, thì đắc *Thinh-văn Bồ-đề ;* hàng Trung-trí quán, thì đắc *Duyên giác Bồ-đề ;* hàng Thượng-trí quán, thì đắc *Vô-thượng Bồ đề.*

VÔ-THƯỢNG CHÁNH-GIÁC 無 上 正 覺. *Vô-thượng* : không còn bực nào trên nữa. *Chánh-giác* : Phật-quả.

Vô-thượng Chánh-giác cũng kêu là : Vô-thượng Bồ-đề, Vô-thượng Đạo, Vô-thượng Chánh-đẳng Chánh-giác.

Trong **Vô-Lượng-Thọ Kinh**, khi Bồ-tát Pháp-Tạng Tỳ-kheo phát 48 điều nguyện và tụng Kệ trước Phật Thế-Tự-Tại-Vương xong, thì khắp cõi đất chấn-động sáu cách; và trên không, tự-nhiên có tiếng âm-nhạc tán rằng: Quyết định ắt thành quả *Vô-thượng Chánh-giác.*

VÔ-THƯỢNG CHÁNH-ĐẲNG CHÁNH-GIÁC 無上正等正覺. Viết theo Phạn: *A-nậu-đa-la Tam-miệu Tam-bồ-đề* (Anouttara-Samya Sambodhi).

Tức là: *Vô-thượng Bồ-đề, Vô thượng Chánh-giác.*

Ấy là cái quả đạo-lý cao tót nhứt mà đức Phật được hồi ngài ngồi đại-định nơi cội cây Bồ-đề.

VÔ-THƯỢNG ĐẠO 無上道: Cái Đạo cao hơn hết. Ấy là cái Đạo mà đức Như-lai chứng đắc vậy. Đối với *A-la-hán Đạo* và *Duyên-giác Đạo.*

VÔ THƯỢNG ĐẠO - QUẢ 無上道果: Quả Đạo cao hơn hết. Đắc thành *Vô-thượng Đạo-quả*, tức là được quả *A-nậu-đa-la Tam-miệu Tam-bồ-đề.* Lại cũng kêu là: *Vô-thượng Chánh-giác, Vô-thượng Chánh-đẳng Chánh-giác.* Cũng kêu tắt là: *Vô-thượng Đạo.* Ấy là quả-vị của Phật Như-lai.

VÔ THƯỢNG ĐĂNG 無上燈: Ngọn đèn sáng hơn hết. Ấy là chơn-lý của Phật, lý Niết-bàn, nó có tánh-cách chiếu sáng và phá tan sự hôn ám của Phiền-não.

VÔ-THƯỢNG ĐIỀU-NGỰ 無上調御.– Maître (conducteur) suprême (fr.): Tiếng tôn xưng Phật. *Vô-thượng*: Không ai bằng; *điều*: điều-phục, giáo-hóa; *ngự*: chế-ngự, ngăn cản khỏi lầm-lạc. Đối với chúng-sanh: Tiên, Thần, Người, Phật là bực *Vô-thượng Điều-ngự.*

Trong **Niết-bàn Kinh** có chép: Khi hay rằng Phật ăn bữa cơm sau cùng rồi thì nhập diệt, Đại-hội chư Tiên, chư Thần, chư Bồ-tát, Tỳ-kheo, Tỳ-kheo-ni, Ưu-bà-tắc, Ưu-bà-di đồng than rằng: « Ôi! chúng-ta nay phải rời luôn đức *Vô-thượng Điều-ngự*, chúng-ta như những kẻ mù mịt không có mắt! » (Xem: *Vô-thượng sĩ điều-ngự trượng-phu.*)

VÔ-THƯỢNG GIÁC 無上覺: Sự Giác-ngộ cao viễn hơn hết. Ấy là đức Chánh-giác của Phật; cái chơn-trí của Phật giác liễu tất cả các pháp, thông hiểu tất cả, sáng suốt hoàn-toàn. *Vô-thượng Giác* tức là *Vô-thượng* Chánh-đẳng Chánh-giác.

VÔ-THƯỢNG HUỆ 無上慧: Cái Trí-huệ cao hơn hết, rộng hơn hết, Trí-huệ của Phật Như-lai.

VÔ-THƯỢNG Y-VƯƠNG 無上醫王: Ông vua thầy thuốc cao tài hơn hết. Tiếng tôn xưng Phật. Vì Phật thuyết Pháp-lý để trừ Tham, Sân, Si của chúng-sanh. Pháp ấy tỷ như các phương thuốc hay trừ bệnh, cho nên người-ta gọi Phật là *Vô-thượng Y-vương*. Cũng viết: *Vô-thượng Y*, *Vô thượng Lương-y*.

VÔ-THƯỢNG LUÂN 無上輪: Tức là *Vô-thượng Pháp.luân*, bánh xe Pháp cao lớn hơn hết. Tiếng thí-dụ để gọi cuộc thuyết-pháp của Phật. Chỉ có một mình Phật có đủ trí-huệ và phước-đức mà chuyển cái *Vô-thượng Luân* ấy mà thôi. Sự thuyết-pháp của ngài độ cho tất cả các hạng chúng-sanh: từ các bực thông-minh cho đến những tâm-hồn ngu độn đều hưởng được sự lợi-ích trong các bài giảng của Ngài.

VÔ-THƯỢNG LỰC-SĨ 無上力士: Nhà Lực-sĩ cao trỗi hơn hết. Tiếng tôn-xưng Phật. Dầu về thân-lực hay về trí-lực, trong thế-gian nầy, chẳng có ai bằng Phật, cho nên xưng Ngài là *Vô-thượng Lực-sĩ*. Nhứt là về Trí, ngài có đủ *Thập Lực*, cho nên được đời xưng là *Vô-thượng Lực sĩ*.

VÔ-THƯỢNG LƯỠNG-TÚC TÔN 無上兩足尊: Tiếng tôn xưng Phật.

Vô-thượng: Cao không ai bằng.

Lưỡng-túc: Hai bề đầy đủ: Trí-huệ và phước đức (đức-hạnh).

Tôn : Bực mà Tiên, Thần và Người tôn kính.

Phật là bực mà Thiên-thần và Nhơn-loại đều tôn-kính, vì Ngài có trọn đủ Trí-huệ và Phước-đức (đức-hạnh), nên gọi Ngài là *Vô-thượng Lưỡng-túc Tôn*.

Diệu-pháp Liên-hoa Kinh : *Vô-thượng Lưỡng-túc Tôn* ! Nguyện thuyết đệ nhứt Pháp !

VÔ-THƯỢNG NIẾT-BÀN 無上涅槃 Cảnh Niết-bàn cao hơn hết. Ấy là Niết-bàn của Phật, Niết-bàn của phái Đại-thừa, đối với Niết-bàn của hai thừa Thinh-văn và Duyên-giác.

VÔ-THƯỢNG NHÃN 無上眼 : Con mắt quan sát của Phật, sự nhìn thấy của Phật là tỏ sáng hơn hết. Phật có năm thứ mắt, thứ nào cũng nhìn thấy tỏ rõ hơn tất cả chúng-sanh. Ngũ-nhãn, vô-thượng của Phật là : Nhục-nhãn, Thiên-nhãn, Huệ-nhãn, Pháp-nhãn, Phật-nhãn.

VÔ THƯỢNG-NHẪN 無上忍 : Đức Nhẫn cao nhứt, khó nhứt. Ấy là lời khen bực Bồ-tát dõng mãnh tu trì đức Nhẫn-nhục mà chẳng ai bằng. Bực tu-hành mà trì được đức *Vô-thượng nhẫn*, thì chẳng bao lâu sẽ thành Phật.— Như đức Thích-tôn hồi làm ông Tiên Nhẫn-nhục, bị vua Ca-ly cắt thân thể tay chơn ra từng mảnh; thế mà không đem lòng buồn, giận. Ấy là *Vô-thượng nhẫn* vậy.

VÔ-THƯỢNG PHÁP 無上法 : Pháp cao hơn hết, tức là Niết-bàn. Trong tất cả các pháp, không pháp nào hơn Niết-bàn, cho nên nói Niết-bàn là Vô-thượng pháp.

VÔ-THƯỢNG PHÁP-VƯƠNG 無上法王 Bực Vua Pháp cao hơn hết. Ấy là tôn-hiệu của đức Như-lai. Đức Như-lai đối với các pháp, đều được tự-tại, nên kêu là *Pháp-vương*. Và Như-lai là quả-vị cao hơn hết, nên kêu là *Vô-thượng Pháp-vương*.

« **Đại Trí-độ luận** » : Phật là *Vô-thượng Pháp-vương*. Chư Đại Bồ-tát là Pháp-thần của ngài.

Xem : *Pháp-vương*.

VÔ THƯỢNG SĨ 無上士 Anouttara (scr.) : Tiếng Phạn : *A-nậu-đa-la* (Anouttara), dịch là *Vô-thượng-sĩ*, trang đại-sĩ cao thượng hơn hết. Tiếng tôn xưng Phật, đức Như-lai. Viết trọn : *Vô-thượng Sĩ điều-ngự trượng-phu.*

VÔ-THƯỢNG SĨ ĐIỀU-NGỰ TRƯỢNG-PHU 無上士調御丈夫, Phạn : A-nậu-đa phú-lâu-sa đàm-miệu bà-la-đề (Anuttara Purusa-damya-sàrathi). Bực cao hơn hết trong các hạng chúng-sanh, thống-trị lấy mình và chúng-sanh cũng như bực trượng-phu cầm cương ngựa đi trên đường lành. Một hiệu trong *Thập hiệu* của Phật.

Bực *Vô-thượng-Sĩ điều-ngự Trượng-phu* đối với mình thì có đủ sức chế-ngự để thoát ra khỏi mọi sự phiền-não ; còn đối với chúng-sanh thì có đủ Trí-huệ và phương-tiện để điều-phục họ, giáo-hóa họ, khiến họ mộ Đạo-lý, lo tu học để đến Mé lành ; khiến họ, dứt các mối luyến ái trói buộc để vào đường Giải-thoát.

VÔ-THƯỢNG-SƯ 無上師 : Ông thầy cao hơn hết, trong thế-gian, chẳng có ông thầy nào bằng. Ấy là tiếng tôn xưng Phật. Phật là bực đắc quả Đạo cao hơn hết, ngài đem quả Đạo ấy mà truyền dạy cho chúng-sanh, khiến cho thân, khẩu, ý họ xa lìa điều ác, gần gũi điều lành và rốt cuộc thì đắc Đạo. Phật là bực đã đắc Niết-bàn cao cả, ngài đem lý Niết-bàn mà diễn giảng với chúng-sanh. Vì những lẽ ấy, nên xưng ngài là *Vô-thượng-Sư.*

VÔ-THƯỢNG TÀM-QUÍ Y 無上慚愧衣 Tiếng gọi áo cà-sa. Thầy tu mặc áo ấy, lúc nào cũng nên hổ thẹn, hổ-thẹn vì mang cái thân dơ dáy, vô-thường, hổ thẹn vì chưa đắc đạo v.v. Hổ-thẹn như vậy đặng phòng ngừa những tư-tưởng ác-độc, khinh-mạn.

VÔ-THƯỢNG TÔN 無上尊 Tiếng tôn xưng đức Phật. Bực đáng tôn-trọng hơn hết. Hồi mới giáng sanh do nách phía hữu của bà Ma-Da phu-nhơn, đức Thích-tôn hiện đi bảy bước, cất tiếng tự xưng rằng : Ở cõi thế, ta sẽ làm bực *Vô-thượng Tôn.*

VÔ-THƯỢNG THUYỀN-SƯ 無上船師 : *Thuyền-sư* là người rành đường biển, đứng ra cai-quản một chiếc thuyền to. *Vô-*

Thượng Thuyền-sư là tiếng thí-dụ để xưng đức Phật Như-lai. Cũng viết : *Đại Thuyền-sư*.

Niết-bàn Kinh quyển chín : Tỷ như chiếc thuyền to, từ bờ biển bên nây lướt tới bờ bên kia ; rồi từ bờ bên kia, trở về bờ bên nây. Đức Như-lai cũng như vậy, ngài ngồi trên Thuyền báu là Kinh Đại Niết-bàn của Đại-thừa, đi khắp quanh và đi qua đi lại mà tế-độ chúng-sanh. Ở mọi nơi, hễ có những ai nên độ thì khiến cho thấy được thân đức Như-lai. Vì nghĩa đó, nên gọi Như-lai là *Vô-thượng Thuyền-sư*.

VÔ-THƯỢNG THƯỢNG 無上上 Tiếng xưng Phật. Phật cao viễn hơn hết không ai bằng, nên gọi là *Vô thượng thượng*.

VÔ-THƯỢNG THƯỢNG THỪA 無上上乘 Đức hiệu của Đại-thừa, tức là *Phật-thừa*, giáo-pháp dạy chư Bồ-tát tu cho thành Phật.

VÔ-THƯỢNG VÔ SỞ ÚY 無上無所畏 : Bậc cao thượng hơn hết, bậc ấy chẳng sợ ai cả, chẳng sợ chi cả. Đó là đức-hiệu dùng để xưng Phật.

VÔ - TRANH TAM-MUỘI 無諍三昧 Phép thiền-định của người trụ yên nơi lẽ Không, hiểu rõ lẽ Không, chẳng còn cãi cọ với ai về lẽ nầy hoặc về lẽ khác.

Trong **Kim - cang Kinh**, Tu - Bồ - Đề bạch Phật rằng: « Thế tôn ! ngài có dạy rằng trong hàng chư Đệ-tử, tôi là người đắc phép *Vô-tranh Tam - muội* đệ nhứt và tôi là vị A-la-hán ly dục đệ nhứt ... »

Trí-Độ-luận : Xá-Ly-Phất, Phật đệ-tử trung, Trí-huệ đệ nhứt; Tu-bồ-Đề, ư đệ-tử trung, đắc *Vô-tranh Tam-muội* tối vi đệ nhứt.

Kim-cang kinh lược-sớ: Bực đắc *Vô-tranh Tam-muội* thì hiểu rõ lẽ Không (Giải không), chẳng còn chấp người và chấp mình, của người và của mình ; nhơn đó chẳng phiền-não đối với chúng-sanh và chẳng làm cho chúng-sanh dấy lòng phiền-não.

Hoa-nghiêm Kinh: Có tranh, ấy là Sanh-tử; *Không tranh* (*Vô-tranh*), tức là Niết-bàn.

VÔ-TRI 無知 Ajnnâ (scr.). — Ignorance (fr.) Tâm trí ám độn, chẳng biết suy xét lý sự; cái chơn-trí yên lì chẳng khai thông, chẳng hiểu chi cả, chẳng biết phân biệt cái chi hết.

VÔ-TRI VÔ-GIÁC 無知無覺: Không có trí-thức, không giác ngộ, không hiểu chi hết, không nhận biết chi hết, tâm tánh rất nên ám-độn.

Vô-tri vô-giác cũng chỉ loài vô-động, như thảo-mộc, đất, đá.

VÔ-TRỤ 無住 1. Chẳng ở yên một chỗ. Các pháp đều chẳng có tự-tánh; vì chẳng có tự-tánh, cho nên chẳng yên trụ; chúng-nó tùy theo nhơn-duyên mà sanh diệt, biến chuyển.

2. *Vô-trụ* tức là *vô sở trụ*, nghĩa là: Thân, Tâm chẳng nương dựa, chẳng vướng vào một sự nào, một lý nào. *Vô-trụ* tức là vô-biên Thân, cái Thân của Như-lai không có hạn lượng, ở đâu cũng có, lúc nào cũng có.

Vô-trụ tức là Hư-Không, tức là Như-lai tánh.

Vô-trụ tức là Kim-cang Tam-muội, vì phép Kim-cang Tam-muội của Phật phá hoại tất cả các sở trụ.

Vô-trụ tức là Ảo-hóa. Đức Như-lai cũng như thế, ngài có sức Ảo-hóa vô-lượng.

Vô-trụ tức là chẳng có thủy và chẳng có chung. Đức Như-lai cũng như vậy.

Vô-trụ tức là cõi « Vô-biên Pháp-giới », cõi Pháp vô-tận của Như-lai.

Vô-trụ tức là Thủ-lăng-Nghiêm Tam-muội. Với phép Thủ-lăng-nghiêm Tam-muội, đức Như-lai biết tất cả các pháp, mà chẳng mắc vướng vào đâu cả.

Vô-trụ tức là Xứ phi-xứ Lực. Vì đức Như-lai có phép ấy, ngài thấy chỗ phải và chỗ quấy của chúng-sanh, ngài không còn trụ vào đâu nữa.

Vô-trụ tức là phép Đàn Ba-la-mật cho tới phép Bát-nhã Ba-la-mật. Bồ-tát lần lượt hành đủ sáu phép Ba-la-mật, chớ chẳng yên trụ vào một phép nào cả, cho đến chẳng trụ ở phép Bát-nhã Ba-la-mật.

Vô-trụ tức là Tứ niệm xứ. Đức Như-lai hành xong Tứ niệm xứ, thì chẳng trụ ở đó. Vì nếu trụ ở đó, làm sao thành Phật?

Vô-trụ tức là Cõi chúng-sanh vô-biên. Như-lai đến tận cõi ấy rồi, chẳng trụ ở đó.

Vô-trụ tức là không nhà cửa, không có chi cả, không sanh, không diệt, không tướng, không bị trói buộc, không có phiền-não. Tức là Vô-vi, Đại-Niết-bàn, Thường, Lạc, Ngã, Tịnh.

VÔ-TRỤ TAM-MUỘI 無 住 三 昧 Phép Đại-định về lẽ Vô-trụ. Tức là phép thầm xét một cách chặt chịa những nghĩa vô-trụ đã giải ở trên.

VÔ-TRỤ TRỤ 無 住 住: Trụ ở chỗ không trụ.

1. *Vô-trụ trụ* là bổn-tánh của tất cả các pháp. Các pháp tuy có mà chẳng có, vì chúng-nó chẳng hề ở yên một chỗ.

2. *Vô-trụ trụ* lại là bổn-tánh của Như-lai, vì đức Như-lai chẳng mắc vào đâu, chẳng vướng vào đâu cả.

VÔ-TRỨ (*TRƯỚC*) 無 著 Asangha (sr.) Cũng viết : *A-Tăng-già*. Nghĩa là *Vô trứ* (Vô trước, không mê, không chấp). Một vị Bồ-tát ở Ấn-Độ, hồi thế-kỷ thứ năm Tây-lịch.

(Xem : *A-tăng-già*).

VÔ-ÚY 無 畏 Abhaya (scr.).— Sans crainte (fr.) Lòng chẳng sợ, Đức dạn dĩ. Cũng viết : *Vô sở úy*. Ấy là một đức cả của Phật, Bồ-tát.

Nhờ có đủ đầy Thánh-hạnh, trí-huệ, phước-đức, biện-tài, phương-tiện, chư Phật và chư Bồ-tát thuyết pháp và độ thế một cách an-nhiên, không khủng khiếp đối với một mạng nào, một vật nào. Phật có bốn đức *vô-úy* ; Bồ-tát cũng có bốn đức *vô-úy* theo bực Bồ-tát. (Xem : *Tứ vô-úy*.)

VÔ-ÚY ĐỊA 無 畏 地.— Abhaya-bhûmi (scr.) : Địa-vị chẳng sợ. Cũng viết : *Vô sở úy Địa*. Bực Bồ-tát, nhà tu-hành Đại-thừa, khi đã được Thánh-hạnh rồi, tức là khi đã phụng trì theo những đều Phật dạy, liền được *Vô-úy Địa*. Trụ ở Địa-vị nầy, Bồ-tát chẳng còn khiếp sợ đối với những lẽ : Tham, Sân, Si, đối với những luật : Sanh, Lão, Bệnh, Tử, đối với ba nẻo ác : Địa-ngục, Ngạ-quỉ, Súc-sanh, đối với những chúng-sanh ác : ác-thần, ác-nhơn (những kẻ bất-tín, những kẻ phỉ-báng, những kẻ tu hành phạm Tứ trọng), đối với các hạng : Sa-môn, Bà-la-môn, Thiên-ma. Cho đến đối với 25 nẻo luân-hồi trong Tam giái (Nhị thập ngũ hữu), Bồ-tát cũng chẳng hề sợ sệt, chẳng hề mắc vướng.

VÔ-ÚY SƠN TRỤ BỘ 無 畏 山 住 部.— Abhayagiri-vasin (scr.) : Một chi-phái đạo Phật, phái nầy tự nhận rằng ngài Ca-Chiên-Diên (Katyâyana) là Tổ. Chi-phái « *Vô-úy sơn trụ bộ* » lập ra sau kỳ Kết-tập ở xứ Hoa-Thị (Pataliputra), kinh-đô vua A-Dục, lối 246 trước Dương-lịch.

Vô-úy-sơn, đọc theo Phạn : *A-bạt-da-kỳ-ly* (Abhayagiri) là hòn núi có cảnh chùa rất lớn tại kinh-đô xứ Tích-Lan, Ấn-Độ miền Nam.

Chi-phái ấy lấy tên *Vô-úy sơn* là để kỷ-niệm các nhà khai sáng Đạo-lý ở miền Tích-Lan, hồi đời vua A-Dục.

VÔ-ÚY THÍ 無 畏 施.— Abhaya-dâna (scr.) Thí cho chúng-sanh cái đức-tánh chẳng sợ sệt, khiến họ được an ổn, dạn dĩ. *Vô-úy thí* là sự bố-thí cao nhứt trong Tam thí : Tài thí, Pháp thí, *Vô úy thí*.

Như Quan-Thế-Âm Bồ-tát hằng làm hạnh *Vô-úy thí* cho tất cả chúng-sanh. Hễ ai buồn khổ, lo lắng, sợ sệt trước những tai nạn như nước, lửa, binh-đao, những nạn thình lình nơi nhà cửa hay trong khi đi làm ăn xa, mà niệm vái ngài, ngài chở che cho khỏi các sự khổ sở, tai nạn, được yên ổn, lành mạnh, vui vẻ, hòa hảo. Vì vậy nên trong cõi Ta-bà nầy, ai cũng tặng cho ngài cái tên *Thí vô-úy giả* (Abhayadada).

VÔ - ƯU 無 憂 Asoka, Açoka (scr.). Viết theo Phạn *A-du-ca*, *A-thúc-ca*, *A-dục* (Asoka).

Vô-ưu (Không lo rầu) là loại cây sanh ra rất nhiều ở Thiên-Trước. Cây ấy có mọc trong vườn Lam-tỳ-ni (Lumbini), vườn ngự-uyển của vua Tịnh-Phạn, trong thành Ca-tỳ-la-vệ (Kapilavastou). Bà hoàng hậu Ma-Da, nhơn dạo vườn xem hoa, vừa vịn lấy cành cây *Vô-ưu* thì Thái-tử sanh ra từ hông bên mặt của bà. Thái-tử Thích-Ca vừa sổ lòng mẹ thì được hai vị vua Trời : đức Đế-Thích (Indra) và đức Phạm-Thiên (Brahma) hứng lấy một cách trịnh trọng.

(Về chỗ bà hoàng hậu Ma-Da vịn lấy một cành cây mà hạ sanh, có Kinh thì chép là cành cây *Vô-ưu*, có Kinh lại chép là cành cây *Ba-la-xoa*.).

Cây *Vô-ưu* rất được hàng phụ nữ Ấn-Độ tôn-kính vì tích nầy : Truyện Thần-thoại Ramayana thuật rằng nàng Sita trốn trong bụi cây *Vô-ưu*, nàng bị ác-thần Ravana quấy nhiễu, nhưng nàng chống cự thắng lợi. Vì vậy nên hàng phụ-nữ Ấn-Độ rất trọng mộ cây ấy và hái hoa đem về ăn. Họ cũng dùng hoa *Vô-ưu* mà dâng cúng cho thần Siva.

Vô-ưu cũng là tiếng dịch chữ Phạn tên vua *A-Dục* (Asoka), nhà vua Ấn-Độ có danh nhứt về sự hộ trợ Tam-Bảo. (Xem : *A-Dục*).

VÔ-ƯU TỬ PHƯƠNG ƯNG 無 憂 子 方 膺.— Asoka (scr.) : Cũng viết theo Phạn : *A-Thúc-Ca* (Asoka). Ấy là vị Thị-giả Đệ-tử, vị đệ-tử xuất-gia lãnh phần hầu hạ đức Cổ Phật

Tỳ-Bà-Thi (Vipaçyi). Trường A-hàm Kinh viết là : *Vô-Ưu Tứ Phương Ưng*. Đại Niết-bàn Kinh viết là : *A-Thúc-Ca.*

VÔ - VI 無 為 Asamskrta (scr.).— Non agir (fr.) Vi : Tạo-tác. *Vô-vi* : Không tạo-tác, không có nhơn-duyên tạo-tác ; không cố ý tạo-tác ; tự nhiên không tạo ra bốn tướng : Sanh, Trụ, Dị, Diệt. *Vô-vi* tức là *Chơn-lý*, tức là *Niết-bàn, Vô-tướng, Thật-tướng, Pháp-giái.*

Trái với *Hữu-vi.* Những cái chi có tâm-ý, có sắc-tướng là *hữu-vi* ; còn không tâm-ý, không sắc-tướng là Hư-không, *Vô-vi. Hữu-vi* là Vô-thường, *Vô-vi* là Thường.

Như sự *thuyết pháp* của đức Thích-tôn. Ngài không cố ý, không quyết định thuyết pháp. Chỉ vì tùy tiện theo căn-cơ của chúng-sanh mà giáo-hóa họ thôi. Cũng như kẻ kết bè qua sông, qua sông rồi thì bỏ chiếc bè. Cũng như thế, cái pháp đã thuyết rồi thì bỏ đi. Ấy ngài thuyết pháp một cách *Vô-vi* vậy.

Như sự *bố - thí*. Nên bố-thí một cách *Vô-vi*, vô-tướng. Tức là không dòm ngó món đồ mình thí, không dòm người mình thí, không thấy họ là đờn ông hay đờn-bà, lại không tính cho sự bố-thí của mình sẽ kết thành quả phước. Ấy là bố-thí một cách *Vô-vi*, trong sạch vậy.

Có Sáu phép Vô-vi, *Lục Vô-vi* :

1. *Hư-không Vô-vi* : Sự Vô-vi không có hình-chất, không có tự-tánh, không trở ngại, như cảnh Hư-không.

2. *Trạch-diệt Vô-vi* : Sự Vô-vi do sức lựa chọn mà diệt hết Phiền-não, tức là Niết-bàn.

3. *Phi trạch diệt Vô-vi* : Điều Vô-vi đã sẵn thanh-tịnh, chẳng phải do sức lựa chọn mà diệt Phiền-não để trở nên thanh-tịnh.

(Ba phép trên kêu là *Tam Vô-vi.*)

4. *Bất-động Vô-vi* : Sự Vô-vi chẳng động, chẳng động đến Nghiệp Sanh-tử, cũng tức là Niết-bàn.

5. *Tưởng thọ diệt* Vô-vi : Sự Vô-vi diệt trừ mối tư tưởng và mối thọ-cảm.

6. *Chơn-như* Vô-vi : Sự Vô vi chơn thiệt như thường.

VÔ VI KHÔNG 無為空 Một cảnh không trong *Thập bát không* Tất cả các pháp Vô-vi cũng đều là không. Ấy là cái lý Chơn-không để đánh đổ những kẻ chấp cái Vô-vi. Vì Vô-vi là tạm dùng để đối với Hữu-vi, chớ thật ra không có cái Vô-vi.

VÔ-VI PHÁP 無為法 Pháp-giáo không có tánh cách tạo-tác, không có nhơn-duyên tạo tác. Tức là pháp cao trổi, Niết-bàn. Đối-nghĩa : *Hữu-vi pháp* 有為法, Pháp mà người ta quyết tạo-tác, pháp sanh ra bởi nhơn-duyên.

VÔ-VI PHÁP-THÂN 無為法身 Pháp-thân vô-vi của Phật. Pháp-thân mà đức Phật chứng được sâu xa, an nhiên, tịch, tỉnh. Nó rời khỏi các nhơn-duyên tạo-tác, các nhơn-duyên sanh-diệt.

VÔ-VI SANH-TỬ 無為生死 Sanh-tử Vô-vi. Ấy là cuộc Sanh-tử của chư Thánh, chư Phật. Các ngài đáo lại cõi trần mà tế-độ, không mắc vào những nhơn-duyên tạo-tác như thế thường; không bị luật Nghiệp-quả ràng buộc, chế-ngự ; tâm-tánh lúc nào cũng an-lạc, thanh-tịnh, tuy ở trong vòng Sanh-tử.

VÔ VI XÁ 無為舍 Cảnh nhà Vô - vi. Ấy là bực tu học lấy Niết-bàn làm nơi yên nghỉ, cho nên sống đời một cách Vô-vi, an tĩnh, lấy cảnh Vô-vi làm nhà.

VÔ-XƯNG-QUANG (*PHẬT*) 無稱光 (佛) Amitabhâ (scr.) Một danh-hiệu của đức Phật A-Di-Đà. *A-Di-Đà* (Amitabhâ) là chữ âm theo Phạn, có đủ 13 nghĩa, mà *Vô-Xưng-Quang* là một nghĩa, một danh-hiệu. *Vô-Xưng-Quang Phật,* nghĩa là đức Phật mà hào-quang vô-lượng, vô-biên, vô-tận, *không ai cân lượng, bàn luận cho cùng, rời khỏi các hình - tướng, các lời bàn.* (Xem : *A-Di-Đà Phật thập tam hiệu.*)

VU-LAN BỒN 盂蘭盆 Ullambana (scr.) Cái chậu cứu nạn treo ngược. Bồn 盆 là chữ Hán, là cái đồ đựng thức ăn. *Vu-lan* 盂蘭 nguyên là tiếng Phạn *Ô-lam-bà-nã* (Ullambana) dịch nghĩa là cứu nạn treo ngược. Đây nói gồm cả tiếng Phạn, và Hán, tức là cái đồ cứu nạn treo ngược (hồn kẻ thác bị treo ngược ở cảnh âm). Tiệc Vu-lan bồn là đồ ăn để trong chậu đem cúng chư Tăng ngày rằm tháng bảy để các ngài nhơn danh Tam - bảo, cầu nguyện cho vong-hồn khỏi bị đọa ở cảnh địa-ngục, ngạ-quỉ.

VU-LAN BỒN HỘI 盂蘭盆會. Hội Vu-lan bồn. Đó là tên một pháp-hội cứu khổ cho cha mẹ đã thác khỏi cái nạn treo ngược ở cảnh âm. Dùng cái chậu đựng các thức ăn đặng cúng dường Tam-bảo, bố-thí chúng-sanh vậy. Số là đệ-tử của đức Phật Thích-Ca là Mục-Liên thấy mẹ của mình bị đọa vô nẻo ngạ-quỉ, chịu cái khổ treo ngược, bèn hỏi Phật dùng phép cứu giải. Phật dạy cho nhằm ngày rằm tháng bảy, dùng trăm món đồ cúng đựng vô cái chậu, đặng cúng-dường Tam-bảo, tụng kinh, thí thực, kêu là hội Vu-lan-bồn, nói tắt là hội Vu-lan (Ullambana).

Ngày hội Vu-lan-bồn cũng kêu là *hoan-hỷ nhựt*, và hội ấy cũng kêu là *hoan-hỷ hội*, vì là ngày lành chư Tỳ-kheo ra khỏi hạ, được cúng-dường và là ngày mà chư Tăng, chư Thánh, chư Phật hộ niệm cho các vong-linh.

VU-LAN BỒN KINH 盂蘭盆經 Ullambana-sūtra (scr.) Kinh do đức Phật thuyết để khuyên người ta cầu siêu cho ông bà quá vãng và cầu phước cho cha mẹ còn sanh tiền. Kinh nầy nên tụng trong tuần tháng bảy, nhứt là vào ngày rằm. *Vu lan*, chữ Phạn, nghĩa là giải cứu cái nạn treo ngược. Hồn người thác ở nơi âm cảnh, thấy mình bị treo ngược. *Vu-lan bồn* tức là bữa tiệc cúng Phật và chư Tăng để cầu phước cho ông bà cha mẹ, cầu cho khỏi đọa. Sơ lược *Vu-lan bồn Kinh* như vầy : Ngài Mục-kiện-Liên, đệ-tử của Phật vừa đắc Đạo, nhớ đến công ơn cha mẹ, bèn ngó xuống cõi âm, thấy mẹ đương bị hành khổ. Ngài đem cơm xuống cho mẹ, nhưng bà ăn chẳng được. Đức Phật dạy rằng, muốn cứu vớt bà mẹ, phải chờ đến ngày rằm tháng bảy có đủ chư tăng đại-đức hội về, bèn làm tiệc mà cúng Phật và đãi chư Tăng, sức lành của các ngài làm cho siêu độ vong-linh, làm cho cha mẹ hà con sanh tiền được thêm phước đức.

Và Phật khuyên các đệ-tử về sau nên giữ lệ cúng Phật, Tăng trong ngày rằm tháng bảy hầu cầu phước cho ông bà cha mẹ quá vãng và hiện tiền.— Quyển *Vu-lan-bồn Kinh* do vị sư gốc người Thiên-Trước tên Pháp-Hộ (Dharmaraksa) đời Tây-Tấn thế-kỷ thư ba thứ tư dịch chữ Phạn ra chữ Tàu.

VŨ-ĐẾ 武 帝 Wou-ti (ch.) Vua Vũ nhà Lương bên Trung-Quốc, thế-kỷ thư sáu Dương-lịch, một vị rất có công ủng hộ Phật-pháp, được giới Phật-giáo tặng hiệu là *Phật-tâm Thiên-tử*. (Xem : *Võ-đế*).

VƯƠNG 王 Radja (scr).— Roi (fr.)

1. Vua, chúa. Như : Đại-vương, Pháp-vương, Thiên-vương.

2. Của vua, của nước. Như : Vương-hậu, vương phu-nhơn, vương-pháp.

3. To lớn, trồi thẳng. Như : Nguyện-vương, Vương Tam-muội, Pháp : Grand, fondamental.

VƯƠNG-NẠN 王 難 : Khổ nạn do vua ban hành, trừng phạt. Ấy là những kẻ dầu ưng, dầu oan, mắc vào nơi tù cấm, gông trói, đánh đập, chém giết. Cũng kêu là *vương-pháp*, hình luật của vua, của nước.

VƯƠNG TAM-MUỘI 王 三 昧 : Phép thiền-định trồi thẳng hơn hết. Tức là phép *Thủ-lăng-nghiêm Tam-muội* (Saramgama-Samâdhi).

VƯƠNG TỨ THIÊN-HẠ 王 四 天 下 .— Çakravartin (scr.).— Roi universel (fr): Vua bốn cõi thiên-hạ, bốn đại-châu trên thế-giới ở bốn phương đối với núi Tu-di : Nam Thiệm bộ-châu, Đông Thắng-thần-châu, Tây Ngưu-hóa châu, Bắc Cu-lư-châu. Cũng kêu : *Chuyển luân thánh vương, Chuyển luân vương, Kim-luân vương.*

VƯƠNG-XÁ (*THÀNH*) 王舍(城) Râdjagriha, Rajagriha (scr.).— Demeure-royale (fr.) Kinh-đô nước Ma-kiệt-đề (Magadha), vua Tần-bà-sa-la (Bimbasâra) trị vì hồi đức Phật Thích-Ca ra đời. Lúc bấy giờ, vua Tần-bà-sa-la là vua chúa-tể ở Ấn-Độ, và nước Ma-kiệt-đề là nước lớn hơn hết. *Vương-xá* là tiếng dịch nghĩa, còn *La-Duyệt* là tiếng đọc theo Phạn.

Khi thành Đạo, đức Phật đến thành *Vương-xá* mà độ vua Tần-bà-sa-la qui y Tam-bảo. Trước khi thành Phật, đức Thế-tôn có ngự đến thành *Vương-xá*. Lúc bấy giờ, vua Tần-bà-sa-la rất tôn trọng ngài, có cầu ngài chừng thành Đạo thì trở lại Vương-xá mà độ vua.

Ở *Vương-xá*, ba anh em Ca-Diếp từng được dân-chúng trọng mộ, với hai ông Xá-ly-Phất và Mục-kiện-Liên rất được kính nhường. Mấy ông ấy qui-y theo Phật, làm cho người ta coi Phật là nhà đạo đức cao siêu hơn hết. Cũng ở *Vương-xá*, Phật làm cho Sáu vị sư ngoại-đạo vì ngạo mạn mà phải mang nhục. Phật thường phương-tiện trổ phép thần-thông để độ các hạng người ở thành *Vương-xá*. Đức vua có cúng cho Phật cảnh Rừng Tre (Trúc-lâm), nơi ấy đức Phật thường nhóm chư Tỳ-kheo mà giảng dạy Đạo-lý. Nhơn đó, cảnh rừng ấy được xưng là Trúc-lâm tinh-xá.

Một phần Giới-luật được ban truyền ra ở tại thành *Vương-xá*.

Khi thái-tử A-xà-Thế nghe theo lời Đề-bà-Đạt mà soán ngôi và giết cha mà làm vua, thì người vắng đến viếng Phật. Kế người đau, được Phật độ cho lành mạnh, người trở nên một tín-đồ rất sốt sắng của Phật.

Gần thành *Vương-xá*, có cảnh núi Kỳ-xà-Quật (Gridhrakûta) cũng kêu là Linh-thứu-sơn, nơi đây Phật có giảng bộ Kinh linh-diệu nhứt, **Diệu-pháp liên-hoa Kinh** và nhiều bộ Kinh khác.

Ở *Vương-xá*, Giáo-hội có được hưởng một phần gia-tài của

ông Ưu-ba-nan-đà (Upananda), ông nầy để lại 30 000 đồng vàng, chia cho Giáo-hội Phật trong sáu đô-thành lớn ở Ấn-Độ.

Đức Phật thường thuyết Kinh ở thành *Vương-xá*. Và sau khi ngài tịch, chính đức Ca-Diếp nhóm hội Kết-tập kỳ đầu ở thành *Vương-xá* mà dọn thành ba tạng Kinh.

Dường như sau khi đức A-Nan, Tổ-sư thứ nhì tịch, thành *Vương-xá* không còn là kinh-đô của nước Ma-kiệt, bấy giờ kinh-đô là thành Hoa-Thị (Pâtaliputra).

Ngày nay, xứ Bihar bên Ấn-Độ tức là khu-vực của *Vương-xá thành* ngày xưa vậy.

X

XA-MA-THA 奢摩他 Samâtha (scr.) .— Extase, Contem-plation (fr.) Tiếng Phạn, dịch là *Chỉ quán, Định, Định-huệ, Tịch chiếu minh tịnh*. Tức là ngồi ngay mình suy nghĩ, thân-thể và tâm-ý chẳng lay động, chăm chú vào một vấn-đề cho tỏ lý, quan sát cho sáng suốt tỏ rõ. Đồng nghĩa : *Tam-ma-địa, Tam-muội* (Scr : Samâdhi), *Tam-muội-da* (Scr : Samâya). (Xem : *Chỉ quán*.)

Trong **Niết-bàn Kinh**, quyển 31, chữ *Xa-ma-tha* bao gồm năm nghĩa :

1. *Năng diệt* (có thể dứt) : Có thể dứt các sự trói-buộc của Phiền-não.

2. *Năng điều* (có thể điều-phục) : Có thể điều-phục, chế-ngự các căn xấu, bất-thiện.

3. *Tịch-tĩnh* (Làm cho yên tĩnh) : Có thể làm cho Ba nghiệp (thân, khẩu, ý) trở nên yên tĩnh.

4. *Viễn-ly* (Rời xa) : Làm cho chúng-sanh rời xa Ngũ dục (Sắc-dục, Thinh-dục, Hương-dục, Vị-dục, Xúc dục).

5. *Năng-thanh* (Có thể làm cho trong sạch) : Có thể làm cho ba thứ dơ : Tham-dục, Sân-nhuế, Ngu-si trở nên trong sạch

Có ba cỡ tu *Xa-ma-tha.* Cỡ dưới là hạng Phàm-phu, còn hành thế-gian pháp. Cỡ giữa là hạng Thinh-văn và Duyên-giác. Cỡ cao là chư Phật, Bồ-tát.

Vì ba lẽ cho nên người ta tu *Xa-ma-tha* :

1. Vì muốn dứt trừ sự Phóng-dật.

2. Vì muốn trang-nghiêm cái Đại-trí.

3. Vì muốn trở nên Tự-tại.

Thủ-lăng-nghiêm-Kinh, quyền nhì : Phật bảo ông A-Nan : «Tuy ngươi mạnh nhớ, chỉ được lợi ích cho sự đa-văn, nhưng về phép *Xa-ma-tha* vi-mật quán chiếu thì ngươi chưa rõ.»

XA-NẶC 車 匿 Tchanna (scr.) Quan giữ ngựa ở đền vua Tịnh-Phạn (Souddhodana). Vua đã có dặn riêng *Xa-Nặc* rằng khi nào thái-tử sai thắng ngựa một cách bất-thường, thì chẳng được vâng theo.

Song một đêm kia, sau khi gặp qua sự già, sự bịnh, sự chết, kế gặp nhà du-tăng thoát trần, thì thái-tử tỉnh ngộ, chán đời. Trong khi giữa đêm, ngài đến kêu Xa-*Nặc*, bảo bắt kế con ngựa Càn-trắc (Kantaka) cho ngài. *Xa-Nặc* nhớ lời vua dặn, song dường như bị ảnh-hưởng của một sức mạnh phi-thường, chàng chạy vào tàu, đem ngựa ra và đưa thái-tử lên rừng. Hôm ấy, nhằm đêm mồng tám tháng hai, về sau thành ngày Vía Phật xuất-gia.

XÁ-BÀ-ĐỀ (*QUỐC*) 舍 婆 提 (國) Çrâvasti, Sravasti (scr.) Cũng viết là : *Xá-vệ thành, Xá-vệ quốc, Thất-la-phiệt thành.* Dịch nghĩa : *Văn-giả, Văn-Phật, Phong-đức, Háo-đạo.*

Ấy là kinh-đô của vua Ba-Tư-Nặc (Prasenajit) nước Câu-tát-la (Koçala) hồi đức Phật Thích-Ca ra đời, một trong *Lục đại thành.*

Niết-bàn Kinh, quyền 19 : Tại *Xá-bà-đề quốc,* có năm trăm kẻ cướp. Chúng bị vua Ba-Tư-Nặc sai quân vây bắt, móc mắt và thả trong rừng. Chúng khóc lóc và niệm Phật. Đức Phật đương trụ trong vườn Kỳ-thọ Cấp-cô-độc, thị hiện lại chỗ, độ cho chúng sáng mắt và thuyết pháp cho họ nghe. Họ tỉnh ngộ và phát nguyện cầu thành Phật-đạo.

Cũng tại *Xá-bà-đề quốc*, có người trong hàng mạt-chủng Chiên-đà-la, tên là Khí-Hứ. Va đã giết thác rất nhiều mạng người. Với cái nhơn-duyên ấy, va có thể đọa Địa-ngục. Nhưng gặp được Đệ-tử Phật là Đại Mục-Kiện-Liên, ngài Đại Mục-Kiện-Liên thuyết pháp cho va nghe, phá tan nhơn-duyên Địa-ngục. Sau khi thác, người ấy sanh lên cảnh Trời Tam-thập tam Thiên của đức Đế-Thích. (Xem : *Xá-vệ thành*.)

XÁ-LY (*QUỐC*) 舍離 (國) Vaisali (scr.) Cũng viết : *Tỳ-xá-ly*, *Duy-da-ly*, *Phệ-xá-ly*. Một đô-thị lớn ở Ấn-Độ hồi Phật Thích-Ca ra đời. (*Xem* : *Duy-da-ly*.)

XÁ-LY (*LỢI*) 舍利 Sarîra (scr.).— Reliques (fr.)— Çari (scr.).— Oiseau (fr.). Tro-tàn, thân-cốt của Phật sau khi Phật tịch-diệt. Người-ta cũng dùng tiếng *Xá-ly* để gọi tro-tàn, thân-cốt của các vị Thánh đã quá vãng.

Hồi đức Phật Thích-Ca được 84 tuổi, Ngài tịch gần thành Câu-thi-na (Kouçinagara). Chư đệ-tử bèn đem xác Ngài lên giàn hỏa mà thiêu, tro-tàn của Ngài thành ra từng viên đẹp đẽ và chiếu sáng như ngọc, kêu là *Xá-ly*.

Xá-ly của Phật đựng trong tám hộc bốn đấu (bát thạch tứ đầu), Giáo-hội bèn đem phân phát ra cho các nhà vua và các nhà Chùa trong toàn cõi Ấn-độ.

Kế vào thế-kỷ thứ ba trước Dương-lịch, một vị Đại-vương tên A-Dục xây vô-số cảnh Tháp trong toàn cõi Thiên-Trước mà thờ di-tích và *xá-ly* của Phật và của chư Đệ-tử.

Có hai thứ *xá-ly* :

1. *Toàn-thân Xá-ly* : Như Phật Đa-Bảo đã tịch, nhưng Xá-ly của ngài là toàn thân thể của ngài vẫn ngồi Kiết-già trong Bảo-tháp. Trong các đời sau, hễ có vị Phật nào giảng Kinh Pháp-hoa, thì *Toàn-thân Xá-ly* ấy hiện lại mà nghe Kinh.

2. *Toái-thân Xá-ly* (Xá-ly nát ra) : Như Xá-ly Phật Thích-Ca, thờ trong các Chùa Tháp.

Lại có hai thứ *Xá-ly* :

1. *Sanh-thân Xá-ly* : Tức là Toàn-thân Xá-ly hoặc Toái-thân xá-ly. Chính Phật dùng cái sanh-thân mà tu hành Giái-Định-Huệ, thành Phật, rồi tịch diệt, để lại Xá-ly. Chư Thiên và Loài Người những ai cúng dường xá-ly ấy, thì được phước-đức lớn.

2. *Pháp-thân Xá-ly* : Tức là tất cả các Kinh-điển Đại-thừa hoặc Tiểu-thừa.

Xá-ly (Çari) lại là tên một giống chim cò, Tàu dịch là chim *Thu.*

A-Di-Đà Kinh : Nơi cõi Cực-lạc của đức Phật A Di-Đà, thường có chẳng biết bao nhiêu là loài chim tốt đẹp lạ lùng và đủ màu đủ sắc, như : bạch-hạc, khổng-tước, anh-võ, *xá-ly*, Ca-lăng-tần-dà, cọng-mạng.

XÁ-LY-PHẤT 舍 利 弗 Çariputra (scr.) Tàu dịch là *Thu-tử* (fils de Çarika), con bà Thu, mẹ ông cặp mắt giống mắt chim Thu, nên đặt tên Thu (Çarika). Một vị đại đệ-tử của đức Phật Thích-Ca, một bực Đại La-hán. *Xá-ly-Phất* được khen là *Trí-huệ đệ nhứt* trong hàng chư đệ-tử Phật. Tuổi ông cũng cỡ với đức Phật, và ông tịch trước đức Phật.

Ông sanh tại xứ Nalada, con của ông Tishya và bà Çarika. Hồi bà mẹ có thai, thì bà thông-minh tuyệt vời, luận đạo và giảng kinh rất hay, hay hơn cha của ông và hay hơn cậu của ông là Dirghanakha, một nhà học-giả có danh trong thời. Sau khi ra đời, *Xá-ly-Phất* thông-minh xuất-chúng, bàn-luận đạo lý và diễn-giảng kinh sách bà-la-môn hay hơn cha. Ông nổi danh. Trong một cuộc lễ tại thành Vương-xá (Rajagriha), ông gặp một nhà đạo cao tài là Mục-Kiện-Liên (Maudgalyâyana) và kết bạn với ông nầy. Hai người bèn đi thọ lễ xuất-gia. Sau khi ấy, hai ông bèn đến thành Vương - xá mà hỏi đạo Sáu vị sư danh tiếng. Song hai ông không được thỏa lòng.

Xá-lỵ-Phất với Mục-kiện-Liên theo thọ giáo nơi ông San-xà-Da (Sânjaya), một vị trong hàng Lục sư. Hai ông thay quyền thầy mà giáo-hóa 500 đệ-tử. Chừng tịch, San-xà-Da (Sânjaya) có chỉ cho hai ông đến tầm đức Thích-Ca mà cầu học. Vì ngài đã thành Phật. Hai ông có nguyện sẽ chỉ cho nhau nếu một vị trong hai vị được đắc Đạo. Thọ giáo nơi đức Thích-Ca chẳng bao lâu, *Xá-lỵ-Phất* và Mục-kiện-Liên đều đắc quả La-hán. *Xá-lỵ-Phất* có đứng ra cầu Phật diễn giảng nhiều thứ Kinh Pháp. Và ông có dự nghe nhiều Kinh điển do Phật thuyết-diễn. Thỉnh thoảng, ông dùng phép Thần-thông mà hóa-độ chúng-sanh. Trong **Pháp-hoa kinh**, đức Phật có thọ-ký cho *Xá-lỵ-Phất*, phán rằng sau nầy *Xá-lỵ-Phất* sẽ thành Phật, hiệu là *Hoa - Quang* Như-lai (Padmaprabha). Và cõi của đức Phật ấy tên là Ly-Cấu (Viradja) thế-giái.

Trong **Niết-bàn Kinh**, Phật có phán : Trong hàng chư Đệ-tử, *Xá-lỵ Phất* là lợi-căn hơn hết, tức là sáng trí nhứt, còn Châu-lỵ-bàn-đặc là độn-căn hơn hết, tức là tối tăm nhứt. Nhưng Phật không riêng thuyết pháp với Xá-lỵ-Phất mà bỏ Châu-lỵ-bàn-đặc.

Sau khi *Xá-lỵ-Phất* tịch, một nhà chức việc ở xứ Xá-vệ (Çrârasti) có cất tháp để thờ Xá-lỵ của ông. Và mỗi năm, vua nước Çâu-tát-la (Koçala) có lập ra một kỳ lễ kỷ-niệm ông. Trong kỳ lễ ấy, nhà vua xả thuế vụ cho các thương-gia ngoại-quốc.

Kinh-sách trước tác bởi *Xá-lỵ-Phất*, có những bộ : Xá-lỵ-Phất tập dị-môn túc luận 20 quyển, A-tỳ-đàm-luận 30 quyển.

XÁ-LY-TỬ 舍 利 子 Çariputra (scr.) Tức là *Xá-lỵ-Phất*. *Xá-lỵ-Phất* là tiếng âm theo Phạn. *Xá-lỵ-Tử* là tiếng nửa Phạn nửa Hán. Xá-lỵ-Tử, nghĩa là con của bà Xá-lỵ (Pháp : Fils de

Çarika), cũng viết theo nghĩa : *Thu-Tử*, vì chữ *Çarika* dịch nghĩa là *Thu, chim Thu.*

Khi ông *Xá-ly-Phất* sanh ra, người ta nương theo tên bà mẹ là Xá-ly (Çarika) mà đặt tên, cho nên kêu là *Xá-ly-Phất* (Phạn : Çariputra, Pháp : Fils de Çarika), tức *Xá-ly-Tử*, tức *Thu-Tử*.

Trong « **Bát-nhã Ba-la-mật-đa tâm Kinh** », «**Di-Lặc Hạ sanh Thành Phật Kinh** » chép tên ông là Xá-ly-Tử.

XÁ-NA-TÔN-ĐẶC 舍那尊特 Đức Xa-na-Tôn-đặc. Đó là cái thân tôn-nghiêm đặc biệt của đức Phật Tỳ-lư-Xá-na vậy. Ngài làm giáo-chủ Hoa-Nghiêm.

XÁ-VỆ (*THÀNH*) 舍衛(城) Çrâvasti, Sravasti (scr.). Một đô-thị trong sáu đô-thị trọng-đại ở Ấn-Độ hồi đức Phật Thích - Ca ra đời. Xem : *Lục-đại-thành.* Thành *Xá-vệ* là kinh-đô nước Câu-tát-la (Koçala). Hồi đức Phật thành Đạo, thì vua Ba-tư-nặc (Prasenajit) trị vì. Ở thành *Xá-vệ*, có cảnh vườn *Kỳ*-thọ Cấp-cô-độc là nơi mà đức Phật thường trụ đề giáo-hóa tín-đồ và cứu độ chúng-sanh. Vườn ấy vốn của thái-tử Kỳ-Đà, ông trưởng-giả Cấp-cô-Độc bỏ vàng ra mua cảnh đất đề làm *nơi* thường trụ của Phật và chư đệ-tử. Và vua Ba-tư-Nặc cũng có phụ giúp vào công-cuộc xây dựng cảnh Tịnh-xá.

Chính ở thành *Xá-vệ*, nơi vườn Kỳ-thọ Cấp-cô-độc, đức Phật ra điều-luật không cho kẻ tôi tớ xuất gia, trừ khi có chủ cho phép Ngài không cho những kẻ nầy xuất-gia nữa : kẻ bán-nam bán-nữ, kẻ thiến dương vật, bọn Long (Rồng) hóa ra hình người, bọn ngoại - đạo có lòng tà vạy, bọn giết cha mẹ, kẻ sát hại bực La-hán. Ở thành *Xá-vệ,* Phật chỉ cách Nhập hạ (nghỉ ngơi một chỗ đề tu học trong mùa mưa) v.v. Tại *Xá-vệ*, Phật có làm tuyệt một cơn bịnh dịch. Ngài có điều đình cho chư Tăng được hòa-thuận sau một kỳ chia rẽ nhau Tại *Xá-vệ*, đức Phật có ban truyền những điều luật về Giáo-hội Tỳ-kheo-ni.

Chính hồi sắp trở về thăm quê nhà là thành Ca-tỳ-la-vệ, đức Phật đương trụ ở thành *Xá-vệ*. Vĩ đại đệ-tử Xá-ly-Phất (Cariputra) tịch tại thành *Xá-vệ*. Ở đó, người ta có xây tháp thờ đức Xá-ly-Phất và mỗi năm người ta làm lễ, kỷ-niệm công-đức của ngài.

Thành *Xá-vệ* cũng viết là thành *Thất-la-phiệt* 室 羅 伐. Lại cũng viết là *Xá-bà-đề* 舍 婆 提. Dịch ra những tiếng : *Văn-giả, Văn-Phật, Phong - Đức, Háo-Đạo*, lấy nghĩa là thành ấy sản xuất nhiều người có danh và nhiều vật có danh, nhiều nhà tu-tri có đạo-hạnh, phước-đức.

XÀ-DA-ĐA 闍 耶 多 Jayata (scr.) Vị Tổ thứ 20 trong hàng 28 vị Tổ-sư nối nhau nắm giữ đạo Phật ở Ấn-Độ. Theo « Truyền đăng lục », ngài là người Thiên-Trước miền Bắc, trí-huệ rất sâu xa, hóa đạo cho chẳng biết bao nhiêu người.

Trong quyển « Phật-tổ chánh-tông đạo-ảnh », có chép rằng : Khi gặp Tổ thứ 19, Cưu-ma-la-đa vào nước mình, Xà-da-Đa hỏi rằng :

— Cha mẹ tôi ở nhà thuở nay có lòng tín mộ Tam-bảo, nhưng thường vướng phải tật bệnh luôn, còn hễ khuếch-trương sự gì thì đều thất bại cả. Gần nhà tôi lại có người hạng Chiên-đà-la (hạ tiện, ác trược), thế mà thân thường dõng kiện, làm việc chi cũng được toại ý. Chẳng biết kẻ ấy có phước chi và chúng tôi có tội chi ?

Ngài Cưu-ma la-đa đáp :

— Sự nhơn-quả của điều thiện ác vay trả trong ba đời (quá khứ, hiện tại, vị-lai). Kẻ thường chỉ thấy kẻ làm nhơn thì chết yểu, người làm ác lại sống dai, kẻ nghịch thì gặp lành, người nghĩa thì gặp dữ, bèn cho là không có nhơn-quả, phước, tội. Họ nào có biết đâu ảnh-hưởng sự thiện ác đeo mãi theo mình, dẫu cho đến vạn kiếp cũng không tan mất !

Nghe xong, *Xà-da-Đa* liền dứt sở nghi.

Ngài Cưu-ma-la-đa giải : Tuy ngươi đã tin Tam nghiệp (thân, ngữ, ý), nhưng chưa rõ chỗ cái nghiệp tùng theo cái lầm mà sanh ra, nhơn cái thức mà lầm, cái thức y theo cái không giác sáng, cái không giác sáng y theo cái tâm. Mà bổn-tánh cái tâm thì thanh-tịnh, không sanh diệt, không tạo tác, không báo ứng, không hơn thua, tịch tịch nhiên, linh linh nhiên. Nếu ngươi vào pháp-môn ấy, thì ngươi với chư Phật có khác gì ? Thì ra tất cả các sự thiện ác, hữu-vi, vô-vi đều là mộng huyễn hết.

Liền đó, ngài *Xà-da-Đa* phát ra cái túc-huệ (cái huệ đã có từ xưa). Thọ pháp và làm Tổ thứ 20, về sau ngài truyền y bát cho Bà-tu-bàn-đầu và ngồi lặng yên mà tịch.

XÀ-ĐÀ-GIÀ (*KINH*) 闍陀伽 (經) Jâtakas (scr.) .— Vies antérieures du Bouddha (fr.) Dịch nghĩa : *Bổn-sanh* 本生 Là những tích về các đời trước của đức Phật, do đức Phật thuật lại với chư Đệ-tử. Còn những tích về đời trước của chúng-sanh do đức Phật thuật lại, thì kêu là A-ba-đà-na (Avadànas), dịch là *Thí-dụ.*

Xà-đà-già (Jâtakas) Kinh là một bộ trong *Thập nhị bộ Kinh,* tức là một thể trong 12 thể thuyết-pháp của Phật.

Niết-bàn Kinh, quyển 15 : Tại sao kêu là *Xà-đà-già Kinh* ? Ấy là những đời của đức Thế-tôn hồi còn làm Bồ-tát, tu các lối khổ-hạnh. Như Phật có phán rằng : « Nầy chư Tỳ-kheo ! Nên biết rằng hồi đời quá-khứ, ta đã từng sanh ra làm hươu, làm gấu, làm mang, làm thỏ. Cũng có lúc, ta làm tiểu-vương, Chuyển-luân Thánh-vương. Cũng có khi, ta làm rồng, làm kim-sí-điểu v.v. Trong khi hành đạo Bồ-tát, ta đã thọ lãnh các thân ấy. »

Như vậy, kêu là *Xà-đà-già Kinh.*

XÀ-ĐỀ (*HOA*) 闍提 (華) Một thứ hoa bên Thiên-Trước, mùi rất thơm. Dịch nghĩa : *Kim-tiền* 金錢.

XÀ-NA 闍那 Djnâ (scr.) .— Sagesse, Intelligence, Sage (fr.) Tiếng Phạn, dịch nghĩa : *Trí, Trí-Huệ, Huệ, Trí-nhơn, Trí-giả.* Tiếng Phạn, có ba danh-từ mà người-ta dịch là *Trí, Trí-Huệ, Huệ* :

1. *Bát-nhã* (Prajnâ) là cái Trí-huệ mà tất cả chúng-sanh đều có, kêu là Biệt-tướng Trí, cái Trí phân-biệt các tướng.

2. *Tỳ-bà-xá-na* (Vibhâshana ?) là cái Trí-huệ của hàng Thánh-giả Thinh-văn thừa và Duyên-giác thừa, kêu là Tổng-tướng Trí, cái Trí gom chung các tướng.

3. *Xà-na* (Djnâ) là cái Trí-huệ của Phật và Bồ-tát, kêu là Phá tướng Trí, cái Trí phá diệt các tướng, chẳng còn chấp tướng.—

Như *Djnânolka* dịch nghĩa : *Trí-cự, Huệ-cự*, là ngọn đuốc của Phật-Trí, tiếng tôn xưng Phật.

XẢ 捨 Upeksâ (scr).— Upekkha (p.) Sacrifice, sacrifier (fr.) Bố thí.— Buông thả ra.— Bỏ đi. Viết theo Phạn : *Ưu-tất-xoa* (Upeksâ). Như trong các tiền-thân của đức Phật, ngài từng *xả* (bỏ) thân-mạng mà cứu giúp chúng-sanh.— Kế, đương làm Bồ-tát trên cung Đâu-suất, ngài *xả* (bỏ) các sự vui-sướng nơi thiên-cung mà giáng sanh để cứu thế.— Lại trong khi làm đông-cung, thái-tử, sắp lên ngôi vua, ngài *xả* tất cả : đền-đài, cung-viện: châu báu, vợ đẹp hầu xinh, một mình ra đi, mặc áo già, ngồi trên núi tuyết mà tu khổ-hạnh.

Xả là một đức trong Bốn đức vô-lượng (*Tứ vô-lượng*) Từ, Bi, Hỷ, *Xả*.

Xả có bốn thứ : *Tứ xả*, bảy thứ : *Thất chủng xả.*

Tứ xả : 1. *Tài xả*, là đem của cải đồ vật thí xả cho người-ta.

2. *Pháp xả*, là đem pháp-lý mà thí-xả cho người-ta.

3. *Vô-úy xả*, là đem đức không sợ mà thí xả, mà phổ cập cho người-ta.

4. *Phiền-não xả*, là tự mình xả bỏ tất cả các mối phiền-não.

Thất chủng xả (Bảy thứ xả) :

1. Tâm-tánh bình-đẳng, không đem lòng nhớ mong, tình không giữ lấy, không mắc lấy.

2. Đối với chúng-sanh, xả bỏ, rời khỏi tất cả các sự ngăn ngại về kẻ thân, người thù.

3. Xả bỏ tất cả các sự lầm lỗi do nơi tham, sân, si.

4. Thấy sanh-mạng được thoát ra, thì không còn lo nghĩ, tức là phóng xả.

5. Chứng được lý chơn-không, bình-đẳng, rời khỏi các tướng.

6. Tự mình bỏ những sự vui sướng của mình, đem thí cho người.

7. Việc chi có lợi ích cho chúng-sanh, thì để cho họ hưởng, mình đừng trông mong.

XẢ-ĐỌA 捨 墮.— Naihsargikapra-cittiya). Âm theo Phạn : Ni-tát-kỳ ba-dật-đề. Dịch là : *Xả-đọa, Ưng xả đối trị*. Ấy là 30 giới trong 250 giới Tỳ-kheo, trong 348 giới Tỳ-kheo-ni. Ấy là 30 giới nhẹ, nhà sư đối trước vị Trưởng-lão, chỉ khai ra sự lỡ phạm của mình và nguyện không phạm nữa. Như vậy là được *xả-đọa* ngay. (Xem rõ 30 giới *xả-đọa* (30 giới Phá sự thanh-bần, Ni-tát-kỳ ba-dật-đề) trong quyển « Tăng-đồ nhà Phật ».)

XẢ-TƯỚNG 捨 相 : Cũng viết : Xả. Viết theo Phạn : *Ưu-tất-xoa* (Upeksâ). *Xả-tướng* là một trong ba tướng tu :

1. Định-tướng (Phạn : Xa-ma-tha),

2. Huệ-tướng (Phạn : Tỳ-bà-xá-na),

3. *Xả-tướng* (Phạn : Ưu-tất-xoa).

Xả-tướng (Ưu-tất-xoa) gồm cả 4 nghĩa : 1. Bình-đẳng, 2. Bất tranh (chẳng tranh giành cãi lẫy), 3. Bất quan (chẳng nhìn tới), 4. Bất hành (chẳng làm). **Niết-bàn-Kinh**, quyển 31 : Như Bồ-tát đã tu nhiều về Định-tướng, thì nên tu Huệ-tướng. Như đã tu nhiều về Huệ-tướng, thì phải tu Định-tướng. Tu chứng Định và Huệ bằng nhau, thì kêu là *Xả*. Hàng Thập-trụ Bồ-tát, sức Huệ thì nhiều, mà sức Định thì ít, cho nên chẳng thấy Phật-tánh được tỏ rõ. Hàng Thinh-văn và Duyên-giác, sức Định thì nhiều, mà sức Huệ thì thì ít, cho nên cũng chẳng thấy Phật-tánh được tỏ rõ. Chư Phật Thế-tôn, Định và Huệ bằng nhau, cho nên thấy Phật-tánh một cách tỏ rõ, dường như người ta nhìn trái Am-ma-lặc trong lòng bàn tay. Sự thấy Phật-tánh, tức là *Xả-tướng*.

XẢ-DĨ-ĐA 捨以哆 Thinamiddha (scr.,p.).— Sommeil, Torpeur (fr.). Tiếng Phạn, dịch nghĩa : *thụy*, *thụy-miên*, tức là : ngủ, giấc ngủ, ham ngủ, hôn trầm, chẳng tỉnh. (Xem : *Thụy-miên*).

XIỂN-ĐỀ 闡提 Atyantika (scr.) Kêu trọn chữ : *Nhứt-xiển-đề*, *A-xiền-đề*, *A-xiền-đề-ca*. Cũng đọc : *Triền-đề*. Dịch nghĩa : Chẳng thành quả Phật. Tiếng gọi hạng người tà-kiến, bài-bác lý Nhơn-quả, không tin rằng tu hành rồi sau sẽ thành Phật, nhập Niết-bàn. Họ không nhận rằng người niệm Phật sẽ được vãng sanh Tịnh-độ.

Theo trong *Lăng-già Kinh*, có hai hạng *Xiển-đề*, hai hạng chẳng thành quả Phật :

1. Hạng người rất ác, dứt tất cả các căn lành, tức là hạng phạm đủ Ngũ nghịch, Thập ác, không thể tu hành cho đắc quả Phật, lại còn đọa vào Ba nẻo ác.

2. Hạng Đại-bi Bồ-tát, quyết lòng tế độ tất cả chúng-sanh, vì sức thệ-nguyện thâm trọng, cho nên chẳng nỡ nhập Niết-bàn. Tỷ như ngài Địa-Tạng Bồ-tát.

XIỂN-ĐỀ TỲ-KHEO 闡提比丘 : Vị Tỳ-kheo tên là Xiền-Đề. Hồi đức Phật Thích-Ca trụ thế, có một vị Tỳ-kheo tà-kiến, chẳng tin Luân-hồi Nhơn-quả, chẳng tin việc tu thành Phật-quả. Nhơn đó, các Tỳ-kheo khác gọi người là *Xiển-Đề* Tỳ-kheo. Nhưng sau gặp Phật, được Phật giác-ngộ, người bỏ tà-kiến Xiền-đề.

Đại Niết-bàn Kinh, quyển 26 : Như *Xiển-đề Tỳ-Kheo*, nhờ thấy ta, bèn quyết thà bỏ thân mạng, chớ chẳng phá hủy Giới-cấm, như Thảo-Hệ Tỳ-kheo.

XUẤT-GIA 出家 Tức là : *Xuất-gia* nhập Đạo, *xuất-gia* tu Đạo. Đi tu giữ oai-nghi tướng-mạo theo nhà sư, *không còn ở nơi gia-quyến,* vì nơi đây đầy sự ràng buộc, triu-mến, khó mà tự giải-thoát. Lại *bỏ cảnh-giới thế tục,* tu học tại chùa hoặc ẩn cư nơi non cao, đồng vắng. Khi mới *xuất-gia* hoặc chưa đúng hai mươi tuổi, thì thọ giới làm *Sa-di, Sa-di-ni.* Tu học được vài năm hoặc đã được hai mươi tuổi, thì thọ giới làm *Tỳ-kheo, Tỳ-kheo-ni,* cũng kêu là Sa-môn. *Xuất-gia* đối với *Tại-gia.*

Nói về sự thanh-cao hay tầm-thường của hàng *xuất-gia,* người ta phân ra bốn loại :

1. *Thân xuất-gia. tâm chẳng xuất - gia.* Ấy là hạng người dầu đầu tròn áo vuông, mà tâm còn luyến tục.

2. *Thân tại-gia, tâm xuất-gia.* Ấy là hạng người dầu còn ở thế, mà tinh-tấn tu học, không say đắm, nhiễm trược. Ấy cầm bằng xuất-gia.

3. *Thân, tâm đều xuất-gia.* Ấy là hạng người mộ Tam-bảo, giữ Giới thanh-tịnh, quyết dứt các phiền-não, quyết đắc quả Bồ-đề.

4. *Thân, tâm đều chẳng xuất-gia* : Ấy là hạng người bận bịu vợ con, say đắm thế-tục, nhiễm các phiền-não.

Trong bốn loại trên, loại *Thân, tâm đều xuất-gia* là quí trọng hơn hết. Trong *Tứ thập nhị chương kinh,* Phật có phán rằng : *Bực xuất - gia* làm Sa-môn thì cắt đứt tình-dục, lìa bỏ tình ái, thấu hiểu nguồn tự tâm (tâm vốn không tịch, vắng lặng), đạt tới lý thâm diệu của Phật (Chơn-lý, lý vô-tướng), ngộ được cái pháp vô-vi, rồi ở trong thì không thấy đắc cái gì, ở ngoài thì không mong cầu cái gì, lòng chẳng buộc ràng vì đạo, cũng chẳng kết thành nghiệp, không động niệm, không tạo tác, tu như không tu, chứng nhưng không chứng, không trải qua các quả mà tự nhiên cao tột bực. Như vậy mới đáng là bực *xuất-gia* hành đạo.

XUẤT GIA NHỰT 出家日 : Ngày *ra* đi tu hạnh xuất-gia. Như đức Thích-tôn bỏ cung điện, thê-nhi ra đi tu nhằm ngày *mồng tám tháng hai,* lúc 29 tuổi. Đối với người đạo Phật, ngày ấy là ngày vía, ai nấy đều lễ bái để kỷ-niệm công-đức của Ngài.

XUẤT GIA TỨ NGUYỆN 出家四願 : Bốn điều nguyện của thái-tử Thích-Ca bỏ nhà đi tu: 1.) Cứu tế cho chúng-sanh thoát khỏi khổn ách. 2.) Trừ những sự mê-hoặc chướng-ngại cho chúng-sanh. 3.) Đoạn diệt những tà-kiến cho chúng-sanh. 4.) Độ cho chúng-sanh thoát khỏi vòng luân-hồi khổ-não.

XUẤT THẾ 出世 1. Ra đời, xuất hiện ở thế gian. Ấy là nói đức Phật ra đời hoặc một đức giáo-tông ra đời.

Như đức Thích-Ca Như-lai *xuất thế* ở Thiên-Trước vào thế-kỷ thứ sáu trước Dương-lịch.

Lại như đức Tông-cáp ba (Tsong-khapa) *xuất thế* ở Tây-Tạng hồi thế-kỷ 14, cải cách đạo Phật mà lập ra phái *Hoàng-giáo.*

2. *Xuất thế* lại có nghĩa: Ra khỏi đời, ra khỏi thế-gian, vượt ra ngoài *Tam giới, Lục đạo* mà vào Niết-bàn. Như : xuất thế nghiệp, xuất thế trí.

XUẤT THẾ ĐẠI SỰ 出世大事 : Kêu theo Kinh Pháp-Hoa : *xuất-thế* đại-sự nhơn-duyên. Cái cớ sự lớn do nơi đó mà Phật ra đời. Ấy là vì muốn độ cho chúng-sanh đắc quả Phật, muốn đem cái Trí-huệ của Phật mà truyền lại cho chúng-sanh, muốn chỉ dẫn cho chúng-sanh phương pháp tu thành Phật, vì cái cớ sự lớn ấy cho nên đức Như-lai hiện ra ở đời, lấy danh-hiệu là Thích-Ca Mâu-Ni.

XUẤT THẾ-GIAN 出世間 Ra ngoài đời, ra khỏi thế-tục. Đối với : *Thế-gian* là những pháp có quan-thiệp với cuộc sanh-tử, luân-hồi. *Xuất thế-gian* là pháp để đắc Niết-bàn, pháp-lý có tánh-cách giải-thoát, vượt ra khỏi *tam giới, Lục đạo.*

Như trong *Tứ diệu-đế*, hai đế đầu : khổ-đế và tập-đế là thế gian ; hai đế sau : diệt-đế và đạo-đế là *xuất thế gian*, thi-hành theo thì ra khỏi cõi thế, dứt các cuộc sanh-tử.

XUẤT THẾ GIAN ĐẠO 出世間道 : Đạo lý ra khỏi thế gian. Ấy là nền đạo-hạnh rời khỏi sự *hữu lậu, hữu vi*, dứt các mê lầm, luyến ái. Như : *Tứ diệu-đế* của hàng Thinh-văn, *Thập nhị nhơn duyên* của hàng Duyên-giác và *Lục độ* của hàng Bồ-tát đều là *xuất thế gian đạo*.

XUẤT THẾ GIAN ĐÀN 出世間檀 : Sự bố-thí ra khỏi thế gian. *Đàn, Đàn-na* (Dâna) : Bố-thí. Ấy là sự bố-thí do tâm vô-lậu của bực Thánh-nhơn, cũng là sự thanh-tịnh bố-thí của nhà đạo-đức không trông phước-báo.— Đối với *thế-gian đàn* là sự bố-thí do tâm hữu-lậu của phàm-phu những mong khỏi tội và được phước.

XUẤT THẾ GIAN PHÁP 出世間法 : Pháp-lý ra khỏi thế gian : thi-hành pháp-lý ấy thì thoát khỏi vòng luân-hồi. Tức là : *xuất thế pháp, xuất thế gian đạo*.

XUẤT THẾ GIAN TRÍ 出世間智 : Trí-huệ ra khỏi thế gian. Tức là *xuất thế trí*. Trí vô-lậu của hàng Thánh-giả. *Xuất thế gian trí* có hai bực : Về bực Thinh-văn và Duyên-giác, kêu là *xuất thế gian trí*. Về bực Bồ-tát, Phật, kêu là *xuất thế gian thượng thượng trí*. (Xem : *Tam trí*.)

XUẤT-THẾ NGHIỆP 出世業 : Nghiệp ra ngoài đời. Ấy là cái *Tịnh-nghiệp*, có tính cách giải-thoát, lìa thế-gian. Như những sự bố-thí vì lòng từ bi, trì giới, hành đạo của nhà tu học muốn vãng-sanh về cõi Tịnh-độ, muốn nhập Niết-bàn, ấy là *Xuất thế-nghiệp*.

XUẤT-THẾ NHƠN 出世人 : Tức là : *xuất thế gian nhơn*. Người ra khỏi đời, tự mình giải-thoát khỏi Tam giới : Dục-giới, Sắc-giới, Vô sắc giới. Người ấy dứt hết các phiền-não trói buộc nơi thế-gian. Đối-nghĩa : *Thế nhơn* hay *Thế-gian nhơn*.

Niết-bàn Kinh, quyển 41 : Nầy A-Nan ! Nếu Vô-minh dứt, Tam giới sẽ dứt. Vì lẽ ấy nên bực hành đạo như vậy kêu là *Xuất-thế nhơn*.

XUẤT-THẾ PHÁP 出世法 : Pháp-lý có tánh cách lìa khỏi thế gian, ra khỏi vòng luân-hồi. Đối với *thế-pháp*. Như *Tứ diệu đế, Thập nhị nhơn-duyên, Lục độ* là xuất-thế pháp. Ấy là những pháp lý không có nhiễm, không có dính dấp với những nhơn-duyên thế-tục, không bị vướng khổ-não vô-thường. Cũng nói : *Xuất-thế đạo, xuất thế-gian đạo.*

XUẤT-THẾ PHỤC 出世服 : Y-phục của hạng người ra khỏi thế-gian, thế-tục. Ấy là tiếng riêng để gọi áo *Cà-sa*, áo của chư Tăng là hạng người ra khỏi nhà cửa, quyết lánh khỏi vòng luân-hồi trong Tam giới.

XUẤT-THẾ QUẢ 出世果 : Quả-vị ra khỏi thế-gian. Nhờ công tu hành xuất thế pháp, nên đắc *Xuất-thế quả*, tức là Niết-bàn. Như : Những quả La-hán; Duyên-giác, Như-lai đều là Xuất-thế quả.

XUẤT-THẾ TÂM 出世心 Tâm ra ngoài thế-gian. Lòng không quan-thiệp với thế-sự, dứt các mối luyến-ái đối với gia-đình, đối với xã-hội. Tức là *vô-lậu tâm*.

XUẤT-THẾ TRÍ 出世智 : Trí-huệ ra khỏi thế gian. Ấy là trí-huệ vô-lậu của hàng Thánh-giả. Đối với *thế-tục trí, tục-trí.*

XUẤT-THẾ XÁ 出世舍 : Nhà ra khỏi đời. Ấy là tịnh-xá của hạng người xuất-gia, lìa bỏ thế-tục. *Xuất-thế xá* lại là một tiếng trong mười tiếng để gọi nhà chùa (*tự*) :

1°) Tự. 2°) Tịnh trụ. 3°) Pháp thực đồng xá. 4.) *Xuất-thế xá.* 5°) Tịnh xá. 6. Thanh - tịnh viên. 7°) Kim-cang sát. 8°) Tịch diệt đạo - tràng. 9°) Viễn ly xứ. 10°) Thân cận xứ.

XÚC 觸 Sparça (scr.).— Contact (fr.) Đụng (động), chạm,. cọ ; gặp gỡ Cũng có nghĩa : Động lòng, như : Khứ lễ nghĩa, *xúc* hình pháp. Làm dơ dáy, như : Thọ trần-sự *xúc* (nhận lấy sự đụng chạm của trần-cấu).

Xúc, Phạn : *Sparça*, Pháp :*Contact*, là sự gặp gỡ, sự đụng chạm giữa *Lục căn* và *Lục trần* : Nhãn đụng với Sắc, bởi cái Xúc đó nên thấy. Nhĩ đụng với Thinh, bởi cái *Xúc* đó nên nghe. Tỷ đụng với Hương, bởi cái Xúc đó nên ngửi. Thiệt đụng với Vị, bởi cái *Xúc* đó nên nếm (ăn uống). Thân đụng với Xúc (vật-chất mà mình đụng), bởi cái Xúc đó nên biết là dày, mỏng, thô, mịn. Ý đụng với Pháp, bởi cái *Xúc* đó nên nhận biết về ý thức. Đó là *Lục xúc* (sáu việc xúc động).

Nói rõ hơn, *Xúc* là sự gặp gỡ, sự đụng chạm giữa ba thứ : *Lục căn, Lục thức* và *Lục trần.*

Xúc là Nhơn-duyên thứ sáu trong *Thập nhị Nhơn - duyên.* Bởi có Lục Nhập (Lục căn nhập với Lục trần, Lục trần nhập với Lục (căn), nên mới có *Xúc.* Bởi có *Xúc* nên mới có *Thọ* (thọ-cảm, Pháp : Sensation).

Xúc có ba thứ :

1. *Minh-xúc* : sự đụng chạm sáng suốt của hàng minh-huệ, đắc Chánh-đạo.

2. Vô-*minh xúc* : sự đụng chạm mê-tối của hạng Vô-minh.

3. *Phi Minh phi* Vô-*minh xúc* : Sự đụng chạm chẳng sáng lắm cũng chẳng tối lắm của hạng người bực trung.

Cái *Minh-xúc* của hàng Thánh-giả là xúc mà chẳng động tỉnh. Cái *Vô-minh xúc* và cái *Phi Minh phi Vô-minh xúc* của hàng Phàm-phu thì gây ra *Tâm thọ* : Khổ-thọ, Lạc-thọ, Bất-khổ bất-lạc thọ.

Ta có thể gom ba thứ Xúc trên, làm thành hai thứ Xúc :

1. *Phiền-não* Xúc : sự đụng chạm của hạng người còn Phiền-não : Tham, Sân, Si. Tức là : Vô-minh *xúc,* Phàm-phu *xúc.*

2. *Giải thoát Xúc* : sự đụng chạm của hạng người Giải thoát. Tức là : Minh-*xúc,* Thánh-giả *xúc.*

Do *Phiền-não* Xúc, sanh ra tư tưởng điên-đảo. Do *Giải thoát xúc,* sanh ra tư tưởng chẳng điên đảo.

XÚC-DỤC 觸欲 : Một tình dục trong *Ngũ dục* : Sắc-dục, Thinh-dục, Hương-dục, Vị-dục, Xúc-*dục*.

Xúc-dục là tình dục, lòng ham muốn sự đụng chạm với thân thể, với vật chất : như đem thân thể mình mà đụng chạm với thân thể của kẻ khác giống, đụng chạm một cách vui thích. Ấy là tình dục giữa kẻ nam người nữ.

XÚC-ĐỘC 觸毒 : Sự độc-hại của cuộc đụng chạm, đụng chạm tức là độc-hại. Kẻ nam người nữ, nếu chưa đắc Chánh-đạo, mà thân thể thường gần gũi nhau, đụng cọ nhau, thì rất độc hại. Sự đụng cọ một cách sái phép giữa cái thân nầy với cái thân kia, tỷ như món thuốc độc giết người. Sự đụng-cọ ấy làm hư Thiện-căn, Phước-đức của nhà tu học, nên kêu là *Xúc độc*.

XÚC-LẠC 觸樂 : Sự vui thỏa về cuộc đụng chạm. Như sự vui của kẻ nam người nữ trong khi đụng cọ nhau.

XÚC-THỰC 觸食 : Một cách ăn trong *Tứ thực* : 1. Đoạn-thực, 2. *Xúc-thực*, 3. Tư-thực, 4 *Thức-thực*.

Xúc-thực : Cách ăn bằng cảm-xúc ; cảm-xúc làm cho mình no, tỷ như mình đã ăn uống đồ vật. Cũng viết : *Lạc-thực* (Cách ăn bằng sự vui sướng, sự vui sướng làm cho mình phát no.) Trong khi cảm-xúc đối với cảnh vui, tỷ như khi coi hát, nghe nhạc, cả ngày mình chẳng thấy đói khát, nhưng thân tâm vẫn được tươi nhuận. Đó kêu là *Xúc-thực*.

XÚC-TRẦN 觸塵 : Một trần (cảnh) trong *Lục trần* : 1. Sắc-trần, 2. Thinh-trần, 3. Hương-trần, 4. Vị-trần, 5. *Xúc-trần*, 6. Pháp-trần. Xúc-*trần* đối với *Thân-căn*. Xúc-*trần* là ngoài, *Thân-căn* là trong. Những người vật mà cái thân thể mình đụng chạm, kêu là *Xúc-trần*. Những người vật ấy, khi đụng chạm với thân thể mình, có thể làm cho thân và tâm mình nhiễm dơ như bị bụi đóng, cho nên kêu là Xúc-*trần*. Còn như ai, chạm phải vật mềm mịn như quần áo xuê lịch mà không thích không mê ; gặp phải vật thô kịch như bị đánh đập mà nhẫn nhịn coi như không ; gặp hàng phụ nữ đụng cọ mình mà chẳng cảm động, thì người ấy diệt được cái Xúc-*trần*.

XỨ PHI-XỨ 處 非 處 Xứ và phi-xứ. *Xứ*: chỗ tốt, việc phải lẽ. *Phi-xứ*: chỗ chẳng tốt, việc chẳng phải lẽ. *Xứ phi-xứ* nghĩa là: việc tốt và việc chẳng tốt, đều hạp đạo lý và đều trái đạo lý.

XỨ PHI-XỨ LỰC 處 非 處 力. Cũng viết: Xứ *phi-xứ Trí-lực, Tri thị xứ phi xứ Trí-lực,* Xứ *phi xứ thiện xảo quyết trạch.* Đó là một Trí-lực trong *Thập lực* của đức Như-lai. Với cái Trí-lực ấy, Phật biết sự nào, lý nào là đúng hay chẳng đúng, ngài đoán biết rằng việc nào tốt sẽ có quả tốt và việc nào xấu sẽ có quả xấu.

XƯNG 稱 Invoquer (fr.) Kêu lên, gọi lên một cách kính-trọng trong khi cầu nguyện, lễ bái. Khen tặng.

XƯNG DANH 稱 名: Đọc lên danh-hiệu của một đức Phật, của một đức Bồ-tát. Như: Nam-mô A-Di-Đà Phật, Nam-mô Quan-Thế-Âm Bồ-tát.

« **Quán-Vô-Lượng-Thọ Kinh** »: Nhờ *xưng danh Phật*, trừ được các tội trong năm mươi Ức Kiếp sanh-tử.— Ngươi nhờ *xưng danh* Phật, cho nên các tội đều tiêu diệt.

Theo trong « *Diệu-Pháp-Liên-Hoa Kinh* », phẩm Phổ-môn, như chúng-sanh có ai bị tai nạn, hoặc bị nước lôi cuốn, hoặc bị lửa đốt thiêu, hoặc bị quỉ ám hại, hoặc bị tù rạc, hoặc bị cướp giựt, giặc nghịch, chỉ *xưng danh* Quan-Thế-Âm Bồ-tát, liền được giải thoát.

XƯNG-NIỆM 稱 念: Xưng danh và niệm Phật. Miệng đọc lên danh hiệu Phật, lòng tưởng nhớ tướng-trạng của Phật. Như ai thọ-trì danh hiệu đức Phật nào, thì thường *xưng niệm* đức Phật ấy, tức nhiên được sức gia-hộ của Ngài.

XƯNG TÁN 稱讚 : Xưng dương và tán thán. Đọc lên bài ca-tụng khen ngợi công-đức, Trí-huệ của một đức Phật, một đức Bồ-tát. Vì lòng thành kính, người-ta đến trước mặt một đức Phật, một đức Bồ-tát mà *xưng-tán* công-đức của Ngài ; hoặc người ta đến nơi bàn thờ, đối với tượng Phật, tượng Bồ-tát mà cúng dường, lễ bái và *xưng tán*.

XƯNG TỤNG 稱頌 : Khen ngợi và chúc tụng, khen tặng bằng một bài kệ tụng. Đồng-nghĩa : *xưng tán*.

PHỤ - LỤC

Á-LÝ-TY-ĐA-ĐỨC 亞理斯多德 : Aristote (fr.). Nhà đại hiền-triết Hy-Lạp, sanh năm 384 trước J.C., con nhà danh-y lưu-truyền, lịnh nghiêm-đường là ngự-y của vua xứ Macédoine. Cha mẹ ngài mãn phần hồi ngài lên 17 tuổi, ngài hưởng một cái gia-tài to lớn. Ngài bèn đến Athènes, nhập hàng môn-đệ của Platon, học nơi ông nầy trong hai mươi năm cho đến lúc ông thác vào năm 348.

A-lý-ty-đa-đức qua Asie-Mineure (Tiểu Á-Tế-Á), cưới em hay cháu gái người bạn học của ngài là vua xứ ấy.

Năm 343, ngài lãnh dạy con vua Philippe nước Macédoine. Hoàng tử nầy sau lên ngôi, lấy hiệu là Alexandre le Grand.

Năm 335 hay 334, ngài mở trường dạy triết-học kêu là phái péripatéticiens, vì ngài vừa dạy học vừa dạo chơi với học trò.

Vua Alexandre băng năm 323, ngài về ngụ tại cù-lao Enbée, và qua năm sau thì ngài thác vì bịnh bao-tử mà ngài đau đã lâu rồi. Sách của ngài và giáo-lý của ngài phân làm ba loại:

1. Văn chương, thi phú, mỹ-học.

2. Luân lý, đạo đức, chánh trị.

3. Vật-lý-học, thiên-lý-học và môn học về linh hồn.

ÁI-BÍCH-CỎ-NHĨ 愛壁古爾 Épicure (fr.) Cũng âm là: *Y-bích-cưu-lỗ* 伊壁鳩魯 Nhà hiền-triết đại danh người Hy-Lạp (Grec), sanh năm 341 trước J.C., con nhà sang trọng. Sau khi ra trường, ngài nối nghiệp cha mà dạy học. Kế ngài mở trường triết-học tại Lampraque trước hết, rồi tới tại Milylène, đến tại Colophon, và sau hết tại Athènes năm 306.

Ngài họp tất cả học trò vào trong vườn hoa, nơi ấy ngài ngồi dưới bóng cây, chỗ trống trải mà thuyết pháp một cách thân mật. Nhờ vậy, ngài rất có ảnh-hưởng đối với môn-đệ.

Ngài bị bịnh nặng lâu năm và bịnh ấy làm cho ngài chết năm 270, lúc ấy ngài được 72 tuổi, nhưng ngài vẫn tươi cười tỉnh táo luôn. Ngài viết trên ba trăm quyển sách, về vật-học, về hư-vô, về nguyên tử, về thánh thần, về sự tinh-khiết, về lòng công-chánh v.v. Tư tưởng của ngài có thể phân làm ba môn: môn lý-luận, môn vật-lý-học và môn luân-lý đạo đức.

Ngài dạy sự vui hưởng mà sống đời.

Nhưng người ta hiểu lầm rằng ý kiến của ngài là sự chơi bời cho thỏa thích nhục-dục mà thôi. Cho nên đời gọi *Ái-bích-cồ nhĩ chủ-nghĩa* (*Y-bích-cưu-lỗ chủ-nghĩa*) tức là *khoái-lạc chủ-nghĩa.*

ÁI - BÍCH CỔ - NHĨ CHỦ - NGHĨA 愛壁古爾主義 tức là *Khoái-lạc chủ-nghĩa* 快樂主義 Épicurisme (fr.): Nhơn nhà hiền-triết Ái-bích-cồ-nhĩ (Épicure) đề xướng cái thuyết hưởng sự vui vẻ mà sống đời, không cần phải khổ hạnh, về sau người ta hiểu sái cái thuyết vui sống của ông. Vậy người ta gọi Ái-bích-cồ-nhĩ chủ-nghĩa (Épicurisme) tức là *Khoái lạc chủ-nghĩa* hay *khoái-lạc phái.* Ấy là hạng người vui thỏa về nhục-dục, trọn đời chỉ cầu khoái-lạc nhục-thể mà thôi.

ÁO-TƯ-ĐỊNH 奥斯定 Saint Augustin (fr.). Bực hiền-triết sanh năm 354 tại thành-phố nhỏ Tagaste, thuộc về xứ Numidie cổ. Lúc nhỏ, mẹ ngài giáo-hóa ngài theo tôn-giáo Gia-tô. Từ năm 18 tuổi, ngài hoan nghênh triết-học của các nền tôn-giáo, nhứt là triết-học phái Minh-giáo (Manichisme).

Trước hết, ngài dạy khoa văn-pháp (rhétorique) tại thành Carthage năm 375. Về sau ngài đứng ra làm một nhà diễn thuyết hùng biện nhứt tại thành Milan.

Từ lúc ấy, tư tưởng của Áo-tư-Định khuynh ngưỡng về Thượng-đế và trở nên tươi đẹp thêm.

Ngài tu xuất-gia theo Thiên-chúa giáo năm 391. Qua năm 395,

ngài được phong-chức Giám-mục (Évêque) tại thành Hippone (Phi-châu), bấy giờ ngài được 41 tuổi.

Trong khoảng 386 đến 430 là năm ngài mãn phần, ngài rất tinh-tấn mà biên soạn kinh sách. Triết-học của Augustin rất gần với học-thuyết của Platon. Ngài nhận rằng sự Thấy Biết có nhiều bực ban đầu thấy viết bằng giác - quan, kế thấy biết theo khoa-học hay là sự biết bằng cách suy xét về những vật trong thời-gian : cao hơn hết là sự Thấy Biết bằng trí về những sự vật trường-tồn, sự Thấy Biết nầy tức là Trí-Huệ.

BÁ-LẠP-ĐỒ 柏拉圖 Platon (*fr.*) Nhà đại-hiền triết Hy-lạp, sống từ năm 429 đến năm 347 trước công-nguyên. Ngài là môn-đệ của ông Tô-cách-lạp-đề (Socrate) và thầy của ông A-lý-ty-đa-đức (Aristote), cả ba đều là đại hiền-triết có danh tiếng nhứt ở Hy-lạp.

Bá-lạp-đồ (Platon) vốn con nhà quí-phái. Ngài theo ông Tô-cách-lạp-đề mà học đạo trong mười năm, từ năm hai mươi tuổi.

Chừng ấy thầy của ngài bị xử tử, ngài bèn đi ngao-du các nơi.

Năm 387, ngài mở trường dạy triết-học tại thành Athènes, học-trò phần nhiều là con nhà gia-thế ở khắp cả Hy-lạp. Môn học mà ngài truyền-bá kêu là Académie, vì chư môn-đệ họp hội nơi vườn Académus gần thành Athènes. Tiếng Académie bây giờ dùng mà chỉ tòa Hàn-lâm nước Pháp, và các hội văn chương có danh tiếng nhứt cũng gọi là Académie.

Bá-lạp-đồ là một nhà có tư tưởng sâu xa, thi-vị tuyệt-diệu và hùng hồn, vừa là một nhà đại hiền-triết có ảnh-hưởng đối với các nước Âu-châu.

Ngài dạy sự tin lấy Lý-trí, ngài cũng dạy thuần-lý-học, sự tự do, lòng tín-mật đối với đạo huyền-vi, ngài cũng dạy về hình thức và mỹ thuật nữa.

A-lý-ty-đa-đức (Aristote) là học trò giỏi hơn hết của ngài.

BÁ-LẠP-ĐỒ HỌC-THUYẾT 柏拉圖學說 Platonisme (fr.) : Học thuyết, chủ-nghĩa của Bá-lạp-đồ (Platon). Tức là chủ-nghĩa của hạng người tôn trọng lý thuyết hơn thực tế, chú trọng tinh thần hơn thể xác.

BÁC - ÁI 博愛 Amour universel, Philanthropie (fr.) Lòng thương nhơn-loại và muốn giúp đỡ cho mọi người, không phân biệt kẻ thân người sơ, không phân-biệt dân-tộc. Đồng-nghĩa : *Kiêm-ái, Nhân, Nhân-ái, Nhân-từ, Vị-tha.* Đối-nghĩa : *Phẫn-thế, Phẫn-thế tật-tục, Yếm-thế,* Pháp : Misanthropie.

BÁI 拜 Xá, vái chào, Pháp : Saluer de la tête. Quì, lạy một cách cung kính, Pháp : Se prosterner. Thờ cúng, cúng lễ, thờ phụng, tức : *Lễ-bái, Sùng-bái,* Pháp : Adoration, Adorer, Culte.

BÁI NGẪU-TƯỢNG 拜偶像 Idolâtrie (fr) : Sự thờ cúng nhiều tượng-cốt của thần-linh. Xem : *Lễ-bái ngẫu-tượng.*

BÁI-TINH GIÁO 拜星教 Sabéisme, Sabaisme, Sabisme (fr.) : Sự thờ cúng các ngôi sao, giáo-phái chú trọng sự lễ bái các tinh-tú (các vì sao) mà họ cho là các thần-linh.

BÁI-VẬT GIÁO 拜物教 Fétichisme (fr.) Giáo phái chuyên thờ phụng những vật thể mà tín-đồ cho là có ảnh hưởng đến đời sống của họ, có sức mạnh có thể hại phá họ. Như họ thờ cọp, thờ đá, thờ nước, thờ lửa v.v...

Bái ngẫu-tượng, Bái-tinh giáo và *Bái-vật giáo* là ba hình-thức, ba hệ thống đại-khái của *Đa-thần giáo,* Pháp : Polythéisme.

BI-QUAN CHỦ-NGHĨA 悲觀主義 Pessimisme (fr.). Cũng gọi : *Yếm-thế chủ-nghĩa :* Quan-niệm bi-thảm của những người cho rằng trên đời khổ nhiều mà vui ít, quan niệm của những kẻ chán đời, trông ra thế-cuộc một cách buồn chán. Đối-nghĩa : *Lạc quan chủ-nghĩa* hay *Lạc-thiên chủ-nghĩa,* Pháp : Optimisme.

Thúc-bổn-Hoa (Schopenhauer), nhà triết-học người Đức (1.788-1.860) có danh là một người bênh vực *Bi-quan chủ-nghĩa.* Ông có viết sách, tỏ ra ông là người bi-quan, Pháp, Pessimiste.

BIỆN-CHỨNG LUẬN 辯 證 論 Dialectique (fr.) Cũng kêu : *Biện-chứng pháp.* Sự luận-biện, thuyết-lý có phương-pháp và chứng-thực theo học-thuyết của Hegel, nhà hiền-triết người Đức (1770-1831). Học-thuyết ấy dạy rằng phàm luận một đề chi thì trước trưng ra cái đề, cái *chính* (thèse), kế trưng ra cái *phản* (antithèse), sau cùng hòa lại mà làm cái *hợp* (synthèse). Đó là ba phép biện-thuyết theo biện-chứng luận, luận-điệu nầy rất được người ta hoan nghênh.

BỔN-THỂ LUẬN (*BẢN-THỂ LUẬN*) 本 體 論.— Ontologie (fr.) : Học-thuyết nghiên-cứu thể-chất căn-bản của sự vật.

CHRYSIPPE : Nhà hiền-triết Hy-lạp, tổ thứ ba của môn. Tư-đa-cát phái học - thuyết (Stoïcisme), sau hai ông Zénon và Cléanthe. Ngài sanh năm 277 tại cù-lao Chypre. Cũng như ông Zénon, ngài bị phá sản một chuyến ; sau khi ấy, ngài theo về đạo-học. Ngài nối nghiệp ông Cléanthe năm 322. Ngài tịch năm 205 và người ta có cất mộ thờ ngài.

Ngài soạn tới 700 quyển sách, nhưng bây giờ còn không bao nhiêu. Phần nhiều sách và tư tưởng của ngài đều chú về môn lý-luận, cũng có về môn vật-lý-học và luân-lý nữa.

CLÉANTE : Nhà hiền-triết Hy-lạp, tổ thứ nhì môn Tư-đa-cát phái học-thuyết (Stoïcisme), đệ-tử của Zénon, sống hồi thế-kỷ thứ ba trước J.C.

Tuy nghèo, nhưng ngài rất ham mộ đạo-học. Ban ngày đi nghe giảng, tối ngài thức trọn đêm mà làm vườn, tưới cây mướn cho dân thành Athènes.

Ngài theo tôn-giáo của ngài mà tự thác.

CƠ-ĐỐC-GIÁO 基 督 教 Christianisme (fr.) : Tôn-giáo của đức Cơ-đốc, Pháp : Christ.

Cũng gọi : *Da-tô giáo.* Xem : *Da - tô, Da - tô Cơ-đốc, Da-tô giáo.*

DA-TÔ 耶穌 Jésus (fr) tức là :

DA-TÔ CƠ-ĐỐC 耶穌基督 Jésus-Christ (fr) Đức Giáo-chủ sáng lập *Da-tô giáo* (*Cơ-đốc giáo*). Pháp : Christianisme. Ngài sanh vào năm 1 theo Dương-lịch. Theo sách Phúc-âm (les Évangiles), ngài là Đấng Cứu-thế, Pháp : Le Sauveur, con của đấng *Thiên-chúa* (Thượng-đế). Ngài sanh tại thành Bethléem trong một cái máng cỏ, Pháp : crèche. Mẹ của ngài là trinh-nữ Marie. Dưỡng-phụ của ngài là người thợ mộc Joseph. Ngài bắt đầu truyền giáo hồi ba mươi tuổi tại xứ Galilée, kế tại Jérusalem. Nơi đây, ngài làm cho phái pharisiens, phái tu hành giả dối oán-hận ngài. Một tín-đồ của ngài tên Judas bội-phản, làm cho ngài bị bắt và đưa ra xử nơi tòa-án. Ngài bị xử tử, đóng đinh trên cây giá hình chữ thập. Có những phụ-nữ thiện-tín đem chôn ngài. Sau đó ba ngày, *Da-Tô* Cơ-đốc sống lại (phục sanh). Đến ngày thứ 40, ngài thăng thiên. Đó là sơ-lược sự-tích theo sách Phúc-âm.

DA-TÔ GIÁO 耶穌教 hay **CƠ-ĐỐC GIÁO** 基督教 Christianisme (fr.) Tôn-giáo do đức Giáo-chủ Da-tô-Cơ-đốc (Jésus-Christ) sáng lập. Phát tích tại Judée, kế truyền rộng ra tại phương-Đông (Orient), sau truyền khắp hoàn cầu. Hiện nay, thạnh hành nhứt ở các nước Âu-châu.

DUY-TÂM LUẬN 唯心論 Spiritualisme (fr.) Học-thuyết chủ-trương về tinh-thần, tâm-linh, nhìn nhận Thần-linh, cho rằng vật do tâm tạo. Đối-nghĩa : *Duy-vật luận.*

DUY-VẬT LUẬN 唯物論 Matérialisme (fr.) Thuyết chú-trọng vật-chất mà bỏ tâm-linh, không nhìn nhận linh-hồn, luân-hồi quả-báo cùng các qui thần. Đối-nghĩa : *Duy-tâm luận.*

ĐA-THẦN GIÁO 多神教 Polythéisme (fr.) : Tôn-giáo công-nhận và thờ phụng nhiều vị thần. Đa số những dân tộc Phi-châu và Á-châu đều thuộc về *Đa-thần giáo.* Trong *Đa-thần giáo*, có ba hệ thống đại-khái : 1. Lễ bái tượng-cốt của nhiều vị thần, tượng-cốt thô lịch. 2. Lễ bái tinh-tú và hỏa-thần. 3. Lễ bái những vật mà tín-đồ cho là có oai-lực. Đối-nghĩa : *Nhứt-thần giáo* — 一神教 Pháp : Monothéisme.

ĐẠO-ĐỨC KINH 道德經 Tao-Te-King (ch.) Bộ Kinh sách do đức *Lão-tử* soạn, tức là bộ Kinh chánh của *Lão giáo* (*Đạo-giáo*).

ĐẠO-GIÁO 道教 Taoisme (fr.). Đạo-giáo hay *Lão-giáo* là tôn-giáo sang lập bởi ông Lão Đam, thường kêu là *Lão-tử*. Ngài có soạn bộ *Đạo-đức Kinh* cho chư tín-đồ. Xem : *Lão-tử*.

ĐẠT-NHĨ-VĂN 達爾文 Darwin (fr.) : Nhà bác-vật học (naturaliste), sanh-lý học (physiologiste), triết-học (philosophe) người Anh (1806-1882). Ông có viết nhiều sách, chủ-trương thuyết *Tấn-hóa luận*, Pháp : Évolutionnisme.

ĐẠT-NHĨ-VĂN HỌC-THUYẾT 達爾文學說 Darwinisme (fr.) Học-thuyết do *Đạt-nhĩ-văn* chủ-trương và sáng-lập. Học-thuyết nầy trưng nơi sách vở của Đạt-nhĩ-văn, đại - đề phải có luật tự-nhiên đào-thải, Pháp : Sélection naturelle đề cho vạn-vật dễ phát triển, dễ tấn-hóa. *Đạt-nhĩ-văn học-thuyết* cũng gọi là *Tấn-hóa luận* (Tiến-hóa luận) 進化論 , Pháp : Évolutionnisme.

ĐẶC GIA-NHĨ 特嘉爾 Descartes (fr.) Nhà triết-học, vật-lý-học, kỷ-hà học người Pháp, sanh tại La Haye nước Pháp năm 1596, thác tại kinh-đô Stockholm nước Thụy-Điển (Suède) năm 1.650 Tên ông viết trọn chữ theo Pháp: Rèné Descartes. *Đặc-gia-nhĩ* cũng âm là *Địch-cáp-nhĩ* 笛喀爾.

Do những trầm-tư mặc-tưởng của ông, ông có soạn nhiều sách triết-học, chủ-trương tạo-tác một nền tâm-lý học mới, cải cách tư tưởng đạo-đức triết-học, thoát-ly chế độ cũ kỹ không hạp thời.

Người ta gọi học-thuyết của ông là *Đặc-gia-nhĩ triết-học*, *Đặc-gia-nhĩ phái*,

ĐẶC-GIA-NHĨ HỌC-THUYẾT 特嘉爾學說.

ĐẶC-GIA-NHĨ PHÁI 特嘉爾派.

ĐẶC-GIA-NHĨ TRIẾT-HỌC 特嘉爾哲學 Cartésianisme,

Philosophie Cartésienne, Système de Descartes. Học-thuyết triết-học do *Đặc gia-nhĩ*, Pháp : Descartes, sáng lập. Sách vở và tư tưởng triết-học của *Đặc-gia-nhĩ* có tánh cách đặc biệt và mới mẻ, cải cách tư tưởng và chế độ cũ, trở thành một học-phái có danh Học-thuyết ấy có thể tóm tắt như vầy : Người ta muốn thấu Chơn-lý, trong đời phải có một lần phá bỏ những ý-kiến mà minh đã thọ lãnh từ trước, rồi bắt đầu tạo lập lại tất cả những hệ-thống của mọi sự hiểu-biết của minh.— Đó kêu là *Đặc-gia-nhĩ học-thuyết,* Pháp : Système de Descartes.

ĐỊCH-CÁP-NHĨ 廸 喀 爾 Descartes (fr.) Cũng viết: *Địch-tạp-nhi* 廸 卡 兒, *Đặc-gia-nhĩ* 特 嘉 爾 Một nhà đại triết-học người Pháp, thế-kỷ 16-17. Xem : *Đặc-gia-nhĩ.*

ĐỐI-ĐÍCH 對 的 Relatif, ive, (fr.). Cũng viết : *Tương-đối* 相 對 : Có liên-quan, có chỗ so sánh, còn đối-đãi, không được độc-lập, không được hoàn toàn. Đối-nghĩa : *Tuyệt-đích, tuyệt-đối,* Pháp : Absolu. Xem : *Tuyệt-đích.*

ÉPICTÈTE : Nhà hiền-triết Hy-lạp, sanh tại Phrygie hồi thế-kỷ đầu Dương-lịch. Ngài ưa sự nghèo ; trong thành Rome, ngài ở một cái nhà hoang và nằm trên đất.

Khi ngài tịch, người ta theo ý ngài mà chạm một tấm mộ bia như vầy : « Tôi là Épictète, kẻ nô bộc, kẻ bại chơn, kẻ nghèo, mà là bằng-hữu của Tiên-Thánh.

Ngài không có viết sách. Nhưng học-trò của ngài, ông Flavins Arrien góp nhặt các bài thuyết pháp của ngài mà làm thành tám quyển sách, bây giờ còn bốn quyển với quyển Manuel.

Người ta có thể gọi ngài là bực thánh trong Tư-đa-cát phái học-thuyết (Stoïcisme). Phái nầy là một môn-học cho rằng con người cũng đồng một Tánh linh với Thượng-đế, con người nên mở thông và trau giồi cái Tánh linh ấy nó ở sẵn nơi mình. Phong-hóa của tôn-giáo stoïcisme là con người-ta nên chế-ngự lấy mình, không quản chi sự giàu sang, không kể gì là sự đau đớn chi cả.

HỎA-HẦU 火 候 Feu serpent, Feu igné. Ngọn lửa ở trong thân vị đạo-nhơn, bắt từ nơi xương khu mà đi lần lên đỉnh đầu. Ngọn lửa nầy, sức nó có sẵn ở trong Võ-trụ. Cái *Hỏa-hầu* vào thân người, tiến lên làm cho bảy khiếu, bảy căn thủ thẳng của người-ta mở thông. Nhờ đó, người-ta được thần-thông. Xem : *Thất thủ-thẳng căn* phía trước.

HỌC-PHÁI 學 派 École (fr) : Tiếng gọi chung các học-giả, các môn-đồ của một vị sư hoặc của một phái triết-học, văn chương hay mỹ thuật. Như nói : *Bá-lạp-đồ học-phái*, Pháp : L'école de Platon, Học-phái của đại hiền-triết Bá-lạp-đồ.

HỌC-THUYẾT 學 說 Doctrine, Système (fr.) Tiếng gọi chung các ý-kiến, các lý-luận, các nguyên-lý phải hoặc quấy của một vị sư hoặc của một phái tôn-giáo, triết-học, văn-chương, mỹ-thuật. Như nói : *Đặc-gia-nhĩ học-thuyết*, Pháp : Système de Descartes : Học-thuyết của triết-gia Đặc-gia-nhĩ.

HỒI-HỒI GIÁO 回 回 教 Mahométisme, Islamisme (fr.) Cũng kêu là : Hồi-giáo hoặc Thanh-chơn giáo. Nền tôn-giáo thờ đức Allah, sáng lập bởi Mahomet (Mô - hãn-mặc-đức) lối sáu trăm năm sau J. C. (571-632), lấy quyền Coran làm Kinh chánh.

Người đạo Hồi-hồi (Musulmans ou Mahométans) thường hành đạo theo năm điều nầy : niệm bằng tâm, tụng niệm bằng miệng, ăn chay, bố thí, hành - cước đến thành Mecque ở nước A-lạp-bá (Arabie), vì thành Mecque là quê-hương của giáo-tổ Mahomet, nơi phát tích nền đạo, nơi ấy có cảnh chùa Hội-hồi lớn nhứt tên là Kaaba.

Về phần giới-cấm, người Hồi - Hồi giáo giữ năm điều : sự yêu mến chơn thật giữa vợ chồng ; sự yêu mến giữa cha con ; sự phụng-sự vua chúa, còn vua thì phải công-bình và lo việc nước việc dân ; sự thương yêu giữa anh em chị em trong nhà ; sự thương yêu giữa bằng-hữu.

Người giữ đạo Hồi-hồi sốt sắng thì chê bỏ cuộc danh-vị tài-lợi ; ăn, mặc, ở một cách đơn giản. Họ không ham hát xướng ca nhạc. Họ cữ thịt heo, cữ thịt các loài thú dữ, cữ ăn thịt thú đã chết vì bịnh, vì lão. Và có ăn thịt thú, họ cắt cổ bỏ huyết rồi mới ăn.

HỒI-HỒI-KINH 回 回 經 Le Coran (fr.) Kinh chánh của *Hồi-hồi giáo* (Mahométisme, Islamisme) do Mô-hãn-mặc-đức (Mahomet) soạn ra.

Hồi-hồi kinh có 6.666 câu, đức Chơn-Chúa (Vrai Seigneur) khiến Mô-hãn-mặc-đức viết ra để thế cho kinh cổ, Cựu-ước Kinh (Ancien Testament) của Moise và kinh mới, Tân-ước Kinh (Nouveau Testament) của Jésus. Kinh ấy chứa tất cả đạo-lý của Hồi-hồi-giáo, cũng kêu là Thanh-chơn giáo, khởi sự từ ông Adam, thỉ tổ loài người cho đến ông Jésus. Sáu trăm năm sau ông Jésus, ông Mahomet sửa dọn lại kinh ấy mà cho ra đời.

Hồi-hồi kinh là một bộ thâu rút tất cả các giáo-điều, các tư-tưởng, các giáo-lý về chánh trị, phong-hóa và tôn-giáo. Nó là kinh quí-trọng nhứt của người Hồi-hồi, vì ở trong ấy người ta chế ra nào là văn minh, nào là luật lệ, nào là phong-hóa, nào là hiến-pháp, nào là chánh trị.

HUYỀN-HỌC 玄 學 Métaphysique (fr.): Môn học cao siêu, vi-diệu, vượt ra ngoài hình-tượng, vượt khỏi phong-hóa, lý-luận. Cũng viết: *Hình nhi thượng học, Thuần-lý học, Siêu-hình học.*

HỮU-THẦN GIÁO 有 神 教 Théisme, Déisme (fr.) Cũng kêu là *Hữu-thần luận* 有 神 論 Thuyết của những người tin rằng trong Võ-trụ có thần đứng ra sắp đặt và chi phối vạn vật. Đối với *Vô-thần-giáo* (Athéisme): Phái không tin có Thiên-Thần.

Trong *Hữu-thần giáo*, Pháp: Théisme, lại có 1. *Nhứt-thần giáo*, Pháp: Monothéisme, phái tín ngưỡng một vị Thần duy nhứt, 2. *Đa-thần giáo*, Pháp: Polythéisme, phái tín-ngưỡng và tôn thờ nhiều vị thần linh.

Y-BÍCH-CƯU-LỎ 伊 壁 鳩 魯 Épicure (fr.) Nhà đại hiền-triết Hy-lạp (Grec). Xem: *Ái-bích-cô-nhĩ.*

Y-SÁCH 伊索 Ésope (fr.).— Aesop (grec) Triết-nhơn Hy-lạp sanh 619 trước công-nguyên, thác 564 trước công-nguyên. Ban đầu, ông Y-Sách bị đày làm nô. Kế ông được phóng thích. Về sau, ông bị giết bởi dòng họ Đài-nhĩ-Phất (Delphiens). Y-Sách có danh về việc trước-tác ngụ-ngôn (les fables d'Ésope). Ông cũng được nhắc nhở về chuyện những cái lưỡi (les langues d' Ésope). Chủ ông dạy đi chợ mua đồ ăn ngon nhứt, thì ông mua những cái lưỡi. Chán quá, chủ ông dặn mua đồ ăn dở nhứt, ông cũng lại mua những cái lưỡi. Ông cắt nghĩa rằng : cái lưỡi tạo nên quốc-gia, sự nghiệp, đạo đức ; mà cái lưỡi cũng làm cho hư hại nước nhà, cơ nghiệp và đạo lý thánh-hiền.

Y-THẾ. 伊勢 Ise (Jap.) Một xứ bên Nhựt-bổn. Xứ nầy rất thạnh về Thần-đạo, Pháp : Shintoïsme, có nhiều cảnh đền thờ Thần rất đẹp đẽ trang nghiêm.

Y-thế là nơi trung tâm của Thần-giáo bên Nhựt. Hồi thế-kỷ thứ 13, quân Hung-nô định đem binh chiếm nước Nhựt như họ đã chiếm nhiều nước ở *Á*-châu và ở Âu-châu. Năm 1281, họ đưa qua một đoàn chiến thuyền có 100 ngàn người. Toàn cả dân Nhựt lấy làm xao xuyến. Nhà vua và nhà tướng biết thế nào cũng chống cự chẳng nổi, bèn đến xứ *Y-thế*, vào mấy cảnh đền thờ Thần hộ quốc mà lễ bái. Chư-thần chuẩn y theo lời cầu-nguyện, nên kỳ đó khiến cho toàn cả binh tướng Mông-cổ đều bị một trận bão lớn mà đắm thuyền. Ấy vào ngày 14-15 août 1281.

Từ đó, xứ *Y-thế* trở nên một vùng linh-thiêng về Thần-lực vậy.

YẾM-THẾ CHỦ-NGHĨA 厭世主義 Pessimisme (fr.). Cũng gọi : *Bi-quan chủ-nghĩa*. Quan niệm của hạng người chán đời, không vui mà trông ra thế-cuộc. Xem : *Yếm-thế* ở phía trước, tập nhì.

KIÊM-ÁI 兼愛 Amour universel (fr).

Danh từ triết-học. Lòng thương tất cả mọi người, không phân biệt thân sơ, không phân biệt chủng tộc. Học-thuyết của *Mặc-Địch*, đời Xuân-thu bên Trung-Hoa. Học-thuyết nầy giống với thuyết *Bác-ái* của Thiên

Chúa giáo và gần với thuyết *Từ-bi* của Phật-giáo. Nhưng thuyết *Từ-bi* rộng hơn thuyết *Kiêm-ái*, vì *Từ-bi* của Phật là thương yêu và cứu-vớt tất cả chúng-sanh, chớ chẳng riêng đối với loài người. Xem : *Mặc-tử*.

KHANG-ĐỨC 康德 Kant (Emmanuel). Nhà triết-học Đức, sanh tại Kœnigsberg ngày 22 - 4 - 1724, trong một gia-quyến hàn-vi. Ngài vào học trường Collège Frédéric năm 1732, ra trường năm 1740, ngài bèn xin vào đại-học-đường Faculté de philosophie de l'Université. Thân - sinh ngài thác năm 1746, ngài buộc phải vào đời, vừa làm việc để nuôi sống vừa tự học. Ngài lại đậu bực Promotion, bực nầy tương tợ như bực Tấn-sĩ, với hai cái luận-đề, một cái về lửa và một cái nữa về những nguyên-lý sơ-khởi của những sự thông-hiểu về siêu-hình (les premiers principes des connaissances métaphysiques). Ngài được mang áo giáo-sư dạy riêng tại trường Đại học.

Từ đây, thoát khỏi sự lo lắng về vật-chất, ngài dạy học trò, đọc sách và viết sách. Năm 1770, ngài đậu bực Ordinariat, được bổ làm giáo-sư thiệt-thọ dạy về lý-luận và siêu-hình. Ngài soạn những quyển : Critique de la Raison pure năm 1781, Critique de la Raison pratique năm 1788, Critique de la facutté de Juger năm 1790, La Religion năm 1793, Métaphysique des Mœurs năm 1797. Những quyển ấy là những quyển đại-khái của ngài.

Bịnh hoạn và tuổi già làm cho ngài phải thôi dạy học năm 1796 Ngài thác vào bữa 12 - 2 - 1804, đúng tám mươi tuổi. Ngài đem sở học của mình mà cải cách những sự thông-hiểu về triết-học ở Âu-châu. Trong sự khảo-xét của ngài, trước hết ngài hoài-nghi, rồi ngài mới dùng lý thiệt-hiện (raison pratique) và phong-hóa đạo-đức (loi morale) mà lập lại sự chắc thiệt, cuối cùng ngài kết luận có Thượng-đế và linh-hồn sống đời đời.

KHOÁI-LẠC CHI NHƠN 快樂之人 Épicurien (fr.) Cũng viết : *Túng-dục chi nhơn* 縱欲之人 Người ham hưởng sự vui xác thịt, tức là người theo chủ-nghĩa của Ái-bích-cồ-nhĩ (Épicure).

KHOÁI-LẠC CHỦ-NGHĨA 快樂主義 Épicurisme (fr.) Tức là *Ái-bích cồ-nhĩ chủ-nghĩa.* Cũng gọi là : *Khoái-lạc phái.* Chủ-nghĩa, phái-môn của những người lấy thoả-thích nhục-dục làm mục đích đời người. Xem : *Ái-bích cồ-nhĩ chủ-nghĩa.*

KHỔNG-ĐỨC 孔德 Comte, Auguste Comte. Nhà triết-học người Pháp (1.798-1.853), sở trường về *thiệt-nghiệm luận,* Pháp : Positivisme. Quyển sách *Thiệt-nghiệm triết-học* (Cours de philosophie positive) của ông rất có giá trị về triết - học hồi thế - kỷ thứ 19. Ông được nhìn nhận là nhà sáng lập *Thiệt-nghiệm phái* (Positivisme) ở nước Pháp vậy.

KHỔNG-GIÁO 孔教 Confucianisme (fr.) Cũng gọi : *Nho-giáo.* Đạo do đức *Khồng-phu-tử* (Khồng-tử) sáng lập. Xem : *Nho-giáo.*

KHỔNG-PHU-TỬ 孔夫子 K'on-fou-tzeu (ch.).— Confucius (fr.) Kêu tắt : *Khồng-tử* 孔子.

Ông tổ của Nho-giáo, người nhà Châu, nước Lỗ, tỉnh Sơn-Đông bây giờ. Ngài tên là Khưu, tự là Trọng-Ni, sanh năm 551, thác năm 479 trước công-nguyên (73 tuồi). Ngài là con nhà tướng, mồ côi hồi ba tuồi. Cưới vợ hồi mười chín tuồi, ngài làm quan và lên tới chức Tư-khấu ở nước Lỗ. Ngài không toại chí, bèn đi châu du các nước cho đến năm sáu mươi bảy tuồi mới trở về nước Lỗ. Ngài soạn lại Kinh Thi, Kinh Thư, định Kinh Lễ, Kinh Nhạc, phê bình Kinh Dịch, làm Kinh Xuân-thu. Ngài dạy đến ba ngàn đệ-tử, trong số ấy có bảy mươi hai vị là vừa lòng ngài hơn hết.

Người ta tôn ngài là bậc Thánh, kính ngài cũng như các nhà sáng lập tôn-giáo. Xét ra thì ngài sống cũng gần đồng thời với đức Lão-tử và đức Thích-Ca.

Vua Khương-Hy có tóm rút phong-hóa của ngài ra làm mười sáu đoạn như dưới đây :

1. Hiếu nghĩa với cha mẹ và hòa thuận với anh em. 2. Thảo với cha mẹ. 3. Ăn-ở hòa-hảo với người chung quanh mình. 4. Trồng dâu nuôi tằm. 5. Điều độ và tiết kiệm. 6. Lập trường dạy học.

7. Tránh đạo-lý lạ, ngược. 8. Giảng giải lý-nghĩa và đạo-hạnh. 9. Lịch-sự và vui vẻ với mọi người. 10. Làm nghề có lợi cho dân. 11. Dạy dỗ con em. 12. Cản ngăn sự bâu biếm quấy. 13 Quở trách kẻ đùm bọc cho phường trốn quân binh. 14. Đóng thuế nhằm lẹ và đúng kỳ. 15 Chiêu mộ dân để trừ sự trộm cướp. 16. Giữ minh đặng giụt tắt lòng oán hận.

KHUYỂN-NHO HỌC-PHÁI 犬儒學派 Cyniques (fr). Phái triết-học Hy-lạp, sáng-lập từ thế-kỷ thứ tư, thứ năm trước Công-nguyên. Giáo-tổ là Antisthène, đệ-tử của Socrate (Tàu dịch Tô-cách-Lạp). Phái-đồ chỉ cần lấy cái thiện mà thôi, bao nhiêu những tập-tục, phong-hóa, lễ-nghi của người đời đều bỏ hẳn; các sự phong-lưu phú-quí, họ chẳng sá kể gì. Các nhà triết-học nầy sống một cách sơ-sài, rày đây mai đó, chẳng thiết nhà cửa chi hết, thường thường mấy ông kêu rầy dân-chúng, tiếng la thét mượng-tượng như chó sủa. Vả lại, mấy ông lấy con chó làm biểu-hiệu cho học-phái mình, nên người ta gọi là *Khuyển-nho học phái*. Có chỗ nói bọn phản-đối vì ghét mấy ông, thấy mấy ông ăn ở quá sơ-sài và la thét om sòm, nên đặt là *phái Khuyển-nho*. Nhà hiền-triết có danh hơn hết trong phái Khuyển-nho là Diogène (413-323 trước Công-nguyên), ông sống hết sức thanh-bần và xả thân một cách hoàn-toàn.

LẠC-QUAN CHỦ-NGHĨA 樂觀主義 Optimisme (fr.) Chủ-nghĩa của người vui sống đời và trông ra thế-gian một cách vui-vẻ. Đối nghĩa: *Bi-quan chủ-nghĩa, Yếm-thế chủ-nghĩa.* Cũng gọi: *Lạc-thiên chủ-nghĩa.*

LẠC-THIÊN CHỦ-NGHĨA 樂天主義 Optimisme (fr). Cũng kêu là *lạc-quan chủ nghĩa* 樂觀主義. Cái quan-niệm đối với thế-giới và đời người cho rằng sướng nhiều khổ ít, cái quan-niệm của kẻ chú-ý đến sự vui sướng, thích sống đời, cho rằng đời là đáng vui, đáng sống. Đối-nghĩa: *Yếm-thế chủ-nghĩa* hay *bi-quan chủ-nghĩa* (pessimisme). *Lạc-thiên chủ-nghĩa* dùng cái thiện, cái lạc mà đè nén cái ác, cái khổ. Nhờ đó, người ta an vui mà sống, tin tưởng nơi hiện tại, hy vọng ở tương lai. Lạp-bố-ni-chi (Leibniz), nhà triết-học người Đức (1.646—1.716) bênh-vực mạnh mẽ *Lạc-thiên chủ nghĩa*. Ông thường nói rằng: Việc gì cũng tốt đẹp ở thế giới tốt đẹp nầy (Tout est pour le mieux dans le meilleur des mondes possibles). Voltaire, Văn-hào Pháp (1.694-1.778) lại ưa bài bác *Lạc-thiên chủ-nghĩa*.

LÃO-ĐAM 老 聃 Một danh hiệu của đức Lão-tử, nhà sáng lập *Lão-giáo* (Đạo-giáo). Xem: *Lão-tử*.

LÃO-GIÁO 老 教 Doctrine de Lão (fr.) Đạo sáng lập bởi đức *Lão-tử*. Cũng gọi: *Đạo-giáo*, Pháp: Taoïsme. Một trong Ba Đạo chánh ở Á-Đông: Phật-giáo, *Lão-giáo* (Đạo-giáo), Nho-giáo (Khổng-giáo).

LÃO-TỬ 老 子 Lao-tseu (ch.). Đức *Lão-tử*. Nhà đại triết-học sáng-lập *Lão-giáo* (cũng kêu là *Đạo-giáo*). Ngài sanh ra nhằm đời nhà Châu (Tchéou), sống từ năm 570 đến năm 490 trước Dương-lịch, 80 tuổi. Ngài họ Lý tên Nhĩ, người ta cũng gọi ngài là *Lão-Đam*. Ngài đồng thời với đức Thích-Ca và đức Khổng-tử, sanh ra trước hai ông nầy chừng vài mươi năm. Ngài có làm quan bộ Lễ với nhà Châu, song chí ngài không thích làm quan. Theo truyện tích, ngài có hội kiến với đức Khổng-tử một lần, vào năm 501. Tuy hai ngài khác tôn-chỉ, song đức Khổng rất kính phục ngài. Thấy tình-hình trong nước lộn xộn, ngài bỏ mà đi và không trở về. Ngài đi về phương Tây; trong khi qua ải đề đi tịch-tĩnh, ngài có để lại cho ông Y-hỉ (Yinn-hi) bộ sách *Đạo-đức-Kinh* (Tao-tei-king) do ngài soạn.

LẠP-BỐ-NI-CHI 拉 布 尼 支 Leibniz (fr.) Leibniz Gottfried Wilhelm, nhà triết-học và thông-thái có danh, người Đức, sanh tại Leipzig ngày 21 - 6 - 1646. Cha ngài làm luật-sư và giáo-sư ở Đại học-đường Leipzig, thác hồi ngài sáu tuổi và có để lại cho ngài một kho sách rất quí-giá. Nhờ đó, ngài dễ bề nghiên-cứu và học-lực rất tấn-phát. Đỗ tấn-sĩ luật năm 1.666. Ngài có soạn nhiều quyển sách chứng rằng Ngài rất mộ tôn - giáo Gia - tô. Ngài có hợp ý với Bossuet về sự sáp nhập các hội Công-giáo và sự cải-cách. Ngài có phát-minh ra cái học-thuyết « Système des monades ». Theo thuyết ấy, tinh thần và vật-thể cấu hợp nhau một cách vừa vặn, phải lẽ, vì tuân theo một cái luật đã định đặt từ trước: Sở kiến của ngài thiên về *Lạc-quan chủ-nghĩa*, ngài thường nói câu nầy mà Voltaire hay biếm nhẻ trong quyển Candide : « Trong hoàn-võ cực tốt nầy, cái gì cũng là đích-đáng hết. » (Tout est pour le mieux dans le meilleur des mondes possibles.) Ngài thác tại Hanovre ngày 14 - 11 - 1716.

LỄ-BÁI 禮 拜 Culte (fr.) Tôn-kính Thần-linh bằng cách xá, quì, lạy, tụng kinh, cầu nguyện. Đồng-nghĩa : *Sùng-bái* 崇 拜, *Tế-nghi* 祭 儀.

LỄ-BÁI ĐƯỜNG 拜 堂 Temple, Salle de culte (fr.) Chỗ thờ-phượng, nơi chánh-điện dùng để làm lễ, cầu nguyện, tụng kinh. Xem : trương 186, tập nhì.

LỄ-BÁI NGẪU-TƯỢNG 禮 拜 偶 像,

BÁI NGẪU-TƯỢNG 拜 偶 像 Idolâtrie (fr.) Sự thờ cúng tượng-cốt của các thần-linh, những tượng cốt ấy đa số tạo khắc một cách vụng-về, thô-kịch. *Lễ-bái ngẫu-tượng* hay *Bái ngẫu tượng* là một hình-thức, một chế-độ của *Đa-thần* giáo, Pháp : Polythéisme.

LÝ-LUẬN 理 論 Théorie (fr.) : Nghị-luận căn-cứ theo lý-tưởng, lý-thuyết giảng luận trong sách-vở, trong Kinh-điển. Đồng-nghĩa : *Học-lý, Học-thuyết, Lý-thuyết*. Đối-nghĩa : *Thực-hành, Thực-tập*, Pháp : Pratique. Xem : trương 194 Phật - học Từ-điển tập nhì.

LÝ-TƯỞNG CHỦ NGHĨA 理 想 主 義 Idéalisme (fr.) : Chủ-nghĩa triết-học của người đeo đuổi theo lý-tưởng, theo tư-tưởng mà mình cho là tốt đẹp nhứt. Về văn chương, về mỹ-thuật, là sự đeo đuổi theo chỗ tưởng vọng của mình. Đối-nghĩa : *Thật-tại luận, Thật-thể luận, Tả-thật chủ-nghĩa*, Pháp : Réalisme.

LÝ-TƯỞNG CHỦ-NGHĨA GIẢ 理 想 主 義 者 Idéaliste (fr.). Cũng viết : *Thuần-lý giả* 純 理 者. Người đeo đuổi theo lý-tưởng, người gìn giữ lý-tánh, chớ chẳng chạy theo danh lợi trước mặt.

LIỆT-NGỰ-KHẤU 列 禦 寇 Nhà hiền-triết Trung-hoa, đời Chiến-quốc, người nước Trịnh. Một vị Tổ trong *Lão-giáo*, sau Lão-tử, đồng-thời với *Trang-tử*, nhưng trước Trang-tử vài mươi năm. Vì ông có soạn sách *Liệt-tử*, nên đời thường kêu ông là

Liệt-tử. Học-thuyết của ông cũng như học-thuyết của *Lão-tử*. Xem : *Liệt-tử*.

LIỆT-TỬ 列子 1. Nhà hiền-triết Trung-Hoa thời Chiến-quốc, một vị Tổ trong *Lão-giáo*. Tên thiệt là *Liệt-ngự Khấu*. Vì ông có soạn sách *Liệt-tử*, nên đời quen gọi ông là *Liệt-tử*. Ông với *Trang-tử* là hai nhà hiền-triết Lão-giáo có danh hơn hết sau Lão-tử.

2. Sách *Liệt-tử* do ông *Liệt-ngự Khấu* soạn, trọn bộ tám quyển, phần nhiều là những ngụ-ngôn, nhưng có giá trị về lẽ Vô-vi theo Lão-giáo. Đến đời nhà Đường, Thiên-bảo nguyên niên, vua Huyền-tông (713—755) ban chiếu phong hiệu sách ấy là *Xung-hư Chơn-kinh* 冲虛真經. Đến đời nhà Tống Kỷ-nguyên Cảnh-đức, vua Chơn-tông (999-1.065) ban chiếu phong sách *Liệt-tử* là *Xung-hư chí đức Chơn-kinh* 冲虛至德眞經.

LINH - HỒN 靈魂 Âme (fr.) Cũng gọi : *Thần-thức*, *Linh-thức*, *Thần-hồn* (*Hồn-thần*) : Cái phần tinh-túy quản-trị thân thể của kẻ sống người thác, của kẻ dương người âm.

LINH-HỒN BẤT DIỆT THUYẾT 靈魂不滅說 Immortalité de l'âme (fr.) Lý-thuyết nhìn-nhận rằng người-ta dẫu thác, nhưng linh-hồn vẫn còn mãi. Cái linh hồn ấy rời khỏi cảnh dương, bèn đến cảnh âm, rồi sẽ trở lại cảnh dương. Đó là thuyết của nhiều phái triết.học, của nhiều phái tôn-giáo.

LUẬN-LÝ 論理 Logique (fr.) : Sự bàn luận cho đúng lý, cho hạp lẽ.

LUẬN-LÝ HỌC 論理學 Logique (fr.) : Môn học dạy người ta nghị-luận cho đúng lẽ, suy-luận cho trúng cách. Hiền-triết A-lý-ty-đa-đức (Aristote) có qui-định những nguyên-tắc về *luận-lý học*.

MẠNH-ĐỨC-TƯ-CƯU 孟德斯鳩 Montesquieu (fr.) : Vị tử-tước (Baron) người Pháp, thế-kỷ 17-18 (1.689-1.755), văn-sĩ trứ danh, có soạn nhiều sách. Riêng quyển Vạn pháp tinh-lý (L'Esprit des lois) của ông làm cho ông nổi danh. Những ý kiến phong phú và thực tế trong sách ấy giải bày rành-rẽ việc phân-cách quyền hạn, những ý kiến ấy đem lại nhiều cuộc cải-cách trong Hiến-pháp Hội-nghị (Assemblée constituante) năm 1.789 và trong Chánh-thể nước Pháp.

MẠNH-KHA 孟軻 Tên thiệt của ông *Mạnh-tử*. Nhà hiền-triết Trung-Hoa sanh ở ấp Trâu nước Lỗ năm 372, thác năm 288 trước Dương-lịch, hưởng thọ 85 tuổi. Ông sanh sau đức Khổng-tử ngót trăm năm. Ông có làm sách Mạnh-tử bảy quyển rất có giá-trị. Tư-tưởng của ông sáng-suốt và hùng-hồn khiến người đời xưng ông là Á-Thánh (bực Thánh hạng nhì, sau đức Khổng).

MẠNH-TỬ 孟子 Mencius (fr.)

1) Cũng viết : *Mạnh-phu-tử* 孟夫子 Hiệu xưng một vị đại-hiền trong Khổng-giáo, họ Mạnh 孟 (dòng giống họ Mạnh-tông nước Lỗ), tên Kha 軻, người nước Châu về đời Chiến-quốc (Đông-Châu), sanh năm 372 và thác năm 288 trước Dương lịch, thọ nghiệp ở học-trò ông Tử-Tư (cháu nội đức Khổng-tử), làm ra sách Mạnh-tử. Đời sau kêu là *Á-Thánh* 亞聖, nghĩa là gần bằng đức Khổng-Thánh.

2) Tên sách của ông Mạnh-Kha làm ra, có bảy thiên, cái thuyết tôn nghiệp vương, truất nghiệp bá, trọng nhơn nghĩa, khinh công-lợi, sáng kiến ra thuyết *tánh thiện*. Đời sau liệt vào bộ *Tứ-thơ*.

MARC-AURÈLE : Hoàng-đế và nhà hiền-triết người Hy-lạp (Grec), sanh năm 121, lên ngôi năm 161, nối ngôi cha là vua Antonin le Pieux. Ngài ưa sự yên tĩnh, nên ngài phải ra đi chinh chiến mà dẹp yên bờ cõi, đánh quân mọi rợ ở miền biên-thùy phía Bắc và Đông-Bắc. Ngài ở giữa quân lính mà trầm-tư mặc-tưởng và viết thành quyển *Tư tưởng* (Pensées). Ngài băng năm 180. Tư-tưởng của ngài có thể sắp vào khoảng giữa đạo Khổng và đạo Phật.

MẶC-ĐỊCH 墨翟 Meiti (fr.) Nhà đại hiền-triết Trung-Hoa đời Chiến-quốc. Cũng gọi là *Mặc-tử*. Ông chủ trương thuyết *Kiêm ái* (thương tất cả mọi người như nhau) và thuyết *Hòa-bình* (phản kháng chiến tranh).

MẶC-TỬ 墨子 Mei-tzeu, Meiti (fr.)

1. Nhà hiền-triết văn-nhơn đạo Lão, người Tàu, hồi thế-kỷ thứ năm trước Gia-tô, nhằm đời Chiến-quốc bên Tàu. Tên thiệt là *Mặc-Địch*. Ngài sanh sau Lão-tử và Khổng-tử, trước Liệt-tử và Trang-tử. Ngài tin có Thượng-đế, khuyên sự nhân-từ, cần kiệm, sống một cách đơn-sơ và rất phản-kháng chiến-tranh. Ngài không có lập trường dạy học, song ngài là một tấm gương tốt. Người ta theo học thuyết ngài khá đông. Thuyết của ngài gồm hai lẽ : *Kiêm - ái* (Thương tất cả mọi người như nhau), *Hòa-bình* (không ưa chiến-tranh). Nhưng ông *Mạnh-tử* không ưa thuyết *Kiêm-ái* của *Mặc-tử*.

2. *Mặc-tử* cũng là tên bộ sách của *Mặc-Địch*, sách ấy chủ trương thuyết *Kiêm-ái* và thuyết Hòa-bình. Sách Mặc-tử được nhiều người hoan-nghênh nhờ thuyết *Kiêm-ái*. Do đó, sanh ra phái học theo Mặc-Địch, kêu là *Mặc-gia* 墨家.

MÔ-HÃN-MẶC-ĐỨC 謨罕默德

MỤC-HÃN-MẶC-ĐỨC 穆罕默德 Mahomet (fr.)

Vị giáo-chủ lập đạo *Thanh - chơn giáo* hay *Hồi - hồi giáo* (Mahométisme), sanh năm 570 tại thành Mecque, nước A-lạp-bá 阿拉伯 (Arabie). Ngài là con nhà sang trọng nhứt trong xứ. Ngài làm giàu to nhờ cuộc trầy buôn và nhờ cưới vợ, một người đờn bà góa. Tục truyền rằng năm ngài được bốn mươi tuổi, Thánh Gabriel hiện xuống mách rằng ngài nên tầm Đạo, vì ngài là một vị Giáo-chủ. Ngài bèn đi học Đạo, tham - thiền trong mười lăm năm để tầm sự cải cách xã - hội và tôn - giáo cho đồng - bào của ngài. Ngài soạn Kinh thánh Coran, bảo rằng Kinh ấy là của Thượng-đế ban truyền cho ngài. Ban đầu, ngài truyền giáo cho gia-tộc, kế cho nhiều người. Nhưng bị nhiều sự trắc trở và đánh đồ, ngài phải tạm ngụ tại Médine là nơi ngài có nhiều tín-đồ hơn hết.

Ngài thắng được bọn nghịch, bèn đi hành-cước đến thành La

Mecque và chiếm thành ấy năm 630. Hai năm sau, ngài tịch, hưởng thọ được 62 tuổi.

(Xem : *Hồi-hồi kinh*)

NẠI-ĐOAN 柰端 Newton : Nhà triết - học, toán-học, vật-lý học, thiên-văn học người Anh, 1642 — 1727.

NI-THỂ 尼采 Nietzsche : Nhà triết-học người Đức, sanh tại Roecken, 1844 — 1900, chủ trương đào luyện sanh-lực và sức mạnh của ý-chí.

NGŨ HÀNH 五行 Cinq éléments (fr.) Theo người Tàu và người Việt Nam, *Ngũ hành* là : *Kim* (Métal), *Mộc* (Bois), *Thủy* (Eau), *Hỏa* (Feu), *Thổ* (Terre). Tín - ngưỡng Việt Nam cho rằng mỗi chất trong năm chất ấy do mỗi vị Thần-nữ quản trị, nên kêu là Năm bà Ngũ hành, hay kêu theo Tàu là *Ngũ hành nương nương*.

Theo người Ấn-Độ, Ngũ hành là : Không (Éther), *Phong* (Air), *Thủy* (Eau), *Hỏa* (Feu), *Thổ* (Terre). Năm chất ấy do những vị thần đảm lãnh, mà trên hết thì có năm vị : 1) Indra cầm đầu chất Không (Akâsha, tinh-khí toàn võ-trụ), 2) Pavana cầm đầu chất Phong, 3) Varouna cầm đầu chất Thủy, 4) Agni cầm đầu chất Hỏa, 5) Kshiti cầm đầu chất Thổ.

NGŨ KINH 五經 *Cinq livres canoniques du Confucianisme (fr.)* Năm bộ sách trọng đại trong Nho - giáo : Kinh *Thi*, Kinh *Thư*. Kinh *Lễ*, Kinh *Dịch*, Kinh *Xuân-thu*.

NGŨ LUÂN 五倫 Cinq conditions, Cinq obligations réciproques (fr.) Năm mối, Năm bề, Năm phận-sự quan hệ của người đời phải gìn giữ để đối đãi nhau, theo như Nho-giáo đã dạy :

1. *Quân thần* (Roi et sujets), tức : *Quân minh thần trung* (Roi juste, sujets fidèles).

2. *Phụ tử* (Père et fils), tức: *Phụ từ tử hiếu* (Père bon, fils pieux).

3. *Phu phụ* (Mari et femme), tức: *Phu xướng phụ tùy* (Mari ordonne, femme obéit).

4. *Huynh đệ* (Aînés et cadets), tức: *Huynh đệ hữu cung* (Aînés aimables, cadets respectueux).

5. *Bằng hữu* (Compagnons et amis), tức: *Bằng hữu thủ tín* (Compagnons et amis fidèles).

Ngũ luân và *Ngũ* [illegible] *thường* là phong-hóa đạo đức [illegible] giáo, Pháp: Morale confucéenne. Xem: *Nho-giáo, Ngũ thường*.

NGŨ PHƯỚC (PHÚC) 五 福 Cinq bonheurs (fr). *Năm thứ hạnh-phúc* theo Nho-giáo là:

1 phúc: tốt lành, 2 quí: sang trọng, 3 thọ: sống lâu. 4 khang: vui vẻ, 5 ninh: bình yên.

Năm thứ hạnh-phúc của người mộ đạo là: 1. thọ: sống lâu, 2. phúc: giàu có. 3. khang ninh: vui sướng bình yên. 4. Du hiếu đức: muốn làm phước đức, 5. Khảo trung mệnh: lúc chết được hoàn toàn.

NGŨ TƯỚC 五 爵 Cinq titres de noblesse (*fr.*). Năm tước vị chư-hầu. Thuở đời phong-kiến, Pháp: Féodalité, nhà vua thống-lãnh (Thiên-tử) có phong năm tước-vị cho chư-hầu, mỗi tước-vị có quyền cai trị và hưởng huê-lợi phần đất mà nhà vua chia cho mình. Năm tước-vị, *Ngũ tước* là 1) *Công* 公, Pháp: Duc 2) *Hầu* 侯, Pháp: Marquis, 3) *Bá* 伯, Pháp: Comte, 4) *Tử* 子, Pháp: Baron (Vicomte); 5) *Nam* 男, Pháp: Chevalier.

NGŨ THƯỜNG 五 常 Les cinq règles sociales (fr.) Năm đức thường của người ta, theo như Nho-giáo đã định:

1. *Nhơn* hay *Nhân*, Pháp: Générosité, Humanité.

2. *Nghĩa*, Pháp: Bonne conduite. Justice.

3. *Lễ*, Pháp : Politesse, les Rites.

4. *Trí*, Pháp : Intelligence, Prudence.

5. *Tín*, Pháp : Bonne foi, la foi.

Xem : *Nho-giáo, Ngũ giới* của Phật-giáo.

NGỤY-BIỆN 偽 辯 Sophisme, Sophiste (fr.) : Điều ngụy-biện, kẻ ngụy-biện. Thuở xưa, có những nhà văn-sĩ, giáo-sư hoặc triết-học ưa dùng tài biện-thuyết mà nói phải ra trái, lời nói thì hay, nhưng xét kỹ thì chẳng hạp chơn-lý, không đúng lẽ phải, đó là *Ngụy-biện giả* hay *Ngụy-biện*.

Ngày nay, người ta dùng danh-từ *nguy-biện* để gọi những điều biện-minh đàn-áp lẽ phải hoặc kẻ khéo nói để chối bỏ ngay điều chánh.

NGỤY-BIỆN HỌC-PHÁI 偽 辯 學 派 Sophisme (fr.) Một phái của những nhà triết-học hay luận nghịch với lý phải, hay đánh đổ các lẽ chánh. Cũng kêu là *Quí-biện học-phái*.

Dưới đây là lời của hai nhà *Ngụy-biện học-phái*, Huệ-tử và Trang-tử.

Trang-tử nói với Huệ-tử rằng : Ông thấy mấy con cá nhảy lên kia, coi bộ chúng vui dữ.

Huệ-tử nói : Ông không phải là cá, làm sao ông biết rằng cá vui ?.

Trang-tử đáp : Ông không phải là tôi, làm sao ông biết rằng tôi không biết là cá vui.

Huệ-tử nói : Tôi không phải là ông, vì vậy nên tôi không biết những sự ông biết hoặc không biết. Đành vậy, song tôi biết chắc rằng ông không phải là cá, thì không thể nào ông biết cá là vui.

Trang-tử đáp : Ông mắc rồi. Vậy ta hãy trở lại câu hỏi trước của ông. Ông hỏi tôi : Làm sao ông biết rằng cá vui ? Bởi câu hỏi ấy, ông đã nhận rằng tôi biết kia mà...

Xem : *Quí-biện học-phái*.

NGUYÊN-LUẬN (*NGUƠN - LUẬN*) 元 論 Monisme (fr.) Học-thuyết chủ-trương giải thích Võ-trụ bằng một yếu-tố duy nhứt, học-thuyết cho rằng cái bổn-thể của Võ-trụ là duy nhứt. Cũng gọi: *Nhứt-nguyên luận.*

NGUYÊN-THẦN (*NGUƠN-THẦN*) 元 神 Monade (fr).— Purusha (scr.) Vị thần độc nhứt, do nơi vị ấy sanh ra mọi vật.

NGUYÊN-TỬ 原 子 Atome (fr.) Cái phần vật chất nhỏ, rất tinh, vật chất chia ra đến nguyên-tử là cùng tột vậy.

Chữ nguyên tử giống nghĩa với chữ *vi-trần* (hột cát rất nhỏ) trong văn-chương Phật-học.

NGỮ-HỌC 語 學 Philologie (fr.) Cũng viết: *Bác-ngôn học* 博 言 學 Khoa học nghiên cứu các ngôn ngữ, các văn chương trên thế-giái hiện tại hoặc quá khứ.

NGỮ-NGUYÊN HỌC 語 源 學 Étymologie (fr.) Môn học nghiên cứu ngôn-ngữ, danh từ từ lúc phát nguyên cho đến lúc biến hóa, phát - đạt. Cũng là môn học nghiên cứu nguồn gốc ngôn-ngữ, danh-từ.

NHỊ-NGUYÊN LUẬN (*NHỊ - NGUƠN LUẬN*) 二 元 論 Dualisme, Neutralisme (fr.)

Học-thuyết tôn-giáo hoặc triết-học nhìn nhận hai nguyên-chất tương đối, như: vật chất và tinh thần, thân thể và linh hồn, thiện và ác.

NHO-GIÁO 儒 教 Doctrine des Nho, Confucianisme (fr.) Giáo nghĩa của đạo Khổng Mạnh. Nguyên nghĩa chữ *Nho* thì bao quát lắm: một bên chữ nhân là người, một bên chữ nhu là cần, nghĩa là hễ làm người thì cần phải có.

Đạo-đức của Nho-giáo gom vào ba khoản nầy: Tam cang, Ngũ thường và Ngũ luân.

Tam cang là : 1. Quân vi thần cang (roi) : chúa là mối giềng của tôi.

2. Phụ vi tử cang (père) : cha là mối giềng của con.

3. Phu vi thê cang (époux) : chồng là mối giềng của vợ.

Ngũ thường là : 1. Nhơn (générosité),

2. Nghĩa (bonne conduite),

3. Lễ (politesse),

4. Trí (intelligence),

5. Tín (bonne foi).

Ngũ luân là : 1. Quân minh thần trung (roi juste, sujets fidèles),

2. Phụ từ tử hiếu (père bon, fils ayant piété),

3. Phu xướng phụ tùy (mari ordonme, femme obéit),

4. Huynh hữu đệ cung (frère aimable, petit frère respectueux),

5. Bằng hữu thủ tín (amis fidèles).

Theo tôn-chỉ *Nho-giáo*, phải hành những điều dưới đây :
Tam cang lãnh (ba cái chóp chài bâu áo).

1. Minh minh đức (Tỏ cái đức sáng của mình).

2. Tân dân (Sửa phong-tục cho dân hết tệ).

3. Chỉ ư chí thiện (Đồ về trọn lành).

Tám điều mục (Tám điều có thứ tự) :

1. Cách vật, 2. Trí tri, 3. Thành ý, 4. Chánh tâm,

5. Tu thân, 6. Tề gia, 7. Trị quốc, 8. Bình thiên-hạ.

Khắc kỷ phục lễ (Sửa mình theo lễ) :

1. Phi lễ vật thị (đừng ngó sự trái lễ).

2. Phi lễ vật thính (đừng nghe tiếng trái lễ).

3. Phi lễ vật động (đừng làm việc trái lễ).

Đó là tôn-chỉ đạo Nho. Song rốt cuộc thì nên hành luật *Trung thứ* : *Kỷ sở bất dục, vật thi ư nhơn* (việc chi mình không muốn ai làm cho mình, mình đừng làm cho người khác.)

NHƠN-HỌC 人 學 Anthropologie (fr.) Học-thuyết nghiên-cứu lịch-sử loài người. Cũng viết : *Nhơn-loại học* 人 類 學

NHỨT-NGUYÊN LUẬN (*NHẤT-NGƯƠN LUẬN*) 一 元 論.— Monisme (fr.) : Học-thuyết cho rằng cái bổn-thể của Võ-trụ là duy nhứt. Học thuyết dùng một yếu-tố duy nhứt (élément unique) để giải thích Võ-trụ.

NHỨT-THẦN GIÁO (*NHẤT-THẦN GIÁO*) 一 神 教 Monothéisme (fr.) : Tôn-giáo chỉ thờ một vị Linh-thần mà thôi, công-nhận một vị thần duy nhứt là tối cao của họ. Đối-nghĩa : *Đa-thần giáo* 多 神 教, Pháp : Polythéisme.

PHIẾM THẦN GIÁO 汎 神 教 Panthéisme (fr.) Cũng viết : *Vạn hữu thần luận* 萬 有 神 論 Học-thuyết tôn-giáo chủ-trương rằng ở trong thế-giới chỗ nào cũng là Thần cả ; Thần là linh-hồn của thế-giới ; thế-giới là thể-chất của Thần. Hoặc chủ-trương rằng chỉ có Thần là thật mà thôi.

Tư-tân-na-sa (Spinoza), nhà triết-học người Hòa-Lan thế-kỷ 17, là người bênh-vực rất đắc-lực *Phiếm-thần giáo* (*Vạn hữu thần luận*).

PLOTIN : Nhà đại hiền-triết, cha mẹ gốc ở thành Rome, sanh tại xứ Lycopolis, thành Thébaïde, nước Égypte, năm 205. Ngài không muốn cho người-ta biết ngày sanh tháng đẻ của ngài, vì ngài tưởng rằng không đáng gì cho người-ta làm lễ kỷ-niệm mình. Lại nữa, ngài cũng lấy làm thẹn mà mang lấy cái thân ; vậy nên ngài không muốn nói với ai về gia-quyến và quê-quán của ngài, và ngài cũng không muốn cho người-ta họa hay khắc hình của ngài.

Từ năm mười tám tuổi, ngài theo học đạo-lý. Thất vọng

với nhiều bực thầy, ngài lấy làm hân-hạnh được người ta tiến dẫn tới ông Ammonius Saccas và ngài chịu làm học trò của ông nầy.

Năm 244, ngài mở tại thành Rome một cái trường dạy triết-học. Ròng rã trong hai mươi sáu năm, ngài dạy học-trò. Năm 269, ngài về nghỉ nơi xứ Campanie và năm sau thì ngài thác, hưởng thọ được sáu mươi sáu tuổi.

Ngài viết sách từ năm 254, viết được năm mươi bốn quyển.

Noi theo tư tưởng Aristote, ngài phân tầm ra cái nguyên chất tư-tưởng, trí-thức, tinh-túy, yếu-lý. Ngài giỏi về môn tham-thiền cao siêu. Theo ý ngài, kẻ tham-thiền để cho thần - trí lướt khỏi cái hoàn-cầu nhận biết bằng ngũ-quan trí - thức đặng tiến lên từng bực cho đến cõi tuyệt đẹp, tuyệt cao.

QUAN-VONG 親亡 Médium (fr.) Cũng viết : *Thông-linh giả* 通靈者 : *Đồng-cốt, Người cốt.*

Kẻ đứng làm trung-gian giữa người sống với kẻ chết, giữa kẻ dương với người âm để cho hai bên thông hiểu ý nhau.

QUỈ-BIỆN HỌC-PHÁI 詭辯學派 Sophisme (fr.).

Phái luận biện một cách kỳ-quái.

Thuở xưa, ở Hy-lạp, có một học-phái khuynh hướng về thuyết hoài nghi, họ bảo rằng tri-thức của người-ta là theo sự kinh-nghiệm riêng từng người, chớ không có cái chơn-lý thiên cổ bất biến. Phái Tô-cách-lạp-đề (Socrate) nổi lên phản đối phái ấy. Vì lòng ghét, nên va cho họ cái tên *quỉ-biện học-phái* (sophisme).

Về cuối đời Xuân-thu, sang đời Chiến-quốc, ở nước Tàu, có học-phái như bọn Công-Tôn-Long, Huệ-Thi chủ-trương nhiều điều lạ lùng, sau bị Mạnh-tử và Tuân-tử công kích riết, mà người ta gán cho cái tên là *quỉ-biện học-phái*. Cũng kêu là *nguy biện học-phái*

SANH-VẬT HỌC (*SINH-VẬT HỌC*) 生物學 Biologie (fr.).

Khoa học nghiên cứu sự sanh hoạt của những vật có cơ thể.

SÉNÈQUE : Nhà đại-hiền-triết người Hy-lạp, sanh tại xứ Cordoue năm thứ hai J.c. Ngài hưởng sự vinh hoa phú quí mà cũng từng chịu nhiều nỗi gian nan cay đắng. Ngài có làm quốc-sư cho vua Néron ; kế vua bắt bình ngài nên ra lịnh đày ngài qua xứ Corse đến tám năm. Sau đó, vua Néron ra lịnh xử tử ngài vì vua không chịu nổi những sự chỉ trích của ngài.

Sénèque có soạn nhiều sách triết-học có danh, nhứt là những quyển nầy : Đời hữu hạnh (La vie bienheureuse). Sự an tĩnh ở tâm hồn (La tranquillité de l'âme). Sự giận (La colère). Cuộc đời ngắn ngủi (La Brièveté de la Vie). Sự bền gan thủ chí của bực hiền-nhơn (La constance du Sage). Vận-mạng thiên lý (La Providence).

SIÊU-HÌNH HỌC 超形學 Métaphysique (fr.) *Siêu* : Vượt khỏi. *Hình* : Hình-chất, việc tầm-thường. Môn luận-thuyết, học-thuyết vượt ra ngoài hình tượng. Cũng viết : *Huyền-học*, *Hình nhi thượng học*, *Thuần-lý-học*.

SUY-LÝ 推理 Spéculation (fr.) Do lẽ mình đã biết mà suy tới lẽ mà mình chưa biết. Như : *Triết-học suy-lý*, Pháp : Spéculations philosophiques.

Suy-lý cũng đồng nghĩa với *Lý luận*, *lý thuyết*. Pháp : Théorie, đối nghĩa với *Thực hành*, *Thực tập*, Pháp : Pratique.

SUY NGUYÊN 推原 Rechercher la cance (fr.) Do chỗ phát khởi mà tìm đến căn nguyên, do ngọn mà tìm đến gốc, do quả mà truy tầm nhơn.

SUY NGUYÊN LUẬN 推原論, *Suy-nguyên học* 推原學 Étiologie (fr.) Phép nghiên-cứu căn do, khoa luận-xét nguyên-nhơn của sự vật. Cũng là một môn học trong y-khoa, cứu xét căn-nguyên của bệnh tật.

TẢ-THẬT CHỦ-NGHĨA (TẢ-THỰC CHỦ-NGHĨA) 寫實主義 Réalisme (fr.) : Danh từ văn học và mỹ thuật. Phái miêu tả cảnh thật, cảnh tự nhiên của sự vật, không che giấu chi cả. Cũng gọi : *Tả thật phái.* Đối - nghĩa : *Lý tưởng chủ-nghĩa,* Pháp : Idéalisme.

TAM-CANG (*CƯƠNG*) 三綱 Trois principes (fr.) : Ba giềng, Ba bực chánh trong xã-hội, theo Nho-giáo :

1 *Quân* (Roi), tức : *Quân vi thần cang,* tôi phải theo vua làm giềng, cũng như nói : dân có vua hay tớ có chủ.

2. *Phụ* (Père), tức : *Phụ vi tử cang,* con phải theo cha làm giềng, ; cũng như nói : con có cha.

3. *Phu* (Époux), tức : *Phu vi thê cang,* vợ phải theo chồng làm giềng chồng là bề chánh, vợ là bề phụ.

Tam-cang và *Ngũ thường* kêu chung là *Cang-thường, Cương-thường.* Xem : *Ngũ thường.*

TAM TÒNG (*TAM TÙNG*) 三從 Trois soumissions, déférences (fr.) : Ba hạnh nương theo của người đờn-bà con-gái chiếu theo Nho-giáo thời xưa. Khi còn con gái, thì *tòng phụ,* nương theo cha. Khi có chồng, thì *tòng phu,* nương theo chồng. Khi chồng thác, thì *tòng tử,* nương theo con trai đã lớn khôn.

TÂM LÝ HỌC 心理學 Psychologie (fr.). Cũng gọi : *Phân-tâm học* 分心學. Một môn trong triết-học, nghiên cứu về tâm : hiện-tượng, năng-lực, động-tác của tâm-thức.

TÂM-LÝ HỌC GIA 心理學家 Psychologue, Psychologiste (fr.) : Nhà chuyên-môn về tâm-lý học, giáo-sư triết-học chuyên dạy tâm-lý học.

TẤT-ĐẠT KHA-LẠP 畢達哥拉 Pythagore : Nhà hiền-triết

Hy-lạp (Grec) hồi thế-kỷ thứ sáu trước Gia-tô (J.C.) Ngài là một nhà toán-học đại danh. Ngài sanh tại xứ Samos. Học-thuyết của ngài rất gần với học-thuyết của Phật. Ngài cũng tin lẽ Luân-hồi, Nhơn-quả. Đời sống của ngài và của các tín-đồ rất thanh-bạch, các ngài chẳng ăn thịt, cá, chỉ ăn chay. Ngài tham thiền thấu Chơn-lý và đem diệu-lý của môn Bí-giáo mà truyền cho một nhóm tín-đồ tinh-thuần (Pythagoriciens). Ngài đắc nhiều phép thần thông và từng được dân-chúng ngưỡng-mộ.

Về toán-học và kỷ-hà-học, chính ngài phát-minh bài toán nhơn (table de mulplication) và các định-lý về hình ba góc bằng nhau (théorème de Pythagore) mà ngày nay người ta còn dạy trong các trường tiểu-học và cao-đẳng tiểu-học.

TÍCH-CỰC 積 極 Positif (fr.) Đối với *tiêu-cực*, Pháp : négatif. Danh-từ triết-học. Có tánh cách tấn-thủ, thiệt-tế, thiệt-nghiệm. Đạo Phật Đại-thừa không có tánh cách thủ-cựu, mà lo mở mang, khai-hóa, tư-tưởng càng ngày càng đẹp đẽ nghiêm-trang, mà người tu học thì những lo ích mình ích người, sống vì chúng-sanh, trông ra thế-cuộc một cách an-nhiên, ấy là đạo Phật *tích-cực*.

TIÊU-CỰC 消 極 Négatif (fr.) : Trái với : *Tích-cực*. *Tiêu-cực* là có tánh cách bảo-thủ chớ chẳng mở mang, không tấn-thủ. Không chuyên về những lợi-ích thật-tế, chú ý đến việc vị-kỷ hơn vị-tha. Đạo Phật Tiều-thừa là *tiêu-cực*. Đạo Phật Đại-thừa là *tích-cực*.

TÔ-CÁCH-LẠP-ĐỂ (*TÔ-CÁCH-LẠP*) 蘇 格 拉 氏 (蘇 格 拉) Socrate (fr.) Nhà đại hiền-triết nước Hy-lạp, sanh năm 470 và thác năm 399 trước Tây-lịch. Người-ta cho ông là vị thủy-tổ triết-học Tây-phương. Cha ông làm nghề điêu-khắc (sculpteur) tên là Sophronisque và mẹ ông làm trợ-sản (sage-femme) tên là Phénarite. Từ lúc thiếu-thời, ông Tô-cách-lạp-để học qua các khoa, kế đó ông chuyên về khoa triết-học.

Ông thích ngao du, đi viếng quần-chúng, viếng các hàng thanh niên và thuyết với họ về đạo đức. Câu cách-ngôn của ông

« Ngươi hãy tự biết ngươi » (Connais-toi toi-même) từ trước tới nay còn ghi ở cửa đền thành Delphes.

Những tư tưởng dạn dĩ và chơn-thật của ông làm rúng-động chánh-phủ và các nhà quyền-quí ở Hy-lạp, cho nên người ta định xử tử ông, bấy giờ ông được 70 tuổi. Người ta lấy lẽ rằng ông khinh miệt Tiên-thánh, làm hư hoại nền luân-lý và ảnh hưởng của ông có hại cho hạng thanh niên. Ông thọ tử bằng cách uống thuốc độc.

Đệ-tử yêu dấu của ông *Tô-cách-lạp-đề* là Bá-lạp-đồ, Pháp : Platon truyền bá giáo-lý của ông bằng sách, chớ tự ông *Tô-cách-lạp-đề* không có trước-tác. Ông là nhà sáng lập Luân-lý đạo đức học, Pháp : Science morale.

TÔN-GIÁO (*TÔNG-GIÁO*) 宗 教 Religion (fr.) Tổ-chức tu học, chú trọng Tín-ngưỡng, đọc tụng Kinh điển, lễ bái Thần-linh. Viết tắt : *Giáo* 教. Như : *Phật-giáo* 佛 教.

TÔN-GIÁO CÁCH-MẠNG 宗 教 革 命 Réforme, Religion réformée (fr.) Cũng gọi : *Tôn-giáo cải-cách* 宗 教 改 革 : Sự sửa đổi tôn-giáo cho hạp thời, cho đúng-đắn hơn, bỏ những lề-lối hủ-hại hoặc những sự gay gắt, chấp-nhứt, chẳng dung-thông.

TÔN-GIÁO CHÁNH-TRỊ (*TÔN-GIÁO CHÍNH-TRỊ*) 宗 教 正 治 Politique religieuse (fr.) Chánh trị lấy tôn-giáo làm cơ-sở, Phái tôn-giáo hoạt-động về chánh-trị.

TÔN-GIÁO ĐOÀN-THỂ 宗 教 團 體 Association religieuse (fr.) : Hiệp-hội tôn-giáo. Đoàn-thể hoạt-động dưới danh-nghĩa tôn-giáo.

TÔN-GIÁO SANH-HOẠT (*TÔN-GIÁO SINH-HOẠT*) 宗 教 生 活 Vie religieuse. Activités religieuses. Sự sanh-hoạt, mọi việc hoạt động của những người trong tổ chức tôn-giáo, như cúng tế, đọc tụng, giảng kinh, cất chùa đền, làm việc từ-thiện v.v...

TÔN-GIÁO TRIẾT-HỌC 宗 教 哲 學 Philosophie

religieuse : Triết-học lấy tôn-giáo làm căn-bản, triết-học ở trong tôn-giáo. Như trong Phật-giáo có triết-học, kêu là *Phật-giáo triết-học*.

TUYỆT-ĐÍCH 絕 的 Asbolu (fr.) Cũng như : *Tuyệt-đối* 絕 對. Không có cái gì hơn nữa, không có cái gì so sánh được, đầy đủ, không có sự đối đãi, không có hạn chế. Đối-nghĩa : *Đối-đích* (relatif).

Thanh, trược đó là hai ý nghĩa *đối-đích*. Còn không thanh không trược, đó là ý-nghĩa *tuyệt-đích*.

TƯ-ĐA-CÁT 斯 多 噶 Zénon le stoïcien (fr.) Nhà hiền-triết Hy-lạp sanh tại đảo Chypre lối 340 trước J.C., con nhà thương-gia.

Chính Zénon là nhà sáng-lập Tư-đa-cát phái (Stoïcisme), người trong phái nầy cho sự thi-hành đạo-đức là hạnh-phúc của mình, cho nên họ rất tận tụy, rất kham khổ, rất bền chí để đuổi theo sự làm việc về đạo đức.

Ban đầu Zénon làm ăn theo nghề thương-thuyền. Phải một phen đắm thuyền làm cho sản-nghiệp ngài khuynh nguy, Zénon bỏ nghề buôn mà theo môn triết-học.

Trước hết, ngài thọ giáo nơi Cratès le Cynique, ông nầy vốn môn-đệ của Diogène (413-323 trước J.C). Ngài cũng có theo học nơi Stilpon. Kế ngài mở trường dạy triết-học tại Athènes.

Rất nghiêm-nghị và trầm-tĩnh, ngài không chịu về trào hưởng sự phú quí với vua xứ Macédoine, mặc dầu vua rất mến tài ngài.

Ngài tự hủy mình theo tôn-giáo của ngài năm 264. Dân thành Athènes rất tôn trọng ngài, nên có đem của công mà xây mộ cho ngài.

TƯ-ĐA-CÁT PHÁI HỌC-THUYẾT 斯 多 噶 派 學 說 — Stoïcisme (fr.) : Học-thuyết phái triết-học sáng lập bởi Tư-đa-cát (Zénon), chủ trương : khổ-hạnh, cấm dục, nhẫn-nhục, bền chí chịu lấy các sự gian nguy, không màng giàu sang quyền thế.

TƯ-TÂN-NA-SA 斯賓那沙 Spinosa (fr.) : Nhà triết-học người Hòa-lan (1.632-1.677), có ý *thức* tôn-giáo, bênh vực chủ-nghĩa *Phiếm-thần giáo* hay *Vạn hữu thần luận*, Pháp : Panthéisme. Nhờ công nghiệp viết sách, ông tạo ra một học thuyết mà người ta gọi là *S*pinozisme, Spinosisme, dịch nghĩa : *Thần vật đồng thể luận* 神物同體論 hay *Vạn vật giai thần luận* 萬物皆神論.

TỨ ĐỨC 四德 Quatre vertus (fr.)

I. Bốn đức hạnh của người đờn bà, con gái Đông - phương theo Nho-giáo :

a) *Công* 功 : Khéo-léo siêng - năng, b) Dung 容 : Dáng-mạo cho tề-chỉnh, c) *Ngôn* 言 : Lời nói cho dịu ngọt, lễ phép, d) *Hạnh* 行 : Nết-hạnh cho nhu-hòa nhẫn-thuận.

II. Bốn đức - hạnh của người quân - tử theo Nho - giáo : a) *Hiếu* 孝 : Con phải thảo với cha. b) Đễ 弟 : Em phải kính anh, nhỏ phải trọng lớn. c) *Trung* 忠 : Bề tôi phải hết lòng với vua, làm dân phải hết lòng với nước. d) *Tín* 信 : Giữa bằng-hữu hoặc trong mọi cuộc giao-thiệp, nên giữ lòng tín-thật.

TỨ THƠ (TỨ THƯ) 四書 Quatre Livres (fr.) Bốn bộ sách triết-học căn-bản của Nho-giáo : 1. Đại học, 2. Trung-dung, 3. Luận-ngữ, 4. Mạnh-tử.

TỰ NHIÊN CHỦ-NGHĨA 自然主義 Naturalisme (fr.). Cũng gọi : *Tự nhiên phái* 自然派 *Triết* : Về triết - học, học-phái của những người cho rằng mọi sự vật đều qui - phụ theo thiên-nhiên, theo lẽ tự-nhiên. *Văn :* về văn chương, học-phái thoát ly những hư-sức, kỹ-xảo, ưa tả chơn-tướng tự nhiên của người vật.

TỰ-NHIÊN ĐÀO-THẢI 自然淘汰 Sélection naturelle (fr.) Mọi sự vật trong võ-trụ, nếu hạp hoàn-cảnh, hội đủ điều-kiện, đầy đủ nhơn-duyên, thì tồn tại và tấn-hóa. Nếu không hạp hoàn cảnh, không hội đủ điều kiện, không đầy đủ nhơn-duyên, thì tự nhiên bị sa-thải, tàn tạ và tiêu diệt, nhường chỗ cho những sự vật khác. Lẽ *tự nhiên đào-thải* được *Đạt-nhĩ-văn* (Darwin) biện-minh một cách vững-vàng và thực-tế.

TỰ NHIÊN THẦN-LUẬN 自然神論 Déisme. Cũng gọi : *Tự nhiên thần-giáo* 自然神教 Học-thuyết tin có Thiên-thần, tin theo tôn-giáo tự nhiên, chớ không tin nơi sự mách-bảo của Thiên-thần.

TỰ NHIÊN TRIẾT-HỌC 自然哲學 Philosophie naturelle (fr) : Một bộ phận của triết-học. *Tự nhiên triết-học* là một triết-học nghiên cứu cái bổn-thể tự nhiên. *Tự nhiên triết-học* hơi giống với *Vũ-trụ luận* (Pháp : Cosmologie).

THANH - CHƠN - GIÁO 清真教 Mahométisme ou Islamisme (fr.). Tức là Hồi-hồi giáo. (Xem : *Hồi-hồi giáo.*)

THÁNH-THƠ (THƯ), THÁNH - KINH 聖書, 聖經 (La) Bible : Bộ Kinh Thánh của người đạo Da-tô. Bộ Kinh nầy có hai phần : 1) *Cựu-ước kinh*, Pháp : L'Ancien Testament, 2) *Tân-ước kinh*, Pháp : Le Nouveau Testament. Vì vậy, người ta cũng gọi *Thánh-thơ* là *Tân-Cựu-Ước Toàn-Thơ* 新舊約全書. Cựu-ước Kinh có trước đời Da-tô Cơ-đốc (Jésus Christ). Tân-ước Kinh soạn sau đời Da-tô Cơ-đốc.

THẦN-ĐẠO 神道 Shintoïsme (fr.) Đạo Thần ở bên Nhựt. Tức là quốc-gia tôn-giáo của người Nhựt.

Người Nhựt cho rằng đức vua tổ chức nước Nhựt cho có hệ-thống, đức vua đầu-tiên dòng Thiên-hoàng, Thần-võ Thiên-hoàng (Jimmu-Tenno lối 660 trước Tây-lịch) vốn là Tiên-thần giáng thế, ngài và chư vị tiên-đế đều do thần-nữ Mặt trời mà sanh ra. Và những nhà danh-gia quí-tộc cũng cho rằng họ là con cháu của chư Thần (Kamis). Cho đến dân-chúng cũng bảo rằng Tiên-tổ họ vốn là dòng-dõi Tiên-thần. Vì vậy mà Thần-đạo ở Nhựt rất được sùng thượng.

Đức Thiên-hoàng (Mikado) đứng ra thay mặt cho chư Thần và dân chúng, cầu Thần ban các điều phúc hậu và sung túc cho dân Nhựt. Đức Thiên-hoàng đứng làm chủ tề các cuộc tế Thần. Vì vậy mà Thần-giáo là một nền Đạo quốc-gia và một phương-thế trị quốc. Muốn vâng theo ý Tiên - thần, dân chúng phải ở theo mạng-lịnh của đức Thiên-hoàng.

Ở nước Nhựt, Thần - đạo có 180.000 cảnh đền và 21.000 vị sư. Những vị sư nầy, trừ ra khi hành lễ, còn bình thời thì ăn mặc như người thường. Những vị sư lớn chức đều tuyển chọn trong những gia đình danh-giá và trong hoàng tộc. Xứ Y-thế (Yse) là trung tâm của Thần-đạo bên Nhựt. Tại xứ nầy, có nhiều đền thờ thần rất nghiêm-chỉnh, nguy - nga. Và tại đây, phong cảnh cực kỳ xinh đẹp.

Xem : *Thần-đạo* phía trước.

THẦN - GIAO CÁCH CẢM 神交隔感 Télépathie (fr.) Một cách luyện về tinh-thần, khiến cho hai người tuy xa nhau mà tinh thần giao-tiếp với nhau, cùng cảm động với nhau, cùng trao đổi ý-tưởng cho nhau.

THẦN-GIÁO 神教 Shintoïsme (fr.) Tức là *Thần-đạo*, tôn-giáo của quốc-gia Nhựt-Bổn. Xem : *Thần-đạo.*

THẦN-HỌC 神學 Théologie (fr.) Môn học tôn-giáo về những việc Thánh Thần. Môn học để biết các vị Thần, Tiên, để biết ngôi-thứ và công-đức của các bực Thần. Học-thuyết về Thần-linh.

THẦN-LINH HỌC 神靈學 Spiritisme (fr.) Học-thuyết của phái chuyên giao tiếp với những thần-linh, với những linh-hồn người thác nhờ có kẻ *quan-vong* (médium) làm trung-gian.

THẦN-QUYỀN 神權 Pouvoir spirituel (fr.) : Quyền-hành của Tôn-giáo, của Giáo-hội.

Đối-nghĩa : *Chánh-quyền* 政權; Pháp : Pouvoir temporel, quyền-hành của chánh-phủ.— Cũng có nghĩa : quyền của Thần-linh đối với nhơn-dân.

THẦN-QUYỀN THUYẾT 神權說 Théorie du droit divin (fr.) : Thuyết Thần-quyền.

Theo thuyết nầy, nhà vua chịu mạng-lệnh của Trời, của Thần-minh, của Thượng-đế để cai-trị.

THẦN-THOẠI 神話 Mythologie (fr.) : Sự tích lạ-thường của những thần tiên đời xưa, sự tích dị thường của những vị anh-hùng thời xưa. Lịch-sử của mỗi nước vào thời-đại hoang-đường. Cũng gọi *Thần-đại sử* 神代史.

THẦN-TRÍ-HỌC 神智學 Théosophie (fr.) Cũng gọi : *Thông-thiên học* 通天學. Lại cũng gọi : *Thông-thần học* 通神學 Môn học của phái thông rõ việc Tiên thần, bèn khám phá các sự bí-mật để gần gũi và nhờ cậy Tiên-thần, luôn dịp để tấn-hóa về tinh thần.— Học-thuyết Thiên Nhơn hiệp nhứt.

THẦN VẬT ĐỒNG-THỂ LUẬN 神物同體論 Spinozisme, Spinosisme (fr.) Học-thuyết của nhà hiền-triết *Tư-tân-na-sa* (Spinoza). Cũng gọi : *Vạn vật giai thần luận* 萬物皆神論. Học-thuyết nầy chủ-trương rằng : Thần-linh (Thượng đế) với vạn vật và nhơn-loại đều đồng thể-tánh ; Vạn-vật tức là Thần-linh. Học-thuyết của *Tư-tân-na-sa* mường-tượng với *Phiếm-thần giáo*, Pháp : Panthéisme.

THIÊN-CHÚA 天主 Dieu (fr.) Đấng tối-cao của nhiều tôn-giáo, nhứt là của *Cơ-đốc-giáo*, Pháp : Christianisme, của *Thiên-chúa giáo*, Pháp : Catholicisme. Người trong tôn-giáo tin rằng ngài tạo-lập và bảo-tồn võ-trụ, nên cũng gọi ngài là *Tạo-vật chúa* 造物主. Và người ta cũng gọi ngài là Thượng-đế 上帝, vì ngài là đấng cao cả hơn hết trong các vị Thần.

THIÊN-CHÚA GIÁO 天主教 Catholicisme (fr.) Tôn-giáo tôn thờ Đấng Thần-linh tối cao, Pháp : Être suprême, Dieu. Trung-tâm *Thiên-chúa giáo* ở tại La-Mã, Pháp : Rome, vị đại-diện cao nhứt là đức *Giáo-hoàng* 教皇 Pháp : Pape tại La-Mã. Nhơn đó người-ta cũng gọi *Thiên-chúa giáo* là *La-Mã giáo* 羅馬教.

THIÊN-TƯỢNG-HỌC 天象學 Météorologie (fr.) Môn học nghiên-cứu những thiên-tượng (météores), tức là những hiện-tượng đặc biệt trên trời. Ngày xưa, người Tàu lấy đó mà đoán cát hung. Hiện nay, bên Tây-Tạng, có nhiều nhà sư Lạt-ma giỏi về thiên-tượng học, các ngài coi theo thiên-tượng mà đoán ra các sự thay đổi lớn lao trong hoàn-cầu.

THIỆT-HÀNH (*THỰC-HÀNH, THẬT-HÀNH*) 實行 Pratique (fr.) Thi-hành những phương-thức, những nguyên-lý, những học-thuyết của khoa-học, mỹ-thuật, triết-học v.v... Đồng-nghĩa Thực-tập. Đối-nghĩa *Lý-luận*, *Lý-thuyết*, *Học-thuyết*, Pháp : Théorie

THIỆT-NGHIỆM PHÁI (Thực-nghiệm phái, Thật-nghiệm phái) 實驗派 Positivisme (fr.) Phái triết-học chủ-trương thống-nhứt các sở đắc của sự quan-sát và của thiệt-nghiệm để tìm ra cái phép tắc của sự-vật. Cũng viết : *Thiệt-chứng luận*, *Thiệt-nghiệm luận*, *Thiệt-nghiệm triết-học*. Nhà triết-học *Không-đức* (Auguste Comte) có viết sách về *Thiệt-nghiệm triết-học* và được xưng là nhà sáng-lập *Thiệt-nghiệm phái* (Positivisme) ở Pháp-quốc.

THIỆT-TẠI LUẬN (*THỰC-TẠI LUẬN, THẬT-TẠI LUẬN*) 實在論 **THIỆT THỂ LUẬN** (*THỰC-THỂ LUẬN, THẬT-THỂ LUẬN*) 實體論 Réalisme (fr.) : Danh-từ triết-học. Hệ-phái, chủ-nghĩa của những người nhìn-nhận những lý-tưởng như những sự vật thật có. Về văn chương, về mỹ thuật, gọi là *Tả-thật chủ-nghĩa*.

THUẦN-LÝ CHỦ-NGHĨA 純理主義 Rationalisme (fr.) : Danh-từ triết-học. Chủ-nghĩa của phái không nương dựa vào lời mách bảo của thần-linh, mà chỉ nương theo lý-trí để suy-xét và hiểu biết mà thôi.

THUẦN-LÝ CHỦ-NGHĨA GIẢ 純理主義者 Rationa-liste (fr.) Viết tắt : *Thuần-lý giả*, Thuần-lý Người trong phái *Thuần-lý chủ-nghĩa*, công nhận lẽ phải bằng lý trí, lý-tánh, chớ chẳng nương theo sự mách bảo của Thần linh

Thuần-lý cũng đồng nghĩa với *lý-tưởng*, Pháp : Idéaliste. Xem : *Lý-tưởng chủ-nghĩa giả*.

THÚC-BỔN-HOA 叔本華 Schopenhauer (Arthur) : Nhà hiền-triết người Đức sanh tại Danzig ngày 22-2-1788. Cha ngài, một nhà đại thương-gia, muốn tập ngài vào nghề buôn, nhưng chí ngài lại theo về bên văn-học. Sau khi cha ngài qua đời năm 1805, mẹ ngài và ngài bán tất cả hiệu buôn. Ngài nhập học trường Đại-học Gottingue đâu vài năm thì thi ra lấy bằng cấp tấn-sĩ với quyển trạng *De la quadruple racine du principe de rairon suffisante.* Ngài định ở Dresde và khởi sự tham-thiền một cách sốt sắng. Ngài cho ra quyển sách thứ nhì, *La Vision et les couleurs* năm 1816, quyển *Le Monde comme volonté et comme représentation* năm 1818.

Từ năm 1820, thôi làm giáo-sư, ngài thả đi ngao du một cách chán nản. Năm 1833, ngài thôi ở Berlin và qua ở luôn tại Francfort, trong chốn thanh-tịnh, lặng lẽ. Ngài cho ra đời tiếp thêm nhiều quyển : quyển *La volonté dans la nature* năm 1836, quyển *Les Problèmes fondamentaux de l'Éthique* năm 1841, quyển *Rarergá et Pasalipomènes* năm 1851. Ngài cũng cho in lại mấy quyển đã ra trước. Ngài thác năm 1860, ngày 4 tháng 9.

Người ta bảo rằng triết-lý của Schopenhauer là *Yếm-thế chủ-nghĩa*, tức chủ-nghĩa chán đời. Ngài thuyết rằng cõi đời là phát hiện, giả dối, đau khổ. Ngài rất ghét, rất sợ cái ái, cái mãnh-lực ấy làm cho người ta khổ. Ngài dạy nên khéo ở (L'Art), cách tự-chủ, xét lấy mình, chận cho dứt cái dây nhơn-quả, vừa thoát ra khỏi cái đời vật-chất và duy-kỷ. Ngài có học triết-lý của Phật và giáo-lý Niết-bàn.

TRANG-CHÂU (*CHU*) 莊 周 Một nhà đại triết-học Trung-Hoa, thời Chiến-quốc, sau Lão-tử. Một vị Tổ trong *Lão-giáo*. Chủ-trương của ông cũng theo Lão-tử. Ông có trước-tác sách *Trang-tử*. Nhơn đó, đời cũng gọi ông là *Trang-tử*.

Nghe danh *Trang-châu* là người hiền, vua Oai-vương nước Sở rước ông về làm tướng (thủ-tướng). Nhưng ông từ chối, chẳng lãnh chức.

TRANG-TỬ 莊 子

1. Tức là *Trang - châu*, nhà hiền - triết Trung - Hoa thời Chiến-quốc.

2. Sách *Trang-tử* do ông *Trang-châu* soạn. Sách ấy chứa trên mười muôn lời nói, phần nhiều là ngụ ngôn. Sách có giá trị về

vô-vi của Đạo-gia. Đến đời nhà Đường, Thiên-bảo nguyên niên, vua Huyền-tông (713-755) ra chiếu đặt hiệu sách *Trang-tử* là *Nam-hoa-chơn Kinh* 南華眞經 đời thường gọi là *Nam-hoa Kinh*.

TRIẾT-HỌC 哲學 Philosophie (fr.) Cũng viết : *Triết-lý* 哲理. Môn học tổng-quát nghiên cứu Vạn-vật, các nguyên-lý, các nhơn-duyên. Môn học chuyên khoa của từng vị hiền-triết, của từng học-phái. Môn học dạy về : tâm-lý, luân-lý, luận-lý, siêu-hình. Sự học về đạo-đức để ăn ở theo đó hầu trở nên hiền-nhơn, quân-tử.

Người nghiên cứu triết-học, kêu là *Triết-học gia* 哲學家 Pháp : Philosophe. Người nghiên cứu triết-học, đạo-lý và ăn ở theo đó, đáng cho đời tôn kính, kêu là *Triết-nhơn* 哲人, *Hiền-triết* 賢哲, Pháp : Philosophe. Sage.

VÔ-THẦN 無神 Athée (fr.) Người không tin Thần Thánh, không tín-ngưỡng sự anh-linh, không tin Linh-hồn, Luân-hồi, Nhơn-quả. Đối nghĩa : *Hữu-thần*. Pháp : Théiste.

VÔ-THẦN CHỦ-NGHĨA 無神主義 — Athéisme (fr.) Cũng viết : *Vô-thần thuyết, Vô-thần luận, Vô-thần giáo*. Học-thuyết của những kẻ vô-thần bất-tin. Đối nghĩa : *Hữu-thần chủ-nghĩa, Hữu-thần giáo*. Pháp : Théisme.

VŨ-TRỤ (*VÕ-TRỤ*) 宇宙 Univers (fr.) Một hệ thống rộng lớn vô cùng vô tận hiệp bởi các tinh-tú, mặt trời, mặt trăng, trái đất v.v. ở rải rác trong Không gian không bờ bến. Cũng gọi *Thiên địa vạn vật* 天地萬物 : Trời đất và muôn vật. Cũng có nghĩa : *Thế-giới*, Pháp : Monde,— *Xã-hội*, Pháp : La société, nhơn-loại trên mặt đất.

VŨ-TRỤ LUẬN (*VÕ-TRỤ-LUẬN*) 宇宙論 Cosmologie (fr.) Môn học nghiên cứu hình-chất của Trời Đất và những luật tổng-quát quản-trị Vũ-trụ.

www.ingramcontent.com/pod-product-compliance
Lightning Source LLC
LaVergne TN
LVHW060308051026
849517LV00004B/1034